கோடிக்கணக்கான தாய் தந்தை மற்றும் மருத்துவர் இந்தப் புத்தகத்தை ஏன் விரும்புகிறார்கள்?

"இந்தப்புத்தகம் இல்லாமல் தாய் ஒன்றுமே செய்ய முடியாது"

நீரா, எம்.டி

■■■

"இந்தப்புத்தகத்தில் கர்ப்ப காலத்தில் ஏற்படக்கூடிய பிரச்சனைகள் முழுவதையும் அலசி ஆராயப்பட்டுள்ளது. இதனுடைய பொருளடக்கம் கூட மிகவும் உபயோகமாக உள்ளது"

பிரெண்டா ஸமாலேகைன் ஆர்.என்.பி.எஸ்.என்

■■■

"என்னுடைய கர்ப்பத்தின் போது இந்தப் புத்தகம் எனக்கு மிகவும் உதவியாய் இருந்தது. இந்தப் புத்தகத்தை நீங்கள் முழு நம்பிக்கையுடன் படித்திடுங்கள்"

டெரஸா ஓல்ஸன் (தாய்)

■■■

"இது ஒரு வாழ்க்கைப் பாதுகாவலன்"

மிகுல்.எ, கைனோ, எம்.டி.எப்.எ.சி.ஓஜி

■■■

"தாயைப் போன்ற உபயோகமுள்ள ஒரு சிறந்த தோழி" பாலா, எம்.டி

■■■

"முதன் முறையாக தாய்மை அடைபவர்களுக்கு ஒரு சிறந்த புத்தகம்" கேத்рின் (தாய்)

■■■

"இதில் தாய்மையைப் பற்றின முழு தகவல்களும் தரப்பட்டுள்ளது"

சூஜி.எம்.டி

■■■

"நான் கர்ப்பம் தரித்தவுடனேயே இந்தப் புத்தகத்தை வாங்கிப்படித்தேன். இந்தப்புத்தகத்தைப் படித்த பின்பு கர்ப்பத்தினால் ஏற்படக்கூடிய பல பிரச்சனைகளையும் தெரிந்து கொண்டேன்"

கைரோலின், கோல்டஸ்டின் (தாய்)

■■■

"முதன் முறையாக குழந்தையைப் பெற்றெடுக்கும் தாய் தந்தை ஒவ்வொருவரும் அவசியம் படிக்க வேண்டிய புத்தகம்"

டானிகா. எம்.டி

■■■

"பிரசவத்திற்கு முன்னரே தாய், தந்தை இருவரும் தன்னை எப்படி தயார்த் செய்து கொள்வது என்பதையும் இந்த புத்தகத்தில் தெரிந்து கொள்ளலாம்."

ஜேம்ஸ். எம்.டி

■■■

"நான் என்னுடைய இரண்டு கர்ப்பத்தின் சமயத்தில் இந்தப் புத்தகத்தின் வழிமுறையையே கடைப்பிடித்தேன். இது முற்றிலும் சரியானது"

சூசைன் எம்.டி

■■■

"நான் என்னுடைய மருத்துவமனைக்கு வரும் கர்ப்பிணிகளுக்கு இந்தப்புத்தகத்தை படிக்கும் படி அறிவுரை கூறுகிறேன்."

எலிஜாபெத் டாலி

■■■

"இந்தப் புத்தகத்தை தாய் தந்தை இருவருமே படிக்க வேண்டும் என்று அறிவுரை கூறுகிறேன்."

ஜேன் எம்.டி

■■■

"கர்ப்பத்தைப் பற்றிய முழுமையான விளக்கம் இந்தப் புத்தகத்தைத் தவிர வேறு எந்தப் புத்தகத்திலும் படிக்க முடியாது. இது ஒரு முழுமையான புத்தகம்".
மதர், பவுண்டர்

சி.இ.ஒ, லிஜ் லைங்கி மெடர்னிடி

■■■

தாய்மை அடையும் போது பின்பற்ற வேண்டிய வழிமுறைகள்

எப்படி ஆகும்?
என்ன ஆகும்?

ஹைடி மர்காஃப் மற்றும் ஷைரன் மேஜேஸ்

டைமண்ட் புத்தகம்

சமர்ப்பணம்

எம்மா மற்றும் வயாத் (எனது நம்பிக்கை)
எரிக் (எனக்கு எல்லாமே)
ஹெர்லினுக்காக, அன்புடன்
எல்லா தாய், தந்தை
மற்றும் குழந்தைகளுக்காக
அவர்கள் எங்கே இருந்தாலும் சரி

பதிப்பாளர்	:	டயமண்ட் பாக்கெட் புக்ஸ்
		X-30, ஒகலா இன்டஸ்டிரியல் ஏரியா, ஃபேஜ்-II
		நியூ தில்லி - 110020
தொலைபேசி	:	011- 40712200
இ.மெயில்	:	sales@dpb.in
வெப்சைட்	:	www.diamondbook.in

WHAT TO EXPECT WHEN YOU ARE EXPECTING
by: *Hadi Marcof & Saron Majel*

"நான் என்னுடைய கணவர் எர்லின் ஐசன்பர்க்கிற்கு
இந்த நன்றிகளை உரித்தாக்குகின்றேன்,
அவரின் கருணை மற்றும் அன்பினால் தான் எனக்கு எல்லாமே
கிடைக்கப்பெற்றது".

மீண்டும் - மீண்டும் நன்றி

நான் கடந்த 23 வருடங்களில் இரண்டு முக்கியமான விஷயங்களைக் கற்றுக் கொண்டேன். ஒன்று புத்தகங்கள் தனக்குத் தானே எழுதப்படுவதில்லை. மற்றொன்று குழந்தை தனக்குத் தானே வளர்ந்துக் கொள்ளுவதில்லை. இப்பொழுது தான் நான் எனது குழந்தைகளை வளர்த்துப் பெரியவர்களாக்கும் காரியத்தை முடித்தேன். இரண்டாவது செயலான இந்த புத்தகத்தை எழுத என்னுடைய கணவர் எனக்குக் பேருதவிச் செய்தார். மேலும் என்னுடைய தோழிகள் என் கூட வேலைப் பார்பவர்கள், என் நலன் விரும்பிகள் மற்றும் உற்றார் உறவினரும் எனக்கு ஆதரவு அளித்தனர்.

சிலர் வெளியில் இருந்து எனக்கு உதவியும், ஆதரவும் அளித்தனர். ஒரு சிலரோ என்னுடனேயே ஆரம்பத்தில் இருந்து கடைசி வரையிலும் இருந்து ஆதரவும், அன்பும், உதவியும் செய்தனர். அவர்களுக்கு நான் இத்தருணத்தில் நன்றி கூற கடமைப்பட்டுள்ளேன்.

சைன்டி ஹைவாவே- நீ எனக்கு தங்கை மட்டுமில்லை ஒரு நல்ல தோழியாகவும் இருந்து எனக்கு பேராதரவு தந்தாய்.

சுஜானே ரேஃபர், நண்பர் மற்றும் எடிட்டர்; இவர் இந்த புத்தகத்தை எடிட்டிங் செய்யும் வேலையை பொறுப்புடன் செய்து முடித்துக் தந்தவர்.

பீட்டர் வர்க்மைன்:- ஒரு சிறந்த புத்தக பதிப்பாளர். எனது இந்த புத்தகம் வெளிவரக் காரணமாக இருந்த காரண கர்த்தா இவரே. இந்த புத்தகம் வெளிவர அரும்பாடு பட்டவர். எனக்கு தைரியத்தை ஊட்டி என்னை வெளி உலகிற்கு வெளிச்சம் போட்டுக் காட்டியவர். டேவிட் மைட்; இந்த புத்தகத்தை எழுதுவதில் எனக்கு துணை இருந்தவர். ஜான் கில்மைன் இந்த புத்தகத்தில் உள்ள படங்களை எல்லாம் வரைந்துக் கொடுத்தவர். லீஸ் ஹாலைண்டர் ஆரம்பத்தில் இருந்தே எனக்குப் பிடித்மான டிஜைனர் பெண்மணி. இவர்களைத் தவிர வீங் டைங்க், டிம் ஓ, பிரியன் மற்றும் லினேட் போன்றோரின் பங்களிப்பும் நன்றி பாராட்டப்பட வேண்டியதே ஆகும். கைடன், டாமஸ் நியூஜ்மைன் மற்றும் அயரின் இந்த புத்தகத்தை வடிவமைத்ததில் எனக்கு உதவியவர்கள். நான் என்னுடைய மற்ற தோழிகள் சூஜி, ஷெல்னே, பேத், வால்டர், ஜேபீ, மைண்டல், கிம் மற்றும் எமி போன்றோருக்கும் எனது நன்றிகளை உரித்தாக்குகின்றறேன். அன்பான ஷெரோன், டைனியேலா, எரியானே, கீரா மற்றும் சோஃபியா எனக்கு நிறைய உதவி செய்தவர்கள். டாக்டர் ஜே எனக்கு நிறைய விஷயங்களைக் கொடுத்து உதவினார். எங்களுடைய மெடிக்கல் ஆலோசகர். டாக்டர். சார்லஸ் லாக்வுட் சிறிய பெரிய செய்திகளை எல்லாம் கொடுத்து உதவியவர். உங்களின் அறிவுத் திறனைக் கண்டு உண்மையில் நான்

மெய் சிலிர்த்து விட்டேன். என்னுடைய மீடியா தோழர்கள் ஸ்டிவன், மைக், வேன் போலின், ஜிம் கர்ட்டிஸ் மற்றும் சராஹ் ஹடர் போன்றோருக்கு மிகுந்த நன்றிகள். இவர்கள் பல நேரங்களில் எனக்கு பேருதவி செய்தவர்கள். மார்க் கைமலின் எனக்கு உற்சாகம் அளித்து பக்கபலமாய் இருந்தவர். எலின் நைவினஸ் என்னுடைய ஒவ்வொரு செயலையும் கூடவே இருந்து கவனித்து உற்சாகப் படுத்தினார்.

ஜெனிஃபர் கிரேட்ீஜ் மற்றும் பிரான் கிரிடேஜ் இவர்கள் இந்தப் புத்தகத்தை திருத்திக் கொடுத்தவர்கள். டாக்டர் ஜெஸிகா எனக்கு எல்லா புத்தகங்களையும் எடுத்துத் தந்தவர். டாக்டர்.ஹாவி மண்டேல் நான் கேட்ட கேள்விகளுக்கு எல்லாம் எனக்கு பொறுமையுடன் பதில்ளித்தவர். 'வாட் டு எக்ஸ்பெக்ட்பவுண்டேஷனின்' தன்மையர்கள் லிஸா வர்ன்ஸ்டீன், ஜோ, டைடி மற்றும் டைன் போன்றோருக்கு எனது நன்றிகள்.

என்னுடைய கணவர் ஜரிக் எனக்கு எல்லா விதத்திலும் உறுதுணையாய் இருந்து என்னை ஊக்கப்படுத்தி வழி நடத்தியவர். நான் உண்மையில் அவரை கணவராக அடைந்ததை எண்ணி பெருமிதம் கொள்கின்றேன். கடவுளுக்கும் உங்களுக்கும் கோடான கோடி நன்றிகள். இமா மற்றும் வயாத, நாள் உங்களை மிகவும் நேசிக்கிறேன் உங்களால் தான் நான் அம்மா என்ற கௌரவத்,த அனுபவிக்கிறேன்.

என்னுடைய அப்பா மற்றும் நண்பர் ஹாவர்ட் ஐசன்பர்க்; விக்டர் ஷர்கயி; ஜான் மற்றும் உலகத்தின் சிறந்த மாமனார்; மாமியார்; ஐவி மற்றும் நார்மன் ஃமார்க்ஹாஃப்...,ரச்சல்.... எனியேலோ; நார்மன் மர்க்ஹாஃப்; ரைச்சல்; ஈத்தான் லிஜ்; சைண்டி; டிம் மற்றும் என்னுடைய மாமானார், மாமியார் ஆகியோருக்கு என்னுடைய நன்றிகள்.

எல்லா டாக்டர்கள், நர்ஸ்களுக்கு மற்றும் மிட்வொயிஃப் என்னுடைய நன்றிகள். இவர்கள் இந்த புனிதமான தொழிலை இரவு பகல் பாராமல் தொண்டுள்ளத்துடனும், அன்புடனும் பரிவுடனும் பணி புரிந்து வருகின்றனர். தாய் - தந்தை என்பது ஒரு வரப்பிரசாதமே. எதிர்காலத்தில் தாய் தந்தை என்ற பதவியை அடையப்போகும் எல்லா தாய், தந்தையருக்கும் எனது அன்பு கலந்த நன்றிகள். உங்களின் பேராதரவு எங்களுக்கு எப்போதும் வேண்டும்!

மீண்டும் ஒரு முறை நன்றி, மீண்டும் - மீண்டும் நன்றி. கடவுள் உங்களின் எல்லா ஆசைகளையும் நிறைவேற்ற வேண்டும்!

Heidi

பொருளடக்கம்

பாகம் · 1 சில முக்கிய விஷயங்கள்

பிறகு கர்ப்பம், உடல் எடை குறைவு, கட்டுப்பாடற்ற உணவு, 35 வயதிற்கு மேல் தாய்மை அடைதல், 35 வயது ஒரு மேஜிக் நம்பரா என்ன? தந்தையின் வயது, கர்ப்பத்தின் நிலைமை மற்றும் தனிமையில் தாய், ஜெனடிக் அறிவுரை

முதல் மூன்று மாதங்கள் - அல்ட்ரா சவுண்ட், முதல் மூன்று இணைந்த ஸ்கிரீனிங், கொட்டிடொனிக் வில்லஸ் செம்பிளிங்.

இன்டிகேரிடிட் ஸ்கிரீனிங்

க்வைட் ஸ்கிரீனிங், எம்னியோ சென்டரஸ், கரு ஸ்கிரின், இரண்டாவது மூன்று மாதங்கள். அல்ட்ரா சவுண்ட், ஏதாவது பிரச்சனை ஏற்பட்டால்.

அத்தியாயம் - 4 கர்ப்ப காலத்தில் உங்களின் வாழ்க்கை முறை

விளையாட்டு மற்றும் உடற்பயிற்சி, கைபின், புகைப்பைபின் கவுண்டர், மது அருந்துதல், புகைப்பழக்கம், சிசுவிற்கான ஈடு இணையில்லா பரிசு, புகைப்பழக்கத்தை விடுதல், இரண்டாவது ஸ்மோக், உபயோகப்படுத்துதல், கோகின் மற்றும் போதைப் பொருட்கள், செல் போன், மைக்ரோவேவ், ஹாட்டப் மற்றும் சானா, வளர்ப்பு பூனை, வீட்டில் ஏற்படக்கூடிய சிரமங்கள், காற்று சீர்கேடு, கிரின் கிரின் டிப்ள், வீட்டுப் பிரச்சனைகள்.

அத்தியாயாம் - 5 ஒன்பதாவது மாதம் மற்றும் உங்களின் உணவு

நீங்கள் என்ன யோசிக்கின்றீர்கள்

ஒன்பதாவது மாதத்தில் ஒன்பது உணவு கட்டுப்பாடுகள், உங்கள் வழியில் செல்லுங்கள். ஒன்பது மாதங்களின் ஆரோக்கியமான உணவின் ஒன்பது அடிப்பட விதி ஆரோக்கியமான விஷயங்கள், ஆறு உணவு தீர்வு, 6 குற்ற உணர்வு ஏன்? கர்ப்பகாலத்தில் உணவு மூ ....ஆறு மைல் சொல்யூஷன் அபராதம் ஏன்? கர்ப்பத்தின் சமயத்தில் உணவு முறை, சைவ உணவில் புரோட்டீன்.

நீங்கள் என்ன யோசிக்கிறீர்கள்

உங்களின் உணவில் சிவப்பு இறைச்சியை சேர்க்காதீர்கள், சைவ உணவு, குறைந்த கார்போஹைடிரேட் உணவு, கொலஸ்ட்ரால் கவலை, ஜங்க் உணவு மற்றும் துரித உணவு, ஆரோக்கியமான உணவிற்கான குறுக்குவழி, உணவிற்கான குறுக்குவழி, வெளியிடங்களில் சாப்பிடுதல், லேபிள் படிப்பது, வெளி உணவின் தரம் தெரியாமல் போதல், பழைய உணவு, சர்க்கரைப் பிரச்சனை, ஹெர்பல் தேநீர், இரசாயன உணவு, உணவு பொருட்களில் இரசாயனம், ஆர்கானிக் உணவு தேர்ந்தெடுத்தல், தாய், குழந்தை இருவருக்குமான பாதுகாப்பான உணவு.

பாகம் - 2 ஒன்பதாவது மாதம் மற்றும் அதனுடைய எண்ணிக்கை
(கர்ப்பம் முதல் பிரசவம் வரை)

உங்களுக்கு எவ்வளவு எடை அதிகரிக்க வேண்டும்? எந்த அளவுக்கு எடை ஏறவேண்டும் எடை அதிகரிப்பில் தடை எடை அதிகரிப்பதால் ஆபத்து, எடையை அதிகரிக்க..

அத்தியாயம் ⋅8 மூன்றாவது மாதம்

மலச்சிக்கல், களைப்பு மற்றும் சோம்பலாக இருக்க இன்னொரு காரணம், மலச்சிக்கல் குறைபாடு டயாரியா, கேள், தலைவலி, கார்பல் ரூடோயம் கிண்ட் (கட்டி) என்றால் என்ன? கர்ப்ப கால அடையாளம், இருவருக்கும் உடல் ஆர்ட், முதல் மூன்று மாதத்தில் உடல் எடை அதிகரித்தல், மகன், மகனே தான், கர்ப்பிணி என்று தெரிதல், இரட்டைக் குழந்தை, சிசுவின் இதயத் துடிப்பு, எட்.ஹோம் டாப்ளர், செக்ஸ் உணர்வு. ஆர்தான்ப பிறகு முறுகுதல்

சிறிதளவு தயார் நிலை, வேலை மற்றும் ஓய்வு இரண்டுமே ஒன்றாக, கார்பல் டனல் சின்டிரோம், அமைதியுடன் இருங்கள், வேலையில் இருங்கள் வேலையை மாற்றுதல், கர்ப்ப காலம் மற்றும் கெட்ட நடவடிக்கை.

அத்தியாயம் ⋅9 நான்காவது மாதம்

பற்களில் ஏற்படும் பிரச்சனைகள், எச்சரிக்கை, மூச்சு விடுவதில் சிரமம், எக்ஸ்.ரே, மூக்கில் அடைப்பு மற்றும் மூக்கில் இருந்து இரத்தம் வருதல், குறட்டை, தூக்கமின்மை, அலர்ஜி, அலர்ஜியில் உங்களின் உணவு, யோனித் திரவம், இரத்த அழுத்தம், சிறுநீரில் சர்க்கரை, அனிமியாவின் அறிகுறிகள், கருவின் அசைவுகள், உடல் இமேஜ், கர்ப்ப நிலைப் படங்கள், கர்ப்ப கால ஆடைகள், கர்ப்பத்திலும் ஒல்லியாகத் தோற்றமளிக்க ஆசை, ஃபிரிபேபிசிடர், தேவையில்லாத அறிவுரை, வயிற்றைத் தடவுதல், ஞாபக மறதி.

உடற்பயிற்சியால் நன்மை, வொர்க் அவுட், கிகல் உடற்பயிற்சி, உடற்பயிற்சி ஸ்மார்ட், தோள்கள் மற்றும் கால்களுக்கு ஸ்டிரெச், திரிடி மினிட் பிளஷ், முதுகின் கழுத்துக்கு ஓய்வு, கர்ப்பத்தின் போது செய்யக்கூடிய சிறந்த உடற்பயிற்சிகள், பெல்விக் டில்ட்,

பைசப் கர்ல், லெக்லிப்ட், டேலர் ஸ்டிரெச், டிப் பளைகள், உகடு முத்திரை, இடுப்பு சுற்றுதல், மார்பக ஸ்டிரெச, ஒருவேளை நீங்கள் உடற் பயிற்சி செய்யவில்லை எனில்.

அத்தியாயம் · 10 ஐந்தாவது மாதம்

உஷ்ணம் ஏற்படுதல், தலைசுற்றல், அதிகளவு இருந்தால், உடல் தடாக இருக்கும், தலை சுத்தல், முதுகில் வலி, வயிற்றில் வலி, உங்களின் புதுத் தோல், கால்களின் விக்கம், முடி மற்றும் நகங்கள் அதிக வேகமாக வளருதல், கண்பார்வை, சிசுவின் வளர்ச்சி, ஐந்தாவது மாதத்தில் அல்ட்ராசவுண்ட், ஒரு அழகான படம், ப்ளசென்ட்டாவின் இருப்பிடம், தூங்குவதற்கான முத்திரை, ஐந்தாவது மாதம், கர்ப்பத்திலேயே பாடம், பெரிய குழந்தையை எழுப்புதல், தாய் தந்தை ஆவதில் ஆர்வம், சீட் பெல்ட் அணிதல், பயணம், ஜெட் லேக், கர்ப்ப காலம் மற்றும் உயர்ந்த இடம், கர்ப்பிணிப் பெண்களுக்கான ருசி.

செக்ஸ் மற்றும் ஐந்தாம் மாதம், உங்களின் முட் மாற்றம், கர்ப்ப காலத்தில் செக்ஸ், உடற்பயிற்சி, செக்ஸில் கட்டுப்பாடு, ஓய்வு முத்திரை, குறைந்த அளவில் அதிக ஆனந்தம், சிறியதில் பெரியதான ஓய்வு.

அத்தியாயம் . 11 ஆறாவது மாதம்

தூக்கம் வருவதில் சிரமம், நேரத்தின் மகத்துவம், தொப்புள் பெரிதாகுதல், சிசு உதைத்தல், மேல் வயிற்றில் அரிப்பு, கை, கால்களில் வலி, மார்பகத்தில் முடிச்சு ஹெமராய்டு, கர்ப்பத்தின் இடையிலோ அல்லது பிறகோ பகலிலோ இரத்தக் கசிவு, பிரிக்லைப்பிசியா, பிரசவத்தை நினைத்து பயம்.

அத்தியாயம் . 12 ஏழாவது மாதம்

அத்தியாயம் · 13 எட்டாவது மாதம்

அத்தியாயம் . 14 ஒன்பதாவது மாதம்

அடிக்கடி சிறுநீர் வருதல், மார்பகங்கள் ஊறுதல், மெல்லிய கறை படிதல், பனிக்குடம் உடைதல், சிசுவின் டிராப்பிங், சிசு அழுதல், சிசுவின் அசைவில் மாறுதல், எடை குறைதல், நெஸ்டிங் இன்ஸ்டிங்க் தயாராய் இருத்தல், பிரசவ ஆரம்பத்தில் என்ன செய்ய வேண்டும்? ஓவர் டியூ சிசு, சிறிதளவு மாலிஸ், குழந்தை பிறப்பின் போது மற்றவர்களை அழைத்தல், சாப்பாடு, மற்றும் ஒரு நீண்ட பிரசவ நேரம், தெரிந்து கொள்ள வேண்டியவை, தாய்மை, ஆஸ்பிடலுக்கு கொண்டு செல்ல வேண்டிய பொருட்கள்.

எல்லாமே நிறைந்தது, குறிப்பிட்ட தேதிக்கு முன்னரே பிரசவம் ஏற்படுவதற்கான வலி, போலியான பிரசவ வலியின் அறிகுறிகள், உண்மையான பிரசவ வலியின் அறிகுறிகள், மருத்துவரை எப்போது கூப்பிடுவது, நீங்கள் தயாராய் இருங்கள்.

மியூகள் பிளாக், இரத்தக் கசிவு, பனிக்குடம் உடைதல், அழுத்தமான எம்னியோடிக் திரவம், பிரசவ சமயத்தில் மருத்துவரை அழைத்தல், சரியான சமயத்தில் மருத்துவமனை செல்லாமை, ஒருவேளை நீங்கள் தனிமையில் இருந்தால் ஆபத்துகால டெலிவரி, பிரசவ நேரம் குறைதல், பைக் லேபர், பிரசவம் ஆரம்பித்தல், லேபர் இன்டெக்ஷன் எப்படி இருக்கும்? பிரசவ நேரத்தில் உணவு, எப்பொழுதும் போல்ஜ்.வி ஆபத்து சமய டெலிவரி, (கூட இருப்பவர் மற்றும் கணவருக்கான டிப்ஸ்) மருத்துவமனைக்கு கொண்டு செல்லும் போது, சிசுவின் மீது பார்வை, உடலின் உள்ளே சோதனை, மெல்லிய இழை உடைதல், எடாசிஒபிமி, ஃபோடர்சைப், வாக்யூமின் அழுத்தம், பிரசவ முத்திரைகள், சிசுவின் பிறப்பு மற்றும் ஸ்டிரெச் மார்க்ஸ், இரத்தம் தெரிந்தவுடன்.

டெலிவரி. முதல் கட்டம்.

முதல் கட்ட டெலிவரி

சீக்கிரம் நடக்க வேண்டும் மருத்துவரை அழையுங்கள்.

இரண்டாம் கட்ட டெலிவரியில் அதிக வலி, ஆஸ்பிடல் போகுதல், பிரசவ நேரம் நெருங்குதல், ஹைபர்வென்டிடேல் போடக் கூடாது, மூன்றாவது கட்டம் பிரசவம் ஆகுதல்,

இரண்டாவது நிலைமை, அழுத்தம் கொடுத்தல் மற்றும் டெலிவரி.

பாகம் 3 இரட்டைக் குழந்தை மூன்று அல்லது அதற்குப்பிறகு
(ஒன்றிற்கும் மேற்பட்ட குழந்தைகளுக்கு தாயாகும்போது)

அத்தியாயம் 16 ஒன்றிற்கும் மேற்பட்ட குழந்தைங்கள்

ஒன்றிற்கும் மேற்பட்ட குழந்தையை பெறுவதற்கான கட்டாயம், ஒன்றிற்கும் மேற்பட்ட கர்ப்பத்தினை சுமக்கும் போது கணவரின் பங்கு, மருத்துவரைத் தேர்ந்தெடுத்தல், கர்ப்பத்தின் அறிகுறிகள், ஒன்றிற்கும் மேற்பட்ட சிசுவை கர்ப்பத்தில் சுமக்கும் போது உங்களின் உணவு, எடை அதிகரித்தல், ஒன்றிற்கும் மேற்பட்ட குழந்தை காப்பப்பயில் இருக்கும் போது உங்களின் எடை, பிரசவ கால நேரம், சேர்ந்த எண்ணம், வாக்கியம், மல்டிபல் கனெக்ஷன், பாதுகாப்பிற்கான கேள்வி, மல்டிபல் நன்மை, டிரிவன் டு டிரிவன் டிரான்ஸ்பியூஷன் சின்டிரோம், பெட் ரெஸ்ட் வானிளிங் டிரிவன் சின்டிரோம்

இரட்டை குழந்தை அல்லது அதற்கும் மேற்பட்ட குழந்தைகளின் பிரசவம், இரட்டை குழந்தைகள் பிறப்பதற்கான சமயம், இரட்டை குழந்தைகளின் டெலிவரி, இரட்டை குழந்தைகளுக்கான தாய்ப்பால், பொஸிஷன் பொஸிஷன், மல்ட்டிபல் டெலிவரிக்கு பிறகு ஓய்வு.

பாகம் . 4 குழந்தை பிறந்த பிறகு

அத்தியாயம் . 17 பிரசவத்திற்குப் பிறகு முதல் வாரம்

இரத்தப்போக்கு, வலிக்குப் பிறகு, பெரினியலில் வலி, சிறுநீர் கழிப்பதில் சிரமம், பிரசவத்திற்குப் பிறகு மருத்துவரை எப்போது அழைப்பது? மலம் கழிப்பதில் சிரமம், மார்பகங்கள் விரிதல், தாய்ப்பால் இல்லையெனில், வீட்டிற்கு வருதல், கணவரின் அன்பு, அறையில் ஆபரேஷனின் மூலமாக நிகழந்த டெலிவரி, குழந்தையுடன் வீட்டிற்கு வருதல்,

தாய்ப்பால் மற்றும் ஐ.சி.யூவில் இருக்கும் குழந்தை, தாய்ப்பால் எப்படி கொடுப்பது?

ரெக்கார்டு வைத்துக் கொள்ளுங்கள், மார்பகங்களில் பால் சுரத்தல், தைரியத்துடன் இருங்கள், பாலூட்டும் போது உணவு, பால் சுரத்தல், நிப்பலில் வீக்கம், நிப்பலில் வலி, சிசேரியனுக்குப் பிறகு தாய்ப்பாலூட்டதல், இரட்டைக் குழந்தை அல்லது அதிகமான குழந்தைகளுக்கு பாலூட்டுவது, மல்ட்டிபல் நர்சிங், சிறிது நேரம் ஆகும்.

களைப்பு, முடி கொட்டுதல், சிறுநீரில் பிரச்சனை, வாயு வெளியேறுதல், மருத்துவரின் ஆலோசனை பெறுங்கள், பிரசவத்திற்குப் பிறகு முதுகில் வலி, குழந்தை பிறந்த பிறகு, பிரசவத்திற்கு பிறகு, தைராய்ப்டிடிஸ் பிரசவத்திற்கு பிறகு எடை குறைதல், சி. செக்ஷனால் அதிகப்படியான ஓய்வு, செக்ஸ், மீண்டும் கர்ப்பம் தரித்தல்

பேலிக் பொலிஷன், பெல்விக் டில்ட், லெக் ஸ்லாயிட், தலை புழுங்கள் (முதல் 6 மாதங்களுக்கானது) நல்ல செய்தி, இடைவெளியை நிரப்புங்கள்.

முதல் நிலை- டெலிவரிக்கு 24 மணிநேரத்திற்கு பிறகு, இரண்டாம் நிலை- டெலிவரிக்கு 3 நாட்களுக்கு பிறகு, மூன்றாம் நிலை- பிரசவ சிகிச்சைக்குப் பிறகு.

பாகம் . 5 அப்பாக்களுக்காக

நீங்கள் என்ன யோசிக்கின்றீர்கள் ?
சில முன்னேற்பாடுகள், பிடித்தவை/ பிடிக்காதவை, பிரிவின் அறிகுறி, தனிமை, செக்ஸ், செக்ஸைப்பற்றி, கர்ப்பத்துடன் கூடிய கனவு, இது உங்களின் ஹார்மோன், மூட் மாற்றம், பிரசவ நேரத்தில் உங்கள் மூட், பிரசவத்தினை நினைத்துக் கவலை, வாழ்க்கையில் ஏற்படக்கூடிய மாற்றங்களை நினைத்து, கூடவே இருங்கள், அப்பாவின் பயம், தாய்ப்பால், எண்ணங்களில் மாற்றம், உறவுமுறை, பிரசவத்துக்குப் பிறகு, மெம்பரேன் மூட் மீதும் பார்வை.

பாகம் . 6 கர்ப்ப காலம் மற்றும் உங்களின் ஆரோக்கியம்

நீங்கள் நோயவாய்ப்பட்டால் சளி

| பாகம் . 7 | சிக்கலான கர்ப்பம் |

அத்தியாயம் 23 — கர்ப்ப காலத்தில் ஏற்படும் இழப்பு

அத்தியாயம் 24 — அடுத்த குழந்தைக்கான ஏற்பாடு   399

நான்காவது பதிப்பின் முன்னுரை

சார்லஸ் ஜே.லாக்வுட், எம்.டி

அனிதா ஒ, கீஃபே (யால் பல்கலைக்கழக ஸ்கூல் ஆப் மெடிசின், டிபார்ட்மெண்ட் அண்ட் ஆப்சடிரிக்ஸ், கைனகாலஜி அண்ட் ரிபோரிடிக் டிவ்வில் ஹியூமன் ஹெவ்த் பேராசியர்)

எனக்கு ஒருநாள் ஒரு நன்றிக் கடிதம் வந்தது. அதனுடன் ஒரு ஹாக்கி விளையாட்டு வீரனின் படமும் இருந்தது. அந்த வீரனின் தாய்க்கு நான் பதினெட்டு வருடங்களுக்கு முன்னர் டிலிவெரி பார்த்தேன். என்னுடைய தொழில் மிகவும் சிறந்தது. ஒரு குழந்தைப் பிறப்பு என்பது கடவுள் கொடுத்த வரம். அதுவும் பிரசவ மருத்துவராய் இருப்பது என்பது ஒரு வரமே ஆகும். அவர்களுக்கு ஓய்வு என்பதே கிடையாது. எப்போது வேண்டுமானாலும் பிரசவம் பார்க்க பிரசவ அறைக்குச் செல்ல வேண்டி வரும். இரவு 3 மணி, 4மணி அவர்கள் முழித்த இருந்து பிரசவம் பார்க்க வேண்டும். அதுவும் சிக்கலான பிரசவம் எனில் இன்னும் அதிகமான சிரமம் மேற்கொள்வது மருத்துவரே.

என்னுடைய மருத்துவர் தொழிலும் ஒரு பிரசவ காலத்தைப் போன்றதே. ஏன்எனில் அவ்வளவு எச்சரிக்கையுடன் நான் இருப்பது மிக அவசியம். ரோமான்ஸ் சிறிது நேரமே. ஆனால் அதனுடைய வலியோ பத்து மாதம். நான் இந்த புத்தகத்தை படிப்பதற்கான ஆலோசனையை என்னிடம் வரக்கூடிய எல்லா கர்பினிப் பெண்களுக்குமே வழங்குகின்றேன். ஏன்எனில் இந்த புத்தகம் மருத்துவரை போன்ற ஒரு சிறந்த வழிகாட்டி.

இதில் கர்ப்பம் தரிப்பதன் முதல் நிலையில் இருந்து பிரசவத்தின் இறுதி நிலை வரை முழுவதும் கூறப்பட்டுள்ளது. மேலும் தாய்-சேய் பாதுகாப்பு, ஒவ்வொரு வாரமாக பிரித்துக் கொடுக்கப்பட்டுள்ளது. தாய்-தந்தை இருவரும் பிரசவத்திற்காக என்னென்ன ஏற்பாடுகள் செய்ய வேணடம் என்பதைப் பற்றியும் தெளிவாகக கூறப்பட்டுள்ளது. எளிமையான வடிவில் கேள்வி, பதிலாக எல்லாருக்கும் புரியும் விதத்தில் தரப்பட்டுள்ளது.

கர்ப்பம் தரித்ததிலிருந்து ஆரம்பித்து பிரசவம் வரை ஏற்படும் பல நோய்களும்

அதற்கான சிகிச்சை முறைகளும் தரப்பட்டுள்ளது. மேலும் பிரசவத்திற்கு பின்னர் நீங்கள் கடைபிடிக்க வேண்டியவற்றை பற்றியும் தரப்பட்டுள்ளது. இந்த புத்தகத்தை கணவன் மனைவி இருவரும் இணைந்து படிக்க வேண்டும்.

ஒருநிபுணர் என்ற முறையில் நானும் இந்த புத்தகத்தை படித்து பிரசவம் அடைந்தேன். இந்த நிலையின் எடிட்டர் என்ற முறையில் இதன் விஷயங்கள் என்னை மொயபறக்க செயதன. தந்தை மற்றும் கணவன் என்ற முறையில் ஒரு தந்தைக்கு என்ன தொிந்து இருக்க வேண்டும் என்று எழுத்தானருக்கு தெரிந்து இருக்கிறது.

என்னுடைய ஆயிர கணக்கான நோயாளிகள், ஸ்டாஃப் மற்றும் இதர நோயாளிகள் இதைபடித்து இருக்கிறார்கள் அவர்கள் தான் உண்மையான தீர்ப்பு அளித்திருக்கிறார்கள்.

இந்த புத்தகத்தை நீங்கள் படிக்கீறீர்கள் என்றால் நீங்கள் கர்ப்பினி அல்லது கர்ப்பம் அடைய போகிறீர்கள் வாழ்த்துக்கள். என்னுடைய மனமார்ந்த வாழ்த்துக்கள். இந்த புத்தகத்தின் முதல் பக்கத்தில் இருந்து கடைசி பக்கம் வரை ஒவ்வொன்றையும் படித்து பயன்பெறுங்கள். ஒவ்வொரு பெற்றோரும் தனது பிள்ளைகளுக்கு இதை பரிசாக தரவேண்டும்.

இந்த புத்தகம் ஏன் மீண்டும் மீண்டும் பிறக்கின்றது

இருபத்தி நான்கு ஆண்டுக்கு முன்னர் நான் ஒரு பெண் குழந்தையைப் பெற்றெடுத்தேன். அதுவே இந்த புத்தகத்தின் ஆரம்பம். என்னுடைய பெண் குழந்தை ஈமா மற்றும் அதற்குப்பிறகு மகன் வயாத் இருவரையுமே வளர்த்தது எனக்கு மகிழ்ச்சியான விஷயமே. இப்போது இந்த புத்தகமானது புதிய வடிவம் பெற்று உங்கள் கைகளில் தவழ்கின்றது.

நான் என்னுடைய இந்த புதிய படைப்பை நினைத்து உற்சாகம் கொள்கின்றேன். ஒவ்வொரு வாரமும், கருவின் வளர்ச்சி, மார்பில் எரிச்சல், கருவின் அசைவு போன்ற எல்லாவற்றைப் பற்றியும் இதில் கொடுக்கப்பட்டுள்ளது. கர்ப்பம் என தெரிந்தவுடன் கர்ப்பினிகள் என்ன செய்வது என்பதில் இருந்து தொடங்கி குழந்தை பிறப்பு வரை அனைத்தும் ஒவ்வொரு அத்தியாயமாக பிரிக்கப்பட்டு கொடுக்கப்பட்டுள்ளது. கர்பிணிகளின் சாப்பாட்டு முறைப் பற்றியும் அதி அக்கறையுடன், பொறுப்புடனும் கொடுக்கப்பட்டுள்ளது.

இதில் இரட்டைக் குழந்தைக்கு என்றே தனி அத்தியாயம் கொடுக்கப்பட்டுள்து. எதிர்கால தந்தைக்கான யோசனைகளும் வரவேற்ப்புக்கு உள்ளானதே.

கர்ப்பம் என தெரிந்த உடனேயே இந்த புத்தகம் உங்கள் கைகளில் இருந்து விட்டது எனில் நீங்கள் எதைப் பற்றியும் கவலைப்படத் தேவையில்லை.

எதிர்காலத் தாய், தந்தையர் அனைவரும் இந்த புத்தகத்தை படித்து பயன் அடைவீர்கள் என நான் நம்பிக்கை கொள்கின்றேன். உங்களுக்கு இது ஒரு மிகச் சிறந்த தோழி மற்றும் வழி நடத்துனராய் இருக்கும் என்பதில் சந்தேகமில்லை. மேலும் இது ஒரு தாய் செய்ய வேண்டிய சொல்ல வேண்டிய எல்லாவற்றையுமே உங்களுக்கு முழுமையாகத் தருகின்றது.

கடவுள் அனைவரின் ஆசையையும் நிறைவேற்ற வேண்டும்.

heidi

பாகம்-1

சில முக்கிய விஷயங்கள்

கர்ப்பம் அடைவதற்கு முன்னால்

இருமனம் இணைந்த திருமணம் நடைபெற்ற பிறகு கணவன் மனைவி இருவருமே தனக்கென ஒரு வாரிசு வேண்டும் என்று எண்ணுவார்கள். உங்களின் இல்லத்தில் சில மாதங்களிலேயே ஒரு புதிய வரவு வரப் போகிறது. புதிய வரவை வரவேற்க கணவன் மனைவி மற்றும் குடும்ப உறுப்பினர்கள் அனைவருமே தயாராய் இருக்க வேண்டும். உங்களின் குழந்தை முழு ஆரோக்கியமுடன் பிறக்க வேண்டும்.

ஒருவேளை நீங்கள் இதுவரை தாய்மைக்காக உங்களைத் தயார்படுத்திக் கொள்ளவில்லை எனில் இப்பொழுதில் இருந்தே தயாராகுங்கள். சுபச் செய்தியை நீங்கள் சீக்கிரமே கேட்க எண்ணினால் அத்தியாயம் இரண்டைப் படியுங்கள். கர்ப்பம் அடைவதற்கான வழிமுறைகளை முதல் அத்தியாயத்தின் கீழ்க் காணலாம்.

கர்ப்பம் அடைவதற்கு முன்னால், சில யோசனைகள்

உங்கள் இல்லத்திற்கு புதிய வரவை அழைக்க எண்ணுகிறீர்கள் அல்லது உங்களின் முதல் குழந்தைக்கு ஒரு துணை வேண்டும் என்று எண்ணுகிறீர்கள் எனில் உங்களுக்கான யோசனைகள் சில கீழே கொடுக்கப்பட்டுள்ளன.

கர்பத்துக்கு முன் பரிசோதனை :

கர்ப்பத்தை உறுதி செய்வதற்கு முன்னால் மருத்துவரை அணுகவேண்டிய அவசியம் இல்லை. நீங்கள் உங்களின் லேடி டாக்டரை அணுகி உங்களின் கர்ப்பத்தை உறுதி செய்து கொள்ள வேண்டும். பிறகே உங்களுக்கு டிரீட்மெண்ட் தொடங்கப்படும். இதில் ஏதேனும் குறைபாடு ஏற்பட்டாலும் மருத்துவர் உங்களுக்கு அறிவுரை கூறுவார்.

உங்களுக்கு ஒத்துக் கொள்ளாத மருந்துகளை மருத்துவரின் ஆலோசனை இன்றி எடுத்துக் கொள்ள வேண்டாம், உங்களின்

உணவு, எடை, வாழ்க்கை முறை போன்றவற்றையெல்லாம் மருத்துவர் பார்த்துக் கொள்வார்.

பிரசவத்துக்கு முன்னால் மருத்துவரை தேடுங்கள் : நீங்கள் ஒரு மிட்வைஃப் அல்லது ப்ரிநேடல் மருத்துவரை தேடுங்கள், இப்பொழுது நீங்கள் கர்ப்பமாக இல்லை, ஆனால் நீங்கள் கர்ப்பாகும் பொழுது மிகவும் பிஸியாக இருப்பீர்கள் அதனால் முதலிலேயே தெரிந்து வைத்துக் கொள்ளுங்கள், ஆலோசனை செய்யுங்கள் மனதில் ஒரு மருத்துவரை தேர்ந்தெடுங்கள்

மருத்துவரை அணுகுங்கள்

நீங்கள் கர்ப்பம் என்று உறுதியானவுடன் சிறந்த மருத்துவரை அணுகுங்கள். உங்களின் பாட்டி ஒரு சிறந்த மருத்துவச்சி என்றோ அல்லது மிட்வொய்ப் யாராவது தெரிந்தவர்கள் இருந்தாலோ அவர்களை அணுகாதீர்கள். இதனால் நீங்கள் தான் பின்னால் சிரமப்பட நேரிடும். எனவே முதலிலேயே ஒரு சிறந்த மருத்துவரை தேர்ந்தெடுங்கள்.

பல் மருத்துவரை சந்தியுங்கள்

கர்ப்பம் அடைவதற்கு முன்னால் ஒருமுறை பல் மருத்துவரை சந்தியுங்கள். ஏன்எனில் கர்ப்பம் அடைந்த பிறகு பற்களில் பாதிப்பும் ஏற்படலாம். கர்ப்ப கால ஹார்மோனின் காரணமாக பற்களில் வலி ஏற்படக்கூடும். பல் டாக்டரை சந்திப்பதால் கர்ப்ப காலத்தில் பற்களில் ஏற்படக்கூடிய பாதிப்பில் இருந்து முன்னதாகவே காப்பாற்றப் படுவீர்கள். கர்ப்ப காலத்தில் அதிகமாக பல் ஈறுகளில் பிரச்சனை ஏற்படக்கூடும். குழந்தையை இந்த உலகத்திற்குக் கொண்டுவருவதற்கு முன்னரே நீங்கள் ஒருமுறை பல் மருத்துவரை அணுகுவது நல்லது. பற்களுக்கான எக்ஸ்ரே எடுத்து பல் சொத்தை அல்லது பல் இடுக்குகளை அடைத்தல் போன்றவற்றை முன்னரே செய்து கொள்வது சிறந்தது. ஏன்எனில் கர்ப்பம் அடைந்த பிறகு பல் சிகிச்சையை மேற்கொள்ள முடியாது.

குடும்ப பாராம்பரியத்தை கவனியுங்கள்

நீங்கள் உங்களின் குடும்ப வம்சாவளியை கவனிப்பதோடும் பதில் உங்கள் கணவரின் குடும்ப வம்சாவழியைக் கூர்ந்து கவனியுங்கள். ஏனெனில் பரம்பரை நோய் என்பது இருக்கலாம். டவுன் சின்டிரோம், அனிமியா, மாலைக்கண் நோய், எக்ஸ் சின்டிரோம், சர்க்கரை நோய், வாதநோய் போன்ற பரம்பரை நோய்கள் இருப்பதற்கான வாய்ப்புகள் உள்ளது.

கர்ப்பத்திற்கு முன்னரே தெளிவு

ஒருவேளை உங்களின் முதல் பிரசவத்தின் போது பிரச்சனை ஏற்பட்டு இருந்தாலோ, அல்லது குறைப்பிரசவம் ஏற்பட்டு இருந்தாலோ, அல்லது ஒன்றோ அல்லது அதற்கு மேற்பட்ட கருச்சிதைவு நடைபெற்று இருந்தாலோ, நீங்கள் முன்னரே தெளிவுடன் இருக்க வேண்டும். மருத்துவரை அனுக மீண்டும் இதைப் போன்ற சிரமத்திற்கு ஆளாகாமல் தப்பிக்கலாம்.

தேவைப்பட்டால் ஜெனிடிக் ஸ்கிரீனிங் செய்திடுங்கள்

ஏதாவது ஒரு பரம்பரை வியாதி உங்களின் குடும்பத்தில் இருந்தால் ஜெனிடிக் ஸ்கிரீனிங் டெஸ்ட் செய்திடுங்கள். நீங்கள் ஒரு கிரேக்க நாட்டு பிரஜையாகவோ, பிலிப்பைன்ஸ் நாட்டு பிரஜையாகவோ இருந்தால்

கண்டிப்பாக தைலாசிமியா நோயினால் பாதிக்கப்பட்டு இருக்கலாம்.

முதலிலேயே கர்ப்பச் சிதைவு ஏற்பட்டாலும், ரத்த சம்மந்தப்பட்ட உறவில் திருமணம் செய்து இருந்தாலும், கர்ப்பம் அடைவதில் கால தாமதம் ஏற்பட்டாலும் நீங்கள் அவசியம் ஜெனிடிக் ஸ்கீரினிங் செய்து கொள்ள வேண்டும்.

சிகிச்சை மேற்கொள்ளுங்கள்.

மேலும் சில டெஸ்ட்கள் இவற்றையெல்லாம் கடைப்பிடித்த பிறகும் கூட மேலும் சில சிகிச்சைகளுக்கு நீங்கள் தயாராகுங்கள். அவை

- அனீமியா எனப்படும் இரத்த சோகை டெஸ்ட்
- இரத்த வகையை கண்டறியுங்கள் கணவன் மனைவி இருவருமே ஒரே வகையான இரத்த வகையாக இருப்பின் பிரச்சனை எதுவும் இல்லை.
- 'ருபல்லாடிடடார்', ரூபல்லாவிற்கான டெஸ்ட்.
- 'வையரிசேலாடிட்டர்', வையர்ரிசெல்லவிற்கான டெஸ்ட்
- ஹெப்பாடிடிஸ் டெஸ்ட் எடுங்கள்சைட்டோமைகலோ வைரஸ் ஆன்டிபாடிஸ் கண்டறியுங்கள். ஒருவேளை உங்களுக்கு இது உள்ளது என்று கண்டறியப்பட்டால் 6 மாத காலம் வரை உங்களின் கர்ப்பத்தை தள்ளி வைத்து விடுங்கள்.
- டாக்ஸோப்ளாஸ்மா டிட்டர், உங்களின் வீட்டில் ஏதாவது பூனை இருந்தால் அது உண்ணக்கூடிய மாமிசத்திலிருந்து இது பரவுகின்றது.
- தைராய்டு டெஸ்ட் உங்களுக்கு தைராய்டு ஹார்மோன் அளவு எவ்வளவு உள்ளது என்பதை கண்டறியுங்கள்.
- பிறப்புறுப்பு சம்மந்தப்பட்ட நோய்கள் குறிப்பாக பால்வினை நோய்கள், எச்.ஐ.வி. எயிட்ஸ் போன்றவைக்கான டெஸ்ட் எடுக்கப்பட வேண்டும். நீங்கள் இந்த நோய்களைப் பற்றின கவலையோ சிந்தனையோ கூட இல்லாமல் இருக்கலாம். எனினும் அவசியம் டெஸ்ட் செய்திடுங்கள்.

சிகிச்சை எடுத்துக் கொள்ளுங்கள்.

உங்களுக்கு ஏதாவது ஒரு நோய் இருப்பதாக டெஸ்டில் தெரியவந்தால் உடனடியாக சிகிச்சை எடுத்துக் கொள்ளுங்கள். சிறிய அல்லது பெரிய அறுவை சிகிச்சை நடந்திருந்தாலோ அல்லது அறுவை சிகிச்சை செய்ய வேண்டியிருந்தாலும் உடனடியாக கவனிங்கள். இல்லையேல் கீழே கொடுக்கபட்டுள்ள பிரச்சனைக்கு ஆளாவீர்கள்

- யூடாராயின் போலிப்ஸ், பிபராயிட்ஸ் கட்டி அல்லது பேனிக் டியூமர்
- ஐன்டேமரிடிராஓசரிஸ் (கர்ப்பப்பைக்கு பக்கத்திலுள்ள நாளங்கள், உடலில் வேறு எங்காவது பரவி விடுகின்றன)
- பெல்விக் இன்ப்லாமெட்ரி நோய்
- சிறுநீர் கழிக்கும்போது அடிக்கடி எற்படும் தொற்று நோய் அல்லது பாக்டீரியல் வைஜினோஸிஸ்
- ஏதாவது எஸ்டிடீ நோய்

டெட்டனஸ் டெஸ்ட்

கடந்த பத்து ஆண்டுகளில் உங்களுக்கு டெட்டனஸ் டிப்தீரியா பூஸ்டர் போடவில்லையெனில் உடனடியாக போட்டுவிடுங்கள் மீசல்ஸ், தட்டம்மை, பெரியம்மைக்கான பூஸ்டரும் போட்டுவிடுங்கள். ஒருவேளை இதற்கு முன்னரே நீங்கள் கர்ப்பம் அடைந்திருந்தால் கவலைப் படத்தேவையில்லை. உங்களின் வயது 26க்கும் குறைவாக இருந்தால் எச்.பி.வி 3 முறை எடுத்துக் கொள்ள வேண்டும். எனவே மஞ்சள் காமாலை மற்றும் பெரியம்மை பற்றிய கவலையை விடுங்கள்.

கிரானிக் நோய்களைக் கட்டுப்படுத்துங்கள்.

உங்களுக்கு இருதய சம்மந்தப்பட்ட நோய்கள், உயர் இரத்தஅழுத்தம் போன்றவை இருந்தால் உடனடியாக டாக்டரின் ஆலோசனைப் பெறுங்கள். ஒரு வேளை நீங்கள் பிறந்ததிலிருந்தே பாதிக்கப்பட்டிருந்தால் உணவு முறையில் கட்டுப்பாட்டுடன் இருங்கள். இது உங்களுக்கும் உங்களின் குழந்தைக்கும் சிறந்தது.

ஒருவேளை உங்களுக்கு அலர்ஜி இருந்தால் அதற்கான சிகிச்சையும் மேற்கொள்ளுங்கள்.

குடும்ப கட்டுபாட்டு சாதனைத்தை நீக்குங்கள்

நீங்கள் பயன்படுத்திய காண்டம், கர்ப்பத்தடை மாத்திரை, கர்ப்பத்தடை சாதனம் போன்றவற்றை மருத்துவரின் ஆலோசனைப்படி நீக்கிவிடுங்கள். நீங்கள் கர்ப்பம் தரிக்க வேண்டும் என்று முடிவு செய்தவுடன் இரண்டு மாதத்திற்கு முன்னரே இதற்கான முயற்சியில் ஈடுபடுங்கள். இதனால் கருத்தரிப்பிற்கு உங்களின் உடல் தயராகும். யூ டியூப் போட்டிருந்தாலும் நீக்கிவிடுங்கள். இதற்கு பிறகு இரண்டு மூன்று மாதங்களுக்கு உங்களின் மாதவிடாய் சுற்றை கவனித்திடுங்கள்.

ஆறு மாதம் வரை நீங்கள் கர்ப்பம் தரிப்பது தள்ளிப்போகலாம். சில சமயங்களில் இது பத்து மாதம் வரை கூட ஆகும்.

உணவில் திருத்தம்

நீங்கள் இரண்டு பேருக்கான உணவை எடுத்துக் கொள்ளாமல் இருந்தால் குழந்தை வளர்வது எப்படி? எனவே வைட்டமின்கள், இரும்புச் சத்து, தாதுப் பொருட்கள் அடங்கிய உணவை எடுத்துக் கொள்ள வேண்டும். அதிகமான அளவில் வைட்டமின்களை எடுத்துக் கொள்ளும் கர்ப்பினிக்கு எந்தப் பிரச்சனையும் ஏற்படாது. பச்சைக் காய்கறிகள் மற்றும் பழவகைகளை எடுத்துக் கொள்ள ஆரம்பிக்க வேண்டும்.

துரித உணவு மற்றும் கொழுப்பு சேர்ந்த உணவுக்கு (Jung food) பை பை சொல்லிவிடுங்கள். உணவில் அதிக அளவில் காய்கறிகள், பால், பழங்கள் சேர்த்துக் கொள்ளுங்கள். புத்தங்களில் கொடுக்கபட்ள்ள படி சரிவிகத உணவு எடுத்துக் கொள்ளுங்கள். கர்ப்பம் அடைவதற்கு முன்பே தினமும் இரண்டு புரோட்டின், மூன்று கால்சியம் மற்றும் ஆறு தாதுப் பொருட்கள் எடுத்துக் கொள்ள வேண்டும். இதனால் உங்களின் கலோரியின் அளவை அதிகரிக்க அவசியம் ஏற்படாது.

மீன் அதிகஅளவில் சாப்பிடுங்கள். அதனால் புரோட்டின் அளவு அதிகரிக்கப்படும்.

கொஞ்சம் கவனமாக இருங்கள்

நீங்கள் இருவருமே மனதளவில் குழந்தை பிறப்பு பற்றிய முடிவை எடுக்க வேண்டும். பிறகு உடலளவில் தயாராக வேண்டும். இரண்டு மனங்கள் இணைந்த பிறகே அன்பு பிறக்கும். அதற்குப் பிறகே தாம்பத்திய உறவில் நாட்டம் ஏற்படும். எனவே முழு மனதுடன் தயாராகுங்கள்.

குழந்தை பிறப்பு என்பதை ஒரு மெஷின் வேலை போன்று எண்ணாதீர்கள். தாம்பத்திய உறவும் ஒரு மெஷினைப் போன்ற வேலை இல்லை. அது இரு மனங்கள் இணைந்த புனிதமான ஒரு செயல். தாம்பத்திய உறவுக்கு இருவருமே தங்களைத் தயார் படுத்துதல் வேண்டும். தாம்பத்ய உறவுக்கு முன்னர் கணவரை அதில் முழு மனதுடன் ஈடுபட வைப்பதற்கான சில யோசனைகள்.

வெளியில் செல்லுங்கள்

நீங்களும் உங்களின் கணவரும் இணைந்து வீட்டைவிட்டு வெளி ஊருக்குச் செல்லுங்கள். ஏனெனில் வெளி ஊருக்குச் செல்லும் போது உற்சாகம் ஏற்படும் இருவருக்குமே வேலைப் பளுவின் காரணமாக விடுமுறை கிடைக்கவில்லை எனில் வார இறுதி நாட்களை தேர்ந்தெடுங்கள். மலைப் பிரதேசங்களுக்கு செல்லுங்கள் அங்கு குதிரை சவாரி, ஸ்கேட்டிங் போன்றவை செய்யுங்கள். ஏன்எனில் கர்ப்பம் தரித்த பிறகு இவையெல்லாம் செய்ய முடியாது. பிறகு சினிமாவிற்குச் செல்லுங்கள் அதன்பிறகு உங்களுக்கு பிடித்தமான ரெஸ்ட்ாரண்டிற்குச் சென்று பிடித்தமான உணவு வகைகளைச் சாப்பிடுங்கள்.

ரொமான்ஸ் செய்யுங்கள்.

ஒருவர் மற்றொருவரை செல்லமாக சீண்டுவது, கொஞ்சுவது, பிடித்த ரொமான்ஸ் பாடலைப் பாடுவது, செக்ஸியாக நைட்டி அணிவது, கணவன் கடித்த பழத்தை மனைவி பிடுங்கிஉண்பது போன்று மனைவி கடித்த பழத்தைக் கணவன் பிடுங்கித் உண்பது போன்று ஏதாவது ரொமான்ஸ் செய்து மகிழ்ச்சியான சூழ்நிலைக்கு வாருங்கள். ஒரு கப் ஐஸ்கிரிமை இருவருமே பகிர்ந்து உண்பதால் உற்சாகம் அதிகரிக்கும். இவற்றில் எல்லாம் விருப்பம் இல்லை எனில் நிலவு ஒளியில் இருவரும் கைகோர்த்து மெதுவாக நடக்கலாம் அல்லது வீட்டின் மொட்டை மாடியில் இருவரும் நெருக்கமாக அமர்ந்து கொண்டு கைகோர்த்து ஒருவர் மீது ஒருவர் தலை சாய்த்து இன்பக் கனவுகளில் திளைக்கலாம்.

குழந்தை பற்றிய நினைப்பு

உங்களுக்கு இதுவரை குழந்தை பற்றிய சிந்தனை இல்லாமல் இருக்கலாம். அப்படி எனில் இனிமேலாவது குழந்தையைப் பற்றி சிந்திக்க ஆரம்பித்து விடுங்கள். ஸ்டாக் மார்க்கெட் பற்றிய சிந்தனை குடும்பப் பிரச்சனை, அலுவலக பிரச்சனை என பல சிந்தனைகள் இருந்தாலும் அவற்றை எல்லாம் உதறி விட்டு குழந்தைக்கு என்று நேரம் ஒதுக்குங்கள். உங்களுக்கு என்று குழந்தை பற்றிய சிந்தனை வரவேண்டும்.

கணவன் மனைவி இருவருமே இணைந்து குழந்தை பற்றிய கனவைக் காண வேண்டும் அதற்காக நேரம் ஒதுக்க வேண்டும். இப்பொழுதில் இருந்தே உங்களை தயார் படுத்திக் கொள்ள வேண்டும். குழந்தைப் பொருட்களை பார்க்கும் போது உங்களுக்கும் குழந்தை மீது ஆசை ஏற்படும். இருவரும் இணைந்து பேசும் போது மனம் விட்டுப் பேசுங்கள். ஒருவர் மற்றொருவரை திட்டாதீர்கள் அன்புடன் பேசுங்கள்.

விரதம் போன்றவைகளை தவிர்த்திடுங்கள்.

பிரசவத்திற்கு முன் விட்டமின் எடுத்துக் கொள்ளுங்கள்.

நீங்கள் விட்டமின்களை எடுத்துக் கொள்ள வேண்டும். மேலும் அது ஆரோக்கியமானதாகவும் இருக்க வேண்டும். கர்ப்ப காலத்தில் நீங்கள் பத்து முதல் பன்னிரண்டு கிலோ வரை எடை அதிகமாக இருத்தல் வேண்டும். உங்களின் கர்ப்ப காலமுன் எடை நாற்பத்திஐந்து

பினப்வாயின்ட் ஒவ்யூலேஷன்

கர்ப்பம் அடைவதற்கு ஒவ்யூலேஷன் எவ்வளவு முக்கியம் என்பது நீங்கள் அறிந்ததே.

காலண்டர் பாருங்கள்

சாதாரணமாக மாத சுழற்சி முறையில் மாதவிடாய் ஏற்படுவது உண்டு. சாதாரணமான மாதச் சுழற்சி 28 நாட்கள் ஆகும். இது முதல் மாதவிடாய் முதல் நாளில் இருந்து அடுத்த மாதவிடாய் முதல் நாள் வரை எண்ணப்படுகின்றது. ஆனால் இதன் சுழற்சிக்கும் கணக்கு வைக்கப்படுகின்றது. மாதச் சுழற்சியின் இடைப்பட்ட காலம் 23 முதல் 25 நாட்கள் ஆகும். உங்களின் மாதவிடாய் ஒவ்வொரு மாதமும் மாறி மாறி வரும். நீங்கள் சில மாதம் வரையிலும் காலண்டரில் உங்கள் மாதவிடாய் தேதியைக் குறித்து வைத்துக் கொண்டால் உங்களுக்கே சில மாதங்களுக்குப் பிறகு குளிக்கும் தேதி தெரிய ஆரம்பித்து விடும். உங்களின் மாதச் சுழற்சி முறை சரியாக இல்லாத பட்சத்தில் நீங்கள் ஒவ்யூலேஷன் பற்றின சிந்தனை செய்ய வேண்டும்.

உங்களின் உடல் வெப்பத்தை அளந்திடுங்கள்

நீங்கள் காலையில் எழுந்தவுடன் உங்களின் உடல் வெப்பத்தை தர்மாமீட்டரில் அளந்திடுங்கள். இந்த உடல் வெப்பம் உங்களின் மாதச் சுழற்சியைப் பொறுத்து மாறலாம். ஒவ்யூலேஷன் சமயத்தில் உங்களின் உடல் வெப்பம் குறையும். அதற்குப் பிறகு அரை டிகிரி அளவுக்கு அதிகரிக்கும். இதன் மூலம் ஒவ்யூலேஷன் நாட்கள் தெரியவரும். சில மாதங்களுக்குப் பிறகு உங்களுக்கு உங்களின் மாதச் சுழற்சியின் வரையறை தெரிய வரும்.

உங்களின் உள்ளாடைகளை பரிசோதியுங்கள்

நீங்கள் உங்களின் உள்ளாடைகளைப் பரிசோதியுங்கள். அவைகளால் உங்களுக்கு இன்பெக்ஷன் ஏற்பட வாய்ப்பு உண்டு. பீரியட்ஸ் முடிந்த பிறகு உங்களின் உள்ளாடைகளில் ஒரு வித துர்நாற்றம் ஏற்படும். மேலும் வெள்ளையாக கொழு கொழுவென்று ஒரு திரவம் சுரக்கும். இது முதலில் மெல்லிய திரவமாக வெளிவரும். பிறகு கெட்டியாகி விடும். நீங்கள் உங்களின் விரல்களில் கூட எடுத்து அதனை உணரலாம். இவ்வாறு உங்களின் உள்ளாடையில் பட்டவுடன் உங்களுக்கு ஒவ்யூலேஷன் வந்துவிட்டு என்று உணருங்கள். நீங்கள் இப்பொழுது கர்ப்பம் அடைவதற்கு முழுவதும் தயார் இருக்கிறீர்கள் என்று அர்த்தம் உங்களின் மாதச் சுழற்சி முறை மற்றும் ஒவ்யூலேஷன் அட்டவணை உங்களுக்கு கைகொடுக்கும்.

சர்விக்ஸ் நிலைமை

மாதச் சுழற்சியின் ஆரம்ப நாட்களில் இது மிகவும் மெல்லியதாகவும் அடிக்கடி மூடியும் கொண்டு விடும். ஆனால் ஒவ்யூலேஷனுக்கு பிறகு இது முழுவதும் திறந்து விடும்.

கவனத்தில் கொள்ளுங்கள்.

உங்களின் உடம்பு ஒவ்யூலேஷனுக்கு உள்ள அறிகுறியை காட்டுகின்றது. இந்த மாதிரி சமயங்களில் அடி வயிறு வலிக்கும். இதன் மூலம் ஒவரியில் இருந்து கருமுட்டை வெளி வருகின்றது என்பது தெரியவரும்.

ஒரு ஸ்டிக் பரிசோதனை

இப்பொழுது கடைத் தெருவில் ஒவ்யூலேஷன் பிரிடிக்டர் கிட் என்று விற்கப்படுகின்றது. இதனை வாங்கி நீங்கள் சிறுநீரைப் பிடித்து அதில் அந்த ஸ்டிக்கை முக்கி பரிசோதனை செய்தால் உடனடியாக தெரிய வந்து விடும்.

உங்களின் கடிகாரம் மீது பார்வை

கடிகாரம் போன்ற ஒரு மெஷின் உள்ளது. இதனை உங்களின் கையில் கட்டிக் கொண்டால் உங்களின் வியர்வையில் இருந்தே குளோராய்டு, சோடியம் மற்றும் பொட்டாசியத்தின் அளவை காட்டி விடுகின்றது. மாதா மாதம் ஏற்படும் வேறுபாட்டையும் தெரிந்து கொள்ளலாம். இது உங்களுக்கு நான்கு நாட்களுக்கு முன்னரே கூட ஒவ்யூலேஷன் பற்றி தெரிவித்து விடும். நீங்கள் தொடர்ந்து 6 மணி நேரம் இந்த கடிகாரத்தை கைகளில் அணிந்து கொள்ள வேண்டும்.

எச்சில் பரிசோதனை

எச்சில் பரிசோதனையின் மூலமாக உங்களின் ஈஸ்ட்ரோஜன் அளவு தெரிந்துவிடும். இது பியான் ஸ்டிக் டெஸ்ட் மூலமாகத தெரிந்து கொள்ளலாம். இதனால் ஒவ்யூலேஷன் நடைபெறுவதும் சுலபமாகி விடும்.

கிலோ இருந்து, சரியான அளவு எடை கர்ப்ப காலத்தில் ஏறியிருந்தால் சரியானதே. கர்ப்பத்திற்கு முன் உள்ள எடை நாற்பத்திஐந்து கிலோவிற்குக் குறைவாக இருந்தால், இதனால் தாய்க்கு அல்லது அவளின் குழந்தைக்கோ பிரச்சினை ஏற்பட வாய்ப்பு உண்டு. நீங்கள் 400எம்சிஜி, 15எம்.சிஜி துத்தநாகம் எடுத்துக்கொள்ளவேண்டும்.

எடை பராமரிப்பு

உங்களின் எடை குறைவாக இருந்தாலோ அல்லது அதிகமாக இருந்தாலோ உங்களின் கர்பத்திற்கு பாதிப்பு ஏற்படும் எனவே எடை அதிகமாக இருந்தால் எடையைக் குறைக்க வேண்டும் எடை குறைவாக இருந்தால் அதிகரிக்க வேண்டும்.

இரண்டு மாதங்களில் எடையைக் குறைத்து சரிவிகித உணவை எடுத்துக் கொள்ளுங்கள் இல்லையேல் எல்லா வைட்டமின் குறைபாடும் ஏற்படும். உடற் பயிற்சி செய்யுங்கள். தினமும் உடற்பயிற்சி செய்வது சிறந்தது தசைகள் வலுவடையும். கொழுப்பு கரையும், தேவையில்லாத சதைகள் குறையும். உங்களின் உடலமைப்பு சீராகிவிடும் ஹாட்டப் ஹீட்டிங் பேட் எலக்ட்ரானிக் கேபிள் போன்றவற்றை பயன்படுத்தாதீர்கள்.

உடல் அமைப்பு அமைதியுடன் இருங்கள்.

உடற்பயிற்சி செய்யும் பழக்கம் இருப்பின் மிகவும் சிறந்தது. உங்களின் தசைகள் மற்றும் சதைகள் தளர்ந்து இருக்கும். எனவே தேவையற்ற தசைகள் இறுக்கலாம். அதிக தசைகள் காரணமாக கர்ப்பம் அடைய கால தாமதம் ஏற்படலாம். எனவே உடற்பயிற்சி அவசியம் மேற்கொள்ளுங்கள். ஹாட்டப் எலக்ட்ரானிக் கேபிள், சோனா பெல்ட் போன்றவற்றை பயன்படுத்தாதீர்கள்.

மெடிக்கல் கேபினட் டெஸ்ட்.

கர்ப்பம் அடைவதை தவிர்க்கும் விதத்தில் சில மருந்துகள் உள்ளன. டாக்டரின் ஆலோசனை இல்லாமல் நீங்களாகவே மருந்துகளை எடுத்துக் கொள்பவராக இருந்தால் உடனே அதனைத் தவிர்த்திடுங்கள் அல்லது டாக்டரிடம் சென்று ஆலோசனை மேற்கொள்ளுங்கள்.

ஹெர்பல் மற்றும் இயற்கையான மருந்துகள் அதிகமாக கிடைக்கின்றன. இவை தீங்கிழைக்கக்கூடியவை இல்லை எனினும் சிலருக்கு இவைகள் ஒத்துக்கொள்ளுவதில்லை. ஹெர்பல் மருந்து (கிங்கோ பிலோபா) சில சமயங்களில் கர்ப்பத் தடையை ஏற்படுத்துகின்றது. எனவே டாக்டரின் அனுமதியுடன் ஹெர்பல் மருந்துகளை எடுத்துக் கொள்ளுங்கள்.

கேஃபின் பொருட்கள்

கேஙபின் கலந்த பொருட்களை உபயோகப்படுத்துவதை குறைத்துக் கொள்ளுங்கள். நீங்கள் கர்ப்பம் தரிக்க வேண்டும் என்று எண்ணியவுடனேயே கேபின் சேர்ந்த பொருட்களாகிய காஙபி மற்றும் அதனைச் சேர்ந்த பொருட்களை முற்றிலும் குறைத்துக் கொள்ளுங்கள். நீங்கள் தினமும் இரண்டு வேளை காஙபி குடிப்பவர்களாக இருந்தால் ஒருவேளையாக குறைத்துக் கொள்ளுங்கள்.

அல்கோஹாலின அளவு .

குடிப்பதற்க்கு முன் யோசனை

செய்யுங்கள் கர்பம்த்திக்கும் முன் பகலில் நன்றுபெக் குடிப்பது தவறு இல்லை ஆனால் அதிக அளவு குடித்தால் கர்ப்பம் தரிக்க அதிகசமயம் பிடிக்கும். கர்ப்பமாக இருந்தால் குடிப்பது விட்டு விடவேண்டும்.

புகையிலையை விட்டு விடுங்கள்

இது உங்களின் கரு முட்டையை முதுமை அடையச் செய்து விடும். ஆம், கர்ப்பம் தரிப்பது இதனால் முடியாது போய் விடும் மேலும் கருச்சிதைவும் ஏற்படும். புகையிலைப் பழக்கத்தை முழுவதும் விட்டுவிடுங்கள். இதனால் உங்கள் கருவிற்கு செழுமை கூடும் புகையிலையை விடுவதற்கான சில யோசனைகள் இந்தப் புத்தகத்திலேயே உள்ளது. அதனைக் கடைப்பிடித்து புகையிலைப் பழக்கத்தை அறவே விட்டுவிடுங்கள்.

போதைப் பொருள் பழக்கத்தை விட்டுவிடுங்கள்

ஹெராயின், கிரேக், மாரிஜீவானா கோக்கீன் போன்ற போதைப் பொருள்கள் அதிக அளவில் உடல் நலத்தைப் பாதிக்கக் கூடியது. தினமும் நீங்கள் போதைப் பொருட்களை எடுத்துக் கொண்டால் அதனால் நீங்கள் கர்ப்பம் தரிப்பது தடைப்படும். மேலும் கருவிற்கும் பாதிப்பு ஏற்பட்டு கருச்சிதைவு ஏற்படும் வாய்ப்பு மிக அதிகம். ஆகையால் போதைப் பொருள் பழக்கத்தை அடியோடு விட்டு விட்ட பிறகு கர்ப்பம் தரிப்பதைப் பற்றின சிந்தனை செய்யுங்கள்.

ரேடியேஷனில் இருந்து தப்பியுங்கள்

முடிந்த வரையிலும், எக்ஸ்ரே போன்றவைகள் எடுப்பதைத் தவிர்த்திடுங்கள். ஏதோ ஒரு காரணத்திற்காக எக்ஸ்ரே எடுக்க நேரிட்டால் அவர்களிடம் நீங்கள் கர்ப்பம் தரித்திருக்கும் விஷயத்தைக் கூறிவிடுங்கள். எனவே அவர்களும் எச்சரிக்கையுடன் இருப்பார்கள்.

சுற்றுப்புறச் சூழலால் ஏற்படும் ஆபத்து

சுற்றுப்புறச் சூழலால் ஏற்படும் நச்சுத்தன்மை உங்களையும் உங்கள் கருவையும் பாதிக்காத வண்ணம் பார்த்துக் கொள்ளுங்கள். ஏனெனில் இப்பொழுது காற்றிலும் தண்ணீரிலும் நச்சுத் தன்மை அதிக அளவில் உள்ளது. பியூட்டி பார்லர், டிரை கிளீனிங், ஆஸ்பிடல், போட்டோ ஷாப் போன்ற பொது இடங்களில் பயன்படுத்தும் பொருட்களில் நச்சுத்தன்மை கலந்து உள்ளது இவற்றை நீங்கள் பயன்படுத்தும் போது மிகவும் எச்சரிக்கையுடன் இருக்க வேண்டும். இல்லையேல் சில காலங்கள் வரை இந்த இடங்களுக்கு போகாமல் இருப்பது சிறந்தது.

நீங்கள் வீட்டில் அன்றாடம் பயன்படுத்தும் பொருட்களைக் கூட ஸ்டிரைல் (சுடு தணணீரில் போட்டு எடுத்தல்) செய்து விட்டு பயன்படுத்துங்கள்.

பணத்திற்கான ஏற்பாடு செய்யுங்கள்

கணவன் மனைவி இருவருமே சேர்ந்து முதலிலேயே பட்ஜெட் தயார் செய்து கொள்ளுங்கள். ஹெல்த் இன்ஸ்யூரன்ஸ் தேவைப்பட்டால் எடுத்துக் கொள்ளுங்கள். ஹெல்த் இன்ஸ்யூரன்ஸ் மூலமாக பிரசவத்திற்கான முன்னால் மற்றும் பின்னால் ஆகக் கூடிய செலவுகளை மீண்டும் பெற முடியுமா என்பதைப் பற்றி கேட்டுத் தெரிந்து கொள்ளுங்கள். இதுவரை ஹெல்த் பாலிஸி எடுக்கவில்லை எனில் உடனடியாக எடுத்துக் கொள்ளுங்கள்.

முக்கியமான கருத்து

கர்ப்ப காலத்தில் உங்களின் வேலையைப் பற்றின கவனம்

கான்ஸ்ப்ஷன் மிஸ்கான்ஸ்ப்ஷன்
(கர்ப்பத்துடன் இணைந்த ஒரு உண்மை)

நீங்கள் இன்டர்நெட் அல்லது பழைய கதைகளில் மூலம் இதனைக் கேள்விப்பட்டிருக்கலாம். இருந்தாலும் நாங்கள் சிலவற்றை உங்களுக்கு தெளிவு படுத்த விரும்புகிறோம்.

பொய் : தினமும் உடல் உறவு கொள்வதால் ஸ்பெர்ம் எண்ணிக்கை குறைய ஆரம்பித்து விடும். மேலும் கர்ப்பம் தரிப்பதும் கடினமாகி விடும்.

உண்மை : ஒவ்யூலேஷன் சமயத்தில் தினமும் உடல்உறவு கொள்வது நன்றாக இருக்கும் என்று முதலில் இருந்தே இது உண்மை என உணரப்பட்டு விட்டது. எனவே இதனை மனதில் கொள்ள வேண்டும்.

பொய் : பாக்ஸர் ஷாட் அணிவதால் உங்களின் வீரியத் தன்மை அதிகரிக்கும்.

உண்மை : ஆண்கள் தங்களது உள்ளாடைகளை தேர்ந்தெடுக்கும் போது மிகுந்த எச்சரிக்கையுடன் இருக்க வேண்டும். மிகவும் இறுக்கமான உள்ளாடையால் அதிகமான அளவில் வியர்வை ஏற்படும். வியர்வையால் அரிப்பு அதிகமாக ஏற்படும். எனவே அதிக இறுக்கமான ஆடை அணிவதை தவிர்த்திடுங்கள். மேலும் தட்ப வெப்பநிலைக்கு தகுந்தாற் போல் ஆடையைத் தேர்ந்தெடுங்கள்.

பொய் : உடல் உறவு அவர் அவர்களின் தகுந்த நிலைகளில் செய்வது சிறந்தது.

உண்மை : உடல் உறவிற்கு பிறகு மனைவி சிறிது நேராகவே படுத்து இருக்க வேண்டும். ஏன் எனில் விந்தணு வெஜினாவை விட்டு வெளியில் வந்து விடக் கூடாது. அது நேராக பிலோபியன் டியூப் வரை சென்று பெண்ணின் கரு முட்டையுடன் இணைய வேண்டும். எனவே எந்த நிலையில் உடல்உறவு கொண்டாலும் சரி அதற்குப் பிறகு மனைவி சிறிது நேரம் நேராகவே படுத்து இருக்க வேண்டும்.

பொய் : லூப்ரிகேன்ட், விந்தணுவை சரியான இடத்தில் கொண்டு செல்ல உதவுகிறது.

உண்மை : வெஜினாவின் பி.எச் பேலன்ஸ் மாறுபடும். இதனால் விந்தணுவிற்கு கெடுதல் ஆகும்.

பொய் : பகலில் உடல் உறவு கொள்வதால் சீக்கிரமாகவே கர்ப்பம் தரிக்கும் வாய்ப்பு உள்ளது.

உண்மை : காலையில் விந்தணுக்கள் மிகவும் வீரியமாக இருக்கும். எனவே காலையில் உடல்உறவு கொள்வது மிகவும் சிறந்தது. சில சமயங்களில் மதிய நேரத்திலும் உடல்உறவு கொள்ள வேண்டி இருந்தாலும் பரவாயில்லை.

கொள்ளுங்கள். கர்ப்ப காலத்தில் மாடிப்படிகளை தினமும் ஏறி இறங்கக் கூடாது. எனவே மாடி போன்ற தளங்களில் வேலை செய்பவர்கள் லிப்ட் வசதி உள்ளதா என்பதைப் பார்க்க வேண்டும். வேலை தேடுபவராக இருந்தால் இன்டர்வியூ சமயத்தில் கர்பத்துடன் செல்ல வேண்டி இருக்கும். எனவே சிறிது காலத்திற்கு வேலையைப் பற்றி சிந்திக்காதீர்கள்.

சிறிது அனுமானம் செய்யுங்கள்

உங்களின் மாதச் சுழற்சி மற்றும் ஒவ்யூலேஷன் பற்றின அனுமானம் கொள்ளுங்கள். ஏன்எனில் சரியான தருணத்தில் கர்ப்பம் தரித்திட வேண்டும். கர்ப்பம் தரிப்பதற்கான சரியான தருணம் எது என்பதைப் பற்றி உங்கள் மருத்துவரிடம் கலந்து ஆலோசியுங்கள்.

சிலகாலம் பொறுத்திடுங்கள்

சாதாரணமாக கர்ப்பம் 25 வயதிற்கு மேற்பட்டு தரிப்பதே சிறந்தது. 25 வயதுக்கு கீழே உள்ள கணவன், மனைவியாக இருப்பவர்கள் சில காலம் பொறுத்து கர்ப்பம் பற்றி சிந்திப்பதே சிறந்தது. ஒருவேளை 35 வயதுக்கு மேற்பட்டவராக இருந்தால் உடனடியாக கர்ப்பம் தரித்திட வேண்டும். உங்களின் குடும்ப மருத்துவரை உடனடியாக கலந்து ஆலோசிக்க வேண்டும்.

ஓய்வு எடுங்கள்

ஓய்வு எடுப்பது எல்லாவற்றையும் விடச் சிறந்தது. உங்களின் மன அழுத்தம் கர்ப்பத்தை பாதிக்கும். எனவே போதுமான அளவு ஓய்வு எடுத்துக் கொள்ளுங்கள். மன அழுத்தத்தை தவிர்த்திடுங்கள்.

ஆணுறுப்பைப் பாதுகாத்திடுங்கள்

நீங்கள் ஏதாவது ஒரு விளையாட்டு வீரராக இருக்கும் பட்சத்தில் உங்களின் ஆணுறுப்பைப் பாதுகாத்திடுங்கள். அதற்கான கவசத்தினை சரியான முறையில் அணிந்திடுங்கள். ஏன்எனில் புட்பால், பேஸ்கட் பால் போன்றவைகள் விளையாடும் போது பந்து உங்களின் ஆணுறுப்பைத் தாக்கக் கூடும். நீங்கள் சைக்கிள் ஒட்டுபவராக இருந்தாலும் கூட இதனை மனதில் கொள்ள வேண்டும்.

ஏன்எனில் சைக்கிள் சீட்டினால் ஆணுறுப்பின் சில நரம்புகளில் பாதிப்பு ஏற்படலாம். ஆணுறுப்பில் வலி ஏற்பட்டால் உடனே மருத்துவரை தொடர்பு கொள்ளுங்கள்

ஓய்வு

ஓய்வு எடுப்பதில் தான் எல்லா பிரச்சனைகளும் தீர்க்கப்படும். தீர்வு காணப்படும் இது முழுவதும் உண்மை மன அழுத்தத்தால் உங்களுக்கு உடல்உறவில் ஈடுபாடு இல்லாமல் போகலாம். எனவே கவலையை விட்டுவிட்டு நன்றாக ஓய்வு எடுங்கள். பிறகு சாதாரணமான மனநிலைமைக்குத் திரும்புங்கள். அமைதியுடன் இருங்கள் பிறகு முயற்சி செய்யுங்கள்.

• • •

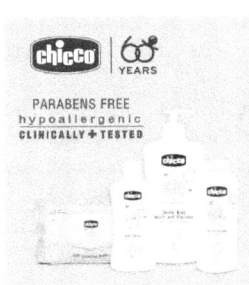

நீங்கள் கர்ப்பிணி எனில்

உங்களின் மாதவிடாய் ஒரு நாள் தள்ளிப் போய் இருந்தாலோ அல்லது இரண்டு, மூன்று வாரங்கள் தள்ளிப்போய் இருந்தாலோ நீங்கள் ஓரளவுக்கு கர்ப்பம் என்பதை தீர்மானித்து விடுவீர்கள். கர்ப்பத்திற்கான அறிகுறிகளும் தெரிய ஆரம்பிக்கும். நீங்கள் இதற்காக ஆறு மாதத்திற்கு முன்னர் இருந்தே முயற்சி செய்து கொண்டிருக்கலாம், ஒருவேளை இரண்டாவது குழந்தைக்காக இரண்டு வாரங்களுக்கு முன்னர் தான் கர்ப்பத்தடையை விலக்கி இருக்கலாம். இவ்வாறாக பல முயற்சிகள் இருந்த போதிலும் நீங்கள் இந்தப் புத்தகத்தை படிக்க அமர்ந்து விட்டீர்கள், வாருங்கள் நாங்கள் உங்களின் கர்ப்பத்திற்கு ஆலோசனைகள் வழங்குகிறோம்.

நீங்கள் என்ன யோசிக்கின்றீர்கள்?

கர்ப்ப காலத்தின் ஆரம்ப அறிகுறிகள்.

"என்னுடைய தோழி பிரெக்னன்ஸி டெஸ்ட் எடுப்பதற்கு முன்னரே தான், கர்ப்பம் என்பதை அறிந்து கொண்டதாகக் கூறினாள், இவ்வாறு நானும் கர்ப்பம் என்பதை தெரிந்து கொள்ள முடியுமா?"

உங்களின் பிரெக்னென்ஸி டெஸ்ட்டில் பாஸிடிவ் என்று வந்தால் நீங்கள் கர்ப்பம் என்று அர்த்தம். இதனால் நீங்கள் தாய்மை அடைந்து விட்டீர்கள் என்று தெரிய வருகின்றது. பல பெண்களுக்கு பல வாரங்கள் வரையிலும் அவர்களின் கர்ப்பத்திற்கான அறிகுறிகளே தெரிவது இல்லை. ஆனால் சில பெண்கள் தான் கர்ப்பம் தரித்து உள்ளோம் என்பதை அவர்களே உணர்ந்து கொள்கின்றனர். மருத்துவரிடம் செல்லாமலேயே நீங்கள் கர்ப்பம் என்பதை தெரிந்து கொள்ள விரும்பினால் ஹோம் பிரெக்னன்ஸி டெஸ்ட் கிட் வாங்கித் தெரிந்து கொள்ளுங்கள். இது எல்லா மருந்துக் கடைகளிலும் கிடைக்கின்றது.

இலகுவான பிறப்புறுப்பு :- மாதவிடாய் சமயத்தில் உங்களின் பிறப்புறுப்பு மிகவும் இலகுவாகி இருக்கும் என்பதும் அதைத் தொட்டால் வலி ஏற்படும் என்பதும் உங்களுக்குத் தெரிந்தது தான். கர்ப்பம் தரிப்பதற்கு முன்னரே பிறப்புறுப்பு மிகவும் இலகுவாகி விடுகின்றது. பல பெண்களுக்கு இதைத் தொடும் போது வலி, அதிலிருந்து மெல்லிய திரவ கசிவு, அதிக வலி போன்றவை ஏற்படும். இவையெல்லாம் கர்ப்பத்தின் அறிகுறிகள் ஆகும். ஒருமுறை கர்ப்பம் தரித்தவுடன் பிறப்புறுப்பின் அளவு பெரியதாகி விடும் மேலும் அதில் பல மாற்றங்கள் ஏற்படும்.

மார்பகங்களில் அழுத்தம் :- மார்பக நிப்பலின் பக்கத்தில் கறுப்பாக அடைபோன்று தோன்றும். மேலும் அது பெரியதாகும். கர்ப்ப காலத்தில் இது சாதாரணமாக ஏற்படக்கூடியதே. நிப்பிலின் அளவு பெரிதாகும். சருமத்தின் நிறம் மாறுவதற்கான அர்த்தம் உங்களின் உடலில் பிரெக்னன்ஸி ஹார்மோன் வேலை செய்யத் தொடங்கி விட்டது என்பதற்கான அடையாளம்.

கூஜ் பம்ப்? :- இல்லை, உண்மையில் இல்லை, ஆனால் நிப்பிலுக்குப் பக்கத்தில் கருமை அடர்ந்து போய்விடும். (மோடே கியூமரி டிபர்கல்ஸ்) இதற்கான அர்த்தம் நீங்கள் உங்களின் குழந்தைக்கு பாலூட்டுவதற்கு தயாராகி விட்டீர்கள் என்பதை உங்களின் உடல் வரப்போகும் காலத்திற்காக தன்னைத் தானே தயார்ப் படுத்திக் கொள்கின்றது.

கறை:- கருவானது கர்ப்பபையை சென்று அடைகின்ற சமயத்தில் பல பெண்களுக்கு மெல்லிதான கசிவு ஏற்படும். இது உங்களின் மாதவிடாய் ஏற்படுவதற்கு சில நாட்களுக்கு முன்னர் இருப்பதைப்போல் மெல்லிய ரோஜாப்பூ நிறத்தில் இருக்கும் (சிவப்பு நிறம் இல்லை)

அடிக்கடி சிறுநீர் கழித்தல் :- உங்களுக்கு அடிக்கடி சிறுநீர் கழிக்க வேண்டும் போல் உள்ளதா? கர்ப்பம் தரித்த இரண்டு மூன்று வாரங்களுக்குப் பிறகு நீங்கள் அடிக்கடி சிறுநீர் கழிக்க வேண்டி இருக்கலாம். இந்த புத்தகத்திலே இதற்கான காரணத்தைத் தெரிந்து கொள்ளுங்கள்.

களைப்பு:- உடல் முழுவதும் களைப்புத் தோன்றும். உங்களின் எனர்ஜி குறைந்து விடும். முழு உடலும் சோம்பல் ஆகி விடும். உங்களின் உடல் வரக்கூடிய காலத்திற்காக தன்னைத் தயார் செய்து கொள்கின்றது.

முதல் மூன்று மாதத்தில் அடிக்கடி பாத்ரூம் செல்ல வேண்டியதாய் இருக்கும். கர்ப்பத்திற்கு பிறகு பல பெண்களுக்கு குமட்டல் மற்றும் வாந்தி (மார்னிங் சிக்னெஸ்) அதிகமாய் இருக்கும். சாதாரணமாக இது ஆறாவது வாரத்தில்தான் தொடங்கும்.

நுகரும் தன்மை:- சில கர்ப்பிணிப் பெண்களின் நுகரும் தன்மை அதிகமாகவே இருக்கும். வெகு சீக்கிரத்திலேயே நல்ல கெட்ட வாசனைகளை நுகர்ந்து விடுகின்றனர்.

வயிறு உப்புதல் :- வயிறு உப்புவதைப் போன்று தோற்றம் அளிக்கின்றதா? சிசுவின் காரணமாகவே வயிறு உப்புகின்றது. ஆரம்பத்தில் மிகக்குறைவான அளவிலேயே வயிறு உப்பும்.

வெப்பநிலை அதிகரித்தல் :- உங்களின் தெர்மாமீட்டர் கொண்டு நீங்கள் உடல் வெப்பநிலையைத் தினமும் கணக்கிட்டால் 1 டிகிரி உங்களின் உடல் வெப்பம் உயர்ந்து உள்ளது தெரியவரும் கர்ப்ப காலத்தில் இவ்வாறு உடல் வெப்பம் உயர்ந்தே காணப்படும்.

மாதவிடாய் வருவதில்லை:- எப்பொழுதும் உங்களுக்கு மாதவிடாய் சரியான தேதிகளில் வந்துவிடும். ஆனால் இந்தமுறை மாதவிடாய் சரியான தேதியில் வராமல் தள்ளிப்போய் விட்டால் நீங்கள் கர்ப்பம் என்ற அனுமானத்தைக் கொள்ளலாம்.

கர்ப்பத்தைக் கண்டறிதல்

"நான் கர்ப்பம் தரித்திருக்கிறேனா இல்லையா என்பதை எப்படி கண்டறிவது?"

முதலில் உங்களின் மனது என்ன சொல்கிறது என்று கூர்ந்து கவனியுங்கள். இதனால் ஓரளவு உங்களுக்கு அனுமானம் ஏற்படும். மேலும் பலவிதமான டெஸ்ட்டுகள் உள்ளன. இந்த டெஸட்டுகளைச் செய்வதன் மூலமாக நீங்கள் கர்ப்பம் தரித்திருக்கிறீர்களா என்பதை அறியலாம்.

வீட்டிலேயே சுய பரிசோதனை:-

இதனை நீங்கள் வீட்டிலேயே உங்களின் பாத்ரூமிலேயே செய்து கொள்ளலாம். மருந்துக் கடைகளில் விற்கப்படும் பிரசவத்தினைக் கண்டறிவதற்கான ஸ்டிரிப்பை வாங்கி உங்களின் சிறுநீரில் விட்டால் இது பாஸிடிவ் என்று வரும். இதன் மூலம் நீங்கள் கர்ப்பம் தரித்து உள்ளீர்கள் என்று அறியலாம்.

சிறுநீரில் உள்ள எச்.சி.ஜி ஹார்மோன் கண்டறியப்படும். இது தான் பிளசன்டோவாக மாறுகின்றது. இது உங்களின் இரத்தத்தினில் கலப்பதற்கு நேரம் எடுத்துக் கொள்வதில்லை. கர்ப்பம் தரித்த ஒரு வாரத்திலேயே உங்களின் இரத்தத்தில் எச்.சி.ஜி கலந்து விடும். ஆனால் இது இரத்தப் பரிசோதனையின் போது தெரிய வராது. உங்களின் மாதவிடாய் தேதியிலிருந்து நான்கு நாட்கள் முன்பு பிறகு நீங்கள் டெஸ்ட் செய்தீர்கள் எனில் 60 சதவீதம் உங்களுக்கு தெரியவரும். பீரியட் தேதி அன்று 90 சதவிதமும், ஒருவாரம் 90 சதவீதமும், ஒரு வாரம் கடந்து 97 சதவீதமும் தெரியவரும். உங்களின் டெஸ்ட்டில் கர்ப்பம் என்று தெரிய வந்தவுடனேயே மருத்துவரைச் சென்று சந்தியுங்கள். இதற்குப்பிறகு மெடிக்கல் டெஸ்ட் உள்ளது. முழு உடல் பரிசோதனை மற்றும் இரத்த பரிசோதனையின் மூலம் உங்களை நீங்கள் கர்ப்பத்திற்காக தயார்ப்படுத்திக் கொள்ள வேண்டும்.

இரத்தப்பரிசோதனை:- மாதவிடாய் தள்ளிய பிறகு ஒரு வாரம் கடந்து இரத்தப் பரிசோதனை செய்யலாம். இதனால் 100 சதவீதம் கர்ப்பம் என்பது உறுதியாகிவிடும். இதில் இரத்தத்தில் எச். சி.ஜியின் சரியான அளவு மற்றும் உங்களின் பிரசவ தேதியும் தொடந்து விடும். கர்ப்பத்தின் காரணமாக உங்களின் இரத்தத்தில் எச்.சி.ஜி யின் அளவு அதிகமாகக் காணப்படும். பல மருத்துவர்கள் இரத்தப் பரிசோதனையுடன் சிறுநீர் பரிசோதனையும் செய்ய வேண்டும் என வலியுறுத்துவார்கள்.

மெடிக்கல் பரிசோதனை:- இப்பொழுது இரத்தம் மற்றும் சிறுநீர் பரிசோதனையின் மூலமாகவே கர்ப்பம் என்பது உறுதி செய்யப்படுகின்றது. இருந்தாலும் கூட கர்ப்பப்பையின் அளவு, யோனி மற்றும் சர்விக்ஸின் நிறம் அல்லது சர்விக்ஸின் அமைப்பு போன்றவற்றைத் தெரிந்து கொள்ள மெடிக்கல் பரிசோதனை செய்யப்படுகின்றது.

ஒரு மெல்லிய கோடு

"நான் வீட்டிலேயே ஹோம் பிரக்னென்ஸி டெஸ்ட் செய்தபோது ஒரு மெல்லிய கோடு மட்டுமே இதில் தெரிந்தது. நான் கர்ப்பம் தரித்து உள்ளேனா என்பதனைக் கூறுங்கள்".

உங்களின் இரத்தம் அல்லது சிறுநீரில் எச்.சி.ஜியின் அளவு தெரிந்து உங்களின் பரிசோதனையில் பாஸிடிவ் என்று தெரிந்தாலே நீங்கள் கர்ப்பம் தரித்து உள்ளீர்கள் என்று அர்த்தம். உங்களின் உடலிலும் சில மாற்றங்கள் வரும். டெஸ்ட்டில் மெல்லிய கோடு வந்து விட்டாலே நீங்கள் கர்ப்பம் என்று தான் கொள்ள வேண்டும்.

உங்களின் இரத்தத்தில் எச்.சி.ஜியின் அளவு ஒவ்வொரு நாளும் அதிகரித்துக் கொண்டே இருக்கும். இதனால் தான்

முதலில் நீங்கள் டெஸ்ட் எடுத்த போது அவ்வளவு தெளிவில்லாமல் மெல்லிய கோடு மட்டுமே தெரிந்தது. மாதவிடாய் தள்ளிய பத்து நாட்களுக்குப் பிறகு எச்.சி.ஜியின் அளவு மிகவும் அதிகமாய் இருக்கும்.

உங்களின் பிரக்னன்ஸி டெஸ்ட்டைத் தெரிந்து கொள்ள பாக்கெட்டின் பின்புறம் உள்ள எல்லா நிபந்தனைகளையும் படியுங்கள். இதில் உள்ள அளவின் படியே உங்களின் பரிசோதனையிலும் வந்தால் நீங்கள் கர்ப்பம் என்பது உறுதியே. அதிக செலவு செய்து பரிசோதனை செய்ய வேண்டும் என்பது இல்லை.

எனவே நீங்கள் டெஸ்ட் செய்வதாக இருந்தால் பத்து நாட்கள் மாதவிடாய் தள்ளிய பிறகே எடுங்கள். உங்களின் முழு சந்தேகமும் தீர்ந்து விடும்.

பாஸிடிவ் இல்லையெனில்

"என்னுடைய முதல் பிரக்னன்ஸி டெஸ்ட் பாஸிடிவ் என்று வந்தது. ஆனால் சில நாட்களுக்குப் பிறகு டெஸ்ட் செய்தபோது நெகடிவ் என்று வந்தது மேலும் மாதவிடாய் வந்து விட்டது இது எதனால் ஏற்பட்டது?"

இதன் மூலமாக உங்களுக்கு கெமிக்கல் பிரெக்னன்ஸி ஏற்பட்டு இருந்தது என்பது தெரிய வருகின்றது. இது கர்ப்பம் ஆரம்பிப்பதற்கு முன்னரே முடிந்து விடுகின்றது. இதில் கருமுட்டையானது கர்ப்பப்பையில் முழு கருவாக தரிக்காமல் அப்படியே வலுவிழந்து விடுகின்றது. பிறகு மாதவிடாய் ஆரம்பித்து விடுகிறது. எல்லா கர்ப்பத்திலும் கிட்டத்தட்ட 70 விழுக்காடு கெமிக்கல் உள்ளது. இதனால் பல பெண்கள் தாங்கள் கர்ப்பம் தரித்திருப்பதையே உணராமல் இருந்து விடுகிறார்கள். சீக்கிரமாகவே செய்யப்படும் பிரக்னன்ஸி டெஸ்ட் மற்றும் மாதவிடாய் தள்ளுவதால் இந்த கெமிக்கல் பிரக்னன்ஸியின் அறிகுறி தென்பட்டுள்ளது.

> **சுய பரிசோதனை**
>
> உங்களுக்கு மாதவிடாய் வரும் தேதி சரியாகத் தெரிந்தால் பரிசோதனை செய்வது மிகவும் சுலபம். ஒருவேளை உங்களுக்கு மாதவிடாய் தேதி சரியாகத் தெரியவில்லையெனில் பரிசோதனையை எப்படிச் செய்ய முடியும்? கடந்த 6 மாதங்களில் உங்களின் மாதவிடாய் தேதியினை கணக்கிட்டு அந்த தேதி வரும் வரை காத்திருந்து பிறகு டெஸ்ட் செய்யுங்கள். ஒருவேளை மாதவிடாயும் வராமல் இருந்து டெஸ்ட்டில் நெகடிவ் என்று வந்தாலும் நீங்கள் கவலைப்படாமல் ஒன்று, இரண்டு வாரங்கள் கழித்து விட்டு டெஸ்ட் எடுங்கள்.

மருத்துவத்தின் பார்வையில் இந்த கெமிக்கல் பிரக்னன்ஸி என்பது ஒரு சுழற்சியே. இது ஒன்றும் அபார்ஷன் போன்றது இல்லை. ஒரு சில பெண்களுக்கு இவ்வாறு ஏற்பட்டு விடுகின்றது. இதனால் எந்தஒரு பாதிப்பும் இல்லை. கணவன், மனைவி இருவருக்குமான ஒரு கனவு உடைபட்டு விடும். அவர்களுக்கு சிறிது துக்கமாய் இருக்கும். இந்த புத்தகத்திலேயே இதனை எப்படி தவிர்ப்பது என்பதை பற்றிக் கூறப்பட்டுள்ளது.

ஒரு நெகடிவ் பார்வை

"நான் கர்ப்பம் தரித்து இருப்பதாகவே எனக்குத் தோன்றுகின்றது. ஆனால் என்னுடைய மூன்று பரிசோதனைகளிலுமே நெகடிவ் என்று வருகின்றது நான் என்ன செய்ய வேண்டும்?"

> **ஒருவேளை நீங்கள் கர்ப்பிணி இல்லையெனில்**
>
> ஒருவேளை நீங்கள் கர்ப்பிணி இல்லை என்று பரிசோதனையில் தெரியவந்தால் இந்த புத்தகத்தின் முதல் அத்தியாயத்தை நன்றாக மீண்டும் மீண்டும் படியுங்கள். வெகு விரைவிலேயே நீங்கள் கர்ப்பம் தரித்து விடுவீர்கள்.

ஸ்மார்ட் டெஸ்டிங்

"ஹோம் பேக்கேஜ் பரிசோதனை மிகச் சுலபமானது. நீங்கள் அதில் குறிப்பிடப்பட்டுள்ள நிபந்தனைகளை படித்து அதன் படியே செய்திடுங்கள். நீங்கள் என்ன எப்படி செய்ய வேண்டும்? என்ன, எப்படி செய்யக்கூடாது? என்பதைப் பற்றி தரப்பட்டிருக்கும்.

- ஒரு சிறு பாட்டிலில் உங்களின் சிறுநீரை நிரப்பிக் கொள்ளுங்கள். அதில் இந்த பிரக்னன்ஸி டெஸ்ட் ஸ்டிரிப்பை ஐந்து நிமிடம் வரை முக்கிவைத்திடுங்கள். பிறகு ஸ்டிரிப்பை வெளியில் எடுத்துப் பாருங்கள். அதில் இரண்டு

  கோடுகள் உருவாகி இருக்கும். பின்பு சிறுநீரை கழிவறையில் கொட்டி விடுங்கள்.
- காலையில் எழுந்தவுடனேயே முதலில் கழிக்கும் சிறுநீரில் தான் இந்தப் பரிசோதனை செய்தல் வேண்டும். இல்லையேல் குறைந்தது நான்கு மணி நேரத்திற்குப் பிறகு வெளியேறும் சிறுநீரில் டெஸ்ட் செய்ய வேண்டும்.
- கன்டிரோல் இன்டிகேடர் மீது கவனம் கொள்ளுங்கள். டெஸ்ட் சரியாக வேலை செய்கின்றதா என்பது தெரியவரும் (டிஜிட்டல் டெஸ்ட்டில் ஒளிரும் கன்டிரோல் சிம்பல் உள்ளது)
- நன்றாக ஸ்டிரிப்பைப் பாருங்கள். அதில் ரோஸ் அல்லது நீலம் நிறத்திலோ ஒரு கோடு உருவாகி இருக்கும். இதனால் நீங்கள் கர்ப்பம் என்பது தெரியவரும். ஒருவேளை பாஸிடிவ் என்று பதிலும் வராமல், மாதவிடாயும் வராமல் இருந்தால் பத்து நாட்களுக்குப் பிறகு இந்தப் பரிசோதனையை மீண்டும் செய்யுங்கள். பிறகு தெரிந்து விடும்.

உங்களின் மூன்று டெஸ்ட்டிலும் நெகடிவ் என்ற பதில் வந்தும் கூட நீங்கள் கர்ப்பம் தரித்து இருப்பதாகவே உங்களுக்கு தோன்றினால் மிகவும் எச்சரிக்கையுடன் இருங்கள். உங்களை நன்றாக கர்ப்பிணியைப் போன்றே கவனித்துக் கொள்ளுங்கள். ஒருவாரம் அல்லது இரண்டு வாரம் சென்ற பிறகு மீண்டும் ஒருமுறை டெஸ்ட் எடுங்கள். உங்களின் இரத்த வகை மற்றும் இரத்த சம்மந்தப்பட்ட எல்லா வகையான டெஸ்ட்டுகளும் எடுங்கள். ஏன்எனில் உங்களின் எச்.சி.ஜியின் அளவு சிறுநீரில் குறைவாக இருக்கலாம்.

ஒருவேளை மீண்டும் டெஸ்ட் எடுத்த பிறகு நெகடிவ் என்று பதில் வந்து, மாதவிடாயும் இதுவரை வராமல் போனால் அவசியம் மருத்துவரைச் சந்தித்து ஆலோசனைப் பெறுங்கள். அவர் வேறு ஏதேனும் மெடிக்கல் வழிமுறைகளைப் பயன்படுத்திக் கண்டறிவார்.

ஒருவேளை உங்களின் உணர்ச்சி வசப்பாட்டால் கூட நீங்கள் கர்ப்பிணி என்ற எண்ணத்தை வளர்த்துக் கொண்டிருப்பீர்கள். ஏனெனில் நம்மை இயக்குவது இந்த உணர்ச்சி தான். இதனால் நீங்கள் தவறான எண்ணம் கொண்டு கர்ப்பிணிக்கான அறிகுறிகள் தென்படுவதாக எண்ணம் கொள்வீர்கள்.

முதல் சந்திப்பு எப்போது?

"என்னுடைய ஹோம் பிரக்னன்ஸி டெஸ்ட் பாஸிடிவ் என்று வந்துள்ளது. நான் மருத்துவரை எப்போது சென்று சந்திப்பது?"

நீங்கள் கர்ப்பம் என்று தெரிந்தவுடனேயே மருத்துவரைச் சென்று சந்தியுங்கள். ஏனெனில் ஒரு ஆரோக்கியமான குழந்தையை நீங்கள்

கர்ப்பத்திற்கான அறிகுறிகள்

அறிகுறிகுள்	எப் பொழுது தெரியும்	மேலும் பல காரணங்கள்
யோனித் திரவம் மற்றும் கர்ப்பப்பை வாயின் பகுதியில் இருந்து ஒரு மெல்லிய திரவம் வெளிப்படுதல அதன் நிறம் வெளிர் கத்தரிப்பு	முதல் மூன்று மாதம்	மாதவிடாய் முழுவதும் நின்ற பிறகு
சர்விக்ஸ் மற்றும் கர்பப்பபை மெலிதாகுதல்	கிட்டத்தட்ட 6வது வாரம்	மாதவிடாய் தள்ளிப்போதல்
கீழ் வயிற்றின் மற்றும் கர்ப்பப்பையின் அளவு பெரிதாகுதல்	8வது வாரம் 12வது வாரம்	பாய்பிராய்டு டுயூமர்
யுடாராயின் ஆர்டரிபல்செக்ஷன்	முதல் கர்ப்பநிலை	பாய்பிராய்டு டியூமர்
கருவின் அசைவு	16வது வாரம் முதல் 22வது வாரம் வரை	வாயு, வயிற்றில் நமச்சல்

கர்ப்பத்தின் பாஸிடிவ் அறிகுறிகள

அறிகுறிகள்	எப்பொழுது தெரியும்	மேலும் பல காரணங்கள்
அல்ட்ரா சவுண்ட்* உதவியுடன் பரிசோதனை செய்தல் மற்றும் கருவைக் கண்டறிதல்	4வது வாரம் முதல் 6வது வாரம் வரை	ஒன்றும் இல்லை
கருவின் இதயதுடிப்பு*	கர்ப்பத்தின்** 10வது வாரம் முதல் 12 வது வாரம் வரை	ஒன்றும் இல்லை

*கர்ப்பத்தின் அறுகுறிகளுக்கு மருத்துவ ரீதியான கண்டறிதல்

**எந்த எந்திரத்தின் மூலம் இதை கண்டறியலாம்.

பெற்றெடுக்க முதலில் இருந்தே மருத்துவரின் கண்காணிப்பு அவசியமாய் தேவைப்படுகின்றது. நீங்கள் ஒருபோதும் மருத்துவரைச் சந்திக்க காலம் தாழ்த்தாதீர்கள். ஏன்எனில் இன்றைய கால கட்டத்தில் உடனடியாக உங்களுக்கு கர்ப்பத்திற்கான சிகிச்சையைத் தொடங்குவதே சிறந்தது என்ற நிலைமை உருவாகியுள்ளது. சில மருத்துவர்கள் 7 8 வாரம் கழித்தே தங்களின் சிகிச்சையை தொடங்குகிறார்கள்.

நீங்கள் பாஸிடிவ் என்று பதிலை பார்த்தவுடனேயே கர்ப்பிணி என்பதை மனதில் பதிய வைத்துக் கொள்ளுங்கள் உங்களை நீங்களே கவனமாகப் பார்த்துக் கொள்ள வேண்டும்: உடனடியாக உங்களுக்கு கர்ப்பத்திற்கான சிகிச்சையைத் தொடங்குவதே சிறந்தது என்ற நிலைமை உருவாகியுள்ளது. சில மருத்துவர்கள் 7 8 வாரம் கழித்தே தங்களின் சிகிச்சையை தொடங்குகிறார்கள்.

நீங்கள் பாஸிடிவ் என்று பதிலை பார்த்தவுடனேயே கர்ப்பிணி என்பதை மனதில் பதிய வைத்துக் கொள்ளுங்கள் உங்களை நீங்களே கவனமாகப் பார்த்துக் கொள்ள வேண்டும்.

நீங்கள் கர்ப்பம் என்று தெரிந்தவுடனேயே குடிப்பழக்கம் மற்றும் புகைப் பழக்கத்தை விட்டு விட வேண்டும். மேலும் அதிகமாக புரோட்டீன் சேர்ந்த உணவுகளை எடுத்துக் கொள்ள வேண்டும். ஒருவேளை உங்களுக்கு உணவிற்கான கால அட்டவணை தேவைப்பட்டால் உடனடியாக மருத்துவரைச் சந்தியுங்கள். மேலும் மருத்துவர் உங்களுக்குத் தேவைப்படுகின்ற மருந்துகளையும் எழுதித் தருவார். அதனையும் நீங்கள் சாப்பிடத் தொடங்கி விடலாம்.

ஒருவேளை உங்களுக்கு முதல் கர்ப்பத்திலேயே ஏதேனும் பிரச்சனை ஏற்பட்டு இருப்பின் அதனுடைய மெடிக்கல் ஹிஸ்டரியையும் மருத்துவரிடம் காண்பியுங்கள். அதில் ஏற்பட்டிருந்த பிரச்சனையும் சரி செய்யப்பட்டு சிகிச்சை மேற்கொள்ளப்படும்.

உங்களின் பிரசவத்திற்கான தேதி

"என்னுடைய மருத்துவர் எனக்கு பிரசவ தேதியைக் கூறியுள்ளார். இது எந்த அளவு பொருந்தும்?"

மருத்துவர் குறிப்பிட்ட தேதிலேயே பிரசவம் நடைபெற்றால் அப்புறம் இந்த உலகத்தில் வேறு என்ன இருக்கின்றது. இதனை ஒருபோதும் அப்படி நடைபெறாது என்றும் கூற முடியாது. ஆனால் 20ல் 1 நபருக்கு மருத்துவரால் குறிப்பிடப்பட்ட தேதியிலேயே பிரசவம் நடைபெறுகின்றது. முழு கர்ப்ப காலம் என்பது 38 முதல் 42 வாரம் வரையிலாகும். அதிகமான பிரசவம் இந்த வாரங்களுக்கு இடையிலேயே நிகழ்ந்து விடுகின்றது. இதனால் ஓரளவுக்கு அனுமானம் செய்வதே சிறந்தது.

இதனை E.D.D (பிரசவ தேதி) என்பர். உங்களுக்கு கொடுக்கப்பட்டுள்ள தேதியானது அனுமானிக்கப்பட்டதே ஆகும். உங்களின் கடைசி மாதவிடாயின் முதல் தேதியலிருந்து மூன்று மாதம் கழித்து கொள்ள வேண்டும், அதில் 7 நாட்கள் கூட்டிக் கொள்ள வேண்டும். உதாரணமாக உங்களில் கடைசி மாதவிடாய் 11 ஏப்ரல் எனில் அதிலிருந்து 3 மாதம் கழித்தால் ஜனவரி வரும், இதில் 7 நாட்கள் கூட்டிக் கொள்ள வேண்டும். உலகளின் பிரசவதேதி 18 ஜனவரி என்று வந்துவிடும்.

இந்த கணக்கீட்டு முறையானது சரியான தேதிகளில் மாதவிடாய் வரும் பெண்களுக்கு மட்டுமே பொருந்தும். அதுவே மாதவிடாய் தேதியானது மாறி மாறி வந்தால் இந்த கணக்கீட்டு முறையில் அதிகஅளவு மாற்றம் வரும். பல பெண்கள் 6 முதல் 7வாரம் வரையில் மாதவிடாய் வராமல் இருப்பது, மூன்று மாதங்களுக்கு ஒருமுறை மாதவிடாய் வருவது என இருக்கின்றார்கள். இவர்கள் கர்ப்பம் திரித்தால் பிரசவ தேதி கணக்கிடுவது மிக மிகச் சிரமமே. ஏன் எனில் இவர்கள் எப்போது கர்ப்பம் தரித்து இருப்பார்கள் என்று அனுமானிக்கவே முடியாது. ஆனால் உங்களின் மருத்துவரே ஒரு தேதியை

அனுமானித்து உங்களிடம் கூறி விடுவார். அது எந்த அளவுக்கு சாத்தியம் ஆகும் என கூற முடியாது. இல்லையேல் மருத்துவர் கீழ்க்காணும் மெடிக்கல் சூத்திரத்தைக் கையாள்வார்.

முதல் சூத்திரம், உங்களின் கர்ப்பப்பையின் அளவு, இது உள் பரிசோதனையின் மூலம் தெரிந்து கொள்வார். மற்றொன்று அல்ட்ராசவுண்ட், இதன் மூலம் பல பெண்களுக்கு பிரசவ தேதி கண்டறியப்படுகின்றது. இடையிலேயே உங்களுக்கு கருச்சிதைவு ஏற்பட்டு, பிறகு உடனேயே கரு தரித்திருந்தால் இந்த முறையில் கண்டறிவது மிகவும் கடினம். மூனறாவது சூத்திரம் 9 முதல் 12வது வாரத்திற்கு இடையில் சிசுவின் இதயத் துடிப்பு கணடறியப்படும். 16 முதல் 22வது வாரத்திற்கு இடையில் சிசுவின் வளர்ச்சி மற்றும் எடையைக் கணக்கீடு செய்து பிரசவ தேதி கணக்கிடப்படும் 20வது வாரத்தில் சிசுவானது தாயின் தொப்புளுக்கு அருகில் சென்று விடுகின்றது. இதைக் கொண்டு கணக்கீடு செய்யலாம். மேலும் தான் எப்போது பிறக்கப் போகின்றோம் என்பது சிசுவிற்குத் தான் தெரியும் ஆனால் அது உங்களிடம் தான் பிறக்கும் தேதியைக் கூறாது.

மருத்துவரைத் தேர்ந்தெடுத்தல்

தாய் தந்தை இருவரும் இணைந்து ஒரு புதிய வரவை இந்த பூமிக்கு கொண்டு வரப் போகின்றார்கள் என்பது அனைவரும் அறிந்த உண்மை. இதற்கும் மேலே அந்த புதிய வரவை சிறப்புடனும், ஆரோக்கியத்துடனும் கவனிக்க ஒருவர் தேவைப்படுகின்றார். ஆம், அவர் தான் மருத்துவர், நாம் இப்பொழுது மருத்துவரைப் பற்றியே பேசிக் கொண்டிருக்கின்றோம், நீங்களும் உங்களுடைய கணவரும் இதுவரை கர்ப்பம் பற்றிய சிந்தனையில் தான் இருந்து இருப்பீர்கள், மேலும் மருத்துவரைத் தேர்ந்தெடுப்பது பற்றி பேசியோ, சிந்தித்தோ இருக்க மாட்டீர்கள். எனவே நீங்கள் ஒரு மிகச் சிறந்த பிரசவத்திற்கான மருத்துவரை தேர்ந்தெடுக்க வேண்டும். ஏனெனில் உங்களின் பிரசவத்தை அவர்தான் நடத்தப்போகின்றார்.

பிரசவ சிகிச்சை நிபுணர் அல்லது குடும்ப நலமருத்துவர் (மிட் வொயிப்)

உங்களின் மருத்துவர் உங்களுக்கு கர்ப்பத்தின் ஆரம்ப கால கட்டத்தில் இருந்து பிரசவம் வரை உதவியாகவும், ஆலோசனை வழங்கக்கூடியவராகவும் இருக்க வேண்டும். மேலும் உங்களின்

குழந்தை பிறப்புக்கான இடம்

உங்களின் பிரசவத்திற்கான மருத்துவரை உங்களின் விருப்பப்படியே தேர்ந்தெடுத்து கொள்வதைப் போலவே உங்களின் குழந்தை எப்படிப்பட்ட சூழ்நிலையில் பிறக்க வேண்டும் என்பதையும் நீங்கள் தேர்ந்தெடுக்கலாம்.

நீங்கள் கீழே கொடுக்கப்பட்டுள்ளவற்றில் ஏதேனும் ஒரு இடத்தைத் தேர்ந்தெடுக்கலாம். கணவன், மனைவி இருவருமே கலந்து ஆலோசித்து பிரசவத்திற்கான இடத்தைத் தேர்ந்தெடுப்பது சிறந்தது.

பிரசவ அறை:-

இது மருத்துவமனையிலேயே உள்ள அறை, இதில் உங்களின் குழந்தை பிறப்பு முதல் தொடங்கி, நீங்கள் இருவரும் நலமுடன் வெளியேறும் வரை பார்த்துக் கொள்கின்றார்கள். பிரசவத்திற்குப் பிறகு குழந்தையை உங்கள் அருகிலேயே தொட்டிலில் கிடத்தி விடுவார்கள். இது தாய், சேய் இருவருக்குமே மிகச் சிறந்தது.

சில பிரசவ அறைகளில் பிரசவ வலி ஏறப்டும் நேரம், பிரசவம் மற்றும் அதற்குப் பிறகு சிறிது நேரம் மட்டுமே வைத்திருப்பார்கள். இதற்கு எல்.டி.ஆர் என்று பெயர். ஒருவேளை நீங்களும் உங்கள் குழந்தையும் எல்.டி.ஆரில் இருந்தால் அதற்குப்பிறகு இருவரையும் சாதாரண அறைக்கு அனுப்பி வைப்பார்கள். இந்த

அறையில் குழந்தையின் அப்பா மற்றும் அண்ணன், அக்கா என கூடவே யாராவது இருக்கலாம்.

பிரசவ அறையில் அழகான குழந்தைகளின் படங்கள், மெலிதான, கண்ணுக்கு குளிர்ச்சியான சுவர் பூச்சு, அழகிய திரைச்சீலை, சாய்ந்தாடும் நாற்காலி, வசதியான படுக்கை போன்றவைகள் இருக்கும். இந்த அறை ஆஸ்பிடலில் உள்ள சாதாரண அறையைப் போல இருக்காது. இதில் பிரசவத்திற்கு தேவையான எல்லா உபகரணங்களும் இருக்கும். உபகரணங்களை எல்லாம் அலமாரியில் மறைத்து வைத்திருப்பார்கள். தேவைப்பட்டால் எடுத்துப் பயன்படுத்திக் கொள்வார்கள். கட்டிலின் தலைப்பகுதியை மேலே கீழே என இறக்கும், ஏற்றும் வசதி கொண்டதாய் அமைந்து இருக்கும். பிரசவத்திற்கு பிறகு தேவைப்படுகின்ற விதத்தில் படுக்கையை மாற்றி அமைக்கலாம். பல மருத்துவ மனைகளில் பிரசவ அறையுடனேயே சுடுதண்ணீர் வசதி மற்றும் குளிப்பதற்கான டப் போன்றவை இருக்கும். இதனால் பிரசவ சமயத்தில் தேவைப்பட்டால் ஹைடிரோதெரபி செய்வது எளிதாகின்றது.

பல இடங்களில் அமருவதற்கான சோபா இருக்கும். உங்களின் குடும்பத்தினர் மற்றும் நண்பர்கள் வசதியாய் அதைப் பயன்படுத்திக் கொள்ளலாம். சில சமயங்களில் சோபாவுடன் கூடிய படுக்கை வசதியும் இருக்கும். அதை உங்களின் கணவர் உபயோகித்துக் கொள்ளலாம்.

பிரசவ அறையைப் பார்த்தவுடனேயே கர்ப்பிணிகள் முதலில் பயந்துவிடுவது வழக்கம். அவர்களின் மன பயத்தைப் போக்கவே அவர்களுக்குத் தெரியாதவாறு பிரவசத்திற்கு பயன்படுத்தப்படும் உபகரணங்களை எல்லாம் வைத்திருப்பார்கள். தேவைப்பட்டால் அங்கே சி.செக்ஷன் கூட செய்யப்படுகின்றது. கடவுளின் அருளால் உங்களுக்கு சாதாரணமான பிரசவம் நடைபெற வேண்டும் என்று வேண்டுகிறோம்.

பர்த்திங் சென்டர் :-

இங்கே பிரசவத்திற்கான பராமரிப்பு, பிரசவம், தாய்ப்பால் பராமரிப்பு போன்றவற்றைப் பற்றின பயிற்சி வகுப்புகள் எடுக்கப்படுகின்றது. பர்த்திங் சென்டரில் தனியான அறைகளும் உண்டு. இதில் எல்லா வசதிகளும் செய்யப்பட்டு இருக்கும். இதில் சமையல் அறையும் இணைக்கபட்டு இருக்கும். இங்கே மிட்வொயிப் இருப்பார்கள். தேவைப்பட்டால் சிக்கலான பிரசவங்களுக்கு சிறப்பு பிரசவ மருத்துவரையும் அழைத்துக் கொள்வார்கள். இவர்கள் உடனடியாக இங்கு வந்து பிரசவத்தை நடத்திக் கொடுப்பார்கள். ஒருவேளை அவர்களுக்குத் தேவையான உபகரணம் இங்கு இல்லையெனில் உங்களைப் பக்கத்தில் உள்ள மருத்துவமனைக்கு அனுப்பி வைப்பார்கள். எனவே நீங்கள் பிரசவ இருப்பிடத்தை தேர்ந்தெடுக்கும் போது இவற்றையெல்லாம் யோசித்து முடிவு எடுக்க வேண்டும்.

லேபோயர் பர்த் :-

பிரெஞ்சு பிரசவ மருத்துவ நிபுணர் பிரடரிக் லேபோயர் பிரசவ வலி இல்லாத பிரசவம் செய்ய முடியும் என்று கூறியவுடன் எல்லா பிரசவ மருத்துவர்களும் மிகவும் ஆச்சரியப்பட்டனர். நிகழ்காலத்தில் பல மருத்துவ முறைகள் இருப்பினும் குழந்தையின் பிரசவமானது அமைதியுடனும், சாதாரணமாகவும் நடக்க வேண்டும். பிரசவ அறையில் அதிக மற்றும் குறைந்த வெளிச்சம் தரக்கூடிய விளக்குகளும் இருக்க வேண்டும். சில சமயத்தில் தேவைப்பட்டால் வெளிச்சத்தை குறைத்துக் கொள்ளலாம். ஏனெனில் இதுவரை குழந்தையானது தாயின் கர்ப்பத்தில் இருட்டிலேயே தான் இருந்தது. பிறந்த பிறகும் கூட சிறிது நேரம் வரைர குழந்தை அப்படியே இருட்டிலேயே இருப்பதே சிறந்தது. பிறந்த குழந்தையை வேகமாக தட்டக்கூடாது சிறிது நேரத்திலேயே அதனுடைய மூச்சு விடும் திறன் சாதாரணமாகி விடும். அதை விடுத்து உடனே குழந்தைக்கு செயற்கை சுவாசம் கொடுப்பது, முதுகில் தட்டுவது போன்ற செயல்கள் செய்ய வேண்டாம். அதைப் போலவே சில மருத்துவமனைகளில் தாய் சேயை இணைக்கும் தொப்புள் கொடியை

சரிவர வெட்டி இருக்க மாட்டார்கள். இதுதான் தாய்க்கும் சேய்க்குமான கடைசி பந்தம். பிறந்த குழந்தையை உடனேயே வெதுவெதுப்பான சுடுநீரில் குளிப்பாட்ட வேண்டும். உடனே தாயின் வயிற்றின் மீதே குழந்தையை கிடத்த வேண்டும்.

மெல்லிய இனிமையான பாட்டைப் போட வேண்டும். இவ்வாறெல்லாம் செய்தால் பிரசவம் என்பதற்கான பயம் இல்லாமல் போய் விடும். இவற்றையெல்லாம் நமது நாட்டில் செய்ய முடியுமா என்பது ஒரு பெரிய கேள்விக் குறியே ஆகும்.

வீட்டிலேயே குழந்தை பிறப்பு:-

பல பெண்களுக்கு மருத்துவமனைக்கு செல்வதே பிடிக்காது. அவர்களுக்கு உடல்நிலை சரியில்லாத போதும் கூட அவர்கள் கைமுறை வைத்தியம் செய்து கொள்வார்கள். நீங்களும் இப்படிப் பட்டவராக இருந்து உங்கள் குழந்தையை வீட்டிலேயே பிறக்க வைக்க வேண்டும் என்று விரும்பினால் அது சிறந்தது. உங்களுடைய குழந்தையும் உங்கள் குடும்பத்தினரின் முன்னாடியே தனது கண்களைத் திறக்கட்டும். ஆனால் ஏதேனும் சிக்கலான கர்ப்பமாக இருப்பின் தாய், சேய் இருவரின் உயிருக்குமே இது ஆபத்தாகி விடும்.

நீங்கள் கீழ்க்கண்ட விஷயங்களில் மிகவும் கவனமாக இருக்க வேண்டும்.

- உங்களுக்கு உயர் இரத்த அழுத்தம், சர்க்கரை வியாதி போன்றவை இருத்தல் கூடாது. முதல் பிரசவத்தில் எந்த வித சிக்கலும் இருந்திருக்கக் கூடாது.
- உங்களுக்கு உதவி செய்ய ஒரு நர்ஸ் வேண்டும். தேவை ஏற்பட்டால் ஒரு மருத்துவரும் பக்கத்திலேயே இருப்பது சிறந்தது.
- ஒருவேளை மருத்துவமனைக்கு செல்ல வேண்டிய சூழ்நிலை ஏற்பட்டால் உடனே செல்வதற்கு வசதியாக வாகனம் தயாராய் இருக்க வேண்டும்.

தண்ணீரில் குழந்தை பிறப்பு:-

இப்பொழுது தண்ணீரில் குழந்தையை பிறக்க வைப்பது என்பது பிரபலம் ஆகி வருகின்றது. இதில் குழந்தையானது தண்ணீருக்குள்ளேயே பிறக்கின்றது. இதனால் குழந்தையானது பிறந்த பிறகும் கூட தான் தாயின் வயிற்றிற்குள்ளேயே இருக்கும் அனுபவத்தினைப் பெறுகின்றது. குழந்தை பிறந்த உடனேயே தாயின் வயிற்றின் மீது வைக்கப்படுகின்றது. இது பரவலாக இப்போது எல்லா இடங்களிலுமே செய்யப்படுகின்றது. இதில் கணவனும், மனைவிக்கு அருகிலேயே தண்ணீர் டப்பில் உட்கார்ந்திருக்க அனுமதி அளிக்கப்படுகின்றது.

சிக்கலற்ற பிரசவத்தில் மட்டுமே இது சாத்தியம். மருத்துவரும் உடன் இருப்பார். ஒருவேளை சிக்கலான கர்ப்பமாகி விட்டால் உடனடியாக மாற்று சிகிச்சை மேற்கொள்வார்.

தண்ணீரில் இருப்பதனால் அதிகமான வலி தெரியாது. இதற்கான வியஹர்பூல் டப் மற்றும் குளிக்கும் டப்கள் உபயோகிக்கப்படுகின்றன.

உடலினைப் பற்றி முழுவதும் தெரிந்தவராகவும் இருக்க வேண்டும். இப்படிப்பட்ட மருத்துவரைத் தான் நீங்கள் தேர்ந்தெடுக்க வேண்டும்.

பிரசவ சிகிச்சைநிபுணர்:-

கர்ப்பத்தின் முன்னாடி பரிசோதனையில் இருந்து ஆரம்பித்து பிரசவம் வரையிலும் மேலும் பிரசவத்திற்குப் பிறகும் கூட உங்களுக்கு சரியான ஆலோசனை வழங்குபவரே பிரசவ சிகிச்சை நிபுணர். இப்படிப்பட்ட ஒருவரே உங்களுக்கு வேண்டும் உங்களுக்கு ஏற்படக்கூடிய எல்லா பிரச்சனைகளுக்கும், எல்லா வியாதிகளுக்கும் மருத்துவர் உடனடித் தீர்வு காண வேண்டும். பைப்ஸ்மியர், கர்ப்பத்தடை, மார்பக பரிசோதனை போன்றவற்றிற்கும் சிகிச்சை அளிப்பவராக இருக்க வேண்டும். பல மருத்துவர்கள் சாதாரண மருத்துவ சிகிச்சையை செய்வார்கள். எனவே அவர்களிடம் சாதாரண நோய்க்கான சிகிச்சையை

செய்து கொள்ளலாம்.

ஒருவேளை உங்களுக்கு ஹை ரிஸ்க் பிரெக்னன்ஸி எனில் பெண் பிரசவ நிபுணருடன் கூடவே சிறப்பு நோய்க்கான மருத்துவரையும் கலந்து ஆலோசிக்க வேண்டும். இந்த சமயத்தில் உங்களுக்கு வேறு ஏதேனும் சிறப்பு மருத்துவரிடம் செல்ல வேண்டி இருப்பின் அவரையும் சந்தியுங்கள். 90 விழுக்காடு கர்ப்பிணிப் பெண்கள் சாதாரண பிரசவ மருத்துவரிடமும் தங்களின் பிரசவத்தை நிகழ்த்தி விடுகின்றார்கள்.

ஒருவேளை உங்களுக்கு பெண் மருத்துவர் தான் பிரசவம் பார்க்க வேண்டும் என்று நினைத்தால் சிறந்த பெண் பிரசவ மருத்துவரை தேடி சந்தித்திடுங்கள்.

கணவன், மனைவி இருவருமே இந்த விசயத்தில் கலந்து ஆலோசித்த பின்னரே ஒருமுடிவு எடுங்கள். ஏனெனில் இது இரண்டு உயிர் சம்மந்தப்பட்டதாயிற்றே.

குடும்ப நல மருத்துவர் :-

எம்.டி படித்து முடித்த மருத்துவர் முதற்கட்ட சிகிச்சை, பிரசவம் மற்றும் குழந்தை நல மருத்துவம் போன்றவற்றிற்கு சிகிச்சை அளிக்க முடியும். அவர் முழுமையாக உங்களை கவனித்துக் கொள்வார். மேலும் உங்களின் குடும்ப வரலாறு தெரிந்தவராகவும் அவர் இருப்பார். ஒருவேளை உங்களின் கர்ப்பத்தில் சிக்கல் இருப்பதைப் போன்று அவர் கண்டறிந்தால் உடனே சிறப்பு பிரசவ மருத்துவரை சந்திக்கச் சொல்லுவார்.

மிட்.வொயிப் :-

உங்களையும் கவனித்துக் கொண்டு, உங்களின் பிறக்கப்போகும் குழந்தையையும் கவனித்துக் கொள்பவரே மிட்வொயிப். இவர் உங்களுக்கு பிரசவ சம்மந்தப்பட்ட எல்லா விதமான சந்தேகங்களைத் தீர்ப்பதுடன் குழந்தை பிறந்தவுடன் அதற்கு எப்படி பாலூட்டுவது, அதனை எப்படி கவனித்துக் கொள்வது, பிரசவத்திற்கு பிறகு உங்களின் ஆரோக்கியம் போன்றவற்றை எடுத்துரைப்பவர்.

மிட் வொயிப் மூலமாக உங்களின் பிரசவம் வீட்டிலேயே நடைபெறலாம். இவர்கள் பிரசவ கால விடுதிகளில் வேலை செய்பவர்கள். இவர்களுக்கு பிரசவத்தைப் பற்றிய முழு விபரங்களும் அத்துப்படி. ஆனால் இவரைப் போன்றவர்களால் சிக்கலே இல்லாத பிரசவத்தை மட்டுமே அரங்கேற்ற முடியும். ஒருவேளை சிக்கலான பிரசவம் எனில் இவர்களால் பார்க்க இயலாது. இந்த மாதிரியான சூழ்நிலைகளில் நீங்கள் மீண்டும் மருத்துவமனைக்குத் தான் செல்ல வேண்டியதாய் இருக்கும். எனவே இவர்களைத் தேர்ந்தெடுக்கும் போது கவனத்துடன் இருக்க வேண்டும்.

பிராக்டிஸின் வகைகள்

இப்பொழுது நீங்கள் மருத்துவர், மருத்துவனை போன்றவற்றை எல்லாம் முடிவு செய்து விட்டீர்கள் மேலும் எந்த வகையான சிகிச்சை முறை உங்களுக்கு வேண்டும் என்பதனையும் இப்பொழுது முடிவு செய்யுங்கள். இதனால் உங்களுக்கு எந்தவிதமான நஷ்டமும் ஏற்படக்கூடாது.

தனியான மெடிக்கல் பிராக்டிஸ் :-

இங்கே மருத்துவர் மட்டும் தனியாக வேலை செய்வார். அவர் ஒருவேளை வெளியில் செல்ல வேண்டி இருந்தால் அவருக்குப் பதிலாக மற்றொரு மருத்துவர் உங்களை கவனிப்பார். குடும்ப நல மருத்துவர் மற்றும் சிறப்பு பிரசவ மருத்துவர் இதனீ பிரிவில் வருவார். நர்ஸ் இவருடன் கூடவே வேலை செய்வார். ஒவ்வொரு சந்திப்பின் போதும் மருத்துவர் உங்களை முழு கவனத்துடன் பார்த்துக் கொள்வார்.

ஒருவேளை மருத்துவர் வெளியிலோ அல்லது வெளி ஊருக்கோ சென்றிருக்கும் போது உங்களுக்கு பிரசவ வலி ஏற்படின் மிகவும் சிரமமாகி விடும். ஏனெனில் உங்களுக்கே தெரியுமல்லவா, பிரசவ வலி எப்போது வேண்டுமானாலும் வரக்கூடும் இது

முதல் பிரச்சனை மட்டுமில்லாமல் முக்கியமான பிரச்சனையும் இதுவே தான்.

இரண்டாவது பிரச்சனை ஒருவேளை அந்தக் குறிப்பிட்ட மருத்துவரால் பிரசவத்தை நடைமுறைப்படுத்த முடியாமல் போனால் பிறகு சிக்கலாகி விடும். புதிய முறையில் மருத்து வரை தேடவேண்டும்.

டாக்டர் குழு (குரூப் மெடிக்கல் பிராக்டிஸ்):- இதில் ஒன்று அல்லது ஒன்றிற்கும் மேற்பட்ட மருத்துவர்கள் குழு இருப்பார்கள். அவர்கள் மாறி மாறி நோயாளியைக் கவனிப்பார்கள். இவர்களில் உங்களுக்கு பிடித்தமான மருத்துவரை நீங்கள் தேர்வு செய்து கொள்ளலாம். பிரசவ நேரத்தில் அனைவரும் ஒன்று கூடியே பிரசவம் பார்ப்பார்கள். எல்லாவற்றையும் விட மிகுந்த நன்மை தரக்கூடிய விஷயம் எதுவென்றால் உங்களுக்கு எல்லா மருத்துவர்களின் அறிமுகமும் ஏற்பட்டு விடும். ஆனால் பலபல மருத்துவர்களின் ஆலோசனையால் குழப்பம் அடைவதற்கும் வாய்ப்பு உண்டு. யோசித்து முடிவு செய்யுங்கள்.

கூட்டு சிகிச்சை:- இதில் சாதாரண மருத்துவர், பிரசவ சிகிச்சை மருத்துவர் மற்றும் நர்ஸ் போன்றவர்கள் இருப்பார்கள். இவர்கள் அனைவரும் ஒன்று கூடியே உங்களுக்கு பிரசவ சிகிச்சையினை மேற்கொள்வார்கள். இதனால் உங்களுக்கு ஒன்றுமே பாதிப்பு வராது. நர்ஸ் கூடவே மருத்துவரும் இணைந்து செயல்படுவதால் தாய் சேய் இருவரின் நலனும் பாதுக்காக்கப்படும்.

தாய், சேய் பிரசவ நல விடுதி:- இங்கே பிரசவத்தை நர்ஸ் மட்டுமே பார்க்கின்றார். மருத்துவரின் அவசியம் தேவைப்பட்டால் மட்டுமே அழைக்கப்படுவார். இங்கே சிக்கலே இல்லாத பிரசவம் எனில் நிகழ்த்தலாம்.

இங்கே செல்வதால் முதல் இலாபம் என்னவெனில் செலவு குறைவாகத் தான் ஆகும். ஆனால் நஷ்டமோ மிக மிக அதிகமாக ஏற்பட வாய்ப்பு உண்டு. ஏனெனில் பிரசவ நேரத்தில் என்ன சிக்கல் வேண்டுமானலும் ஏற்படலாம் என்பதே நியதி.

பாலிஸி எடுக்கவில்லையெனில்

ஒருவேளை நீங்கள் இதுவரை பாலிஸி எடுக்கவில்லையெனில் உடனடியாக ஒரு பாலிஸி எடுத்து விடுங்கள். கர்ப்பத்திற்கு முன்னரே உங்கள் பெயரில் கனிசமான தொகைக்கான பாலிஸி எடுப்பதே மிகச் சிறந்தது கர்ப்பம் என்று தெரிந்த பிறகு தான் பலர் இதனைப் பற்றிய யோசிக்கின்றார்கள். எனவே முதலிலேயே பாலிஸி எடுத்து விடுவது மிகவும் சிறந்தது.

ஒரு சரியான தேர்வு:- நீங்கள் இப்பொழுது ஒரு சிறந்த பிரசவ மருத்துவரை தேர்வு செய்து விட்டீர்கள் மற்றும் சிகிச்சை முறையையும் தேர்வு செய்து வீட்டீர்கள். இதற்குப் பிறகும் ஒரு சரியான தேர்வு செய்யப்பட வேண்டும். கீழ்க்கண்ட முறைகளைப் பயன்படுத்தி தேர்வு செய்யலாம்.

- உங்களின் பெண் நல மருத்துவர் மற்றும் குடும்ப நல மருத்துவர் உங்களுக்கு நல்ல அறிவுரை வழங்க முடியும்.
- நண்பர் மற்றும் கூட வேலைபாாப்பவர்கள் நல்ல வழிகாட்ட முடியும்.
- ஏதாவது ஒரு நர்ஸ்.
- சிகிச்சைப் பிரிவில் உங்களுக்கு உங்கள் ஊரில் உள்ள எல்லா மருத்துவர்களின் விலாசமும் பெற முடியும்.
- பர்த் சென்டரின் விலாசமும் ஏதாவது ஒரு ஆஸ்பிடலில் இருந்து பெற்றிடலாம்.
- மஞ்சள் புத்தகத்தின் உதவி கொண்டு சிறப்பு மருத்தவர்களின் விலாசத்தினைப் பெறலாம்.

ஏதாவது ஒரு எல்.ஐ.சி ஏஜெண்டை அணுகினால், அவரால் கூட ஒரு சிறந்த மருத்துவரின் விலாசம் தர முடியும். ஏனெனில் அவர் தனது ஹெல்த் பாலிஸிக்கென்று ஒரு மருத்துவரைத் தெரிந்து வைத்திருப்பார்.

தேர்வு உங்களுடையது:-

மருத்துவரின் பெயர், விலாசம் போன்றவற்றை தேர்வு செய்தவுடன்

மருத்துவரைச் சந்திப்பதற்கான நேரத்தை தீர்மானியுங்கள். அதற்கு முன்னர் மருத்துவரை முதன் முதலில் சந்திக்கும் போது என்னென்ன கேள்விகள் கேட்க வேண்டும் என்று குறிப்பெடுத்து வைத்துக் கொள்ளுங்கள். கணவரால் என்னென்ன கேள்விகள் கேட்கப்படவேண்டுமோ அதை கணவரே கேட்க வேண்டும். மேலும் உங்கள் கேள்விகளுக்கு மருத்துவர் பொறுமையுடன் பதில் தருகின்றாரா? என்பதனைக் கவனித்திடுங்கள்.

பிறகு மருத்துவரிடம் குழந்தை பிறப்பு, தாய்ப்பால், ஆபரேஷன் போன்றவற்றைப் பற்றியும் விவாதியுங்கள் ஒவ்வொரு கேள்விகளுக்கும் அவரின் பதில் என்ன என்பதைக் குறிப்பெடுத்துக் கொள்ளுங்கள். மருத்தவரிடம் உங்களுக்கு எழும் சந்தேகங்களை கேட்பதுடன் உங்களுக்கு ஏதேனும் பிரச்சனை இருப்பின் அதையும் மறைக்காமல் ஒன்று விடாமல் சொல்லி விட வேண்டும்.

அவருடைய மருத்தவமனையில் எல்லா வசதிகளும் உள்ளதா என்பதனையும் கவனியுங்கள். உங்கள் வீட்டிற்கும் மருத்தவமனைக்குமான தூரம் எவ்வளவு, அதைக் கடக்க சாதாரணமாக எவ்வளவு நேரம் தேவைப்படுகின்றது என்பதனைக் கண்டறியுங்கள். பிரசவ நேரத்தில் உங்களுடன் இருப்பதற்கு யார் யார் அனுமதிக்கப்படுவார்கள் என்பதனையும் கேட்டுத் தெரிந்து கொள்ளுங்கள்.

கண்ணை முடிக் கொண்டு யார் என்ன சொன்னாலும் கேட்காதீர்கள். உங்களுக்கு சரி என்று எது தோன்றுகின்றதோ அதனையே செய்திடுங்கள். இது உங்களின் உயிர் சம்மந்தப்பட்ட விஷயம். எனவே உங்களின் முடிவே இறுதி முடிவு தேவைப்பட்டால் மட்டுமே மற்றவரின் தலையீட்டிற்கு அனுமதி அளித்திடுங்கள்.

நோயாளி மற்றும் மருத்துவரின் இடையேயான சம்மந்தம் :-

சரியான மருத்துவரின் தேர்வே முதல் படி. நோயாளி மற்றும் மருத்துவரின் இடையேயான சம்மந்தமே இரண்டாவது படி. இருவரும் இணைந்து செயல்படும் போது தான் வேலை சரிவர நடக்கும்.

❖ மருத்துவரைச் சந்தியுங்கள் உண்மையைக் கூறுங்கள். உண்மையன்றி ஒன்றும் இருக்கக் கூடாது. அவர் தன்னுடைய சிகிச்சை முறையினைப் பற்றி விளக்கிக் கூறுவார். நீங்களும் உங்களின் கெட்ட பழக்க வழக்கம், உணவுமுறை போன்றவற்றை அவரிடம் கூறிவிடுங்கள். நீங்கள் ஏதாவது ஹெர்பல் மருந்துகள் எடுத்துக் கொண்டிருந்தால் அதனையும் அவரிடம் கூறிவிடுங்கள். உங்களுக்கு முன்னாடியே ஆபரேஷன் ஏதேனும் நடைபெற்று இருந்தால் அதனையும் பற்றிக்கூறுங்கள். நீங்கள் சொல்ம் விஷயங்களை அவர்கள் ரகசியமாக வைத்துக்கொள்வார்கள்.

❖ வீட்டில் பிரிட்ஜின் மீதும் டி.வியின் மீதும் டேபிளின் மீதும் ஒரு ரைட்டிங் பேட் வைத்திடுங்கள். உங்களுக்கு எழும் சந்தேகங்களை எல்லாம் கேள்விகளாக எழுதி வைத்துக் கொண்டு மருத்துவரை நீங்கள் சந்திக்கும் போது கேட்கலாம். அதைப் போலவே அவர் உங்களுக்கு கூறும் அறிவுரையையும் குறிப்பெடுத்து வைத்துக் கொள்ளுங்கள். இதனால் அவர் கூறியவற்றை மறந்து செய்யாமல் இருப்பதில் இருந்து தப்பிக்கலாம்.

❖ உடனடியாக சில சந்தேகங்களுக்கான பதில் தேவைப்பட்டால் உடனே மருத்துவரிடம் தொலைபேசியில் பேசி அதனைத் தீர்த்துக் கொள்ளுங்கள்.

❖ ஈமெயில் செய்யும் வசதி இருந்தால் அதனையும் செய்யலாம். மருத்துவரை

❖ உடனுக்குடன் தொடர்பு கொள்ள வெட்கப்படாதீர்கள். ஏனெனில் அதற்கான விளைவுகள் மிகவும் மோசமாகும் போது மருத்துவரே உங்களைக் கடிந்து கொள்வார். அதுவும் முதல் முறையாக கர்ப்பம் தரிக்கும் பெண்ணிற்கு பல விதமான சந்தேகங்களும், பிரச்சனைகளும் எழத்தானே செய்யும்.

❖ ஒருவேளை ஏதாவது வலி ஏற்பட்டால் உடனே மருத்துவரை தொடர்பு கொண்டு வலி

எங்கே இருக்கிறது. அதிக வலியா? அல்லது குறைவான வலியா என பதனைப் பற்றிக் கூறிவிடுங்கள். காய்ச்சல், தலைவலி, வாந்தி, மயக்கம், பல் வலி, முதுகு வலி என எந்த சிக்கல் ஏற்பட்டாலும் அதனையும மருத்துவரிடம் கூறிவிடுங்கள். மருத்துவரின் ஆலோசனை இன்றி மருந்துகள் எடுத்துக் கொள்ளாதீர்கள்.

- எல்லா விதமான பத்திரிக்கைகளையும் படித்து உங்களின் விஷய அறிவை பெருக்கிக் கொள்ளுங்கள். ஏன் எனில் இப்போது பத்திரிக்கைகள், டி.வி, இன்டர்நெட்டில் எல்லாமே வந்து விட்டது அவையே ஒரு சிறந்த தோழியாக இருக்கின்றது. ஆனாலும் இதற்கென்று ஒரு எல்லையும் வைத்துக் கொள்ளுங்கள். பத்திரிக்கைகளில் சொல்லப்படும் மருந்துகளை மட்டும் வாங்கி போட்டுக் கொள்ளாதீர்கள்.

- மருத்துவர் சொல்லாத எதையும உங்கள் விருப்பப்படியோ அல்லது உங்களின் கணவரின் விருப்பப்படியோ செய்யாதீர்கள்.

- ஒருவேளை உங்களின் மருத்துவரே உங்களுக்கு சரியான சிகிச்சையோ அல்லது மருந்துகளையோ தருவது இல்லை என்று தோன்றினால் உடனுக்குடன் நீங்கள் மாற்று மருத்துவரைச் சந்தித்திடுங்கள்.

- ஒவ்வொரு விஷயதையும் மருத்துவரிடம் திறந்த மனதுடன் பேசிடுங்கள். அவர் என்னென்ன டெஸ்ட் எடுக்கச் சொல்கின்றாரோ அதனையெல்லாம் உடனடியாக எடுத்திடுங்கள்.

- ஒருவேளை மருத்துவர் உங்களின் கேள்விகளுக்கு பதில் அளிக்க நேரம் இல்லாமல் இருக்கலாம் எனவே அவரிடம் அடுத்த முறை பதில் கூறிடும் படி விண்ணப்பம் செய்திடுங்கள்.

- மருத்துவரின் ஆலோசனைப் படியே உடல் எடை, ஓய்வு, மருந்துகள், வைட்டமின் மாத்திரைகள், உடற்பயிற்சி போன்றவற்றை செய்திடுங்கள். நீங்கள் மாற்றி செய்து பிறகு சிரமத்தில் மாட்டிக் கொள்ளாதீர்கள்.

- உங்களின் ஆரோக்கியம் உங்களின் கையில் தான் உள்ளது. எனவே உங்களை நீங்களே பராமரிக்க வேண்டும், ஒரு சிறந்த ஆரோக்கியமான குழந்தையைப் பெற்றெடுக்க வேண்டும்.

- ஒருவேளை உஙகளுக்கும் மருத்துவருக்கும் இடையில் ஏதேனும் மன வேறுபாடுகள் ஏற்படின் அதனையும உடனுக்குடன் தீர்த்துக் கொள்ளுங்கள்.

சிறந்த மருத்துவரை நஙகள் தோவு செய்யவில்லை என்று உஙகளுக்குத் தோன்றினால் உடனுக்குடன் மருத்துவரை மாற்றுங்கள். ஏனெனில் இது இரண்டு உயிர் சம்மந்தப்பட்ட விஷயம் அல்லவா?

• • •

உங்களின் பிரசவ புரோஃபைல்

நீங்கள் தாயாகப் போகிறீர்கள். கூடவே உங்களுக்குப் பல சந்தேகங்கள் எழுகிறது. கர்ப்ப காலத்தில் ஏற்படக்கூடிய பல பிரச்சனைகளுக்கான தீர்வுகளைத் தேடுவீர்கள். இவை அனைத்திற்குமான தீர்வு பிரசவ புரோஃபைலில் உள்ளது. பிரசவ புரோஃபைல் என்பது என்ன? காப்பத்தைப் பற்றிய முழு விவரங்களைப் பற்றி தெரிவிப்பது. மருத்துவரை சந்திப்பதற்கு முன்னால் சிறிதளவாவது பிரசவ புரோஃபைல் பற்றித் தெரிந்து கொள்ள வேண்டும்.

ஒவ்வொரு கர்ப்பிணிகளுக்குமான பிரசவ புரோஃபைல் வேறுபடும். இதில் வரக்கூடியவற்றில் தேவையானவை மட்டும் எடுத்துக்கொள்ளுங்கள். மற்றவற்றை விட்டுவிடுங்கள்.

இப்புத்தகம் அனைவருக்கும் உரியது

கணவன் மனைவி இருவரும் சேர்ந்து இப்புத்தகத்தைப் படிக்க வேண்டும். தனிமையில் இருக்ககூடிய தாய்க்கும் இது பொருந்தும். இவர்கள் மட்டுமின்றி அனைவருமே இந்த புத்தகத்தைப் படிக்கலாம் அவர் அவர்களுக்கான தேவையான விஷயங்களை மட்டும் எடுத்துக்கொண்டு மற்றவைகளை விட்டுவிடலாம்.

உங்களின் உடலைப் பற்றிய அறிவு

கர்ப்பத்தடை மாத்திரை

"நான் கர்ப்பத்தடை மாத்திரை உட்கொண்ட போதிலும் காப்பமாகிவிட்டேன். எனக்கு கர்ப்பம் அடைந்த விஷயமே தெரியாது. இருப்பினும் நான் மாதம் முழுவதும் கருத்தடை மாத்திரை உண்டேன் இது எனது குழந்தையைப் பாதிக்குமா?"

கர்ப்பத்தடை மாத்திரையை நிறுத்திய

பின் நீங்கள் கர்ப்பத்தை அடைந்திருந்தால் எவ்வித பாதிப்பும் ஏற்படாது. இருப்பினும் நீங்கள் கர்ப்பம் அடைந்துவிட்டீர்கள் இருப்பினும் நீங்கள் கவலை கொள்ளத் தேவையில்லை. கர்ப்பத் தடை மாத்திரையானது எந்த விதத்திலும் கர்பத்தை பாதிக்கும் என்ற ஆதாரம் இல்லை. தேவைப்பட்டால் நீங்கள் மருத்துவரை அனுகலாம்.

"எனது கணவர் ஆணுறை மற்றும் ஸ்பர்மிஸைடில் உபயோகப்படுத்திய பிறகும் என்னை அறியாமலேயே கர்ப்பம் அடைந்து விட்டேன் இது எனது குழந்தையை பாதிக்குமா?"

உங்கள் கணவர் ஆணுறை பயன்படுத்திய பிறகும் நீங்கள் கர்ப்பம் தரித்திருப்பது ஆச்சரியப்படக்கூடிய ஒன்றே ஆகும். இது உங்கள் குழந்தையை பாதிக்காது. நீங்கள் மகிழ்ச்சியாக இருங்கள்.

"நான் கர்ப்பத்தடை சாதனம் ஐயூடி பயன்படுத்தி வருகிறேன். இருப்பினும் நான் கர்ப்பம் தரித்துவிட்டேன் இதனால் என் கர்ப்பத்திற்கு பாதிப்பு ஏற்படுமா?"

ஐயூடி பயன்படுத்திய பிறகும் கூட கர்ப்பம் தரித்திருப்பது வருத்தப்படக்கூடிய விஷயம் ஆகும் ஆயிரத்தில் ஒருவருக்கு மட்டுமே இவ்வாறாக நடக்கின்றது. எனவே நீங்கள் அவசியம் மருத்துவரை அணுகுங்கள்.

நீங்கள் இரு விஷயங்களை உடனடியாக செய்ய வேண்டும் முதலில் ஐயூடி வைத்து கொள்வதா இல்லை எடுத்து விடுவதா என் ஆலோசனை செய்ய வேண்டும். ஐயூடி சாதனம் கிழிந்து விட்டதா இல்லை சரியாக உள்ளதா எனப் பரிசோதனை செய்தல் வேண்டும். இல்லையேல் இது பிரச்சனையை ஏற்படுத்தும் சில சமயம் இது பிரசவத்தின் போது தானாகவே வெளிவந்து விடும். உங்க விஷயத்தில் இது எப்படி உள்ளது என அறிந்து முதல் 3 மாதத்தில் வெளியே எடுத்து விட வேண்டும்.

ஒருவேளை இதனை 3 மாதத்திற்குள் எடுக்காவிட்டால் இரத்தப்போக்கு, வயிற்றில் வலி போன்றவையை ஏற்படுத்தும் எனவே நீங்கள் மருத்துவரை உடனடியாகச் சந்தியுங்கள்.

ஃபைப்ராய்டு

"எனக்கு ஃபைப்ராய்டு பலகாலமாக உள்ளது அது எனக்கு எந்த பாதிப்பும் ஏற்படுத்துவது இல்லை. இது எனது கர்ப்பத்தில் பிரச்சனையை ஏற்படுமா?"

ஃபைப்ராய்டு உங்கள் கர்ப்பத்தை எந்த விதத்திலும் பாதிக்காது. கர்ப்பபையின் வாயிலில் நான் மைலிகனேட் இருப்பதால் ஃபைப்ராய்டால் எந்த பாதிப்பும் ஏற்படாது. இருப்பினும் சில சமயத்தில் அடி வயிற்றில் வலி, அழுத்தம் போன்றவை ஏற்படுத்தும். இருந்தாலும் நீங்கள் கவலைப்படத் தேவையில்லை. மருத்துவரை அணுகி வலி நிவாரணிகளை எடுத்துக் கொள்ளுங்கள்.

சில சமயங்களில் குறைப்பிரசவம், பிரிச் பர்த், பிளசன்டோ தனியாகிவிடுதல் போன்றவை ஏற்படலாம். மருத்துவரிடம்

இதைப்பற்றி எல்லாம் ஆலோசனை பெறுங்கள் அவர் உங்களுக்கு தகுந்த முன்னெச்சரிக்கைகளை தருவார் தேவைப்பட்டால் சி.செக்ஷன் செய்து குழந்தையை வெளியே எடுத்து விடுவார்.

"எனக்கு சில வருடங்களுக்கு முன் இரண்டு ஃபைபராய்டுகள் எடுக்கப்பட்டது. இது எனது குழந்தையை பாதிக்குமா?"

ஃபைப்ராய்டு வெளியில் எடுப்பதற்கு லேப்ராஸ் கோப்பி பயன்படுத்தப்படுகிறது. எனவே இதனால் உங்கள் கர்ப்பத்திற்கு எவ்வித பாதிப்பும் ஏற்படாது. மிக சமீபத்தில் மிகப்பெரிய ஃபைபராய்டு எடுக்கப்பட்டால் தான் ஆபத்து ஏற்படும். எனவே நீங்கள் கவலை கொள்ளத் தேவையில்லை. ஒரு வேளை இடையிலேயே பிரசவ வலி ஏற்பட்டால் உங்கள் மருத்துவரை அணுகுங்கள்.

என்டோ மைட்ரியாசிஸ்

"நான் சில ஆண்டுகளுக்கு முன்னால் என்டோ மைட்ரியோசிஸால் பாதிக்கப்பட்டேன். இது எனது குழந்தையைப் பாதிக்குமா?"

இதில் இரு வித பிரச்சனைகள் உள்ளது. முதலில் கர்ப்பம் தரிப்பது, இரண்டாவது பிரசவ வலி. நீங்கள் கர்ப்பம் தரித்திருப்பதே சந்தோஷப்பட வேண்டிய விஷயம் தான். இரண்டாவது பிரச்சனையானது ஹார்மோனின் மாறுபாட்டால் உண்டாகிறது. ஒவ்யூலேஷனின் போது அன்டோ மெட்டிரியல் சிறியதாகவும் மெலிந்தும் போய்விடுகிறது. இதனால் பல பெண்களுக்கு வலி ஏற்படும். குழந்தை பிறப்பின் போது ஆப்பரேஷன் செய்தே குழந்தையை எடுக்க வேண்டிவரும்.

கர்ப்பகாலத்தில் என்டோமெட்ரிசிஸ் வலியில் இருந்து உங்களைக் காப்பாற்றிக் கொள்ள முடியும். ஆனால் ஒருபோதும் இதைத் தவிர்க்க முடியாது.

கோலோபோஸ்கோப்பி

"நான் கர்ப்பம் தரித்த பிறகு ஒரு வருடத்திற்கு முன் கோலோபோஸ் காப்பி, சர்வைக்கல் காப்பி செய்தார்கள். அதனால் எனது குழந்தைக்கு ஏதேனும் பாதிப்பு ஏற்படுமா?"

உங்களுக்கு பாப்ஸ்மியரில் ஏதேனும் பிரச்சனை ஏற்பட்டால் கோலோபோஸ் காப்பி செய்யப்பட்டிருக்கும். சாதாரணமாக யோனி மற்றும் சர்வைக்ஸை மைக்ரோஸ்கோப்பி மூலமாகவே பார்க்கிறார்கள். பாப்ஸ்மியா மூலமாக சிறிய மெல்லிய பிரச்சனைகளுக்கு தீர்வு காணப்படுகிறது. சில சமயங்களில் எலக்ட்ரானிக் கரண்ட் மூலமாக எடுக்கப்படுகிறது. இவ்வாறாக செய்த பிறகும் கூட பல கர்ப்பிணிகள் ஆரோக்கியமான குழந்தைகளை பெற்று இருக்கின்றார்கள். எனவே நீங்கள் மருத்துவரிடம் அனைத்தையும் பகிர்ந்து கொள்ளுங்கள். அவர் உங்களுக்கு முன்னெச்சரிக்கைகளை வழங்குவார்.

முதல் பிரவசத்தில் கோலோபோஸ்காப்பி செய்திருந்தாலும் கூடஅடுத்த பிரசவதிற்குப் பிறகே பயோப்ஸி செய்யப்படுதல் வேண்டும்.

எச.பீ.வி (ஹியூமன் பாப்பிலோமா வைரஸ்)

"என்னுடைய ஹியூமன் பாப்பிலோமா வைரஸ் என்னுடைய கர்ப்பத்தை பாதிக்குமா?"

எச்.பீ.வி என்பது செக்சுவலாக பரவக்கூடிய ஒரு வைரஸ் ஆகும். இது ஆறு முதல் பத்து மாதங்களுக்குள் தானே சரியாகிவிடும். சாதாரணமாக இது வெளியில் தெரிவது இல்லை. சில சமயங்களில் இது மஞ்சளாகவும் ரோஜாப்பூ நிறத்திலும் வெளிபட்டுவிடும். இது யோனிக் குழாயில் இருக்கும். இதனால் வலி மற்றும் எரிச்சலும் ஏற்படும். சில வேளைகளில் இரத்தப் போக்கும் ஏற்படும்.

எச்.பீ.வி கர்ப்பிணிகளை நேரடியாக பாதிக்கும் என்று எந்த ஆராய்ச்சியிலும் குறிப்பிடப்படவில்லை எனினும் நீங்கள் மருத்துவரை அணுகுவது நல்லது. அவர் ஙப்ரீசிங் எலக்ட்ரானிக் அல்லது லேசர் தெரபி மூலம் வெளியில் எடுத்து விடுவார்.

ஒருவேளை பயாப்சி செய்ய வேண்டி இருப்பின் பிரசவத்திற்குப் பிறகே செய்ய வேண்டும். எச்.பீ.வி ஒரு தொற்றுநோய் ஆகும். 26 வயதுக்கும் குறைவான பெண்களுக்கு இதற்கான தடுப்பூசி உள்ளது. நீங்கள் தடுப்பூசி போட்டு கொண்ட பிறகு கர்ப்பம் தரிப்பது நல்லது.

ஹர்பீஜ்

"நான் ஹர்பீஜால் பாதிக்கப்பட்டேன் அது எனது குழந்தையை பாதிக்குமா?"

ஹர்பீஜ் இருப்பதால் நீங்கள் மிகவும் எச்சரிக்கையோடு இருக்க வேண்டும். ஆனால் மிகவும் ஆபத்து இதனால் இல்லை. மருத்துவரிடம் உடனடியாக நீங்கள் கூறிவிடுங்கள். அவர் உங்களுக்கு தகுந்த முன்னெச்சரிக்கைகள் வழங்குவார்.

உங்கள் குழந்தைக்கு 1 சதவீதம் இந்த நோய் வருவதற்கான வாய்ப்பு உள்ளது. முதல் மூன்று மாதத்திலேயே கருக்கலைப்பு ஏற்படுவதற்கு வாய்ப்பு உள்ளது. இன்றைய நாட்களில் குழந்தை, தாய் இருவருக்குமே சமமான பாதிப்பை ஏற்படுத்துகிறது. சரியான கவனிப்பால் இதனை கட்டுப்படுத்தலாம்.

ஹர்பீஜால் பாதிக்கப்பட்ட தாய்க்கு ஆன்டி வைரஸ் மருந்துகளை கொடுப்பதால் குழந்தையை ஒரளவு காப்பாற்ற முடியும்.

குழந்தை பிறந்த பிறகும் குழந்தைக்கு இந்த நோய் பாதிப்பு இருந்தால் தாய்ப்பால் மூலமாக இதை சரிசெய்யலாம்.

மற்ற எஸ்.டீ.டி மற்றும் கர்ப்ப நிலை

எல்லா எஸ்.டீ.டி மற்றும் கர்ப்ப நிலை

எல்லா எஸ்.டீ.டிகளுக்குமே கர்ப்பநிலையை பாதிக்கும் ஒரு காரணி ஆகும். இருப்பினும் இதனைத் தகுந்த உபசரிப்பு மூலம் கட்டுபடுத்தலாம். எல்லா கர்ப்பிணிகளுமே குனேரியா, ரைகோமோனஸிஸ்,

க்ளமாய்ட்டியா, ஹெபபைடிஸ், பி.எச். ஐ.வி மற்றும் சிப்ஸில் போன்றவை பற்றித் தெரிந்து கொள்வது அவசியம் ஆகும்.

இது ஏழை, பணக்காரர், உயர்ந்த ஜாதி, தாழ்ந்த ஜாதி, சிறியவர், பெரியவர் என்ற வேறுபாடு இல்லாமல் அனைவரையும் பாதிக்கும். கீழே சில எஸ். டீ.டி நோய்கள் கொடுக்கப்பட்டுள்ளன.

கொனேரியா

இது தொற்றுநோயால் ஏற்படுவது ஆகும். இது கர்பப்பையின் வாயிலில் ஏற்படுகிறது. இதனால் கர்ப்ப சமயத்தில் மிகவும் அபாயத்தை ஏற்படுத்தும். கொனோரியா தொற்றுநோய் ஏற்பட்டு இருப்பது தெரிய வந்தால் சிகிச்சை மூலம் ஒரளவு சரி செய்யலாம். இதற்கு பிறகும் கூட கல்ச்சர் செய்யப்படுகிறது. இதனால் தொற்று அதிகமாவது தடுக்கப்படும். குழந்தை பிறந்த ஒரு மணி நேரத்திற்குள் அதன் கண்களில் ஆண்டிபயாடிக் கொடுக்கப்படுகிறது.

சிப்பிலிஸ்

இது பிறவியிலேயே பல நோய்களை ஏற்படுத்த கூடியது. கர்ப்பிணிகளுக்கு நான்காவது மாதம் முதல் கொண்டே ஆன்டி பயாடிக் கொடுக்கப்படுகிறது. இதனால் கருவிற்கு எவ்வித பாதிப்பும் ஏற்படாது. தொற்றும் கருவை சென்றடையாது.

கிளாமைடியா

26 வயதுக்கு கீழ் உள்ள பெண்களுக்கு சிப்லஸ், கொனேரியாவுடன் கிளாமைடியாவையும் ஏற்படுகிறது. இது தாய் மற்றும் குழந்தை ஆகிய இருவருக்குமே ஏற்படக்கூடியது. உங்களுக்கு திருமணத்திற்கு முன்பே செக்ஸ் பார்ட்னர் இருந்தால் கன்டிப்பாக உங்களுக்கு கிளாமைடின் இருக்கும். பல பெண்களுக்கு இதன் அறிகுறிகள் தெரிவதில்லை எனவே சிகிச்சை அளிக்க முடிவதில்லை.

கிளாமைடியா முற்றினால், நிமோனியா மற்றும் கண்களில் தொற்று ஏற்படும். முதலிலேயே ஆன்டி பயாடிக் எடுத்துக்கொண்டு குழந்தையை

கிளாமைடியாவில் இருந்து காப்பாற்ற முடியும்.

ட்ரைகோமோனாசிஸ்

யோனியில் இருந்து துர்நாற்றத்துடன் இரத்தப்போக்கு ஏற்படுவதே ட்ரைகோமோனாய்சிஸ் எனப்படும். இது நோய்வாய்ப்பட்ட பெண்களுக்கே ஏற்படுகிறது. இதனால் கருவிற்கு எந்த பாதிப்பும் இல்லை. ஆனால் இது தாய்க்கும் அவரைச் சார்ந்தவருக்கும் பாதிப்பை ஏற்படுத்தும்.

எச்.ஐ.வி (ஹியூமன் அமினோ டிபிசியன்சி வைரஸ்)

எல்லா கர்ப்பிணிகளுக்கும் கர்ப்பத்தின் ஆரம்ப காலத்திலேயே எச்.ஐ.வி பரிசோதனை செய்யப்படவேண்டும். இல்லையேல் தாய் மற்றும் குழந்தை இருவருக்குமே ஆபத்து. எச்.ஐ.வி பாதிக்கப்பட்ட தாய் மூலமாக இந்நோய் குழந்தையைப் பாதிக்கும் ஒருவேளை தாய்க்கு எச்.ஐ.வி ஏற்பட்டு இருப்பது தெரியவரின் என்டைய்ரோ வைரஸ் மருந்துகள் கொடுக்கப்படவேண்டும். சி. செக்ஷன் மூலமாகவே குழந்தையை வெளியே எடுக்க வேண்டும்.

உங்களுக்கு எச்.ஐ.வி பாசிடிவ் என தெரிந்தால் நீங்கள் மருந்துவரின் நேரடி கண்காணிப்பிலேயே இருத்தல் அவசியம். இதனால் உங்கள் குழந்தை பாதுகாப்பாக இருக்கும்.

பிரசவ சம்பந்தப்பட்ட முன்னெச்சரிக்கைகள்

விட்ரோபெட்லைஸேஷன்

"நான் விட்ரோபெட்லிஸேஷன் மூலம் கர்ப்பம் தரித்தேன். சாதாரண கர்பத்திற்கும் இதற்கும் என்ன வேறுபாடு?"

முதலில் உங்களுக்கு எங்களுடைய மனமார்ந்த வாழ்த்துகள் நீங்கள் 6 வாரம் வரையிலும் ஆய்வு கூடத்திலேயே இருக்க வேண்டி இருக்கும். உங்களுக்கு அதுவரை கருச்சிதைவு ஏதும் ஏற்படாமல் பார்த்துக்கொள்ள வேண்டும்.

ஒருமுறை உங்களுக்கு கர்ப்பம் திடப்பட்டுவிட்டால் 30 சதவீதம் அதற்கு பிறகு எந்த பாதிப்பும் இல்லை. இந்த புத்தகத்திலேயே இதைப்பற்றித் தெளிவாக குறிப்பிடப்பட்டு இருக்கிறது.

இரண்டாம் கர்ப்ப நிலை

"நான் இரண்டாம் முறையாக கர்ப்பம் தரித்து உள்ளேன். இது முதல் கர்ப்பத்தை விட எவ்வாறு வேறுபட்டது?"

முதல் கர்ப்பத்தைப் போன்று இரண்டாம் கர்ப்பமும் இருக்கும் என்பதில்லை. ஒவ்வொரு கர்ப்பமும் மாறுபாடும் ஆனாலும் சில பொதுவான விஷயங்கள் உண்டு.

அவை கீழே கொடுக்கப்பட்டுள்ளன.

- ★ முதல் முறையைப் போலவே தலைச்சுற்றல் ஏற்படலாம். அதிக களைப்பு ஏற்படும். அதிக ஓய்வு எடுத்துக்கொள்ள தோன்றும். சாப்பாட்டில் நாட்டம் ஏற்படாது. குறைவாக சாப்பிட்டாலே வயிறு நிறைந்துவிடும்.

- ★ இரண்டாம் மாதத்திலேயே உங்கள் வயிறு பெரிதாக காட்சி அளிக்கும். இதனால் அனைவருக்கும் நீங்கள் கர்ப்பம் தரித்திருப்பது தெரியவரும். முதல் குழந்தையை விட இக்குழந்தையின் எடை அதிகமாகும். முதுகுவலி, கழுத்துவலி போன்றவை ஏற்படும்.

- ★ வெகு விரைவிலேயே குழந்தையின் துடிப்பு தெரியவரும்.

- ★ முதல் குழந்தைக்கு எடுத்துக்கொண்ட எச்சரிக்கையை விட நீங்கள் இன்னும் அதிக எச்சரிக்கையோடு இருப்பீர்கள்.

- ★ உங்களுக்கு பிரசவமும் சுலபமாக இருக்கும். உங்கள் தசை, எலும்புகள் நன்கு வளைந்து கொடுக்கும் பிரசவ வலியும் அதிக நேரம் இருக்காது.

உங்களின் முதல் குழந்தையும் ஒருவித எதிர்பார்புடன் தன் தம்பி அல்லது தங்கை வரவுக்காக காத்திருக்கும்.

"என்னுடைய முதல் குழந்தை ஆரோக்கியமுடன் பிறந்தது. என் இரண்டாம் குழந்தையும் அவ்வாறு பிறக்குமா?"

கண்டிப்பாக உங்கள் இரண்டாம் குழந்தையும் முழு ஆரோக்கியத்துடன் பிறக்கும். உங்கள் உணவு, உடற்பயிற்சி, வாழ்க்கை முறையில் அக்கறை எடுத்துக் கொள்ளுங்கள்.

பிரசவம் சம்பந்தப்பட்ட கேள்விகள்

"என்னுடைய முதல் பிரசவத்தின் போது நான் மிகவும் கஷ்டப்பட்டுவிட்டேன். என்னுடைய இரண்டாவது பிரசவமும் இவ்வாறாகத் தான் இருக்குமா?"

சாதாரணமாகவே முதல் பிரசவத்தின் போது அதிக தொல்லைகள் ஏற்படுவது உண்டு. ஆனால் இரண்டாவது பிரசவத்தில் குறைவாகவே ஏற்படும். முதல் பிரசவத்தின் போது ஏற்படாத சில சிக்கல்கள் புதிது புதிதாய்க் கூட ஏற்படலாம் அல்லது முதல் பிரசவத்தின் போது ஏற்பட்டதைப் போலவே இருக்கலாம். எனவே நீங்கள் கீழ்க்காணும் தகுந்த முன்னெச்சரிக்கை நடவடிக்கையை மேற்கொண்டால் ஒரளவு பாதுகாக்கப்படுவீர்கள்.

ஆரோக்கியம் :-

உங்களின் ஆரோக்கியத்தில் அதிக அக்கறை மேற்கொள்ளுங்கள். இதனால் பிரசவம் எளிதில் நடைபெறும்.

எடை:-

மருத்துவரின் ஆலோசனைப்படியே சிறிது சிறிதாக எடை அதிகரிக்க வேண்டும். இல்லையேல் பிரச்சனை ஏற்பட்டு விடும். மூச்சு விடுவதில் சிரமம், களைப்பு, முதுகு வலி, கால் வலி போன்ற பிரச்சனை ஏற்படும்.

உணவு:-

நல்ல ஆரோக்கியமான உணவை மட்டுமே நீங்கள் உட்கொள்ள வேண்டும். இதனால் குழந்தைக்குத் தேவையான ஊட்டசத்து கிடைக்கப்பெறும். உங்களுக்கும் களைப்பு, வலி, குமட்டல், வாந்தி, மயக்கம் போன்றவை ஏற்படாது.

சுத்தம் :-

உங்களை நீங்கள் முழு சுத்தத்துடன் பராமரித்துக் கொள்ள வேண்டும். தேவையான ஓய்வுடன் தேவையான உடற்பயிற்சியும் செய்தல் அவசியம். இதனால் கரு மற்றும் உங்களுக்கு தேவையான ஆக்ஸிஜன் கிடைக்கப்பெறும்.

வாழ்க்கை முறையில் மாறுதல் :-

உங்களின் சாதாரண வாழ்க்கை முறையில் இருந்து சிறிது மாற்றம் செய்து கொள்ள வேண்டும். அதிகமாக சாப்பிடுதல், அதிகமாக உணர்ச்சி வசபடுதல், கோபப்படுதல் போன்றவைகளை செய்யவே கூடாது. அதிக சிரமத்தை கொடுக்கக் கூடிய வேலைகளையும் செய்யவே வேண்டாம்.

இரண்டாவது குழந்தை

இரண்டாவது குழந்தை கர்ப்பம் தரித்திருக்கும் போது உங்களுக்குமுதல் குழந்தையை கவனிக்க நேரம் போதாது. அதையும் மீறி முதல் குழந்தையை குளிக்க வைப்பது, சோறு ஊட்டுவது என அந்தக் குழந்தையின் பின்னாலேயே ஓடி உங்களை கவனிக்க தவறிவிடுவீர்கள். இதனால் முதுகு வலி ஏற்படும். நேரத்திற்கு தகுந்த உணவு எடுத்துக்கொள்ளாததால் உங்களுக்கு ஊட்டச்சத்துக் குறைவு ஏற்படும்.

இதனால் முதல் குழந்தையை விட்டு விலகி இருக்க வேண்டும் என்பது இல்லை. அதனை கூடவே வைத்துக்கொண்டு உங்களையும் நீங்கள் கவனித்துக் கொள்ள வேண்டும்.

"என்னுடைய முதல் பிரசவமே சிக்கலாக இருந்தது. அதனால் இரண்டாவது பிரசவமும் இவ்வாறு தான் இருக்குமா?"

முதலில் சிக்கலான கர்ப்பம் தான் ஏற்பட்டது என்றால் இராண்டாவதும் அவ்வாறு தான் இருக்க வேண்டும் என்பது இல்லை. தொற்று நோய் ஏற்படாமல் மட்டும் பார்த்துக்கொள்ள வேண்டும். புகைப்பிடித்தல், போதைப்பொருள்கள் சாப்பிடுதல் போன்றவை கூடவே கூடாது. உங்களுக்கு முதல் பிரசவத்தில் கிரானிக் நோயால் சிக்கல் ஏற்பட்டிருப்பின் மருத்துவரிடம் அதனைப் பற்றி கூறி விடுங்கள். ஏனெனில் அவர் முதலில் இருந்தே உங்களுக்குத் தேவையான சிகிச்சையை அளிப்பார். மேலும் சர்க்கரை

நோய், உயர் இரத்த அழுத்தம் இருப்பினும் மிகவும் எச்சரிக்கையாக இருக்க வேண்டும்.

மிகவும் சீக்கிரத்திலேயே அடுத்த கர்ப்பம் தரித்தல்

"நான் முதல் குழந்தை பிறந்த 10வது மாதத்திலேயே அடுத்த குழந்தைக்கான கர்ப்பம் தரித்து விட்டேன். இதனால் எனது இரண்டாவது குழந்தை ஆரோக்கியமானதாக பிறக்குமா?"

முதல் குழந்தை பிறந்த 10வது மாதத்திலேயே அடுத்த குழந்தை பிறப்பது சிரமம் தான். முதலில் உங்களை நீங்கள் மனதளவில் தயார் படுத்திக் கொள்ளுங்கள். இருந்தாலும் நீங்கள் கீழே கொடுக்கப்பட்டுள்ளவற்றில் கவனம் கொள்ளுங்கள்.

- கர்ப்பம் என்று தெரிந்தவுடனேவே பிரசவத்திற்குகான ஏற்பாட்டைச் செய்து கொள்ளுங்கள்.
- உங்களின் உணவு முறையில் அதிக கவனம் செலுத்துங்கள். மருத்துவரின் ஆலோசனையுடன் புரோட்டின், இரும்புச் சத்து, விட்டமின் மாத்திரைகளை அதிக அளவில் எடுத்துக் கொள்ளுங்கள். முதல் குழந்தைக்குத் தாய்ப்பால் கொடுத்து கொண்டிருக்கிறீர்கள் எனில் இன்னும் அதிக ஊட்டச்சத்துள்ள ஆகாரத்தை எடுத்துக் கொள்ளுதல் அவசியம்.
- எடையை அதிகப்படுத்துவதற்கு தேவையான உணவாக எடுத்துக் கொள்ளாமல் ஊட்டச்சத்து நிறைந்த உணவாக எடுத்துக் கொள்ளுங்கள். உங்களுக்குத் தேவையான கலோரி உணவு எடுத்துக் கொள்ளுங்கள்.
- முதல் குழந்தைக்கு தாய்ப்பாலை நிறுத்தி விட்டு பசும்பால் அல்லது புட்டிப்பால் கொடுக்க ஆரம்பித்திடுங்கள். இதனால் உங்களின் முதல் குழந்தை மற்றும் இரண்டாவது குழந்தையும் ஆரோக்கியமானதாகவே இருக்கும்.
- முதல் குழந்தை தூங்கக்கூடிய சமயத்திலேயே நீங்களும் ஒய்வு எடுத்துக் கொள்ளுங்கள். முதல் குழந்தையை இரவில் கவனிக்கும் பொறுப்பை உங்கள் கணவரிடம் ஒப்படைத்து விடுங்கள்.
- வீட்டுவேலை செய்வதற்கு யாரையாவது நியமித்திடுங்கள். இதனால் உங்களுக்கு ஓரளவு சிரமம் குறையும்.
- முதல் குழந்தையை கவனித்துக் கொள்ள அவர்களது தாத்தா, பாட்டியை ஊரிலிருந்து வரவழையுங்கள். புகைப்பிடிப்பது, மது அருந்துவது போன்றவற்றிலிருந்து நீங்கள் தள்ளியே இருங்கள்

பெரிய குடும்பம்

"நான் ஆறாவது முறையாக கர்ப்பம் தரித்துள்ளேன். இந்த முறை எனது குழந்தை ஆரோக்கியமானதாக பிறக்குமா?"

முதல் ஐந்து குழந்தைகள் ஆரோக்கியமாக பிறந்திருக்கும் பட்சத்தில் ஆறாவது குழந்தையும் ஆரோக்கியமாகவே பிறக்கும் என்பதில் சந்தேகம் இல்லை. இரட்டைக் குழந்தையாக மட்டும் இல்லாமல் இருந்தால் மிகவும் பாதுகாப்பானதே.

கீழ்கண்டவற்றில் நீங்கள் சிறிது கவனம் செலுத்திடுங்கள்.

ஓய்வு எடுங்கள் :-

தேவைக்கு அதிகமான அளவை விட நீங்கள் அதிக ஓய்வு எடுப்பது அவசியமாகும். முதல் ஐந்து குழந்தைகளின் கூடவே உங்களின் வயிற்றில் இருக்கும் குழந்தையும் கவனித்துக் கொள்ளுங்கள்.

உதவி பெறுங்கள் :-

வீட்டு வேலை செய்வதற்கு யாரையாவது நியமித்து விடுங்கள்; உங்களின் ஐந்து குழந்தைகளுக்கும் அவரவரே அவரவரது வேலையைச் செய்யது கொள்ளக் கற்றுக் கொடுத்து விடுங்கள்.

உணவு:-

உங்கள் ஐந்து குழந்தைக்கும் உணவு பரிமாருவதிலேயே உங்களின் கவனம் இருக்கும். இதற்குக் கூடவே நீங்களும் உங்களுக்கு தேவையான ஊட்டச்சத்துள்ள உணவை எடுத்துக்கொள்ள வேண்டியது அவசியம்.

எடை:-

அதிக குழந்தைகளைப் பெற்றெடுத்த பெண்கள் பெரும்பாலும் எடை அதிகமாக இருப்பர். எனவே மருத்துவரின் ஆலோசனையைப் பெற்று எடை குறைப்பதில் கவனம் செலுத்துங்கள்.

கருச்சிதைவு பிரச்சனை

"எனக்கு இரண்டு முறை கருக் கலைந்துவிட்டது. இதனால் என்னுடைய இந்த கர்ப்பத்தில் பிரச்சனை ஏதேனும் ஏற்படுமா?

முதல் மூன்று மாதத்திலேயே கருச்சிதைவு ஏற்பட்டிருப்பின் இந்த கர்ப்பத்தில் பிரச்சனை ஏற்பட வாய்ப்பு இல்லை. அதுவே 14 முதல் 27வது வாரத்திற்கு இடையில் கருக்கலைப்பு ஏற்பட்டிருப்பின் நீங்கள் எச்சரிக்கையுடன்

டாக்டரிடம் கூறுங்கள்

உங்களின் எந்த நோய் இருந்தாம் மருத்துவரிடம் அவசியம் கூறுங்கள். முதல் பிரசவம், மிஸ்காரேஜ், அபார்ஷன், சர்ஜரி, அல்லது வேறுசில பிரஒசனை. டாக்டரிடம் இவைபற்றி கூறினால் உலகனை நன்றாக பார்த்து கொள்வதில்

இருத்தல் அவசியம். மருத்துவரிடமும் இதைப்பற்றி முன்னரே அறிவித்து விடுங்கள்.

பிரி டெர்ம் பர்த்

"எனக்கு முதல் கர்ப்பம் பிரி-டெர்ம் பர்த் ஏற்பட்டது. ஆனால் அதற்கான சிகிச்சை முழுவதும் எடுத்துக் கொண்டேன். இதனால் அடுத்து ஏதாவது பிரச்சனை ஏற்படுமா?"

நீங்கள் முதலிலேயே சிகிச்சை எடுத்துக் கொண்டதற்காக வாழ்த்துகள். உங்களின் குழந்தை சரியான சமயத்தில் உங்களால் பிரசவிக்கப்பட்டுள்ளது.

நீங்களும் உங்களின் மருத்துவரும் இணைந்து நல்லதொரு காரியம் செய்து உங்கள் குழந்தைக்கு பிரிடெர்ம் பர்த் கொடுத்துள்ளீர்கள்.

உங்கள் மருத்துவரிடம் இந்த முறையும் இவ்வாறாக ஏற்படுவதற்கான வாய்ப்பு எவ்வளவு என்பதை கேட்டறியுங்கள். 16 முதல் 36வது வாரத்தில் பிரோஜெஸ்டிரன் ஹார்மோன் அதிகமான அளவில் கொடுக்கப்பட்டால் ஓரளவு பிரிடெர்ம் பர்த்திலிருந்து தப்பிக்கலாம். நீங்களும் உங்களின் மருத்துவரின் ஆலோசனையுடன் இதனை எடுத்துக் கொள்ளலாம்.

தேவைப்பட்டால் ஸ்கிரினிங் டெஸ்ட் செய்து செய்யுங்கள். ஸ்கிரினிங் டெஸ்டில் பாஸிடிவ் என்று வந்தால் உடனடியாக சிகிச்சை மேற்கொள்வது அவசியம்.

பேடல் பைபரினோசெடின் ( ) ஸ்கிரினில் பரிசோதனையில் யோனியின் புரோட்டின் அளவு தெரிந்து விடும். இதன் மூலமாக நெகடிவ் என்று தெரிய நேர்ந்தால் கவலைப்படத் தேவையில்லை. ஒருவேளை பாசிட்டிவ் என்று தெரிந்தால் சிசுவை உடனடியாக பிரசவிக்க வேண்டும்.

இரண்டாவது ஸ்கீரினிங் டெஸ்டினில் சர்விக்ஸின் நீளம் தெரிய வரும். அல்ட்ரா சவுண்டின் உதவிக் கொண்டு இதனை அளந்து விடுவர். உடனே மருத்துவர் உங்களை பெட் ரெஸ்டு எடுக்கச் சொல்லுவார்.

பரிசோதனை மூலமாக உங்களுக்கு ஒரு தெளிவு பிறக்கும்.

சர்விக்ஸ் குறைபாடு

"எனக்கு முதல் ஐந்தாவது மாதத்திலேயே மிஸ்கேரேஜ் ஏற்பட்டது. எனது மருத்துவர் சர்விக்ஸ் குறைபாட்டால் தான் ஏற்பட்டது எனக்கூறினார். இப்போது நான் மீண்டும் கர்ப்பம் தரித்துள்ளேன். எனக்கு மீண்டும் இந்த பிரச்சனை ஏற்படுமா?"

ஒருபோதும் மீண்டும் இந்த பிரச்சனை ஏற்படாது. ஏனெனில் உங்களின் மருத்துவர் இதற்கு உங்களுக்குத் தேவையான சிகிச்சையை இதுவரையில் அளித்திருப்பார். எனவே நீங்கள் இப்பொழுது ஒரு ஆரோக்கியமான குழந்தையைப் பெற்றுறெடுப்பீர்கள்.

ஒருவேளை நீங்கள் இதுவரை மருத்துவரிடம் கூறாமல் இருப்பின் உடனடியாகக் கூறி தகுந்த சிகிச்சையை மேற்கொள்ளுங்கள்.

இது நூறில் 1முதல் 2பேருக்கே ஏற்படுகிறது. இரண்டாவது மாதத்தில் பத்து சதவீதமும் ஐந்தாவது மாதத்தில் இருபது சதவீதமும் ஏற்படுகிறது. ஜெனிடிக் பலமற்ற தன்மை, சர்விக்ஸ்சின் மீது ஏற்படும் அழுத்தம், பையாப்சி, அறுவை சிகிச்சை போன்ற காரணிகளால் ஏற்படுகிறது. ஒருவேளை ஒரே ஒரு குழந்தை மட்டும் கர்ப்பத்தில் இருந்தால் மீண்டும் இந்த பிரச்சனை ஏற்படாது.

கர்ப்பிணிக்கு இரத்தப்பேர்க்குடன் கூடவே வலியும் ஏற்பட்டு மிஸ்கேரேஜ் ஏற்பட்டால் அது கண்டிப்பாக சர்விக்ஸ்சின் குறைபாடால் தான் ஏற்படும்.12முதல்22 வாரங்களுக்கிடையே சர்விக்ஸ் பிரச்சனை எனில் எடுத்து தைத்துவிடுவார்கள். சர்ஜரி செய்த ஒரு மணி நேரம் கடந்த பிறகு நீங்கள் உங்களின் பழைய நிலைமைக்கு திரும்பலாம். பிரசவ தேதிக்கு சிறிது நாட்களுக்கு முன்னரே ஸ்டிச் செய்த நூலினை உங்களின் மருத்துவர் எடுத்து விடுவார். இதனால் தொற்று நோய் ஏற்படுவதற்கான வாய்ப்பு இல்லை.

முதல் மூன்று மாதத்திற்குள், அதிகமான வலி, அழுத்தம், இரத்தப்போக்கு, யோனியில் எரிச்சல் போன்றவை இருந்தால் மருத்துவரை உடனடியாக அணுகுங்கள்.

ஆர்.எச். இரத்த வகை

"என்னுடைய இரத்தம் ஆர்.எச். நெகடிவ் பிரிவைச் சார்ந்தது ஆகும். எனவே என்னுடைய கர்பத்தில் பிரச்சனை ஏற்படுமா?"

இதில் நீங்கள் பயப்படுவதற்கு ஒன்றுமே இல்லை. உங்களின் குழந்தை முழு ஆரோக்கியத்துடன் இருக்கும்.

உங்களின் இரத்த வகை ஆர்.எச். நெகட்டிவ் எனில் குழந்தையைக் காப்பாற்றுவதில் என்ன சிரமம் ஏற்படப்போகிறது. ஆர்.எச்.ஃபேக்டர் ஒவ்வொருவரும் தங்களின் இரத்த வகையை தெரிந்து கொள்ளுவது அவசியம். இரத்தில் அதிகமான ஆர்.எச்.ஃபேக்டர் குறைவாக இருந்தால் அதனை ஆர்.எச் நெகட்டிவ் என்கிறோம். தாய் ஆர்.எச் நெகட்டிவ் ஆகவும் தந்தை ஆர்.எச். பாசிட்டிவ் ஆகவும் இருக்கும் பட்சத்தில் குழந்தை ஆர். எச். பாசிட்டிவ் ஆகப்பிறக்கும். இதனால் தாய்க்கு நோய் எதிர்ப்புச் சக்தி குறையும்.

எனவே தான் ஒவ்வொரு கர்ப்பிணிக்கும் இரத்த வகை பரிசோதனை செய்யப்படுகின்றது. தாய் தந்தை இருவருமே ஆர்.எச். நெகட்டிவ் எனில் குழந்தையும் ஆர்.எச். நெகட்டிவ் ஆகவே பிறக்கும். இதனால் தாய்க்கும் குழந்தைக்கும் எந்த பாதிப்பும் ஏற்படாது. ஆனால் தந்தை ஆர்.எச். பாசிட்டிவாக இருக்கும் போது குழந்தையும் ஆர்.எச்.பாசிட்டிவாகத் தான் பிறக்கும்.

முதல் கர்ப்பத்திலேயே இரத்த வகையில் பரிசோதனை செய்து தெரிந்து கொள்வதால் நன்மை ஏற்படுகின்றது.

உங்களின் பிரசவ ஃபுரோபைல் மற்றும் பிரி-டெர்ம் பர்த்

பிரசவ தேதி குறிப்பிட்ட 11 வாரங்களுக்கு முன்னரே குழந்தை பிறந்து விடுவதையே பிரிடெர்ம் பர்த் என்கிறோம். 12 சதவீதம் கர்ப்பினிகளுக்கு இது ஏற்படுவதாக ஆய்வுத் தகவல்

வெளியிடுகிறது.

இதிலிருந்து தப்பிப்பதற்கு நீங்கள் கீழ்க்காணும் சில முன்னெச்சரிக்கைகளை மேற்கொள்ள வேண்டும்.

எடைக்கட்டுப்பாடு

பிரிடெர்ம் பர்த் ஏற்படுவதற்கு முதல் காரணமே உடல் எடை அதிகமாக இருப்பது தான். எனவே உங்கள் எடை அதிகரிக்காமல் பார்த்துக் கொள்ளுங்கள்.

ஆரோக்கியக் குறைபாடு

உடல் எடை குறைய வேண்டும் என்பதற்காக ஆரோக்கிய உணவு சாப்பிடுவதை தவிர்ப்பதால் ஆரோக்கியக் குறைபாடு ஏற்படுகிறது. உடல் எடை அதிகரிக்காத வண்ணம் ஆரோக்கிய உணவு எடுத்துக் கொள்ளுவது அவசியம்.

அதிக நேரம் நிற்பது மற்றும் அதிக உடல் உழைப்பு

கர்ப்பத்தின் இறுதி மாதத்தில் நீங்கள் அதிக நேரம் நிற்கக்கூடாது. மேலும் மிகவும் சிரமமான வேலைகளையும் செய்தல் கூடாது. இதனால் ப்ரிடெர்ம் பர்த் ஏற்படுவதற்கான வாய்ப்பு மிக அதிகம்.

மன அழுத்தம்

மன அழுத்தம் கூட பிரிடெர்ம் பர்த் ஏற்படுதற்கான முதல் காரணியாக இருக்கின்றது. வீட்டில் ஏற்படும் சிறு சிறு பிரச்சனைகளோ அல்லது உறவினரின் இறப்போ கூட உங்களுக்கு மன அழுத்தத்தை கொடுக்கும். இந்த மன அழுத்தமானது உங்களின் கருவில் இருக்கும் குழந்தையைப் பாதித்து பிரிடெர்ம் பர்த் ஏற்படச் செய்யும்.

குடிப்பழக்கம்

குடிப்பழக்கம் உள்ள தாய்க்கு அதிகமாகவே பிரிடெர்ம் பர்த் ஏற்படுகின்றது.

புகைப்பழக்கம்

புகைப்பழக்கம் உள்ள தாய்க்கும் பிரிடெர்பர்த் ஏற்படுவதற்கான சாத்தியக்கூறுகள் அதிகம். எனவே கர்ப்பம் என்று தெரிந்த உடனேயே நீங்கள் உடனடியாக புகைப்பழக்கத்தை நிறுத்தி விட வேண்டும்.

ஈறுகளில் தொற்று நோய்

ஈறுகளில் ஏற்படுகின்ற தொற்று நோய் கூட பிரிடெர்ம்பர்த் ஏற்படக்கூடிய முக்கிய காரணி ஆகின்றது. பல் ஈறுகளில் தொற்றை ஏற்படுத்தக் கூடிய பாக்டீரியாக்கள் இரத்தத்தில் கலந்து விடுகின்றது. இதனால் இரத்தப்போக்கு ஆரம்பித்து பிரிடெர்ம் பர்த் ஏற்படுகின்றது.

பல் ஈறுகளை பாதிக்கின்ற பாக்டீரியா பற்களையும் வீணாக்கி விடுகின்றது. பல் ஈறுகளும் வீங்கி விடுகின்றது. எனவே நீங்கள் பல்லை கவனத்துடன் பராமரிக்க

உங்களின் பிரசவ ஃபுரோபைல் மற்றும் ஃபிரி-டெர்ம் பர்த்

பிரசவ தேதி குறிப்பிட்ட 11 வாரங்களுக்கு முன்னரே குழந்தை பிறந்து விடுவதையே பிரிடெர்ம் பர்த் என்கிறோம். 12 சதவீதம் கர்ப்பினிகளுக்கு இது ஏற்படுவதாக ஆய்வுத் தகவல் வெளியிடுகிறது.

இதிலிருந்து தப்பிப்பதற்கு நீங்கள் கீழ்க்காணும் சில முன்னெச்சரிக்கைகளை மேற்கொள்ள வேண்டும்.

எடைக்கட்டுப்பாடு

பிரிடெர்ம் பர்த் ஏற்படுவதற்கு முதல் காரணமே உடல் எடை அதிகமாக இருப்பது தான். எனவே உங்கள் எடை அதிகரிக்காமல் பார்த்துக் கொள்ளுங்கள்.

ஆரோக்கியக்குறைபாடு

உடல் எடை குறைய வேண்டும் என்பதற்காக ஆரோக்கிய உணவு சாப்பிடுவதை தவிர்ப்பதால் ஆரோக்கியக் குறைபாடு ஏற்படுகிறது. உடல் எடை அதிகரிக்காத வண்ணம் ஆரோக்கிய உணவு எடுத்துக் கொள்ளுவது அவசியம்.

அதிக நேரம் நிற்பது மற்றும் அதிக உடல் உழைப்பு

கர்ப்பத்தின் இறுதி மாதத்தில் நீங்கள் அதிக நேரம் நிற்கக்கூடாது. மேலும் மிகவும் சிரமமான வேலைகளையும் செய்தல் கூடாது. இதனால் ப்ரி=டெர்ம் பர்த் ஏற்படுவதற்கான வாய்ப்பு மிக அதிகம்.

மன அழுத்தம்

மன அழுத்தம் கூட பிரிடெர்ம் பர்த் ஏற்படுதற்கான முதல் காரணியாக இருக்கின்றது. வீட்டில் ஏற்படும் சிறு சிறு பிரச்சனைகளோ அல்லது உறவினரின் இறப்போ கூட உங்களுக்கு மன அழுத்தத்தை கொடுக்கும். இந்த மன அழுத்தமானது உங்களின் கருவில் இருக்கும் குழந்தையைப் பாதித்து பிரிடெர்ம் பர்த் ஏற்படச் செய்யும்.

குடிப்பழக்கம்

குடிப்பழக்கம் உள்ள தாய்க்கு அதிகமாகவே பிரிடெர்ம் பர்த் ஏற்படுகின்றது.

புகைப்பழக்கம்

புகைப்பழக்கம் உள்ள தாய்க்கும் பிரிடெர்பர்த் ஏற்படுவதற்கான சாத்தியக்கூறுகள் அதிகம். எனவே கர்ப்பம் என்று தெரிந்த உடனேயே நீங்கள் உடனடியாக புகைப்பழக்கத்தை நிறுத்தி விட வேண்டும்.

ஈறுகளில் தொற்று நோய்

ஈறுகளில் ஏற்படுகின்ற தொற்று நோய் கூட பிரிடெர்ம்பர்த் ஏற்படக்கூடிய முக்கிய காரணி

ஆகின்றது. பல் ஈறுகளில் தொற்றை ஏற்படுத்தக் கூடிய பாக்டீரியாக்கள் இரத்தத்தில் கலந்து விடுகின்றது. இதனால் இரத்தப்போக்கு ஆரம்பித்து பிரிடெர்ம் பர்த் ஏற்படுகின்றது.

பல் ஈறுகளை பாதிக்கின்ற பாக்டீரியா பற்களையும் வீணாக்கி விடுகின்றது. பல் ஈறுகளும் வீங்கி விடுகின்றது. எனவே நீங்கள் பல்லை கவனத்துடன் பராமரிக்க வேண்டும். அதற்கு தேவையான மருந்து மாத்திரைகளையும் எடுத்துக்கொள்ளுதல் வேண்டும்.

கர்ப்பம் தரிப்பதற்கு முன்னரே பல் சிகிச்சை மேற்கொள்வதே மிகவும் சிறந்தது ஆகும்.

சர்விக்ஸ் குறைபாடு

சர்விக்ஸ் மிகவும் பலவீனம் அடைவதல் கர்ப்பப்பையானது வெகு விரைவிலேயே திறந்து கொள்கின்றது. இதனால் பரிடெர்ம்பர்த் ஏற்படுகின்றது. இதனைத் தடுக்க அல்ட்ரா சவுண்ட் முறையில் பரிசோதனை செய்து சிகிச்சை மேற்கொள்ளப்படவேண்டும்.

குறைப்பிரசவம்

உங்களுக்கு முதல் பிரசவமே குறைப் பிரசவமாக இருந்தால் உங்களின் அடுத்த பிரசவத்தில் குறைப் பிரசவம் ஏற்படாமல் இருக்க புரோஜஸ்டிரான் கொடுக்கப்படும்.

கீழே கொடுக்கப்பட்டள்ள முன்னெச்சரிக்கைகளை கையாளுவது உங்களுக்கு அவசியம்.

இரட்டைக் குழந்தை

ஒரே சமயத்தில் ஒன்றுக்கு மேற்பட்ட குழந்தைகளுக்கு நீங்கள் தாயாகிறீகள் எனில் கர்ப்ப ஆரம்ப முதலிருந்து மிகவும் எச்சரிக்கை வேண்டும். முழு பிரசவ காலம் வரை அடிக்கடி மருத்துவரை அணுகவேண்டும்.

சர்விக்ஸ் பிரச்சனை

பல பெண்களுக்கு சர்விக்ஸ் பிரச்சனையால் குறை பிரசவம் ஏற்படுகின்றது. அல்ட்ரா சவுண்ட் மூலம் இதனை சரி செய்ய வேண்டும்.

கர்ப கால சிக்கல்

சர்கரைர நோய், உயர் வெப்ப அழுத்தம், கர்ப்ப காலத்தில் ஏற்பட்டால் உடனடி சகிச்சை மேற்கொள்ள வேண்டும்.

பரம்பரை வியாதி

இருதயம் சம்பந்தப்பட்ட வியாதி, கிட்னி, கல்லீரல் சம்மந்தப்பட்ட வியாதி உங்கள் பரம்பரையில் இருந்தால் சிகிச்சை மேற்கொள்ளுதல் அவசியம்.

தொற்றுநோய்

செக்ஸ் சம்பந்தப்பட்ட தொற்றுநோய்கள் ஏற்படுவதற்கான வாய்ப்பு அதிகமாக இருப்பதால் அவற்றில் நீங்கள் அதிக எச்சரிக்கையுடன் இருக்க வேண்டும்.

17 வயதிற்கு குறைவு

ஒருவேளை நீங்கள் 17 வயதிற்குக் குறைவாகவே கர்ப்பம் தரித்திரிந்தால் உங்களுக்கு அதிக சிக்கல்கள் ஏற்படுவதற்கான வாய்ப்பு உள்ளது. மேலும் ஆரோக்கிய குறைபாடும் ஏற்படுவதற்கான வாய்ப்பு உள்ளது

எயிட்ஸ் காண அர்த்தம்

"நானும் எனது கணவருமே உடல்உறவு கொள்வதற்கு முன்னால் வேறு ஒருவருடன் உடல்உறவு கொண்டுள்ளோம். இதனால் எயிட்ஸ் எங்களுக்கு ஏற்பட்டு இருக்குமா?"

எய்ட்ஸிற்கான வாய்ப்பு அதிக அளவில் உள்ளது. எனவே நீங்கள் இருவருமே எய்ட்ஸ் பரிசோதனை செய்து கொள்வது அவசியம். இதனால் உங்கள் கருவில் வளரும் குழந்தைக்குப் பாதிப்பு ஏற்படாது. ஒருவேளை எயிட்ஸ் பரிசோதனையில் பாஸிடிவ் என்று வந்தால் அதற்கான சிகிச்சை மேற்கொள்ள வேண்டும்.

"என்னை மருத்துவர் எச்.ஐ.வி பரிசோதனை செய்து கொள்ளச் சொன்ன போது நான் மிகவும் வருத்தப்பட்டேன். நான் ஒன்றும் அப்படிப்பட்ட பெண் இல்லை."

மருத்துவர்கள் பொதுவாகவே கர்ப்பிணிகள் எல்லோரையுமே கர்ப்பத்தின் ஆரம்பித்திலேயே எச்.ஐ.வி பரிசோதனை செய்யச் சொல்லுவார்கள். அவர்கள் யாரையும் சந்தேகப்பட்டுப் பரிசோதனை செய்யச் சொல்வது இல்லை. கருவில் இருக்கும் உங்கள் குழந்தைக்கு எந்தவித பாதிப்பும் ஏற்படக்கூடாது என்பதே அவர்களுக்கு எண்ணமாகும். மற்றபடி நீங்கள் தப்பாக எண்ண வேண்டாம்.

பழைய சிகிச்சை பற்றி அறிந்து கொள்ளுதல்

வேண்டும். அதற்கு தேவையான மருந்து மாத்திரைகளையும் எடுத்துக்கொள்ளுதல் வேண்டும்.

கர்ப்பம் தரிப்பதற்கு முன்னரே பல் சிகிச்சை மேற்கொள்வதே மிகவும் சிறந்தது ஆகும்.

கர்ப்ப நிலைமை மற்றும் தடுப்பூசி

கர்ப்ப காலத்தில் கர்பிணிகளுக்கு பலவிதமான தொற்றுநோய்கள் ஏற்படும். இவை அனைத்தையும் கர்பத்திற்கு முன்னரே கண்டறிந்து தடுத்து விடலாம். எம்.எம்.ஆர் ஸ்கேன் போன்ற பல நவீன கண்டறியும் கருவிகள் மூலம் எல்லா தொற்று நோய்களும் வெளிக் காட்டப்படும். ஒவ்வொரு கர்ப்பிணிக்கும் டெட்டனஸ், டிப்தீரியா, ஹெபடைடிஸ் போன்ற நோய்த் தடுப்பூசிகள் கொடுத்து அவர்களைத் தொற்று நோயிலிருந்து காப்பாற்றலாம்.

சர்விக்ஸ் குறைபாடு

சர்விக்ஸ் மிகவும் பலவீனம் அடைவதல் கர்பப்பையானது வெகு விரைவிலேயே திறந்து கொள்கின்றது. இதனால் பரிடெர்ம்பர்த் ஏற்படுகின்றது. இதனைத் தடுக்க அல்ட்ரா சவுண்ட் முறையில் பரிசோதனை செய்து சிகிச்சை மேற்கொள்ளப்படவேண்டும்.

குறைப்பிரசவம்

உங்களுக்கு முதல் பிரசவமே குறைப் பிரசவமாக இருந்தால் உங்களின் அடுத்த பிரசவத்தில் குறைப் பிரசவம் ஏற்படாமல் இருக்க புரோஜஸ்டிரான் கொடுக்கப்படும்.

கீழே கொடுக்கப்பட்டுள்ள முன்னெச்சரிக்கைகளை கையாளுவது

உங்களுக்கு அவசியம்.

இரட்டைக் குழந்தை

ஒரே சமயத்தில் ஒன்றுக்கு மேற்பட்ட குழந்தைகளுக்கு நீங்கள் தாயாகிறீகள் எனில் கர்ப்ப ஆரம்ப முதலிருந்து மிகவும் எச்சரிக்கை வேண்டும். முழு பிரசவ காலம் வரை அடிக்கடி மருத்துவரை அணுகவேண்டும்.

சர்விக்ஸ் பிரச்சனை

பல பெண்களுக்கு சர்விக்ஸ் பிரச்சனையால் குறை பிரசவம் ஏற்படுகின்றது. அல்ட்ரா சவுண்ட் மூலம் இதனை சரி செய்ய வேண்டும்.

கர்ப கால சிக்கல்

சர்கரைர நோய், உயர் வெப்ப அழுத்தம், கர்ப்ப காலத்தில் ஏற்பட்டால் உடனடி சகிச்சை மேற்கொள்ள வேண்டும்.

பரம்பரை வியாதி

இருதயம் சம்பந்தப்பட்ட வியாதி, கிட்னி, கல்லீரல் சம்மந்தப்பட்ட வியாதி உங்கள் பரம்பரையில் இருந்தால் சிகிச்சை மேற்கொள்ளுதல் அவசியம்.

தொற்றுநோய்

செக்ஸ் சம்பந்தப்பட்ட தொற்றுநோய்கள் ஏற்படுவதற்கான வாய்ப்பு அதிகமாக இருப்பதால் அவற்றில் நீங்கள் அதிக எச்சரிக்கையுடன் இருக்க வேண்டும்.

17 வயதிற்கு குறைவு

ஒருவேளை நீங்கள் 17 வயதிற்குக் குறைவாகவே கர்ப்பம் தரித்திரிந்தால் உங்களுக்கு அதிக சிக்கல்கள் ஏற்படுவதற்கான வாய்ப்பு உள்ளது. மேலும்

கேஸ்டிக் பயபாஸிற்கு பிறகு கர்ப்பம்

எடை குறைந்த பிறகு நீங்கள் கர்ப்பம் தரித்திருப்பதற்கு முதலில் வாழ்த்துக்கள். கேஸ்டிக் பயபாஸிற்கு பிறகு கர்ப்பம் தரிப்பது என்பது சாதாரணமான விஷயம் அல்லவே. சர்ஜரி செய்து கொண்ட 12 முதல் 18 வாரங்களுக்கு பிறகு தான் கர்ப்பம் தரிக்க வேண்டும். கீழ்காணும் சிலவற்றில் நீங்கள் முன்னெச்சரிக்கையாக இருக்க வேண்டும்.

- கேஸ்டிக் பயபாஸ் செய்த மருத்துவர் மற்றும் பிரசவ நல மருத்துவர் இருவருமே உங்களுக்கு உதவி செய்ய வேண்டும்.
- விட்டமின், மினரல்ஸ், கால்சியம், இரும்புச்சத்து, பி12, தாதுப்பொருட்கள் மிகச் சரியான அளவில் இருத்தல் அவசியம்.
- திடீரென்று உங்களின் எடை அதிகரிக்கவே கூடாது. சிறிது சிறிதாகவே எடையானது அதிகரிக்க வேண்டும்.
- நீங்கள் சிறிதளவே சாப்பிட்டாலும் அது ஊட்டசத்துள்ள உணவாகத் தான் இருக்க வேண்டும்.
- வயிற்றில் வலியோ, இரத்தப்போக்கோ இருந்தால் உடனடியாக மருத்துவரை அணுகவும்.

ஆரோக்கிய குறைபாடும் ஏற்படுவதற்கான வாய்ப்பு உள்ளது

உங்களுக்கு சிகிச்சைக்கான முன் யோசனை

ரூபெலா ஆன்டிபாடி லெவல்

"நான் குழந்தையாக இருந்தபோது ரூபெலாவால் பாதிக்கப்பட்டேன். ஆனால் இப்போது நான் கர்ப்பம் தரித்திருக்கும் நிலைமையில் என்னுடைய ரூபெலா ஆன்டி பாயாடிக் நிலைமை எப்படி இருக்கும். நான் என்ன செய்ய வேண்டும்?"

நீங்கள் ரூபெலாவைப் பற்றிக் கவலைப்பட வேண்டியது இல்லை. நீங்கள் குழந்தையாக இருந்த போது தானே அந்த நோய் உங்களைப் பாதித்தது. இப்போது அதற்கான நவீன சிகிச்சை முறைகள் நிறைய வந்துவிட்டன.

கேஸ்டிக் பயபாஸிற்கு பிறகு கர்ப்பம்

எடை குறைந்த பிறகு நீங்கள் கர்ப்பம் தரித்திருப்பதற்கு முதலில் வாழ்த்துக்கள். கேஸ்டிக் பயபாஸிற்கு பிறகு கர்ப்பம் தரிப்பது என்பது சாதாரணமான விஷயம் அல்லவே. சர்ஜரி செய்து கொண்ட 12 முதல் 18 வாரங்களுக்கு பிறகு தான் கர்ப்பம் தரிக்க வேண்டும். கீழ்காணும் சிலவற்றில் நீங்கள் முன்னெச்சரிக்கையாக இருக்க வேண்டும்.

- கேஸ்டிக் பயபாஸ் செய்த மருத்துவர் மற்றும் பிரசவ நல மருத்துவர் இருவருமே உங்களுக்கு உதவி செய்ய வேண்டும்.
- விட்டமின், மினரல்ஸ், கால்சியம், இரும்புச்சத்து, பி12, தாதுப்பொருட்கள் மிகச் சரியான அளவில் இருத்தல் அவசியம்.
- திடீரென்று உங்களின் எடை அதிகரிக்கவே கூடாது. சிறிது சிறிதாகவே எடையானது அதிகரிக்க வேண்டும்.
- நீங்கள் சிறிதளவே சாப்பிட்டாலும் அது ஊட்டசத்துள்ள உணவாகத் தான் இருக்க வேண்டும்.
- வயிற்றில் வலியோ, இரத்தப்போக்கோ இருந்தால் உடனடியாக மருத்துவரை அணுகவும்.

உடல் பருமன்

"என்னுடைய எடை கிட்டத்தட்ட 60 பவுண்ட் ஆகும். இதனால் என்னுடைய கர்ப்பத்திற்கு ஏதேனும் பாதிப்பு ஏற்படுமா?"

உண்மையைக் கூறவேண்டுமெனில் உடல் பருமனுள்ள பெண்கள் தான் ஆரோக்கியமான குழந்தையைப் பெற்று எடுக்கிறார்கள். உடல் பருமனால் உடல் நிலைக்கு தீங்கு ஏற்படும் மற்றும் கர்ப்பத்திலும் பிரசவத்தின் ஏற்படுத்தும். மேலும் உயர் இரத்தஅழுத்தம், சர்க்கரை நோய் போன்றவை ஏற்படும். மேலும் உடல் பருமனுள்ள பெண்களுக்கு ஒவ்யூலேசன் மாறுபடுவதால் பிரசவத்தை தேதி குறிப்பிடும்பொழுது மாற்றம் ஏற்படும். மருத்துவரும் கருவின் வளர்ச்சி மற்றும் இதயத்துடிப்பைக் கொண்டே சரியான தேதியை கண்டறிய முடியும்.

உங்களுக்கும் சிசுவின் துடிப்பானது பல மாதங்கள் கழித்தே உணரமுடியும்.

மருத்துவருக்கும் கருவை கண்டறிவதில் சிரமம் ஏற்படும்.

சிசுவின் எடையானது அதிக அளவில் இருப்பின் பிரசவத்தில் சிக்கல் ஏற்படும். பல சமயங்களில் ஆபரேஷன் மூலமாகவே குழந்தை பிறக்கும்.

ஆபரேஷனால் ஏற்படும் பக்க விளைவுகளைப் பற்றி நீங்கள் தெரிந்து வைத்திருப்பீர்கள். முதுகு வலி, கழுத்து வலி, வெரிகோஸ் வெயின்ஸ், இரத்தம் கட்டுதல் போன்ற பக்க விளைவுகளை ஏற்படுத்தும்.

பயப்படாதீர்கள். நீங்கள் மற்றும் உங்கள் மருத்துவரும் இணைந்து இவற்றை தடுக்க முயற்சி மேற்கொள்ளுங்கள்.

கர்ப்பத்தின் ஆரம்ப நாட்களிலேயே அலட்ரா சவுண்ட் மூலமாக பிரசவ தேதியைத் தெரிந்து வைத்துக் கொண்டு குளுகோஸ் டாலரன்ஸ் டெஸ்டு மற்றும் ஸ்கிரினிங் மூலமாக கருவளர்ச்சியை சோதனை செய்து கொண்டிருங்கள். பிரசவநேரத்தில் நான் ஸ்டேஸ் செய்து குழந்தையின் இருப்பிடத்தை கண்டறியலாம்.

நீங்கள் புகைப்பிடிக்கும், போதை பொருள்களின் பழக்கம் கொண்டவர் எனில் அதனை முழுவதுமாக விட்டுவிடுங்கள். உங்கள் எடையை அதிகரிப்பதில் இவற்றிற்கும் பங்கு உண்டு.

நீங்கள் உங்களுக்கு தேவைப்படுகின்ற கலோரி அளவு உள்ள உணவை மட்டும் எடுத்துக் கொள்ளுங்கள். உங்களுக்கு விட்டமின், புரோட்டீன், இரும்புச்சத்து, தாதுப்பொருள்கள் சம அளவில் இருத்தல் அவசியம். கூடவே கால்சியம் மற்றும் இரும்புச்சத்து உள்ள மாத்திரைகளைப் போடுதல் அவசியம். தேவையான அளவு உடற்பயிற்சி மேற்கொள்ளுதல் அவசியம்.

இதற்குப் பிறகும் மேலும் பிரச்சனை எதுவும் ஏற்படாமல் இருக்க எடையைக் குறைப்பதே நல்லது.

உடல் எடை குறைவு

"நான் மிகவும் ஒல்லியாக இருக்கிறேன். இதனால் என்னுடைய கர்ப்பத்திற்கு எந்த பாதிப்பும் ஏற்படுமா?"

நீங்கள் உங்களின் எடையை அதிகரிக்க முயற்சி மேற்கொள்ள வேண்டும். தேவையான எடையை விட உங்கள் எடை குறைந்து காணப்பட்டால் குழந்தைக்கான ஊட்டசத்து சென்றடையாது. இதனால் எடை குறைந்த குழந்தை உங்களுக்கு பிறக்கும்.

பச்சைக்காய்கறிகள், பழங்கள் நீங்கள் அதிகமாக சாப்பிட வேண்டும்.

தேவைப்பட்டால் உங்களுக்கு மருத்துவர் எடை அதிகரிக்க மாத்திரை கொடுக்கலாம்.

நியமனம் செய்யப்படாத உணவு

"நான் கடந்த 10 வருடங்களாக புலிமியாவால் பாதிக்கப்பட்டுள்ளேன். கர்ப்பத்தின் போது இது சரியாகிவிடும் என்று நினைத்தேன். ஆனால் சரியாகவில்லை. எனவே எனது கருவிற்கு பாதிப்பு ஏற்படுமா?"

உங்களின் உடலின் ஊட்டசத்துக் குறைபாட்டினால் பல வருடங்களாகவே புலிமியாவில் பாதிக்கப்பட்டிருக்கிறீர்கள். எனவே ஊட்டசத்து குறைபாடுகளை நீங்கள் நீக்குவது அவசியம். இதனால் உங்களுக்கு மாதவிடாய் சுழற்சி கூட சரியில்லாமல் இருந்திருக்கலாம். இப்பொழுது இருக்கும் நிலைமையில் கீழ்க்காணும் விஷயங்களில் கவனம் கொள்ளுதல் அவசியம்.

- நீங்கள் ஊட்டச்சத்து உள்ள உணவை உட்கொண்டால் தான்

35 வயது ஒரு மேஜிக்

35 வயதைக் கடந்த பெண்கள் கர்ப்பம் தரிப்பது ஆச்சர்யமானதே. எனவே ஸ்கிரினிங் டெஸ்ட் அவர்களுக்கு மிக மிக அவசியமானது.

35 வயதிற்கு கீழே உள்ளவர்களுக்கு வராத நோய் கூட இவர்களுக்கு புதிது புதிதாய் தோன்றும் வாய்ப்பு உண்டு.

உங்கள் குழந்தை ஆரோக்கியமானதாக பிறக்கும்.

- உங்கள் மருத்துவரிடம் ஆரம்பத்திலேயே இதைப் பற்றிக் கூறிவிடுங்கள்.
- புலிமியா சிறப்பு வைத்தியரை சந்தித்து ஆலோசனை பெறுங்கள்.
- புலிமியாவிற்காக உட்கொள்ளும் மருந்தால் கருவிற்கு பாதிப்பு ஏற்படலாம். எனவே மருத்துவரின் ஆலோசனை இன்றி எந்த ஒரு மருந்தையும் உண்ணாதீர்கள்.
- புலிமியாவால் கருச்சிதைவு ஏற்படவும் வாய்ப்பு உண்டு.
- உங்களின் எடை குறைவதால் உங்களின் கருவின் ஆயுட்காலமும் குறையும்.
- கர்ப்ப காலத்தில் எடை அதிகரிக்க வேண்டுமே தவிர எடை குறையக்கூடாது.
- உங்களின் வயிற்றின் வடிவமே உங்களின் குழந்தை சரியான எடையுடன் வளர்கிறது என்பதைக் காட்டும்.
- உங்களின் எடையை அதிகரிப்பதில் எந்த சிரமும் இல்லை. உங்களின் உடல் அழகு குறைந்து விடும் என நினைத்து சரிவிகித உணவு உட்கொள்ளாமல் இருக்காதீர்கள்.
- நீங்கள் பசியுடன் இருந்தால் வயிற்றில் வளரும் உங்கள் கருவும் பசியுடன் இருக்கும். உங்கள் கருவின் வளர்ச்சி உங்களின் சரிவிகித உணவைப் பொறுத்தே அமையும். சாப்பிட்டால் வாந்தி ஏற்படும் என்று நீங்கள் சாப்பிடாமலேயே இருப்பது உகந்தது அல்ல.
- உடல் பயிற்சி மூலம் எடையை அதிகரிக்கலாம். அதிக சிரமம் உள்ள உடற்பயிற்சி செய்யத் தேவையில்லை.
- பிரசவத்திற்கு பிறகு உடல் எடை குறையாது. உங்களின் பழைய உடல் அமைப்பை பெற நீங்கள் உடற்பயிற்சி செய்தல் வேண்டும். குழந்தைக்கு பாலூட்டும் போது அதற்கு தேவையான ஊட்டசத்துகளை வழங்கும் விதமாக உங்களின் சாப்பாட்டு விகிதம் இருத்தல் அவசியம். உங்களின் எடைக்குறைப்பு திட்டத்தின் கீழ் பாவம் அந்த இளம் சிசுவைத் தண்டித்து விடாதீர்கள்.
- கர்ப்ப காலத்தில் உங்களுடனேயே வளர்ந்த சிசு பிறந்த பிறகும் அதற்கு நீங்கள் தான் பொறுப்பு. கர்ப்பத்தில் இருக்கும் போது அதனை எப்படி வளர்க்க வேண்டும் என்று கற்பனை செய்து வைத்திருப்பீர்கள். அதனை எல்லாம் இப்பொழுது நடைமுறைப்படுத்துவது உங்கள் கையில் தான் உள்ளது.

35 வயது ஒரு மேஜிக்

35 வயதைக் கடந்த பெண்கள் கர்ப்பம் தரிப்பது ஆச்சர்யமானதே. எனவே ஸ்கிரினிங் டெஸ்ட் அவர்களுக்கு மிக மிக அவசியமானது.

35 வயதிற்கு கீழே உள்ளவர்களுக்கு வராத நோய் கூட இவர்களுக்கு புதிது புதிதாய் தோன்றும் வாய்ப்பு உண்டு.

35 வயதிற்கு பிறகு தாய்மை அடைதல்

"நான் எனது 38வது வயதில் கர்ப்பம் தரித்து உள்ளேன். இதனால் எனது குழந்தைக்கு பாதிப்பு ஏற்படுமா?"

35 வயதுக்கு மேலேயும் அதிக பெண்கள் கர்ப்பம் தரிக்கின்றனர். உங்களுக்கே இது கர்ப்பம் தரிப்பதற்கான சரியான வயது இல்லை என்பது தெரியும். ஆனாலும் இதனையே பலரும் செய்கின்றனர். இதனால் கர்ப்ப காலத்தில் ஏற்படக்கூடிய பல சிக்கல்களுக்கிடையே இன்னும் பல சிக்கல்களும் உருவாகக் காரணம் காட்டி விட்டீர்கள். வயது அதிகமாக அதிகமாக இன்னும் பல சிக்கல்கள் கூடுமே தவிரக் குறையாது.

முதலில் 38வயதில் கர்ப்பம் தரிப்பது என்பதே சிரமம் தான். ஆனாலும் நீங்கள் கர்ப்பம் தரித்து இருக்கிறீர்கள் என்பதை பாராட்டவே வேண்டும். ஆனால் நீங்கள் ஒன்று, இரண்டல்ல பல பிரச்சனைகளை சந்திக்க வேண்டியதாய் இருக்கும். உங்களுக்கு டவுன் சின்ட்ரோம் பாதித்த குழந்தை பிறப்பதற்கான சாத்தியக்கூறுகள் மிகவும் அதிகம். 25வயதுள்ள பெண்களில் 1250 பேரில் ஒருவருக்கும், 30வயதுள்ள பெண்களில் 1000ம் பேரில் 3பேருக்கும், 35வயதுள்ள பெண்களில் 500ல் ஒருவருக்கும் இந்த மாதிரி டவுன் சின்ட்ரோம் பாதித்த குழந்தை பிறக்கின்றது.

மேலும் குரோமோசோமின் எண்ணிக்கையிலும் குறைவு ஏற்படும். உங்களுக்கே 38வயது எனில் உங்கள் கணவருக்கு கண்டிப்பாக 40வயதுக்கு மேலே தான் இருக்கும். இதனால் அதிக பாதிப்பு உண்டு. ஆகையால் கர்ப்ப கால ஆரம்பத்திலேயே ஸ்கேன் செய்து கொள்வது சிறந்தது.

உங்களின் வயது அதிகமாக இருப்பதால் உங்களின் எடையும் அதிகரித்தே இருக்கும். எடை அதிகரிப்பால் உயர் இரத்த அழுத்தம் ஏற்படும். சாக்கரை நோய் ஏற்படும். சீக்கிரமாகவே கருச்சிதைவு ஏற்படும் அல்லது குறைப்பிரசவம் ஏற்படும்.

பிரசவ நேரத்தில் கூட பிரவச வலியின் நேரமானது அதிகமாகவே இருக்கும் இல்லையேல் ஆபரேஷன் செய்தே குழந்தையை வெளியில் எடுக்க வேண்டியதாய் இருக்கும். ஒருவேளை உங்களின் எடை சரியானதாக இருப்பின் இதைப் பற்றியெல்லாம் நீங்கள் கவலைப்பட வேண்டியது இல்லை.

இந்த விஷயங்களைத் தவிர டவுன் சின்டிரோம் பற்றியே நீங்கள் மிகவும் எச்சரிக்கையோடு இருப்பது அவசியம். அதிக வயதிற்குப் பின் கர்ப்பம் தரிக்கும்

கர்ப்ப நிலைமை மற்றும் சிங்கிள் மதர்

கர்ப்பத்தில் நீங்கள் ஒரே ஒரு குழந்தையைத் தான் சுமக்கின்றீர்கள் எனில் நீங்கள் ஒரு சிங்கிள் மதர். உங்களுக்கு உதவிக்கு யாரும் தேவையில்லை என்பது இல்லை. உங்களின் தோழிகள் அல்லது ஆலோசனையாளர்கள் அல்லது நல்ல அலுவலக நண்பர்களைக் கூட நீங்கள் உதவிக்கு அழைத்துக் கொள்ளலாம். அவர்கள் உங்களின் ஒவ்வொரு பிரச்சனையிலும் உங்களுக்கு ஈடுகொடுக்கக் கூடியவராக இருத்தல் நலம்.

பெண்களுக்கு தீர்க்க முடியாத நோய்ப் பிரச்சனை ஏற்படும் வாய்ப்பு உண்டு. சிறந்த சிகிச்சை மற்றும் பராமரிப்பால் ஓரளவு தடுக்க முடியும்.

நீங்களும் உங்களை மிகவும் எச்சரிக்கையோடு கவனித்துக்கொள்ள வேண்டும். மன முதிர்ச்சி அதிகமாகவே உங்களுக்கு இருப்பதால் எந்த சிக்கல் உங்களுக்கு வந்தாலும் நீங்கள் சமாளிப்பீர்கள்.

ஆகையால் 35வயதில் கர்ப்பம் அடைந்ததைப் பற்றி கவலைப்படத் தேவையில்லை.

தந்தையின் வயது

"என் வயது 31 ஆனால் எனது கணவர் வயது 50 என் குழந்தையை பாதிக்குமா?"

இது வரை பாதிப்பு இல்லை என்றே கூறி வந்தார்கள் ஆனால் இருபதாம் நூற்றாண்டின்ஆராய்சியாளர்கள் குழந்தைக்கு பாதிப்பு ஏற்படும் என்றே கூறிகின்றனர். ஏனெனில் குாந்தையின் விந்தணுவைப் பொறுத்து குழந்தை ஆணா பெண்ணா என அமைகிறது. மேலும் விந்தணுவின் நிலைத் தன்மை குறைவதால் கருச்சிதைவு மற்றும் குறைப்பிரசவம் ஏற்படவும் அதிக வாய்ப்பு உள்ளது. மேலும் 50 சதவீதம் டவுன் சின்ட்ரோமால் பாதிக்கப்பட்ட குழந்தை பிறக்க வாய்ப்பு உள்ளது.

கர்ப்பத்தின் ஆரம்பத்திலேயே ஸ்கீரினிங் செய்துவிடுவது நல்லது. இதில் எவ்வித பிரச்சனையும் இல்லை எனில் நீங்கள் கவலை இல்லாமல் இருக்கலாம். உங்களுக்கு எம்மியோசென்டினஸ் செய்வதற்கான அவசியம் இல்லை.

கர்ப்ப நிலைமை மற்றும் சிங்கிள் மதர்

கர்ப்பத்தில் நீங்கள் ஒரே ஒரு குழந்தையைத் தான் சுமக்கின்றீர்கள் எனில் நீங்கள் ஒரு சிங்கிள் மதர். உங்களுக்கு உதவிக்கு யாரும் தேவையில்லை என்பது இல்லை. உங்களின் தோழிகள் அல்லது ஆலோசனையாளர்கள் அல்லது நல்ல அலுவலக நண்பர்களைக் கூட நீங்கள் உதவிக்கு அழைத்துக் கொள்ளலாம். அவர்கள் உங்களின் ஒவ்வொரு பிரச்சனையிலும் உங்களுக்கு ஈடுகொடுக்கக் கூடியவராக இருத்தல் நலம்.

ஜெனிடிக் ஆலோசனை

"எனக்கு ஜெனிடிக் நோய் உண்டா இல்லையா என்பது தெரியாது. ஆனாலும் எனக்கு ஜெனிடிக் அறிவுரை வேண்டும்?""

தாய் தந்தையர் இருவரும் செய்யும் தவறு கருவைப் பாதிக்கும். கர்ப்பதின் முன்பே தாய் தந்தை இருவரும் ஜெனிடிக் அறிவுரை எடுத்துக் கொள்ளுவது அவசியம். இதனால் ஜெனிடிக் நோய் இருப்பது தெரியவந்தால் உடனடி சிகிச்சை அளிக்கப்படும். ஒருமுறை யூரோப்பிய தம்பதிகள் வந்தபோது அவர்களுக்கு சிஸ்டிக்ஸ் ஃபைபரோஸிஸ் பரிசோதனை செய்யவேண்டுமென அறிவுரை வழங்கப்பட்டது.அதேபோல மற்றொருக்கு டேஷேக் பரிசோதனை செய்யப்பட்டது. ஒருவேளை இதைப்போல ஜெனிடிக் சம்பந்தப்பட்ட பிரச்சனை இருக்க வாய்ப்பு உண்டு. கருப்பு இனத்தவர்களுக்கு சிக்கல் செஸ் எனிமியா டடெஸ்ட் என்ற பரிசோதனை செய்யப்படுகின்றது.

மனைவிக்கு செய்யும் ஜெனிட்டிக் பரிசோதனையின் போது பாசிடிவ் வந்துவிட்டால் கணவருக்கும் ஜெனிடிக் பரிசோதனை செய்ய வேண்டும்.

நீங்கள் உங்கள் பரம்பரையில் உள்ளவர்களைப் பற்றி முழுவிவரம் தெரிந்து வைப்பது மிக அவசியம்.

சாதாரணமாக தாய் தந்தையருக்கு ஜெனிடிக் ஆலோசனை வழங்கப்படகிறது. கீழே சில ஆலோசனை கொடுக்கப்பட்டுள்ளது.

- ஜெனிடிக் வியாதியால் பாதிக்கப்பட்ட தம்பதிகளின் குழந்தைக்கும் ஜெனிடிக் நோய் வரும் அபாயம் உள்ளது.
- மூன்றில் ஒருவருக்கு இதனால் கருச்சிதைவு ஏற்படுகின்றது
- டி.என்.ஏ. மூலக்கூறு பரிசோதனையால் ஜெனடிக் சந்தேகத்தைத் தீர்த்துக் கொள்ளலாம்.
- சில தாய் தந்தையருக்கு பிறவியிலேயே ஜெனிடிக் நோய் இருக்கும்.
- ஸ்கிரீனிங் டெஸ்ட் மூலமாக தாய்க்குப் பரிசோதனை செய்யப்படுகிறது.
- நெருங்கிய உறவில் திருமணம் செய்யப்படுவோருக்கு ஜெனிடிக் பிரச்சனை ஏற்படுவதற்கு மிக அதிக வாய்ப்பு உள்ளது.

கர்ப்பம் தரிப்பதற்கு முன்பே ஜெனிடிக் பரிசோதனை செய்வது அவசியம். இதனால் நீங்கள் ஒரு ஆரோக்கியமான குழந்தையைப் பெற்றெடுக்க முடியும். ஜெனிடிக் ஆலோசனையால் பல தம்பதிகள் பயன்பெறுகின்றார்.

"நான் மற்றும் எனது கணவர் கருச்சிதைவைப் பற்றிக் கவலைப்படவில்லை. எனது வயது 37 குழந்தை பிறப்பதற்கு முன்பே நான் ஏன் பல பரிசோதனை செய்ய வேண்டும்?"

உங்களுக்கு செய்யப்படும் பரிசோதனையால் நீங்கள் ஆரோக்கியமான குழந்தையைப் பெறுவீர்கள்.

ஒருவேளை பரிசோதனையில் ஏதேனும் சிக்கல்கள் இருப்பது தெரியவரின் கருக்கலைப்பு செய்வது நல்லது. இவ்வாறு செய்யாமல் தங்களுக்குக் குழந்தை பிறந்த பிறகு அது ஸ்பெஷல் சைல்டு ஆக இருந்தால் என்ன செய்வீர்கள்.

முன்னரே செய்யப்படும் இப்பரிசோதனையால் தாய் தந்தை இருவருக்குமே மனஉளைச்சல் ஏற்படாது. மேலும் அவர்களுக்குத் தேவையான சிகிச்சையும் மேற்கொள்வர்.

மருத்துவர் உங்களுக்கு பரிசோதனை செய்ய வேண்டும் எனக் கூறியவுடன் அதை மறுக்காமல் அவருக்கு ஒத்துழையுங்கள்.

பிரசவத்திற்கு முன்பே எதிர்பார்ப்பு

"பெண்ணா, ஆணா, சிகப்பா, கருப்பா, அழகா, அழகில்லையா, அதன் முகம் அப்பாவைப் போன்றதா, அம்மாவைப்போன்றதா நீலக் கண்களா, குரல் இனிமையாக இருக்குமா என இவ்வாறாகப் பல எதிர்பார்ப்பு தாய் தந்தையருக்கு எழக்கூடும். ஆனால் எல்லா தாய் தந்தையாரும் ஒன்றை மட்டும் மறந்துவிடுகிறார்கள். அந்தக் குழந்தை ஆரோக்கியமாக இருக்குமா என்பதை பற்றி யோசிக்க மறந்து விடுகிறார்கள்".

கரு உருவானது உடனேயே அதன் ஆரோக்கியத்தைப் பற்றி அறிவது இயலாது. ஆனால் நான்காம் மாதத்திற்குப் பிறகு செய்யப்படும் ஸ்கீரினிங் பரிசோதனையால் தெரிந்து கொள்ளலாம். இந்தப் பரிசோதனையால் தாய்க்கும், கருவிற்கும் எவ்வித பாதிப்பும் ஏற்படாது.

சி.வி.எஸ் மற்றும் அமனியோ போன்ற அல்ட்ரா சவுண்ட் போன்ற பரிசோதனை எல்லோருக்கும் தேவைப்படுவது இல்லை. யாருக்கெல்லாம் பரிசோதனையில் நெகடிவ் என வருகிறதோ அவருக்கு மட்டும் அட்வான்ஸ் டெஸ்ட் செய்ய வேண்டும். யாருக்கெல்லாம் அட்வான்ஸ் டெஸ்ட் தேவைப்படுகின்றது என்பது கீழே கொடுக்கப்பட்டுள்ளது.

❖ 35 வயதிற்கு மேற்பட்ட கர்ப்பிணிகள்.

❖ குடும்பத்தில் ஜெனிடிக் நோய் உள்ளவர்கள்.

❖ தொற்றுநோய் பாதிக்கப்பட்ட கர்ப்பிணிகள் (ரூபெல்லா, டெட்டனஸ்)

❖ முதலில் கருச்சிதைவு ஏற்பட்டவர்கள்.

❖ ஸ்கிரீனிங் பரிசோதனையில் பாசிடிவ் என்ற பதில் வந்தவர்கள்.

❖ 17 வயதுக்கு குறைவானவர்கள்.

எனவே கர்ப்பிணிகள் கர்ப்பம் என்று தெரிந்த உடனேயே பரிசோதனை செய்து கொள்வது அவசியம் ஆகும். இதனால் ஆரோக்கியமான குழந்தை பிறக்கும்.

முதல் மூன்று மாதம்

முதல் மூன்று மாதத்தில் அல்ட்ராசவுண்ட்

இது என்ன? இது ஒரு சாதாரணமான ஸ்கீரினிங் டெஸ்ட். இதில் கருத்துடிப்பை காதால் கேட்கலாம். எக்ஸ்ரே எடுக்காமல் ரோனோசிராபின் மூலமாக நீங்கள் காதில் கேட்கலாம். சில சமயங்களில் இது முன்னுக்குப் பின் முரணாகியும் விடுகின்றது (கரு நன்றாக இருந்தும் கூட காதில் கேட்காமல் போதல்) முதல் மூன்று மாதத்திற்குள் அல்ட்ரா சவுண்ட் செய்யப்படுகின்றது. அதாவது,

❖ கர்ப்பத்தின் நிலைத்தன்மை

❖ பிரசவ தன்மை அறிதல்

❖ கர்ப்பத்தில் இருக்கும் கருவின் எண்ணிக்கை

❖ இரத்தப்பெருக்கின் நிலைமை

❖ ஐ.டி.யூ வின் தேடுதல்

❖ சி.வி.எஸ் ஆல் முதல் கருவின் தேடுதல்

❖ குரோமோசோம் எண்ணிக்கை கண்டறிதல்

இது எப்படி செய்யப்படுகின்றது?

ட்ரான்ஸ் எபட்ராமிரல் பரிசோதனைக்காக ப்ளாடர் முழுவதும் நீர் நிரப்பப்படுகிறது. நீரானது வயிறு முழுவதும் நிரம்புவதால் சிறிது வலி ஏற்படும். இதனால் பயப்படத் தேவையில்லை. வயிற்றின் மேற்புறம் முழுவதும் ஒரு ஜெல் தடவப்படுகிறது. பிறகு கார்ட் கொண்டு வயிற்றின் மேற்புறம் முழுவதும் பரிசோதனை செய்யப்படுகின்றது.

கார்ட் துழாவி கருவைக் கண்டறிந்து விடுகிறது. கருவானது மானிடரில் தெளிவாகத் தெரிகிறது.

இது எப்பொழுது செய்யப்படுகிறது?

இது கர்ப்பம் தரித்த முதல் மூன்று மாதத்திற்குள் செய்யப்படுகின்றது. உங்களின் கடைசி மாதவிடாய் ஏற்பட்ட நான்கு வாரங்களுக்கு பிறகு ஜஸ்டேஷன் செக்கோ அல்ட்ராசவுண்ட் மூலமாகத் தெரிந்து கொள்ளப்படுகிறது. ஐந்து ஆறு மாதங்களுக்குப் பின் கருவின் இதயதுடிப்புத் தெரிந்து கொள்ளப்படுகிறது.

இது எவ்வளவு பாதுகாப்பானது?

பல ஆராய்ச்சிகள் மூலமாக இதனால் பாதிப்பு ஒன்றும் இல்லை எனக்

கண்டறியப்பட்டது. மருத்துவர் ஒரே ஒருமுறை அல்ட்ரா சவுண்ட் செய்வதற்கு ஆலோசனை வழங்குகிறார். தேவைப்பட்டால் மீண்டும் ஒருமுறை அல்ட்ரா சவுண்ட் செய்து கொள்ளலாம்.

முதல் மூன்று மாதம் (ஸ்கிரீனிங்)

இது என்ன?

முதல் மூன்று மாதத்திற்குப் பின் செய்யப்படுவதே ஸ்கிரீனிங் எனப்படும். அல்ட்ரா சவுண்டால் கருவின் நிலையைத் தெரிந்து கொள்ளலாம். ஆனால் ஸ்கிரினிங் பரிசோதனையில் குழந்தையின் குரோமோசோம்கள் எண்ணிக்கை டவுன் சின்ட்ரோம், ஜெனிடிக் நோய்கள், க்ரானிக் நோய்கள் போன்றவை தெரிந்து கொள்ளலாம்.

இரத்தத்தில் வெள்ளை அணு, சிகப்பு அணுக்களின் எண்ணிக்கையைத் தெரிந்து கொள்ளலாம். இரத்த சோகை ஏற்படுவதை இதனால் தவிர்க்க முடியும்.

சில அல்ட்ரா சவுண்ட் மூலமாக குழந்தையின் நேசல் போனை கண்டறிகிறார்கள். இதனால் குழந்தைக்கு டவுன் சின்ட்ரோம் ஏற்படும் அபாயம் உள்ளது. எனவே இதனை செய்ய வேண்டாம் என மருத்துவர்கள் அறிவுரை செய்கிறார். ஸ்கிரினிங் டெஸ்ட் போலவே இன்ரேசங் செய்து கொள்ளலாம். இதில் கிரானிக் நோய்கள் இருப்பதற்கான அறிகுறிகள் தெரியவரும் .

மேலும் உங்களுக்கு க்வொய்டு ஸ்கின் டெஸ்ட் செய்வதற்கான அறிவுரை மருத்துவர் வழங்குவார். இதன் மூலம் குழந்தையின் நியூரல் டியூப் பாதிப்புக் கண்டறியப்படும். இதனால் ஙபர்த்.

இது எப்பொழுது செய்யப்படுகிறது?

இது கர்ப்பம் தரித்த 11 முதல் 14 வாரங்களுக்கு இடையில் செய்யப்படுகின்றது.

இது எவ்வளவு சரியானதாக இருக்கும்?

இது முழுவதும் சரியானதே இது உங்கள் குழந்தையைப் பற்றிய முழு வடிவமைப்பையும் உங்களுக்கு அளித்துவிடுகிறது. எனவே உங்கள் குழந்தையை எவ்வித பாதிப்புகளிலிருந்தும் காப்பாற்றலாம்.

சாதாரணமாக ஆரோக்கியமான கர்ப்பிணிகளே ஆரோக்கியமான குழந்தையைப் பெற்றெடுக்கிறார்கள். ஆனால் இதற்கு கூட இப்பொழுது உத்தரவாதம் இல்லை. ஸ்கீரினிங் டெஸ்ட் 80 சதவீதம் டவுன் சின்ட்ரோமைத் தடுக்கின்றது.

இது எவ்வளவு பாதுகாப்பானது?

இது முழுவதும் பாதுகாப்பானதே. இதில் பாதிப்பு எதுவும் இல்லை. ஆனால் தேர்ச்சி பெற்ற மருத்துவரைக் கொண்டே இதைச் செய்ய வேண்டும். இதை உயர்தர உபகரணங்களைக் கொண்டே செய்யவேண்டும். சாதாரண உபகரணங்களைக் கொண்டு செய்யும்போது டெஸ்ட் ரிசல்ட் தவறாக வரும் வாய்ப்பு உள்ளது. உங்களுக்கு செய்த ஸ்கிரினிங் டெஸ்ட் ரிசல்டைக் கொண்டு உங்களின் சிகிச்சை மேற்கொள்ளப்படுகிறது.

கோரியானிக் வில்லஸ் சாப்லிங்

இது என்ன?

இது பிரசவத்திற்கு முன்னர் செய்யப்படும் சோதனை ஆகும். இதில் பிளசன்டோவின் நீளம் கண்டறியப்படுகிறது. குரோமோசோம்களின் எண்ணிக்கை டவுன் சின்ட்ரோம், டேஷேக்சிக்கல் செல் அனிமியா போன்றவை கண்டறியப்படுகின்றது.

இவை மட்டும் இல்லாமல் வேறு ஏதேனும் நோய்த்தாக்குதல் இருக்கிறதா என்பதும் கண்டறியப்படுகிறது.

இது எப்படி செய்யப்படுகிறது?

இது மருத்துவ மனையிலேயே செய்யப்படுகின்றது. வெஜினாவிலிருந்து

அடிவயிறு வரை ஊசி செலுத்தி கண்டறியப்படுகின்றது. இதனால் பல சமயங்களில் வலி ஏற்படுவதற்கான வாய்ப்பு உள்ளது. ஆனால் பயப்படத்தேவையில்லை. 1,2 நிமிடத்தில் இப்பரிசோதனை செய்யப்படுகிறது. ஆனால் 30 நிமிடம் வரை வலி உங்களுக்கு இருக்கும்.

இதில் யோனிக் குழாய் மூலமாக கர்ப்பப்பை வரையிலும் டியூப் செலுத்தப்படுகிறது. இது அல்ட்ரா சவுண்ட்டுடன் இணைந்து இருக்கும். அல்ட்ராசவுண்ட் மூலமாக கருப்பையின் சுவர், பிளசன்டோவின் நிலைமை போன்றவை தெளிவாகக் காணப்படுகின்றன.

கருவின் முழு உருவமும் நமக்கும் தெள்ளத் தெளிவாக தெரிந்து விடும்.

இது எப்போது செய்யப்படுகிறது?

கர்ப்பம் தரித்த 10 முதல் 13 ஆம் வாரத்திற்கு இடையில் செய்யப்படுகிறது. சில சமயங்களில் 16வது வாரம் கடந்தும் செய்யப்படுகின்றது. இதனால் கருச்சிதைவு ஏற்படாது.

இது எவ்வளவு சரியானதாக இருக்கும்?

இது 98 சதவீதம் வரை சரியானது.

இது எவ்வளவு பாதுகாப்பானது?

இது முழுவதும் பாதுகாப்பானது. 370 பேரில் ஒருவருக்கு கருச்சிதைவு ஏற்பட்ட நிலைமை இப்பொழுது இல்லை. ஆனால் 10 வாரம் வரை நீங்கள் கவனமாக இருப்பது அவசியமாகிறது.

சி.வீ.எஸ் செய்த பிறகு யோனியில் இருந்து இரத்தப்போக்கு இருக்கும். தொடர்ந்து 3 நாட்களுக்கு மேல் இரத்தப்போக்கு இருந்தால் மருத்துவரை உடனடியாக அணுகவும். இல்லையேல் தொற்றால் ஜீரம் ஏற்படும்.

இது ஒரு சர்ப்பிரைஸ்

மருத்துவர் மூலமாக முதலிலேயே உங்களின் குழந்தை ஆணா, பெண்ணா என்று தெரிந்து கொள்வது சாப்பிரைஸ் அல்லவே. குழந்தை பிறக்கும் வரையிலும் ஒரு எதிர்பார்ப்புடன் இருப்பதே தாய், தந்தை இருவருக்குமே மிகச்சிறந்த சர்ப்ரைஸ் ஆகும்.

ஆனால் இப்போது கருவின் பாலினம் தெரிந்து கொள்வது சட்டப்படி குற்றமாகும்.

அடுத்த மூன்று மாதம்

இன்டிகிரேடட் ஸ்கிரீனிங்

இது என்ன ?

இது அல்ட்ரா சவுண்ட் மற்றும் பிளட் டெஸ்ட் இணைந்தது ஆகும். முதல் பிளட் டெஸ்ட் முதல் மூன்று மாதத்திற்குள் செய்யப்படுகின்றது. இது இரண்டாவதாக செய்யப்படும் பிளட் டெஸ்ட் ஆகும்.

ஸ்கீரினிங் டெஸ்டைப் போலவே குரோமோசோம்களின் எண்ணிக்கை, டவுன் சின்ட்ரோம் போன்றவை கண்டறிய படுகிறது. இதற்குபிறகு டைகனஸ்ட் டெஸ்ட் செய்யப்பட வேண்டுமா என மருத்துவரிடம் ஆலோசனை பெறுங்கள்.

இது எப்போது செய்யப்படுகிறது?

இது கர்ப்பம் தரித்த 10 முதல் 14 ஆம் வாரங்களுக்கு இடையில் செய்யப்படுகின்றது. 16 முதல் 18 வாரத்திற்குள் இரண்டாவது பிளட் டெஸ்ட் செய்யப்படுகிறது.

இது எவ்வளவு சரியானது?

90 சதவிதம் டவுன் சின்ட்ரோம் இதனால் தவிர்க்கப்படுகிறது. 80 சதவீதம் நியூரல் டெஸ்ட் டிபெக்ட் தடுக்கப்படுகிறது.

இது எவ்வளவு பாதுகாப்பானது?

இது தாய் மற்றும் குழந்தைக்கு பாதுகாப்பானதே ஆகும்.

நான்கு முதல் ஆறு மாதம் வரை

க்வைட் ஸ்கிரீனிங்

இது என்ன?

இதில் கருவைச் சுற்றி இருக்கும் பொருட்கள் பரிசோதனை செய்யப்படுகின்றது. இதனால் கருவிற்கும், தாய்க்கும் இடையேயான இரத்தப்பெருக்கு மிகவும் சரியாக இருக்கும். அல்பா பீடோபுரோட்டின், எ.சி.ஜி எஸ்டிரியோல் மற்றும் இன்ஹிபன் எ போன்றவை மருத்துவரால் பரிசோதனை செய்யப்படுகின்றது. எ.எ.பவி முலமாக நியூரல் டியூப் டிபெக்ட் கண்டறியப்படுகின்றது. வளருகின்ற கருவிற்குத் தேவையான குரோமோசோம்கள் இருக்கின்றதா என்பதும் கண்டறியப்படுகின்றது. இதனால் டவுன் சின்டிரோம் பாதிப்பு ஏற்படுவது தவிர்க்கப்படுகின்றது.

க்வைட் ஸ்கிரீனிங் செய்த கர்ப்பிணிகளுக்கு மற்ற எல்லா பரிசோதனைகளுமே மிகச் சரியாக அமைந்து விடுகின்றது. உங்களுக்கும் ஏதாவது கர்ப்பத்தில் சிக்கல் இருப்பது போல உணர்ந்தீர்கள் எனில் உங்கள் மருத்துவரை அணுகி அவருடைய ஆலோசனையுடன் இந்த பரிசோதனையை செய்திடுங்கள்.

அமனியோ சிக்கல்

100ல் ஒரு கர்ப்பிணிக்கு அமனியோ திரவம் குறைந்து காணப்படும். இதனால் பிளசன்டோவில் பிரச்சனை ஏற்படும். உங்களுக்கு யோனியில் அரிப்பு ஏற்படின் உடனடியாக மருத்துவரைச் சந்தித்திடுங்கள். உங்களுக்கு முழு ஒய்வு மற்றும் எச்சரிக்கையும் தேவை.

> **இது ஒரு சர்ப்பிரைஸ்**
>
> மருத்துவர் முலமாக முதலிலேயே உங்களின் குழந்தை ஆணா, பெண்ணா என்று தெரிந்து கொள்வது சாப்பிரைஸ் அல்லவே. குழந்தை பிறக்கும் வரையிலும் ஒரு எதிர்பார்ப்புடன் இருப்பதே தாய், தந்தை இருவருக்குமே மிகச்சிறந்த சர்ப்ரைஸ் ஆகும்.
>
> ஆனால் இப்போது கருவின் பாலினம் தெரிந்து கொள்வது சட்டப்படி குற்றமாகும்.

இது எப்போது செய்யப்படுகின்றது?

இது கர்ப்பம் தரித்த 14 முதல் 22 வாரங்களுக்கு இடையில் செய்யப்படுகின்றது.

இது எவ்வளவு சரியானதாக இருக்கும்?

இது கிட்டதட்ட 85 சதவீதம் சரியாக கணக்கிடப்படுகிறது. 80 சதவீதம் டவுன் சின்டிரோம் பாதிப்பு தவிர்க்கப்படுகின்றது. 18 வகையான பிரச்சனைகளைக் கண்டறிய உதவுகின்றது. பிரசவ தேதியும், கருவின் வளர்ச்சியும் சரியாகக் கணக்கிடப்படுகின்றது. ஹார்மோன் பிரச்சனைகள் கண்டறியப்படுகின்றது.

இது எவ்வளவு பாதுகாப்பானது?

இது முழுவதும் பாதுகாப்பானது. இதனால் ஆபத்து ஒன்றும் இல்லை. பரிசோதனையில் பாஸிடிவ் என்று வந்தால் மட்டுமே நீங்கள் தேவையான சிகிச்சைகளை மேற்கொள்ள வேண்டும்.

அமனியோசென்டிஸிஸ்

இது என்ன?

கருவின் பக்கத்தில் உள்ள அமினியோடிக் திரவம் கருவின் வளர்ச்சிக்கு மிகவும் உதவியாய் உள்ளது. இதனால் கருவானது மிகவும் உறுதித் தன்மையுடன் வளர்கின்றது. மேலும் கருவின் ஜெனிடிக் மேக் அப், அதனுடைய இப்போதைய நிலைமை போன்றவைக் கண்டறியப்படுகின்றது. பிரசவத்திற்கு முன்னரே செய்யப்படுகின்ற இந்த பரிசோதனை மிகவும் முக்கியமானது ஆகும்.

❖ கர்ப்பிணியின் வயது 35க்கு மேல் இருந்தால் அவசியம் செய்தல் வேண்டும்.

❖ முதல் குழந்தைக்கு குரோமோசோம் பாதிப்பு அல்லது டவுன் சின்டிரோம் இருந்தால் அவசியம் இந்த பரிசோதனை செய்ய வேண்டும்.

❖ தாயின் செக்ஸ் லிகன்ட் ஜெனிடிக் மாறுபாடு இருந்தால் இந்த பரிசோதனை செய்வது நலம்.

❖ டாம்சோப்லாஜமோசிச், பிப்தோடிஜிஸ், சாயிடோமைகோலோ வைரஸ் அல்லது மற்றைய தொற்று நோய்கள் இருந்தாலும் இந்த பரிசோதனை செய்ய வேண்டும்.

❖ கருவின் நுரையீரல் வளர்ச்சி இந்த பரிசோதனையின் மூலமே தெரிய வரும்.

இது எப்போது செய்யப்படுகிறது?

உங்கள் முதுகின் மீதே செய்யப்படுகின்றது. அல்ட்ராசவுண்ட் மூலமாகவே கரு மற்றும் பிளசன்டோவை கண்டறிந்து மருத்துவர் இந்த பரிசோதனையைச் செய்கிறார். தேவைப்பட்டால் லோக்கல் மயக்க மருந்தும் கொடுக்கப்படுகின்றது. முதுகில் போடும் ஊசியால் உங்களுக்கு வலி ஊற்படும். உங்களின் கர்பப்பபை வரை குழாயை அனுப்பி அவற்றில் சில அமினியோடிக் திரவம் சேகரிக்கப்படுகின்றது. பிறகு அல்ட்ராசவுண்ட் மூலமாக அரை மணி முழுவதும் பரிசோதனை செய்யப்படுகின்றது. இதனால் கருவிற்கு எந்த பாதிப்பும் ஏற்படாமல் செய்யப்படுகின்றது. திரவத்தை எடுக்க 1முதல்2 நிமிடங்கள் ஆகும். இதற்கு பிறகு உங்களுக்கு ஆர்.எச். ஓகோம் இம்யூன் க்லோபுலின் ஊசி கொடுக்கப்படுகின்றது. இதனால் ஆர்.எச்.ஆல் ஏற்படக்கூடிய அபாயமான தொற்றுகள் தடுக்கப்படும்.

கரு ஸ்கிரீன்

கருவை ஸ்கிரீனில் பார்த்த பிறகு உங்களின் மகிழ்ச்சிக்கு அளவு இல்லை. எனவே ஸ்கிரீனிங் டெஸ்ட் என்ற உடன் பயப்படத் தேவையில்லை. இது உங்களுக்கும், உங்கள் கருவிற்கும் ஆரோக்கியத்தை அளிப்பதற்காகவே செய்யப்படுகின்றது.

இது எப்போது செய்யப்படுகின்றது?

இது கர்ப்பம் தரித்த 16 முதல் 18 வாரங்களுக்கு இடையே செய்யபடுகின்றது. ஆனால் இதனை பலமுறை செய்யும் போது 13 முதல் 14வது மற்றும் 23 முதல் 24வது வாரங்களுக்கு இடையில் செய்யப்படுகின்றது. இதனால் குரோமோசோம் எண்ணிக்கை கணக்கிடப்படுகின்றது. மேலும் கருவினுடைய நுரையீரல் வளர்ச்சியும் கண்டறியப்படுகின்றது.

இது எவ்வளவு சரியானதாக இருக்கும்?

இது 99 சதவீதம் சரியானது. சாதாரணமாகவே 98 சதவீதம் வரையிலும் பரிசோதனையின் ரிசல்ட் உறுதியானது.

இது எவ்வளவு பாதுகாப்பானது?

இது 100 சதவீதம் பாதுகாப்பானது.

அமனியோ சிக்கல்

100ல் ஒரு கர்ப்பிணிக்கு அமனியோ திரவம் குறைந்து காணப்படும். இதனால் பிளசன்டோவில் பிரச்சனை ஏற்படும். உங்களுக்கு யோனியில் அரிப்பு ஏற்படின் உடனடியாக மருத்துவரைச் சந்தித்திடுங்கள். உங்களுக்கு முழு ஓய்வு மற்றும் எச்சரிக்கையும் தேவை.

4,5ம் மாதத்தில் 1,600 பேரில் ஒருவருக்கு ஏற்படும் கருச்சிதைவு இதனால் தடுக்கப்படுகின்றது. சிலருக்கு இந்த பரிசோதனைக்குப் பிறகு லேசான வயிற்று வலி ஏற்படும். சிலருக்கு லேசான இரத்தப்போக்கு கூட ஏற்படும். மருத்துவரின் ஆலோசனை பெற்றால் அதுவும் தவிர்க்கப்படலாம்.

இரண்டாவது அல்ட்ராசவுண்ட்

இது என்ன?

முதல் மூன்று மாதத்தில் ஒரு முறை உங்களுக்கு அல்ட்ரா சவுண்ட் செய்து இருப்பார்கள். ஆனால் இப்போது கருவின் வளர்ச்சி நிலை முழுமை பெறக்கூடிய இந்த 5,6 வது மாதங்களில் ஒருமுறை செய்யப்படுவது இரண்டாவது அல்ட்ராசவுண்ட் எனப்படுகின்றது. இதனால் கருவின் முழு வளர்ச்சியுமே தெள்ளத்தெளிவாகத் தெரிய வந்து விடும்.

அல்ட்ராசவுண்டின் மூலமாக குழந்தையின் தலை முதல் பாதம் வரையிலான படம் உங்களுக்கு வழங்கப்படும். மேலும் குழந்தையின் இதயத்துடிப்பு, கைவிரல், கால்விரல், காது, மூக்கு, தலைமுடி, முகம் போன்றவையும் நீங்கள் நன்றாக மானிட்டரிலேயே பார்க்க முடியும். இப்போது உள்ள டெக்னாலஜி முறையில் இதனை 3டி அல்லது 4டி டிஜிட்டல் வீடியோ செய்து நீங்கள் தினமும் வீட்டிலேயே கூடப் போட்டு பார்த்துக் கொள்ளலாம்.

> **கரு ஸ்கிரீன்**
>
> கருவை ஸ்கிரீனில் பார்த்த பிறகு உங்களின் மகிழ்ச்சிக்கு அளவு இல்லை. எனவே ஸ்கிரீனிங் டெஸ்ட் என்ற உடன் பயப்படத் தேவையில்லை. இது உங்களுக்கும், உங்கள் கருவிற்கும் ஆரோக்கியத்தை அளிப்பதற்காகவே செய்யப்படுகின்றது.

இது எப்போது செய்யப்படுகின்றது?

இது கர்ப்பம் தரித்த 18 முதல் 22வது வாரங்களுக்கு இடையே செய்யப்படுகின்றது.

இது எவ்வளவு பாதுகாப்பானது?

இது முழுவதும் பாதுகாப்பானதே. பயப்படத் தேவையே இல்லை. மருத்துவர்களே இதனை கர்ப்ப காலத்தில் 2 முறை செய்வது சிறந்தது என்று பரிந்துரைக்கின்றனர்.

மற்ற பரிசோதனைகள்:-

மருத்துவத்துறையில் இதனைத் தவிரவும் மற்ற பரிசோதனைகள் நாளுக்கு நாள் கூடிக் கொண்டே செல்கின்றது. கீழே மேலும் சில பரிசோதனைகள் கொடுக்கப்பட்டுள்ளது.

பாக்யூடேனியஸ் அம்பிலிகில் ப்ளட் சேப்ளிங்

பியூபிளஸ் என்பது கர்ப்பம் தரித்த 18வது வாரத்தில் செய்யப்படுகின்றது. இதில் இரத்த சம்மந்தப்பட்ட அனைத்து சோதனைகளும் செய்து சிகிச்சை அளிக்கப்படுகின்றது. மேலும் தொற்றுநோய் ஏதேனும் உள்ளதா என்பதும் கண்டறியப்படுகின்றது.

உள்ளே ஊசி செலுத்தி செய்ய வேண்டியது இல்லை. வயிற்றின் மீது கார்டு கொண்டே பரிசோதனை செய்யப்படுகின்றது.

மெடர்னல் ப்ளட் டெஸ்ட்

இதன் மூலமாக கருவில் இருப்பது ஆணா, பெண்ணா என்பது கண்டறியப்படுகின்றது. ஆனால் இப்போது இது தடைசெய்யப்பட்டுள்ளது.

ஸ்கின் சேம்பலிங்

இதனால் கருவின் தோல் வளர்ச்சி நிலை கண்டறியப்படுகின்றது.

வேறு ஏதாவது பிரச்சனை எனில்

கர்ப்பத்தின் போது புதிது புதிதாய் உடல் பிரச்சனைகள் ஏற்படுவது என்னவோ சாதாரணமானது. ஆனால் மனதிற்கு ஏற்படுகின்ற மன வலியையோ, சோர்வையோ எந்த மருந்தைக் கொண்டும் தீர்வு காணுவது இயலாது எனவே சில முக்கிய குறிப்புகள் கீழே கொடுக்கப்பட்டள்ளது.

கர்ப்பம்

கர்ப்பம் தரித்து இருக்கின்றது என்ற செய்தி அறிந்தவுடன் தாய் தந்தை இருவருமே மகிழ்ச்சி அடைவீர்கள். ஆனால் ஏதோ ஒரு காரணத்தினால் கர்ப்பத்தின் கருவினால் சிக்கல் எனில் இருவருமே இணைந்து அதனை முழு மனதுடன் கருக் கலைப்பு செய்து விடுவதே சிறந்தது. இருவரக்குமே இதனால் சமமான மனவலி ஏற்படும்.

கர்பத்தின் முடிவு

கர்ப்பம் கலைந்த பிறகு இருவருக்குமே தாங்க முடியாத மன வேதனை ஏற்படும். ஒருவேளை கர்பத்தை கலைக்காமல் அதனுடன் போராடலாம் என ஒருவர் முடிவு எடுத்து இருக்கலாமோ என்றும் தோன்றும். சில சமயங்களில் மருத்தவர் கூட அன்டோப்ஸி செய்யலாம் என்ற அறிவுரை வழங்குவார். ஆனால் இது சாத்தியமற்றது. உங்களுக்கு கண்டிப்பாக அடுத்த குழந்தையானது முழு ஆரோக்கியத்துடன் பிறக்கும். அது வரை சிறிது காலம் பொறுத்திடுங்கள்.

பிரசவத்தின் முன்னால் கருவிற்கு சிகிக்சை

இதில் ஜெனிடிக் மேனிபுலேஷன், பளட் டிரான்ஸ்பியூஜன், ஆர்.எச் பரிசோதனை என்னஸம் மற்றும் ஏதாவது தேவைப்படுகின்ற சர்ஜரி போன்றவை அடங்கும். இந்நாட்களில் இது சாதாரணமாகவே எல்லோருக்கும் செய்யபப்படுகின்றது.

உறுப்பு தானம்

குழந்தை பிறந்து இறந்து விட்டால் அதனுடைய நல்ல உறுப்புகளை தானம் செய்யவதற்கு தாய் தந்தை இருவருமே ஒத்துழைப்பு தர வேண்டும். இதனால் உங்களின் இறந்த குழந்தையை மற்றொருவின் வழியே நீங்கள் காண முடியும். உங்களுக்கும் ஓரளவு வேதனை குறையும்.

சாதாரணமாக இவ்வாறான சோகம் யாருக்குமே ஏற்படக்கூடாது. ஏற்பட்டு விடும் நேரத்தில் மன உறுதியுடன் இதனைச் செய்தல் வேண்டும் ஏன்எனில் அதனால் ஒருவருக்கு வாழ்க்கை கிடைக்கின்றது என்பதை மனதில் கொள்ள வேண்டும்.

தேவைப்பட்டால் யாருக்கு உங்கள் குழந்தையின் உறுப்புகள் பொறுத்தப்பட்டுள்ளன என்பதை மருத்துவரிடம் கேட்டு தெரிந்து கொண்டு பிறகு சென்று அவர்களைச் சந்தித்து விட்டு வாருங்கள். இதனால் உங்கள் மனது அமைதியடையும்.

எம்.ஆர்.ஐ

கருவின் நிலைத்தன்மை கண்டறியப்படுகின்றது. கருவைப் பற்றிய முழு வரைபடமும் நமக்கு கிடைக்கும்.

கோகார்டியோகிராபி

இதனால் கருவின் இதயத்துடிப்பு கண்டறியப்படுகின்றது. கருவின் இரத்த ஒட்ட நிலையும் கண்டறியப்படுகின்றது.

■ ■ ■

உங்களின் கர்ப்ப கால வாழ்க்கை முறை

இப்பொழுது உங்களின் தினசரி வேலைகளில், வாழ்க்கை முறையில் சிறிதளவு மாற்றம் வந்துவிடும். ஏனெனில் இப்பொழுது நீங்கள் ஒருவருக்காக அல்ல இரண்டு உயிர்களுக்காக சாப்பிட வேண்டி உள்ளது. உங்களால் இப்பொழுது ஜிம் செல்ல முடியாது. நினைத்ததை நினைத்த மாத்திரத்தில் உண்ண முடியாது. ஹாட் டப்பில் குளிக்க முடியாது. உங்கள் அறையிலோ அல்லது உங்களுடன் இருப்பவர்களைக் கூட சிகரெட் புகைக்க அனுமதிக்க முடியாது. இவ்வாறு பல மாறுதல்களை நீங்கள் சந்திக்க வேண்டி இருக்கும். ஒரு சில உணவுப் பொருட்களை நீங்கள் உண்ணவே கூடாது. இவையெல்லாம் கருத்தில் கொண்டு உங்களின் அன்றாட வாழ்க்கை முறையில் சில மாற்றங்களைச் செய்ய வேண்டும்.

நீங்கள் என்ன யோசித்துக் கொண்டு இருக்கின்றீர்கள்?

விளையாட்டு மற்றும் உடற்பயிற்சி

"நான் கர்ப்பம் தரித்தப்பிறகும் எப்பொழுதும் செய்த உடற்பயிற்சி மற்றும் விளையாட்டை மேற்கொள்ள முடியுமா?"

கர்ப்ப காலத்தில் முழுமையாக விளையாட்டை விட்டுவிட வேண்டும் என்பது இல்லை. வயிற்றில் இருக்கும் சிசுவை கவனத்தில் வைத்தே எது ஒன்றும் செய்ய வேண்டும். பல மருத்துவர்களும் இதையே தான் கர்ப்பிணிப் பெண்களுக்கு அறிவுரையாகக் கூறுவார்கள். அவர்களின் அன்றாட வேலைகளுக்கு நடுவில் அவர்களால் முடிந்த சில உடற்பயிற்சிகளை மிகவும் கவனத்துடன் செய்தால் நல்லது. அப்படி ஏதாவது ஒரு புதிய விளையாட்டோ அல்லது உடற்பயிற்சியோ செய்வதாக இருந்தால் மருத்துவரின் ஆலோசனைப் பெறுங்கள். மேலும் மிகவும் களைப்பு ஏற்படுத்தக்கூடிய

உடற்பயிற்சிகளை ஒருபொழுதும் செய்யாதீர்கள். கர்ப்ப காலத்தில் உடற்பயிற்சி என்பது உங்களுக்கு ஒரு வரப்பிரசாதம்.

கேஃபின் :-

"நான் நாள் முழுவதும் நிறைய காப்பி குடித்தேன், கர்ப்பம் தரித்த பிறகு முழுவதும் காப்பி குடிப்பதை விடத்தான் வேண்டுமா?"

நீங்கள் முழுவதும் காப்பி குடிப்பதை நிறுத்த வேண்டிய அவசியம் இல்லை. சிறிதளவு விட்டால் போதும். சாதாரணமாக ஒரு நாளில் 200 மில்லி கிராம் கேஃபின் தான் ஒருவர் எடுத்துக் கொள்ள வேண்டும் என்று ஆய்வு முடிவுகள் கூறுகின்றன. மேலும் நீங்கள் பாலுடன் சேர்ந்த காப்பி எடுத்துக் கொள்கிறீகளா அல்லது வெறும் கறுப்பு காப்பியா என்பதைப் பொறுத்து அமையும். எனவே நீங்கள் இரண்டு கப் காப்பி குடிப்பதே நல்லது மேலும் லைட் காப்பி குடிப்பதே சிறந்தது ஸ்டிராங் காப்பி குடிப்பதையும் விட வேண்டும்.

காப்பியின் மூலமாக நீங்கள் எடுத்துக் கொள்ளும் கேஃபின் மற்ற பல பதார்த்தங்களிலும் உள்ளது என்பதை நினைவில் கொள்ளுங்கள். எனவே இவையெல்லாம் சிசுவைத் தான் சென்றடையும். மேலும் காப்பத்தின் ஆரம்ப நிலைகளில் நீங்கள் அதிக அளவில் கேஃப்பின் சோந்த பொருட்கள் எடுத்துக் கொள்வதால் கருச்சிதைவு ஏற்படவும் காரணமாகின்றது. கேஃபினில் பிக்.மி.அப் என்ற தத்துவம் உள்ளது. இது உங்கள் உடலில் இருந்து கால்சியம் மற்றும் பல ஊட்டச் சத்துகளை வெளியேற்றி விடுகின்றது. இதனால் நீங்கள் அடிக்கடி கழிவறைக்குச் செல்ல வேண்டியதாக இருக்கும். மேலும் இது உங்களின் மூடையும் கட்டுப்படுத்துகின்றது. மேலும் நீங்கள் மதியாதனத்திற்குப் பிறகு கேஃபின் எடுத்துக் கொண்டீர்கள் எனில் இரவில் தூக்கம் கூட சரியாக வராது. அதிக அளவில் கேஃபின் எடுத்துக் கொள்ளுவதால் உங்களுக்கு மற்றும் உங்களின் சிசுவிற்கான இரும்புச் சத்து குறைந்து விடுகின்றது.

பல மருத்துவர்கள் கேஃபின் பற்றின பல விதமான தகவல்களைக் கூறுவார்கள். நீங்கள் உங்களின் மருத்துவரை ஆலோசனை செய்த பிறகே கேஃபின் பற்றின முடிவை எடுங்கள். எனவே ஒரு நாளைக்கு ஒரே ஒரு கப் காப்பி குடிப்பதே சிறந்தது. காஃபி மட்டுமில்லாமல் காஃபி ஐஸ்கிரீம், தேநீர், எனர்ஜி பார், எனர்ஜி டிரிங்க் மற்றும் காப்பி சாக்லேட் போன்றவற்றிலும் கேஃபின் உள்ளது. அன்றாடம் நீங்கள் பயன்படுத்தக் கூடிய ஒவ்வொரு பொருட்களிலும் காஃபினின் அளவு வித்தியாசப்படுகின்றது. நீங்கள் வீட்டில் தயாரிக்கும் ப்ரு காப்பியை விட வெளியில் காஃப்பி கடையில் குடிக்கும் ப்ரு காப்பியில் அதிக அளவு காஃபின் கலந்து உள்ளது.

நீங்கள் காப்பி குடிக்கும் பழக்கத்தை எப்படியாவது கைவிடத்தான் வேண்டும். காஃபின் குடிப்பதால் உங்களுக்கு என்ன இலாபம் என்று யோசியுங்கள். இது உங்களின் களைப்பைபோக்கும் ,மேலும் உங்களின் வேலையைக் கூட கட்டுப்படுத்தக் கூடியது. மேலும் சாயங்கால வேளைகளில் உங்களுக்கு அவசியம் தேவைப்படுகின்றது. இவ்வாறெல்லாம் நீங்கள் காப்பி குடிப்பதற்கான பல காரணங்களைச் சொல்லலாம். நீங்கள் காஃபியில் கேஃபினின் அளவை முற்றிலும் குறைத்துக் கொண்டு பாலை அதிகப்படுத்துங்கள். இதனால் கால்சியமும் உங்களுக்கு போனசாகக் கிடைக்கும்.

ஒருவேளை நீங்கள் காஃபிக்கு அடிமை எனில் அதை சுலபமாக விடவே முடியாது. ஏதாவது ஒரு பொருளுக்கு நாம் அடிமையாகி விட்டால் அதனை விடுவது என்பது அவ்வளவு சுலபமானது அல்ல. மேலும் இதனால் உங்களுக்குத் தலைவலி, களைப்பு, சோர்வு போன்றவையும் ஏற்படும். எனவே ஒரு கப் குடிக்கும் பழக்கத்தில் இருந்து அரை

கேஃபின் கவுண்டர்

நீங்கள் தினமும் கேஃபினின் அளவு எவ்வளவு எடுத்துக் கொள்கிறீர்கள்? இது ஒருவேளை 200 மில்லி கிராமிற்கு குறைவாகவோ அல்லது அதிகமாகவோ இருக்கலாம். இதற்கான அளவீடு கீழே கொடுக்கப்பட்டுள்ளது.

1 கப் ப்ரு காஃபி(8 அவுன்ஸ்)	135மி.கி
1 கப் இன்ஸ்டன்ட் காஃபி	95 மி.கி
1 கப் டிக்காசன் காஃபி	5 மி.கி
(6அவுன்ஸ்) கேச்சினு	90மி.கி
(1 அவுன்ஸ்)எஸ்பேரன்சோ	90மி.கி
1 கப் டீ	60முதல்90 மி.கி
(கருப்பு டீயில் அதிகமாக கேஃபின் உள்ளது)	
1 டின் கோக்கோலா (12 அவுன்ஸ்)	235மி.கி
1 டின் டயட் கோலா	45மி.கி
(1 அவுன்ஸ்) மில்க் சாக்லெட்	6மி.கி
(1அவுன்ஸ்) பார் சாக்லெட்	20மி.கி
1கப் சாக்லெட் மில்க்	5 மி.கி
(8அவுன்ஸ்) காஃபி ஐஸ்கிரீம்	40 முதல் 80 மி.கி

கப்பாக குறைத்துக் கொள்ளுங்கள்.

நீங்கள் கீழ்க்கண்ட ஆலோசனைகளைப் பின்பற்றினால் ஒருவேளை நீங்கள் அடிக்கடி காப்பி குடிப்பதில் இருந்து ஓரளவு தப்பிக்கலாம்.

- உங்களின் இரத்தத்தில் சாக்கரை அளவை மதிப்பீடு செய்யுங்கள். இதனால் காஃபின் எடுத்துக் கொள்ளும் அளவு குறைய வாய்ப்பு உள்ளது.
- தினசரி காலை உடற்பயிற்சி செய்யுங்கள். இதனால் உற்சாகம் அதிகரிக்கும். மேலும் உடற்பயிற்சியுடன் கூட குளிர்ந்த காற்றால் ஓரளவுக்கு புத்துணர்ச்சி கிடைக்கப்பெறும்.
- நன்றாக, போதுமான அளவிற்கு தூக்கம் மேற்கொள்ளுங்கள். இரவில் நன்றாக தூங்கினீர்கள் எனில் மறுநாள் காலையில் புத்துணர்ச்சியாக இருப்பீர்கள். இதனால் உங்களுக்கு காஃபினின் தேவை கூட இருக்காது.

குடிப்பழக்கம் :-

"நான் கர்ப்பம் தரித்து இருக்கின்றேன் என்று தெரியாத சமயத்தில் இரண்டு முறை குடித்துவிட்டேன். இதனால் எனது சிசுவிற்கு ஏதேனும் பாதிப்பு ஏற்படுமா?"

உண்மையில் ஒவ்வொரு பெண்ணுக்கும் முதல் முதலில் கர்ப்பம் உண்டாகும் போது அவர்களுக்கு கர்ப்பம் தரித்து இருப்பதே தெரிவதில்லை. எனவே அறியாமல் இவ்வாறு ஒன்றிரண்டு தவறுகளைச் செய்து விடுகின்றார்கள். ஒருவேளை உங்களுக்கு முன்னரே தெரிந்திருந்தால் இந்த தவற்றைச் செய்து இருக்க மாட்டீர்கள்.

கர்ப்பத்தின் ஆரம்ப நிலைகளில் எடுத்துக் கொள்ளப்படும் குடி மற்றும் போதைப் பொருட்களால் சிசுவிற்கு ஒன்றும் பாதிப்பு ஏற்பட்டு விடாது. எனவே நீங்கள் பயப்பட வேண்டாம்.

ஆனால் நீங்கள் தொடர்ந்து குடிக்காமல் அதனை விட்டுவிட வேண்டும் என்பதே உங்களுக்குச் சிறந்தது. மேலை நாட்டில் பெண்கள் இரவில் தூங்குவதற்கு முன்னர் கட்டாயமாக ஒரு கிளாஸ்

ஆல்கஹால் எடுத்துக் கொள்வார்கள். மேலும் இதைப் போன்றே ஒன்பது மாதங்கள் வரையிலும் குடிப்பார்கள். ஆனால் அவர்கள் ஆரோக்கியமான குழந்தையைப் பெற்று எடுப்பார்கள் என்றெல்லாம் நீங்கள் கேள்விப் பட்டு இருக்கலாம். ஆனால் இதற்கு கியாரண்டி எல்லாம் தரமுடியாது. ஏனெனில் அவர்களில் ஒருசிலருக்கு இது பொருந்தி விடுகின்றது. ஆனால் பலருக்கோ நெகடிவ்வாகி விடுகின்றது. ஆனால் அமெரிக்கன் அகாடமியே அவர்களைக் காப்பத்தின் போது குடிக்காதீர்கள் என்றே அறிவுரை வழங்கி வருகின்றது. இதனால் பிறக்கக் கூடிய குழந்தைக்கு ஏதேனும் ஊனம் ஏற்பட வாய்ப்பு உள்ளது. தலை, முகம், இதயம், கை கால் போன்றவற்றில் ஏதேனும் குறைபாடு ஏற்படலாம். மேலும் ஆயுளும் குறைவாகத் தான் இருக்கும். இதையும் மீறி பிழைக்கும் குழந்தைக்கு ஏதாவது ஒரு பிரச்சனை இருந்தே தீரும். மேலும் அதுவும் வளரவளர குடிப்பழக்கத்திற்கு சீக்கிரமாகவே அடிமையாகி விடுகின்றது. கர்ப்பிணிகள் எவ்வளவு சிக்கீரம் குடிப்பழக்கத்தை கைவிடுகிறார்களோ அவ்வளவுக்குளவு அவர்களுக்கு மற்றும் அவர்களுக்கு கருவிற்கு சிறந்தது.

எந்த அளவுக்கு உங்களுக்கு குடிப்பழக்கம் உள்ளதோ அதனைவிட அதிகமாகவே அதனின் கெடு பலன்களும் உண்டு. குடிப்பழக்கத்திற்கு அடிமை ஆவதால் கருச்சிதைவு ஏற்படும். பிரசவ சமயத்தில் மிகுந்த சிரமம் ஏற்படும். குழந்தையின் எடை குறைவாக இருக்கும் குழந்தையின் புத்தி மந்தமாக இருக்கும். குழந்தையின் வளர்ச்சி சரிவர இருக்காது.

சில கர்ப்பிணிப் பெண்கள் குடிப்பழக்கத்தை அதனுடைய நாற்றத்தின் காரணமாக விட்டு விடுகின்றனர். ஏனெனில் அவர்களின் கர்ப்பத்தின் போது அவர்களுக்கு அந்த நாற்றம் ஒத்துக் கொள்வது இல்லை. அவர்கள் அதனை வெறுக்கின்றார்கள். சில கர்ப்பிணிகள் குடிக்காமல் இருக்க முடியாது என்ற சூழ்நிலையில் இரவு சாப்பாட்டுடன் ரெட்

> **பைப் மற்றும் சிகரெட்டியிலிருந்து தப்பித்திடுங்கள்**
>
> பைப் மற்றும் சிகரெட்டை நீங்கள் விட்டால் குழந்தையும் உங்களுக்கு நன்றி தெரிவிக்கும். பைப் மற்றும் சிகரெட்டில், சிகரெட் மூலமாகத் தான் அதிகப் புகை உள்ளேசெல்கின்றது. இது குழந்தைக்கு தீமை ஏற்படுத்தும். ஒரு சிகரெட் பயன்படுத்த வேண்டுமெனில் சாக்லெட்டால் செய்த சிகரெட்டை பயன்படுத்துங்கள்.

வொயின் எடுத்துக் கொள்கின்றார்கள். அவர்கள் தன்னுடைய வாழ்க்கை முறையில் சிறிதளவு மாறுதல் செய்து கொள்கின்றார்கள். நீங்கள் ஓய்வு எடுப்பதற்காகத் தான் குடிக்கிறீர்கள் எனில் அதனை விட்டுவிட்டு பாட்டு கேளுங்கள். சுடு தண்ணீரில் நன்றாகக் குளியுங்கள். சிறிது உடற்பயிற்சி செய்யுங்கள். ஏதாவது படியுங்கள். ஒருவேளை உங்களால் குடிக்காமல் இருக்கவே முடியாது எனில் பியர், ஒயின் எடுத்துக் கொள்ளுங்கள், கணவரும் உங்களுடன் சேர்ந்து குடித்தால் மகிழ்ச்சி இரட்டிப்பாகி விடும்.

இவற்றிற்கும் மேலே உங்களால் குடியை விடவே முடியவில்லை எனில் உங்களின் மருத்துவரிடம் ஆலோசனைப் பெறுங்கள் அவர் வேறு ஏதேனும் வழிமுறையைக் கூறி பின்பற்றச் சொல்லி ஆலோசனை தருவார்.

புகைப்பழக்கம் :-

"நான் கடந்த பத்து வருடங்களாக சிகரெட் பிடித்து வருகின்றேன். இதனால் எனது குழந்தைக்கு பாதிப்பு ஏற்படுமா?"

கர்ப்பம் தரித்திருக்கும் பெண்மணி கர்பத்தில் உள்ள சிசுவை, தனிக் கவனத்துடனும், பொறுப்புடனும் பேண வேண்டும். புகைபிடித்தல், மது அருந்துதல், போதைப் பொருட்களுக்கு அடிமையாதல் போன்றவற்றிற்கு கர்ப்ப காலத்தில் பெரிய தடா இவை முதல் மூன்று மாதங்களிலும் கடைசி மூன்று மாதங்களிலும் குழந்தைகளுக்கு இன்னல்கள் விளைவிக்கும். கர்ப்ப காலத்தில் புகைபிடிப்பதினால்

ஏற்படக்கூடிய விளைவுகளாக பின்வருவனவற்றை குறிப்பிடலாம். புகைப்பிடித்தல் கர்ப்பத்திற்கு பல கேடுகளை விளைவிக்கும், முதல் மூன்று மாதத்தில் இது மிகவும் ஆபத்தாகும். பிறவி இருதயக் குறைபாடுகள், குறைமாதப் பிரசவம், எடை குறைந்த பிள்ளைகள், கருப்பப்பைக்குள் கருவின் சாவு, மந்த புத்தி நிலைமை, கற்பதில் குறைபாடு, 8 வயதுக்குள் காரணம் தெரியாமல் நடத்தைக் கோளாறுகள், கற்பதில் குறைபாடு, மெக்கோனியம் ஆஸ்பிரேசன் ஸிண்ட்ரோம் என்று சொல்லக்கூடிய, தன்னிச்சை அல்லாத புகைபிடித்தலும், கர்ப்பிணிப் பெண்களுக்கு கேடு விளைவிக்கும் என்பதால் புகைபிடிக்கும் பழக்கம் உள்ளவர்களின் அருகில் கூட கர்ப்பிணிப் பெண் இருப்பது நல்லதல்ல. சமீப கால ஆய்வறிக்கைகள், புகைபிடிக்கும் பெண்களுக்குப் பிறக்கும் பிள்ளைகள் வளர்ந்த பிறகும் கூட பள்ளிகளில், நடத்தை சரிவர இல்லாதவர்களாகக் காணப்படுவதாக கூறுகிறது.

குழந்தைக்கான ஒரு சிறந்த பரிசு

ஒரு புது வரவு வரப் போகின்றது என்று தெரிந்தவுடனேயே முழு குடும்பமும் சந்தோஷமாகி விடுகின்றது. குடும்ப சந்தோஷத்திற்காகவே நீங்கள் புகைப்பிடிக்கும் பழக்கத்தை விடுதல் வேண்டும். புகைப்பிடிக்கும் பழக்கம் கொண்ட பெண்களுக்கு சில சமயங்களில் ஆரோக்கியமான குழந்தை பிறந்துள்ளது என்பதை நீங்கள் கேட்டிருப்பிர்கள். ஆனால் இது எல்லோருக்கும் சாத்தியம் ஆகாது. ஒவ்வொரு காப்பிணிப் பெண்களுக்கும் உடல் அமைப்பு ஒன்று போல் இராது எனவே இதனை எல்லாம் மனதில் கொள்ளாமல் நீங்கள் உங்கள் குழந்தைக்கு கொடுக்கக்கூடிய முதல் அன்புப் பரிசு என்று எண்ணி சிகரெட் புகைப்பதை ஒட்டுமொத்தமாக நிறுத்தி விடுங்கள். இதுவே நீங்கள் உங்கள குழந்தைக்கு கொடுக்கும் மிகப்பெரிய முதல் பரிசு.

சிகரெட்டை பிடிப்பதற்கான குறிக்கோள் :-

சிகரெட்டை நீங்கள் எதற்காக குடிக்கின்றீர்கள்? என்பதை முதலில் கண்டறியுங்கள். இதனால் உங்களுக்கு என்ன ஏற்படுகின்றது மகிழ்ச்சியா? ஓய்வா? இதில் ஒன்றுமே கிடையாது. சிகரெட் குடிப்பதால் உங்களின் மன இறுக்கம் குறைகின்றது என்று நீங்கள் நினைக்கின்றீர்கள். எனவே உங்களுக்கு சிகரெட்டால் என்னவிதமான பலன் ஏற்படுகின்றது என்பதைக் கண்டறியுங்கள்.

- கையில் ஸ்டைலாக வைத்துக் கொள்வதற்கே சிகரெட் என நீங்கள் நினைத்தால், சிகரெட்டிற்குப் பதிலாக கையில் ரப்பர்பேண்ட், பென்சில் என ஏதாவது வைத்துக் கொள்ளுங்கள்.
- வாயில் ஏதாவது வைத்துக் கொள்வதற்கே சிகரெட் என நீங்கள் நினைத்தால், சிகரெட்டிற்குப் பதிலாக பாப்கார்ன், உலர்ந்த திராட்சை, பச்சைக் காய்கறிகள் போன்றவற்றை மெல்லுங்கள்.
- பொழுது போக்கிற்காக சிகரெட் புகைக்கிறீர்கள் எனில் அதற்குப் பதிலாக ஏதாவது புத்தகம் படியுங்கள், அல்லது உங்களின் நண்பர்களுடன் வீண் அரட்டை அடித்திடுங்கள்.
- ஒருவேளை உங்களின் டென்ஷன் குறைவதற்காக சிகரெட்

பிடிக்கின்றீர்கள் எனில் அதற்குப் பதிலாக பாட்டு 'கேளுங்கள், வெகு தூரம் வரை நடைப்பயிற்சி செய்திடுங்கள்.

- வீண் பழக்கத்தால் சிகரெட் பிடிக்கின்றீர்கள் எனில் அந்த பழக்கத்தையே கைவிட்டு விடுங்கள்.
- சிகரெட் புகைத்துக் கொண்டே ஏதாவது ஒரு சாப்பாடு சாப்பிடும் பழக்கம் இருந்தால் அதனைக் கைவிட்டு விடுங்கள்.
- சிகரெட்டை புகைக்கும் போது நிறுத்தி நிறுத்தி மெதுவாக வெகு நேரம் வரையிலும் புகையை விடுங்கள் இதனால் அடுத்த முறை புகைக்க வேண்டும் என்ற எண்ணமே வராது.

ஒருவேளை சிகரெட்டைப் பார்த்தால் :-

ஒருவேளை நீங்கள் சிகரெட்டைப் பார்க்க நேரிட்டால் உடனடியாக உங்கள் குழந்தையை நினைத்துக் கொள்ளுங்கள். இதனால் சிகரெட் பிடிக்க வேண்டும் என்ற நினைப்பு உங்களை விட்டுப் போய் விடும்.

குழந்தைக்காக விட்டுவிடுங்கள் :-

எப்பொழுதெல்லாம் உங்களுக்கு சிகரெட் புகைக்க வேண்டும் என்ற எண்ணம் வருகின்றதோ அப்பொழுதெல்லாம் உங்கள் வருங்கால குழந்தையின் படத்தைப் பார்த்துக் கொள்ளுங்கள்.

சிறிது உதவி பெறுங்கள் :-

ஏதாவது மறுவாழ்வு மையத்திற்குச் சென்று புகைப்பிடிக்கும் பழக்கத்தை எப்படி விடுவது என்பதைப் பற்றி பயிற்சியை எடுத்துக் கொள்ளுங்கள். அதைப் போலவே இந்தப் பழக்கத்திலிருந்து முழுவதும் மீண்டவர்களையும் பேட்டி கண்டிடுங்கள்.

மீண்டும் மீண்டும் முயற்சி செய்திடுங்கள் :-

நிகோடின் ஒரு மோசமான போதை மருந்து இதிலிருந்து வெளிவருவது அவ்வளவு சுலபம் அல்ல. மீண்டும் மீண்டும் முயற்சி செய்து இதனை முழுமையாக விட்டு விட்டீர்கள் எனில் பிறகு நீங்களே உங்களை பாராட்டிக் கொள்ளுங்கள்.

குறிப்பு:-

மருத்துவரும் உங்களுக்கு பல அறிவுரைகளைத் தருவார். இருந்தாலும் நீங்களும் இதனை நிறுத்துவதற்கான முழு முயற்சி செய்தல் வேண்டும்.

மதுவினால் கர்ப்பத்திற்கு ஏற்படக்கூடிய தீங்கு பின்வருமாறு கூறப்படுகிறது. மதுப்பழக்கத்திற்கு ஆட்பட்டு, கல்லீரல் பாதிக்கப்பட்ட பெண்களுக்கு, இதனால் மாதவிடாய் வருவதும் நின்று, கர்ப்பம் தரிக்கும் வாய்ப்பு இல்லாமல் போய்விடும். வாரத்திற்கு 2 4 பெக் குடிப்பவர்களுக்குக் கூட கருச்சிதைவு ஆகக்கூடிய சாத்தியக் கூறுகள் அதிகம். மது அருந்துவதனால், குழந்தைக்கு ஏற்படக்கூடிய பக்க விளைவுகளில் அதிகமாக வருவதும் ஆபத்தானதுமானது மதுப்பழக்க அடிமையின் குழந்தையின் ஸிண்ட்ரோம் இதனால் பாதிக்கப்பட்ட குழந்தை, பிறக்கும்போது குறைபாடுகளுடன் பிறப்பதோடு அல்லாமல், மூளை வளர்ச்சி குன்றியும் காணப்படும். இருதயம், நுரையீரல் மற்றும் கைகால்களில் குறைபாடுகள்

இருக்கலாம். மதுப்பழக்கத்திற்கு அடிமையான கர்ப்பிணிப் பெண்களால் குழந்தைக்கு ஏற்படும் பிற குறைபாடுகள்.

புகைப்பிடிக்கும் பழக்கத்தை விட்டுவிட வேண்டும்.

வாழ்த்துக்கள் நீங்கள் உங்கள் குழந்தைக்கு புகையில்லா, ஒரு சிறந்த சூழ்நிலையை உருவாக்கிக் கொடுக்க வேண்டுமென்று நினைத்து விட்டீர்கள். இவ்வாறு யோசிப்பது முதல் படியாகும். உடனேயே சிகரெட்டை விடுவது என்பது உண்மையில் சிரமமான வேலை இல்லை. கீழ்க்காணும் சில யோசனைகளைப் பின்பற்றுங்கள்.

உங்களின் இலட்சியத்தைக் கண்டுபிடியுங்கள் :-

நீங்கள் கர்ப்பம் தரித்து இருப்பதால் இதுவே நீங்கள் சிகெரெட்டை கைவிடுவதற்கான சரியான தருணம் ஆகும்.

சிகரெட்டை விடுவதற்கான முறை:-

இந்தப் பழக்கத்தை மகிழ்ச்சியுடன் விடை கொடுத்து அனுப்பி விடுங்கள். இதைவிட ஒரு சிறந்த மாற்று வேலையில் கவனம் செலுத்திடுங்கள். இதனால் உங்களின் ஞாபகம் சிகரெட்டின் மீது போகாது.

காதுகளில் தொற்று நோய் ஏற்படுவதற்கான வாய்ப்பு அதிகமாகும், மூளை பாதிக்கப்பட்டு அதனால் மன வளர்ச்சிக் குறைவு ஏற்படலாம், பிறப்பு எடை குறைந்திருத்ல், எளிதல்லாத ஒரங்கிணைப்பு மகம் கோணலாகலாம். மதுகுடிப்பதில் பாதுகாப்பான அளவுகளாக இதனை குறிப்பிடலாம். கர்ப்பிணிப் பெண்களின் கருவிற்கு மதுவில் எந்த அளவும் பாதுகாப்பானது அல்ல. குறைந்தது முதல் மூன்று மாதங்களிலாவது. மது அருந்துவது, நிறுத்தப்படவேண்டும். இது சாத்தியப்படவில்லையென்றால் ஒரு வாரத்திற்கு 5க்கும் குறைவான பெக் மது மட்டுமே அருந்தப்பட வேண்டும்.

இதுவரை இதனால் உங்கள் குழந்தைக்கு பாதிப்பு ஏதும் ஏற்பட்டிருககாது. ஆனால் மூன்றாவது மாதத்திற்கும் பிறகும் புகைப்பிடிக்கும் பழக்கத்தை தொடர்ந்தால் நிச்சயம் உங்கள் குழந்தையை அது பாதிக்கும். எப்பொழுதெல்லாம் நீங்கள் புகைப்பிடிக்கிறிர்களோ அப்பொழுதெல்லாம் உங்களுடன் அந்த குழந்தையும் புகையை சுவாசிக்கின்றது. அதற்கு ஆக்சிசன் குறைந்து விடுவதால் அதனுடைய இதயத் துடிப்பு அதிகரிக்கின்றது.

இதனால் மிகப்பெரிய பாதிப்பு ஏற்படும். பிரசவத்தில் கூட பல பிரச்சனைகள் ஏற்படும் குறைப்பிரசவம், பிளஸ்டெல் டிடச்மெல், டைப்பிக் பிரக்னன்சி போன்றவை ஏற்படலாம் குறைந்த எடை உள்ள குழந்தை பிறக்கும். குறைந்த புத்திவுடையதாக இருக்கும். உயரம் குறைந்ததாக இருக்கும். குழந்தை பிறந்தயுடனேயே அதற்கு ஜீரம் ஏற்படும். அந்த ஜீரத்தின் காரணமாக அது இறக்கவும் நேரிடும்.

புகைப்பிடிக்கக் கூடிய பெண்களின் குழந்தைகளுக்கு சிடஸ்சின்ரெம் ஏற்படும். இதனால் அந்த குழந்தையின் மூளை, உடல் வளர்ச்சி குறைந்ததாக இருக்கும். தாய், தந்தை இருவருமே குழந்தைக்கு அருகில் புகைப்பிடித்தால் அதற்கு இம்யோன் சின்ரென் ஏற்படும். இது குழந்தையின் சுவாசத்தைப் பாதிக்கும். காது கேளாமல் போகும். வளர்ந்த பிறகு கூட அது சிக்கிரம் புகைப்பிடிக்கும். புகையிலை மிகவும் ஆபத்தானதே. புகையிலை போடும் பெண்களின் குழந்தைகள் குறைந்த எடையுடன் பிறக்கும். சிகரெட்டைவிட புகையிலையில் அதிக நிகோட்டின் உள்ளது. எனவே இதனை விட்டுவிட வேண்டும்.

சில கர்ப்பிணிப் பெண்கள் முதல் மூன்று மாதங்களுக்குப் பிறகு புகைப்பிடிக்கும் பழக்கத்தை விடுகின்றனர். இவ்வாறு செய்தல் கூடாது. ஏனெனில் புகைப்பிடிக்கும் பழக்கத்தை ஒன்று முதலிலேயே நிறுத்தி விட வேண்டும் இல்லையேல் இடையில் நிறுத்துவதால் குழந்தைக்கு ஆக்ஸிஜன் குறைபாடு ஏற்படுகின்றது.

புகைப்பிடிக்கும் வழக்கத்தை விட்ட பிறகு உடல் எடை கூடி விடும் என்றும் பயப்பட

வேண்டியது இல்லை. ஒருவேளை உடனடியாக எடை கூடினாலும் பிறகு சிறிது நாட்களிலேயே எடை குறைந்து விடும். புகைப் பிடிக்கும் பழக்கம் கொண்டவர்கள் தான் அதிகஅளவில் எடையுடன் காணப்படுகிறார்கள் என்பதை நீங்கள் புரிந்து கொள்ளுங்கள். ஒருவேளை புகைப்பிடிப்பதை விட்ட பிறகு எடை அதிகரித்தால் உணவில் கட்டப்பாடுடன் இருந்து கொள்ளுங்கள்.

சிகரெட்டை விட்ட பிறகு பலருக்கு பலவிதமான பிரச்சனைகள் வருகின்றது. உதாரணமாக களைப்பு, உடல் சோர்வு, மன அழுத்தம், ஓய்வு இல்லாததைப் போன்று தோற்றமளித்தல், கை காலில் நடுக்கம், தலை சுற்றல், வாயு வெளிப்படுதல், தூக்கமின்மை போன்றவை ஏற்படலாம். மேலும் அதிகமான மக்களுக்கு இருமல் தொந்தரவு ஏற்படும்.

நிகோடினின் பாதிப்பைக் குறைக்க வேண்டும் என்று நினைத்தால் அதிகமாக கேஃபின் எடுத்துக் கொள்வதையும் தவிர்த்திடுங்கள். அதிக நேரம் மூளைக்கு வேலை கொடுக்காமல் இருங்கள். சின்ன சின்ன முடிந்த வேலைகளை மட்டும் செய்திடுங்கள்.

பாதிப்புகள் என்பது சில காலம் வரை ஏற்படும். ஆனால் இதற்கான பலனோ உங்களின் வாழ்க்கைக்கு அருமையானது, பாதுகாப்பானது.

செகண்ஹேண்ட் ஸ்மோக்

"நான் சிகரெட் பிடிப்பதில்லை, ஆனால் என்னுடைய கணவர் சிகரெட் பிடிக்கும் பழக்கம் உள்ளவர். இதனால் குழந்தைக்கு ஏதாவது பிரச்சனை ஏற்படுமா?"

சிகரெட்டினால் சிகரெட் பிடிப்பவர்களுக்கு மட்டும் பாதிப்பு இல்லை. அவரைச்சுற்றி இருப்பவர்களுக்கும் தான் பாதிப்பு ஏற்படுகின்றது. நீங்கள் சிகரெட் பிடித்தால் என்ன பாதிப்பு குழந்தைக்கு ஏற்படுமோ அதே அளவு பாதிப்பு தான் உங்கள் கணவர் சிகரெட் பிடிப்பதானலும் ஏற்படக்கூடும்.

அவர் ஒருவேளை சிகரெட் பிடிப்பதை விட வில்லையெனில் நீங்கள் அவரை வேறு எங்கேனும் சென்று சிகரெட் பிடிக்கும்படி கூறி விடுங்கள். உங்களுக்கு எதிரில் சிகரெட் பிடிப்பதை விட்டு விடச் சொல்லுங்கள்

இதனால் உங்களின் கணவரின் உடல்நிலயும் பாதுகாக்கப்படும். குழந்தைக்கு பாதுகாப்பு ஏற்படும். குழந்தைக்கும் எந்தவிதமான சுவாச நோய்க் கோளாறும் ஏற்படாது. நுரையீரலும் பாதுகாப்புடன் இருக்கும். மேலும் உங்களால் உங்களின் குழந்தையும் புகைப்பிடிப்பதை தடுத்து நிறுத்த முடியும்.

நீங்கள் புகைப்பிடிப்பதை விட்டு விட்டு உங்களின் நண்பர்களின் மத்தியில் செல்லும் போது அவர்கள் ஒருவேளை புகைப்பிடிப்பதை நீங்கள் முகர நேர்ந்தால் உங்களுக்கும் புகை பிடிக்கவே தோன்றும். எனவே அந்த மாதிரியான நேரத்தில் அங்கு செல்வதையோ, அவர்களைச் சந்திப்பதையோ தவிர்த்திடுங்கள். இல்லையேல் முற்றிலும் அவர்களிடம் இருந்து விலகி இருங்கள்.

மரிஜீவானா உபயோகம்

"நான் பல வருடங்களாக உபயோகித்து வருகின்றேன். இதனால் என்னுடைய கர்ப்பத்தில் ஏதாவது பிரச்சனை ஏற்படுமா?"

என்ன நடந்ததோ அதை மறந்துவிடுங்கள். எந்த பிரச்சனை வந்தாலும் கர்ப்பத்தின் சமயத்தில் பார்த்து கொள்ளலாம். இப்பொழுது நீங்கள் கர்ப்பம் தரித்துஇருக்கிறீர்கள் அதனால் நீங்கள் கவலை கொள்ளத் தேவையில்லை, கர்ப்பத்திற்கு முன்னாலேயே அதனுடைய விளைவு கருவின் மீது ஏற்பட்டிருக்கும்.

ஆனால் நீங்கள் இதனை முழுவதுமாக விட வேண்டும். கர்ப்பத்திற்குப் பிறகு இதனால் பாதிப்பு ஏற்படும் என்பதற்கு எந்த ஆதாரமும் இல்லை. காப்பத்திற்குப் பின் சிகரெட் மற்றும் போதைப் பொருட்கள் எடுப்பதால் தான் பாதிப்பு ஏற்படும். இப்பொழுது உங்களுடைய கரு முழுவதுவமாக வளர்ச்சி பெறாத நிலையில்

இருக்கும் இதற்கும் மேலும் நீங்கள் மரிஜீவானா எடுத்துகொண்டீர்கள் எனில் சிசுவிற்கு பாதிப்பு ஏற்படும்.

மற்ற போதைப் பொருள்களைப்போலவே இதுவும் பாதிப்பை ஏற்படுத்தக்கூடியது. புகைப்பிடிக்கும் பழக்கத்தை விட்டது போலவே நீங்கள் இதையும் விடவேண்டியது தான். யோகா, நடைப்பயிற்சி போன்றவற்றில் கவனம் நீங்கள் செலுத்துங்கள். மருத்துவரிடம் ஆலோசனை பெறுங்கள்.

கோக்கின் மற்றும் ஹெராயின் போன்ற போதைப்பொருட்கள்

"நான் சில வாரங்களுக்கு முன்னால் கோக்கின் எடுத்துக் கொண்டேன். பிறகுதான் நான் கர்ப்பம் என்பது தெரியவந்தது. இதனால் என்னுடைய கருவிற்கு பாதிப்பு ஏற்படுமா?"

கடைசியாக நீங்கள் கோக்கின் எடுத்துக் கொண்டது அதுவாகவே இருக்கட்டும். நீங்கள் எடுத்து கொண்ட கேகெக்கீனால் பாதிப்பு எதுவும் ஏற்படாது. இதற்கு மேலும் நீங்கள் கோக்கின் எடுத்துக் கொண்டால் பாதிப்பு ஏற்படும். கோக்கின் எடுத்துக்கொள்பவர்கள் பெரும்பாலும் புகைப்பிடிப்பவர்களாகவே இருப்பார்கள். எனவே கோகின் எடுத்துக் கொள்ளும்பொழுது புகைப்பிடிப்பதை விட்டு இருந்தாலும் புகைப்பிடிக்கவே தோன்றும் கோகின் எடுத்துக்கொள்வதால் குறைந்த இரத்த அழுத்தம், கருச்சிதைவு, குழந்தையின் எடைகுறைவு, குறைப்பிரசவம் போன்றவை ஏற்படும். மேலும் பல பிரச்சனைகளும் ஏற்படும் வாய்ப்பு உண்டு. கர்ப்பிணி எவ்வளவுக்கு எவ்வளவு கோகின் எடுத்து கொள்கிறார்களோ அவ்வளவுக்கு அவ்வளவு பாதிப்பு ஏற்படும்.

இதைப்பற்றி மருத்துவரிடம் கூறிவிடுங்கள். ஒருவேளை கோக்கின் பயன்படுத்துவதை உங்களால் குறைக்க முடியவில்லை எனில் மருத்துவரிடம் ஆலோசனை பெறுங்கள்.

ஹெராயின்,எல்,எஸ்,டி, பி.சி.பி டிரைக்குவாலிஸில், சிடைடிவ் மற்றும் தூக்கமாத்திரைகள் பாதிப்பை ஏற்படுத்தக் கூடியதே. எனவே நீங்கள் இந்த போதை பொருட்களிடம் இருந்து விலகி இருக்க வேண்டியது மிகவும் அவசியமாகும்.

செல்நபோன்

"நான் நாள் முழுவதும் மணிக்கணக்கில் செல்நபோன் பேசுவேன். இதனால் எனது குழந்தைக்கு பாதிப்பு ஏற்படுமா?"

இன்று அனைவருமே அதிக அளவில் செல்நபோன் பயன்படுத்தி வருகிறார்கள். செல்நபோன் பயன்படுத்துவதால் பாதிப்பு ஏற்படுடாது என்று எந்தவிதமான உத்தரவாதமும் இல்லை. செல்போன் பயன்படுத்துவதால் உங்களுக்கு ஒருவிதத்தில் நன்மை தான் ஆனாலும், அதிக அளவில் பயன்படுத்துவதால் மருத்துவரை அணுகுங்கள். ஏனெனில் உங்களின் ஓய்விற்கு எந்தவிதமான ஆபத்தும் ஏற்படக்கூடாது.

வாகனம் ஓட்டும்போது செல்நபோன் பயன்படுதாதீர்கள் செல்போன் பேசும்போது ஏதேனும் ஒரு இடத்தில் அமைதியாக உட்கார்ந்து கொண்டு பேசிடுங்கள். செல்போனை எப்போதும் உங்களுக்கு

எலக்ட்ரானிச் கம்பல் மற்றும் ஹீட்டிங் பேட்

அதிக குளிர் நாட்களில் மட்டுமே எலக்ட்ரானிக் கம்பல் பயன்படுத்துங்கள். படுப்பதற்கு அரைமணி நேரத்திற்கு முன்னரே விரித்திடுங்கள் படுப்பதற்கு முன் அதை அகற்றி விடுங்கள். இது உங்கள் வயிற்றில் அதிக வெப்பத்தை ஏற்படுத்தாது. 15 நிமிடங்களுக்கு மேல் ஹீட்டிங் பேட் பயன்படுத்தாதீர்கள். ஹீட்டிங்பேடை நடைமுறையில் வைத்துக்கொண்டே உறங்காதீர்கள் கர்ப்பத்தின் ஆரம்பகாலத்தில் கூட இதை அதிக அளவில் பயன்படுத்தலாம். ஆனால் கர்ப்பத்தின் இறுதிக்காலத்தில் இதனை அறவே தவிர்க்க வேண்டும்.

அருகில் வைக்காதீர்கள் தேவைப்பட்டால் ஹெட்செட் பயன்படுத்துங்கள்.

மைக்ரோவேவ்

"நான் தினமும் மைக்ரோவேவில் சமைத்த உணவை உண்கிறேன். இதனால் என் கர்ப்பத்திற்கு ஏதேனும் பாதிப்பு ஏற்படுமா?"

நீங்கள் தாய்மை அடைந்துள்ளீர்கள் உங்களுக்கு மிகவும் சிறந்த மற்றும் ஊட்டச் சத்துள்ள உணவு தேவைப்படுகிறது. அந்த உணவை தயாரிக்க மைக்ரோவேவை பயன்படுத்துவதால் எந்த விதமான பாதிப்பும் இல்லை. மைக்ரோவேவில் சமைத்தபிறகு உணவை பிளாஸ்டிக் ராப்பர் கொண்டு மட்டும் மூடாதீர்கள்.

சூடான டப் மற்றும் சானா:-

"என்னுடைய வீட்டில் சூடான டப் உள்ளது. அதில்தான் நான் தினமும் குளிப்பேன். அதனால் என் கருவிற்கு பாதிப்பு ஏற்படுமா?"

நீங்கள் எப்போதும் சூடான நீரில்தான் குளிக்க வேண்டும் என்ற அவசியம் இல்லை. நீங்கள் சூடான நீரில் குளிப்பதால் 102° வரை உங்கள் உடல்வெப்பம் அதிகரிக்கும். உங்களின் வயிற்றில் அதிக அளவு சுடுநீர் படத்தேவையில்லை. 102வரை உடல் வெப்பமும் இருக்கத் தேவையில்லை. உடல் சோர்வு ஏற்படும் நேரம் மட்டும் தேவைப்பட்டால் சுடுநீரில் குளிப்பது நல்லது.

சானா மற்றும் ஸ்டீம் பாத்திங் இருப்பது உடலுக்கு நல்லது இல்லை. இரத்த அழுத்தம் மற்றும் உடல் வறட்சி போன்றவை ஏற்படும். இந்தப் புத்தகத்திலேயே இதனால் ஏற்படும் பாதிப்புகள் பற்றிக் குறிப்பிடப்பட்டு உள்ளது. இதனை கருத்தில் கொள்ளுங்கள்.

வளர்ப்புப்பூனை:-

"எனது வீட்டில் இரண்டு வளர்ப்புப் பூனைகள் உள்ளன. அதனால் எனது கருவிற்கு ஏதேனும் பாதிப்பு ஏற்படுமா?"

வளர்ப்புப் பூனைகள் உங்களுக்கு ஒரு சிறந்த நண்பர்களே. நீங்கள் அவர்களுடனேயே எந்நேரமும் இருப்பதால் பூனையுடன் தொடர்புள்ள நோயாகிய டோசோபிளாஜமோசிஸ் என்ற நோய் உங்களை தாக்குவதற்கான அபாயம் உள்ளது. அமெரிக்காவில் 40 சதவீதம் மக்களுக்கு இந்த நோயின் பாதிப்பு ஏற்பட்டுள்ளது. இது வளர்ப்பு பூனையால் அதிக அளவில் பாதிப்பு ஏற்படுத்தும். தேவைப்பட்டால் மருத்துவ பரிசோதனை செய்யுங்கள் பிறகும் கூட கீழே கொடுக்கப்பட்ட முன் எச்சரிக்கை கையாளுங்கள்.

- ➢ உங்கள் வளர்ப்புப் பூனைக்கு தொற்றுநோய் பாதிப்பு உள்ளதா எனப் பரிசோதனை செய்யுங்கள்.
- ➢ தொற்று நோய்ப் பாதிப்பு இருந்தால் உங்களுக்கு தெரிந்தவர்கள் வீட்டில் விட்டு விடுங்கள்.
- ➢ பூனையை மற்றவர்களை விட்டு குளிப்பாட்டச் செய்யுங்கள்.
- ➢ பூனையை நிங்கள் தொட்ட பிறகு கையை தேய்த்து கழுவுங்கள்.
- ➢ உங்கள் பூனை பச்சை இறைச்சி மீன் போன்றவை உண்ணும் பழக்கத்தை நிறுத்துங்கள்.
- ➢ உங்கள் பூனை அசுத்தம் செய்யும் இடங்களை கிருமி நாசினி கொண்டு சுத்தம் செய்யுங்கள்.
- ➢ உங்கள் பூனையை மற்ற பூனைகளுடன் பழக விடாதீர்கள்.
- ➢ பச்சை இறைச்சி சமைக்கும் நேரங்களில் உங்கள் பூனையை நெருங்க விடாதீர்கள்.

எனவே ஒவ்வொரு கர்ப்பிணி பெண்களும் பரிசோதனைக்கு பிறகும் கூட இந்த முன் எச்சரிக்கையை கையாளுங்கள்.

வீட்டுப் பிரச்சனைகள் :-

"வீட்டில் பயன்படுத்தும் பூச்சிகொல்லி மருந்துகளால் எனது சிசுவிற்கு ஏதேனும் பாதிப்பு ஏற்படுமா?"

கர்ப்ப காலத்தில் சிறுசிறு விஷயங்களில் கூட நீங்கள் அதிக கவனம் எடுத்து கொள்வது அவசியம் ஆகும். நீங்கள் குடிக்கும் நீரில் இருந்து இருக்கும் இடம் வரை தூய்மையுடன் இருக்க வேண்டும். உங்களின்

சிறிய கவனக்குறைவால் பெரிய பாதிப்பு ஏற்படும். கீழ்க்கண்ட பொருள்களை நீங்கள் கையாளும் போது அதிக கவனம் எடுத்துக் கொள்ள வேண்டும்.

வீட்டைச் சுத்தம் செய்தல் :-

வீட்டு வாசலில் துவங்கி வீட்டில் உள்ள சிறிய இடங்கள் வரை சுத்தப்படுத்துவது மிகவும் அவசியம் ஆகும். கர்ப்ப காலத்தில் இவற்றை செய்யும் போது கீழே கொடுக்கப்பட்ட சில முன்னெச்சரிக்கைகளை கையாளுவது அவசியம்.

- வீட்டைச் சுத்தப்படுத்தும்போது முகத்தில் முகத்திரை அணிந்துகொண்டு செய்யுங்கள். குளியல் அறையை வேறு யாரையேனும் கொண்டு சுத்தம் செய்யுங்கள்.
- அமோனியா மற்றும் குளோரின் பதார்த்தங்களை ஒருபோதும் ஒன்றாக கலக்காதீர்கள்.
- எந்தவொரு கிருமி நாசினி பயன்படுத்தும்போது கையுறை அணியுங்கள். மேலும் அதனை நேரடியாக உபயோகிக்காதீர்கள்.
- மிகவும் வீரியத்தன்மை உள்ள கிருமி நாசினிகளை பயன்படுத்தும்போது, வீட்டு சன்னல் மற்றும் கதவுகளை திறந்து வைக்க வேண்டும்.

லெட் :-

இது குழந்தைகளுக்கு கூட அதிக பாதிப்பை ஏற்படுத்தாது. ஆனால் கர்ப்பிணி பெண்களுக்கு அதிக பாதிப்பை ஏற்படுத்தும் இதிலிருந்து விலகி இருப்பது நல்லது.

- ★ குடிக்ககூடிய நீரில் இது அதிகளவு இருக்கிறது எனவே நீரைப் பயன்படுத்தும் போது எச்சரிக்கையோடு இருங்கள்.
- ★ 50வருடங்களுக்கு முன்பு உள்ள வீட்டில் பயன்படுத்திய வண்ணப்பூச்சுகள் மற்றும் மரச்சாமான்களால் கூடவும் பாதிப்பு ஏற்படும்.
- ★ முலாம் பூசிய பாத்திரங்களைப் பயன்படுத்தாதீர். பேட்டரி மற்றும் அதைச் சார்ந்த பொருட்கைள பயன்படுத்தாதீர்.

குடிநீர் :-

நீங்கள் தினசரி பயன்படுத்தும் குடிநீரால் கூட உங்களுக்குப் பாதிப்பு ஏற்படும் எனவே கீழே கொடுக்கப்பட்டுள்ள எச்சரிக்கை நடவடிக்கைகளைக் கையாளுங்கள்.

- ❖ நீங்கள் பருகும் நீரை பரிசோதனை செய்து பயன்படுத்துங்கள். ஏனெனில் கழிவு நீர் குழாயுடன் குடிநீர் இணைக்கப்பட்டு இருக்கலாம்.
- ❖ குடிநீரைச் சுட வைத்துப் பயன்படுத்துங்கள்
- ❖ பாட்டிலில் வரும் நீரைப் பயன்படுத்துமபோது குளோரைடு அளவைப் பரிசோதனை செய்யுங்கள்.
- ❖ குடிநீரைத் திறந்தவுடன் வரும் நீரை உடனே பயன்படுத்தாதீர்கள் சில நிமிடங்கள் கழித்து குழாயில் இருந்து நீர் வெளியேறிய பிறகு பயன்படுத்துங்கள்.
- ❖ குளோரின் கலந்த நீரைப் பயன்படுத்தாதீர்கள்.

கிருமிநாசினி:-

சிலவகை ஆபத்துக்களை ஏற்படுத்தும் பூச்சிகளில் இருந்து ஏற்படும் தீய விளைவுகளிலிருந்து விடுபட கிருமி நாசினிகளைப் பயன்படுத்துகிறோம். அண்டை வீடுகளில் கிருமி நாசினிகளை பயன்படுத்தியிருந்தால் கூட உங்கள் சன்னல் மற்றும் கதவுகளை மூடி விடுங்கள். உங்கள் வீட்டில் கரப்பான் பூச்சிக்கொல்லி மருந்து உபயோகப்படுத்தும்போது அவை பாத்திரங்கள் மீது படாமல் பார்த்துக்கொள்ளுங்கள். தினமும் வீட்டைக் கிருமிநாசினி கொண்டும் சுத்தம்

செய்யுங்கள். திரைச்சீலைகளை வாரம் இருமுறை துவைக்க வேண்டும்.

மனிதனுக்கு பாதிப்பு ஏற்படுத்தாத வகையில் உள்ள சில கிருமிநாசினிகளைப் பயன்படுத்தாதீர்கள். நாப்தலின் உருண்டை பயன்படுத்தாதீர்கள் அதற்குப் பதில் வேப்பந்தழையைப் பயன்படுத்துங்கள்.

வீட்டில் உள்ள வளர்ப்பு பிராணிகள் கிருமி நாசினியை நுகராத வண்ணம் கவனித்துக் கொள்ளுங்கள். கண்ணுக்கு எரிச்சல் ஏற்படுத்தும் வகையில் உள்ள கிருமி நாசினியைப் பயன்படுத்தாதீர்கள்.

கிருமி நாசினியால் அதிக அளவு பாதிப்பு ஏற்படுதவதாக பல ஆய்வகத் தகவல்கள் கூறுகின்றன.

பெயின்ட் :-

ஒவ்வொரு உயிரினமும் தன்னுடைய குழந்தைக்கு என்று சில ஏற்பாடுகளை செய்கின்றது. பறவை கூட தனது குஞ்சுக்காகக் கூடு கட்டுகின்றது. அணில் கூட தனது குட்டிக்காக பொந்துகளை ஏற்படுத்துகிறது. அதுபோல மனிதனும் தனது குடும்பத்திற்காக வீடு கட்டுகிறான். அந்த வீட்டிற்கு வண்ண வண்ண வர்ண பூச்சுகள் பயன்படுத்துகிறான். இதனால் மனித உடலுக்கு பாதிப்பு ஏற்படும். இதனை ஒருபோதும் கைகளால் தொடக்கூடாது. வர்ணம் பூசிய உடன் வீட்டிற்குள் குடியேறக்கூடாது. வர்ணபூச்சுகளின் துர்நாற்றத்தால் கர்ப்பினிப்பெண்களுக்கு நுகர்ச்சி கோளாறுகள் ஏற்படும்.

வர்ணப்பூச்சுகள் பயன்படுத்தும் போது வீட்டின் வெளியில் இருங்கள் வர்ணம் பூசிய பிறகு அனைத்து கதவு, சன்னல்களை திறந்து வையுங்கள். வர்ண பூச்சுகளை அகற்றும் போது மிகவும் கவனமாக இருங்கள். இதில் காரியதன்மை அதிக அளவு உள்ளது.

காற்று மாசடைதல் :-

"தூய்மை அற்றக் காற்றைச் சுவாசிப்பதால் எனது கருவிற்கு ஏதேனும் பாதிப்பு ஏற்படுமா?"

நீங்கள் நீண்ட சுவாசத்தை மேற்கொள்ளுங்கள். பல லட்சக்கணக்கான

கிரீன் கிரீன் டிப்ஸ்

உங்கள் வீட்டை பசுமையாக்குங்கள். வீட்டை சுற்றி மரம் வளர்த்துவிடுங்கள். இது கண்களையும் மனதையும் குளிர்ச்சியூட்டும் நபிளோடென்டான் என்ற விஷசெடியை நடாதீர்கள்.

காப்பிணிப் பெண்கள் நீண்ட சுவாசத்தை மேற்கொள்கிறார்கள். இதனால் காற்றில் ஏற்படும் பாதிப்புகளில் இருந்து விடுபடலாம்.

- தூய்மை இல்லாத அறையில் அமராதீர்கள்
- அருகில் யாரேனும் புகைபிடித்தால் அந்த இடத்தை விட்டு விலகி விடுங்கள்
- காரில் இஞ்சின் ஓடிக்கொண்டு இருக்கும்போது அதனுள் அமராதீர்கள்.
- வீட்டிற்கு வெளியே அதிக மாசுக் காற்று இருப்பதாக நீங்கள் உணர்ந்தால் வீட்டிற்கு உள்ளேயே இருங்கள். தேவைப்பட்டால் குளிர்விப்பான் பயன்படுத்துங்கள்.
- வீட்டிற்கு உள்ளேயே தினசரி உடற்பயிற்சிகளை

  மேற்கொள்ளுங்கள். மேலும் வீட்டிற்கு வெளியே மரக்கன்றுகளை நடுங்கள். இதனால் மாசு இல்லாத வாயு கிடைக்கக்கூடும்.
- கேஸ்ஸ்டவ் பயன்படுத்திய பிறகு அதனை உடனடியாக நிறுத்திவிடுங்கள்.
- நாங்கள் கூறியிருக்கும் கீரன்டிப்ஸை மேற்கொள்ளுங்கள்.

முதல் சிகிச்சை

முன்பெல்லாம் பிரசவத்தை மருத்துவச்சிகள் பார்த்தார்கள். அவர்களை மேற்கொண்டே இப்பொழுது பல நவீன சிகிச்சை முறைகள் வந்துவிட்டன. அவர்கள் அளித்த மருத்துவ முறையானது மிகவும் பாதுகாப்பானதாகவும் இருந்தது.

எடுத்துக் கொள்வது அவசியம் ஆகும். கீழே சில சிகிச்சை முறைகள் கொடுக்கப்பட்டுள்ளன.

அக்யூபஞ்சர்:-

சீனாவில் ஆயிரம் ஆண்டுகளுக்கு முன்னரே அக்யூபஞ்சர் மூலம் கர்ப்பிணிப் பெண்களுக்கு ஏற்படும்

வீட்டுப் பிரச்சனைகள்

ஒவ்வொரு கர்ப்பிணிப் பெண்ணும் தனது கரு ஆரம்பித்திலிருந்து பாதுகாப்பாக இருக்க வேண்டும் எனக்கருதுகின்றனர். ஆனால் சில பெண்களுக்கு தனது கருவைக்கூடச் சரியாகப் பாதுகாக்க முடிவது இல்லை வீட்டில் பலதரப்பட்ட பிரச்சனைகள் ஏற்பட வாய்ப்பு உள்ளது. கணவரிடம் சண்டை, மாமனார் மாமியாரால் ஏற்படும் சங்கடம், உறவினர்கள் தொந்தரவு இவ்வாறாக பல மனப்போராட்டங்களை சந்திக்க வேண்டி உள்ளது.

பல காப்பிணிப் பெண்கள் வீட்டுப் போராட்டங்கலேயே இறந்து விடுகிறார்கள். 20 சதவீதம் கர்ப்பிணிப் பெண்கள் தங்கள் கணவரின் கொடுமையால் இறக்கின்றார்கள். இதனால் பல கர்ப்பணிப் பெண்களுக்கு குறைப்பிரசவம் கூட ஏற்படுகிறது.

கர்ப்பிணிப்பெண்களின் மனப்போராட்டங்களால் கருவின் வளர்ச்சி குன்றிவிடுகின்றது. ஆரோக்கியம் குன்றிய குழந்தை பிறக்கினற்து.

சமுதாயத்தில் கர்ப்பிணிப்பெண்களுக்கு அதிக இன்னல்கள் உள்ளன. வீட்டில் பிரச்சனை ஏற்படுவதற்கான காரணங்களை கண்டறிந்து அதனை உடனடியாக தீர்க்க வேண்டும். இல்லையேல் அப்படிப்பட்ட சூழ்நிலையில் இருந்து வெளிவர வேண்டும். அதுதான் உங்களுக்கும் உங்கள் குழந்தைக்கும் பாதுகாப்பு

உங்கள் மருத்துவர், ஆலோசகரிடம் இதைப்பற்றிக் கூறி, ஆலோசனை பெற்றால் தெளிவு உங்களுக்கு ஏற்படும்.

இயற்கை மருந்துகளைப் பயன்படுத்தி அவர்கள் செய்த சிகிச்சை உடல் மற்றும் மனதிற்கு வலுவூட்டியது. உடலில் எந்தவொரு கோளாறு ஏற்பட்டாலும் அவர்களின் மருந்தாலேயே தீர்க்கப்படுகின்றது.

கர்ப்பம் என்பது ஒரு நோய் அல்ல. வாழ்கையில் இதுவொரு அங்கம். கர்ப்பிணிகள் சிகிச்சை

பிரச்சனைகளுக்கு தீர்வு கண்டனர். இதன் மூலமாக பல நோய்களுக்கான மற்றும் வலிகளுக்கான தீர்வு ஏற்படுகின்றது. இந்த சிகிச்யையில் அவர்கள் உடலில் மிதமான அழுத்தத்தை ஏற்படுத்தி வலியை குறைக்கின்றார்கள். உடலில் உள்ள சின்ன சின்ன நரம்புகளையும் அவர்கள் தூண்டுகின்றனர் எனவே இந்த சிகிச்சை

முறைக்கு அக்யூபஞ்சர் என்று பெயர். ஆய்வாளர்கள் எலக்ட்ரோ அக்குபஞ்சரைக் கூட மிகச்சிறந்தது என்று ஒப்புக் கொள்ளுவது இல்லை. இதனால் என்டோரஙபின் அதிகமாக சுரக்கின்றது. இதனால் முதுகுவலி, தலைவலி தலைசுற்றல், வாந்தி போன்றவை ஏற்படும்.

அக்யூபிரஷர் :-

இதுவும் அக்யூபஞ்சர் மருத்துவ முறையின் ஒரு பிரிவு ஆகும். இந்த முறையில் கைவிரல்களால் அழுத்தம் கொடுக்கிறார்கள் பிறகு அதில் டேப் ஒட்டிவிடுகிறார்கள். வலி இருக்கும் இடத்தில் கொடுக்கப்படும் அழுத்ததால் வலி குறைகின்றது. இவற்றின் மூலமாக கைவலி, கால்வலி போன்றவற்றை எளிதில் குணப்படுத்தலாம்.

பயோஙபீட் பேக் :-

இச்சிகிச்சை மூலமாக நோயாளிகளின் உடல் மற்றும் மன நோய்க்கான சிகிச்சை அளிக்கப்படுகிறது. வயிற்றுவலி, தலைவலி போன்ற அனைத்து வலிகளுக்கும் இதன்மூலம் சிகிச்சை அளிக்கப்படுகின்றது. இரத்தப்போக்கை கட்டுப்படுத்தவும் இந்த சிகிச்சையால் முடியும்.

கீரோபிராக்டிக் சிகிச்சை:-

இச்சிகிச்சை மூலமாக முதுகுவலி குணப்படுத்தப்படுகிறது. இந்த சிகிச்சை மூலமாக கர்ப்பிணிகளின் உடலில் ஏற்படும் பல சிக்கல்களுக்கு தீர்வு அளிக்கப்படுகிறது. இம்முறையில் பக்கவிளைவுகள் எதுவும் இல்லை. இச்சிகிச்சையினை பாதுகாப்பாக கர்ப்பிணிப் பெண்கள் உணருகின்றார்கள். இதில் வயிற்றில் எந்தவிதமான அழுத்தமும் கொடுக்கப்படுவது இல்லை.

மாலிஷ் :-

இச்சிகிச்சை மூலமாக தலைவலி, கை கால்களின் வலி, முதுகுவலி போன்றவை குணப்படுத்தப் படுகின்றது. மாலிஷ் செய்வதால் உடல்வெப்பம் குறையும்.

பிரசவ வலியின் போது கூட மாலிஷ் செய்து வலியை குறைக்கலாம் மாலிஷ் செய்வதால் தோலில் எந்த பாதிப்பும் ஏற்படாது.

ரிஙப்ரெக்ஸ்சோலாஜி:-

அக்யூபிரஷர் போலவே இச்சிகிச்சை மூலமாக கை, காது, கால்களுக்கு அழுத்தம் கொடுக்கப்டுகின்றது. நீங்கள் இந்த சிகிச்சையை மேற்கொள்ளும்போது கர்ப்பம் தரித்திருக்கீறீர்கள் எனக்கூறுதல் அவசியம் ஆகும்.

ஹைடிரோ தெரபி:-

இச்சிகிச்சை இப்போது பல மருத்துவமனையில் கையாளப்படுகிறது. பல பெண்கள் தண்ணீரிலேயே தங்கள் பிரசவம் நடைபெறவேண்டும் என விரும்புகிறார்கள்.

அரோமாதெரபி:-

உடல்முழுவதும் இயற்கையாக எடுக்கப்பட எண்ணெய் மூலமாக மசாஜ் செய்யப்படுகிறது. சில கர்ப்பிணிப் பெண்களுக்கு இது பக்க விளைவை ஏற்படுத்துகிறது.

ரிலாக்ஸேஷன் முறைகள் :-

கர்ப்பிணிகளுக்கு மனதளவில் ஏற்படும் பிரச்சனைகள் இதன் மூலம் சரி செய்யலாம். பிரசவ வலியை நினைத்து அவர்கள் பயப்பட்டார்கள் எனில் இச்சிகிச்சை மூலம் தெளிவுபடுத்தலாம். இப்புத்தகத்திலேயே கொடுக்கப்பட்டுள்ள சில ஓய்வு முறைகளைப் பயன்படுத்தலாம்.

ஹிப்னோதெரபி :-

இந்த சிகிச்சை மூலமாக மனதில் ஏற்படக்கூடிய பிரச்சனைகள் எல்லாவற்றையும் சரி செய்யலாம். கருவில் இருக்கும் குழந்தைக்கும் இதன் மூலம் சிகிச்சை அளிக்கலாம். இதனால் கருவானது புறச் சூழ்நிலைக்கு ஏற்றவாறு தன்னை தயார்ப்படுத்திக் கொள்ளும். மேலும் தாயின் வார்த்தைகளை முழுவதும் கிரகித்துக் கொண்டு விடும். ஆனால் இந்த சிகிச்சை எல்லோருக்கும் ஒத்துக் கொள்ளாது. மருத்துவரின் ஆலோசனைப் பெற்று இந்த சிகிச்சையை மேற்கொள்ளலாம்.

மாக்சிபஷன் :-

இது அக்யூபஞ்சர் உடனேயே செய்யப்படும் ஒரு சிகிச்சை முறையாகும். இதனால் பிரிச் பேபியைக் கூட சரி செய்து விடலாம். இந்த சிகிச்சையை நல்ல தேர்ந்த

அக்யூபஞ்சரிஸ்ட் மூலமாகவே செய்து கொள்ள வேண்டும்.

இயற்கை மருத்துவம் :-

இயற்கை மருந்துகளால் பலவிதமான பிரச்சனைகளையும் குணப்படுத்தலாம். கர்ப்ப காலத்தில் ஏற்படக்கூடிய பல பிரச்சனைகளுக்கு இயற்கை வைத்திய முறையே சிறந்த பலனைத் தருகின்றது. ஆராய்சியாளர்கள் இந்த சிகிச்சையை கர்ப்ப காலம் முழுவதும் மேற்கொள்ளலாம் என்ற அறிவுரையை வழங்குகிறார்கள். இதனால் பக்க விளைவுகள் ஏற்படுவது இல்லை என்பதை கண்டறிய ஆய்வு மேற்கொள்ளப்படவில்லை.

பத்திய சாப்பாட்டு முறை, டயபடீஸ் மருத்தவத்தில் முக்கிய பங்கு வகுக்கின்றது. அவரவர்களுக்கென்று, டயட் நிபுணரால் பரிந்துரைக்கப்படும் கட்டுப்பாடான உணவு, சர்க்கரை நோய்க்கு மிகவும் உதவியாய் இருக்கும். உடலின் கொழுப்பைக் கட்டுப்படுத்துவது தான், சர்க்கரை அளவு குறைக்க உதவும் தத்துவம். கொழுப்புக் குறைவதன் மூலம் இன்சுலினின் வேலை செய்யும் திறன் அதிகரித்து, இது குளுக்கோஸ் அளவைக் கட்டுப்பாட்டில் வைத்திருக்க உதவும்.

சர்க்கரை நோய்க்கானஉணவு, அதிக புரதம், குறைந்த கொழுப்பு மற்றும் நேரம் கழித்து செரிமானம் ஆகுமாறு உள்ள சிக்கலான கார்போஹைரேட்ஸ் (முழு தானியமணிகள், முழு கோதுமை மாவு மற்றும் காய்கறிகள்) வகையாகும். இவ்வகையான உணவினால் குளுக்கோஸ் அளவு திடீரென்று அதிகமாவது குறையும்.

உணவில் முக்கியமாகப் பார்க்க வேண்டியது. மொத்தக் கலோரிகளின் எண்ணிக்கையே. ஒரு சராசரியான சர்க்கரை நோயுள்ளவருக்கு 60 சதவீதம் கொழுப்பிலிருந்தும், 15முதல்20 சதவீதம் புரதத்திலிருந்தும் கிடைக்க வேண்டும்.

பாகற்காயில் இன்சுலின் உள்ளது. இதனைப் பச்சையாக 1 நாளைக்கு இரண்டு தடவை வீதம் வெறும் வயிற்றில் எடுத்துக் கொள்ள வேண்டும். இது சர்க்கரை நோய்க்கு மிகவும் நல்லது எனக் கண்டுபிடிக்கப்பட்டுள்ளது. மேலும் இந்த காய்கறியை சமைத்தும் உண்ணலாம். பாகற்காயைக் காய வைத்து இடித்து மாவாகவும் மாற்றலாம். இதிலிருந்து 1 டீஸ்பூன் அளவு வெறும் வயிற்றில் உண்டு வந்தால் மிகவும் நல்லது.

கடைசி மூன்று மாதங்களில், உங்களின் இரத்த குளுக்கோஸ் அளவுகளை ஒழுங்காகக் கண்காணித்து வாருங்கள். உங்களின் மருத்துவரோடு கலந்தாலோசித்து பிற மருந்துகளால் பாதிக்காமல் பார்த்துக் கொள்ளுங்கள். இரத்த சர்க்கரை அளவு நார்மலுக்கு கீழே குறையக்கூடாது.

இயற்கை வைத்தியம் மேற்கொள்ளுவதற்கு முன்னால் கீழ்க்காணும் சில முன்னெச்சரிக்கை நடவடிக்கைளை மேற்கொள்ள வேண்டும்.

- நீங்கள் கர்ப்பிணி என்பதை அவர்களுக்கு முதலிலேயே தெரியப்படுத்தி விடுங்கள்.
- இயற்கை மருந்துப் பொருட்களை பயன்படுத்தும்போது அவர்கள் குறிப்பிட்டபடியே பயன்படுத்த வேண்டும். அதிக அளவில் எடுத்துக் கொள்ளக்கூடாது. உங்களுக்கு நன்றாக அறிமுகமான மருந்துகளை மட்டும் பயன்படுத்துங்கள். உங்களின் உடலுக்கு ஒருவேளை ஒத்துக் கொள்ளவில்லை எனில் பயன்படுத்துவதை நிறுத்தி விடுங்கள்.
- கர்ப்பிணிகள் இதனை உபயோகப்படுத்துவதற்கு முன்னால் மிகவும் எச்சரிக்கையுடன் இருக்க வேண்டும்.
- பயன்படுத்தும் முறைகள் நன்றாக தெரிந்து கொண்ட பிறகே மருந்து உண்ண ஆரம்பிக்க வேண்டும். பாதுகாப்பு என்பது நமக்கு நாமே ஏற்படுத்திக் கொள்வதே ஆகும். தேவையற்ற விஷயத்தில் ஈடுபட்டு விட்டு பிறகு நஷ்டம் ஏற்பட்டு விட்டால் நாம் அதற்கு பொறுப்பு ஏற்றுக் கொள்ள முடியாது.

■ ■ ■

ஒன்பதாவது மாதம் மற்றும் உங்களின் சாப்பாட்டு முறை

உங்களுக்குள் ஒரு சிறு குழந்தை வளாந்து கொண்டிருக்கிறது. அதற்கு கை, கால், விரல், காது, கண் ஆகியவை வளர்ந்துக் கொண்டிருக்கிறது. இன்னும் சில மாதங்களில் உங்களது குழந்தை உங்களின் கைகளில் தவழும்.

குழந்தை பிறப்பது தாய் தந்தை இருவருக்குமே மகிழ்ச்சியான விசயம் தான். ஒரு அழகான புது வரவு உங்கள் குடும்பத்தில் சேரப் போகிறது. எனவே நீங்கள் கர்ப்ப காலம் முழுவதும் மகிழ்ச்சியுடன் இருக்க வேண்டும்.

நீங்கள் ஒரு நாளைக்கு மூன்று முறை சாப்பிடுகிறீர்கள் ஆனால் இப்போழுது அதைவிட உணவு அதிகமாகவே சாப்பிட வேண்டி இருக்கும் என்பதுடன் நல்ல ஆரோக்கியமானதாகவும் ஊட்டசத்துள்ளதாகவும் இருக்க வேண்டும். ஊட்டசத்துள்ள உணவை வழங்குவது உங்கள் குழந்தைக்கு நீங்கள் அளிக்கும் பரிசாகும். கர்ப்பகால உணவு முழுவதுமே உங்கள் குழந்தைக்கே அர்ப்பணம். இதனால் உங்கள் குழந்தைக்கு என்ன லாபம் ஏற்படும்? உங்கள் குழந்தை ஆரோக்கியமானதாகவும் எடையுடனும் பிறப்பதே முதல் லாபம் ஆகும். குழந்தைக்கு மூளை வளர்ச்சி ஏற்படும். குழந்தை பிறந்த பிறகு அதற்கு நோய் எதிர்ப்பு சக்தி அதிகமாக இருக்கும். உங்களின் சாப்பாட்டு பழக்கத்தின் தாக்கம் உங்களின் குழந்தைக்கும் ஏற்படும். ஒரு வேளை நீங்கள் பச்சைக் காய்கறிகளை அதிகம் விரும்பி உண்பவராய் இருந்தால் உங்கள் குழந்தையும் பச்சைக் காய்கறிகளை விரும்பி உண்ணும்.

உங்களின் உணவு பழக்கம் உங்களுக்கு மட்டும் லாபத்தை கொடுக்காது உங்கள் குழந்தைக்கும் ஆரோக்கியத்தை ஏற்படுத்தும். உங்களின் பிரசவம் ஆரோக்கியமானதாகவும் இருக்கும். பிரசவ காலத்தில் அனிமியா, சர்க்கரை நோய், பிரிக்லைப்பன்சியா போன்றவை ஏற்படாது. ஆரோக்கியமான உணவால் உங்கள் சிந்தனையும் சரியாக இருக்கும். பிரசவமும் சரியான நேரத்தில் ஏற்படும்.

பிரசவத்திற்கு பிறகு உங்களின் உடல் பழைய படி ஆரோக்கியமாகவும் இருக்கும்.

எனவே இவற்றை எல்லாம் மனத்தில் கொண்டு உங்கள் உணவில் கவனம் கொள்ள வேண்டும். சாதாரணமாக சாப்பிடும் உணவை

விட கர்ப்ப காலத்தில் அதிக ஆரோக்கியம் உள்ள உணவையே எடுத்துக் கொள்ள வேண்டும்.

நீங்கள் இப்போது எடுத்துக் கொள்ளும் ஆகாரமே உங்களின் குழந்தை வளர்ச்சி பெருவதற்கு உறுதுணையாக இருக்கிறது. கருவிற்குத் தேவையான கலோரிகள் நீங்கள் சாப்பிட வேண்டி இருக்கும் அதில் புரோட்டீன், விட்டமின், மினரல், இரும்புச்சத்து மற்றும் தாதுப்பொருள்கள் நிறைந்ததாக இருக்க வேண்டும். நம்முடைய ஊட்டசத்து நிபுணரும் இதையே பரிந்துரை செய்வார். இதுவரை நீங்கள் ஒருவருக்காக மட்டுமே சாப்பிட்டு வந்தீர்கள். ஆனால் இப்பொழுது இருவருக்காக சாப்பிட வேண்டும் என்பதை நினைவில் கொள்ளுங்கள் வாய்க்கு ருசியாக சாப்பிடுவதை விட, பசிக்கு உணவாக சாப்பிடுவதை விட சிசுவிற்கு ஆரோக்கியத்தை அளிக்கும் விதமாக சாப்பிட வேண்டும்.

சாப்பாட்டில் நாட்டம் செல்லவில்லை என்றாலும் கூட உங்கள் கருவை மனதில் கொண்டு தேவையான போஷாக்கான உணவைச் சாப்பிட வேண்டும். பிசா, பர்ஸ், பிராஸ்ச் பிறை இவை எல்லாம் ஆரோக்கிய உணவாகும்.

ஒன்பதாவது மாத சாப்பிடுவதற்கான ஒன்பது நிபந்தனைகள்.

ஒவ்வொரு உருண்டையையும் எண்ணுங்கள்:

நீங்கள் ஒன்பது மாதம் வரையிலும் உங்கள் குழந்தைக்காகவே நல்ல ஆரோக்கியம் நிறைந்த உணவை எடுத்துக் கொள்ளுவது அவசியமாகிறது. உங்களின் ஒவ்வொரு உணவு உருண்டையும் உங்களின் குழந்தைக்கானதாக இருக்க வேண்டும்.

உங்களுக்குப் பிடித்ததை சாப்பிடுங்கள்

நீங்கள் உங்களுக்குப் பிடித்ததைக் சாப்பிடுங்கள். என்னென்ன உங்களுக்கு சாப்பிட வேண்டும் போல் தோந்றுகிறதே. அதனையே சாப்பிடுங்கள். பால், தயிர், வெண்ணெய், பழங்கள், காய்கறிகள் இவை அனைத்தும் சேர்ந்து தினமும் 300 கலோரிகளுக்கு மேல் இருக்க வேண்டும்.

மாற்று உணவு

கீழ்காணும் பட்டியல் படி மாற்று உணவு எடுத்துக் கொள்ளுங்கள்.

கலோரி உணவு

கலோரி உணவு எடுத்துக் கொள்ளும் போது எச்சரிக்கையுடன் இருத்தல் வேண்டும். 10 உருளைக் கிழங்கு சிப்ஸில் 100 கலோரியும், ஒரு ஒரு உரித்த வேகவைத்த உருளைக் கிழங்கில் 100 கலோரியும் உள்ளது. உங்களின் குழந்தைக்கு 2000ம் வெற்று கலோரி உணவைக் கொடுப்பதை விட 2000ம் கலோரி சத்துள்ள உணவை கொடுப்பதே சிறந்தது.

நீங்கள் பசியுடன் இருந்தால் குழந்தையும் பசியுடன் இருக்கும்

குழந்தை வயிற்றில் இருக்கும் போதே அதனை பசியுடன் வைத்திருக்க விரும்புகிறீர்கள் எனில் நீங்கள் சாப்பிடாமல் பசியுடன் இருங்கள். உங்களின் மூலமாகவே குழந்தை உணவை எடுத்துக் கொள்கின்றது. சரியான நேரங்களில் சரிவிகித உணவு எடுத்துக் கொள்வது அவசியம். தினமும் 5 முறை சாப்பிடும் தாய்மார்கள் (3 வேளை

சாப்பாடு +2முறை தின்பண்டங்கள்) அதிக ஊட்டச்சத்துடன் இருக்கிறார்கள் என்று ஆராய்ச்சியில் கூறப்பட்டுள்ளது. ஆனால் இதனை கூறுவது எளிது. நடைமுறைப் படுத்தும்போது உடல் பருமன் ஏற்பட்டு விடுகின்றது. இந்த புத்தகத்திலேயே நீங்கள் எடுத்துக் கொள்ள வேண்டிய உணவு முறைக்கான குறிப்புகள் கொடுக்கப்பட்டுள்ளது.

சிறிது அளவு வேலை

குழந்தைக்கு என்று இவ்வளவு சாப்பாடு சாப்பிட ஆரம்பித்தால் உடல் பருமன் ஆகுவது என்பது உறுதியே. எனவே சிறிதளவு உடற்பயிற்சியோ அல்லது லேசான வேலையோ தினமும் செய்திடுங்கள். வெண்ணெய், நெய், எண்ணெயில் செய்த உணவுகள், பொரித்த உணவுகளை தவிர்திடுங்கள். அதிக அளவில் பழங்கள், பச்சைக் காய்கறிகளை எடுத்துக் கொள்ளுங்கள். இதனால் உங்களின் எடையும் அதிகரிக்காது. ஆரோக்கியமும் கூடும்.

கார்போஹைட்டிரேட்

கார்போஹைடிரேட் சேர்ந்த பொருட்களை சாப்பிடுவதால் உடல் பருமன் ஆகி விடும் என நினைத்து பல கர்ப்பிணிகள் அதனைத் தவிர்த்து விடுகின்றனர். ஆராய்ச்சிபடி கார்போஹைடிரேட் ஒரு சிறந்த ஊட்டச்சத்து இல்லை தான். இருந்தாலும் அரிசி சாதம் சாப்பிடுவதை தவிர்த்தல் சிறந்தது அல்லவே. உருளைக்கிழங்கில் அதிக கார்போஹைடிரேட் உள்ளது. ஆனாலும் அதனுடைய மாவுச்சத்து கர்ப்பிணிக்கு தேவைப்படுகின்றது. மேலும் இதில் தேவையான புரோட்டீன் உள்ளது. புரோட்டீனானது உங்கள் சிசுவிற்கு அதிக அளவில் தேவைப்படுகின்ற ஒரு சத்தாகும்.

உணவு	மாற்று உணவு
உருளைகிழங்கு சிப்ஸ்	சோயா சிப்ஸ்
பொறித்த சிக்கன்	சூவக வைத்த சிக்கன்
பஜ்ஜி	பழங்கள்/குளிர்ந்த மோர்
சிப்ஸ்	வெள்ளிரிக்காய்
வெள்ளை பிரட்	கூகாதுமை பிரட்
சர்க்கரை கோக்கீன்	புரத மாவு

ஆறு மில் சொல்யூஷன்

அதிகம் தாகம், நெஞ்சில் எரிச்சல், வாந்தி, பித்தம் போன்றவை உங்களை சாப்பிட முடியாமல் படுத்துகின்றதா. ஆறு மில் சொல்யூஷனை கடைபிடியுங்கள். உங்களின் உணவு ஒரோடியாக சர்பபிடாமல் 6 முறைகளாகப் பிரித்துக் கொண்டு 6 வேளை கொஞ்சம் கொஞ்சமாக சாப்பிடுங்கள்.

குழந்தைக்கு மட்டுமில்லாமல் உங்களுக்கும் இது தேவையான ஒரு ஊட்டச்சத்த தான். இதனால் தலைசுற்றல், வாந்தி போன்றவைகள் ஏற்படாது, உங்களின் எடையும் அதிகரிக்காது.

கா ம ' ப லே க ' ஸ ' கார்ப்போஹைட்டிரேட்டினால் கேஸ்டேஷனல் டயாபடிஸ் ஏற்படும் ஆபத்து குறையும். மேலும் சரும வளர்ச்சிக்கும் இது துணை புரிகின்றது.

இனிப்புப் பொருட்கள்

சிலருக்கு இனிப்பு என்பதே பிடிக்காது. சிலருக்கோ மிக அதிகமாக இனிப்பு தான் பிடிக்கும். இனிப்பு அதிகம் உட்கொள்ளுவதால் உடல் எடை அதிகரிக்கும். இருதய நோய், சாக்கரை நோய், பல்லில் பிரச்சனை போன்றவையும் ஏற்படும். அதற்காக சுத்தமாக இனிப்புபக்கம் செல்லாமல் இருக்காதீர்கள். ரிபைண்ட் சர்க்கரையை பயன்படுத்துங்கள். இதனால் அதிக பாதிப்பு இல்லை.

தேனில் ஊட்டச்சத்து அதிகம் உள்ளது. நோய் எதிர்ப்பு சக்தியை உண்டு பண்ணக்கூடியது. தேனின் மூலமாக பல ஆரோக்கிய உணவுகளை தயாரிக்கலாம். எங்கெல்லாம் சர்க்கரையின் பயன்பாடு உள்ளதோ அங்கெல்லாம் நீங்கள் தேனைப் பயன்படுத்தலாம்.

ஜீஸில் கூட சர்க்கரைக்கு பதிலாக தேன் விட்டு அருந்துங்கள். நீங்கள் கலோரிஙப்ரி சர்க்கரை எடுத்துக் கொள்ளுங்கள். கர்ப்ப காலத்தில் சர்க்கரையின் அளவைக் குறைத்து உண்பதே நலம்.

யாருக்கு தண்டனை?

நீங்கள் இப்போது இரண்டு உயிருக்காகச் சாப்பிட்டுக் கொண்டிருக்கின்றீர்கள். எனவே எதை சாப்பிடுவதாக இருந்தாலும் நீங்கள் யோசித்து சாப்பிட வேண்டும். உங்களுக்கு அதிகம் பிடித்தமான உணவை மட்டுமே உட்கொள்ளக் கூடாது. உதாரணமாக கேக், ஐஸ்கிரிம் மீது உங்களுக்கு விருப்பம் அதிகம் இருந்தால் அதை மட்டும் அதிகமாக சாப்பிடக் கூடாது. இது உங்களுக்கும், உங்கள் கருவிற்கும் தேவையான ஊட்டசத்தை நிறைவு செய்யாது.

சரியான ஊட்டசத்தை உங்கள் குழந்தைக்கு வழங்குவதில் பெரும் பங்கு உங்களுடையது. இவ்வாறு இல்லாமல் உங்களுக்குப் பிடித்தமானதை மட்டும் சாப்பிட்டு விட்டு குழந்தைக்கு சத்து குறைபாடு ஏற்படச் செய்தீர்கள். எனில் அந்த தண்டனையை நீங்கள் தான் பிறகு அனுபவிக்க வேண்டும்.

இயற்கை உணவு

அதிக அளவில் இயற்கை உணவை எடுத்துக் கொள்ளுங்கள். உங்களின் கர்ப்ப காலத்தின் போது கிடைக்கக்கூடிய பழ வகைகளை அதிகமாக எடுத்தக் கொள்ளுங்கள். தினமும் கேரட், வாழைப்பழம், முள்ளங்கி போன்றவற்றை பச்சையாக சாப்பிடுங்கள். நார்ச்சத்து நிறைந்த இயற்கை காய்கறிகளை உண்ணுங்கள்.

டப்பாவில் அடைத்து வைக்கப்பட்ட, நாள்பட்ட உணவுப் பொருட்களை உண்ணாதீர்கள். பழ வகைகளில் எல்லாவற்றையும் எடுத்துக் கொள்ளுங்கள். ஏன்எனில் ஒவ்வொரு பழத்தில் ஒவ்வொரு வகையான ஊட்டச்சத்து உள்ளது.

வீட்டு உணவு

ஹோட்டல் உணவை முழுவதும் தவிர்த்திடுங்கள். வீட்டில் தயாரித்த சுகாதாரமுள்ள, ஆரோக்கியமான உணவே உங்களுக்கு சிறந்தது. ஹோட்டலில் யாரேனும் ஐஸ்கிரிம் சாப்பிடுவதைப் பார்த்தால் உங்களுக்கும் ஐஸ்கிரிம் சாப்பிட வேண்டும் என்ற ஆசை வரும். ஆனால் அது உங்களின் கருவிற்கு எதிரி. எனவே வீட்டு உணவு என்றால் பிரச்சனை எதுவும் இல்லை.

குளிர்சாதனப் பெட்டியில் வைத்த உணவுகளை சாப்பிடுவதை தவிர்த்திடுங்கள். இவ்வாறு இல்லாமல் எப்போதும் குளிர்சாதனப் பெட்டியில் இருந்து எடுத்து உணவுப் பொருட்களையே உண்ணும்போது உங்கள் குழந்தை பிறக்கும் போதே சளித் தொந்தரவுடன் தான் பிறக்கும்.

குடும்பத்தில் அனைவரும் ஒன்று கூடி சாப்பிடும் போது இன்னும் அதிகமாகவே, கூச்சமின்றி சாப்பிடலாம். ஹோட்டல் உணவு எடுத்துக் கொள்ளும் போது ஒரு வித தயக்கம் ஏற்படுகின்றது.

பழக்க வழக்கம்

உங்களின் பழக்க வழக்கம் சரியாக இருத்தல் நலம். புகைப்பிடிப்பது, போதைப் பொருட்களை எடுத்துக் கொள்வது போன்றவை கூடவே கூடாது. உங்களின் ஒவ்வொரு அசைவும் உங்களின் கருவை பாதிக்கக்கூடும்.

கர்ப்பகாலத்தில் உணவு முறை

கலோரி

கர்ப்பினிகள் இரண்டு உயிர்களுக்காகச் சாப்பிடுகிறார்கள் என்பது அனைவருக்கும் தெரிந்ததே. ஆனால் இதில் ஒரு உயிர் மிகவும் சிறிதானது அது தன்னுடைய அம்மாவிடம் இருந்து குறைந்த கலோரி உணவையே எடுத்துக் கொள்கின்றது. நீங்கள் உடல் எடை அதிகம் கொண்டவர் எனில் தினமும் 300 கலோரிகள் அதிகமாகவே உங்களுக்குத் தேவைப்படும். இரண்டு கிளாஸ் பால் (ஸ்கிம்டு மில்க்) மற்றும் ஒரு கிளாஸ் ஓட்ஸில் இருந்து நீங்கள் எடுத்துக் கொள்ளலாம்.

முதல் மூன்று மாதங்களுக்கு அதிக கலோரி உணவு தேவைப்படாது. ஏன்எனில் கருவானது முழுவதும் வளர்ச்சி பெறாமல் ஒரு பட்டாணியின் அளவிலேயே இருக்கும். அதற்குப் பிறகே அதனுடைய வளர்ச்சி ஏற்படும். அப்போது உங்களுக்கு தினமும் 500 கலோரி அதிகமாகத் தேவைப்படும்.

தேவைக்கு அதிகமான கலோரியைச் சாப்பிடுவதால் பயன் ஒன்றும் இல்லை. உடல் எடை தான் அதிகமாகும். இதனால் சிசுவின் வளர்ச்சியும் குறைந்த வேகத்தில் நடைபெறும்.

நீங்கள் கீழ்க்காணும் விஷயங்களில் மிகவும் எச்சரிக்கையுடன் இருக்க வேண்டும். முதலில் உங்கள் மருத்துவரைச் சந்தித்து உங்களுக்கு தினமும் தேவைப்படுகின்ற கலோரியின் அளவைக் குறித்துக் கொள்ளுங்கள். ஒருவேளை நீங்கள் உடல் பருமனான பெண்மணி எனில் கலோரியின் அளவு வேறுபடும். பதினேழு வயதுள்ள பெண் எனில் கலோரியின் அளவு அதிகமாகவே தேவைப்படும். ஒருவேளை இரட்டைக் குழந்தைகள் உங்கள் கர்ப்பத்தில் இருந்தால் ஒவ்வொரு குழந்தைக்கும் 300 கலோரிகள் தேவைப்படுகின்றது.

கலோரி விகிதப்படி நீங்கள் உணவு எடுத்துக் கொள்ள ஆரம்பித்தவுடன் தினமும் உடல் எடையைச் சரிபார்த்திடுங்கள். சரியான அளவிலேயே உங்களின் எடையானது அதிகரித்துக் கொண்டு வந்தால் பிரச்சனை எதுவும் இல்லை. திடீரென்று எடை உடனடியாக அதிகரித்தால் உடனடியாக மருத்துவரைச் சந்தித்திடுங்கள்.

புரோட்டீன் உணவு தினமும் பகலில் மூன்று முறை

உங்களின் குழந்தை வளர்ச்சி எப்படி ஏற்படும்?

நீங்கள் எடுத்துக் கொள்ளும் புரோட்டீனால் தான் உங்களின் குழந்தை

வளர்கின்றது. உங்களுக்கு தினமும் 95 கிராம் புரோட்டீன் தேவைப்படுகின்றது.

அமெரிக்காவில் சாதாரணமாகவே ஒவ்வொருவரும் அதிக அளவுள்ள புரோட்டீன் உணவை எடுத்துக் கொள்கின்றார்கள்.

நீங்கள் தினமும் பகலில் மூன்று முறை புரோட்டீன் உணவு எடுத்துக் கொள்ள வேண்டும். ஒரு கிளாஸ் பாலில் மூன்றில் ஒரு பங்கு புரோட்டீன் உள்ளது. ஒரு கப் தயிரில் அரை பங்கு புரோட்டீன் உள்ளது. தானியங்களில் மிக அதிக அளவு புரோட்டீன் உள்ளது.

தினமும் கீழே கொடுக்கப்பட்டள்ள விகிதத்தின் அடிப்படையில் நீங்கள் புரோட்டீன் எடுத்துக் கொள்ளுங்கள்.

24அவுன்ஸ் பால் அல்லது மோர்

1	கப் பன்னீர்
2	கப் தயிர்
3	அவுன்ஸ் கத்துகஸ்
4	பெரிய முட்டை
7	பெரிய முட்டையின் வெள்ளைக் கரு
3.5	அவுன்ஸ் சார்டின்
4	அவுன்ஸ் சால்மன்
4	அவுன்ஸ் சைல்பிஷ்
4	அவுன்ஸ் பசுமையான மீன்
4	அவுன்ஸ் சிக்கன், டர்க்கி, வாத்து மற்றும் போல்ட்டரி
4	அவுன்ஸ் மீன் மாட்டிறைச்சி

கால்சியம் உணவு. தினமும் பகலில் நான்கு முறை

கால்சியம் குழந்தைகளின் பல் வளர்ச்சிக்கும், எலும்பு உறுதிக்கும் முக்கியமான பங்கு வகிக்கின்றது. கருவின் எலும்பு வளர்ச்சிக்கும், பல் ஈறுகளின் உறுதிக்கும் கால்சியம் முக்கிய பங்கு வகிக்கின்றது. மேலும் இருதயம், மூச்சுக்குழாய், இரத்தக் குழாய் மற்றும் என்சைம்களின் வளர்ச்சிக்கும் முக்கிய பங்கு வகிக்கின்றது. ஒருவேளை நீங்கள் தேவைக்குக் குறைவாக கால்சியம் எடுத்துக் கொண்டால் கருவிற்கே பாதிப்பு ஏற்படும். எலும்புகள் உறுதியாய் இருக்கும். மேலும் குழந்தையானது ஆஸ்டியோபெராஸிஸ் பாதிப்புக்கு உள்ளாகும். நீங்கள் தினமும் நான்கு முறை கால்சியத்துடன் கூடிய ஊட்டச்சத்துள்ள உணவை உண்ணுதல் அவசியம்.

தினமும் நான்கு கிளாஸ் பால் குடித்தால் மட்டும் போதாது. 4 அவுன்ஸ் டப்பா சாலமன் மீனில் புரோட்டீன் கிடைக்கப்பெறுவதைப் போல பச்சைப் பழரசங்களில் அதிகமான கால்சியம் உள்ளது.

கால்சியம் சேர்ந்த பொருட்களை சாப்பிட முடியாத பெண்கள் கால்சியம் மாத்திரைகளை அவசியம் போட்டுக் கொள்ள வேண்டும். கூடவே அரை கப் தயிர் எடுத்துக் கொள்ள வேண்டும்.

கீழே கொடுக்கப்பட்டுள்ள பொருட்களில் 300 கிராம் கால்சியம் உள்ளது. தினமும் நீங்கள் இதனை எடுத்துக் கொள்ளுதல் அவசியம்.

1/4	கப் சுக்குகஸ் பொருள்
1	அவுன்ஸ் சக்தி பொருள்
1/2	கப் பாஸ்சராயிஸ்டு ரிசோட்டா பொருள்
1	கப் பால் மற்றும் லஸ்ஸி
5	அவுன்ஸ் கால்சியம் சேர்ந்த பால்
1/3	கப் வெண்ணெய் எடுக்காத பால்

1 கப் தயிர்

1 கப் கால்சியம் சேர்ந்த பழரசம்

4 அவுன்ஸ் டிப்பா சாலமன்

3 அவுன்ஸ் சார்ட்டின்

3 பெரிய ஸ்பூன் கோதுமை எண்ணெய்

1 கப் டர்னிப்

1.1/2 கப் முட்டை கோஸ்

1.1/2 கப் எடாமாமே

1.3/4 பெரிய ஸ்பூன் பிளாக்ஸ்டிரிப் மொலாஸிஸ்

பாதாம், உலர்ந்த திராட்சை, பச்சை முட்டைகோஸ், காட்டேஜ் பொருள், டோஙபூ, பாலக்கீரை, உலர்ந்த பீன்ஸ் போன்றவற்றிலும் உங்களுக்கு கால்சியம் கிடைக்கப்பெறுகின்றது.

சைவ புரோட்டீன்

நீங்கள் சைவ சாப்பாடு சாப்பிடுபவர்கள் எனில் கீழ்காணும் விகதாசாரத்தில் உணவை எடுத்துக் கொள்ளுங்கள்.

லெக்மடம்ஸ் (அரை புரோட்டீன் சர்விஸ்)

3/4கப் வேகவைத்த பீன்ஸ், பருப்பு

3/4 பச்சை பட்டானி

1.1/2 கப் வேர்க்கடலை

3, பெரிய ஸ்பூன் பன்னீர் பட்டர்

1/4கப்

4 அவன்ஸ் மொச்சை

3 அவுன்

1/4 கப் காலன்

1 பெரிய பாதுள்

1 அவர்ஸ் சோயா

தானியங்கள் (அரை புரோட்டீன் சர்விஸ்)

3 அவுன்ஸ் கோதுமை பாஸ்தா

3/4 கப் சோளம்

1 கப் மக்காசோளம்

2 கப் சத்துமாவு

1/2 கப் சுக்ரோஸ்

1/2துண்டு கோதுமை பிரட்

2 இஸ்விஸ் மார்பின்

கொட்டைகள் (அரை புரோட்டீன் சர்விஸ்)

3 அவுன்ஸ் பாதாம்

2, அவுன்ஸ் சூரியகாந்தி விதை

1/2கப் பிளக் கீட்

(ஆப் புரோட்டீன் என்பது 12 முதல் 15 கிராம் புரோட்டீன் ஆகும்)

விட்டமின் சி உணவு, தினமும் மூன்று முறை

உங்களுக்கு ஏதேனும் காயம் ஏற்பட்டு அதில் இருந்து இரத்தம் வழிந்தால் உடனடியாக இரத்தம் உறைந்து காயம் ஆறுவதற்கு விட்டமின் சி தேவைப்படுகின்றது. மேலும் பலமான எலும்புகளுக்கும் மற்றும் பற்களுக்கும் இதனுடைய அவசியம் தேவைப்படுகின்றது. கருவானது விட்டமின் சியை உடலில் சேமித்து வைத்துக் கொள்கின்றது. ஆரஞ்சுப் பழத்தில் அதிக அளவு விட்டமின் சி உள்ளது. கீழே கொடுக்கப்பட்டுள்ள

சதவிகிதப்படி விட்டமின் சி சேர்ந்த உணவினை எடுத்துக் கொள்வது நல்லது.

காய்கறிகள் மற்றும் பழவகைகளில் அதிகமான அளவு விட்டமின் சி கிடைக்கப்பெறுகின்றது.

1/2 கப் திராட்சைப் பழம்

1/2 கப் திராட்சைப் பழ ஜுஸ்

1/2 கப் ஆரஞ்சுப் பழம்

2 பெரிய ஸ்பூன் ஆரஞ்சு, திராட்சை ஆகியவைகளின் ஜுஸ்

1/4 கப் எலுமிச்சை ஜுஸ்

1/2 கப் மாம்பழம்

1/2 கப் பப்பாளி

1/8 தேன்

1/3 கப் ஸ்டிராபெர்ரி

2/3 கப் பிளாக்பெர்ரி அல்லது ராஸ்பெர்ரி

1/2 கப் கிவி பழம்

1/2 கப் அன்னாசிப்பழம்

2 கப் தர்பூசிணிப் பழ துண்டுகள்

1/4 கப் சிவப்பு, மஞ்சள் ஆரஞ்சு பேல் பைபர்

1/2 கப் பச்சை பேல் பைப்பர்

1/2 கப் பச்சை முட்டைக்கோஸ்

1 கப் தக்காளிப்பழம்

2/4 கப் தக்காளிப் பழ ஜீஸ்

1/2 கப் காய்கறி ஜீஸ்

1/2 கப் காலி ப்ளவர்

1/2 கப் மாலே

1 கப் பாலக்கீரை (பச்சையாக)

1/2 கப் சமைத்த பாலக்கீரை

1/4 கப் மஸ்டர்டு

2 கப் ரேமேன் சாலட்

3/4 கப் சிவப்பு முட்டைகோஸ்

1 சர்க்கரை வள்ளிக்கிழங்கு

1 உருளைக்கிழங்கு

பச்சைக் காய்கறிகள் மற்றும் பழங்கள்

தினமும் 3 முதல் 4 முறை எடுத்துக் கொள்ளுங்கள்

இதனால் உங்களுக்கு விட்டமின் 'ஏ' கிடைக்கப்பெறுகின்றது. எலும்புகளின் உறுதி, தசை வளர்ச்சி, கண் பார்வை போன்றவை விட்டமின் 'ஏ' சத்தால் கிடைக்கப்பெறுகின்றது. பச்சைக் காய்கறிகள் மற்றும் பழங்களில் விட்டமின் இயும், ரிபோபுளோபின், விட்டமின் பி, பல தாதுப் பொருட்கள் மற்றும் நோய் எதிர்ப்பு சக்தி கொண்ட போட்டோகெமிக்கல் போன்றவை கிடைக்கப்பெறுகின்றது. கீழே கொடுக்கப்பட்டுள்ள பட்டியலில் விட்டமின் அதிகமாக கிடைக்ககூடிய உணவுப் பொருட்கள் கொடுக்கப்பட்டுள்ளது. காய்கறிகளை அதிகம் விரும்பி உண்ணாதவர்கள் கூட பாலக்கீரையை எடுத்துக் கொள்ளுவதால் விட்டமின் 'ஏ' கிடைக்கப்பெறும். மாம்பழம், காய்கறி ஜீஸ், கேரட் போன்றவற்றிலும் விட்டமின் 'ஏ' கிடைக்கப்பெறும்.

பகலில் மூன்று நான்கு முறை சாப்பிடுவது நல்லது அதுவும் பழங்களை அதிகமாக எடுத்துக் கொள்வது சிறந்தது.

1/8 கைன்ட்டாலோப்

2 பெரிய தாஜி

6 உலர்ந்த குபானி

1/2 கப் மாம்பழம்

1/4 கப் பப்பாளி

1 பெரிய நெக்டேராயின்

3/4 கப் திராட்சை ஜீஸ்
1 கப் க்லேமென்டாயின்
1/2 கப் காரட்
1/2 கப் முட்டைக்கோஸ்
1காலேஸ்லா
1/4 கப் ஸிவிஸ் கார்டு
1 கப் காய்கறி சாலட்
1 கப் பச்சை பாலக்கீரை
1/4 கப் பின்டர் சூன்வஸ்
1/2 சிறிய சர்க்கரை வள்ளிக்கிழங்கு
2 பெரிய தக்காளிப்பழம்
1 பெரிய சிவப்பு சிம்லா பச்சை மிளகாய்
1/4 கப் ஆஜ்மோத்

மற்ற பழங்கள் மற்றும் காய்கறிகள்

தினமும் நீங்கள் 1 அல்லது 2 முறை பழங்கள் மற்றும் காய்கறிகளை அவசியம் எடுத்துக் கொள்ளுங்கள். இதனால் உங்களின் உடலுக்குத் தேவையான தாதுப்பொருட்கள், மெக்னீசியம் மற்றும் பொட்டாசியம் போன்ற சத்துக்களும் கிடைக்கப்பெறும்.

இதனால் உங்களுக்கு ஆன்ட்டி ஆக்ஸிடண்ட் மற்றும் பைடோகமிகலும் கிடைக்கபெறுகிறீர்கள். தினுமும் ஒரு ஆப்பிள், ஆரஞ்சு, பிளாக்பேர்ரி மற்றும் மாதுளை எடுத்துக் கொள்வது நல்லது.

கீழே கொடுக்கப்பட்டுள்ள பட்டியலைப் பாருங்கள், அதன்படி பழங்களை எடுத்துக் கொள்ளுங்கள்.

1 முழு ஆப்பிள்
1/2 கப் ஆப்பிள் ஜீஸ்
1/2 கப் மாதுளை ஜீஸ்
2 பெரிய ஸ்பூன் ஆப்பிள் ஜீஸ் மற்றும் மாதுளை ஜீஸ் கலந்த கலவை
1 பெரிய வாழைப்பழம்
1/2 கப் பெர்ரி
1/4 கப் கார்னபெர்ரி
1 பெரிய சப்போட்டா
1 பெரிய பேரிக்காய்
1/2 கப் அன்னாசிப்பழம்
2 சிறிய உருளைவடிவ சப்போட்டா
1/2 கப் ப்ளூ பெர்ரி
1/2 கப் எவைகைடோ
1/2 கப் பச்சை பீன்ஸ்
1/2 கப் ஓகரா
1/2 கப் வெங்காயம்
1/2 கப் முள்ளங்கி
1/2 கப் புதினா
1/2 கப் ஸ்வீட் சோளம்
1 சிறிய பச்சை ஸ்வீட் சோளம்
1 கப் காய்கறி சாலட்
1/2 கப் பச்சைப் பட்டாணி

தானியங்கள்

தினமும் பகலில் 6 முறைக்கு மேல் எடுத்துக் கொள்ளுங்கள். கோதுமை, ஓட்ஸ், சோளம், அரிசி, கம்பு, கேழ்வரகு, பட்டாணி, பீன்ஸ், விதை மற்றும் வேர்க்கடலை

வெள்ளை கோதுமை

நீங்கள் வெள்ளை கோதுமையில் செய்த ரொட்டியை அதிகம் சாப்பிடுங்கள். இதில் சாக்கரை அளவு அதிகமாக இல்லை. இதனால் உங்களுக்கு உடல் பருமன் ஏற்படாது. ஆனால் தேவையான கார்போஹைட்டிரெட், புரேட்டீன் சத்து கிடைக்கும்.

போன்றவற்றில் எல்லாம் விட்டமின்

பி 12 மற்றும் விட்டமின் பி அதிகமாக உள்ளது. இது குழந்தையின் உடல் வளர்ச்சிக்குப் பெரிதும் துணை புரிகின்றது. கார்போஹைடிரேட், இரும்புச்சத்து, தாதுப்பொருட்கள், மெக்னிசியம் போன்றவையும் உள்ளது.

ஸ்டார்ச் சேர்ந்த உணவுப் பொருட்களை எடுத்துக் கொள்ளும்வரை மார்னிங் சிக்னஸ் என்பது வரவே வராது.

நீங்கள் சப்பாத்தியுடன் மீன், இறைச்சி மற்றும் தானியங்களை இணைத்து சாப்பிடப்பாருங்கள். ஒட்ஸ் சுவை நிறைந்த தானியம் இல்லை எனினும் இதில் தேவையான நார்ச்சத்து உள்ளது.

கீழே கொடுக்கப்பட்டுள்ள பட்டியலில் உங்களுக்கு பிடிக்காத தானியங்கள் கூட இருக்கலாம். இருந்தாலும் அதனை உங்களின் கருவிற்காக பொறுத்துக் கொண்டு சாப்பிடுங்கள்.

1 கப் கோதுமை
1 கப் சோயா பீன்ஸ்
1/2 கப் பச்சைப்பயிறு
1/2 கப் கொண்டைக் கடலை
2 பெரிய சோளம்
1 கப் பச்சைப் பட்டாணி
1/2 கப் அரிசி
1 அவுன்ஸ் சோயா பாஸ்த்ரா
1/2 கப் பீன்ஸ் விதை
2 கப் பாப்கார்ன்
1 அவுன்ஸ் சோயா கிரிஸ்ப
1/4 கப் சோயா ஆட்டா

இரும்புச்சத்து நிறைந்த உணவு

இரும்பு சத்து நிறைந்த உணவினை தினமும் எடுத்துக் கொள்ளுங்கள். இதனால் குழந்தைக்கு இரத்தம் அதிகரிக்கும் உங்களுக்கும் பிரசவ நேரத்தில் அதிக இரத்த இழப்பு ஏற்படுவதை ஈடு செய்ய முடியும்.

பெரும்பாலும் இரும்புச்சத்துள்ள உணவுகளில் கசப்புத் தன்மை இருக்கும். இருப்பினும் உங்களின் சிசுவிற்காக நீங்கள் இரும்புச் சத்துள்ள உணவினை எடுத்துக் கொள்ளுதல் நல்லது.

எல்லா காய்கறிகள், பழங்கள், தானியங்கள் மற்றும் இறைச்சியில் இரும்புச் சத்து காணப்படுகின்றது.

மாட்டிறைச்சி, பபைலோ, வாத்து, பாக்கி, பகே கிளாம்ஸ், ஆய்ஸ்டர், உருளைக்கிழங்கு, பாலக்கீரை, வாழைப்பழம், பீட்ரூட், சீவிட், ஒட்ஸ், பேரிச்சைப்பழம், பீன்ஸ், பச்சைப்பட்டாணி, சோயா, சோளம், வலகர் கவினோவா, ப்லேக்ஸ்டிராப் மோலிஸிஜ்

உலர்ந்த திராட்சை

கொழுப்பு மற்றும் உயர்ந்த கொழுப்புள்ள உணவு- தினமும் பகலில் நான்கு முறை

கொஞ்சம் கொழுப்பு

உங்கள் உடலில் கொலஸ்டிராலின் அளவை குறைக்க வேண்டும் எனில் அதிகமாக எண்ணெய் பண்டங்களை சாப்பிடாதீர்கள். பச்சைக் காய்கறிகளில் செய்த சாலட், பழங்கள் ஆகையவற்றை நேரிடையாக உண்ணுங்கள்.

அதிகமான கொழுப்பு சத்து நிறைந்த பொருட்களை எடுத்துக் கொள்வதால் உடல் பருமன் ஏற்படுவது மட்டுமல்லாமல் மந்த புத்தியும் ஏற்படும்.

(உங்களின் எடைக்குத் தகுந்தாற் போல்) உடலில் நல்ல கொழுப்பு, கெட்ட கொழுப்பு இரண்டுமே இருக்க வேண்டும். கொழுப்புள்ள

நல்ல கொழுப்பு

கேட்டாலே கொலஸ்ரால் என்ற வார்த்தையைக் பயப்படுபவராக நீங்கள், அப்படி எனில் இனி பயப்படத்தேவையில்லை. ஏன் எனில் உங்கள் உடம்பிற்கு நல்ல கொழுப்பும் தேவைப்படுகின்றது. நல்ல கொழுப்பால் கருவிற்கு கண்கள், மூளை பூரணமாக வளர்ச்சி அடைகின்றது. கர்ப்பத்தின் கடைசி மூன்று மாதங்களிலும் குழந்தைக்கு பாலூட்டும் போது நல்ல கொழுப்பின் அவசியம் ஏற்படுகின்றது.

குழந்தைக்கு தேவையானவை எல்லாவற்றையும் இப்போது நீங்கள் சாப்பிட வேண்டும். சால்மன் வகை மீன்களில் அதிக அளவு நல்ல கொழுப்பு உள்ளது. உங்களுக்குப் பிடித்தாலும் பிடிக்காவிட்டாலும் நீங்கள் சாப்பிட வேண்டும்.

உணவுகளையும் அவசியம் எடுத்துக் கொள்ள வேண்டும். அளவுக்கு அதிகமாக கொழுப்பு சத்துள்ள உணவினை எடுத்துக் கொண்டால் தான் உடல் பருமன் ஏற்படும்.

ஒவ்வொரு நாளைக்கும் உங்களுக்குத் தேவைப்படுகின்ற கொழுப்பின் அளவை நிறைவு செய்து விடுங்கள். 1/2 ஸ்பூன் வெண்ணெயிலும், 1 முட்டை வறுவலிலும் உங்களுக்குத் தேவையான கொழுப்பு கிடைக்கப்பெறும்.

ஒருவேளை சத்துள்ள உணவுகளைச் சாப்பிட்ட பிறகும் கூட உடல் எடை கூடவில்லை எனில் சிறிது கொழுப்புச் சத்துள்ள உணவை அதிகரித்துப் பாருங்கள். பிறகு உடல் எடையை குறைக்கும் அளவிற்கு மருத்துவர் உங்களை அறிவுறுத்த ஆரம்பித்து விடுவார்.

1 பெரிய ஸ்பூன் எண்ணெய் (நல்எண்ணெய், க. எண்ணெய்)

1 பெரிய ஸ்பூன் வெண்ணெய்

1 பெரிய ஸ்பூன் மெயோனீஜ்

2 பெரிய சாலட் டிரைசிங்

2 பெரிய ஐஸ்கிரிம்

1/4 கப் ஹாஙப் அண்ட் ஹாஙப்

1/4 கப் கொழுப்பு கிரீம்

1/4 கப் சார் கிரீம்

2 பெரிய ஸ்பூன் ரெகுலர் கிரீம் பொருட்கள்

2 பெரிய ஸ்பூன் வேர்க்கடலை, பாதாம் மற்றும் அக்ரோட்டு பழம்

தின் பண்டங்கள் (ஓரளவுக்கு)

கர்ப்ப காலத்தில் வாய்க்கு ஏதாவது காரம், உப்பு கலந்த தின்பண்டங்களை சாப்பிடத் தோன்றுவது இயற்கையே. இதனால் சோடியத்தின் குறைபாடு ஏற்படுவதாக ஆய்வில் ஆராய்ச்சியாளர்கள் கூறுகின்றனர். ஸாஸ், ஊறுகாய் போன்றவையும் கருவிற்கு கெடுதலை விளைவிக்கக்கூடியது. இவை அனைத்துமே உயர் இரத்த அழுத்தத்தை உண்டு

பண்ணக்கூடியது. அதிக உப்பு எடுத்துக் கொண்டால் உப்பு நீர் வியாதி ஏற்பட்டு கால்களில் வீக்கம் அதிகமாகி விடும். அயோடின் கலந்த உப்பு தேவையான அளவிற்கு எடுத்துக் கொள்ளுங்கள். அயோடின் குறைபாடு ஏற்பட்டால் தைராய்டு பிரச்சனை ஏற்படும்.

நீர்ச்சத்து 8 அவுன்ஸ் கிளாஸ் ஒவ்வொரு நாளும்

நாம் பருகும் தண்ணீரும் நமக்கு சத்து தான். கருப்பையில் தண்ணீரைச் சுற்றிச் சூழ்ந்தே கருவானது உள்ளது. கருப்பையில் தண்ணீரின் அளவு குறைந்தால் கருவிற்கு மூச்சுத் திணறல் ஏற்படும் அபாயம் உள்ளது. மேலும் உங்களின் சருமமும் வறண்டு விடும். மலச்சிக்கல் பிரச்சனை ஏற்படும். தினமும் குறைந்தது 8 டம்ளர் தண்ணீர் அவசியம் பருக வேண்டும். சாப்பிடுவதற்கு முன்னாலும், சாப்பாட்டுக்கு இடையிலும் தண்ணீர் குடிக்கவே கூடாது. முழுவதும் சாப்பிட்டு முடித்தவுடன் அதிகமாக தண்ணீர் குடிக்க வேண்டும்.

பால், ஜீஸ், காய்கறி, ஜீஸ் ஆப் போன்றவற்றை அதிகமாகப் பருகுங்கள். பழ ஜீஸில் அரை பங்கு தண்ணீர் கலந்து குடித்தால் கலோரியும் அதிகரிக்காது.

பிரசவத்திற்கு முன்னர் விட்டமின் சப்ளிமென்ட், ஒவ்வொரு நாளைக்கான பிரசவ ஃபார்முலா

இவ்வளவு அதிக விட்டமின் நிறைந்த உணவுகளை உண்ட பிறகும் கூட உங்களுக்கு விட்டமின் மாத்திரைகள் எடுக்க வேண்டிய அவசியம் என்ன? உணவுப் பொருட்கள் ஒவ்வொன்றிலும் ஒவ்வொரு வகையான விட்டமின்கள் உள்ளது. நீங்கள் உங்களுக்குப் பிடித்தமான உணவுப் பொருட்களை மட்டும் தேர்ந்தெடுத்து அதிக அளவில் உண்ணுவீர்கள். இதனால் மற்ற உணவில் உள்ள விட்டமின்களின் பற்றாக்குறை ஏற்பட்டு விடுகின்றது.

இதனைத் தவிர்க்கவே சரிவிகித விட்டமின் நிறைந்த ஆகாரம் எடுத்துக் கொள்ள வேண்டும். இல்லையேல் விட்டமின் மாத்திரைகள் போட்டுக் கொள்ள வேண்டியதாய் இருக்கும்.

அளவுக்கு அதிகமாகவும் விட்டமின் சத்து எடுத்துக் கொள்வதால் உடலில் ஒருவித நச்சுத் தன்மை ஏற்படும். மருத்துவரின் ஆலோசனை இன்றி எந்த ஒரு புரோட்டீன், விட்டமின் மருந்துகளையும் நீங்களாகவே போட்டுக் கொள்ளாதீர்கள்.

மருந்துகளில் என்ன இருக்கின்றது?

உங்களின் மருத்துவர் உங்களின் மெடிக்கல் ஹிஸ்டரி படியே உங்களுக்கு தேவையான மருந்துகளை பரிந்துரை செய்கின்றார். அவர் பரிந்துரைக்கின்ற மருந்துகளில் என்னென்ன கலவை இருக்கின்றது என்பதை நீங்கள் அறிந்த பின் சாப்பிட ஆரம்பிப்பது நல்லது.

- விட்டமின் ஏ சத்திற்காக 4,000 ஆயி.யூ. மி.கிராமிற்கு மேல் அதிகமாக எடுக்காதீர்கள். 10,000 ஆயியூ விஷத்தை உண்டு பண்ணும். இதற்குப் பதிலாக பீட்டா. புரேட்டீன் எடுக்கலாம்.

- குறைந்தது 400 முதல் 600 போலிக் அமிலம் எடுக்கலாம்.
- 250 கால்சியம் எடுக்கலாம் தேவைப்பட்டால் 1200 வரை கால்சியம் எடுத்துக்கொள்ளலாம். இரும்புச்சத்து மாத்தரையுடன் கூடவே கால்சியம் மாத்திரைகளைப் போடாதீர்கள். இரும்புச் சத்து மாத்திரை போட்டுக் கொண்ட இரண்டு மணி நேரத்திற்குப் பிறகு கால்சியம் மாத்திரை போட வேண்டும். ஏன் எனில் இரும்புச் சத்து மாத்திரையின் ஊட்டத்தை கால்சியமானது தடுத்து விடுகின்றது.
- 30 இரும்புசத்து எடுக்கலாம்
- 50 முதல் 80 விட்டமின் சி எடுக்கலாம். 15 துத்தநாகம் எடுக்கலாம்.
- 2 காப்பர் எடுக்கலாம்
- 2 விட்டமின் எடுக்கலாம்
- 500 விட்டமின்
- விட்டமின் (16) தியாமின் ( )
- ரிபோப்ளாவின் (1.4)
- நியாசின் ( )
- விட்டமின் (2.6)
- பயோடின், மெக்னீசியம், ப்ளோராயடு, பாஸ்பரஸ் போன்றவையும் எடுக்கலாம். மருத்துவரின் ஆலோசனை இல்லாமல் எதையும் எந்த மருந்தையும் எடுக்காதீர்கள்.

நீங்கள் என்ன யோசித்து கொண்டு இருக்கின்றீர்கள்?

மில்க் நபரீ மதர்

"என்னால் தினமும் நான்கு டம்ளர் பால் குடிப்பது என்பது இயலாத காரியம். இதனால் எனது குழந்தைக்கு என்னால் பால் கொடுக்க முடியாமல் போய்விடுமா?"

சிசுவிற்கு பால் இல்லை. கால்சியம் சத்து வேண்டும். அது உங்களின் ஆகாரம் மூலமாகத் தான் செல்ல வேண்டும். குழந்தைக்குப் பல், எலும்புகள் உருவாவதற்கு ஆதாரமாய் இருப்பது கால்சியமே. இந்த கால்சியம் நிறைந்த சத்துள்ள உணவை எடுத்துக் கொள்வது நலம். நீங்கள் பாலில் லேக்டோஸ் மாத்திரைகளை கலந்து குடியுங்கள்.

மேலும் பால் சேர்ந்த பொருட்களை உட்கொள்ளுங்கள். ஜீஸடன் பால்சேர்த்து கால்சியம் இணைந்த உணவாக உங்களுக்கு வசதியாக மாற்றிக் கொள்ளுங்கள்.

பாலின் வாடையே பிடிக்க வில்லை எனில் பால்கோவா செய்து சாப்பிடுங்கள். சர்க்கரை அற்ற பால் கோவாவாக இருப்பது நலம். விட்டமின் டி பசும்பாலின் மூலமாக கிடைக்கின்ற சத்தாகும்.

சிகப்பு இறைச்சி உண்ணாதீர்கள்

"நான் சிக்கன் மற்றும் மீன் சாப்பிடுவேன்.

பாஸ்சராயிஜ்

லூயி பாஸ்கர் 1800ம் ஆண்டு பாஸ்சராயிஸ் என்பதை கண்டறிந்தார். இது உண்மையில் குழந்தையை பாக்டீரியா தொற்றில் இருந்து காப்பாற்றுகின்றது. எப்போதும் பாஸ்சராயிஜ் செய்த பால் அருந்துங்கள். இது பலவித நோய்கள் ஏற்படுவதைத் தடுக்கும். கர்ப்ப காலத்தில் சிறிய சிறிய செயலைக் கூட நீங்கள் எச்சரிக்யைடன் கவனமுடனும் செய்தல் அவசியம்.

சிகப்பு இறைச்சி சாப்பிடுவது இல்லை. இதனால் என்னுடைய கருவிற்கு சத்து கிடைக்காமல் போய்விடுமா?"

நீங்கள் சாப்பிடும் மீன் மற்றும் சிக்கனிலேயே ஊட்டச்சத்து அதிகம் உள்ளது. உங்களுக்கு இரும்புச் சத்து மட்டுமே கிடைக்காது. சிகப்பு இறைச்சியில் இருக்கின்ற ஊட்டச்சத்தை நீங்கள் மற்றைய உணவுப் பொருட்களின் மூலம் பெற்றுக் கொள்ளுங்கள்.

சைவ உணவு

நான் சைவ உணவு உட்கொள்பவள். இறைச்சி சாப்பிடாததால் என் குழந்தைக்கு ஊட்டச்சத்து குறைபாடு ஏற்படுமா?

இறைச்சியின் மூலமாக கிடைக்கக்கூடிய எல்லா சத்துக்களுமே நீங்கள் சைவ உணவுகளில் பெறலாம். ஆனால் சமச்சீர் உணவாக எடுத்துக் கொள்ள வேண்டும்.

தேவையான அளவு புரோட்டீன்

நீங்கள் பால் மற்றும் முட்டையில் இருந்தே தேவையான அளவு புரோட்டீன் பெறலாம். ஒருவேளை நீங்கள் சுத்த சைவமாக இருந்து பால் மற்றும் முட்டை கூட சாப்பிடுவது இல்லை எனில் அதற்கு பதிலாக உலர்ந்த பீன்ஸ், பட்டாணி, சோயா போன்றவைகளை எடுத்துக் கொள்ளுதல் வேண்டும்.

தேவையான அளவு கால்சியம்

பால் பொருட்களில் இருந்து கால்சியம் சத்து பெறலாம். ஒருவேளை நீங்கள் பால் பொருட்களை எடுத்துக் கொள்வது இல்லை எனில் பழ ஜீஸ், பச்சைக் காய்கறிகள், பாதாம், சோயா போன்றவற்றை அதிகமாக எடுத்துக் கொள்ளுங்கள்.

விட்டமின் B 12

சுத்த சைவ உணவு உண்பவர்களுக்கு விட்டமின் B12 பற்றாக்குறை ஏற்படுகின்றது. நீங்கள் உங்கள் மருத்துவரை அணுகி ஃபோலிக் அமிலத்துடன் கூடிய விட்டமின் பி12 மருந்துகளை எடுத்துக் கொள்ளுங்கள். இதனால் விட்டமின் பி12 குறைபாடு வராது. சோயா, பேரிச்சை போன்றவற்றிலும் விட்டமின் பி12 அதிகமாக உள்ளது.

விட்டமின் டி

சாயங்கால இள வெயிலில் இருந்து நீங்கள் விட்டமின் டி பெறலாம். விட்டமின் டி இணைந்த சோயா பால் எடுத்துக் கொள்ளுங்கள். பிரட் மற்றும் பருப்புகளில் கூட விட்டமின் டி கிடைக்கப்பெறுகின்றது.

குறைந்த கார்போஹைடிரேட்

நான் என்னுடைய அதிகரிப்பதற்காக குறைந்த கார்போஹைடிரேட் புரோட்டீன் உணவு அதிகமாக எடுத்துக் கொண்டேன். இதையே நான் கர்ப்ப காலத்திலும் எடுத்துக் கொள்ளலாமா?

குறைந்த கார்போஹைடிரேட் புரோட்டீன் உணவில் ஃபோலிக் அமிலத்தின் குறைபாடு ஏற்படும். இதனால் கரு வளர்ச்சி பாதிக்கும். உங்களுக்கு இப்போது சரிவிகித உணவே அவசியமாகும். எனவே எடைக் குறைப்பு திட்டத்தை கைவிடுங்கள். முழு ஆரோக்கியமான உணவு உட்கொள்ளுங்கள்.

கொலஸ்டிரால்

நானும் என்னுடைய கணவரும்

கொழுப்பு சத்துள்ள உணவுப் பொருட்களை உண்பதே இல்லை. இதனால் கருவிற்கு பாதிப்பு ஏற்படுமா?

கர்ப்ப காலத்தில் கொழுப்புச்சத்து அவசியம் தேவை. இதனால் தமனிகளுக்கு உறுதி ஏற்படும். கரு வளர்ச்சிக்கு உதவி செய்யும் உங்கள் இரத்தத்தில் கொழுப்பு 25 முதல் 40 சதவீதம் அதிகரித்தே காணப்பட வேண்டும். முட்டையின் மஞ்சள் கரு அதிகம் சாப்பிடுங்கள். தேவையான அளவு கொழுப்புச் சத்துள்ள பொருட்களை எடுத்துக் கொள்ள வேண்டும்.

ஜங்க் உணவுப் பொருட்கள்

"நான் அதிகமான ஜங்க் உணவு மற்றும் பாஸ்ட் உணவுகளையே உண்பேன். இதனால் எனது கர்ப்பத்தில் பிரச்சனை ஏற்படுமா?"

முதலில் நீங்கள் உங்களின் உணவுப் பழக்கத்தை மாற்றுதல் வேண்டும். சாதாரண சமயத்தில் நீங்கள் அதிக அளவில் ஜங்க் உணவு மற்றும் பாஸ்ட் உணவுகளை எடுத்துக் கொள்ளலாம். ஆனால் இப்பொழுது நீங்கள் ஒரு ஸ்பெஷல் சமயத்தில் இருப்பதால் கவனமுடன் இருத்தல் நலம்.

1. கூடவே உணவு எடுத்துச் செல்லுங்கள்

ஒருவேளை சிற்றுண்டியுடன் காஙபி குடிக்கும் பழக்கம் உங்களுக்கு இருப்பின் வீட்டில் இருந்தே சிற்றுண்டி தயார் செய்து அதன் கூடவே சூடான புரோட்டீன் மாவுடன் கலந்த பால் எடுத்துச் செல்லுங்கள். சுகாதாரமற்ற முறையிலும் ஆரோக்கியம் குறைந்த உணவு தயாரிக்கும் இடத்திற்கு ஒருமுறை சென்று பார்த்திர்கள் எனில் அதன் பிறகு நீங்கள் வீட்டுச் சாப்பாட்டிற்கு அடிமையாகி விடுவிர்கள்.

2. சிறிது பிளானிங் அவசியம்

உங்களின் வீட்டில் உங்கள் பார்வை படக்கூடிய இடங்களில் எல்லாம் பழங்கள், உலர்ந்த திராட்சை, பச்சைக் காய்கறிகளில் கேரட், முள்ளங்கி என அடுக்கி வைத்திடுங்கள். இதனால் உங்களுக்கு சாப்பிடத் தோன்றும் போது எல்லாம் அவற்றில் தான் பார்வை போகும். மேலும் உங்களின் பர்ஸ், ஹேண்ட் பேக்கில் உலர் திராட்சை, பேரிச்சைப் பழம் வைத்துக் கொள்ளுங்கள். காரில் செல்லும் போது முந்திரியை வாயில் கொறித்துக் கொண்டே செல்லுங்கள்.

3. ஆசைப்படாதீர்கள்

சிப்ஸ், குக்கீஸ் போன்ற பொரித்த, வறுத்த உணவுகளுக்கு ஆசைப்படாதீர்கள். கேக், ஐஸ்கிரிம்,பேக்கரி புட்ஸ் போன்றவையும் சிறிதளவு எடுத்துக் கொள்ளுங்கள்.

4. ஆசைப்படும் உணவு

அதிகமாக நீங்கள் ஆசைப்படும் உணவுகளையே சாப்பிடாதீர்கள். ஒருவேளை தினமும் உங்களுக்கு ஐஸ்கிரீம் சாப்பிடும் பழக்கம் இருப்பின் அதற்கு பதிலாக பழ ஜீஸ் எடுத்துக் கொள்ளுங்கள்.

5. சிசுவின் மீது கவனம்

நீங்கள் என்ன சாப்பிட்டாலும் அதனை உங்களின் சிசுவும் சாப்பிடும் என்பதை கவனத்தில் கொள்ளுங்கள். உங்கள் வீட்டில், ஆபிஸில் அழகான குழந்தைகளின் படத்தை ஒட்டி வையுங்கள். இதனால் அதைப் பார்க்கும் போதெல்லாம் நீங்கள் ஒழுங்காகச் சாப்பிடுவீர்கள்.

6. உங்களின் உணவு எல்லை

உங்களுக்கென்று ஒரு உணவுக் கட்டுப்பாடு உள்ளது. அதன் அடிப்படையில் உணவை உட்கொள்ளுங்கள். சிறிது, சிறிதாக உணவை எடுத்துக் கொள்ளுங்கள்.

7. சிறந்த பழக்க வழக்கங்கள்

உணவுடன் கூடிய சிறந்த பழக்க வழக்கங்கள் வேண்டும். பிரசவத்திற்கு பிறகும் கூட உங்களுக்கு நிறைய ஊட்டசத்தும், ஆரோக்கியமும் அவசியம் ஆதலால் முதலில் இருந்தே, நல்ல பழக்க வழக்கங்களைக் கையாளுங்கள்.

வீட்டிலிருந்து வெளியில் உணவு

நான் அதிகமாக வெளியில் ஹோட்டலில் தான் சாப்பிடும் பழக்கம் உள்ளவள். இதனால் எனக்கு ஏதேனும் ஊட்டசத்துப் பற்றாக்குறை ஏற்படுமா?

நீங்கள் வெளிஉணவை விரும்பி உண்ணுகிறீர்கள் எனில் வீட்டில் சமைத்த உணவு உங்களுக்கு பிடிக்காமல் போகும். இப்போதைய சூழ்நிலையைப் பார்க்கும் போது மினரல் வாட்டர் முதல் கொண்டு நாம் காசு கொடுத்து வாங்குகிறோம். அவ்வாறு இருக்கும் போது தினமும் வெளியில் சாப்பிடும் போது அதிக செலவு செய்ய வேண்டி இருக்கும். எனவே முடிந்தவரை வெளியில் உணவானது சாப்பிடுவதை தவிர்த்திடுங்கள். மேலும் இந்த உணவு உங்களுக்கும் உங்கள் குழந்தைக்கும் தேவையான ஊட்டசத்தை அளிக்காது. மேலும் சுத்திகரிக்கப்பட்ட எண்ணெயும் அவர்கள் பயன்படுத்த மாட்டார்கள். கீழ்க்காணும் விதத்தில் உங்களின் வீட்டு உணவு சாப்பிடும் பழக்கத்தை ஆரம்பியுங்கள்

உணவிற்கான சார்ட் கட்

பாஸ்ட் புட் கூட ஒரு ஊட்டசத்து உணவே

- ★ அவசரமான வேலை இருக்கும் சமயத்தில் சலாட், பர்கர், டமாடர் சான்ட்விச் சாப்பிடலாம்.
- ★ இரண்டு மூன்று நாட்களுக்கான டின்னர் சாப்பாடு ஒரேடியாக தயார் செய்து வைத்துவிடுங்கள்.
- ★ நீங்கள் உங்களின் உடலுக்கு ஒத்து கொள்ளும் ஆகாரத்தை மட்டுமே சமைத்து சாப்பிடுங்கள். பேன்லஸ் சிக்கனின் மீது தக்காளி சாஸ் கலந்து சாப்பிடுங்கள்.
- ★ சூப்பர் மார்கெட்டில் கிடைக்கக்கூடிய சூப், ஜீஸ் அல்லது ரேடிமெக்ஸ் உணவு வகைகளை உட்கொள்ளுங்கள்.

- முதலில் ப்ருட் சாலட் சாப்பிட ஆரம்பியுங்கள்
- காய்கறி, ஆப், பச்சைக் காய்கறிகள் சாப்பிட ஆரம்பியுங்கள்
- மீன், இறைச்சி சாப்பிட ஆரம்பியுங்கள்
- பச்சைப் பட்டாணி சுண்டல் சாப்பிட ஆரம்பியுங்கள்
- பழ வகைகளை சாலட் செய்து சாப்பிட ஆரம்பியுங்கள்
- ஐஸ்கிரீம் சேர்த்து ப்ருட் சாலட் சாப்பிட ஆரம்பியுங்கள்
- பிரட், பட்டர், ஜாம் சாப்பிட ஆரம்பியுங்கள்

இவ்வாறாக மெல்ல நீங்கள் வெளி உணவுப் பழகத்தில் இருந்து வீட்டு உணவுப் பழக்கதத்திற்கு உங்களைத் தயார் படுத்திக் கொள்ளுங்கள்.

லேபிள் பாருங்கள்

நான் ஆரோக்கியமான உணவு உண்ண ஆசைப்படுகின்றேன். டின் மற்றும் டப்பாவில் விற்கப்படும் உணவால் கெடுதல் ஏற்படுமா?

டின் மற்றும் டப்பாவில் அடைத்த உணவுப் பொருட்களில் டப்பாவின் மேல் லேபிள் காணப்படும். அதனைப் பார்த்து அந்தப் பொருட்களை வாங்குங்கள்.

மேலும் அதில் என்னென்ன விட்டமின்கள், மினரல்கள் எந்தெந்த விகிதாசாரத்தில் உள்ளது என்பதும் கொடுக்கபட்டிருக்கும், அதனை படித்துப் பார்த்து வாங்குங்கள். உதாரணமாக நீங்கள் ஒரு ஜீஸ் சிரப் பாட்டில் வாங்குகிறிர்கள் எனில் அதில் சர்க்கரை கலக்கப்பட்டுள்ளதா, இல்லையா என்பனைப் பற்றிய குறிப்பு அவசியம் இருக்கும். சில சமயங்களில் சர்க்கரைக்கு பதிலாக தேன் கலந்து இருப்பார்கள்.

கர்ப்பிணிகள் அவசியம் டின் உணவு வாங்கும் போது லேபிள் படித்துப் பார்த்து வாங்குவதே சிறந்தது, இதனால் அந்த டின் உணவு எப்போது தயாரிக்கப்பட்டது, மேலும் அதனை எத்தனை நாட்கள் அல்லது மாதங்கள் வரை பயன்படுத்தலாம் போன்றவை இருக்கும்.

சுஷீலு வேண்டுமா அல்லது வேண்டாமா

"சுஷீலு எனக்கு மிகவும் பிடித்தமானது. ஆனால் என்னுடை தோழியை கர்ப்ப சமயத்தில் இதனை சாப்பிடக் கூடாது என்கின்றனர். இது உண்மையா?"

நீங்கள், சாஷிச், பச்சை ஆய்ஸ்டர்,

> **போலிகளைக் கண்டறியுங்கள்**
>
> பழங்களின் வெளிர் நிறத்தைக் கண்டு அதனை வாங்காதீர்கள். பச்சை சாயம் ஏற்றப்பட்ட கீரைகள், பட்டாணி, வெள்ளிரிக்காய் போன்றவற்றையும் வாங்காதீர்கள். இதனால் உடலுக்கு தீங்கு ஏற்படும் அபாயம் உள்ளது.

சேவியச், பிஷ் டார்டரச், கார்மேஷியம் போன்ற உணவுப் பொருட்களில் சாப்பிடுவதில் இருந்து தள்ளியே இருங்கள். இதனால் உங்களுக்கு ஜீரம் ஏற்படும். எனவே ஜப்பானிய அசைவ உணவு வகைகள் உண்பதை விட்டு விடுங்கள். மீன், காய்கறிகள் சாப்பிடுங்கள்.

மீன் உணவு

எனக்கு காரமான மீன் உணவு மிகவும் பிடிக்கும் என்னுடைய கர்ப்ப சமயத்தில் எடுத்துக் கொள்வதால் பிரச்சனை ஏற்படுமா?

நெஞ்சில் எரிச்சல், உணவு செரிக்காத தன்மை போன்றவை ஏற்படும் அதிக காரம் உடலுக்கு கெடுதல் விளைவிக்கக்கூடியது. பிறகு வயிற்றில் புண் ஏற்பட்டு அல்சராக மாறும்.

காலம் கடந்த உணவு

இன்று காலையில் நான் யோகார்ட்டு எடுத்துக் கொண்டேன். இதனுடைய குறிப்பிட்ட சமயம் முடிந்து விட்டது. ஆனாலும் சுவை நன்றாகவே இருந்தது இதனால் ஏதாவது பிரச்சனை ஏற்படுமா?

என்ன நடந்ததோ அ துநன்றாகவே நடந்தது. எக்ஸ்ப்யரியான (காலாவதியான) பொருட்களை ஒருபோதும் உண்ணாதீர்கள். இதனால் வாந்தி, மயக்கம், கழிச்சல் போன்றவை ஏற்படும். இதற்குப் பிறகு நீங்கள் என்ன சாப்பிடுவதாக இருந்தாலும் அதனுடைய காலாவதி தேதியைப் பார்த்து விட்டுச் சாப்பிடவும்.

னக்கு நேற்று இரவு சாப்பிட்ட சாப்பாடு செரிக்காமல் வாந்தி வந்து விட்டது. இதனால் குழந்தைக்கு பாதிப்பு ஏற்படுமா?

குழந்தையை விட பாதிப்பு உங்களுக்கு தான் அதிகம். வாந்தி ஏற்பட்டதால் உடல் வறட்சி ஏற்படும். எனவே அதிக அளவு தண்ணீர் பருகுங்கள். ஒருவேளை தொடர்ந்து வாந்தி இருப்பின் உடனடியாக மருத்துவரை அணுகுங்கள்.

சர்க்கரைப் பொருட்கள் :

"எனக்கு உடல் பருமன் ஆகாத அளவில் இனிப்புப் பொருட்கள் வேண்டும். நான் சுகர் பீரி இனிப்புப் பொருட்களை எடுத்துக் கொள்ளலாமா?"

கர்ப்பிணிப் பெண்களுக்கு சுகர் ஃபீரி இனிப்புகளால் சிறிதளவு பாதிப்பு ஏற்படத் தான் செய்கின்றது. ஆனால் இது பாதுகாப்பானது. இதைப் பற்றின ஆய்வு இன்னும் செய்யப்படவில்லை.

சுக்ராலோஜ் (ஸ்பலேண்டர்)

இது சர்க்கரையில் இருந்து செய்யப்படுகின்றது. இதனுடைய ரசாயன வடிவம் தான் சுக்ராலோஜ் எந்த கர்ப்பிணிப் பெண்கள் தங்களுடைய எடை அதிகரிக்க வேண்டாம் என்று எண்ணுகிறார்களோ அவர்கள் இதனை எடுத்தக் கொள்ளலாம். சுக்ராலோஜ் இணைந்த உணவுகளை அதிகமாக (ஜீஸ், டிரிங்ஸ், சாக்லேட், ஐஸ்கிரிம்) எடுத்துக் கொள்ளலாம். இதனால் அதிக பாதிப்பு ஏற்படாத அளவுக்கு இதைக் கூட குறிப்பிட்ட அளவே எடுத்துக் கொள்ளுங்கள்.

எஸ்பார்டம் (இக்வல், நியடிராஸ்விட்)

இதனை டிரிங், யோகார்ட் மற்றும் புரோஜன் உணவுடன் இணைத்துச் சாப்பிடலாம். ஆனால் இதனை அடுப்பில் வைத்து சமைக்கவோ மைக்ரோஓவனில் வைத்து பேக் செய்யவோ கூடாது. அதிகமான மருத்துவர்கள் இதனை பாதுகாப்பானது என்றே கூறுகிறார்கள். இருந்தாலும் குறிப்பிட்ட அளவு எடுத்துக் கொள்வதே சிறந்தது என்றும் கூறுகிறார்கள்.

சைக்கிரீன்

மனிதர்கள் சைக்கிரீன் எடுத்துக் கொள்வதைப் பற்றிய ஆய்வு மேற்கொள்ளப்படவில்லை. ஆனால் விலங்குகள் எடுத்துக் கொள்வதால் கேன்சர் வருகின்றது என்று ஆய்வு தகவல்கள் வெளியிடப்பட்டுள்ளது. எனவே சைக்கிரீன் எடுத்துக் கொள்வதை மனிதர்களும் தவிர்த்திடுதல் நலம் என்றே கூறுகின்றார்கள்.

எசுலபேம் -கே (சுனைட்)

சர்க்கரையை விட இரண்டு மடங்கு இனிப்பு இதில் அதிகமாகவே உள்ளது. ஜெலிடின் டேவர்ட், சாப்ட் டிரிங்ஸ் போன்றவற்றில் கலந்து சாப்பிடலாம். எப்டிஏ வின் படி இதனை கர்ப்ப காலத்தில் குறைந்த அளவு பயன்படுத்தலாம் என்று கூறப்படுகின்றது. மருத்துவரின் ஆலோசனைப்படியே இதனை பயன்படுத்துவது சிறந்தது.

மைனிடால்

இது சர்க்கரையை விட குறைந்த கலோரி மற்றும் இனிப்பு உள்ளது. ஆனால் இதனை அதிகமாக உண்பதால் கேஸ்டிரோ இன்டேஸ்டாயினல் பிரச்சனை ஏற்படும்.

ஜாயிலிடால்

இது பல பழங்கள் மற்றும் காய்கறிகளில் கிடைக்கப்பெறுகின்றது. இது சர்க்கரையை விட 40 சதவிகித கலோரி குறைவானது. கர்ப்ப காலத்தில் குறைந்த அளவு பயன்படுத்துங்கள். ஜாயிலிடால் இணைந்த அயிங்கம் மிகவும் நல்லது. ஆனால் தினமும் ஐந்து பாக்கெட் மெல்லுவதை நீங்கள் விரும்புவீர்களா?

ஸ்டேவியா

தென் அமெரிக்காவில் இருந்து கிடைக்கின்ற இயற்கை மூலிகைகளில் இருந்து ஸ்டேவியா என்ற ஸ்வீட்னர் தயாரிக்கப்படுகின்றது. இதனை பயன்படுத்த ஆரம்பிக்கும் போது மருத்துவரின் ஆலோசனை பெறுதல் நலம்.

லேக்டோஜ்

இந்த மில்க் சர்க்கரையில் 1/16 பங்கு இனிப்பு உள்ளது. இது உணவுப் பொருட்களில் இலேசான இனிப்பு உண்டு பண்ணக்கூடியது. லேக்டோஜ், இன்டாலரண்ட்டாக இருப்பின் பயன்படுத்தாதீர்கள்.

தேன்

தேன் ஒரு சிறந்த நோய் எதிர்ப்பு சக்தியை உண்டு பண்ணக்கூடிய ஒரு மருந்து . சரும நிறத்திற்கு தேன் ஒரு வரப்பிரசாதம். இதில் கலோரி அதிகம் ஒரு பெரிய ஸ்பூனில் உள்ள சர்க்கரையின் கலோரி அளவை விட

அதே ஸ்பூனில் உள்ள தேனின் கலோரி அளவு மிக அதிகம்.

பழச்சாறு கான்சன்டிரேட்

திராட்சை மற்றும் ஆப்பிளின் ஜீஸ் கான்சன்டிரேட் கர்ப்பகாலத்தில் மிகவும் பாதுகாப்பானது. நீங்கள் சர்க்கரைக்குப் பதிலாக இதனைப் பயன்படுத்தலாம். இது முழுக்க முழுக்க எல்லா பழங்களையும் பிழிந்து எடுக்கப்படுகின்ற சாறு என்பதால் மிகவும் பாதுகாப்பானது.

ஹெர்பல் டீ

"நான் அதிகமாக ஹெர்பல் டீ குடிக்கின்றேன். இதனால் கர்ப்பத்தில் சிக்கல் ஏற்படுமா?"

சில ஹெர்பல் டீ பாதுகாப்பானது. சில ஹெர்பல் டீ பாதுகாப்பு அற்றவையாக கருதப்படுகின்றது. ஏஸ்பெரி இலை டீ குடிப்பதால் கான்டெரக்ஷன் ஆரம்பமாகும். இது உங்களுக்கு நல்லதல்ல.

உங்களின் மருத்துவரைக் கலந்து ஆலோசித்த பின்னரே ஹெர்பல் டீ பருகுவது நல்லது. மேலும் டீ குடிப்பதற்கு முன்னால் லேபிளை நன்றாகப் பாருங்கள். சில ஹெர்பல் டீயில் மூலிகைகளின் வேர் கலக்கப்பட்டிருக்கும். அதனால் உங்களின் கருப்பு டீயில் நீங்கள் இஞ்சி, ஏலக்காய், எலுமிச்சம் பழச் சாறு கலந்து கூட பருகலாம். அதிகம் டீ குடிப்பதால் ஙபோலிக் அமிலத்தின் குறைபாடு ஏற்படும் என்ற தகவலும் வெளிவந்துள்ளது.

சாப்பிடும் பொருட்களில் இராசயனம்

டப்பா பொருட்களில் பிரிசர்வேட்டிவ், காய்கறிகளில் பெஸ்ட்டிசைட், மினில் ஜி.சி. பி மற்றும் மர்கரியில் என்டிபாமோடி, ஹாட் டாங்ஸ் ல் ரைட்ரஸ் பிறகு எதனைத் தான் சாப்பிடுவது என்று கூறுங்கள்? எந்த உணவு தான் பாதுகாப்பானது என்றும் கூறுங்கள்

இவ்வளவு ஏன் கவலைப்படுகிறிர்கள். நீங்கள் எதையுமே சாப்பிடாமல் பட்டினி இருப்பதைப் போல் அல்லவா இருக்கின்றது உங்களின் கேள்வி சில பொருட்களில் இவ்வாறான பாதிப்புகள் ஏற்படுவது உண்டு. இவை அனைத்துமே உங்களின் குழந்தையைக் கணக்கில் கொண்டே கூறப்பட்டது தான்.

உங்களுக்கு எது பிடிக்குமோ, எது அதிகமாகக் கிடைக்கின்றதோ அதனையே சாப்பிடுங்கள். இப்படி ஒவ்வொன்றாக தட்டிக் கழித்தீர்கள் எனில் பிறகு நீங்கள் சாப்பிடுவதற்கு என்று ஒன்றுமே இருக்காது.

- நீங்கள் பச்சைக் காய்கறிகள், பழங்கள் ஆகியவற்றை சாப்பிடலாம்.
- தயிர், பால் போன்ற திரவப் பொருட்களை சாப்பிடலாம்.
- கிழங்கு வகைகள், வேர்க்கடலை சாப்பிடலாம்.
- பிரட் சாப்பிடலாம்.
- மீன் உணவு சாப்பிடலாம். இதில் புரோட்டீன், ஒமேகா-3 கொழுப்புச்சத்து கிடைக்கின்றது. இது உங்களின் கருவினுடைய மூளை வடிவமைப்புக்கு துணை

புரிகின்றது. ஒருவேளை நீங்கள் இதுவரை மீன் உணவு சாப்பிடாமல் இருந்தால் கூட உடனடியாக சாப்பிடத் தொடங்குங்கள். ருசி பிடிக்கவில்லை எனினும் உங்களின் குழந்தைக்காக சாப்பிடுங்கள். இதனால் நீங்கள் ஒரு புத்திக் கூர்மையுள்ள குழந்தையைப் பெறலாம். ஷார்க், ஸ்வோர்ட் பிஷ், கிங் மைகேரேல், டாயில் பிஷ் மற்றும் கியூனா ஸ்டிடஸ் போன்ற மீன் வகைகளைச் சாப்பிடாதீர்கள். இதில் மிதாயல் மர்க்கரி என்ற இரசாயனம் உள்ளது. இது கருவின் வளர்ச்சி நிலையை பாதிக்கும். ஒருவேளை முதலில் சாப்பிட்டு இருந்தாலும் கூட இனிமேல் சாப்பிடுவதை நிறுத்தி விடுங்கள்.

- ஒருவேளை நீங்கள் இரண்டொரு முறை ஸ்வோர்டு மீன் சாப்பிட்டு இருந்தாலும் கூடபரவாயில்லை. மார்க்கெட்டில் தினமும் விற்கக்கூடிய புதிய மீன்களையே வாங்கி சமைத்திடுங்கள். இதனால் நேரிடையாக உங்களுக்கு புரோட்டீன் சத்தானது கிடைக்கப்பெறும்.
- சால்மன், சோல், ப்ளாஉண்டர், ஹைட்டாக், டிலாபியா, ஹைலிபட், ஒஷன் பாச், பைலாக், கார்ட் மற்றும் டிராவுட் மட்டுமில்லாமல் கடல் மீன்களும் கிடைக்கும். இவைகளிலும் எல்லாம் ஒமேகா-3 அதிகமாக உள்ளது.
- இறைச்சி சமைக்கும் போழுது முதலில் அதிலிருந்து கொழுப்புச் பகுதியை முழுவதும் எடுத்து விடுங்கள். இறைச்சியில் லிவர் மற்றும் கிட்னி சாப்பிடுவதை தவிர்த்திடுங்கள்.
- ஆர்கானிக் இறைச்சி மற்றும் போல்டிரி சாப்பிடுங்கள். இதில் நோய் எதிர்ப்புச் சக்தி மற்றும் ஹார்மோன் அதிகமாக உள்ளது. போல்புரி இறைச்சியால் தொற்று பரவக்கூடிய வாய்ப்பு மிகவும் குறைவு. இதில் குறைந்த கலோரி மற்றும் புரோட்டீன் அதிகமாக உள்ளது.
- முடிந்தால் ஆர்கானிக் உணவுப் பொருட்களை வாங்கிடுங்கள். இது எல்லாவகையிலும் சிறந்தது. ஒருவேளை உங்களின் பட்ஜெட்டிற்குள் வரவில்லை எனில்

ஆர்கானிக் உணவு

ஆர்கானிக் உணவு எடுத்துக் கொள்ளும் போது கீழ்காணும் விஷயங்களில் கவனமுடன் இருங்கள்.

இதில் ஆர்கானிக் பொருட்களை எடுத்துக் கொள்ளுங்கள்.

ஆப்பிள், செர்ரி, திராட்சை, ரஸ்பெர்ரிவால் பேப்பர், உருளைக்கிழங்கு மற்றும் பாலக்கீரைஇதில் ஆர்கானிக் இப்பொருட்களை எடுத்துக் கொள்ளாதீர்கள்.

வாழைப்பழம், லிச்சி, மாம்பழம், அன்னாசிப்பழம், முட்டை கோஸ், வெங்காயம், பட்டாணி, கார்ன் மற்றும் மாட்டிறைச்சி போன்றவை இவை அனைத்தும் ஆர்கானிக் பொருட்களாக வாங்குவதற்கு செலவு அதிகமாகும்.

வாங்க வேண்டாம். பட்ஜெட்டிற்குள் வரும் பட்சத்தில் அவசியம் ஆர்கானிக் உணவுப் பொருட்களை வாங்கிடுங்கள்.

- எல்லா பழங்கள் மற்றும் காய்கறிகளை நன்றாக கழுவி விட்டே பயன்படுத்துங்கள். இல்லையேல் ஸ்பிரே வாஷ் செய்திடுங்கள். காய்கறிகளில் உள்ள தோலை முற்றிலும் நீக்கி விடுங்கள்.
- உங்களுக்கு அருகிலேயே விளைவிக்கின்ற காய்கறிகள் மற்றும் பழங்களையே அதிகமாக
- • வாங்கிடுங்கள். ஏனெனில் உங்களின் கண்ணுக்கு எதிரேயே விளையும் பொருட்களில் அதிகம் நச்சுத்தன்மை இருக்காது.
- எல்லா வகையான உணவுப் பொருட்களையும், அதிகமாக காலநிலைப் பயிர்கள், காலநிலைப் பழங்கள், காலநிலைக் காய்கறிகளை எடுத்துக் கொள்ளுதல் அவசியம்.
- இயற்கை உணவு என்பது மிகவும் அவசியம். செயற்கை உணவை முடிந்த வரை தவிர்த்திடுங்கள்.

புரோட்டீன் முழுமை

பெரும்பாலும் பல கர்ப்பிணிப் பெண்கள் புரோட்டீன் சத்து எடுத்துக் கொள்கின்றனர். 1 முட்டை மற்றும் 2 முட்டையின் வெள்ளைக் கருவை மட்டும் எடுத்து சாலட் செய்து சாப்பிட புரோட்டீன் சத்து உடனடியாகக் கிடைக்கும். இரண்டு மடங்கு மில்க் ஷேக், 3/4 கப் குறைந்த கொழுப்புக் கொண்ட உணவுப் பொருளில் கூட புரோட்டீன் அதிகமாக உள்ளது. பழங்களை வெட்டிய தக்காளி, கிஸ்மிஸ், முந்திரி போன்றவற்றால் அலங்கரிக்கலாம். மேலும் இப்போது கடைகளில் புரோட்டீன் பவுடரும் கிடைக்கின்றது.

இருவருக்கும் பாதுகாப்பான உணவு

இருவருக்கு பாதுகாப்பான உணவுகள் சில கீழே கொடுக்கப்பட்டுள்ளன.

- பால், கால்சியத்திற்கு நல்ல உணவு. தயிரும் பாலாடை கட்டியும் அதற்கு ஏற்ற மாற்றுதான்.
- வெற்று கலோரிகள் இல்லாத சமச்சீர் உணவுவை எடுத்துக் கொள்ளுங்கள்.

- உங்கள் வாழ் நாள் முழுவதும் எந்த உணவு உண்டீர்களோ அதுவே உங்களின் நார்மல் உணவு.
- கர்ப்பிணிகள் இதை தான் சாப்பிடவேண்டும் என்று நிபந்தனை போடக்கூடாது. பலவந்தமாக உணவு திணிக்கக்கூடாது.
- பச்சைக்காய்கள், பழங்கள் உடல் வறட்சியை தடுக்கும்.
- நீராகாரங்கள் குடித்தாலே போதுமானது.
- கோவா மற்றும் எலுமிச்சை பழச்சாறு, வெள்ளைத் திட்டுக்களை உண்டு பண்ணாது. இளநீரும் நல்லதே.
- பூண்டு கர்ப்ப காலத்தில் ஏதும் பிரச்சினைகள் செய்யாது என்றாலும் அது மட்டுமே இரத்த அழுத்தத்தைக் குறைத்துவிடாது.
- இஞ்சி, பொதுவாக கர்ப்ப காலத்தில் காலை மசக்கையைத் தவிர்க்க உபயோகப்படுத்தப்படுகின்றது.
- நார்ச்சத்துக்கள் நிறைந்த உணவு வகைகள் நல்லதே
- கர்ப்ப காலத்தில் நல்ல உணவு, கெட்ட உணவு என்றும் ஒன்றும் இல்லை.
- பிடித்தமான உணவு எவ்வளவு தேவையோ அவ்வளவு உண்ணலாம்.
- பிரிட்ஜில் வைத்த பொருட்களை உண்ணபதை தவிர்த்திடுங்கள்.
- முட்டை ஒரு சிறந்த சமச்சீர் உணவு.
- பால், பாலாடைக் கட்டி, தயிர், முட்டை, மீன், முழு தானியங்கள், பருப்பு வகைகள், கேழ்வரகு இவை கால்சியம் சத்து நிறைந்தவை.
- விட்டமின் சி அதிகம் உள்ள பழங்கள் இரும்புசத்து உறிஞ்சப்படுதலை அதிகரிக்கும்

• • •

பாகம்-2

ஒன்பது மாதம் மற்றும் அதனுடைய எண்ணிக்கை

(கர்ப்பம் தரித்தது முதல் பிரசவம் வரை)

அத்தியாயம் · 6

முதல் மாதம்

கிட்டத்தட்ட 1 முதல் 4வது வாரம்

வாழ்த்துக்கள்!

கர்ப்பம் அடைந்து இருப்பது மிகவும் மகிழ்ச்சியான ஒரு செய்தி. இப்பொழுது நீங்கள் தாய்மை அடையப்போகும் மகிழ்ச்சியில் இருப்பீர்கள். உங்களுக்குக் பலவிதமான பிரச்சினைகள் ஏற்பட வாய்ப்பு உண்டு. உங்களை பலர் பயப்படுத்துவார்கள். உங்கள் உடலில் பலவித மாற்றங்கள் ஏற்படும். உங்களின் வாழ்க்கை முறையில் பல மாற்றங்கள் ஏற்படும்.

அட, அட நிறுத்திக் கொள்ளுங்கள். இப்பொழுதே பயந்து விடாதீர்கள். அத்தியாயம் ஆரம்பத்திலேயே உங்களை பயப்படுத்த நான் விரும்பவில்லை. கர்ப்பம் என்பது ஒரு மகிழ்ச்சியான விஷயம் அதனை நீங்கள் பயப்பட்டுக் கொண்டு எதிர்கொள்ளக் கூடாது. மிகவும் அமைதியுடன், வலிமையுடன் எதிர்கொள்ளுவது மிகவும் அவசியம்.

இந்த மாதத்தில் உங்கள் குழந்தையின் வளர்ச்சி.

முதல் வாரம்

இந்த வாரத்திலிருந்து உங்களின் கர்ப்பம் தொடங்கி விட்டது. கருவின் வளர்ச்சி கவுண்ட்டு டவுன் தொடங்கி விட்டது. இந்த வாரத்தைக் கர்ப்பத்தின் முதல் வாரம் என்று கூறுவர். இந்த வாரத்தில் பெண்ணின் கருவுடன் ஆணின் விந்தணு கலந்து இருக்கும்.

(உங்கள் கணவரின் விந்தணு உங்களின் கர்ப்பத்தில் சரியான சமயத்தில் சென்று ஒன்று கலந்து ஒரு கரு முட்டையாக உருவாகி இருக்கும். இது ஒரு நாள் வரை கர்ப்பப்பையின் வெளியே தங்கி இருக்கும்).

முதல் மாதத்தில் உங்களின் குழந்தை

உங்களின் கடந்த மாத மாதவிடாய் வந்து 40 நாள்கள் கடந்து இருக்கும். மாதவிடாய் வருவது தள்ளிப்போனாலே உங்களின் கர்ப்பத்திற்கான அறிகுறி தெரிய ஆரம்பித்து விடும்.

முதல் மாதத்தில் உங்களின் குழந்தை

உங்களின் கர்ப்பத்தின் சமயம் தொடங்கி விட்டது.

இரண்டாவது வாரம்

இந்த வாரத்தில் உங்களுக்கு கருவின் வளர்ச்சி நிலையில் அக்கறை செலுத்துதல் வேண்டும். உங்களுக்கு ஓவ்யூலேஷன் காலம்

தொடங்கி இருக்கும். உங்களின் கர்ப்பப்பையின் சுவர் தடிமனாகி இருக்கும். பிளசென்டோ உருவாக ஆரம்பித்து இருக்கும். உங்களின் கரு திடமாக ஆகி இருக்கும். அதைச் சுற்றி பாலிக்கல் உருவாகி இருக்கும். உங்களுக்கு வயிற்றில் ஒரு கனமான பொருள் இருப்பதை உணர முடியும். உங்களின் கரு இப்பொழுது ஒரு சிறிய முட்டை வடிவத்தில் தன்னுடைய பயணத்தைத் தொடங்க ஆரம்பித்து இருக்கும்.

மூன்றாவது வாரம்

வாழ்த்துக்கள்! நீங்கள் இப்பொழுது கர்ப்பம் தரித்து இருக்கின்றீர்கள் வெகு விரைவிலேயே ஒரு குழந்தைக்குத் தாயாகப் போகிறீர்கள். குழந்தையைத் தாலாட்டுவது, குழந்தையுடன் விளையாடுவது, குழந்தையை பராமரிப்பது என உங்களின் வாழ்க்கையில் பல மகிழ்ச்சியான தருணங்கள் வரப்போகின்றது. இதற்காக இப்பொழுதே நீங்கள் தயாராகி விடுவது நல்லது. இந்த வாரத்தில் உங்களின் கர்ப்பப்பை திடமாக ஆகும். அதனைச் சுற்றி ஒரு பாதுகாப்பு வளையம் ஏற்படும். குழந்தைக்கு இரத்த நாளங்கள் உருவாக ஆரம்பிக்கும். அதனுடைய இடம் இப்பொழுது உங்களின் கர்ப்பபை ஆகும். கருவிலிருந்து உங்களுக்கு தொடர்பு பிளோஙபியான் டியூப் மூலமாக ஏற்படும்.

பிரசவ கால அட்டவணை

இது பிரசவ சமயத்தில் போடப்படுகின்ற அட்டவணை ஆகும். மருத்துவர் உங்களின் கடைசி மாத விடாய் ஏற்பட்ட நாளிலிருந்து கணக்கெடுத்து உங்களின் பிரசவ தேதியை அறிவிப்பார். சில சமயங்களில் மருத்துவர் அறிவித்த பிரசவ தேதியில் மாற்றம் வருவது உண்டு. சாதாரணமாக கர்ப்ப காலம் என்பது மொத்தம் 40 வாரம் ஆகும். முதல் 3 மாதம் முதல் காலம் எனவும், அடுத்த 3 மாதம் இரண்டாம் காலம் எனவும், கடைசி 3 மாதம், மூன்றாம் காலம் எனவும் பிரிக்கப்படுகின்றது. கடைசி இரண்டு வாரத்தில் பிரசவத்திற்கான எதிர்பார்ப்பு நேரமாகும். இவ்வாறாக மருத்துவர் பிரசவ தேதியைத் தீர்மானம் செய்கின்றார்.

நான்காவது வாரம்

இந்த வாரம் இம்ப்லான்டேஷன் சமயமாகும். இந்த வாரத்தில் இதனை கரு பிரிதல் என்று அழைப்பர். இது இந்த வார இறுதிக்குள் நடைபெற்று விடும். கரு பிரிந்து எம்பிரியோ ஆக உருவாகும். இது பிரசவ இறுதி வரை கூடவே இருக்கும். உங்களின் கரு இப்பொழுது இரண்டாகப் பிரிந்து பெண் குரோமோசோமாகவோ அல்லது ஆண் குரோமோசோமாகவோ பிரிந்து விடும். இதன் பிறகு தான் குழந்தை ஆணா, பெண்ணா என்பது கண்டு அறியப்படும். இதற்குப் பிறகு கருவின் வளர்ச்சிப் பயணம் தொடங்குகின்றது. கருவைச் சுற்றி அம்னியோடிக் திரவம் தோன்றி இருக்கும். அம்னியோடிக் திரவமானது கருவை எல்லா விதத்திலும் பாதுகாக்கின்றது. அம்னியோடிக் திரவம் கருவைச் சுற்றி உருவாகி விட்டது எனில் கரு வளர்ச்சி முற்றிலும் பாதுகாப்பாக இருக்கும்.

1முதல் 13 வது வாரம் =முதல் மூன்று மாதம்= 1 முதல் 3 மாதம். 14 முதல் 27வது வாரம்=இரண்டாவது மூன்று மாதம் = 4 முதல் 6 மாதம்.

28 முதல் 40வது வாரம் = மூன்றாவது மூன்று மாதம்= 7 முதல் 9வது மாதம்.

நீங்கள் என்ன அனுபவித்துக் கொண்டு இருக்கிறீர்கள்?

கர்ப்ப காலம் என்பது உண்மையில் ஒரு சிறந்த காலம் தான் நீங்கள் பல புதிய அனுபவங்களையும், அறிகுறிகளையும், சந்திக்க வேண்டியதாய் இருக்கும். உங்களின் தோழி மற்றும் தாய் உங்களுக்கு பலவித அறிவுரைகள் கூறுவார்கள், அவற்றை எல்லாம் மனதில் வைத்துக் கொள்ளுதல் அவசியம்.

கர்ப்ப காலத்தில் சில முக்கியமான முடிவுகளை நீங்கள் எடுப்பது அவசியம்.

கர்ப்ப காலத்தில் ஏற்படும் வாந்தி, மயக்கம், தலைசுற்றல், போன்றவற்றை கண்டு பயந்து விடாதீர்கள். இவை அனைத்தும் உங்களுக்கு மன அழுத்தத்தை கர்ப்பத்தின் ஆரம்ப நாட்களில் உண்டு பண்ணும்.

கீழேக் கொடுக்கப்பட்ட சில அறிகுறிகள் உங்களுக்கு உடலளவிலும், மனதளவிலும் தோன்றும்.

உடல் அளவில்

- வயிறு புடைத்தல்
- அடிக்கடி சிறுநீர் கழித்தல்
- மிகவும் களைப்பு
- தலைசுற்றல்
- வாந்தி
- மயக்கம்
- சிறிது அளவில் வெள்ளைப்படுதல்
- அதிக தூக்கம்
- நிப்பிளில் நிறம் மாற்றம்
- தொப்புள் பெரிதாகுதல்
- இடுப்பு பெருத்தல்

மனதளவில்

★ கர்ப்பத்தை நினைத்து பயம்.
★ அழுகை ஏற்படுதல்
★ சிடுசிடுப்பு
★ கோபம் ஏற்படுதல்
★ அதிக மன அழுத்தம்
★ உற்சாகமின்மை

அறிகுறிகள் விரைவில் தோன்ற ஆரம்பிக்கும்

கர்ப்பத்திற்கான அறிகுறிகள் அதிகப்படியான ஆறாவது வாரத்திலிருந்து தோன்ற ஆரம்பிக்கும். சில கர்ப்பிணிகளுக்கு இந்த அறிகுறிகள் முதல் வாரத்தில் தோன்ற ஆரம்பித்து விடும்.

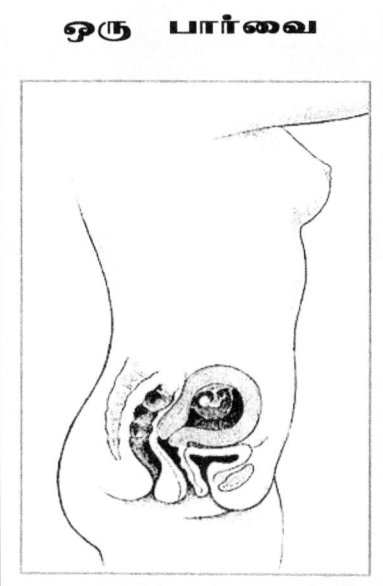

ஒரு பார்வை

இப்பொழுது உங்களின் கர்ப்பப்பையில் ஒரு கரு உருவாகி இருக்கின்றது. இதனால் உங்களின் வெளிப்புற உடலில் பல மாற்றங்கள் ஏற்படும். வயிறு பெரியதாக ஆரம்பிக்கும். இடுப்பு பெரிதாகும். தொப்புள் பெரிதாகும். இப்பொழுது கர்ப்பப்பையில் ஒரு சிறிய விதை போன்ற வடிவத்தில் கரு இருக்கும்.

கர்ப்பத்தினைக் கண்டு அறிதல்

முதலில் உங்களின் மனது என்ன சொல்கிறது என்று கூர்ந்து கவனியுங்கள். இதனால் ஓரளவு உங்களுக்கு அனுமானம் ஏற்படும். மேலும் பலவிதமான டெஸ்ட்டுகள் உள்ளன. இந்த டெஸட்டுகளைச் செய்வதன் மூலமாக நீங்கள் கர்ப்பம் தரித்திருக்கிறீர்களா என்பதை அறியலாம்.

இதனை நீங்கள் விட்டிலேயே உங்களின் பாத்ரூமிலேயே செய்து கொள்ளலாம். மருந்துக் கடைகளில் விற்கப்படும் கர்ப்பத்தினைக் கண்டறிவதற்கான ஸ்டிரிப்பை வாங்கி உங்களின் சிறுநீரில் விட்டால் இது பாஸிடிவ் என்று வரும். இதன் மூலம் நீங்கள் கர்ப்பம் தரித்து உள்ளீர்கள் என்று அறியலாம்.

சிறுநீரில் உள்ள எச்.சி.ஜி ஹார்மோன் கண்டறியப்படும். இது தான் பிளசன்டோவாக மாறுகின்றது. இது உங்களின் இரத்தத்தினில் கலப்பதற்கு நேரம் எடுத்துக் கொள்வதில்லை. கர்ப்பம் தரித்த ஒரு வாரத்திலேயே உங்களின் இரத்தத்தில் எச்.சி.ஜி கலந்து விடும். ஆனால் இது இரத்தப் பரிசோதனையின் போது தெரிய வராது. உங்களின் மாதவிடாய் தேதியிலிருந்து நான்கு நாட்கள் கடந்த பிறகு நீங்கள் டெஸ்ட் செய்தீர்கள் எனில் 60 சதவிதம் உங்களுக்குத் தெரியவரும். அதுவே ஐந்து அல்லது ஆறு நாட்கள் கடந்து 90 சதவிதமும், ஒரு வாரம் கடந்து 97 சதவிதமும் தெரியவரும். உங்களின் டெஸ்ட்டில் கர்ப்பம் என்று தெரிய வந்தவுடனேயே மருத்துவரைச் சென்று சந்தியுங்கள். இதற்குப்பிறகு மெடிக்கல் டெஸ்ட் உள்ளது. முழு உடல் பரிசோதனை மற்றும் இரத்த பரிசோதனையின் மூலம் உங்களை நீங்கள் கர்ப்பத்திற்காக தயார்ப்படுத்திக் கொள்ள வேண்டும்.

மாதவிடாய் தள்ளிய பிறகு ஒரு வாரம் கடந்து இரத்தப் பரிசோதனை செய்யலாம். இதனால் 100 சதவீதம் கர்ப்பம் என்பது உறுதியாகிவிடும். இதில் இரத்தத்தில் எச்.சி. ஜியின் சரியான அளவு மற்றும் உங்களின் பிரசவ தேதியும் தொடங்கி விடும். கர்ப்பத்தின் காரணமாக உங்களின் இரத்தத்தில் எச்.சி.ஜி யின் அளவு அதிகமாகக் காணப்படும். பல மருத்துவர்கள் இரத்தப் பரிசோதனையுடன் சிறுநீர் பரிசோதனையும் செய்ய வேண்டும் என வலியுறுத்துவார்கள்.

இப்பொழுது இரத்தம் மற்றும் சிறுநீர் பரிசோதனையின் மூலமாகவே கர்ப்பம் என்பது உறுதி செய்யப்படுகின்றது. இருந்தாலும் கூட கர்ப்பப்பையின் அளவு, யோனி மற்றும் சர்விக்ஸின் நிறம் அல்லது சர்விக்ஸின் அமைப்பு போன்றவற்றைத் தெரிந்து கொள்ள மெடிக்கல் பரிசோதனை செய்யப்படுகின்றது.

பலவிதமான பரிசோதனைகள் மூலம் கர்ப்பம் தரித்திருப்பது கண்டு அறியப்பட்டவுடன் உங்களுக்குப் பலவிதமான பரிசோதனைகள் செய்யப்படுகின்றது. மருத்துவர் உங்களுக்கு தேவைப்படுகின்ற எல்லா பரிசோதனைகளையும் செய்வதற்கு பரிந்துரை செய்வார்.

கீழே நீங்கள் செய்யவேண்டிய பரிசோதனைகள் கொடுக்கப்பட்டுள்ளன.

சந்தேகங்களுக்கான நேரம்

இப்பொழுது உங்கள் மனதில் பலவிதமான சந்தேகங்கள் தோன்றும். இவற்றை நாங்கள் வரக்கூடிய அத்தியாயங்களில் உங்களுக்குத் தெளிவு படுத்துவோம். நீங்கள் பயப்படவேண்டியது இல்லை.

நீங்கள் என்ன யோசித்துக் கொண்டு இருக்கிறீர்கள்?

பிரேகிங்க நியூஸ்

நாங்கள் உறவினர்கள் மற்றும் நன்பர் களிடம் கர்ப்பமாக இருக்கிறேன் ஏன்று எப்பொழுது கூறவேண்டும்.

இதற்கு உண்டான பதிள நீங்கள் தான் சொல்லவேண்டும். உங்களுக்கு எப்போ விருப்பமோ அப்பொழுது சொல்லலாம். உங்கள் இருவரின் சந்தோஷம் தான் முக்கியமானது.

வைட்டமின் சப்லிமெண்ட்

நான் வைட்டமின் சப்லிமெண்ட் எடுத்துக்கொள்ளலாமா?

ஆரோக்கியமான கர்ப்பம்

உங்களின் முதல் கர்ப்பம் ஆரோக்கியமான கர்ப்பமாக இருக்க வேண்டும். ஆரோக்கியமான கர்ப்பமாக இருந்தால் தான் ஆரோக்கியமான குழந்தை பிறக்கும்.

நீங்கள் ஆரோக்கியமாக இருந்தால் தான் உங்களுக்கு பிரசவ காலத்தில் சிக்கல்கள் ஏதுவும் ஏற்படாது. கர்ப்பத்தின் சமயத்தில் உங்களின் உடல் உறுப்புகள் அனைத்தையும் தினமும் பார்த்துக் கொண்டு இருப்பது சிறந்தது.

கர்ப்ப கால 9 மாதமும் நீங்கள் உங்களின் வயிறு, இடுப்பு, தொப்புள் பகுதியை தினமும் பரிசோதனை செய்திடுங்கள். தினப்படி பரிசோதனையில் மாறுதல்கள் இப்பகுதியில் ஏற்பட்டால். உடனடியாக மருத்துவரைக் கலந்து ஆலோசித்திடுங்கள். மருத்துவர் உங்களுக்கு உடனடி சிகிச்சை அளிப்பர்.

இதைத் தவிர வேறு ஏதேனும் புதுப் பிரச்சனை ஏற்பட்டாலும். மருத்துவரிடம் ஆலோசனை செய்யத் தயங்காதீர்கள். சிறிய பெரிய மாறுதல்கள் கூட உங்களின் கர்ப்பத்தை பாதிக்கும் வாய்ப்பு மிக அதிகம்.

யாரும் ஆரோக்கியமான உணவு சரியான விதத்தில் எடுத்துக் கொள்வதில்லை. ஆரம்பகாலத்தில் மார்னிங் சிக்னெஸில் முழுமையான உணவு எடுத்துக் கொள்வது கடினம். வைட்டமின் மருந்து ஆரோக்கியமான உணவை சரி செய்ய முடியாது. ஆனால் இதனால் சேர்ந்த உணவின் தேவைகளை அவசியம் பூர்த்தி செய்கிறது. ஆரம்ப காலத்தில் குழந்தையின் வளர்ச்சிக்காக இது மிகவும் அவசியம்.

வைட்டமின் அல்லது ஃபாலிக் அமிலம் எடுத்துக் கொள்ளும் கர்ப்பமான தாய்மார்களின் குழந்தை நிறைய நோயிலிருந்து கர்ப்பாற்றப்படுகிறார்கள். வைட்டமின் B6 எடுத்துக் கொண்டால் மார்னிங் சிக்ளெஸ் குறைகிறது.

மருத்துவரின் ஆலோசனைப்படி இந்த மருந்தை உட்கொள்ளலாம். நிறைய பெண்கள் மார்னிங் சிக்னெஸில் மருந்தை எடுத்து கொள்வதில் சிரமப்படுகிறார்கள். மன அமைதியாக இருக்கும் பொழுது, குமட்டல் வராத சமயத்தில் மருந்து உட்கொள்ளவேண்டும். சப்பிக்கொள்ளும் மாத்திரை எடுத்துக்கொள்ளலாம். குமட்டல் அதிகமாக இருந்தால் வீட்டு வைத்தியம் செய்யலாம். உதாரணத்திற்கு இருகி உங்களின் மருந்து காப்பத்தின் தேவைக்கேற்ப இருக்க வேண்டும். மருந்து மாற்றுவதற்கு முன் மருத்துவரிடம் ஆலோசனை பெறுங்கள்.

நிறைய பெண்களிடம் அயர்ன் காரணமாக மலச்சிக்கல் அல்லது டையரியா ஏற்படுகிறது. மருத்துவர் அதற்கு மாற்று மருந்து கொடுப்பார். வேறு விதத்தில் அயர்ன் கொடுப்பார். நான் அதிக அளவு சத்துள்ள கிரில் மற்றும் பிரட் சாப்பிடுகிறேன். மற்றும் வைட்டமின் மருந்தும் சாப்பிடுகிறேன். வைட்டமின் அளவு அதிகமாக ஆகிவிடுமா?

உணவுடன் அளவாக வைட்டமின் எடுத்துக்கொள்ளலாம். ஃபார்டிபைட் உணவுகூட வைட்டமின் மருந்து எடுத்தால் அதற்கு நிறைய சப்ளிமெண்ட் கொடுக்க வேண்டும். அதற்கு மருத்துவரின் ஆலோசனை

மிகவும் அவசியம். வைட்டமின் ஏ, டி, இ, ஈ மற்றும் கே அதிக அளவு எடுத்தால் கெடுதல் ஏற்படும்.

மற்ற வைட்டமின்கள் தண்ணீரில் கரைந்து சிறுநீர் மூலம் வெளியேறுகிறது.

சோர்வு / களைப்பு

நான் கர்ப்பமாக இருக்கிறேன். எனக்கு நாள் முழுவதும் சோர்வாக இருக்கிறது. ஒரு நாள் போவது கஷ்டமாக தெரிகிறது.

காலையில் தலைதூக்க முடியவில்லையா நாள்பூராவும் கால்களை இழுத்து கொண்டே இருக்கிறீர்கள், இரவில் தூக்கத்திற்காக காத்திருக்க முடியவில்லையா. இதில் ஆச்சரியபடுவதற்கு ஒன்றும் இல்லை. ஏன் என்றால் நீங்கள் கர்ப்பமாக இருக்கிறீர்கள், வெளியே எதுவும் தெரியாவிட்டாலும் உள்ளே குழந்தையின் வளர்ச்சியால் சாதாரண பெண்களை விட உங்க உடல் அதிகம் வேலை செய்கிறது. அதனால் உங்களுக்கு சோர்வு ஏற்படுகிறது.

உங்கள் உடல் என்ன எதிர்பார்க்கிறது?

இந்த சமயம் குழந்தையை வாழ்க்கை காவலன தந்திர விளாசென்டர் தயாராகிறது, இது முதல் மூன்று மாதம் முழுமை அடைந்து விடும். உங்கள் உடலில் ஹார்மோனியம் நிலை அதிக அளவு ஏறி இருக்கிறது, மற்றும் ப்ளட் சுகர் குறைவாக உள்ளது. மெடபாலினம் எப்பொழுதும் சக்தி எடுக்கிறது (நீங்கள் படுத்திருந்தாலும் கூட உங்கள் உடலுக்கு நிறைய தண்ணீர் மற்றும் சத்துள்ள பொருட்களை அதிக அளவு தேவைப்படுகிறது. உங்கள் உடல் காயத்தினால் நிறைய உடலால் மற்றும் மனதால் தேவைகளை பூர்த்தி செய்கிறது. அதனால் நாள் முழுவதும் சோர்வாக இருக்கிறது.

நாலாவது மாதத்தில் ஹார்மோனிய மற்றும் மனரீதியாக திருப்பம் ஏற்பட்டால் கொஞ்சம் களைப்பு குறையும் உங்கள் உடலின் குரலை கேளுங்கள் நாங்கள் கொடுக்கும் டிப்ஸை பயன்படுத்துங்கள்.

முதல் கர்ப்பம் என்றால் இதை அனுபவியுங்கள், வாழ்க்கையில் இது போன்ற நேரம் திரும்ப வராது. வீட்டில் ஓரிரண்டு குழந்தை இருந்தால் மனம் அதில் லயித்துவிடும். வீட்டில் சமைப்பது, துடைப்பது போன்ற வேலைகள் சொல்லாமல் உடலுக்கு ரெஸ்ட் கொடுங்கள். வீட்டில் எச்சில் பாத்திரங்கள், மேஜையின் அடியில் தூசி, பற்றி கவலைபடாதீர்கள், மாமியார் வேலை செய்தால் விட்டு விடுங்கள். தோழி வீட்டு மளிகை பொருட்களை வாங்கி வந்தால் வாங்கி கொள்ளுங்கள், இதனால் நிறைய சக்தியை மிச்சப்படுத்தலாம். இரவில் தூங்குவதற்கு முன் சிறிது நடந்தால் நல்லது.

தூக்கத்தை பற்றி கவனியுங்கள் காலையில் எழுந்திருக்கமுடியவில்லையா? பகலில் கொஞ்ச நேரம் உறங்குங்கள். தூக்கம் வரவில்லை என்றால் ஏதாவது படியுங்கள், தூக்கம் வரும் உடல் ஆரோக்கியமாக இருக்கும். நீங்கள் வேலைக்கு போகும் பெண்களாக இருந்தால் அலுவலகத்தில் தூங்க முடியாது. லேடிஸ் அறை என்று இருந்தால் அங்கு நாற்காலி அல்லது சோஃபாவில் காலை உயரமாக வைத்து உட்காருங்கள்.

குழந்தைகளிடமிருந்து உதவி கேளுங்கள் உங்களுக்கு மற்ற குழந்தைகள் இருந்தால் அவர்களிடம் உதவியை நாடுங்கள். உங்கள் வேலையில் அவர்கள் உதவி செய்வார்கள். பார்க்கில் அவர்கள் பின்னால் ஓடாமல் படுத்து படியுங்கள், ஏதாவது டி.வி.டி. போட்டு பாருங்கள்.

இன்னும் கொஞ்சம் உறங்குங்கள் ராத்திரியில் ஒரு மணி அதிகமாக தூங்கினால் காலையில் ஃபிரஷாக இருப்பீர்கள். இரவில் லேட் ஷோ பார்க்காதீர்கள். கணவரிடம் காலை உணவு எடுத்து வைக்கச் சொல்லுங்கள். ஞாபகம் இருக்கட்டும். அளவுக்கு அதிகமாக தூங்கினாலும் சோர்வு ஏற்படும்.

உணவில் கவனம் - உடலில் சக்தியின் அளவை தக்க வைத்துக்கொள்ள உணவில் கவனமாக இருக்க வேண்டும். தினமும் தேவையாக அளவு கலோரி எடுத்துக்

கொள்ளுங்கள். புரதம், கார்போஹைடிரேட் அயர்ன் உணவில் கலந்து கொள்ள வேண்டும். சர்க்கரை அல்லது கேஃபினால் உடனே சக்தி கிடைக்கிறது. ஆனால் அதனால் உடல் சோர்வு அடைகிறது. எனர்ஜி டிரிங்கால் ஹைசுகர் ஏற்படுகிறது. டின்னில் அடைக்கப்பட்ட எனர்ஜி டிரிங்க் கர்ப்ப காலத்தில் குடிக்க கூடாது.

சிறிது சிறிது நேரத்திற்கு பிறகு சாப்பிடுங்கள் கர்ப்ப காலத்தில் சோர்வு இருந்துக் கொண்டே இருக்கும். அதனால் சிறிது சிறிது நேரத்திற்கு பிறகு சாப்பிடுங்கள். அதனால் எனர்ஜி இருந்து கொண்டே இருக்கும்.

கொஞ்சம் உடற்பயிற்சி - கொஞ்சம் உடற்பயிற்சி மற்றும் நடை தேவை. படுக்கையில் இருப்பதைவிட உடலை அசைத்து கொண்டு இருந்தால் சரியாக இருக்கும். வேலை மற்றும் ஓய்வு இரண்டிலும் சரியான சமமாக இருக்க வேண்டும்.

நாலாவது மாதத்தில் சோர்வு குறைந்து விடும். ஆனால் கடைசி மூன்று மாதங்களில் திரும்பவும் வரும். இரவு தூக்கம் இல்லாமல் இருக்கும். இயற்கை குழந்தை பிறந்த பிறகு தூக்கம் போய்விடும் இதுதான் இயற்கை நமக்கு கற்றுக் கொடுக்கிறது.

மார்னிங் சிக்னெஸ்

எனக்கு இதுவரை மார்னிங் சிக்னெஸ் இல்லை என்னால் கர்ப்பம் தரிக்க முடியுமா

ஒரு ஆய்விலிருந்து 75 சதவிகிதம் கர்ப்பமான பெண்கள் மார்னிங் சிக்னெஸால் ஏற்படும் குமட்டல் மற்றும் வாந்தியால் அவதிப்படுகிறார்கள். மற்ற 25 சதவிகிதம் ஓரிரு முறைதான் வாந்தி வந்து இருக்கிறது.

என்னுடைய மார்னிங் சிக்னெஸ் நாள் முழுவதும் உள்ளது. நான் என் வயிற்றில் உள்ள குழந்தைக்கு சத்தான உணவுகள் கொடுக்கவில்லை என்று நினைக்கிறேன். என்ன செய்வது?

மார்னிங் சிக்னெஸில் காலை, மதியம், மாலை அல்லது இரவில் ஏற்படலாம், ஆனால் இதை மார்னிங் சிக்னெஸ் என்றுதான் சொல்வார்கள். இந்த நேரத்தில் குழந்தைக்கு சத்துள்ள தத்துவங்கள் அதிக அளவு தேவைப்படுவதில்லை. ஏன் என்றால் அவர்களின் உருவம் பட்டானியின் அளவு இருக்கும். மார்னிங் சிக்னெஸ் 12 முதல் 14 வாரங்கள் வரை உள்ளன.

ஏன் இது ஏற்படுகிறது? சிலரின் கருத்து என்னவென்றால் முதல் மூன்று மாதம் ரத்தத்தில் எச்.சி.ஜி.யின் அதிக அளவு, எஸ்டிரோலைட் ஜனின் ஏற்ற நிலை, ரிஃப்ளக்ஸ், கைஸ்டிரோய் சோஃபாஜியல், மற்றும் வாசனையால் ஏற்படுகிறது.

எல்லா கர்ப்பமான பெண்களுக்கு ஒரே மாதிரியான மார்னிங் சிக்னெஸ் வருவதில்லை. சிலருக்கு குமட்டல், சிலருக்கு வாந்தி வந்துகொண்டே இருக்கும். சிலருக்கு கொஞ்சமாக இருக்கும் இதற்கு கீழ்கண்ட காரணங்கள் இருக்கலாம்.

ஹார்மோனின் நிலை - அளவு அதிகமான நிலை மார்னிங் சிக்னெஸ் உண்டாகுகிறது. குறைந்த நிலை இதை குறைத்து விடுகிறது. சாதாரண நிலை உள்ள கர்ப்பமான பெண்களுக்கு மார்னிங் சிக்னெஸ் இருக்கலாம் அல்லது இருக்கவே இருக்கிறது.

பயந்த சுபாவம் - சிலர் அதிக அளவு பயந்த சுபாவமாக இருப்பார்கள். அவர்கள் கர்ப்பமாக இருக்கும் பொழுது இன்னும் பயப்படுவார்கள். நீங்கள் கார்சிக், சீசிக் அல்லது டிரபல சிக்னஸ் கண்டு பயப்படுவீர்களானால் கர்ப்ப காலத்தில் அதிக அளவு கஷ்டப்படவேண்டி இருக்கும்.

மனஅழுத்தம் - நீங்கள் மன அழுத்தத்தில் இருப்பீர்களானால் மார்னிங் சிக்னெஸ் அறிகுறிகள் மிகவும் அதிகமாக இருக்கும்.

சோர்வு - உடல் அல்லது மனரீதியாக சோர்வும் மார்னிங் சிக்னெஸின் அறிகுறி.

முதல் கர்ப்பநிலை - முதல் கர்ப்ப நிலையில் மார்னிங் சிக்னெஸ் அதிக அளவு இருக்கும். அதில் உடல் மற்றும் மனம் இரண்டும் காரணமாக இருக்கலாம். முதல் காரணம் உடல்

உங்களின் மூக்கு என்ன சொல்லுகிறது?

கர்ப்ப காலத்தில் உங்களின் மூக்கு அதிக வேலை செய்கின்றது. கர்ப்ப கால ஹார்மோனின் மாறுதலால் மூக்கானது அதிக அளவு நுகருதல் சக்தியைப் பெறுகின்றது. உங்களின் உடல் அளவில் சில மாற்றங்களையும் இந்த மூக்கினால் ஏற்படுத்த முடியும்.

★ கெட்ட வாசனையை உடனடியாக நுகர்ந்து கொள்ளுகின்றது.

★ கெட்ட வாசனையை நீக்க நீங்கள் நடவடிக்கை எடுத்தல் வேண்டும்.

★ உங்களின் பாத்ரூமை சுத்தமாக வைத்திடுங்கள்.

★ உங்கள் கணவரையும் மிகவும் சுகாதாரத்தடன் இருப்தற்கான அறிவுரை வழங்கிடுங்கள்.

★ உங்கள் கணவரிடம் வாசனைத் திரவியங்கள் பயன்படுத்த கூறிடுங்கள்.

★ அக்கம்பக்கத்தில் கெட்ட வாடை வீசினால் அங்கு அதிக நேரம் இருக்காதீர்கள்.

இந்த மாற்றத்துக்கு தயாராக இல்லை. இரண்டாவது முதல் முறை கர்ப்பமாக இருப்பதால் ஏற்படும் சந்தோஷம் இதனால் பிரச்சனைகள் ஏற்படுகின்றன. இதை தவிர்க்க மருந்துகள் இல்லை. ஆனால் சில உபாயங்கள் உள்ளன.

■ சீக்கிரமாக சாப்பிடுங்கள். வெறும் வயிற்றில் இது ரொம்ப தொந்தரவு செய்யும். ஏன் என்றால் வயிற்றில் உணவு இல்லாததால் குமட்டல் ஏற்படும். இரவில் படுக்கும் பொழுது பக்கத்தில் சாப்பிட ஏதாவது வைத்து கொள்ளுங்கள். இரவில் பசி எடுத்தால் சாப்பிடலாம். காலையில் வெறும் வயிற்றுடன் எழுந்திருக்க அவசியமில்லை.

■ இரவில் படுக்கும் முன் பால் அவசியம் குடியுங்கள். கூடவே உலர்ந்த பழங்கள் (dry fruits) சாப்பிடுங்கள். காலையில் வயிறு காலியாக இருக்காது.

■ கொஞ்சமாக சாப்பிடுங்கள். அளவுக்கு அதிகமாக சாப்பிட்டால் வாந்தி வரும். பசி எடுத்தால் ஒரயடியாக சாப்பிடாமல் கொஞ்ச கொஞ்சமாக சாப்பிடுங்கள்.

■ நடுநடுவில் சாப்பிடுங்கள் ப்ளட்சுகர் சீராக வைத்துக் கொள்ளுங்கள். மூன்று முறை சாப்பிடுவதற்கு பதிலாக 6 முறை சாப்பிடுங்கள் வீட்டிலிருந்து வெளியே சென்றால் லேசாக சாப்பிட்டு கிளம்புங்கள்.

■ உங்கள் உணவில் புரதம் மற்றும் காம்பளக்ஸ் கார்போஹைடிரேட் இருக்க வேண்டும்.

■ ஏதாவது சாப்பிடவேண்டும். பிடிக்கவில்லை என்றாலும் சாப்பிட வேண்டும். சத்துள்ள உணவு சாப்பிடவேண்டும்.

■ நீராகாரம் எடுக்க வேண்டும், வாந்தியினால் உடலில் உள்ள தண்ணீர் குறைந்துவிடுகிறது. சூப், ஜுஸ் மூலமாக வைட்டமின் உடலில் சேர்ந்து கொள்ளவேண்டும். நீராகாரத்தினால் குமட்டல் வந்தால் நீர் உள்ள காய்கள் மற்றும் பழங்கள் சாப்பிடவேண்டும்.

■ சிலருக்கு குளிர்ச்சியான பொருள் பிடிக்கும், சிலருக்கு சூடான பொருட்கள் பிடிக்கும். அதை எடுத்து கொள்ள வேண்டும்.

■ உணவை மாற்றுங்கள். எது இப்பொழுது பிடிக்கவில்லையோ அதை விட்டுவிட்டு பிடித்ததை சாப்பிடவேண்டும்.

■ உணவின் வாசனை பிடிக்கவில்லை

என்றால் சாப்பிடவேண்டாம் இ அங்கிருக்கவும் வேண்டாம். இனிப்பு பிடித்தது என்றால் வைட்டமின் யோகாட் எடுத்துக் கொள்ளலாம். காரம் என்றால் பிட்சா எடுத்துக் கொள்ளலாம்.

- கர்ப்பமான பெண்களுக்கு எந்த வாசனை பிடிக்கும்/ பிடிக்காது என்று தெரியும் அதற்கேற்ப நடந்து கொள்ள வேண்டும்.
- சத்துள்ள ஆகாரத்தின் பூர்த்தி செய்ய வைட்டமின் எடுத்துக் கொள்ளலர்ம. வாந்தி வரும் பொழுது மருந்து எடுத்துக் கொள்ள வேண்டாம். வாந்தியின் அறிகுறிகள் அதிகமாக இருந்தால் மருத்துவரிடம் வைட்டமின் B6 கூட வேறு ஏதாவது பற்றி கேட்க வேண்டும்.
- இஞ்சி எடுத்துக் கொள்ளுங்கள், இஞ்சி டீ குடியுங்கள். உணவில், சூப்பில் இஞ்சி சேர்த்து கொள்ளுங்கள். இஞ்சி பாலிபஸ், இஞ்சி கேன்டி எடுத்துக்கலாம். புளிப்பு மிட்டாய்கள் கூட எடுக்கலாம். எலுமிச்சை வாயில் வைத்து உரியலாம்.
- கொஞ்ச நேரம் ஓய்வு மற்றும் தூங்க வேண்டும். ஏன் என்றால் உடல், மனஅளவில் சோர்வு குமட்டலை அதிகப்படுத்தும்.
- காலையில் ரிலாக்ஸாக எழுந்திருங்கள். டிபன் சாப்பிடுங்கள்.
- மனஅழுத்தத்தை குறையுங்கள் இதனால் குமட்டல் அளவு அதிகமாகலாம்.
- பற்களை நன்றாக விளக்குங்கள். வாந்தி எடுத்த பிறகு வாய் கொப்பளியுங்கள்.
- சிபேண்ட் உபயோகிக்கலாம். அகலமான இலாஸ்டிக் போன்ட் இரண்டு கைகளில் அணிய வேண்டும், இதனால் அக்யுபிரஷர் புள்ளிகளில் அழுத்தம் ஏற்பட்டு குமட்டாது.
- மார்னிங் சிக்ஸை சரிசெய்ய அக்யுபிரஷர், அக்யுபஞ்சர், ஹிப்னோஸில் உபயோகிக்கலாம்.
- மார்னிங் சிக்னெஸ்காக சில மருந்துகள் உள்ளன. ஆனால் மருத்துவரின் ஆலோசனை இன்றி எடுக்கக் கூடாது.

அதிக அளவு எச்சில் சுரத்தல்

என் வாயில் எப்பொழுதும் எச்சில் ஊறுகிறது. இதை விழுங்கினால் குமட்டல் ஏற்படுகிறது. ஏன் இப்படி நடக்கிறது.

கர்ப்பமான பெண்களுக்கு இது ஏற்படுகிறது. அதுவும் மார்னிங் சிக்னெஸில் பாதிக்கப்பட்ட பெண்களுக்கு அதிகமாக இருக்கிறது. முதல் சில மாதங்களுக்கு அப்புறம் இது சரியாகிவிடும்.

அடிக்கடி துப்புவதால் சங்கடமாக இருக்கிறதா, பற்களில் மின்ட் பேஸ்ட் போட்டு பிரஷ் செய்யுங்கள். வாய் கொப்பளியுங்கள். பபல்கம் மெல்லுங்கள்.

மெடாலிக் சுவை.

என்னுடைய வாயில் எப்பொழுதும் மெடாலிக் சுவை இருக்கு இது கர்ப்பத்தால் ஏற்படுகிறதா அல்லது ஏதாவது சாப்பிடும் காரணத்தினால் ஏற்படுகிறதா?

ஹார்மோனில் மாற்றத்தால் கர்ப்பமான பெண்களின் சுவை மாறுகிறது. ஹார்மோன் உங்கள் சுவையில் அதிக அளவு கட்டுபடுத்துகிறது. இது அளவுக்கு அதிகமாக இருந்தால் சுவை சுரபியில் மாறுபாடு ஏற்படுகிறது. ஹார்மோனின் நிலை சரியாகிவிட்டால் (இரண்டாவது மூன்று மாதம் இந்த பிரச்சனை தன்னாலே குறைந்து விடுகிறது.)

அதுவரையிலும் இதை அனுபவித்துதான் ஆகவேண்டும். புளிப்பு பழங்கள், லெமனேட், கென்டி எடுத்துக் கொள்ளுங்கள். எச்சில் குறைவாக சுரக்கும். மருத்துவரின் ஆலோசனைப்படி வைட்டமின் அளவை மாற்றிக்கொள்ளலாம்.

அடிக்கடி சிறுநீர் போவது

எனக்கு அரைமணிக்கு ஒரு தடவை சிறுநீர் போகவேண்டி உள்ளது. இது சாதாரணமானதா?

கர்ப்பமான பெண்களுக்கும் அடிக்கடி சிறுநீர் வருவது இயற்கையான விஷயம். அடிக்கடி சிறுநீர் ஏன் போகிறோம்?

இதற்கு காரணம் ஹார்மோன்கள். இரண்டாவது கர்ப்பிணிகளின் கிட்னியில் வேண்டப்படாத பொருட்களை வெளியேற்றுகிறது. கர்ப்பப்பை வளருவதால் பளாடரில் அழுத்தம் ஏற்பட்டு அடிக்கடி சிறுநீர் போக வேண்டி இருக்கும். இரண்டாவது மூன்று மாதத்தில் கர்ப்பப்பை வயிற்றின் காலியான இடத்தில் போகும் பொழுது இந்த அழுத்தம் தானாகவே குறைந்து விடுகிறது. குழந்தையின் தலை கீழே பெல்வின்ட் வரும் வரையில் மூன்றாவது மூன்று மாதம் வரை கீழே வருவதில்லை. சில பெண்களுக்கு ஒன்பது மாதம் வரை ஒரு வித்தியாசமும் தெரிவதில்லை.

சிறுநீர் போகும்பொழுதும் பிலாடர் முழுவதுமாக காலி செய்ய வேண்டும். இந்த பிரச்சனையால் நீராகாரம் சாப்பிடுவதை நிறுத்தக் கூடாது. ஏன் என்றால் நீரில் உள்ள பொருட்கள் உடலுக்கு மிகவும் அவசியம். அப்படி இல்லை என்றால் ஹைடிரேஷன் ஏற்பட வாய்ப்புண்டு.

எனக்கு ஏன் அடிக்கடி சிறுநீர் வருவதில்லை?

இது உங்கள் உடலுக்கு சாதாரண விஷயமாக இருக்கலாம். நீங்கள் ஒரு நாளில் குறைந்தது 8 கிளாஸ் தண்ணீர் குடிக்க வேண்டும். வாந்தி வந்தால் தண்ணீரின் அளவு அதிகமாக்க வேண்டும். தண்ணீர் கூட நீராகாரம் குறைவாக எடுத்தால் டிஹைடிரேஷன் ஏற்படலாம்.

மார்பகத்தில் மாற்றம்

என்னுடைய மார்பகங்கள் மிகவும் பெரிதாகி விட்டது, மிகவும் மிருதுவாகிவிட்டது, இது இப்படி இருக்குமா அல்லது குழந்தை பிறந்த பிறகு சரியாகி விடுமா?

கர்ப்பமாக இருக்கும் பொழுது முதலில் பெரிதாகிவிடுவது மார்பகம்தான். இரண்டாவது மூன்று மாதத்தில் வயிறு பெரியதாகி விடுவதில்லை. ஆனால் மார்பகம் பெரிதாகி விடுகிறது. உங்கள் மார்பகங்களில் கொழுப்பு சேருகிறது மற்றும் ரத்த ஓட்டம் வேகமாக பரவுகிறது. உங்கள் மார்பகம் குழந்தைக்கு பாலூட்ட தயாராகிறது.

உங்கள் மார்பகத்தின் அளவு இல்லாமல் நிப்பல் சுற்றி உள்ள இடம் பரவும் பிரவுன் நிறமும் இன்னும் அதிகமாக இருக்கும். இதன்மேல் சிறிதாக உப்பச்சம் தெரியும் அவை சுரப்பிகள். நன்றாக தெரியும், பிறகு சாதாரணமாகிவிடும். உங்கள் மார்பகத்தில் நீல நிற நரம்புகள் தெரியும், தாய்க்கும் பிள்ளைக்கும் சரியான அளவு சத்துள்ள ஆகாரம் கிடைக்கிறது என்று அர்த்தம், பிரசவத்திற்கு பிறகு இந்த நீல நிறம் நரம்புகள் மறைந்துவிடும். ஒன்பது மாதத்திற்குள் இதில் மாற்றம் இருந்துகொண்டே இருக்கும். மார்பகத்தை சரியாக பராமரிக்கவில்லை என்றால் அவை தொங்க நேரிடும். காட்டன் பிராவை அணிந்தால் நன்றாக இருக்கும்.

சில பெண்களிடம் இந்த மாற்றம் உடனே தெரிகிறது. சிலரிடம் தெரிவதில்லை. கர்ப்ப காலத்தில் ஏற்படும் மற்ற மாற்றங்களில் மார்பகம் மாற்றமும் சாதாரணமானதுதான்.

என்னுடைய முதல் கர்ப்ப காலத்தில் மார்பகங்கள் மிகவும் பெரிதாக இருந்தது. இரண்டாவது கர்ப்பத்தில் அப்படி இல்லை இது சாதாரண விஷயம்தானா?

முதல் கர்ப்பமாக இருந்ததால் அவை பெரிதாக இருந்து இருக்கலாம். இரண்டாவது அப்படி இருக்க அவசியமில்லை. பிரசவத்திற்கு பிறகு பால் பெருக்கும்பொழுது இது பெரிதாகலாம். இது சாதாரண விஷயம்தான்.

வயிற்றின் அடிப்பகுதியில் அழுத்தம்

என் வயிற்றின் அடி பகுதியில் லேசாக அழுத்தம் இருந்து கொண்டே இருக்கிறது. நான் இதை கவனிக்க வேண்டுமா?

நீங்கள் உங்கள் உடலின் அசைவுகளை பற்றி நன்றாக தெரிந்து வைத்து கொண்டிருக்கிறீர்கள்.

கவலைப்படவேண்டாம். முதல் கர்ப்பத்தில் வயிற்றின் அடிபாகத்தில் லேசாக இழுத்துபிடித்தல் அல்லது அழுத்தம்

இருக்கதான் செய்யும். அதற்கு அர்த்தம் எல்லாம் சரியாக உள்ளது. தப்பு இல்லை.

உங்கள் உடலில் ரத்தத்தின் ஓட்டம், யுடேராயின் லைனிங் ஏற்படுவதால் அல்லது கர்ப்ப பை விரிவதால் இந்த உணர்வு வரலாம். சில சமயம் மலச்சிக்கல் அல்லது வாயுவின் தொந்தரவால் இப்படி ஏற்படலாம்.

இந்த அழுத்தம் இருந்துகொண்டே இருந்தால் மருத்துவரை அனுக வேண்டும்.

லேசாக கறைபடிதல்

நான் டாய்லெட் போய் துடைக்கும் பொழுது லேசாக ரத்தக் கரை தெரிந்தது. எனக்கு மிஸ்கெரேஜ் ஆகிவிட்டதா?

கர்ப்பகாலத்தில் இதுபோன்ற ரத்தகரை தெரிவது மிகவும் பயப்படவேண்டிய விஷயம்தான். ஆனால் மிஸ்கெரேஜ்தான் ஆகும் என்பது இல்லை. கர்ப்பமாகும் 5 பெண்களில் 1 பெண்ணுக்கு இது ஏற்படுகிறது. அவர்கள் ஆரோக்கியமான குழந்தையை பெற்று எடுக்கிறார்கள். கீழ்கண்டவற்றை படித்தால் இந்த லேசான கறைக்கு காரணங்கள் தெரிந்து கொள்ளலாம்.

யுடேராயின் வாலில் அம்பிளியோ உருவெடுத்தல் =

20லிருந்து 30 சதவிகிதம் பெண்களிடம் இந்த "இம்பிளான்டேஷன் பிளிடிங் பற்றி கம்பிளேன்ட் இருக்கு. கர்ப்பம் தரித்த ஐந்திலிருந்து பத்து நாள் வரை அதாவது மாதவிடாய் வரும் நாளில் இப்படி ஏற்படலாம். மாதவிடாய் விட குறைவாக்கிய மணி நேரங்கள் சில நாள் இருக்கலாம். இது வெளிர் ரோஸ் அல்லது காப்பி நிறத்தில் பிளீடிங் இருக்கலாம். செல்களின் சிறிய பந்து கர்ப்பபையின் சுவரில் செல்லும் பொழுது ஏற்படுகிறது. இம்பிளான்டேஷன் பிளிடிங்கால் எதுவும் தப்பாக நடப்பதில்லை.

"இன்டர்கோர்ஸ் அல்லது உள் பெல்விக் பரிசோதனை அல்லது பைம் ஸ்மியர் கர்ப்பகாலத்தில் சர்விக்ஸ் முன்பைவிட மிகவும் மிருதுவாகி விடுகிறது மற்றும் ரத்தக் குழாய்கள் மேலோங்கி விடுகிறது. இன்டர்கோர்சின் உள் பரிசோதனை மூலம் லேசாக பிளிடிங் ஏற்படுகிறது.

இந்த பிளிடிங் கர்ப்ப காலத்தில் எப்பொழுது வேண்டுமானாலும் ஏற்படலாம் பயப்பட தேவையில்லை. ஆனால் உங்கள் திருப்திக்காக மருத்துவரிடம் செக்அப் செய்து கொள்ளலாம்.

வைஜெனா அல்லது சர்விக்கள் தொற்று

இந்த இரண்டு தொற்றுவதாலும் லேசாக ரத்தக் கசிவு ஏற்படலாம்.

சபகாரிஒனிக் பிலிடிங் = கோரியன் அல்லது கர்ப்பத்தில் மற்றும் பிலிசென்டா நடுவில் இரத்தம் சேர்ந்து விடுகிறது. இதனால் லேசாக அல்லது அதிகஅளவு ரத்தக் கசிவு ஏற்பட வாய்ப்புண்டு. இதை அலட்ராசவுண்டு மூலமாகவும் தெரிந்து கொள்ள முடிவதில்லை. இது தானாகவே சரியாகி விடுகிறது.

கர்ப்பகாலத்தில் மற்ற அறிகுறி போல இந்த லேசான ரத்தக் கசிவும் சாதாரண அறிகுறிதான். சில பெண்களிடம் கர்ப்ப காலம் வரை இந்த பிளிடிங் ஏற்பட்டு கொண்டே இருக்கும். சில பெண்களுக்கு ஒன்ற அல்லது இரண்டு நாட்கள். சில பெண்களுக்கு பிரவுன் அல்லது ரோஸ் நிறத்தில். சிலருக்கு சிவப்பு நிறத்தில். ஆச்சரியமான விஷயம் என்னவென்றால் அவர்களின் கர்ப்பம் மிகவும் பாதுகாப்பாக இருக்கிறது மற்றும் ஆரோக்கியமான குழந்தையை பெற்று எடுக்கிறார்கள். இதை பற்றி கவலைப்பட ஏதும் இல்லை. ஆனால் அஜாக்கிரதையாகவும் இருக்கக் கூடாது.

உடம்பில் லேசான வலியுடன் சிவப்பு ரத்த கரை தெரிந்தால் உடனே மருத்துவரை அனுக வேண்டும். அவர் அல்ட்ராசவுண்ட் எடுக்க அபிப்ராயம் கூறுவார். ஆறு வாரங்கள் முடிந்துவிட்டால் நீங்கள் குழந்தையின் ஹார்ட் பீட்டிங் கேட்கலாம். இதனால் எல்லாம் சரியாக

இருக்கிறது என்று தெரியவரும்.

இந்த லேசான கறை அதிக அளவு இருந்தால் உடனே மருத்துவரிடம் செல்ல வேண்டும். சில கர்ப்பமான பெண்களுக்கு காரணமின்றி பிளீடிங் ஆகும். ஆனால் தாய் சேய் இரண்டும் ஆரோக்கியமாக இருப்பார்கள்.

எச்.சி.ஜி. நிலை/அளவு

மருத்துவர் பிளட் டெஸ்ட் ரிபோர்ட் கொடுத்தார். அதில் எச்.சி.ஜி.யின் நிலை/அளவு 412 M/U/I இருக்கு இந்த எண்ணுக்கு என்ன அர்த்தம்.

நீங்கள் கர்ப்பமாக இருக்கிறீர்கள் என்று நிச்சயமாக தெரிகிறது. புது விரிந்த பிளசென்டா செல் ஃபர்டிலைஸ்ட் முட்டை இம்பிளான்ட் ஆகி சிறிது நாட்களில் உள்ளே எச்.சி.ஜி உருவாகிறது. இது சிறுநீர் பரிசோதனை மூலம் தெரியவருகிறது. மருத்துவர் ரத்தத்தில் இந்த பரிசோதனை செய்த பிறகு கர்ப்பத்தை பற்றி கூறுகிறார். கர்ப்பம் ஆரம்ப நிலையில் இதன் அளவு அதிகமாக இருப்பதில்லை. ஆனால் சில நாட்களில் இது அதிவேகமாக வளர ஆரம்பிக்கிறது. இது கர்ப்ப காலத்தின் 7 லிருந்து 12 வாரம் வரை உச்ச நிலையிலிருந்து குறைய ஆரம்பிக்கிறது.

மற்ற கர்ப்பமான தோழிகளிடம் இந்த எண்ணை சரிபார்க்க கூடாது. ஏன் என்றால் இந்த மாதிரி எச்.சி.ஜி அளவு ஒன்றாக இருப்பதில்லை. இவை நேரம் மற்றும் ஆட்களை பொறுத்து தனித்தனியாக இருக்கும்.

உங்களின் எச்.சி.ஜி.யின் எண்ணிக்கை ஏறி பிறகு இறங்கும். மேலே சொல்லி இருக்கும் கட்டத்தில் இருக்க வேண்டும் என்று அவசியமில்லை. இதை பற்றி கவலைப்படவேண்டியது இல்லை.

உங்கள் கர்ப்ப நிலை சாதாரணமாக இருக்கிறது என்றால் இதை பற்றி கவலைப்பட வேண்டியது இல்லை. இதைபற்றி மருத்துவர் பார்த்துக் கொள்வார். அல்ட்ரா சவுண்ட் மூலமாகவும் நிறைய விஷயங்கள் தெரிய வருகிறது. ஏதாவது சந்தேகம் இருந்தால் மருத்துவரை அணுகுவது நல்லது.

மன அழுத்தம்

என் வேலையில் அதிக அளவு மன அழுத்தம் இருக்கு. நான் அம்மா ஆக விரும்பவில்லை. ஆனால் கர்ப்பமாக இருக்கிறேன். நான் வேலையை விட்டுவிடலாமா?

நீங்கள் மன அழுத்தம் எந்த விதத்தில் எடுக்கிறீர்கள்? நல்ல விதமாக எடுத்தல் மிகவும் நல்லது நடக்கும். இல்லாவிட்டால் நீங்கள் மன அழுத்தம் எந்த விதத்தில் எடுக்கிறீர்கள்? நல்ல விதமாக எடுத்தால் மிகவும் நல்லது நடக்கும். இல்லாவிட்டால் நீங்கள் மனஅழுத்தத்தால் மிகவும் பாதிக்கப்படுவீர்கள். கர்ப்பம் சில மனஅழுத்தத்தால் ஏற்படுவதில்லை. இந்த மன அழுத்தத்தால் மேலோங்கி வந்தால் குழந்தைக்கு கூட நன்றாக இருக்கும். இந்த மனஅழுத்தத்தால் ராத்திரி தூக்கம் இல்லை என்றால், தூக்கத்தால் தலைவலி, வயிற்று வலி அல்லது பசியின்மையால் அவதிப்படுகிறீர்களானால் தப்பான வழிகளில் அதாவது, புகை பிடித்தல், குடிப்பது வழிகளில் போனால் அல்லது ஒரேயடியாக துவண்டுவிட்டால் இது பெரிய பிரச்சனையாகிவிடும்.

இரண்டாவது மூன்று மாதத்தில் இதே போன்ற நிலை இருந்தால் இந்த பிரச்சனையை தீர்வு காணவேண்டிய சூழ்நிலை உருவாகி விடுகிறது. கீழே சொல்லப்பட்ட உபாயங்கள் மேற்கொள்ளலாம்.

மனத்தை குறைதல் - சிலரிடம் பேசி மனதில் மனதை லோக வைத்தல். உள்ளதை வெளிப்படுத்துதல். கணவரிடம் பேசுவது. தூங்குவதற்கு முன் எல்லா மனஅழுத்தம் பிரச்சனையிடமிருந்து விடுதலை பெறுங்கள். எல்லாவிதமான பிரச்சனைக்கும் தீர்வு காணவேண்டும், சேர்ந்து சிரித்து பேச

வேண்டும். அவர்கூட மன அழுத்தத்தால் பாதிக்கப்பட்டு இருந்தால் வேறு ஒருவரிடம் பேசுங்கள். மனஅழுத்தத்தால் உடல் நிலையும் மோசமானால் மருத்துவரிடம் ஆலோசனை பெற வேண்டும். மற்ற கர்ப்பமான பெண்களிடம் பழகுங்கள். மற்றவர்களிடம் சிரித்து பேசினால் அமைதி அடைவீர்கள்.

ஏதாவது செய்ய வேண்டும் - மன அழுத்தத்தின் காரணத்தை கண்டுபிடித்து அவை சரிசெய்யவும். சில வேலையில் முதன்மை வகித்து பிற வேலைகளை விட்டு விடவேண்டும். அலுவலகம் அல்லது வீட்டில் முக்கிய வேலைகள் இருந்தால் அதை யாரிடம் ஒப்படைக்க வேண்டும் அல்லது எந்த அளவு காலத்தை தள்ள வேண்டும் என்று யோசிக்க வேண்டும். அதிகமாக பயமாக இருந்தால் பேப்பர் பேனா எடுத்து கொள்ளுங்கள். அதில் தெரிந்த வேலைகளை எழுதி எப்பொழுது செய்ய வேண்டும் எவை எண்ணுங்கள். வேலை நடந்து விட்டால் அதை எடுத்து விடுங்கள்.

நன்றாக தூங்குங்கள் - தூக்கமும் சில மருந்தைவிட மேலானது. இதனால் உடல், மனம் இரண்டும் சாந்தி அடைகிறது. தூங்குவதால் நிறைய மனஅழுத்தம் குறைகிறது. தூங்குவது கஷ்டம் என்று தெரிந்தால் இந்த புத்தகத்தில் கூறியபடி செய்யுங்கள்.

தேவையான அளவு சத்தம் - நீங்கள் ரொம்ப பிஸியாக இருந்தால் உங்கள் உணவில் சரியான விகிதம் வந்து சேரும். தப்பான உணவு முறை உடலை கெடுக்கும். ஒரு நாளில் லேசாக உணவு ஆறு முறை எடுத்து கொள்ளவும். கெஃபீன் சர்க்கரை விலகி விடுங்கள். சத்துள்ள உணவு எடுத்தால் அழுத்தம் போய்விடும்.

குளியுங்கள் - லேசான வெதுவெதுப்பான நீரில் குளியுங்கள். மன அழுத்தம் குறையும், தூக்கம் வரும், மனம் அமைதி பெறும்.

யோகா - மன அழுத்தத்தை போக்க நீச்சல் மற்றும் யோகாவை பயன்படுத்துங்கள். எப்படியாவது இதை செய்து வந்தால் நன்றாக இருக்கும்.

மாற்று முறை சிகிச்சை

அக்குபஞ்சர், பயோஃபீட்பேக், கம்மோஹன் தெரபி அல்லது மாலிஷ், தியானம் அல்லது மனம் ரிலாக்ஷ் கூட மன அழுத்தத்தை குறைக்கிறது. மனதில் நன்றாக படங்களை கற்பனை செய்தால் கூட அழுத்தம் குறையும்.

இதனை தள்ளி விடுங்கள்

மன அழுத்தத்தை போக்கவும், சினிமா பார்ப்பது, பாட்டு கேட்பது. புத்தகம் படிப்பது, நண்பர்கூட லஞ்ச் போவது, டைரி எழுதுவது குழந்தைக்கு ஸ்வெட்டர் போடுவது, ஆன்லைன் சர்ச் செய்வது அல்லது வெளியே நடப்பது.

காரணத்தை அழித்து விடுங்கள் - காரணங்கள் அழித்து விடுங்கள். வேலை பளு பற்றி அடுத்தவர்களிடம் பங்கு பெறுதல். மனஅழுத்தத்தால் வேலை மாற்றுவதால் கொஞ்ச நேரம் அப்படியே இருந்து குழந்தை பிறந்து பிறகு போகவும்.

குழந்தை பிறகு இது அதிகமாக இருக்கும். இதை பழகிக் கொள்ளுங்கள்.

கர்ப்ப காலத்தில் பாசமிகு அணுகுமுறை

கர்ப்ப காலத்தில் பெண்களின் முகம் அழகாக தோன்றுகிறது. ஆனாலும் அதற்கு பாதுகாப்பும் தேவை. தலை முதல் கால் வரை அழகாக தோன்றவும் பாதுகாப்பாக இருக்கவும் கீழே தர்ப்பட்டுள்ளவைகளை பார்க்கவும்.

உங்களின் முடி - உங்களின் முடி அழகாகவும் இருக்கலாம். அசிங்கமாகவும் ஆகலாம், வளரலாம் அல்லது குறையலாம். இதற்கு காரணம் உடலில் உள்ள ஹார்மோன்கள். இது தலையில் உள்ள முடியையும் சேர்ந்து இதன் வளர்ச்சி அடைகிறது.

கலரிங் - உங்கள் தலைக்கு கலரிங் போடுவது

மருத்துவரை எப்பொழுது அழைப்பது

உங்களுக்கு ஆபத்து ஏற்படக்கூடிய எந்த ஒரு நேரமாக இருந்தாலும் சரி உடனடியாக மருத்துவரை தொடர்பு கொள்ளுவது மிகவும் அவசியம். அதற்கு கீழ்க்காணும் யோசனைகளைக் கையாளுங்கள்.

உடனடியாக மருத்துவரை போன் செய்து அழைக்க வேண்டிய தருணங்கள்

- வயிற்றில் அதிக வலி
- இரத்தப் போக்கு
- சிறுநீர் கழிப்பதில் சிரமம்.
- 101° காய்ச்சல்
- கண்களில் பார்வை குறைதல்
- தலை சுற்றல்
- மயக்கம்
- டயாரியா
- தொடர் வாந்தி

இரவில் கீழ்க்காணும் பிரச்சனை ஏற்பட்டால் மருத்துவரை போன் செய்து அழைக்கவேண்டிய தருணங்கள்

- சிறுநீரில் இரத்தம் வருதல்
- தீடீர் மயக்கம்
- தீடீர் காய்ச்சல்
- அதிக வயிற்று வலி
- கை, கால் வீங்குதல்
- கண்ணில் எரிச்சல்
- டயாரியா
- தொடர் வாந்தி

இவ்வாறான அறிகுறிகள் உங்களுக்கு ஏற்பட்டவுடன் மருத்துவரை தொடர்பு கொள்ளுவது மிக அவசியம். கால தாமதம் செய்தால் நீங்கள் உங்களின் கர்ப்பத்தை இழக்க நேரிடும்.

என்றால் தோலில் உள்ள ரசாயனம் பற்றி யோசிக்க வேண்டும். சிலர் இது ஆபத்தானது என்று கூறுகிறார்கள். சிலர் இது சாதாரண விஷயம் என்று கூறுகிறார்கள். முதல் மூன்று மாதம் அப்படியே செய்வதென்றால் ஹைலைட்டை செய்து கொள்ளலாம். இதனால் கெமிக்கல் முடியில் மட்டும் பட்டு உள்ளே செல்லாது, கலரிங் நீண்டநாள் இருக்கும்.

முதலில் கலரிஸ்ட் கிட்டே கேட்க வேண்டும்.

அம்மோனியம் இல்லாமல் கலர் பூசுவார்களா என்று? ஏன் என்றால் ஹார்மோனியம் வளர்ச்சியால் டை அடித்தால் அது ஒத்துக் கொள்ளவில்லை என்றால் மிகவும் கஷ்டமாகிவிடும், கலரிஸ்ட் முதலில் பேட்ச் டெஸ்ட் செய்து பிறகு கலர் போட்டுக் கொள்ளலாம். சிவப்பு வயலெட் கலர் ஆகி விடக் கூடாது அல்லவா.

முடியை நேராக செய்யும் விதம்

உங்கள் கறுப்பு முடியை நேராக ஆக்க விருப்பமா?

கர்ப்ப காலத்தில் இது போன்றவை செய்தால் கஷ்டம் என்று இல்லை. ஆனால் சரி என்றும் இல்லை. மருத்துவரின் ஆலோசனை பெறுங்கள். முதல் மூன்று மாதம் அப்படியே இருந்தால் நல்லது.

ஹார்மோனின் வளர்ச்சியால் நேராக செய்யும் முடி வேரிலிருந்து மீண்டும் சுருட்டை ஆகி விடும். கர்ப்ப காலத்தில் முடி மிகவும் வேகமாக வளருகிறது. அதனால் (thermal reconditioning process) தர்மல் ரிகன்டிஷனிங் பிராசஸ் செய்து கொள்ளலாம். ஏன் என்றால் அதிக அளவு ரசாயனம் கலப்பதில்லை. ஆனாலும் மருத்துவரின் ஆலோசனை பெறுங்கள் அல்லது ஃபிளாட் அயர்ன் வாங்கி முடியை நேராக ஆக்கி கொள்ளுங்கள்.

பர்மனென்ட் அல்லது பாடிவேவ்

உங்கள் முடி ரொம்ப பெரியதாக இல்லை உங்கள் எண்ணம் போல், ஆனால் கர்ப்ப காலத்தில் பர்மனென்ட் பாடிவேவ் பற்றி நினைக்க வேண்டாம். ஏன் என்றால் ஹார்மோனின் மாற்றத்தால் என்ன நிகழும் என்பது தெரியாது. கொஞ்சம் இருக்கும் அழகும் நாம் கெடுத்து கொள்ள வேண்டாம்.

ஹெர் ரிமுவல் மற்றும் லைட்னிங் டிரீட்மென்ட்

ஹார்மோனலின் வளர்ச்சியால் அக்குல்களில் முதுகு, வயிற்று உதடுகளின் மேல் முடி வளருகிறது. இதை பிளீச் அல்லது லேசர் மூலமாக, எலக்டிராலிஸில் செய்து முடி எடுக்க வேண்டும் என்றால் மருத்துவரின் ஆலோசனை மிகவும் அவசியம். இவை தானாகவே விழுந்து விடும்.

இவை பாதுகாப்பானது என்பது சொல்ல தெரியாது. முதல் மூன்று மாதம் என்று எதுவும் செய்யவேண்டாம், செய்து இருந்தால் கவலைப்படவேண்டாம், பிறகு செய்யவேண்டாம்.

~~ஷேவிங், முடி பிடுங்குதல் மற்றும் வாக்ஸிங்~~

எச்.சி.ஜி நிலைமை

உங்களின் எச்.சி.ஜி நிலைமை நீங்கள் கீழ்க்கண்ட படி தெரிந்து கொள்ளலாம்.

கர்பத்தின் வாரம்	எச்.சி.ஜி நிலைமை
3வது வாரம்	5 முதல் 50
4வது வாரம்	5 முதல் 426
5வது வாரம்	19முதல் 7,340
6வது வாரம்	1,080 முதல் 56,500
7வது வாரம்	7,650 முதல் 229,000
8வது வாரம்	25,700 முதல்288,000

கர்ப்ப நிலையில் உடலில் தேவையற்ற முடி வளருகிறது. அது நல்லது அல்ல. இதை ஷேவிங் மூலமாக பிக்கினி வாக்சிங் மூலமாக எடுத்துவிடலாம். ஆனால் கர்ப்ப காலத்தில் சருமம் மிகவும் மிருதுவாக இருக்கும். அதனால் ஜாக்கிரதையாக இருக்க வேண்டும். சலூனில் போனால் முன்கூட்டியே கர்ப்பமாக இருப்பதை பற்றி கூறவேண்டும். அதற்கு ஏற்றார்போல் வாக்கிங் செய்வார்கள்.

உங்கள் முகம் - உங்கள் முகம் நீங்கள் கர்ப்பமாக இருப்பதை பற்றி தெரிவித்து விடுகின்றன. வயிற்றைவிட முகம் தான் சீக்கிரமாக பிரதிபலிக்கின்றன. அழகாகவும், அசிங்கமாகவும் இருக்கலாம்.

ஃபேசியல் - நீங்கள் நினைக்கிறார்போல எல்லா பெண்களும் அழகாக இருப்பதில்லை.

கவலைப் படாதீர்கள்

சில கர்ப்பிணிப் பெண்கள் சிறிய விஷயத்திற்குக் கூட கவலைப்பட ஆரம்பித்து விடுவார்கள். எதற்கும் கவலைப்படக் கூடாது. எந்த ஒரு பிரச்சனை வந்தாலும் அதனை தைரியத்துடன் எதிர்கொள்ளுதல் வேண்டும். கீழ்க்காணும் பிரச்சனைகள் ஏற்பட்டாலும் கவலைப் படாதீர்கள்

- தலைவலி, கால்வலி, கழுத்து வலி
- இரத்தப்போக்கு
- யோனிக் திரவம் வெளிப்படுதல்

முதல் கர்ப்பம் எனில் கர்ப்பிணிகள் எதைக் கண்டாலும் பயப்படுவது உண்டு. கர்ப்பம் தனது நிலைத் தன்மை பெற்ற பிறகு ஏன் இந்த பயம்.

கர்ப்பிணிப் பெண்கள் எல்லோருக்கும் மசக்கை ஏற்படும் என்பது இல்லை. அவரவர் உடல் வாகைப் பொறுத்து மசக்கை ஏற்படும்.

அதனால் ஃபேசியல் செய்து கொள்ளலாம். ஹார்மோனால் மாற்றத்தால் ஆனால் சருமம் மிருதுவாக இருப்பதால் கிலைகோலிக்பீல், மைக்ரோடர்மா பிரேசியன் செய்ய வேண்டியதில்லை. இதனால் சருமம் அதிகம் பாதிக்கப்படுகிறது. பியூட்டி பார்லரிடம் கர்ப்பமான விஷயத்தை கூறினால் அவர்கள் அதற்கேற்றார்போல் செய்வார்கள். ஆனால் மைக்ரோ கரெண்ட் செய்ய வேண்டாம். எதுவானாலும் மருத்துவரிடம் ஆலோசிப்பது நல்லது.

என்ட்ரிகள் சிகிச்சை

சுறுலகினழகம் அம்மாக்கள் பஸ்பகற்கடி அழகாக இருக்க மாட்டார்கள். ஏதாவது டெர்லாஜிஸ்டிக் போவதற்கு முன் இவைகளை கவனத்தில் வைத்து கொள்ளுங்க . கோலான்ஜன், ரிஸ்டாய்லென், ஜிவெடர்ம் அல்லது போடோகஸ் மற்றும் கர்ப்பகாலம் போன்ற விஷயங்கலில் இன்னும் ஆராய்சசி செய்ய விலலை அதனால இதிலிருந்து விலகியே இருங்களா. என்ட்ரிகள்கிரிம் உபயோகபடுத்த போகிறீர்கள் என்றால் அதில் உள்ளதை படியுங்கள் மற்றும் மருத்துவரிடம் ஆலோசனை பெறுங்கள், ஏதாவது சந்தேகம் இருந்தால் மருதத்உவரை கேளுங்கள். அவர் ஃபுருட் அமிலத்துக்கு எ.எச.எ. (எல்ஃபட்ஹைட் ராக்ஸி அமிலம்) ஒத்து கொள்வார் எதற்கும் ஆலோசனை பெறுங்கள். கர்ப்ப காலத்தில் முகம் அவ்வளவாக சுருங்குவதில்லை அதனால் காஸ்மெடிக் போடவேண்டிய அவசியமில்லை.

எக்ஸெயின் உபசாரம் , இளமையில் அதிக அளவு எகனெ ஆகிவிட்டதா. இதற்க்கு காரணம் கர்ப்பநிலை ஹார்மோன்கள். திமுைம் உபயோகிக்கின்ற கிரீம் மற்றும் மருந்துகளை

ரிலாக்ஸ் செய்திடுங்கள்

கர்ப்பத்தின் போது ஏன் இந்த டென்ஷன்? ரிலாக்ஸாக இருங்கள். வீட்டில் அமர்ந்தபடி மனதை அமைதியாக வைத்திடுங்கள். டி.வி.டி யில் அமைதியான படத்தைப் போட்டு ரிலாக்ஸாகப் பாருங்கள். உங்களுக்கு பிடித்தமான பாட்டை மெல்லிய ஓசையில் கேட்டிடுங்கள். உங்களுக்கு பிடித்தமான படம் இருந்தால் அதனை பெரிது செய்து உங்களின் படுக்கை அறையில் மாட்டி வைத்திடுங்கள். அழகான குழந்தை படத்தை உங்கள் கண் எதிரில் மாட்டி வைத்திடுங்கள். பெரு மூச்சு விடுவதை தவிர்திடுங்கள். 10-20 நிமிடத்திற்கு ஒருமுறை வீட்டிற்குள்ளேயே மெதுவான நடைப்பயிற்சி செய்திடுங்கள். ஒரே இடத்தில் தொடர்ந்து அமர்ந்து கொண்டு இருக்காதீர்கள்.

உபயோகிக்கும் முன் மருத்துவரிடம் ஆலோசனை பெறுங்கள். பிரசவத்துக்கு முன் லேசர் சிகிச்சை மற்றும் கெமிக்கல்பீல் போன்றவை உபயோகிக்ககூடாது. எக்னெவிட இரண்டு மருந்துகள் பீடாஹைசிரோக்கிஅமிலம் மற்றும் செலிசைக்கலிக் அமிலம் கர்ப்பநிலைகாக பரிசோதனை செய்யபடவில்லை, இது சருமத்தை பாதிக்கலாம். மருத்துவரிடம் இதை பற்றி கேட்டு தெரிந்துகொள்ளுங்கள்.

சாதாரணமாக இந்தமாதிரி மருந்துகள் மற்றும் பேனிஜோல் பெராக்ள பெராக்ளட் அளவு போன்ற மருந்துகள். ஆபத்தானவை கிளைகோலிக் அமிலம், எகஸ்ஃபோலியெடிஸ் ஸ்கரப் மற்றும் எரி பிரோமைகிள் போன்ற ஆன்டிபயோடிக உபயோகிக்கலாம, அதறகு முன்னால் மருத்துவரிடம் ஆலோசனை பெறுங்கள். ஏன்என்றால் அதுவும் சருமத்தை பாதிக்கும்.

இயற்கையான முறையும் பின்பற்றலாம்.

உதாரணத்திற்கு : நிறைய தண்ணீர் குடிப்பது, சரியான உணவு முறை மற்றும் முகத்தை சரியாக சுத்தமாக வைத்தல். இதவை எந்த தீவரம் ஏற்படாது.

உங்கள் பற்கள் :

சுர்ப்பதில் வைடல் இருக்கும் பொழுது எப்பொழுதும் புன்னகை செய்து கொண்டே இருக்க வேண்டும். அதற்காக உங்கள் பற்கள் தயாராக இருக்கிறதா, காஸ்மெடிக் பற்கள்

நம்பிக்கையுடன் இருங்கள்.

கர்ப்ப சமயத்தில் நீங்கள் மிகவும் நம்பிக்கையுடன் இருப்பது அவசியம். நம்பிக்கையின் அளவு ஒருபோதும் குறைதல் கூடாது. ஆராய்ச்சியாளர்கள் ஆரர்ய்ச்சி செய்து கீழக்காணும் தகவல்களை வெளியிட்டுள்ளார்கள்.

கர்ப்பிணியின் நம்பிக்கைத் தன்மை எந்த அளவுக்கு அதிகமாக இருக்கின்றதோ அந்த அளவுக்கு குழந்தையின் நம்பிக்கையும் உயர்ந்து காணப்படும். குழந்தை பிறந்த பிறகு எதிர்காலத்தில் அதுவும் ஒரு நம்பிக்கை கொண்டதாக இந்த சமுதாயத்தில் இருக்கும். இதற்கு எடுத்தாலும் பயப்படுவது என்ற நிலைமை நம்பிக்கை அதிகம் உள்ளவர்களுக்கு ஏற்டாது.

அவர்கள் எந்த பிரச்சனை வந்தாலும் சமாளித்துக் கொள்ளக் கூடியவர்களாக இருப்பார்கள். மேலும் அவர்களுக்கு எதிர்மறை எண்ணம் ஏற்படவே ஏற்படாது. அவர்களின் பேச்சு, செயல், வாக்கு, மூன்றுமே நேர்மறையான எண்ணம் கொண்டதாகவே இருக்கும்.

எனவே நீங்களும் உங்களின் கர்ப்ப காலத்தில் நம்பிக்கையுடன் இருப்பது அவசியம். ஒரு டம்பளரில் பாதி காலியாக இருந்தால் எந்த அளவுக்கு வெற்றிடம் ஏற்படுமோ அந்த அளவுக்கு நம்பிக்கை கொண்டு அந்த வெற்றிடத்தை நிரப்ப முயற்சி செய்யுங்கள்.

பாதிக்காலி என்பதற்கு பதிலாக முழுவதும் நிரம்பி இருக்கும் நிலைமையைக்கொண்டு வாருங்கள்.

மருத்துவர் நிறையபேர் இருக்கிறார்கள், கர்ப்பநிலையில் இதை செய்ய கூடாது.

பற்களின் வெண்மை : வெள்ளை பற்கள் வேண்டுமா, கர்ப்பகாலத்தில் இந்த பற்கள் வெள்ளை ஆவதற்கு போன்ற பொருட்களால் எந்த விதமான தீங்கும் வருவதில்லை. கொஞ் சமாதம் பொறுத்து கொள்ளுங்கள். உங்கள் பற்களை முறையான விதத்தில் சுத்தப்படுத்துங்கள். இதுதான் உங்கள் ஈறுகளும் எதிர்பார்க்கின்றன. முலம்மா அல்லது பிரஷ்பிவரன் (வீனர்ஸ் : இது பயப்படும் படியாக ஒன்றும் இல்லை. பற்கள் சம்பந்தமான எந்த சிகிச்சையும் டிலீவரி வரை பொறுத்துக் கொள்ள வேண்டும். ஏன் என்றால் இந்த நேரத்தில் ஈறுகள் மிருதுவாக இருக்கும் எந்த சிகிச்சையும் கஷ்டமாக இருக்கும்.

உங்கள் உடல் : கர்ப்பகாலத்தில் உங்கள் உடல் எவ்வளவு வேலை செய்கிறது அதை நினைத்துகூட உங்களால் பார்க்க முடியாது. இந்த உடம்பை நன்றாக பார்த்துக் கொள்ள வேண்டும். இதை பத்திரமாக எப்படி பார்த்துகொள்வது.

மாலிஷ் (மசாஜ்) : முதுவலி அல்லது இரவில் எழுப்ப கூடிய நிலையிலிருந்து தப்பிக்க உடலை மாலிஸ் செய்யுங்கள். கர்ப்பகாலத்தில் உண்டாகும் மனஅழுத்தம், மற்றும் வலியின் நிவாரணம் இது ஒன்றுதான். ஆனால் மாலிஸ் செய்யும் பொழுது வலி விஷயங்களை கவனிக்கவேண்டும்.

- சரியான நபரின் கைகளால் மாலிஸ் செய்யுங்கள். மாலிஷ் செய்பவர்களிடம் லைசென்ஸ் உள்ளதா என்று பார்த்து கொள்ளுங்கள். அவர்களுக்கு பிரசவ பற்றி முழு விவரம் இருக்கிறதா என்ற தெரிந்து கொள்ளுங்கள்.
- கர்ப்பகாலத்தில் முதல் மூன்று மாதம் மாலிஸ் செய்ய வேண்டாம் ஏன் என்றால் இதனால் மார்னிங் சிக்னெஸ் அதிகமாகும், நீங்கள் செய்து விட்டீர்களானால் ஒன்றும் கவலைப்பட வேண்டாம் எந்த விதமான ஆபத்தும் இல்லை.
- சரியான முறையில் ஓய்வெடுங்கள். நாலாவது மாதத்திற்கு பிறகு அதிக அளவு முதுகு நேராக வைத்து படுக்காதீர்கள். மாலிஷ் செய்பவரிடம் விசேஷமான தலையலை அல்லது போம்குஷன் வைத்து மாலிஸ் செய்ய சொல்ங்கள்.
- வாசனை இல்லாத லோஷனை உபயோக படுத்த வேண்டும், அதிக வாசனையில் தொந்தரவு ஏற்படலாம்.
- சரியான இடத்தில் மாலிஷ் செய்யுங்கள். உடலில் சில இடங்களில் அழுத்தத்தால் கான்டிரக்ஷன் உயரலாம். மாலிஷ் செய்பவரிடம் கர்ப்பநிலை பற்றி பயிற்சசி இருக்க வேண்டும். வயிற்றின் கீழ்பகுதியில் மாலிஷ் செய்கிறார்கள் என்றால் உடனே சொல்ங்கள். உங்களுடைய கருத்து தான் மிகவும் முக்கியம்.

அரோமாதெரபி : கர்ப்பகாலத்தில் சென்ட் உபயோகித்தால் அதில் உள்ள எண்ணெய் கெடுதல் செய்யலாம். எந்த விதமான அரோமா தெரபி ஜாக்கிரதையாக உபயோகிக்கவும். ரோஜா, லெவண்டர், மல்லி, ஜாஸ்மின், டைங்கின், நைரோலி மற்றும் யலாங்யலாங் போன்றவை சில சமயம் உபயோகிக்லாம்.

கர்பமான பெண்கள், பேசில், ஜீனிபா, ரோஸ்மேரி, சேக்பிபர்மின்ட், மாரிஹோ, மற்றும் தைம் போன்ற என்ணையை உபயோகபடுத்த கூடாது ஏன் என்றால் இதனால் யுடேரைன் கான்டிரக்ஸன் உண்டாகலாம்.

இதை உபயோகித்து விட்டார்களா பயப்பட தேவையில்லை. இந்த எண்ணை சருமத்,த பாதிப்பதில்லை ஏன் என்றால் முதுகின் சருமம் மிகவும் கடினமாக இருக்கும். பியூடி ஷர்ப்பில் கிடைக்கும் அத்தனை பொருட்களும் பத்திரமானவை அதனுடையை சென்ட் கன்ஸன்டிரேட் ஆக இருக்க கூடாது.

பாடி டிரீட்மென்ட, ஸ்கரப், ரைப், ஹைடிரோதெரபி

பாடிஸ்கரப் உங்கள் மென்மையான சருமத்தை பாதிக்க வில்லை ஏன் என்றால் அவை பாதுகாப்பானது. சில ஹர்பல் ரைப் லாபகரமானது, அவ இதனால் உங்கள் உடல் உஷ்ணம் ஏறலாம் ஹைடிரோ தெரபியில் 100 ஃபாரன்ஹைட் வரை வெது வெதுப்பான தண்ணீர் உபயோகிக்கலாம் ஆனால் சோனாபாத், ஸ்டீம் ரூம் மற்றும் ஹாட் டப் உபயோகிக்க கூடாது.

டோனிங், பெட், ஸ்ப்ரே மற்றும் லோஷன் : கர்ப்பநிலையில் முகத்தில் கானும் மஞ்சல் தன்மையில் கவலை உண்டாகிறது. சாரி, இந்த டெனிங் பெட் உங்கள் வேலைக்கு ஆகாது. இதனால் உங்கள் உடல் உஷ்ணம் ஏறி குழந்தை உனர்ச்சியை பாதிக்கலாம். நீங்கள் சன்கிளாஸ் டெனிங் லோஷன் அல்லது ஸ்பேர உபயோக படுத்த போகிறீர்கள் என்றால் மருத்துவனுரை அனுகுங்கள். ஹார்மோனில் மாற்றத்தால் நிறம்கூட மாறும். இந்த புத்தகத்தில் டை, ஹினா மற்றும் உடலில் ஒட்டைபோட்டு குத்துவது போன்ற வற்றை அதன் பாதுகாப்பு பற்றி கூறி இருக்கிறோம். ஆதயும் கவனியுங்கள்.

உங்கள் கை மற்றும் கால் :

நீங்கள் மூன்றாவது மூன்று மாதத்தில் உங்கள் கால்களை பார்க்க இயலாது அவை கர்பத்தின் பிரபாவம் கைகால்களில் கண்டிப்பாக தெரியும். கை கால்களில் விக்கம் ஏற்படும் ஆனாம் அவை அழகாகதெரியும்.

மெனிகியூர் மற்றும் பெடிகியூர் :

நீங்கள் கர்ப்பநிலையில் மிக சுலபமாக மெனிக்யூர் மற்றும் பெடிகியூர் செய்து கொள்ளலாம். உங்கள் நகங்கள் கூட முன்பை விட கெட்டியாகவும் நீளமாகவும் ஆகும். எந்த சனுக்கு போனாம் காற்றோற்றமாக இருக்க வேண்டும். எக்ராலிக்கால் கவனமாக இருக்க வேண்டும், ஏன் என்றால் கர்ப்பகாலத்தில் எல்லா விஷயத்திம் கவனமாக இருப்பது நல்லது. இதனால் நிறைய சிக்கல்லிருந்து தப்பலாம்.

கர்ப்ப கால செயல்பாடுகள்

பெண்ணின் இனப்பெருக்க மண்டலம் என்பது புற மற்றும் அக பாலுறுப்புகளை உள்ளடக்கியதாகும். ஒரு பெண் பருவ வயதை அடையும்போது, உடலின் வெளிப்புறத்திலுள்ள பாலுறுப்புகள் முதிர்ச்சியடைத் தொடங்குகின்றன. கர்ப்பப்பை, கருக்குழாய், சினன்ப்பை மற்றும் யோனி இவையே பெண்ணின் இனப்பெருக்க மண்டலத்தின் முக்கிய உறுப்புகள் ஆகும். பெணிணின் சின்னப்பை என்று சொல்லப்படும் ஓவரியும், ஆணின் என்று சொல்லப்படும் விதைப்பையும் இனப்பெருக்க உறுப்புகளாகும். சின்னப்பைகள் கருமுட்டையும், விதைப்பயும் விந்தையும் உற்பத்தி செய்கின்றன. விந்துவானது கருமுட்டையை ஊடுருவும்போது பாலுற்பத்திச் செயல்பாடானது தொடங்குகிறது.

ஒருபெண் குழந்தையாகப் பிறக்கும்பொழுது அவளின் சின்னப்பையில் பல்லாயிரக்கணக்கில் கருமுட்டைகள் சேர்த்து வைக்கப்பட்டிருக்கும். இந்தக் கருமுடடைகள் அவள் பருவ வயதை அடையும் வரையில் செயலிழந்த நிலையில் இருக்கும். பருவ வயது நெருங்கும்பொழுது, பிட்யூட்டரி சுரப்பியிலுள்ள ஹார்மோன்கள் அவளது ஈஸ்ட்ரோஜன் மற்றும் சில ஹார்மோன்களைச் சுரக்கச் செய்யும். மாதவிடாய்ச் சுழற்சி வெளிப்படும் இந்தக் கருமுட்டை விந்தணுவால் கருத்தரிக்கப்படவில்லையெனில் காய்ந்து, கர்ப்பப்பையிலிருந்து வெளியேற்றப்பட்டுவிடும். கருமுட்டை சின்னப்பையிலிருந்து வெளியேறிய நான்கு நாட்களுக்குள், ஆண் பெண் இனச்சேர்க்கை நடைபெற்றால் தான் கருத்தரிப்பு வெற்றிகரமாக நடைபெறும். ஆணின்

பிறப்புறுப்பில் இருந்து வெளியேறும் விந்துவில் கோடிக்கணக்கான விந்தணுக்கள் நீந்திக் கொண்டிருக்கும். பெண்ணின் யோனிக் குழாயில் விடப்படும்போது விந்தணுக்கள், நீந்தி, கர்ப்பப்பையின் வாயின் வழியாகக் கர்ப்பப்பையையும் பிறகு கருக்குழாயையும் அடைந்து, அங்கு இருக்கும் கருமுட்டையுடன் இணையும் பல கோடிக்கணக்கான விந்தணுக்கள் விந்துவில் இருந்தாலும், ஒரேயொரு விந்துதான் கருமுட்டையுடன் இணையமுடியும்.

ஒவ்வொரு மாதமும் ஒரு பெண்ணின் உடம்பில் கர்ப்பம் தரிக்கும் வாய்ப்பிருப்பதால், அதற்கு அப்பெண்ணின் உடல் ஆயத்தமாய் இருக்கும் செயல்முறையே மாதவிடாய்ச் சுழற்சியாகும். மாதவிடாய் சுழற்சி என்பது மாதவிடாய் ஆரம்பிக்கின்ற முதல் நாளில் தொடங்கி அடுத்த மாதவிடாய் சுழற்சி ஆரம்பிப்பதற்கு முந்தைய நாள் வரை உள்ள நாட்கள் ஆகும். இது சாதாரணமாக 28 நாட்கள் ஆகும். எனினும் 23 முதல் 35 நாட்கள் வரை இது மாறுபடுவது. இயல்பானதே. இரத்தப்போக்கு துவங்கும் நாளே மாதவிடாய்ச் சுழற்சியின் முதல் நாளாக கணக்கில் எடுத்துக் கொள்ளப்படும். ஹைபோதாலமஸ், பிட்யூட்டரி சுரப்பிகள் மற்றும் கருப்பை வெளியிடும் ஹார்மோன்களால் மாதவிடாய் சுழற்சி கட்டுப்படுத்தப்படுகிறது.

மாதவிடாய் சுழற்சி 4 நிலைகளைக் கொண்டது.

1. இரத்தப்போக்கு நிலை

ஒரு பெண் மாதவிலக்கில் இருக்கும்போது கருப்பையின் வாய்ப்பகுதி திறந்து, சில நாட்களுக்குள் அந்தக் கருமுட்டையானது அவளது உடலிலிருந்து யோனியின் வழியே வெளியேற்றப்படுவதே இரத்தப்போக்கு நிலை எனப்படுவது பாலியல் ரீதியாக முதிர்ச்சியடைந்த பெண்களின் பாலுறுப்பில் இருந்து குறிப்பிட்ட கால இடைவெளியில் இரத்தம், திசுக்கள், ஒருவித திரவம் மற்றும் சளிபோன்ற சவ்வு வெளியேற்றப்படுவதைக் குறிப்பதற்கான சொல்லே மாதவிடாய் ஆகும்.

2.கருமுட்டை வெளிப்படுவதற்கு முந்தைய நிலை

இந்தக் காலத்தில் கர்ப்பப் பையின் உள்சவ்வு இரத்தக் குழாய்கள் அதிகரிப்பதன் காரணமாக தடினமாக ஆரம்பிக்கும். கருப்பையில் கருமுட்டையும் முதிர ஆரம்பிக்கும். கருமுட்டை கருத்தரிக்கும் பட்சத்தில் அதைத் தாங்குவதற்கு கருப்பை தன்னைத்தானே ஆயத்தம் செய்து கொள்ள வேண்டிய தேவையிருக்கிறது.

3.கருமுட்டை வெளிப்படும் நிலை

மாதவிடாய் சுழற்சி 28 நாட்கள் எனில் கருமுட்டை 14 வது நாள் வெளிப்படும். ஒரு பெண்ணின் மாதவிடாயச் சுழற்சியின் மைய நாள் ஒன்றில் கருமுட்டை வெளிப்படும். இது மாதம் ஒரு முறை நிகழும். சினைப்பையிலிருந்து ஒரு முதிர்ந்த கருமுட்டை மாதம் ஒரு முறை வெளிவரும். சின்னப் பெண்களுக்கு இந்தக் காலகட்டத்தில் அடிவயிற்றில் வலி ஏற்படலாம். இந்த கருமுட்டையின் ஆயுள் 12 லிருந்து 24மணி நேரமேயாகும். இதற்குள் கரு சூல் பிடிக்கவில்லையென்றால் கருமுட்டை சின்னப்பையிலிருந்து வெளியேற்றப்பட்டு அழிக்கப்பட்டு விடும். சூல் பிடிக்கும் பட்சத்தில் சின்னப்பையிலிருந்து 4 முதல் 5 நாட்கள் பயணம் செய்து கருமுட்டை கருப்பைக்குத் திரும்பும் கருமுட்டை உருவாகும் தினம் மற்றும் அதற்கு முந்தைய பிந்தைய சில தினங்கள் பெண் கருத்தரிப்புக்கு உகந்த காலமாகும். மாதாந்தரச் சுழற்சி வேறுபாட்டின் நீட்சியால், பல பெண்கள் சுழற்சியின் 14ஆம் தினத்துக்குப் பின்பாகவோ முன்பாகவோ கருமுட்டை வெளிப்பாட்டுக்கு ஆளாகின்றனர். மன அழுத்தம் மற்றும் மனச்சோர்வு முதலியவை இந்த மாதவிடாய்ச்

சுழற்சி நாட்களின் இடைவெளியைக் குறைக்கவோ கூட்டவோ முடியும்.

4.கருமுட்டை வெளிப்படுவதற்கு பிந்தைய நிலை

கருமுட்டை சூல்பிடிக்கவில்லையெனில் அந்தக் கருமுட்டை சிதைக்கப்பட்டு வெளியேற்றப்பட்டுவிடும். கருப்பையின் உட்சவ்வு தொடாந்து வளர்ந்து கொண்டிருக்கும். கருப்பைச் சுரப்பி தொடர்ந்து ஊட்டசத்துமிக்க பொருட்களைச் சுரந்து கொண்டிருக்கும்.

கருமுட்டையானது விந்துவால் சூலாகும் பட்சத்தில், கருப்பைச் சுவருடன் தன்னைச் சுற்றி ஒரு உறையை உருவாக்குகிறது. வழக்கமாக சின்னப்பையில் தான் கருத்தரித்தல் நடைபெறும் ஒரு பெண் கருத்தரித்தால் அவளது கர்ப்ப காலத்தின்போது அவளது மாதவிடாய்ச் சுழற்சி நின்று போகிறது.

கருத்தரித்தல் நடைபெறாதபோது ஹார்மோன் அளவானது குறையத் தொடங்கும். குறிப்பிட்ட அளவுக்குக் கீழே ஹார்மோன்கள் போகும்போது கருப்பையின் உள்வரிச் சவ்வு மறையத் தொடங்கி மாதவிலக்கு தொடங்குகிறது. மாதவிடாய்ச் சுழற்சி மீண்டும் துவங்குகிறது.

ஓவ்யூலேஷன்

பெண்கள் மாதவிடாய்ச் சுழற்சியின் நடுப்பகுதியிலே பெரும்பாலும் கருத்தரிக்கிறார்கள். பொதுவாக கருமுட்டை அடுத்த மாதவிடாய் ஆரம்பமாவதற்கு 14 நாட்களுக்கு முன்பே வெளிப்படுகிறது. ஆகவே வெற்றிகரமாக கருத்தரிப்பதற்கு கருத்தரிப்பு பருவத்தில் பாலுறவு கொள்வது சிறந்தது. அதாவது கருமுட்டை வெளிப்படுவதற்கு 2-3 நாட்கள் முன்பிலிருந்து கருமுட்டை வெளிபட்ட 2-3 நாட்கள் வரை வழக்கமாக பெண்ணின் மாதாந்திர சுழற்சியான 28 நாட்களில் கருத்தரிப்பு காலம் 11ம் நாள் முதல் 18ம் நாள் வரை உங்களது மாதவிடாயைத் தொடர்ந்து கவனித்து வருவது முக்கியமானதாகும். உங்களது மாதவிடாய் தொடங்கும் நாளை காலண்டரில் குறித்து வரவும். இது மாதவிடாயின் முதல் நாளாக கணக்கிடப்படும். அடுத்த மாதவிடாய் தொடங்கும் வரை ஒவ்வொரு நாளையும் 2, 3 என கணக்கிட்டு வரவும். இதே போல் மூன்று மாதங்கள் வரை கணக்கிட்டு வந்தால் அவர்களது மாதவிடாய்ச் சுழற்சியின் நீடிப்பும் ஒழுங்கும் தெரியும்.

கர்ப்பிணிக்கான ஆலோசனைகள்

ஆரோக்கியமும் ஒழுங்கான மாதவிடாய்ச் சுழற்சியும் ஆரோக்கியமான குழந்தையைக் கருத்தரிக்கவும் கர்ப்ப காலம் முழுமையாய் அமையவும் உதவுபவையாகும்.

- ★ ஆரோக்கியமான உணவு
- ★ மன அழுத்தம் இல்லாத வாழ்க்கை
- ★ மிதமான தினசரி உடற்பயிற்சி
- ★ புகைப்பிடிப்பதைத் தவிர்த்தல்
- ★ குடிப்பழக்கத்தைத் தவிர்த்தல்
- ★ காபி அருந்துவதைக் குறைப்பது.

இவற்றையும் கருத்தில் கொள்ள வேண்டும். மேலும் நீங்கள் 35 வயதுக்குட்பட்டவராயிருந்து, தொடர்ந்து 12 மாதங்கள் கர்ப்பத்தடை சாதனங்கள் உபயோகிக்காமல் பாலுறவு வைத்துக் கொண்டிருப்பவராகவோ அல்லது 35 வயது மற்றும் அதற்கு மேற்பட்டவராயிருந்து 6 மாத காலமாக பாலுறவு மேற்கொள்பவராகவோ இருந்து கருத்தரிக்க வில்லையெனில் நீங்கள் உங்கள் கருத்தரிப்புத் திறனை மதிப்பிட மகப்பேறு மருத்துவரை அணுகுவது சரியானதாகும்.

நீங்கள் கருத்தடை மாத்திரையை

நிறுத்திவிட்டு உடனடியாக குழந்தை பெறத் தயாராவதால் மட்டும் கருத்தரித்து விட முடியாது. கருத்தடை மாத்திரையிலுள்ள ஹார்மோன்கள் தொடர்ந்து கொஞ்ச காலத்திற்கு உங்களது மாதவிடாய்ச் சுழற்சியைக் கட்டுப்படுத்திக் கொண்டிருக்கும். நீங்கள் மாத்திரையை நிறுத்திய சிறிது காலத்திற்குப் பிறகே உங்களது உடல் அதன் பழைய ஹார்மோன் இயல்பை அடையமுடியும். இந்தக் காலகட்டம் பெண்ணுக்குப் பெண் மாறுபடும்.

ஸ்பாவில் ஒரு நாள்

ஆஹா ஸ்பா என்றவுடன் உங்களுக்கு மகிழ்ச்சி ஏற்படுகின்றதா. கர்ப்பிணிப் பெண்களுக்கு ஓய்வு தரக்கூடிய இடம் ஸ்பா ஆகும். இந்நாட்களில் பல இடங்களில் ஸ்பா திறக்கப்பட்டுள்ளது. மருத்துவரின் ஆலோசனை பெற்று ஸ்பாவில் ஒருநாள் ஓய்வு எடுத்துக் கொள்ளலாம்.

இரத்தவகை

உங்களின் இரத்த வகை ஆர்.எச். நெகட்டிவ் எனில் குழந்தையைக் காப்பாற்றுவதில் என்ன சிரமம் ஏற்படப்போகிறது. ஆர்.எச்.ஃபேக்டர் ஒவ்வொருவரும் தங்களின் இரத்த வகையை தெரிந்து கொள்ளுவது அவசியம். இரத்தத்தில் அதிகமான ஆர்.எச்.ஃபேக்டர் குறைவாக இருந்தால் அதனை ஆர்.எச் நெகட்டிவ் என்கிறோம். தாய் ஆர்.எச் நெகட்டிவ் ஆகவும் தந்தை ஆர்.எச். பாசிட்டிவ் ஆகவும் இருக்கும் பட்சத்தில் குழந்தை ஆர்.எச். பாசிட்டிவ் ஆகப்பிறக்கும். இதனால் தாய்க்கு நோய் எதிர்ப்புச் சக்தி குறையும்.

கர்ப்ப காலம் மற்றும் உங்களின் மேக்அப்

கர்ப்ப காலத்தில் உங்களால் மேக் அப் செய்து கொள்ள முடியவில்லையா?. கர்ப்ப காலத்தில் தான் மேக்அப் அதிகமாக நீங்கள் செய்து கொள்ளுதல் அவசியமாகும். பிரசவத்திற்குப் பிறகு மேக் அப் செய்ய உங்களுக்கு நேரம் கிடைக்காது. மேலும் கர்ப்ப காலத்தில் நீங்கள் செய்து கொள்ளும் மேக் அப்பால் புத்துணர்ச்சி கிடைக்கும்.

முகத்தில் இருக்கும் கரும்புள்ளிகளைப் போக்க முக கிரீம் தடவும் போது மட்டும் கவனத்துடன் இருந்திடுங்கள். இதனால் சில சமயங்கிளல் முகப்பரு ஏற்பட்டு விடும்.

பொதுவாகவே கர்ப்பிணிகள் கர்ப்ப சமயத்தில் நிறம் குறைந்து விடுவது உண்டு. அதனைப் போக்க நீங்கள் தினமும் புதுப்புது மேக்அப் செய்து அசத்திடுங்கள்.

எனவே தான் ஒவ்வொரு கர்ப்பிணிக்கும் இரத்த வகை பரிசோதனை செய்யப்படுகின்றது. தாய் தந்தை இருவருமே ஆர்.எச். நெகட்டிவ் எனில் குழந்தையும் ஆர்.எச். நெகட்டிவ் ஆகவே பிறக்கும். இதனால் தாய்க்கும் குழந்தைக்கும் எந்த பாதிப்பும் ஏற்படாது. ஆனால் தந்தை ஆர்.எச். பாசிட்டிவாக இருக்கும் போது குழந்தையும் ஆர்.எச்.பாசிட்டிவாகத் தான் பிறக்கும்.

ரிலாக்ஸாக இருங்கள்

யோகா மற்றும் தியானம் செய்து மனதை ரிலாக்ஸாக வைத்துக் கொள்ளுங்கள். யோகா கற்றுக் கொண்ட குருவிடம் சென்று மன அமைதிக்காக பயிற்சியை கற்றுக் கொள்ளுங்கள். ஒருவேளை உங்களிடம் இதற்கான போதிய நேரம் இல்லையெனில் சுலபமான ரிலாக்ஸ் முறைகளைக் கையாளுங்கள். சிறிதளவு மன அழுத்தம் குறைவதைப் பாருங்கள். கீழ்க் காணும் பயிற்சிகளை மேற்கொள்ளுங்கள்.

1, கண்களை நன்றாக மூடி ரிலாக்ஸாக உட்காருங்கள். உங்கள் உடலின் எல்லாப் பகுதிகளையும் தளர்த்திடுங்கள். மெதுவாக மூச்சை இழுத்து வெளியில் விடுங்கள். இவ்வாறாக பத்து முதல் இருபது நிமிடம் வரை பயிற்சி செய்திடுங்கள்.

2, மூக்கின் மூலமாக நன்றாக ஆழ்ந்த மூச்சை இழுத்து விடுங்கள். இவ்வாறாக நான்கு வரை எண்ணிக்கை செய்திடுங்கள். உங்களின் தொண்டையை உமிழ்நீரால் நனைத்துக் கொள்ளுங்கள். இழுத்த மூச்சை வெளியில் விடும் போது 6 முறை எண்ணிக்கை செய்திடுங்கள். இதைப் போலவே 4 முதல் 6 தடவை செய்திடுங்கள்.

கருச்சிதைவு ஏற்படுவதற்கான அறிகுறிகள்

மருத்துவரை உடனடியாக கூப்பிட வேண்டிய தருணங்கள்.

- அடி வயிற்றில் வலியுடன் கூடிய இரத்தப்போக்கு. இக்டோபிக் கர்ப்ப நிலைமையின் அறிகுறியாக இருக்கலாம்.
- ஒரு நாளைக்கு மேலே இரத்தப்போக்கு இருந்தால்
- ஒரு நாளைக்கும் மேலே அடிவயிற்றில் தொடர் வலி ஏற்பட்டால்
- கர்ப்பம் கலைந்து விட்டதாக உங்களுக்கே தோன்றினால்.

ஆபத்துக்கால உதவி எப்போது தேவைப்படும்.

- அதிக இரத்தப்போக்கு ஏற்படும் சமயத்தில்
- ரோஜாப்பூ நிறத்தில் தொடர் இரத்தப்போக்கு ஏற்பட்டுக் கொண்டு இருந்தால் உடனடியாக மருத்துவரைத் தொடர்பு கொள்ளுதல் வேண்டும். ஒருவேளை கருக் கலைந்து விட்டால் உடனடியாக டி.என்.சி செய்து விடுவது சிறந்தது.

• • •

இரண்டாவது மாதம்

கிட்டத்தட்ட 5 முதல் 8 வாரம் வரை

இந்த வாரத்தில் உங்களின் கர்ப்பம் உறுதிப்பட ஆரம்பித்து இருக்கும். உங்களின் கர்ப்பம் வெளியே தெரிய ஆரம்பித்து இருக்கும். முகத்தில் ஒருவித வாட்டம் ஏற்பட்டு இருக்கும். காலையில் ஏற்படக்கூடிய தலைசுற்றல், வாந்தி, குமட்டல், போன்றவை ஏற்பட்டு இருக்கும். இரவும், பகலும் அடிக்கடி பாத்ரூம் சென்று கொண்டு இருப்பீர்கள். வயிறு பெரியதாக ஆரம்பித்து இருக்கும்.

இந்த அறிகுறிகளைக் கொண்டு பார்க்கும்போது நீங்கள் கர்ப்பம் தரித்திருப்பது உறுதி ஆகி விட்டது. மருத்துவரிடம் சென்று நீங்கள் உங்களை பரிசோதனை செய்தீர்கள் எனில் நீங்கள் கர்ப்பம் தரித்திருப்பது தெள்ளத் தெளிவாக தெரிய வரும்.

இந்த மாதத்தில் உங்கள் குழந்தையின் வளர்ச்சி

5வது வாரம்

இந்த வாரத்தில் உஙகள் கருவானது ஒரு சிறிய வாலைப் போன்று நீட்டிக் கொண்டு இருக்கும். இதனைத் தவளை குஞ்சு வடிவம் என்று கூறுவர். ஒரு ஆரஞ்சு பழத்தின் விதை எப்படி இருக்குமோ அதைப்போன்று உங்களின் கரு இப்பொழுது இருக்கும். உங்களின் இதயத் துடிப்பு இப்பொழுது அதிகரித்து இருக்கும். பெரு மூச்சு அதிகமாக உங்களுக்கு ஏற்படும். அதிக அளவில் வாயு வெளியேறும். அடிக்கடி சோர்ந்து விடுவீர்கள். அல்ட்ராசவுண்டு மூலமாக நீங்கள் இப்பொழுது

உங்களின் இரண்டு மாதக் குழந்தை

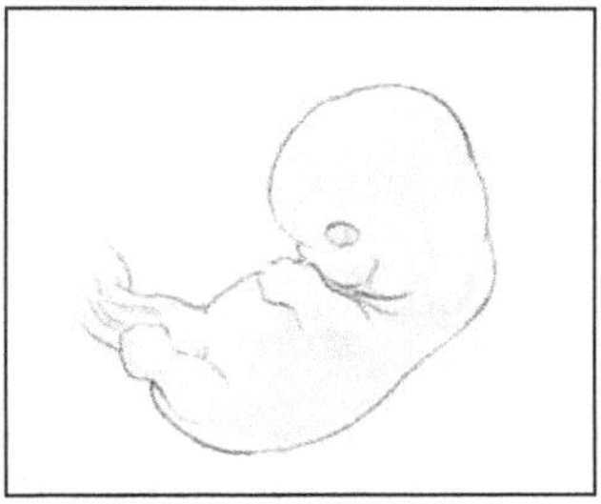

உங்களின் கருவைப் பார்த்தால் உங்களுக்கு ஆச்சரியமாக இருக்கும். கருவில் இப்பொழுது முதுகு எலும்பு வளர்ச்சி பெற ஆரம்பித்து இருக்கும். அடுத்த வார இறுதிக்குள் இது முழு வளர்ச்சியைப் பெற்று விடும்.

6வது வாரம்

இந்த வாரத்தில் குழந்தையின் வடிவத்தைக் கண்டுபிடிப்பது சிறிது சிரமமாகும். கருவிற்குச் சின்னச் சின்ன கைகள், முளைத்து இருக்கும். தலை முதல் கால் வரை சிறிதாக விரிவடைந்து இருக்கும். இப்பொழுது அதனுடைய எடை கால் விரல் நகம் அளவிற்கு இரக்கும். இந்த வாரத்தில் குழந்தையின் முகம் கன்னம் மற்றும் கழுத்து வளர்ச்சி பெறும். முகத்தில் இரண்டு சிறிய ஓட்டை தோன்றியிருக்கும். அந்த இரண்டு சிறிய ஓட்டைகள் இரண்டு கண்களாக வளர்ச்சி பெறும். சிறிது நாட்களுக்குப் பிறகு மூக்கு துவாரம் வளர்ச்சி பெறும். இந்த வாரத்தில் சிறுநீரகம், லிவர், நுரையீரல் போன்றவற்றின் வடிவம் தோன்ற ஆரம்பித்து இருக்கும். இப்பொழுது குழந்தையின் இதயம் ஒரு நிமிடத்திற்கு 80 முறை துடிக்க ஆரம்பித்து இருக்கும்.

7வது வாரம்

இந்த வாரத்தில் உங்கள் கருவின் வளர்ச்சியானது அதி வேகத்தில் இருக்கும். அதாவது 10000 மடங்கு வேகத்தில் இருக்கும். தலையில் 100 புதிய நரம்புகள் வளர்ச்சி பெற ஆரம்பித்து இருக்கும். இந்த வாரத்தில் முகம் மற்றும் நாக்கு வளர்ச்சி பெற்று இருக்கும். கை, கால்கள் முளைத்து இருக்கும். சிறுநீரகமும் சரியான வளர்ச்சி பெற்று தன்னுடைய வேலையை செய்ய ஆரம்பித்து இருக்கும். சிறுநீர் வெளியேறும் என்று கவலைப்பட வேண்டாம்.

8வது வாரம்

இந்த வாரத்தில் உங்கள் கருவின் வளர்ச்சி புயல் வேகத்தில் இருக்கும். ஒரு சிறிய ஒரு அவரை விதை போல இருந்த கரு, கை, கால், நாக்கு வாய், முகம், முதுகு தண்டு போன்றவை வடிவம் ஆரம்பித்து இருக்கும். குழந்தையின் இதயத் துடிப்பு ஒரு நிமிடத்தில் 150 முறை துடிக்க ஆரம்பிக்கும். நீங்கள் அமைதியாக இருந்து குழந்தையின் இதயத் துடிப்பைக் கேட்கலாம். உங்கள் கணவரை உங்கள் வயிற்றின் மீது காது வைத்து கேட்கச் சொன்னால் உங்கள் கணவரால் கேட்க முடியும்.

உங்களுக்கு இப்பொழுது என்ன தோன்றும்?

இந்த மாதத்தில் உங்களுக்கு எதை பார்த்தாலும் பயமாக இருக்கும். புதிது புதிதாக உடலில் மாறுதல் ஏற்படும். அதனால் நீங்கள் மனதளவில் பயந்துவிடுவீர்கள். புதுப்புது அறிகுறிகள் கண்டு பல சந்தேகங்கள் ஏற்படும். இதனைத் தவிர்க்க உங்கள் தாயிடமே அல்லது தோழியிடமே ஆலோசனை பெற்றிடுங்கள். இந்த மாதத்தில் நீங்கள் கீழ்க் காணும் அறிகுறிகளை உணருவீர்கள்.

உடல் அளவில்

✓ களைப்பு

- ✓ உங்களின் சக்தி குறைதல்
- ✓ தூக்கமின்மை
- ✓ அடிக்கடி சிறுநீர் கழித்தல்
- ✓ வயிறு உப்புதல்
- ✓ வாந்தி ஏற்படுதல்
- ✓ மலச்சிக்கல்
- ✓ நெஞ்சு எரிச்சல்
- ✓ செரிமானமின்மை
- ✓ சாப்பாடு செல்லாமை
- ✓ அதிக பசி
- ✓ வயிற்றில் இரைச்சல்

மார்பகத்தில் மாற்றம்

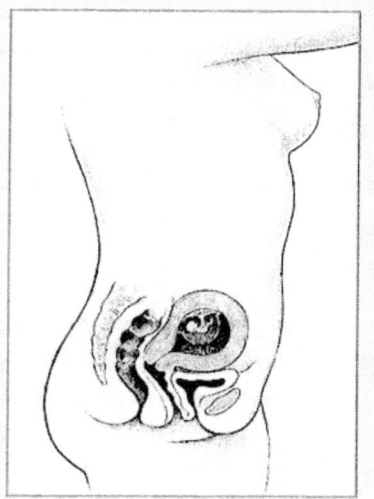

ஒரு பார்வை

அக்கம்பக்கத்தில் உள்ளவர்களுக்கு நீங்கள் கர்ப்பிணி என்பது தெரிய வராது. ஆனால் உங்களுக்குத் தெரிய வந்து விடும். ஏனெனில் உங்களின் இடுப்பில் அணியகூடிய ஆடைகள் உங்களுக்கு இறுக்கமாகி விடும். இப்பொழுது உங்களின் கருவானது ஒரு சிறிய திரட்சை பழத்தைப் போன்ற வடிவத்தில் இருக்கும்.

மார்பகங்கள் அதிக அளவில் விரிய ஆரம்பிக்கும். நிப்பிளில் ஒரு வித திரவம் சுரக்கும். நிப்பிளைச் சுற்றிக் கருமை படியும். மார்பகத்தின் மீது நீல நிறத்தில் நரம்பு தென்படும். உங்களின் மார்பகத்தில் இரத்தம் இப்பொழுது அதிக விரைவில் சென்று கொண்டு இருக்கும்.

- ❖ யோனியில் வெள்ளை நிற திரவம் வெளிப்படுதல்
- ❖ எப்பொழுதுதாவது தலைவலி.
- ❖ மயக்கம்
- ❖ வயிறு உருண்டை வடிவமாக ஆகுதல்.

மனதளவில்

மனதளவில் கீழ்க்காணும் மாற்றங்களை உணருவீர்கள்

- ➢ பயம்
- ➢ உங்களின் மன அழுத்தம்
- ➢ அழுகை
- ➢ களைப்பு
- ➢ கர்ப்பம் தங்குமா என்ற மன பயம்

இந்த மாதத்தில் உங்களின் செக் அப்

இநத மாதத்தில் நீங்கள் செக் அப்பிற்கு செல்லும் போது மருத்துவரிடம் உங்களுக்கு தோன்றக் கூடிய பல சந்தேகங்களுக்கான பதில்களை கேட்டுத் தெரிந்து கொள்ளுங்கள். இரண்டாவது முறையாக நீங்கள் மருத்துவ பரிசோதனை செய்து கொள்ள செல்லுகிறீர்கள் எனில் கீழ்க்காணும்

பரிசோதனைகளை மருத்துவர் உங்களுக்கு செய்வார்.

- ★ உடல் எடை
- ★ இரத்த அழுத்தம்
- ★ சிறுநீர் பரிசோதனை
- ★ கை, கால் வீக்கம்
- ★ வெரிகோஸ் வெயின்ஸ்
- ★ சில புதிய அறிகுறிகள்
- ★ உங்களின் சந்தேகங்கள்

நீங்கள் என்ன யோசித்து கொண்டு இருக்கின்றீர்கள்?

நெஞ்சு எரிச்சல் மற்றும் செரிமானமின்மை

"எனக்குக் கர்ப்பம் தரித்தது முதலே நெஞ்சு எரிச்சல் ஏற்படுகின்றது. இது எதனால் ஏற்படுகின்றது?"

சிறிது கவனித்திடுங்கள்

ஒருவேளை நீங்கள் ஜி.பி.ஆர்.டி.யினால் பாதிக்கப்பட்டு இருந்தால் முதலிலேயே இதற்கான சிகிச்சையை மேற்கொள்ளுதல் அவசியம். நெஞ்சு எரிச்சல் தடுக்க மருந்துகளை எடுத்துக் கொள்ளுதல் அவசியம். மருத்துவரிடம் இதைப்பற்றி ஆலோசனை செய்திடுங்கள்.

நெஞ்சு எரிச்சல் மற்றும் முடி?

கர்ப்பிணிக்கு அதிக அளவில் நெஞ்சு எரிச்சல் ஏற்பட்டால் குழந்தைக்கு அதிக அளவில் முடி இருக்கும். என்று வீட்டில் உள்ள பெரியவர்கள் கூறுவார்கள். இது முழுவதும் ஒத்துக்கொள்ள முடியாத. ஹார்மோனின் மாறுதலே குழந்தையின் முடியை நிர்ணயம் செய்யும்.

கர்ப்பிணிகள் அனைவருக்கும் நெஞ்சில் எரிச்சல் ஏற்படுவது ஒரு சாதாரணமான விஷயம் தான்.

பழத்தைப் போன்ற வடிவத்தில் இருக்கும்.

கர்ப்பத்தின் ஆரம்பத்தில் ஹார்மோனக்ளின் மாறுபாட்டால் இவ்வாறு ஏற்படுகின்றது. உங்களின் உடலில் பல விதமான மாறுதல்கள் ஏற்படுவதாலும் உங்களுக்கு இவ்வாறு நெஞ்சு எரிச்சல் ஏற்படுகின்றது. மேலும் அதிக காரமான உணவுகளை நீங்கள் எடுத்துக் கொள்ளுவதாலும் நெஞ்சு எரிச்சல் ஏற்படும். எனவே அதிக காரமான உணவுகளை தவிர்த்து விடுவது நல்லது. அளவுக்கு அதிகமான உணவை எடுத்துக் கொள்ளுவதும் நெஞ்சு எரிச்சலை உண்டுபண்ணும்.

நெஞ்சு எரிச்சலைத் தவிர்க்க அதிக குடிநீர் பருகுங்கள். நெஞ்சு எரிச்சல் உங்கள் இருதயத்துடன் கொண்டது இல்லை. முதல் மூன்று மாதத்தில் நெஞ்சு எரிச்சல் ஏற்படும். பிறகு முற்றிலும் குறைந்து விடும்.

சில வேளைகளில் கர்ப்பம் தரித்ததிலிருந்து பிரசவ நேரம் வரையிலும் கூட நெஞ்சு எரிச்சல் தொடர்ந்து இருக்கும். இதனைத் தவிர்க்க நீங்கள் கீழ்க்காணும் உபாயங்களை மேற்கொள்ளலாம்.

- ☞ சாப்பிடக்கூடிய பொருட்களை நன்றாக சுவைத்து, மென்று சாப்பிடுங்கள். வேகவேகமாக சாப்பிடுவதைத் தவிரத்திடுங்கள். உணவில் அதிகக் கொழுப்பு உள்ள பொருட்களைச் சேர்த்துக் கொள்ளாதீர்கள். சாக்லெட், காப்பி போன்ற கோப்பின் பொருள்களைத் தவிர்த்திடுங்கள்.
- ☞ அடிக்கடி சாப்பிடுவதை தவிர்த்திடுங்கள். 'சிக்ஸ் மீல்ஸ் சொசலியூசன்' என்ற விதத்தில்

உணவை பகலில் ஆறு முறை சாப்பிடுங்கள்.

- ☞ வேகமாகச் சாப்பிடுவதை தவிர்த்திடுங்கள். சாப்பிடுவதற்கு இடையில் தண்ணீர் பருகுதல் கூடாது. நன்றாக மென்று சாப்பிட்டால் வயிற்றுப் பகுதிக்கு அதிக வேலை இருக்காது. மேலும் வாயு அதிக அளவில் வெளியேறாது.
- ☞ சாப்பிட்டு முடித்த பிறகு அதிக அளவில் தண்ணீர் அருந்துங்கள். தேவைப்பட்டால் பழச்சாறு கூட அதிக அளவில் எடுத்துக் கொள்ளலாம்.
- ☞ படுத்துக் கொண்டு எதையும் சாப்பிடாதீர்கள். பேசிக் கொண்டு சாய்ந்து கொண்டு எதையும் சாப்பிடாதீர்கள். தலையை அடிக்கடி குனிந்து உணவை எடுத்துக் கொள்ளுவது அவசியம். தலையை நிமிர்த்தி ஸ்பூன் வழியாக எடுத்துக் கொள்ளுவது நெஞ்சு எரிச்சல் அதிகமாக உண்டு பண்ணும்.
- ☞ உங்களின் எடை அதிகரிக்க வேண்டும் என்ற எண்ணத்தில் அதிக உணவைச் சாப்பிடாதீர்கள்.
- ☞ இடுப்பை வெட்டும் அளவிற்கு உடலில் துணிகளை அணியாதீர்கள். இறுக்கமற்றத் துணிகளை அணிந்துக கொள்ளுங்கள்.
- ☞ கால்சியம் இணைந்த உணவுகளை எடுத்துக் கொள்ளுவதால் உங்களுக்கு நெஞ்சு எரிச்சல் ஏற்படாது. ஆன்டிபயாடிக் மருந்துகளை எடுத்துக் கொள்ளுங்கள். வீட்டிலேயே நெஞ்சு எரிச்சலை தடுக்க வீட்டு வைத்திய முறைகளைக் கையாளுங்கள்.

1, ஒரு ஸ்பூன் தேன்

2, ஒரு ஸ்பூன் பப்பாளிச் சாறு.

3, வெதுவெதுப்பான பால்

- ☞ புகைப்பிடிப்பதை தொடராதீர்கள்.
- ☞ சாப்பிட்ட பிறகு இனிப்பு பொருள்களைச் சாப்பிடுங்கள். சாக்லெட் மெல்லுவதும் சிறந்தது.
- ☞ உங்களின் மன அழுத்தம் நெஞ்சு எரிச்சலுக்கு ஒரு காரணமாக அமையும். எனவே மனதை அமைதியாக வைத்திடுங்கள்.

உணவில் பிடித்தமானவை மற்றும் பிடிக்காதவை

கர்ப்பத்திற்கு முன்னர் எனக்கு சில உணவுகள் பிடித்தம் இல்லாமல் இருந்தது ஆனால் இப்பொழுது அந்த உணவுகள் பிடிக்க ஆரம்பித்து விட்டது. இது எதனால் ஏற்படுகின்றது?

- நீங்கள் சினிமாப் படத்தில் கீழ்க்காணும் காட்சியைப் பார்த்து இருப்பீர்கள். நடு இரவில் கணவன் தன்னுடைய கர்ப்பிணி மனைவிக்கு ஐஸ்கீரிம் வாங்க இரவு உடை அணிந்து கொண்டு செல்லுவார். ஐஸ்கீரிம் வாங்க தூங்கிக் கொண்டு இருக்கும் கடைக்காரரை எழுப்புவார்.

இவ்வாறாக உங்கள் விஷயத்திலும் ஏற்படலாம். கர்ப்பத்திற்கு முன்னால் மிகவும் பிடித்த உணவு இப்பொழுது உங்களுக்க முற்றிலும் பிடிக்காமல் போய் விடும். கர்ப்பத்திற்கு முன்னால் மிகவும் பிடிக்காத உணவு இப்பொழுது மிகவும் பிடிக்க ஆரம்பிக்கும். இது கர்ப்ப கால ஹார்மோனின் மாறுபாட்டால் ஒரு உண்டாகிறது.

உங்களின் உடல் எனன உணவுப் பொருட்களை விரும்பி எடுத்துக் கொள்ளுகின்றோ அதையே நீங்கள் சாப்பிட ஆரம்பியுங்கள். அந்த உணவானது சமச்சீர் உணவாக இருப்பது மிகவும் அவசியம். இந்தச் சமயத்தில் டயட், விரதம் போன்றவை இருக்கக்கூடாது.

உங்களுக்கு மிகவும் பிடித்தமான உணவு சமைத்துக் கொடுக்க யாரும் இல்லை எனில்

சமையல் செய்வதற்கு ஒரு வேலை ஆளை அமர்த்திக் கொள்ளுங்கள். இதனால் உங்களுக்கு பிடித்தமான உணவை நேரத்திற்கு நேரம் சமைத்துக் கொடுப்பார்.

நான்காவது மாதம் வரையிலும் உங்களுக்கு இவ்வாறாக ஏற்படும் அதுவரை நீங்கள் பொறுமையாக இருப்பது மிக மிக அவசியம். அதற்கு பிறகு மெல்லமாக பழைய நிலைமைக்குத் திரும்புவீர்கள்.

சில கர்ப்பிணிகள் கர்ப்ப காலத்தில் மண், புளி, சாக்பீஸ், சாம்பல் போன்றவற்றைச் சாப்பிடுவார்கள். இவை அனைத்தும் உடலுக்கு மிகவும் கெடுதலானது. பனிக்கட்டி சாப்பிடுவது கூடாது. இதனால் இரும்புச்சத்து குறைவு ஏற்படும்.

நரம்புகள் வெளிப்படுதல்

"என்னுடைய மார்பு மற்றும் வயிற்றில் நீல நிறத்தில் நரம்புகள் வெளிப்படுகின்றன. இது எதனால் ஏற்படுகின்றது?"

நீல நிறத்தில் நரம்புகள் ஏற்படுவதை கண்டு பயப்பட வேண்டியது இல்லை. நீல நிற நரம்புகள் உங்கள் உடலில் ஏற்படுகின்றது. எனில் உங்களின் கர்ப்பம் சரியாக வளர்ந்து கொண்டு இருக்கின்றது என்பதை தெரிய வருகின்றது. கர்ப்ப காலத்தில் அதிகமான இரத்தப் பெருக்கு ஏற்படுவதே இதற்குக் காரணம் ஆகும். மிகவும் வெள்ளை நிறத்தில் உள்ள கர்ப்பிணிகளுக்கு இந்த நீல நிற நரம்பு தெளிவாக வெளியில் தெரியும். உடல் பருமனா பெண்களுக்கு இந்த நீல நிற நரம்பு அவ்வளவாக வெளியில் தெரியாது. குறைந்த நிறம் கொண்ட பெண்களுக்கு இந்த நரம்பு கருப்பு நிறத்தில் தெரியும்.

சிலந்தி வலை நரம்புகள்

நான் கர்ப்பம் தரித்த பிறகு என்னுடைய தொடையில் சிலந்தி வலை நரம்புகள் ஏற்பட்டுள்ளன. இதனால் எனக்கு பாதிப்பு ஏற்படுமா?

சிலந்திவலை நரம்புகளை ஆங்கிலத்தில் 'ஸ்பயிடர் வெயின்ஸ்' என்று கூறுவர். இது உங்களின் தொடைப் பகுதியில் ஏற்படும் உடலில் மேல் பகுதியிலிருந்து இறங்கும் இரத்தமானது தொடை வழியாக காலுக்குச் சென்று அங்கேயே தங்கி விடுகின்றது. பிறகு மெதுவாக மேல் நோக்கி ஏறும்போது தொடையில் அதிக அழுத்தம் கொடுக்கின்றது. தொடையின் அழுத்தம் காரணமாக அங்கேயே தங்கி சிலந்தி வலை நரம்பாக வெளியில் தெரிகின்றது. இது பெரும்பாலும் உடல் பருமனான பெண்களுக்கு ஏற்படும். மேலும் இது ஒரு ஜெனிடிக் காரணமாகக் கூட இருக்கலாம். இது பிரசவத்திற்குப் பிறகு மறைந்து விடும்.

உங்களின் உடலில் இவ்வாறாக சிலந்திவலை நரம்புகள் தென்பட்டவுடன் மேலும் நரம்புகள் பரவாத வண்ணம் தடுக்க மருத்துவருடன் கலந்து ஆலோசனை செய்திடுங்கள். மருத்துவர் அதனைத் தவிர்க்க உங்க்ளுக்கு மருந்துகளை பரிந்துரை செய்வார். மேலும் தேவைப்பட்டால் அதற்காக நீங்க்ள் தினமும் தொடையைச் சார்ந்த உடற்பயிற்சி செய்வது சிறந்தது.

சிலந்திவலை நரம்பு ஏற்பட்டவுடன் பயப்படாதீர்கள். பிரசவத்திற்குப் பிறகு இது தானாகவே மறைந்து விடும். மேலும் அது ஏற்பட்டதற்கான அறிகுறியும் இல்லாமல் போய் விடும்.

வெரிகோஸ் வெயின்ஸ்

"என்னுடைய பாட்டி மற்றும் தாய் அவர்களின் கர்ப்பத்தின் சமயத்தில் வெரிகோஸ் வெயின்ஸால் அவதிப்பட்டார்கள் என்று கூறினார்கள். எனக்கும் இப்போது வெரிகோஸ் வெயின்ஸ் ஏற்பட்டு உள்ளது. நான் இப்போது என்ன செய்வது?

இது சாதாரணமானது தான். கர்ப்பத்தின் சமயத்தில் கால்களில் ஏற்படுவதே வெரிகோஸ் வெயின்ஸ் எனப்படும். இது ஒன்றும் பயப்பட வேண்டிய விஷயம்

இல்லை. சில வேளைகளில் இது பரம்பரை வியாதியாகக் கூட இருக்கலாம்.

முதல் கர்ப்பத்தில் தான் வெரிகோஸ் வெயின்ஸ் ஏற்படுகின்றது. கர்ப்ப காலத்தில் ஏற்படுகின்ற அதிகப்படியான இரத்தப் பெருக்கானது இரத்த நாளங்களின் மீது அழுத்தம் ஏற்படுகின்றது. இது அதிக அளவில் கால் தொடைகளில் தான் ஏற்படுகின்றது. அதிக உடல் பருமன் கொண்ட பெண்களுக்கு வெரிகோஸ் வெயின்ஸ் ஏற்படும் வாய்ப்பு அதிகம். கர்ப்பத்தின் வடிவம் வயிற்றுப் பகுதியில் பெருகப் பெருக இது கால்களில் ஏற்படுகின்றது. கர்ப்ப கால ஹார்மோன் மாறுபடும் வெரிகோஸ் வெயின்ஸ் ஏற்பட ஒரு காரணமாகும்.

வெரிகோஸ் வெயின்ஸின் அறிகுறிகளை கண்டுபிடிப்பது ஒன்றும் சிரமமான விஷயம் இல்லை. கால்களில் வலி ஏற்படுதல், கால்களில் அழுத்தம், வீக்கம் போன்றவையே இதனுடைய அறிகுறிகளாகும். சிறிய நீல நிறமான நரம்புகள் தோன்றும். அதிகமாக தொடைப் பகுதியில் மட்டுமே தோன்றும்.

அதிகப்படியான நரம்புகள் உடல் பருமமான பெண்களுக்கு ஏற்பட வாய்ப்பு உண்டு (மருத்தவரின் ஆலோசனைப் படி மாயிஸரைஸிங் கிரீம் ஏதாவது தடவிக் கொள்ளலாம்) உங்களுக்கு வெரிகோஸ் வெயின்ஸின் அறிகுறி தென்பட்டவுடன் மருத்துவரை உடனுக்குடன் சந்திப்பது அவசியமாகிறது.

- ☞ இரத்தப் போக்கைக் கவனித்திடுங்கள். அதிக நேரம் நின்று கொண்டு இருக்காதீர்கள். அதிக நேரம் ஒரே இடத்தில் உட்கார்ந்து கொண்டு இருக்காதீர்கள் படுக்கும்போது கால்களுக்குக் கீழே தலையணை வைத்துக் கொள்வது சிறந்தது. படுக்கும் போது எப்போதும் இடது புறமாகவே படுத்திடுங்கள். இதனால் இரத்தப் போக்கு சரிவர இருக்கும்.
- ☞ எடை மீது கவனம் செலுத்திடுங்கள். அதிக உடல் எடை இருப்பின் உடல் எடையைக் குறைத்திடுங்கள்.
- ☞ எடை அதிகமான பொருட்களை எடுக்காதீர்கள். இதனால் நரம்புகளில் வீக்கம் ஏற்படும்.
- ☞ மலம் கழிக்கும்போது அதிக அழுத்தம் கொடுக்காதீர்கள். இதனால் நரம்புகளுக்கு அழுத்தம் ஏற்படும் மேலும் மலம் முழுவதையும் கழித்து விடுவது நல்லது.
- ☞ கீழ்ப்பகுதிக்கான உள்ளாடையை மிகவும் இறுக்கமாக அணியாதீர்கள். படுப்பதற்கு முன்னர் உள்ளாடையைக் கழற்றி விட்டுப் படுங்கள். பகல் முழுவதும் கூட தேவைப்படுகின்ற சமயத்தில் மட்டும் அணிந்திடுங்கள்.
- ☞ இறுக்கமான வெளி ஆடைகளை அணியாதீர்கள். இதனால் இரத்தப்போக்கில் தடை ஏற்படுவது தவிர்க்கப்படும்.
- ☞ பெல்ட், டைட் ஜட்டி, இலாஸ்டிக் கொண்ட சாக்ஸ் போன்றவை அணியாதீர்கள். உயரமான ஹீல்ஸ் செருப்பு அணிவது கூடவே கூடாது.
- ☞ தினமும் சிறிதளவு உடற்பயிற்சி செய்திடுங்கள். சிறிது தூரம் நடங்கள் சைக்கிளிங் செய்வது மிகவும் சிறந்தது.
- ☞ விட்டமின் சி அதிகமுள்ள உணவுப் பொருட்களை எடுத்துக் கொள்ளுங்கள். இது உங்களின் நரம்பிற்கும் மற்றும் சருமத்திற்கும் மிகவும் சிறந்தது.

கர்ப்ப காலத்தில் ஏற்படுகின்ற வெரிகோஸ் வெயின்ஸிற்கு ஆபரேஷன் செய்வது என்ற ஆலோசனை செய்யப்படுவது இல்லை. பிரசவத்திற்குப் பிறகு பெரும்பாலும் இது தானாகவே சரியாகி விடுவது உண்டு.

பெல்விக் பகுதியில் வலி மற்றும் வீக்கம்

"கர்ப்ப காலத்தில் வெள்ளைப்படுதல் ஏற்படக் காரணம் என்ன?"

கர்ப்ப காலத்தில் ஏற்படும் யோனிக்குழாய் கசிவு அதுவும் கர்ப்பத்தின் கடைசி நாட்களில் ஏற்படும் கசிவு உடனடியாகக் கவனிக்கப்படவேண்டும். ஏனென்றால் இது குழந்தையைச் சுற்றியுள்ள நீராக இருக்கலாம். இதைக் கவனிக்கத் தவறினால் குழந்தையின் உடல் நலனுக்கு ஆபத்து ஏற்பட வாய்ப்புண்டு.

யோனிக் குழாய் தொற்று இருக்கிறதா? அல்லது பனிநீர் கசிவா என்பதைக் கண்டுபிடிக்க வேண்டும். யோனிக் குழாய் சோதனைக் கருவியின் மூலம் உங்கள் மனைவிக்குப் பரிசேதனை செய்து இதைக் கண்டுபிடிக்க முடியும். தயவுசெய்து உடனே இதனைக் கண்டுபிடித்துச் சரி செய்யவும், ஏனென்றால் இதனால் கருவில் இருக்கும் குழந்தையின் உடல் நலனுக்கு ஆபத்து ஏற்பட வாய்ப்புண்டு.

பருக்கள்

என்னுடைய சருமத்தில் பருக்கள் உள்ளனை. சிறு வயதில் இறுக்கிறாந் போல் உங்கள் இதை என்ன செய்ய வேண்டும்.

கர்ப்பமாக இருக்கும் பெண்ணின் முகத்திய தோன்றும். பிரகாசம், சிவப்பு தன்மை சந்தோஷத்தால் வருவதில்லை. இது ஹார்மோனஸ் மாற்றத்தால் மற்றும் எண்ணோய் சுரபிகளின் கசிவால் ஏற்படுகிறது. சில கர்ப்பமான பெண்களுக்கு பருக்கள் தோன்றுமா சில யோசனையால் இதை கட்டுபடுத்தலாம்.

- லேசான கிளின்சரால் முகத்தை ஒருநாளைக்கு இரண்டு தடவை கழுவுங்கள் அதிக அளவு தேய்க்க வேண்டாம். இதனால் உங்கள் சருமம் மிருதுவாக பருக்கள் அதிகமாகும்.
- பருக்களுக்கு தடவும் எந்த மருந்தும் மருத்துவரின் அனுமதியின்றி தடவாதீர்கள், எல்லாமே பாதுகாப்பாக இருக்கும் என்பதில்லை.
- சருமத்தை வறட்சியாக வைத்திருக்க என்னைய் இல்லா மாயசுரசர் உபயோகியுங்கள். சில சமயம் அதிக அளவு வறட்டு சருமம்த்தில் பருக்கள் வரும்.
- உங்கள் சருமத்தின் துவாரங்கள் மூடாத அளவு காஸ்மெடிக்ஸ் உபயோகியுங்கள். அதில் நான்,காமேடோஜெனிக் என்று எழுதி இருக்கும்
- முகத்தை தொடும் எல்லா பொருட்களையும் சுத்தமாக வைத்துக் கொள்ளவும். உங்களின் மேக்அப் பேகிங்கில் எல்லா பொருட்கள் சுத்தமாக இருக்க வேண்டும்.
- உங்கள் பருக்களை பிடுங்க மற்றும் கீர கூடாது. இதலிஜீண் இன்ஃபெக்ஷன் ஏற்பட வாய்ப்புண்டு. கர்ப்பகாலத்தில் மிகவும் ஜாக்கிரதையாக இருக்க வேண்டும் ஏன் என்றால் சருமத்தில் அடையாளம் ஆகிவிடும்.
- தேவையான அளவு சத்துள்ள உணவு எடுத்து கொள்ளுங்கள்.
- தண்ணீர் நிறைய குடியுங்கள். அதனால் உங்கள் சருமம் மிருதுவாகவும் சுத்தமாகவும் இருக்கும்.

வறட்டு சருமம்

என்றுடைய சருமம் ரொம்பவும் வரண்டதாக இருக்கு இதுவும் கர்ப்பத்தால் உண்டாவது தானா?

- உங்கள் ஹார்மோன் தான் இந்த வறட்டு சருமத்துக்கு காரணம் என்று கூறலாம். ஹார்மோன் உங்கள் சருமத்தின் இரத்ததன்மை மற்றும் மிருது தன்மையை திருடிகொள்கிறது. சருமத்தை குழந்தை போல பாதுகாக்க வேண்டும். அதற்காக கீழ் கண்ட வற்றை உபயோகியுங்கள்.
- சோப் இல்லாத கிளின்சரை உபயோகப்படுத்தவும். இதை ஒருநாளில் ஒரு முறை அல்லது இரவில் மேக் அப் எடுத்த பிறகு உபயோகிக்கவும். அதன்

பிறகு முகத்தை தண்ணீரில் கழவவும்.

- லேசான ஈர சருமத்தில் மாயிஸ்சரைசர் தடவுங்கள் மற்றும் ஒரு நாளில் நிறைய தடவை தடவுகள்.
- குளிக்கிற நேரம் குறையுங்கள். அதிகமாக கழுவினாம் சருமம் உலர்ந்த விடுகிறது. தண்ணீர் ரொம்ப சூடாக இல்லாமல் வெதுவெதுப்பாக இருக்க வேண்டும். சுடுநீர் முகத்தில் உள்ள இயற்கை எண்ணெயை உறிந்சிவிடுகிறது பிறகு அதை வறட்டு மற்றும் உயிரற்றதாகி விடுகிறது.
- உங்கள் டப்பில் வாசனையற்ற பாத் ஆயில். கலக்குங்கள். கால்கள் வழுக்காமல் பார்த்துக் கொள்ளுங்கள் ஜாக்கிரதையாக இருங்கள்.
- நாள் முழுவதும் அதிக அளவு தண்ணீர் குடியுங்கள். உணவில் கொழுப்பு சேர்த்து கொள்ளுங்கள், ஒமேக3 குழந்தைகாக மற்றும் உங்கள் சருமத்துக்கும் லாபமானது.
- உங்கள் அறைகளில் புழுக்க இருக்க கூடாது.
- வெய்யிலில் போவதற்கு முன்பு சன்ஸ்கிரீன் தடவுங்கள்.

எக்ஸிமா

எனக்கு எப்பொழுதும் எக்ஸிமா உள்ளது கர்ப்பகாலத்தில் என் நிலமை இன்னும் மோசமாகிவிட்டது. நான் என்ன செய்ய வேண்டும்?

கர்ப்பநிலையில் ஹார்மோன் எக்ஸிமாவை இன்னும் மோசமாக்கி விடுகிறது. எந்த பெண்கள் இதனால் அவதி படுகிறார்களோ அவர்களுக்கு இந்த சருமத்தின் எரிச்சல் மற்றும் வலி தாங்க முடியாதது. சில எக்ஸிமா சில மாதங்கள் கழித்து போய்விடுகிறது, அவர்கள் நிச்சயம் பாக்கியசாலிகள்.

கர்ப்பமாக இருப்பவர்கள் குறைவான டோசில் ஹைடிரோகார்டிசன் மருந்துகள் மற்றும் கிரீம் தடவ வேண்டும். உங்கள் சரும நிபுனரிடம் ஆலோசனை கேட்டுக் கொள்ளுங்கள். ஆன்டிஹிஸ்டெமைன் உபயோகித்தால் நன்றாக இருக்கும். ஆத மருத்தவரிடம் கேட்டுக்கொளளுங்கள். சாதாரணமாக உபயோகிக்கும் ஆன்டிப யோடிக்ஸ் உபயோகபடுத்து முன் மருத்தவரின் ஆலோச,ன,ய கேட்டு கொள்ளுங்கள். நான்ஸ்டீராய்டல் பொருள் உபயோக படுத்த அனுமதி இல்லை. எக்ஸிமாவால் நீங்கள் அவதி படுகிறீர்கள் என்றால் சிகிச்சைக்கு பதிலாக விலக்குவது மேல்.

- லேசாக அரிப்புக்க நகம் தேவைபடாது. ஈர ஒத்தடம் போதும் சொறிந்தால் நிலமை மோசமாகிவிடும் மற்றும் இன்ஃபெக்ஷன் ஆகிவிடும். உங்கள் நகங்களை சிறிதாக

தொப்புள்

கர்ப்பத்திற்கு முன்னர் தொப்புள் தெரிய ஆடை உடுத்தி இருப்பீர்கள் ஆனால் கர்ப்பத்திற்கு பிறகு தொப்புள் தெரிய ஆடை உடுத்த முடியாது. மேலும் தொப்புளில் எந்த வித தொற்று நோயும் ஏற்பட கூடாது. கர்ப்பத்தில் இருக்கும் கருவுடன் உங்களின் தொப்புளானது நேரடி தொடர்பு கொண்டுள்ளது. உங்களின் தொப்புள் கர்ப்பத்தின் வடிவம் பெருக பெருக வெளியே உப்பிக் கொண்டு தெரியும்.

பெல்ட் அணிவதைத் தவிர்த்திடுங்கள். ஏனெனில் தொப்புளை சுற்றிச் வட்டம் வந்து விடும். உடலை இறுக்கும் ஆடையைத் தவிர்த்திடுங்கள்.

சில கர்ப்பிணிகள் தங்களின் தொப்புள் தெரியும் வண்ணம் ஆடை அணிவதை விரும்புவார்கள். ஆனால் இது முற்றிலும் அபாயமானது ஏனெனில் தொற்று நோய் உடனடியாக தொப்புளைத் தொற்றிக் கொள்ளும்.

குமட்டல் உண்டானால், சாப்பிடும்படி கட்டாயப்படுத்தாதீர்கள். சுத்தமானதாக இருக்கும்வரை எந்த உணவும் சரிதான். அது ஆரோக்கியமானதாக இல்லாவிட்டாலும்கூட அவர் சாப்பிடும் அளவே போதுமானது. இதற்கு மேல் சாப்பிடும்படி கட்டாயப்படுத்தினால் அது அவருக்கு வாந்தியை உண்டு பண்ணும். உணவு உண்ண முடியவில்லையென்றால் நீர் வறட்சியைத் தவிர்க்க அதிக அளவில் அவர் நீர் குடித்தாலே போதுமானது.

வைத்துக் கொள்ளுங்கல். அரிப்பு ஏற்பட்டால் சொறிகிற அளவு வெட்டி விடுங்கள்.

- லான்ட்ரிடிடர்ஜென்ட், ஹவுஸ் ஹோல்ட் கிளீனர், சோப், பனல்பாத், காஸ்மெடிகஸ், பர்ஃபயூம், வுல் செடிகள், நகைகள் மற்றும் மாமிசம், பழங்களின் ஜீஸ் போன்ற தூண்டுதலான பொருட்களிலிருந்து தூரமாக இருங்கள்.
- லேசான ஈரமான சருமத்தில் மாஸ்சரைசர் தடவுங்கள் அதனால் அவைகாயந்து போகாது அடையாலமும் இருக்காது.
- தண்ணீரில் அதிக நேரம் இருக்காதீர்கள். (முக்கியமாக சுடுதண்ணீரில்).
- வேர்வை வரக்கூடாது. கர்ப்பமாக இருக்கும் பெண்களுக்கு அதிகமாக வேர்க்கும். லேசான காட்டன் புடவை உடுத்துங்கள். சின்தடிக ஆடைகள் ஒதுக்கி விடுங்கள்.
- மன அழுத்தம் ஏற்படாத பார்த்து கொள்ளுங்கள். மன அமுத்தம் ஏற்பட்டால் லேசாக இழுத்து மூச்சு விடுங்கள்.

இது பாரம்பரியமிக்கது. உங்களுக்கு எக்ஸிமா இருந்தால் குழந்தைக்கு வரும், ஆனால் தாய்பால் குடிக்கும் குழந்தைகளுக்கு இது மிகவும் குறைந்து விடுகிறது. உங்கள் குழந்தைக்கு தாய்பால் கொடுங்கள். அது போனசாக இருக்கும்.

வீங்குவது தெரிவது மற்றும் மறைவது

ரொம்ப வின்தையான விஷயம் என்ன வென்றால் ஒரு நாள் என் வயிறு தெரிகிறது அடுத்த நாள் தெரிவதில்ல. அது ஏன்?

இது எல்லாம் மலச்சிக்கல் மற்றும் வாயுவின் அற்புதம். இதனால் வீங்கின வயிறை சமளவு ஆக நேரம் ஆவதினால், எந்த அளவு வீக்கம் தெரிகிறதோ அதே அளவு மறைந்துவிடுகிறது. கவலைப்படாதீர்கள். வெகுசீக்கிரமாக வயிற்றில் வரும் வீக்கம் மறையாது அதில் ஒருசின்ன குழந்தை சந்தோஷத்தில் இருக்கும்.

என்னுடைய ஃபிகர்

குழந்தை பிறந்த பிறகு என்னுடை ஃபிகார் மிண்டும் பழையபடி ஆகிவிடுமா?

இது உங்களை பொறுத்தது. ஒவ்வொறு பெண்ணின் எடை 2 லிருந்து 4 பௌண்ட் வவ்ட்கிறது, நீங்கள் சரியான முறையை, சரியான விதத்தில், சரியான உணவை எடுத்துக்கொண்டால் டிலிவரிக்கு பிறகு உங்கள் ஃபிகர் பழையபடி திரும்பி வரும் குழந்தை பிறந்த பிறகும் கூட நீங்கள் சரியாக உணவு முறை உடற்பயிற்சசி செய்தால் ஷேப் திரும்பி வரும் ஆனால் இந்தமுறையில் குறைந்தது ஆறு மாதம் ஆகும்.

கர்ப்பகாலத்தில் எடை கூடுவது பற்றி கவலை படவேண்டியதில்லை, ஏன் என்றால் அது உங்கள் குழந்தையின் பராமரிப்பு மற்றும் தாய்ப்பால் கொடுக்க மிகவும் முக்கியமாக தேவைப்படும்.

கருவறையில் அமைப்பு

பரிசோதனையின் பொழுது மிட்வையிஃப் எனது கருவறையில் அமைப்பு சிறியதாக இருக்க என்று கூறினார். அப்படி என்றால் என் குழந்தையின் வளர்ச்சி சரியான முறையில் ஆகவில்லையா?

பெற்றோர் எப்பொமுது பிறக்காத குழந்தையின் எடையைபற்றி கவலை படுகிறார்கள். இதில் கவலைப்பட எதுவும் இல்லை. வெளியேயிருந்து உங்கள் கருவறை அலந்து விஞ்ஞானிகளால் எதுவும் சொல்லமுடியாது. உங்கள் மிட்வாயிஃப் அல்ட்ரா சௌண்ட் செய்ய சொல்லலாம், அது இல்லாமல் எதுவும் கூற முடியாது. அல்ட்ரா சவுண்ட் மூலமாக கருவறையின் அமைப்பு மற்றும் பிறக்கும் தேதி பற்றி அனுமானிக்கலாம்.

கருவறையின் பெரிய அமைப்பு.

என்னுடைய கருவறையின் அமைப்பு பத்துவாரம் கணக்கில உள்ளது, ஆனால் மாதவிடாய் கணக்குபார்த்தால் என்னுடைய கர்ப்பத்தின் காலம் எட்டுவாரம் ஏன் என்னுடைய

கறுவறையின் அமைப்பு பெரியதாக உள்ளது?

நீங்கள் ஏதாவது தப்பு கணக்கு போட்டு இருப்பீர்கள் இல்லாவிட்டால் தேதி சரியாக ஞாபகம் இல்லையா. வயிற்றில் இரட்டை குழந்தை இருக்கலாம் ஆனாம் இவ்வளவு சீக்கரம் கருவறையை பிரபாவம் செய்வதுதில்லை. மருத்துவர் அல்ட்ரா சவுண்ட் எடுக்க ஆலோசனை கூறுவர், பிறகு தான் எதுவும் தெரியும்.

சிறுநீர் கஷ்டம்

கடந்த சில்நாட்களாக எனக்கு சிறுநீர் கழிப்பதில் கஷ்டமாக உள்ளது. பளாடர் நிறைந்து இருந்தும் சிறுநீர் கழிக்க முடியவில்லை ஏன்?

உங்கள் கருவறை முன்னுக்குபதிலாக பின் பக்கமாக தாழ்ந்து இருக்கும், 5 லிருந்து ஒரு கர்ப்பமான பெண்களுக்கு இந்த பிரச்சனை உள்ளது. இது பிளாடர் பக்கம் வருகின்ற டியூப் யுரெத்ரா மீது அமுத்தம் கொடுப்பதால் சிறுநீர் கழிக்க கஷ்டமாக உள்ளது. பிளாடர் அதிகளவு நிறைந்து விட்டால் பாத்ரூம்லீக் (கசிதல்) ஆகிவிடுகிறது.

எல்லா விவகாரங்களில் மெடிகல் தலையீடு இல்லாமல் கருவறை முதல் மூன்று மாதம் வரை தன்னுடைய நிலையில் வருகிறது. உங்களுக்கு மிகவும் கஷ்டமாக இருந்தால் மருத்துவரை அனுகுங்கள். அவர் கருவரையை கையால் சரியான நிலையில் உட்காரவைக்கலாம், யுரேத்ரா மீது அமுத்தம் படாமல் வைக்கலாம், சாதாரணமாக இந்த விதம் கைகொடுக்கிறது. இல்லா விட்டால் கைதடராய்செஷன் (டியூப் மூலம் சிறு நிர்எடுத்துக்) கண்டிப்பாக செய்ய வேண்டிவரும்.

சிறுநீர் வழியில் ஏதாவது தொற்று இருந்தாம் சிறுநீர் கழிப்பது கடினமாக இருக்கலாம்.

மூடில் ஏற்றதூதாழ்வு

கர்ப்பகாலத்தில் சந்தோஷமாக இருக்கவேண்டும் என்று எனக்கு தெரியும் நான் சில சமயம் சந்தோஷமாகவும் இருக்கிறேன், ஆனால் சில சமயம் துக்கமாக இருக்கிறது. என்னுடைய மனம் எனக்கு அழனும் போல் உள்ளது ஏன்?

ஏற்றதாழ்வு வந்துகொண்டே தான் இறுக்கும். கர்ப்பநிலையில் மூட் சரி செய்வது, கெடுப்புத பற்றி சொல்ல முடியவில்லை. ஒரு நிமிஷம் நீங்கள் நிலவில் இறுக்கிறீர்கள் அடுத்த ஷனம் பாலஸியின் பணத்துக்காக அழுகிறீரிர்கள். இதற்கெல்லாம் காரணம் ஹார்மோன்களா? முதல் மூன்று மாதங்களில் இந்த ஹார்மோனின் முழுமயான உண்மை தெரிகிறது. அப்பொழுது இந்த பிரச்ச,ன உச்சத்தில் இருக்கிறது. சாதாரணமாக பெண்களில் பி.எம்.எஸ் இருந்தால் மூடில் எற்றத் தாழ்வு கர்ப்பகாலத்திம் இதுபோன்ற உள்ளது. எந்த விதமான உடல ரீதியாக அல்லது மனரீதியாக எந்த மாற்றமும் முடில மாற்றம் ஏற்படும்.

முதல் மூன்று மாதம் பிறகு இது ஒரு விதத்தில் சாந்தி அடைகிறது. கர்ப்பகாலத்தில் இந்த மாற்றத்தை பழகிக் கொள்கிறார்கள் நம்மை இதுலிருந்த காப்பாற்ற சிலவழிகள் ;

- உங்கள் பிளட் சுகரின் நிலை உயர்வாக இருக்கட்டும். மூடிற்க்கும் அதற்கும் என்ன சம்பந்தம். ரொம்ப இருக்கு, பிளட் சுகர் இறங்கினால் மூட் அவுட்டாகி விடுகிறது. உங்கள் மூன்று உணவு முறையை ஆறு உணவு முறையாக மாற்றிக் கொள்ளுங்கள் அதில் காம்பிளக்ஸ் கார்ப்ப புரதம் மற்றும் சேருங்கள்.
- சர்க்கரை மற்றும் கேஸ்பீன் அளவுகுறையுங்கள். சாப்பிடும் பொழுது பிளட்சுகரின் நிலை எந்த அளவு உயருகிறதோ அதே அளவு குறைகிறது. சரியான அளவு எடுத்துக்கொள்ளுநக்கள்.
- உங்கள் கர்ப்பகால உணவு திட்டத்தை சரியான முறையில் எடுத்துகொள்ளுங்கள். உணவில் 3 ஃபெடி அமிலம் சேர்த்துகோள்ளுங்கள் (அக்ரோட், மீன் மற்றும் முட்டைபோன்றவை) இதனால்

மூடில் திருத்தம் வரும் கூடவே குழந்தையின் மூளையும் வளரும்.

- உடற்பயிற்சியால என்டோர்ஃபின கசிவு ஏற்படுகிறது, முன்பை விட மேலாக அனுபவிக்கிறீர்கள். மருத்துவரின் ஆலோசனை பெறுங்கள்.
- கொஞ்சம் ரோமாண்டிக்காக இருங்கள்.... செகஸ் இல்லை என்றாம் ஒதுத்தரை ஒருத்தர் சேர்த்து கட்டிபிடித்து லேசாக முத்தமிடுதல், பழைய கதைகளை பேசுவது, இதெல்லாம் கூட மூடில் மாற்றங்கள் ஏற்படலாம், பரஸ்பர சந்தோஷம் மூடை சரியாக்கிவிடும்.
- உங்கள் வாழ்க்கையில் வெளிசசம் கொண்டு வாருங்கள். சூரிய ஒளி யிலிருந்து கூட மூட் சரியாகிவிடுகிறது என்று சர்வே மூலம் தொரிகிறது, ஆனால் சன்ஸ்கிரீன் போடுவதை மறக்காதீர்கள்.
- கவலை, மனஅழுத்தம், கஷ்டம், பாதுகாப்பின்மை இவை எல்லாம் கலந்து எண்ணும் கர்ப்ப நிலையை இருப்பவர்களுக்கு வருவது சகஜம் எப்பொழுது இந்தமாதிரிநிலை வந்தால் உடனே யாரிடமாவது பேசுங்கள். உங்கள் கணவர், நண்பர் அல்லது கர்ப்பமான தோழியிடம் மனதில் உள்ளதை சொல்ங்கள். உங்கள் மூட் சரியாகிவிடும்.
- ஓய்வுஎடுங்கள். சோர்வால் மூடில் ஏற்றம் தாழ்வு அதிக அளவு ஏறுகிறது. ஒனறாக தூங்குங்கள். அளவுக்கு அதிகமாக தூங்காதீர்கள்.
- நன்றாக ஓய்வெடுக்க கற்றுக்கொள்ளுங்கள். மன அழுத்தம் உங்களை சோர்வடையக் செய்கிறது. இதை தடுக்க ஏதாவது செய்யுங்கள்.
- உங்கள் நடவடிக்கைனில் மிகவும் பாதிக்கபடுவது உங்கள் கணவர் மட்டும் தான். அவரிடம் பேசுங்கள். உங்களுக்கு என்ன வேண்டும் என்று சொல்ங்கள் எதுவேண்டாம் என்றும் சொல்ங்கள். நீங்கள் உங்கள் மனதில் இருப்பவை எடுத்துச சொல்ங்கள் அப்பொழுது தான் எந்தவிதமான கருத்து வேறுபாடு இருக்காது. எப்பொழுது இந்த மாதிரி நிலை வந்தால் உடனே யாரிடமாவது பேசுங்கள். உங்கள் கணவர், நண்பர் அல்லது கர்ப்பமான தோழியிடம் மனதில் உள்ளதை சொல்ங்கள். உங்கள் மூட் சரியாகிவிடும்.
- ஓய்வு எடுங்கள். சோர்வால் முடில் எற்றம் தாழ்வு அதிக அளவு ஏறுகிறது. ஒன்றாக தூங்குங்கள். அளவுக்கு அதிகமாகதூங்காதீர்கள்.
- நன்றாக ஓய்வெடுக்க கற்றுக்கொல்ங்கள். மன அழுத்தம் உங்களை சோர்வடையச செய்கிறது. இதை தடுக்க ஏதாவது

கர்ப்ப காலம் மற்றும் உங்களின் எடை

கர்ப்பத்தின் முதல் பாதி காலத்தில் 3 கிலோ எடை குறைவது பயப்படும்படியான விஷயமல்ல. 2 - 5 மாதம் வரை பல பெண்கள் 1_3 கிலோ குறைவது சகஜம்தான். பல காரணங்கள் இதற்கு உண்டென்றாலும் தற்சமயம் இது பயப்படவேண்டிய விஷயமில்லை என்பதே போதுமானது குமட்டல் உணர்வு அடுத்த சில வாரங்களினல் சரியாகி விடலாம்.

கர்ப்ப காலத்தில் ஏற்படும் மசக்கைக்கு உண்டான காரணங்கள் பூரணமாக அறியப்படாத ஒன்று. அகவே அதைச் சரி செய்ய முடியாது. உங்கள் மனைவியை முடிந்த அளவு சௌகரியமாக வைத்திருப்பது தான் நீங்கள் செய்யக்கூடிய ஒன்று கீழ்க்கண்ட சில விஷயங்களை மனதில் கொள்ளுங்கள்.

செய்யுங்கள்.

- உங்கள நடவடிக்கைளில் மிகவும் பாதிக்கப்படுவது உங்கள் கணவர் மட்டும் தான். அவரிடம் பேசுங்கள். உங்களுக்கு என்ன வேண்டும் என்று சொல்ங்கள் எதுவேண்டாம் என்னும் சொல்ங்கள். நீங்கள் உங்கள் மனதில் இருப்பவை எடுத்துச சொல்ங்கள் அப்பொழுது தான் எந்தவிதமான கருத்து வேறுபாடு இருக்காது.

கர்ப்பநிலை மற்றும் உங்கள எடை

இரண்டு கர்ப்பமான பெண்கள் டாக்டரின் அறையில் வெளியே வேடிங்லிஸ்டில் இருந்தால் இப்படிதான் கேள்வி கேட்பார்கள்.

உங்கள் டியூடேட் என்ன?

உங்கள் குழந்தை உதைக்கிறதா?

உங்களுக்கு உடம்பு சரியில்லையா?

சாதாரணமான கேள்வி உங்கள் எடை எவ்வளவு கூடிஇருக்கிறது?

கர்ப்பநிலை எல்லா பெண்களில் எடைகூடுகிறது அதுவும் ரொம்ப முக்கியம். சரியான அளவில் எடை இருந்தால், குழந்தையின் வளர்சசியும் சரியாக இருக்கும். எடையின் சரியான அளவு என்ன? எவ்வளவு அதிகமாக இருக்கும்? எவ்வளவு குறைவாக இருந்தால் குறைவு என்று சொல்ல முடியும்? டிலிவரிக்கு பிறகு எடைகுறையுமா?

பதில் : இதற்கு எல்லாம் ஒரே பதில் ஆம்.

சரியான விதத்தில் சரியான முறையில் சரியான உணவு முறையில் எடை கூடுகிறது. நீங்கள் எந்த அளவு எடை கூட வெண்டும்.

குழந்தையின் வளர்ச்சிகாக உங்கள் எடை கூட்டுவது மிகவும் அவசியம். அதிகமாக எடை கூடினாம் குழந்தை மற்றும் பிரசவ நேரத்தில் தொந்தரவு எற்படலாம். சரியான முறையில் எடை கூடவில்லை என்றாம் பிரச்சினைதான். பிரக்னென்ஸியில் சரியான எடைகூடுவதற்கான ஃபார்முளா என்ன?

கர்ப்பநிலை மற்றும் கர்ப்பமான பெண்கள் இரண்டும் தனியாக உள்ளது. அதனால் ஃபார்முலா ஒன்றாக இருப்பதில்லை. நீங்கள் 40 வாரத்தில் எவ்வளவு பவுண்ட எடைகூட வேண்டும் என்பதை கர்ப்பத்தின் முன்னால் எந்த அளவு எடை இருந்தீர்கள் என்று தெரிய வேண்டும்.

மருத்துவர் சரியான முறையில் எடை கூடுவதை பற்றி கூறுவார். எம்ஐ முலமாக கர்ப்பத்தின் எடைய பற்றி தெரிந்து கொள்ளலாம். இது உடலின் கொழுப்பின் அளவு. இதில் நீங்கள் உங்கள் எடை, ய பவுண்டில் 70ல் பெருக்க வேண்டும். பிறகு இதை இஞ்ச ஸ்கேயர் ஹைட் முலமாக வகுக்க வேண்டும். உங்கள் பிஎம்ஐ சராசரி என்றால் 25 முதல் 35 பவுண்டவரை எடை கூட்ட வேண்டும். நீங்கள் பருமனாக இருந்தால் 15 முதல் 20 பவுண்ட் வரை அதை விடகுறைவாக உடல் கூட்ட ஆலோசனை கூறுங்கள். ரொம்ப ஒல்லியாக இருந்தால் 28 முதல் 40 பவுண்ட் வரை எடை கூட்டுவேண்டும். குழந்தை ஒன்றுக்கு மேற்பட்ட இருந்தால் தேவைக்கேற்ப எடை கூட்ட வேண்டும்.

சரியான எடைக்காரணம், உங்கள் மெடாபாலிஸம். கர்ப்பத்தின் அறிகுறி (நெஞ்செரிச்சல், குமட்டல், உணவில் மிடிக்கா, ருசியின்மை) இதெல்லாம் கூட எடையின் பொழுது கவனிக்க வேண்டும்.

எந்த அளவில் எடை கூட்ட வேண்டும் ?

கர்ப்பநிலையில் இந்த வேலை மிகவும் மெல்லமாக செய்ய வேண்டும். அதுதான் குழந்தை மற்றும் உங்கள் உடக்கு ஆரோக்கியம் அளிக்கும். பவுண்டின் என்னிக்கை கூட எடை கூட்டவேண்டும். இது மிகவும் அவசியம். வயிற்றில் உள்ள குழந்தைக்கு சரியான அளவு சத்தான உனவுகள் மற்றும் கெலோரி சரியான அளவில் எடுக்க வேண்டும்.

சரியான முறையில் எடை கூட்டினால் எந்த விதமான உடல் அழுத்தம் இருக்காது

மற்றும் சருமத்தில் ஸ்டிரச மார்க் இருக்காது. அதேபோல் குழந்தை பிறந்த பிறகு ஷேப் அப்படி வந்து விடும்.

ஆரம்ப முதல் மூன்று மாதம் குழந்தையின் அளவு எடை சிறிய தானியம் அளவு தான் இருக்கும். முதல் மூன்று மாதத்தில் 2 முதல் 4 பவுண்ட் வரை ஏறினால் போதுமானது. சில பெண்கள் இதை முற்றிம் ஏற்ற முடியவில்லை. (மார்னிங் சிக்னெஸ் மற்றும் வாந்தியின் மூலம்) சில பெண்கள் கெலோரி நிறைந்த உணவை சாப்பிட்டு எடை அதிக அளவு ஆகி விடும். யார் மெல்ல மெல்ல எடை கூடுகிறார்களோ அவங்களுக்கு பிரசவத்தின் பொழுது சுலபமாக இருக்கும்.

இரண்டாவது மூன்று மாதத்தில் குழந்தை வளர்கிறது. உங்கள் எடை 4 முதல் 6 வாரம் சராசரி வாரத்தில் 1 முதல் 1 பவுண்ட வரை ஏற்ற வேண்டும். அதாவது 12 முதல் 14 பவுண்ட.

கடைசி மூன்று மாதத்தில் எடை 8 முதல் 10 பவுண்ட விட அதிகமாக இருக்க கூடாது. நிறைய பொண்களுக்கு ஒன்பதாவது மாதத்தில் எடை ஏறுவதில்லை அல்லது ஒன்று அல்லது இரண்டு பவுண்ட குறைந்து விடுகிறது.

உங்கள் இலக்கை எந்த அளவு அடைய முடியும். சில சமயம் சாப்பிட விருப்பம் இருக்காது. சில சமயம் குமட்டல் உண்டாகும்.

எடை அதிகரிப்பதில் தடை

குழந்தை	7 1/2 பவுண்டு
பிளசன்டா	1 1/2 பவுண்டு
அம்னியோடிக் திரவம்	2 பவுண்டு
யூடாரயின் விரிதல்	2 பவுண்டு
மெட்டர்னல் பிரஸ்ட் டிஸ்யூ	2 பவுண்டு
மெட்டர்னல் பிளட்டு வால்யூம்	4 பவுண்டு
மெட்டர்னல் டிஷ்யூம் சுப்ளுயூட்டு	4 பவுண்டு
மெட்டர்னல் கொழுப்பு	7 பவுண்டு
மொத்த எடை	30 பவுண்டு
எடை அதிகரிக்கலாம்	

எடை அதிகரிப்பதால் ஆபத்து

மூன்றாவது மாதத்திலேயே 3 பவுண்டு உங்களின் எடை அதிகரித்தால். இது மிகவும் ஆபத்தானது. அதிகரித்த 3 பவுண்டு எடையும் உங்கள் குழந்தைக்கு அதிகரித்த எடை கிடையாது. இவ்வாறாக உங்களின் எடை அதிகரித்துக் கொண்டே சென்றால் 8 மாதத்தில் உங்களின் எடை சொல்ல முடியாத அளவுக்கு உயர்ந்து விடும். இவ்வாறான எடை அதிகரிப்பு உங்களுக்குச் சிறந்தது அல்ல.

சரியான முறையில் எடை கூடி இருந்தால் கவலைப்பட வேண்டியது இல்லை. வாரத்தில் ஒருதடவை எடையை சரிபார்த்து

எடை அதிகரித்தல்

கர்ப்ப காலத்தில் தேவைப்படுகின்ற எடையை விட அதிக எடை அதிகரிப்பது ஆபத்தானது. இதனால் பிரசவ சமயத்தில் பாதிப்பு ஏற்படும். குறை பிரசவம் ஏற்பட அதிக வாய்ப்பு உண்டு. காப்பத்தின் இடையில் சர்க்கரை நோய் ஏற்பட வாய்ப்பு உண்டு. பிரசவம் ஆன பிறகு இந்த எடையானது குறைய வாய்ப்புகள் இல்லை.

அதிக எடை பிரசவ சமயத்தில் கொடுக்கும். மேலும் தாய்ப்பால் சுரப்பதும் குறைவாக இருக்கும். 20 பவுண்டு வரை கர்பத்தின் சமயத்தில் எடை கூடலாம். அதற்கு மேல் கூடும் எடை கொழுப்பு தான், இது தேவையில்லாத எடையும் கூட.

கொள்ளுங்கள். மருத்துவரை அனுகி உங்கள் எடையை சரி செய்து குழந்தையின் வளர்சசிக்காக ஆலோசனை கேளுங்கள்.

- காலையில் ஏற்படும் மசக்கை ஒரு தூண்டுகோல்தான். அது நேரம் செல்லச் செல்ல அதிகமாகத்தான் ஆகும்.
- குமட்டலைத் தூண்டக்கூடிய காரணிகள் பல. இது ஒருவருக்கொருவர் வேறுபடும். உங்கள துணைவியருக்கு பொருளினாலா, வாசனையினாலா, ருசியினாலா அல்லது நினைவுகளினாலா குமட்டல் அதிகமாகிறது என்பதை அறிய முற்பட வேண்டும் அவர் குடிக்கும், உண்ணும் உணவோ அல்லது வாசனைத் திரவியமாகக்கூட இருக்கலாம். இது ஒவ்வாமையைச் சேர்ந்தது அல்ல, ஏனென்றால் அவர்களுக்கு மிகவும் பிடித்த விஷயங்கள் கூட பிடிக்காமல் போகலாம்.
- குமட்டல் உண்டு பண்ணும் விஷயம் சாதாரணமாகக் காலையில் பற்பசைதான். ஆகவே உங்களின் துணைவி இரவில் பல் தேய்த்தால், காலையில் எழுந்தவுடன் தேய்க்கவேண்டிய அவசியமில்லை.

ஆரோக்கியமாக இருக்க கற்றுக்கொள்ளுங்கள்

வீடு, அலுவலகம், குடும்ப சூழ்நிலை போன்றவற்றிற்கு இடையில் நீங்கள் கர்ப்பம் தரித்து இருக்கிறீர்கள். இதனால் நீங்கள் மிகவும் எச்சரிக்கையுடன் இருத்தல் அவசியம். கீழே கொடுக்கப்பட்டுள்ள விஷயங்களில் உங்களுக்கு எச்சரிக்கை தேவை.

- ➢ இரவு நேரத்தில் பாத்ரூம் செல்லும் வழியில் சிறிய விளக்கு போட்டு வைப்பது மிகவும் அவசியம். பாத்ரூம் செல்லும் வழியில் எந்த ஒரு பொருட்களையும் வைக்காதீர்கள்.
- ➢ எந்த விளையாட்டை வேண்டுமானலும் விளையாடுங்கள். அதனுடைய கட்டளைகள் படி விளையாடுங்கள். விளையாடும் போது களைப்பு ஏற்படின் விளையாட்டைத் தொடராதீர்கள்.
- ➢ மாடிப்படி ஏறும்போது மாடிப்படியின் கைப் பிடியை பிடித்துக் கொண்டு ஏறுங்கள்.

இருட்டான சமயத்தில் மாடிப்படி ஏறுவதைத் தவிர்த்திடுங்கள் மேலும் மழை பெய்யும் போது மாடிப்படி ஏறுதல் கூடாது.

- ➢ பாத்ரூம் அறையின் வெளியே கால்மிதி போட்டு வைத்திடுங்கள்.
- ➢ உயர்ந்த ஹீல்ஸ் அணிவதைத் தவிர்த்திடுங்கள். இதனால் நீங்கள் கீழே விழக்கூடிய ஆபத்து ஏற்படும்.
- ➢ பயணம் செய்யும் போது சீட்பெல்ட் அணிந்திடுங்கள். பக்கத்தில் கணவர் உட்கார்ந்து இருந்தால் அவருடைய கையைப் பற்றிக் கொள்ளுங்கள். வயிற்றை அழுத்தம் கொடுத்து உட்காரதீர்கள்.
- ➢ காலை அதிக நேரம் கீழே தொங்க விட்டுக் கொண்டு உட்காராதீர்கள். இதனால் காலில் வீக்கம் ஏற்படும்.
- ➢ இரவில் படுக்கைக்கு அருகில் டார்ச் விளக்கு, தண்ணீர், தேவையான மருந்து, அலைபேசி வைத்துக் கொள்ளுவது அவசியம். ஏனெனில் நடுஇரவில் உங்களுக்கு ஏதும் சிரமம் ஏற்பட்டாலும் உடனடியாக உங்களால் மருத்துவரைத் தொடர்பு கொள்ள முடியும்.

■ ■ ■

மூன்றாவது மாதம்

கிட்டத்தட்ட 9வது வாரம் முதல் 13வது வாரம் வரை

முதல் மூன்றாவது மாதத்தின் இறுதியில் இப்பொழுது அடி எடுத்து வைக்கிறீர்கள். முதல் இரண்டு மாதத்தில் நீங்கள் பல சவால்களை எதிர்கொண்டு இருப்பீர்கள். கர்ப்பத்தின் பல பிரச்சனைகள் உங்களை எதிர்கொண்டு இருக்கும். அதிகக் களைப்பு அடைந்து இருப்பீர்கள். பகலில் அதிகமாக தூக்கம் வரும். காலையில் எழுந்தவுடன் வாந்தி, தலைசுற்றல், குமட்டல் போன்றவை ஏற்பட்டு இருக்கும். அடிக்கடி பாத்ரூம் சென்று இருப்பீர்கள். இந்த மாத இறுதியில் உங்களுக்கு குழந்தையின் இதயதுடிப்பு கேட்கும். குழந்தையின் இதயதுடிப்பு கேட்க ஆரம்பித்தவுடன் உங்களின் மகிழ்ச்சிக்கு அளவே இருக்காது.

இந்த மாதத்தில் உங்கள் குழந்தையின் வளர்ச்சி

9வது வாரம்

இந்த வாரத்தில் குழந்தையின் உயரம் 1 இன்ச் இருக்கும். அதனுடைய வடிவம் ஒரு மாங்கொட்டை வடிவத்தில் இருக்கும்.

குழந்தையின் உடலை விட தலை பெரியதாக இருக்கும். தலையில் மண்டைஓடு நன்றாக உறுதிப்பட ஆரம்பித்து இருக்கும்.

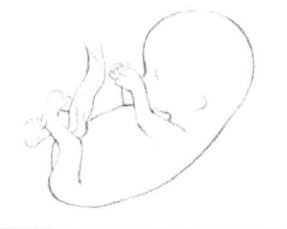

குழந்தையின் கை, கால் வளர்ச்சி பெற ஆரம்பித்து இருக்கும். மருத்துவர் டாப்ளர் மூலமாக குழந்தையின் இதயத்துடிப்பை உங்களுக்கு கேட்கச் செய்வார்.

உங்களின் மூன்று மாதக் குழந்தை

10வது வாரம்

இந்த வாரத்தில் குழந்தையின் உயரம் 1 1/2 இன்ச் இருக்கும். இப்பொழுது குழந்தையின் எடை பகலில் இரண்டு மடங்காகவும், இரவில் 4 மடங்காகவும் வளர்ச்சி பெற ஆரம்பிக்கும். குழந்தைக்கு எலும்புகள், முட்டிகள், கை, கால் மண்டை ஓடு போன்றவை வளர்ச்சி பெற ஆரம்பிக்கும். பல் ஈறுகள் வளர்ச்சி பெற

ஆரம்பித்து இருக்கும். வயிற்றுப் பகுதியில் ஓரளவு சதை ஏற்பட்டு இருக்கும். சிறுநீரகம் உருவாகி இருக்கும்.

11வது வாரம்

இந்த வாரத்தில் குழந்தையின் உயரம் 2 இன்ச் இருக்கும். குழந்தையின் எடை முக்கால் அவுன்ஸ் இருக்கும். அதனுடைய உடல் வளர்ச்சி வெகு விரைவாக நடைபெற்றுக் கொண்டு இருக்கும். கை, கால்களில் விரல் நகங்கள் வளர ஆரம்பித்து இருக்கும். கர்ப்பத்தில் வளருவது பெண் குழந்தை எனில் அதனுடைய ஓவரி வளர்ந்து இருக்கும். அல்ட்ராசவுண்டு இப்பொழுது செய்து பார்த்தால் கர்ப்பத்தில் இருப்பது பெண் குழந்தை தான் என்பது தெளிவாகத் தெரியவரும்.

மூக்கு, காது, தொண்டை, தொப்புள் போன்றவை இப்பொழுது முழுவேகத்தில் வளர ஆரம்பித்து இருக்கும்.

12வது வாரம்

இந்த வாரத்தில் குழந்தையின் உயரம் 2 1/2 இன்ச் இருக்கும். குழந்தையின் எடை 1 1/2 அவுன்ஸ் இருக்கும். எல்லா உறுப்புகளும் இப்பொழுது வேகமான வளர்ச்சி நிலையில் இருக்கும். குழந்தையானது வெளிப்புறத்திலிருந்து வரக்கூடிய நோய்க் கிருமிகளை எதிர்த்துப் போராட ஆரம்பிக்கும். ஒருவேளை தொற்று ஏற்பட்டால் தாய்க்கு அதனால் காய்ச்சல் ஏற்பட வாய்ப்பு உண்டு.

13வது வாரம்

இந்த வாரத்தில் குழந்தையின் உயரம் 3 இன்ச் இருக்கும். கிட்டதட்ட எடை 2 அவுன்ஸ் இருக்கும். குழந்தையின் தலை முழுவதும் வளர்ச்சி பெற்று இருக்கும். இந்த வார இறுதியில் குழந்தையின் வாய், தொண்டைப் பகுதி வளர்ச்சி பெற்று விடும். இதனால் குழந்தை அழுவதற்காக தயராகிவிடும்.

நீங்கள் என்ன அனுபவித்துக் கொண்டு இருக்கீறீர்கள்?

இந்த மாதத்தில் நீங்கள் என்ன அனுபவித்துக் கொண்டு இருக்கிறீர்கள் என்பது மனதளவிலும் உடல்அளவிலும் வேறுபடும். உடல்அளவில் பல புதுப்புதுப் பிரச்சனைகள் ஏற்படும்.

உடல் அளவில்

★ உடல் சோர்வு
★ அடிக்கடி சிறுநீர் கழித்தல்
★ வாந்தி வருதல்
★ மலச்சிக்கல்
★ நெஞ்சு எரிச்சல்
★ தூக்கமின்மை
★ உணவில் பிடித்தவை, பிடிக்காதவை
★ பசி எடுத்தல்
★ மார்பகங்கள் விரிதல்
★ வயிறு, கால்களில் நரம்புகள் தெரிதல்
★ யோனிக் திரவம் அதிகரித்தல்

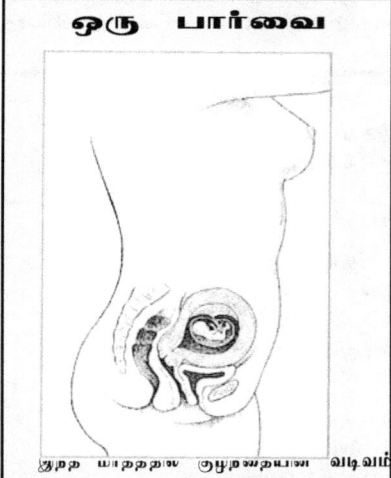

ஒரு பார்வை

இந்த மாதத்தில் குழந்தையின் வடிவம் ஒரு திராட்சை போன்று இருக்கும். உங்களின் இடுப்பு பெரிதாக ஆரம்பிக்கும். முதுகு எலும்பு நன்றாக உறுதிப்பட ஆரம்பிக்கும். நீங்களும் கர்ப்பத்தினை உணர ஆரம்பிப்பீர்கள்.

★ எப்பொழுதாவது தலைவலி
★ தலைசுற்றல்
★ வயிற்றின் மீது துணி படுவதால் எரிச்சல்

மனதளவில்

★ பயம்
★ சிடுசிடுப்பு
★ தீடிரென்று அழுகை
★ அமைதியின்மை
★ மனதில் குழப்பம்

இந்த மாததிற்கான செக் அப்

மருத்துவர் இந்த மாதத்தில் கீழ்க்காணும் பரிசோதனைகளை செய்திடுவார்.

★ உடல் எடை
★ இரத்த அழுத்தம்
★ சிறுநீரில் சர்க்கரையின் அளவு
★ குழந்தையின் இதயத்துடிப்பு
★ கர்ப்பத்தின் வடிவம்
★ கர்பப்பையின் நீர்
★ கை, கால்களில் வீக்கம்
★ வெரிகோஸ் வெயின்ஸ்
★ உங்களின் சந்தேகங்கள்

"நீங்கள் என்ன யோசித்துக்கொண்டு இருக்கிறீர்கள்?"

கர்ப்ப காலத்தில் எடை"கர்ப்ப காலத்தில் எவ்வளவு எடை கூடலாம்? எவ்வளவு எடை கூடினால் குழந்தை ஆரோக்கியமாக இருக்கும்?"

கர்ப்ப காலத்தில் நீங்கள் விட்டமின்களை எடுத்துக் கொள்ளவேண்டும். மேலும் அது ஆரோக்கியமானதாகவும் இருக்க வேண்டும். கர்ப்ப காலத்தில் நீங்கள் 10-12 கிலோ வரை எடை அதிகமாக இருத்தல் வேண்டும். உங்களின் கர்ப்ப காலமுன் எடை 45 கிலோ இருந்து, சரியான அளவு எடை கர்ப்ப காலத்தில் ஏறியிருந்தால் சரியானதே. கர்ப்பத்திற்கு முன் உள்ள எடை 45 கிலோவிற்குக் குறைவாக இருந்தால், இதனால் தாய்க்கு அல்லது அவளின் குழந்தைக்கோ பிரச்சினை ஏற்பட வாய்ப்பு உண்டு.

விதிக்கப்பட்ட எடை கூடல், சாதாரணமான பி.எம்.ஐ உள்ளவர்களுக்கு 1 வாரத்திற்கு 400 கிராமும் குறைவான பி. எம்.ஐ உள்ளவர்களுக்கு 1 வாரத்திற்கு 500கிராமும் பி.எம்.ஐ அதிகமானவர்களுக்கு 1 வாரத்திற்கு 300 கிராமும் எடை கூடலாம்.

கர்ப்ப கால எடை அதிகரிப்பு

"கர்ப்ப காலத்தில் ஏன் எடை அதிகரிகிறது. கர்ப்ப கால ஓய்வு எடுத்துக் கொண்டு நன்றாக உணவு உண்டு என்னுடைய எடையைக் கூட்ட முடியுமா?"

உங்களின் குழந்தையின் வளர்ச்சி சரியான முறையில் இருக்க வேண்டும் எனில் உங்களின் எடை அதிகரித்துக் கொண்டு இருக்க வேண்டும். 2-3 மணிக்கு ஒருமுறை உணவு உண்ண வேண்டும். பச்சைக் காய்கறிகள், பழங்கள் மற்றும் பால் சம்பந்தப்பட்ட பொருட்கள் சேர்ந்த சத்தான உணவை உண்ண வேண்டும். விட்டமின்கள், புரதங்கள், கால்சியம் மற்றும் இரும்புச் சத்துக்களையும் சேர்த்துக் கொள்ள வேண்டும். வேலைக்குச் செல்லும் பல பெண்கள், பிரசவம் வரை வேலைக்குச் செல்வதை தொடர்கிறார்கள். நீங்கள் இவ்வாறு செய்யலாம். அனால் 8- 10 மணி நேர ஓய்வு தேவை

கர்ப்ப கால உணவுக் கட்டுப்பாடு

"கர்ப்ப காலத்தில் உணவக், கட்டுப்பாடு குழந்தையைப் பாதிக்குமா?"

சோர்வு என்பது பலவிதமான காரணங்களால் வரக்கூடியதாகும். இது சோர்வான மனிதர் உடற்பயிற்சியும் இல்லாமல் இருந்து, அதனால் தசைகள் வலுவிழந்து மேலும் உடல் அசைவுகள் சோர்வை அதிகமாக்க என்று ஒரு சுழற்சியாய் போய் விடுவதே. சோர்வு அதிகமாகக் காரணம் முதல்படி, உடற்பயிற்சி மாவுச் சத்தை குறைத்து, நார்சத்து அதிகம் எடுத்துக் கொள்ள வேண்டும். இது குடல் அசைவுகளையும் அதிகமாக்கி வயிற்றுத்

தொந்தரவையும் குறைக்கும். விட்டமின்கள் ஃபோலிக் ஆசிட் உடன் சேர்த்துக் கொள்ளப்பட்டால் உணவுக் கட்டுப்பாடு கர்ப்பத்தின் மேல் கேடு விளைவிக்காது.

டயரியா

எனக்கு மலச்சிக்கல் கிடையாது ஆனால் 2 வாரமாக பேதி ஆகி கொண்டு இருக்கிறது. டயரியா என்று சொல்லாம்... இது சாதாரனமானதா?

உங்களுக்கு எது சாதாரணமாக படுக்கிறதோ அதுவே கர்ப்பநிலையில் கூட சாதாரண மானதாக இருக்கும். உங்கள் உடலில் ஜீரணசக்தி குறைவாக இருக்கலாம். ஒவ்வொரு உடலில் கர்ப்பநிலை ஹார்மோன் தனிதனி செயல் புரிகின்றன். உணவில் மாற்றம் மற்றும் உடற்பயிற்சியால் கூட இது ஏற்படும்.

உணவில் உலர்ந்த பழத்துக்கு பதிலாக வாழைப்பழம் சாப்பிடுங்கள். பேதி ஆவதால் உடலில் தண்ணீர் குறைகிறது. அதனால் தேவையான அளவுதிரவமான உணவு எடுக்கலாம்.

ஒரு நாளைக்கு குறைந்தது மூன்று தடவை தண்ணியாக, ரத்தம் சேர்ந்து அல்லது மியுகஸ் கூட பேதி ஏற்பட்டால் உடனே மருத்துவறை அறுகி சிகிச்சை மேற்கொள்ளலாம்.

வாயு

என்னுடைய வயிறு எப்பொழுதும் உப்பியே இருக்கும் மற்றும் வாயு பிரிந்து கொண்டே இருக்க என்னுடை கர்ப்பகாலம் முழுவதும் இப்படியே இருக்குமா.

நீங்கள் அடிக்கடி வாயுவை வெளியே விடுகிறீர்களா. வாயுத்தொல்லையால் அந்த இடமே நாற்றமாக இருக்கா? கர்ப்பாமான பெண்களுக்கு இது சாதாரண விஷயம். இந்த மாதிரி விஷயத்தில் நீங்கள் தப்பிக்க வேண்டுமென்றால் கீழ்கண்டவழிகளை பிள்பற்ற வேண்டும்.

சரியான நேரத்தில் செய்யவும் : மலச்சிக்கல் மற்றும் வயிறு உப்பகாரணம் வாயு தினமும் சரியான நேரத்தில் மலம் கழிக்கவும்.

ஆறுமீல் : ஒரு நாளில் மூன்று முறை வயிறு நிறையை சாப்பிடுவதற்கு பதிலாக கொஞ்சகொஞ்சமாக சாப்பிடவும், ஆறு மீல் சொல்லபூஷன் மின்பற்றுங்கள்.

சாப்பாட்டை விழுங்காதீர்கள் :

நீங்கள் குழப்பத்தில் இருக்கும் பொழுது சாப்பிட்டால் அவசரத்தில் நிறைய காற்று உள்ளே போகிறது. இதுதான் வயிற்றில் போய்கெளாக மாறுகிறது. சாப்பிடுவதற்கு முன் மூசகவிட்டால் ரொம்ப நன்ராக இருக்கும்.

அமைதியாக இருங்கள் : சாப்பிடும் பொழுது மன அழுத்தத்தால் நிறையை காற்று போய் வயிறு கேஸ்டேங்க ஆகிவிடுகிறது.

வாயு உண்டாகும் உணவு பொருட்கள்

ஒவ்வொரு மணிதனுக்கும் இதன் பிரபாவம் தனிதனியாக இருக்கும். உங்களுக்கே தெரியும் எந்த பொருள் சாப்பிட்டால் வாயு உண்டாகும். வெங்காயம், கோஸ், வறுவல், சாஸ், சர்க்கரை, ஸ்விட், கார்போனேடட் குடிக்கதக்க பொருட்கள்.

அவசரப்படாதீர்கள் : விருப்பம் போல் மருத்துவரிடம் கேட்காமல் எந்த மருந்தையும் எடுக்காதீர்கள். லேசான சுடுதண்ணீரில் எமிச்சை சாறு பிழந்து குடித்தால் வாயு தொல்லை அகம்.

தலைவலி

எனக்கு முன்பைவிட அதிக அளவு தலைவலிக்கிறது நான் ஏதாவது எடுத்துக்கொள்ளலாமா?

கர்ப்ப நிலையில் இருக்கும் பெண்கள். பேண்கில்லர் எடுத்து கொள்ளகூடாது. ஆனால் இதே நாளில் தான் தலை அதிகமாக வலிகிறது.

களைப்பு , மலச்சிக்கல்

உங்களுக்கு ஹார்மோனின் மாறுபாட்டால் களைப்பு, மலச்சிக்கல் ஏற்பட வாய்ப்பு அதிகம். மேலும் இதனால் சருமப் பிரச்சனைகள், எடை கூடுதல் உடலில் வலி, கை, கால் வீக்கம், தலைசுற்றல், வாந்தி, மயக்கம் ஏற்பட வாய்ப்பு உண்டு. மலச்சிக்கலால் பல பிரச்சனைகள் ஏற்படும். உடலில் வியர்வை அதிகமகும். வியர்வையில் நாற்றம் ஏற்படும். ஹைபோதாயியராயிடிஸ் பிரச்சனை ஏற்படும். ஹைபோதாயியராயிடிஸலில் தைராய்டு அதிகமாக சுரப்பதால் உங்களுக்கு மலச்சிக்கல் ஏற்படும். மலச்சிக்கலைத் தவிர்க்க நீங்கள் அதிகத் தண்ணீர் அருந்துவது அவசியம். மேலும் நீங்கள் தைராய்டு சிகிச்சைக்காக மருந்து எதுவும் எடுத்துக் கொண்டு இருந்தால் அதனைப் பற்றி மருத்துவரிடம் கூறி விடுவது நல்லது. மேலும் தற்போது ஒரு தைராய்டு பரிசோதனை செய்து விடுவதும் நல்லது.

இப்படியேதான் இருக்க வேண்டும். இதை தடுக்க சிலவழிகளை பின் பற்றலாம், மருந்து எடுக்க அவசியமில்லை.

முதலில் தலை வலி ஏன் வருகிறது என்று தெரிந்து கொள்ள வேண்டும். ஹார்மோன் மாற்றத்தால் கூட கர்ப்பகாலத்தில் தலைவலி ஏற்படும். இதனால் தலைவலி, சோர்வு, மன அழுத்தம் பசி உடல் மற்றும் மன அழுத்தம் அதிக அளவு இருக்கும். எந்த கேப்சூல் மருந்து பிரயோஜனம் இல்லை.

ரிலாக்ஸ் : கர்ப்பநிலையில் மனஅழுத்தத்தால் அடிக்கடிதலைவலிக்கிறது. நிறையை பெண்களுக்கும் தியானம் மற்றும் யோகாவால் நிம்மதி ஏற்படுகிறது. நீங்களும் ரிலாக்சேஷன் மு,ற,ய கற்றுக் கொண்டு இதை செய்ல் படுத்தலாம். இருட்டு அறையில் 10 நிமிடம் படுத்துக் கொள்ளலாம் அல்லது 10,15 நிமிடம் டெஸ்க் அல்லது சோஃபாவிள் மேல் கால் உயரமாக வைக்கலாம். இதனால் மனஅழுத்தம் மற்றும் தலைவலிக்கு அமைதி கிடைக்கும். முழுமையாக ஒய்வெடுங்கள்.

நன்றாக ஓய்வெடுங்கள்

கர்ப்ப நிலையில் ஒய்வு இல்லாததால் கூட தலைவலி வரும். விசேஷமாக முதல் மற்றும் மூன்றாவது மூன்று மாதத்தில் சோர்வு ரொம்ப அதிகமாக இருக்கும். அதிக நேரம் வேலை செய்யும் பெண்கள் மற்றும் குழ்ந்தையை பார்த்துக் கொள்ளும் தூக்கமும் வருவதில்லை. உங்கள் வயிற்றை பார்த்து கொள்ள ஓய்வு கிடைக்குமா? குழந்தை வந்தவுடன் வேலை அதிகமாகி விடுமே என்று நினைத்து சோர்வை அதிகமாக்கி கொள்கிறீர்கள். சமயம் கிடைக்கும் பொழுது ஓய்வு எடுங்கள் தலைவலி குறையும். அதிக நேரம் தூங்கினாலும் தலைவலி அதிகமாகும்.

சரியான நேரத்தில் சாப்பிடவும்

இரத்த அழுத்தம் குறைந்திருந்தாலும் பசியினால் தலைவலி ஏற்படும். வெறும் வயிற்றுடன் இருக்காதீர்கள். உங்களுடைய பையில், காரின் கம்பார்ட்மென்டில் சத்துள்ள ஸ்நாக்ஸ் வைத்துக் கொண்டால் பசி எடுக்கும் பொழுது சாப்பிடலாம்.

அமைதியாக இருங்கள் . சத்தத்தால்கூட தலைவலி வரும். சத்தம் உள்ள இடத்தில், கூட்ட நெரிசலில் போகாதீர்கள். வீட்டில் டி.வி. டெலிஃபோன் மற்றும் ரேடியோவின் ஒலியை குறைத்துக் கொள்ளுங்கள்

காற்றுள்ள இடத்தில் இருக்கவும் - கூட்டமான இடங்கள் மற்றும் ,புழுக்கமான இடத்தில் இருக்காதீர்கள், தலைவலிக்கும். எங்கேயாவது இந்த மாதிரி இடத்தில் மாட்டிக் கொண்டால் வெளியே வந்து ஃபிரஷ் காற்று வாங்குங்கள் வீட்டில் இருந்தால் ஜன்னல்களை திறந்து வையுங்கள்.

லைட் மீது கவனம் - ஃபளரெசென்ட் பல்பினால் கூட தலைவலி வரும். விளக்கு போடுவது அவசியம் என்றால் நடுவில் வெளியே காற்றோட்டமான இடத்தில் உலாவுங்கள்.

மாற்று சிகிச்சை - எக்யுபஞ்சர், எக்யுபிரஷர், பயோஃபீட்பேக் மற்றும் மாலிஷ் போன்ற சிகிச்சைகள் மேற்கொள்ளலாம்.

குடும்ப மற்றும் குளிர்ச்சி ஒத்தடம் - சைனிஷ் தலைவலி என்றால் ஒருநாள் 4 முறை 10 நிமிடம் வரை 30-30 செண்ட் தலையில் சூடு-குளிர் ஒத்தடம் கொடுங்கள். மனஅழுத்தத்தினால் தலைவலி இருந்தால் கழுத்தின் பின்புறம் ஐஸ்கட்டி பேக் வைத்து கண்களை மூடிக் கொள்ளுங்கள். சாதாரண ஐஸ் பேக் அல்லது ஜெல் பேஸ்ட் நெக் பில்லோ உபயோகியுங்கள்.

சரியான போஸ்சரில் இருக்கவும் - குனிந்து மற்றும் கோணலாக உட்கார்ந்து ரொம்ப நேரம் வேலை செய்யாதீர்கள் (குழந்தை ஸ்வெட்டர் தைப்பது) உங்கள் போஸ்சரை கவனித்து கொள்ளுங்கள்.

மருந்து எடுத்துக் கொள்ளவும் - வலி போகவில்லை என்றால் மருந்து எடுத்துக் கொள்ளவும். கர்ப்ப நிலையில் இது ஒன்றும் செய்யாது. டாக்டரின் ஆலோசனைப்படி சரியான அளவு எடுக்கவும். சில மணி நேரம் வரையில் தனியான வலி, ஜுரம் மற்றும் அடிக்கடி வலி அல்லது கால்களில் வீக்கம் இருந்தால் மருத்துவரிடம் செல்லுங்கள்.

எனக்கு மைக்ரேன் வலி இருந்துகொண்டே இருக்கிறது. கர்ப்ப நிலையில் இது அதிகமாகும் என்று கேள்விபட்டிருக்கிறேன். இது உண்மையா?

சில கர்ப்பமான பெண்களுக்கு மைக்ரேன் வலி அதிகமாகி விட்டது என்று கருதுகிறார்கள். சில பேருக்கு இந்த வலி குறைந்துவிடுகிறது. இதன் அளவு ஏன் குறைவாக அல்லது அதிகமாகிறது என்று இன்னும் தெரியவில்லை.

மருத்துவரிடம் ஆலோசகை பெற்று எந்த மருந்து கர்ப்பநிலைக்கு பாதுகாப்பாக இருக்கம் என்று தெரிந்து எடுத்து கொள்ளுங்கள்.

உங்களக்கு மைக்ரேன் எதனால் வருகிறது என்று தெரிந்தால் அதை நிறுத்த வழி கண்டுபிடியுங்கள். சாக்லேட், சீஸ், காஃபி அல்லது மனஅழுத்தம், உங்கள் முகத்தில் குளிர்ந்த தண்ணீர் தெளியுங்கள், குளிர்ந்த நீரில் துணியை நனைத்து முகத்தை துடைக்கவும். சத்தம், வெளிச்சம் மற்றும் வாசனையற்ற ஒரு இருட்டு அறையில் 2-3 மணி நேரம் படுக்கவும். கண்களை மூடிக்கொண்டு தியானம் செய்யுங்கள் அல்லது பாட்டு கேளுங்கள். ஒன்றும் படிக்காதீர்கள், டி.வி. பார்க்காதீர்கள். பயோஃபீட்பேக் அல்லது எக்யுபஞ்சர் போன்ற முறைகளை கையாளலாம்.

முதல் மூன்று மாதம் மற்றும் எடை கூடுதல்

முதல் மூன்று மாதம் முடியபோகிறது இன்னும் ஏன் எடை கூடவில்ல ஏன்?

சில கர்ப்பமான பெண்கள் ஆரம்பத்தில் எடையை கூட்ட முடியவில்லை, சில பெண்களின் எடை குறைந்துவிடுகிறது, இது மார்னிங் சிக்னெஸால் உண்டாகிறது. ஆரம்ப காலத்தில் எடை கூடவேண்டும் என்பதில்லை. குழந்தை வளர வளர உடலுக்கு அதிக அளவு சத்து மற்றும் கலோரி தேவை அப்பொழுது எடை கூட்டினால் போதும்.

இதைபற்றி இப்பொழுது கவலைப்படவேண்டாம். நாலாது

கார்பஸ் லூடேயம் கட்டி என்றால் என்ன?

கார்பஸ் லூடேயம் கட்டி என்பது ஒவ்வொரு மாதமும் மாதவிடாய் ஏற்பட்ட பிறகு மீதம் தங்கிவிடுகின்ற இரத்த கட்டியே ஆகும். இது அதிக அளவில் கர்ப்பத்திற்கு முன்பே கர்பப்பையில் சென்று தங்கிவிடுவதால் கட்டியாக மாறுகிறது. பிறகு 10வாரம் கழித்து இது முழுவதும் கட்டியான நிலைமையை அடைந்து விடுகிறது. இவ்வாறாக கார்பஸ் லூடேயம் கட்டி உருவாகிறது.

இது கர்ப்பத்தினை பாதிப்பது இல்லை. கர்ப்ப கால சமயத்திலேயே இது தானாகவே உடைந்து பனிகுடத்துடன் இணைந்து விடுகிறது. அல்ட்ராசவுண்டு செய்யும்போது ஒருவேளை கட்டியின் தீவிரம் அதிகமாக இருந்தால் மருத்துவர் அதனை கண்டுபிடிப்பார். பிறகு அதற்கான சிகிச்சையை அளிப்பார்.

மாதத்திலிருந்து உங்கள் எடை தானாகவே வளர ஆரம்பிக்கும். எடை ஏற்ற கஷ்டம் என்றால் உணவில் கலோரியின் அளவு கூட்ட வேண்டும். ஒரேயடியாக சாப்பிட முடியவில்லை என்றால் 6 உணவு சொல்யூஷன் பின்பற்றுங்கள். சாலட் மற்றும் குப்பை மேன்கோர்ஸிலிருந்து எடுத்துவிட்டு மற்று உணவு சாப்பிடுங்கள். கொழுப்பு நிறைந்த உணவு (உலர்ந்த பழம், விதைகள், எவோகாடோ, ஜைதுான் எண்ணைய்) எடுத்துக்கொள்ளுங்கள், ஆனால் ஐஸ் உணவு மட்டும் சாப்பிடாதீர்கள்.

12 வாரம் கர்ப்பகாலத்தில் நான் 13 பவுண்ட் எடை கூடியிருக்கிறேன். நான் என்ன செய்வது?

பதற்றப்படாதீர்கள், நிறைய பெண்களுக்கு முதல் மூன்று மாதத்தில் இது போன்றவை ஏற்படுகிறது. எடையைப் பார்த்தவுடன் அவர்களுக்கே ஆச்சர்யமாக உள்ளது எடையை பார்த்து. உணவால்கூட இது போன்றவை ஏற்படலாம்.

குமட்டல் வரும் பொழுது அல்லது வாந்தி வரும்பொழுது அளவுக்கு அதிகமாக ஐஸ்கிரீம் மாஸ்தா, பர்கர் அல்லது பிரட் எடுத்து கொள்வதால் இவை ஏற்படுகின்றன.

இந்த எடையை பற்றி கவலைப்படவேண்டாம். இதை அறு மாதம் வரை அப்படியே வைத்து இருக்க முடியாது, ஏன் என்றால் குழந்தையின் வளர்ச்சி கூட வேறு சத்துள்ள உணவை உட்கொள்ள வேண்டி வரும். அதனால் கலோரி குறைப்பதை பற்றி யோசிக்க வேண்டாம். கொஞ்சம் கவனமாக இருந்து இதை குறைக்கலாம்.

மருத்துவரிடம் அலோசனை பெறுங்கள். அடுத்த இரண்டு மூன்று மாதம் எடையை பற்றி இலக்கு வையுங்கள். அதேபோல பின்பற்றுங்கள். இதே போல எடையை கூட்டினால் குழந்தைக்கு முழு சத்து கிடைக்கும். மற்றும் உங்களுக்கு பிரசவத்திற்கு பிறகு தேவையற்ற எடை குறைக்க அதிக நேரம் பிடிக்காது.

கர்ப்பம் தெரிதல்

நான் இப்பொழுதுதான் முதல் மூன்று மாதத்தில் இருக்கிறேன் இப்பொழுதே என் வயிறு பெரிதாக தெரிகிறது ஏன்?

சில கர்ப்பமான பெண்களுக்கு நீண்டநாள் வரை வயிறு தெரிவதில்லை. ஆனால் சில பெண்களுக்கு ஆரம்பத்திலேயே வயிறு தெரிகிறது. ஏன் என்றால் ஒவ்வொரு கர்ப்ப நிலையும் தனித்தனியாக உள்ளது. இப்பவே இவ்வளவு பெரிதாக தெரிகிறது. இன்னும் போக போக எப்படி தெரியும் என்றுதான் நீங்கள்

பயப்படுகிறீர்கள். பயப்பட வேண்டாம். நீங்கள் கர்ப்பமாக இருக்கிறீர்கள் என்று நினைத்து சந்தோஷப்படுங்கள். சீக்கிரமாக வயிறு தெரிய இதோ சில காரணங்கள் -

- நீங்கள் குள்ளமாக இருந்தால் கர்ப்பம் தெளிவாக தெரியும்.
- உங்கள் தசைகளின் டோன் கம்மியாக இருந்தாலும் வயிறு பெரிதாக தெரியும். இரண்டாவது கர்ப்பத்தில் இதோ போல தெரியும் ஏன் என்றால் தசைகள் முன்பே சுருங்கிவிட்டது.
- நீங்கள் கர்ப்பம் என்று தெரிந்தவுடன் தேவைக்கு அதிகமாக சாப்பிட்டாலும் வயிறு பெரிதாக தெரியும். கொழுப்பெல்லாம் எங்கே போகும்?
- உங்கள் கர்ப்பம் தரித்த தேதி தெரியவில்லை என்றாலும் இப்படி நடக்கும்.
- வயிற்றில் காற்று இருந்தாலும் இதேபோல நடக்கும்.
- முதல் மூன்று மாதத்தில் வயிறு தெரியும். அப்படி இருந்தால் அந்த பெண்களுக்கு இரட்டை குழந்தை இருக்கலாம். ஆனால் இது கட்டாயம் கிடையாது. வயிறு பெரிதாக இருந்தால் இரண்டு குழந்தை இருக்கும் என்று.

இரட்டை குழந்தை

என்னுடைய வயிற்றில் இரட்டை குழந்தைகள் இருக்கா இல்லையா என்று மருத்துவர் எப்படி கண்டுபிடிப்பார்?

உங்கள் வயிற்றில் இரட்டை குழந்தை இருக்கா. இதை தெரிந்துகொள்ள நிறைய வழிகள் உள்ளன.

பெரிய கருவறை - இரட்டை குழந்தை பற்றி தெரிந்துகொள்ள வயிறு தேவையில்லை. கருவறையின் அளவுதான் பார்க்க வேண்டும். டியுடேட்டை விட கர்ப்பபை வேகமாக வளருகிறது என்றால் உங்களுக்கு மல்டிபல் பிரக்னென்ஸ் ஏற்பட வாய்ப்பு உண்டு. வெறும் பெரிய வயிறு வைத்து எதுவும் சொல்ல முடியாது.

அதிகமாகும் கர்ப்பத்தின் அறிகுறிகள் - இரட்டை குழந்தை விஷயத்தில் கர்ப்பநிலையின் அறிகுறிகள் மிகவும் மோசமானதாக இருக்கும் (மார்னிங் சிக்னெஸ் மற்றும் அஜீரணம்), ஆனால் இது ஒரு கரு உள்ள கர்ப்ப நிலையிலும் ஏற்படலாம்.

இறங்குதல் - ஒருதாய் ஒன்று அல்லது இரண்டு குழந்தைகள் பெற்று எடுப்பாள் என்று கூறுவதற்கு நிறைய விஷயங்கள் உள்ளன. 35 வயதுக்கு மேற்பட்ட பெண்களின் ஐ.வி.எஃ.பில்

இரண்டு பேருக்கும் பாடிஆர்ட்

"ஹாட் மம்மா" டைடு வைகுத்த போகிறீர்கள் என்றால், சற்று நிதானியுங்கள். அதன் மை உங்கள் ரத்தத்தில் கலக்காது, ஆனால் ஊசியால் தொற்று ஏற்படலாம். ஏன் அனாவசியமாக அபாயத்தை வரவைக்கிறீர்கள்.

கர்ப்ப நிலையில் டைடு செய்தது பிரசவத்திற்கு பிறகு அதிசயமாக தோன்றும், பாடி ஆர்ட் செய்வதால் குழந்தை பிறந்த பிறகு செய்து கொள்ளலாம்.

ஆசையாக இருந்தால் ஹினா உபயோகிக்கலாம். உங்கள் இயற்கை ஹினா (மருதாணி) உபயோகிக்கலாம். கெமிக்கல் கலந்த ஹினா (கறுப்பு மருதானி) ஆபத்து விளைவிக்கும். மருத்தவரிடம் கேளுங்கள், உங்கள் மிருதுவான சருமம் எலர்ஜி ஆவதற்கு வாய்ப்புண்டு. முதல் பாட்ச் டெஸ் செய்யுங்கள். 24 மணி நேரம் கழித்து எந்த அறிகுறி தென்படவில்லை என்றால் இதை உபயோகிக்கலாம்.

இது உள்ளது. ஜெனடிக் பிரபாவத்தினால்கூட இது போன்று உண்டாகும்.

மருத்துவர் இரண்டு பேரின் இதயத்துடிப்பை தனித்தனியாக கேட்க பிரயத்தனப்படுவார். ஆனால் இது விஞ்ஞான முறையில்லை. அல்ட்ரா சவுண்ட் மூலமாகத்தான் இரட்டை குழந்தை பற்றி சரியான தகவல் தெரியும். இந்த முறையில்தர்ன மல்டிபல் பிரக்னென்ஸி பற்றி முழுமையாக தெரியும்.

குழந்தையின் இதயத் துடிப்பு

என்னுடைய தோழி குழந்தையின் இதய துடிப்பை 10 வாரத்தில் கேட்டாள். நான் 11 வாரத்தில் இருக்கிறேன். குழந்தையின் துடிப்பை மருத்துவர் இன்னும் கேட்கவில்லை ஏன்?

எந்த ஒரு வருங்கால பெற்றோருக்கு குழந்தையின் இதயதுடிப்பு சங்கீதத்தை போன்றது. அலட்ரா சவுண்ட் மூலமாக பார்த்து இருக்கலாம். ஆனால் மருத்துவரின் அறையில் டாப்லரின் உதவியால் கேட்பது மிகவும் ஆனந்தம்.

10 முதல் 12 வாரம் குழந்தையின் இதய துடிப்பை டாப்லர் மூலம் கேட்கலாம். ஆனால் எல்லா பெற்றோருக்கும் இந்த பாக்கியம் சீக்கிரமாக கிடைப்பதில்லை. குழந்தை அல்லது பிளசென்டாவின் நிலையின் காரணத்தால் இது கேட்பதில்லை.அல்லது உங்கள் வயிற்றில் நிறைய கொழுப்பு சேர்ந்திருக்கு. டியடேட்டின் தப்பான அனுமானம் கூட இதில் ஒரு காரணமாக இருக்கலாம். 14வது வாரம் முதல் நிச்சயமாக குழந்தையின் இதயத் துடிப்பை கேட்கலாம்.

குழந்தையின் இதய துடிப்பை கேட்கும்பொழுது கவனமாக கேளுங்கள்.

உங்கள் இதயதுடிப்பு சராசரி ஒரு நிமிடத்துக்கு 100 தடவை. குழந்தைக்கு சராசரி கர்ப்ப ஆரம்பத்தில் ஒரு நிமிடத்துக்கு 110 முதல் 160 வரை நடுவில் 120லிருந்து 160 வரை ஒரு நிமிடத்துக்கும் வரை இதயதுடிப்பு கேட்கும். ஒவ்வொரு குழந்தையின் இதயதுடிப்பு வேறுபடும். மற்ற குழந்தை கூட இதை சேர்க்கக் கூடாது.

18 முதல் 20 வாரத்திற்கு பிறகு இந்த துடிப்பை டாப்லர் இன்றி 'ஸ்டெதஸ்கோப்பில் கேட்கலாம்.

செக்ஸ் ஆசை

என்னுடைய தோழிகள் எல்லோரும் ஆரம்ப நிலையில் செக்ஸ் ஆசை அதிகமாக உள்ளது என்று கூறுகிறார்கள், ஆனால் எனக்கு அந்த மாதிரி எதுவும் இல்லை ஏன்?

உங்கள் வாழ்க்கையில் கர்ப்ப காலத்தில் நிறைய மாற்றங்கள் உண்டாகிறது. செக்ஸ் வாழ்க்கையும் இதில் ஒன்று. ஹார்மோன் உங்களை உடல் அல்லது மனது அளவில் உற்சாகபடுத்தும் அல்லது சோர்வு அடைய செய்யும். ஒவ்வொரு பெண்களிடம் இதன் பிரபாவம் வேறுபடும். சில கர்ப்பமான பெண்கள் முதல் தடவை சுகத்தை (அர்காஸ்ம்) அனுபவிக்கிறார்கள். சில பெண்கள் செக்ஸ் வாழ்க்கையில் பூர்ணமாக ஈடுபட்டு இருந்தவர்கள் திடீரென்று விரக்தியாக அனுபவிப்பார்கள். ஹார்மோன் செக்ஸ்

ஆண் குழந்தை, ஆண் குழந்தை தான்.

ஐந்தாவது மாத இறுதியில் உங்களின் எதிர்பார்ப்பு நிறைவு செய்யப்படும். உங்களின் கர்ப்பத்தில் வளரும் கரு ஆணா, பெண்ணா என்பது கண்டறியப்படும். கர்ப்பிணிகளின் உணவுப் பழக்கத்தை வைத்து கர்ப்பத்தில் இருப்பது ஆணா, பெண்ணா என்பதை வீட்டில் உள்ள பெரியவர்கள் கண்டுபிடித்துவிடுகிறார்கள். கருவில் சுமப்பது ஆண் எனில் கர்ப்பிணி அதிகமாக உணவு எடுத்துக் கொள்வார்கள். கருவில் சுமப்பது பெண் எனில் கர்ப்பிணி குறைவான உணவு எடுத்துக்கொள்ளுவார்கள். இதை வைத்து ஓரளவு கண்டுபிடித்து விடலாம்.

ஆசையை தூண்டும், ஆனால் வாந்தி, சோர்வு மற்றும் வேறு அறிகுறிகளால் தடைபட்டு விடுகிறது.

இந்த கர்ப்ப காலத்தில் உங்கள் எண்ணங்களில் மிகவும் மாற்றம் ஏற்படலாம். ஒரு சமயம் செக்ஸியாக இருக்க தோன்றும். மறுசமயம் மூட்அவுட் ஆகிவிடும். இதெல்லாம் இரண்டாவது மூன்று மாதம் வரைக்கும்தான் பிறகு பழைய மாதிரி ஆகிவிடும்.

நான் கர்ப்பமானதிலிருந்து செக்ஸ்மேல் அதிக ஆசை வந்துவிட்டது, ஆனால் இவை பூர்த்தி ஆவதில்லை. இது சாதாரணமானதா?

இதில் அசாதாரணமான விஷயம் ஒன்றும் இல்லை. நீங்கள் கொடுத்து வைத்த செக்ஸி அம்மா. உங்கள் பெலவிக் ரீஜனில் ரத்தஓட்டம் அதிகமாக உள்ளது. அதனால்தான் உங்களுக்கு இந்த ஆசை அதிகமாக உள்ளது. செக்ஸ் சம்பந்தமான இந்த விஷயங்கள் முதல் மூன்று மாதம் அல்லது கர்ப்ப காலம் முடியும் வரை இருக்கும்.

இதில் வெட்கப்பட ஒன்றும் இல்லை. சந்தோஷமான விஷயம் மருத்துவரின் ஆலோசனை கேட்டு வயிறு பெரிதாகும் முன் புதிய யுக்தியை கையாண்டு சந்தோஷமாக இருங்கள்.

இந்நாளில் எனக்கு செக்ஸ் ஆசை அதிகமாக இருக்கிறது. ஆனால் என் கணவருக்கு கொஞ்சம்கூட விருப்பமில்லை. இந்த விஷயம் என்னை பாதிக்கிறது. நான் என்ன செய்ய?

நீங்கள் தயாராக இருந்தால், அவர் ஏன் இப்படி இருக்கிறார். அதற்கு நிறைய காரணங்கள் உள்ளன. ஒன்று குழந்தைக்கு அடிபடும் என்ற பயம் இருக்கலாம் (அப்படி எதுவும் இல்லை) குழந்தை வயிற்றில் இருக்கும்பொழுது உறவு வைத்துக் கொள்வது அல்லது குழந்தை தன் உறுப்புகளை பார்க்கிறான் என்ற எண்ணம். உங்களில் உடலில் இருக்கிற மாற்றத்தை பார்த்து தள்ளியே இருக்கலாம். அவருடைய இந்த நடவடிக்கையால் வருத்தப்படவேண்டாம். அவரிடம் பேசுங்கள். இந்நாளில் செக்ஸ் ரொம்ப பாதுகாப்பானது என்று எடுத்து சொல்லுங்கள், அதனால் குழந்தைக்கு எந்த பிரச்சனை இல்லை என்று நம்பவையுங்கள். ஒரு புது செக்ஸி நைட்டி, நிலவு மற்றும் லேசான சங்கீதம் இவை கொண்டு அவரின் மூடை மாற்ற பாருங்கள். மாலிஸ் செய்தும் அவர் மூட் சரியாகவில்லை என்றால் சோஃபாவில் உட்கார்ந்து ஆசையாக பேசுங்கள். மூட் மாற வாய்ப்புண்டு.

ஆர்காஸ்ம பிறகு முறுக்கல்

எனக்கு ஆர்காஸ்ம பிறகு வயிற்றில் முறுக்கல் ஏற்படுகிறது, இது சாதாரணமானதா தப்பா?

கவலைப்படாதீர்கள், இதற்காக தூர ஓடவேண்டாம். கொஞ்சம் அபாய கர்ப்பநிலையில் அதிக தடவை ஆர்காஸ்ம பிறகு அல்லது அதன் நடுவில் முதுகு வலி மற்றும் வயிறு முறுக்கல் இருக்கும். கருப்பையில் இறுக்கம் மற்றும் இன்டர்கோர்ஸிக்கு அப்புறம் இப்படி ஏற்படுவது சகஜம். இது மனதளவில் கூட இருக்கலாம். செக்ஸில் ஈடுபடும்பொழுது குழந்தைக்கு அடிபட்டுவிடும் என்ற பயம் கூட இருக்கலாம். இது மனம் மற்றும் உடல் சம்பந்தமான சேர்க்கையின் காரணமாககூட இருக்கலாம்.

மருத்துவர் செக்ஸில் ஈடுபடுவதற்கு சரி என்று சொல்லிவிட்டால் பயம் எதற்கு?

இதற்கு பிறகும் முறுக்கல் இருந்தால் கணவரிடம் சொல்லி முதுகை லேசாக தடவி கொடுக்க சொல்லுங்கள். மனஅழுத்தம் குறையும்.

சில பெண்களுக்கு செக்ஸ்க்கு பிறகு கால்களில் முறுக்கு ஏற்படும். இந்த புத்தகத்தில் அதை பற்றி தெரிந்து கொள்ளலாம்.

வேலை மற்றும் ஓய்வு ஒன்று சேர்ந்து

ஆண் அல்லது பெண்

வீட்டிலுள்ள பெரியவர்கள் கர்ப்பிணியின் மூச்சுச் சுவாசத்தை வைத்து கருவில் இருப்பது ஆணா, பெண்ணா என்பதைக் கண்டு அறிந்து விடுகிறார்கள். 140க்கும் மேல் இருதயத் துடிப்பு கர்ப்பிணிக்கு இருந்தது எனில் கர்ப்பத்தில் இருப்பது பெண் எனவும் 140க்கு கீழ் இருதயத் துடிப்பு இருந்தது எனில் ஆண் எனவும் கண்டுபிடித்து விடுகிறார்கள்.

சோர்வு, குமட்டல், முதுகு மற்றும் தலைவலி, கால்கள் வீக்கம் மற்றும் அடிக்கடி சிறுநீர் கழித்தல். இதெல்லாம் வேலை பார்க்கும் பெண்களுக்கு கஷ்டம். வீக்க கால்களுடன் அடிக்கடி குனிந்து ஏதாவது எடுக்க வேண்டுமென்றால் ரொம்ப ஒய்வாக எப்படி செய்வது?

ஆடைகள் சரியாக அணியவும், ரத்த ஓட்டம் சரியாக இருக்க கொஞ்சம் தளர்ந்த ஆடை அணிவது நல்லது. உயர்ந்த ஹீல் செருப்பு அணியாதீர்கள். ஸ்போர்டிங் ஷோஸ் அணிந்தால் வெரிகோஸ் வேன்ஸால் தொந்தரவு ஏற்படாது, ஏன் என்றால் சில சமயம் வேலையில் மணிகணக்காக நிற்க வேண்டி வரும்.

டாப்ளர்

டாப்ளர் மூலமாக கருவில் இருக்கும் குழந்தையின் இதயத்துடிப்பு கண்டு அறியப்படுகிறது. இந்த உபகரணம் மிகவும் பாதுகாப்பானது. ஐந்தாவது மாத இறுதியில் கருவின் இதயத் துடிப்பைக் கேட்கலாம். ஒருவேளை குழந்தை சரியான பொஸிஷனில் இல்லை எனில் இதயத் துடிப்பு கேட்பதில் தாமதம் ஏற்படலாம். இந்த உபகரணத்தை மருத்துவரின் ஆலோசனை இல்லாமல் கையாளக் கூடாது.

உங்கள் உடலின் வெப்பத்தை தெரிந்து கொண்டு அதற்கேற்ப ஆடை அணியுங்கள். சில சமயம் குளிர் எடுக்கும், சில சமயம் வேர்த்து கொட்டும். உங்கள் டிராயரில் ஸ்கார்ஃப் மற்றும் ஸ்வெட்டர் வைத்துக் கொள்ளுங்கள். இந்நாளில் உங்கள் உடலில் வெப்பம் வேகமாக ஏற்றம் இறக்கம் அடையும்.

அதிக நேரம் நிற்காதீர்கள். அதிக நேரம் நிற்க வேண்டி வந்தால் கொஞ்ச நேரம் உட்காருங்கள் அல்லது கொஞ்சம் நடங்கள். சின்ன ஸ்டுல் மீது கால் வைத்துக் கொள்ளுங்கள்.

உயரமான பாக்ஸில் கால் வைத்து கொள்ளுங்கள் நடுவில் பிரேக் எடுத்துக் கொள்ளுங்கள். உட்கார்ந்தால் நடக்கவும், நின்றால் கால்களை உயரமான ஸ்டுலில் வைக்கவும். கேபினில் சோஃபா இருந்தால் கொஞ்ச நேரம் படுத்துக் கொள்ளுங்கள். கொஞ்ச உடற்பயிற்சி செய்யுங்கள் அதனால் முதுகு, கால்கள், கழுத்துக்கு இதமாக இருக்கும்.

நாற்காலியை சரி செய்யுங்கள். முதுகுக்கு ஒரு குஷன் மற்றும் சீட்டின் மேல் ஒரு தலையனை வைத்து உட்காருங்கள்.

வாட்டர் கூலர் கிட்டே இருந்து தேவையான அளவு தண்ணீர் குடியுங்கள். உடலில் வீக்கம் வராமல் பார்த்து கொள்ளுங்கள். சிறுநீரை அடக்காதீர்கள்.

இரண்டு மணி நேரத்துக்கு ஒரு தடவை சிறுநீர் கழியுங்கள். இதனால் தொற்றிலிருந்து விடுபடுவீர்கள். தேவையிருக்கோ இல்லையோ டாய்லெட் கண்டிப்பாக போகவேண்டும்.

எல்லா கர்ப்பமான அம்மாக்களுக்கு மிகவும் முக்கியமானது குழந்தையின் வயிற்றை நிரப்புவது. எவ்வளவு வேலையாக இருந்தாலும்

சரியான நேரத்தில் சாப்பிடவும். மேஜை மற்றும் பேகில் சத்துள்ள ஸ்நாக்ஸ் வைத்துக் கொள்ளுங்கள்.

எடையை கவனித்து கொள்ளுங்கள். ஆபீஸில் வேலை பளுவால் அதிகம் சாப்பிட்டு எடையை ஏற்றிக் கொள்ளாதீர்கள். ஜன்க் உணவுகளை உண்ணாதீர்கள்.

பல் துலக்கும் பிரஷ் வைத்துக் கொள்ளுங்கள். வாந்தி எடுத்தால் பிரஷ் செய்யுங்கள். புத்துணர்ச்சியாக இருக்கும். மவுத்வாஷ் கூட வைக்கவும்.

எது எடுத்தாலும் நிதானமாக எடுங்கள். முதுகில் எந்த அழுத்தமும் தராதீர்கள்.

புகை இருக்கும் இடங்களிலிருந்து விலகி இருங்கள். புகை உங்களுக்கும் உங்கள் குழந்தைக்கும் ஆபத்து விளைவிக்கும். சோர்வு உண்டாகலாம்.

தேவைக்கு அதிகமாக டென்ஷன் கொள்ளாதீர்கள். கூலாக இருங்கள். ஐபாடில் சங்கீதம் கேளுங்கள். கண் முடிக்கொண்டு தியானத்தில் இருஙீகள். கட்டிடத்துக்கு வெளியே உலாவுங்கள்.

உங்கள் உடலை நன்றாக கவனியுங்கள். சோர்வாக இருந்தால் உடனே லீவு எடுத்துக்கொண்டு வீட்டிற்கு போய்விடுங்கள்.

வேலையில் இருப்பது - நீங்கள் கடைசி வரையில் வேலை செய்வது என்று தீர்மானித்துவிட்டீர்களா? சில கர்ப்பமான பெண்கள் எந்த பிரச்சனையின்றி ஒன்பது மாதங்கள் வரை வேலைக்கு போகிறார்கள். ஃபைல் வேலை என்றால் எந்த பிரச்சனையின்றி செய்கிறார்கள். வீட்டைவிட ஆபிஸில் ஓய்வு எடுத்துக் கொள்கிறார்கள். ரொம்ப பளுதூக்கவில்லை என்றால் ஆபீஸிக்கு நடந்து போகலாம்.

ஒரு வாரத்தில் 65 மணி நேரம் வேலை செய்யும் கர்ப்பிணி பெண்கள்கூட அதே கஷ்டத்தை அனுபவிக்கிறார்கள், குறைவான வேலை செய்யும் கர்ப்பிணி பெண்களை போல ஒரு ஆய்வு கூறுகிறது. கர்ப்ப காலத்தில் மணிகணக்காக நின்று வேலை செய்யும் பெண்கள், மன அழுத்தத்தால் வேலை செய்யும் பெண்கள் அல்லது அதி பளுவான வேலை செய்யும் பெண்கள், அவர்களுக்கு பிரிடர்ம் பிரசவம், ரத்த அழுத்தம் மற்றும் குறைந்த எடை குழந்தை பிறக்க அதிக அபாயம் உண்டு.

சேல்ஸ்கர்ல், செஃப், ரெஸ்டாரன்ட் வர்கர், போலிஸ் அதகாரி, டாக்டர் மற்றும் நர்ஸ் இவர்கள் 25 வாரத்திற்கு வேலைக்கு போகனுமா? மருத்தவர், அவர்களுக்கு எந்த பிரச்சனையும் இல்லை என்றால் வேலைக்கு போகச் சொல்கிறார்.

உடல் ரீதியாக வலி அதிக அளவு இருக்கதான் செய்யும். முதுகுவலி, வெரிகோஸ்வேன்ஸ் மற்றும் ஹெமராய்ட் போன்றவை.

முடிந்தால் கொஞ்சம் முன்னால் விடுப்பு எடுத்துக் கொள்ளவும். அதிக சோர்வு உண்டாக்கும் வேலை செய்யாதீர்கள். அல்லது அடிபடும் அளவு எந்த வேலையும் செய்யாதீர்கள். எல்லா கர்ப்ப நிலையும் தனி ஒவ்வொருத்தருக்கும் தனியாக இருக்கும். மருத்துவரின் ஆலோசனைபடி செய்யுங்கள்.

வேலை மாற்றம் - வாழ்க்கையில் வரும் மாற்றங்களில் வேலை மாற்றமும் ஒன்று. வேலை மாற்றத்திற்கு நிறைய காரணங்கள் இருக்கலாம். இந்த வேலை பிடிக்காமல் இருக்கலாம், வேலை நேரம் அதிகமாக இருக்கலாம். காரணம் எதுவாக இருந்தாலும் வேலை விடுவதற்குமுன் சில விஷயங்களை பற்றி யோசித்து கொள்ளுங்கள்.

புதிய வேலை தேடுவதற்கு நேரம், சக்தி மற்றும் ஃபோகஸ் வேண்டும். நீங்கள் ஆரோக்கியமான பிரசவத்தை எதிர்பார்க்கிறீர்கள். நிறைய இன்டர்வியு போக வேண்டும். புதிய இடத்தில் கவனமாக இருக்க வேண்டும். எந்தவிதமான

தப்பும் செய்யக்கூடாது. இந்த அளவு தைரியம் உற்சாகம் உங்களிடம் இருக்கிறதா?

புதிய இடத்தில் லாபம் உள்ளதா என்று தெரிந்து கொள்ளுங்கள். சம்பளம் அதிகமாக உள்ளதா, அதற்கேற்ப வேலையும் அதிகமாக உள்ளதா என்று தெரிந்து கொள்ளுங்கள். நிறைய கம்பெனிகள் ஆரம்பத்தில் குறைவான சம்பளம் மற்றும் சலுகைகள் தருகின்றன.

சில கம்பெனிகள் கர்ப்பமான பெண்களை வைக்க தயங்குவார்கள். அதனால் இன்டர்வியு பொழுது உண்மையை கூறிவிடுங்கள். இதை மறைத்து பிறகு சில மாதங்களில் மெடர்னிடி லீவு கேட்டால் பிரச்சனையாகி விடும்.

புதிய வேலைக்கு போன பிறகு கர்ப்பமாக இருக்கும் விஷயம் தெரிந்தால் அதையும் மறைக்காதீர்கள், என்ன வேலை சொல்கிறார்களோ அதை செய்து முடித்து விடுங்கள்.

சளித் தொந்தரவு

"சளிந்தொந்தரவுக் கர்ப்ப காலத்தில் பாதிக்குமா?"

சளி, நம்மை மிகவும் கட்டுப்படுத்தக் கூடும். ஆவி எடுப்பது. பாரசிடமால், விட்டமின் C போன்றவைகள் வழக்கமாக உதவும். முக்கியமான விஷயம், முன்னெச்சரிக்கையாக, சளி பிடிக்காமல் பார்த்துக் கொள்ள வேண்டும். சளி பிடித்திருக்கும் மனிதர்களுக்கு அருகில் இருப்பது, கூட்டமாய் இருக்கும் இடங்களிலும், அறைகளிலும், தங்குவது போன்றவற்றைத் தவிர்ப்பது, குளிர்காலத்தில் நம்மை சூடாய் வைத்துக் கொள்வதும், பயணம் செய்யும்போது, நெரிசலான பாதைகளையும், தூசியையும் தவிர்ப்பதும் மேற்கொள்ளப்பட வேண்டும்.

பொதுவாக சளிக்குப் பயன்படுத்தப்படும் கோல்ட் ஆக்ட் போன்ற மாத்திரைகளில் கலந்திருக்கும் மருந்துகள், குழந்தைக்கு பிளவு பாதம், குடல் இறக்கம், கண்களிலும், காதுகளிலும் ஏற்படும் குறைபாடுகளுக்குக் காரணமாக இருக்கலாம் என்று கருதப்படுகின்றது. கர்ப்பம் தரித்திருக்கும் ஒரு பெண் இந்த வகை மாத்திரைகளை உட்கொண்டவுடன், இவை நஞ்சுப்பை வழியாக கருவிலிருக்கும் சிசுவை அடைந்து மூளையை சென்றடைந்து குழந்தைக்கு இருதயத் துடிப்பை அதிகரித்தல் மற்றும் உடலில் பாகங்களை அதிகமாக இயங்க வைத்தல் முதலியவற்றை உண்டு பண்ணுகின்றன. ஆகவே இவ்வகை மாத்திரைகள், முதல் மூன்று மாதங்களில் தவிர்க்கப்பட வேண்டும். இரத்த அழுத்தம் அதிகமுள்ள தாய்மார்கள், நஞ்சுப்பை வேலை குறைபாடுள்ள கர்ப்பிணிகள், மற்றும் குழந்தையின் வளர்ச்சி குறைந்த தாய்மார்கள் இவர்கள் முக்கியமாகத் தவிர்க்க வேண்டும்.

யோனிக் குழாயில் ஏற்படும் தொற்றுதல் எனது குழந்தையைப் பாதிக்குமா?

யோனிக்குழாயில் ஏற்படும் எந்தவித தொற்றும், கர்ப்பத்திற்கு நல்லதல்ல. அது காளான்தான் என்று உங்களின் மருந்துவர் உறுதிப்படுத்தியிருந்தால். அது தற்சமயம் குழந்தைக்கு ஏதும் பாதிப்பு உண்டு பண்ணாது. ஆனால் உங்களுக்கு அறிகுறிகள் இருப்பதால் அதனை சரி செய்ய வேண்டும். கர்ப்பத்தின் கடைசி மாதங்களில் யோனிக் குழாய் மற்றும் கருப்பையின் வாயில் ஏற்படும் தொற்றுக்கள், குறைப்பிரசவம், நிறைமாதத்திற்கும் முன்பே பனிநீர் உடைப்பு இதனால் ஏற்படும் பாதிப்புகள் போன்ற பலவிதமான பிரச்சினைகளை உண்டு பண்ணக்கூடும். யோனிக்குழாயில் பிரசவத்திற்கு முன் ஏற்படும் காளான் தொற்று, குழந்தை பிறக்கும்போது அதற்கும் தொற்றும் அபாயமும் உண்டு. கிரீமை வெளியில் தடவிக் கொள்வதன் மூலம் தொற்று சரியாகலாம்.

உங்கள் இரத்தத்தில் பீட்டர் சோதனையை செய்துவிட்டு, இதையே 48மணி நேரங்கள் கழித்து திரும்ப எடுப்பதன் மூலம் உங்கள் மருத்துவர், உங்களின் கர்ப்பம் நன்றாய் உள்ளதா? அது எங்குள்ளது. அது

நன்றாய் வளர்கிறதா என்பதைச் சொல்ல முடியும். இதைவிட முக்கியம், உங்களைக் கைதேர்ந்த மகப்பேறு மருத்துவர் பரிசோதனை செய்து அத்துடன் யோனிக்குழாய் வழியே செய்யும் ஸ்கேனையும் செய்வது, சரியான விஷயங்களை கணிக்க உதவும்.

உங்களை கைதேர்ந்த மகப்பேறு மருத்துவர் உடனே பரிசோதனை செய்ய வேண்டும் என்று நான் வலியுறுத்துவேன்.

ஹெர்பீஸ்

"ஹெர்பீஸ் தாயிடமிருந்து குழந்தைக்குப் பரவுமா?"

செயல்பாடிமுந்த ஃஷெர்பீஸ், குழந்தைக்குப் பரவுவதற்கு சாத்தியக்கூறுகள் இல்லை. பிறப்புறுப்புகளில் ஹெர்பீஸ் செயல்பாட்டுடன் பிரசவத்தின்போது இருந்தால் மட்டுமே. சிசேரியன் அறுவை சிகிச்சை அவசியம். ஹெர்பீஸ் வருவதைத் தடுக்க ஏசைக்குளோவர் 400 மி.கி கடைசி மாதத்தில் 8 மணி நேரத்திற்கு ஒருமுறை எடுத்துக் கொள்ளலாம். மருந்து கட்டுப்பாட்டு அதிகாரிகள் காப்பு காலத்தில் இதன் பயன்பாட்டை சிபாரிசு செய்வதில்லை. இந்த மருந்து சி பிரிவைச் சேர்ந்தது.

கர்ப்ப காலத்தில், பிரசவத்தின்போது மற்றும் பிரசவத்திற்குப் பிறகு குழந்தைக்கு பரவலாம். 90 சதவிதமான நேரத்தில் பச்சினம் குழந்தைக்கு ஹெர்பீஸ், பிரசவ பகுதியில் வரும்போது அங்கிருக்கும் வைரஸ் கிருமியின் மூலம் பரப்பப்படுகின்றது. இதில் சுவாரஸ்யமன விஷயம் என்னவென்றால் 75 முதல் 90 சதவிகிதம் இருக்கும் பிள்ளைகள், அறிகுறிகள் இல்லாத தொற்று இல்லாத தாய்மார்களுக்குப் பிறந்தவாக்ள் தான், தாய்க்குத் தொற்று வீரியத்துடன் இருக்கும்போதுதான், பரவுதல் நடக்கும் சமயத்தில் அறிகுறிகளே இல்லாமல் இருக்கும் போதும் தொற்று பரவலாம்.

கர்ப்ப பையினுள் 5 சதவிகித தொற்று ஏற்பட வாய்ப்பு உண்டு. தொற்றைப் போல் இதனாலும் சிறுத்த தலைகள், சிறு கண்கள், கண்களில் உள்ள உட்சவ்வில் தொற்று மற்றும் மூளையில் கால்சியம் படிவது போன்ற குறைபாடுகள் நேரிடலாம்.

தொற்றைச் சுமப்பவர்களும் அவர்களின் கணவன்மார்களும், பிற பால்வினை நோய்களுக்கும் சோதனை செய்யப்படவேண்டும். இத்தொற்றைச் சுமப்பவர்கள், கடைசி கர்ப்ப காலத்தில் 2-4 அறிகுறிகளோடு சேர்ந்த தாக்கத்தை எதிர்பார்க்கலாம். 10 சதவிகித மறு தொற்றுகள் அறிகுறிகள் இல்லாமல் ஏற்படலாம். இவர்களுக்குப் பிறக்கும் குழந்தைகள் பராமரிப்பும் தனிப்பட்ட கவனமுடன் செய்யப்பட வேண்டும். இக்குழந்தைகள், பிறந்தவுடன் தனிமைபடுத்தப்படடு , பிறந்தவுடன் 1 முறை 24 மணி நேரங்கள் கழித்து 1முறை, கண், தொண்டை தோல் முதலியவற்றில் இருந்து கல்ச்சர் சோதனை செய்யப்படவேண்டும். இது பாஸிடிவ்வாக இருக்கும் பட்சத்தில் எதிர் வைரஸ் சிகிச்சை செய்யப்படவேண்டும். குழந்தையைத் தாயிடமிருந்து பிரித்து வைக்கத் தேவையில்லை. தாய் தன் கைகளை நன்றாகக் கழுவுமாறு சொல்லவேண்டும். மார்பகத்தில் ஏதும் பாதிப்பு இருந்தாலொழிய, தாய் பால் ஊட்டுவது சரியே. வாயில் இப்புண் உள்ளவர்கள் குழந்தையைக் கொஞ்சுவதைத் தவிர்க்க வேண்டும். கைகளையும் நன்றாகக் கழுவவேண்டும்.

"ஒருவரை நாய் கடித்துவிட்டால் கருக்கலைப்பு அவசியமா?"

உங்களின் சகோதரி டிப்ளாய்ட் செல் தடுப்பூசி போட்டுக் கொள்ளலாம். கருக்கலைப்பத், தேவையில்லை.

நாய் கடிபட்ட தடுப்பூசிகள் போட்டுக் கொள்ளாத எவரும் கடித்தவுடன் அந்த இடத்தை சோப்பும் தண்ணீரும் வைத்து நன்றாகக் கழுவி விட வேண்டும். உங்கள் சகோதரி கடிபட்டவுடன் 1 டோஸ் தடுப்பூசியும், 1 டோஸ் எதிர்புரத ஊசியும் போட்டுக் கொண்டிருக்க வேண்டும். எதிர்புரதம் வைரஸிலிருந்து உடனடி

சிறிதளவு ஏற்பாடு

இப்பொழுது உங்கள் வீட்டில் ஒரு புது வரவு வரப்போகின்றது. அதற்காக நீங்கள் சிறிதளவு ஏற்பாடு செய்தல் அவசியம். உங்களின் வீட்டில் ஓர் அறையை அதற்கென ஒதுக்கீடுங்கள். மேலும் வீட்டில் உள்ள அழுக்குகளை அப்புறப்படுத்திடுங்கள். கீழே கொடுக்கப்பட்டுள்ள சில முறைகளைக் கையாளுங்கள்

- ❖ பகலில் ஓய்வான சமயத்தில் வீட்டைச் சுத்தப்படுத்துங்கள். இதனால் உங்களுக்கு ஓரளவு உடற்பயிற்சி செய்தது போல் ஆகும்.
- ❖ தொலைக்காட்சி பெட்டி மேல் ஒரு காகிதம் மற்றும் பேனா வைத்துக் கொள்ளுங்கள். உங்களுக்கு ஏதேனும் மறந்துவிடாமல் இருக்க அதில் குறிப்பு எழுதி வைக்கலாம்.
- ❖ தேவையற்ற பொருட்களை அப்புறப்படுத்தி விடுங்கள். ஏனெனில் குழந்தைக்கான பொருட்கள் இப்பொழுது உங்களுக்கு சேகரிக்க வேண்டி இருக்கும்.
- ❖ உறவினர்களின் பொருட்கள் எதுவும் உங்களிடம் இல்லாமல் பார்த்து கொள்ளுவது மிகமிக அவசியம். ஏனெனில் நீங்கள் பிரசவத்திற்காக சென்று இருக்கும்போது அதனை அவர்கள் கேட்கக்கூடும். இதனால் உங்களுக்கு சிரமம் ஏற்படும்.
- ❖ பகலில் உங்கள் வீட்டிற்குள்ளேயே இப்படி அப்படி நடந்திடுங்கள். இதனால் உங்களுக்கு உடற்பயிற்சி செய்ததைப் போல் இருக்கும்.
- ❖ உங்களுடைய மனது பயமே அல்லது கவலையோ கொள்ளும் நேரத்தில் இனிமையான பாட்டு கேட்டிடுங்கள். தேவைப்பட்டால் தோழிக்கு தொலைபேசி செய்து பேசிடுங்கள்.

பாதுகாப்புக் கொடுக்கும். உங்கள் சகோதரிக்கு ஏற்கனவே தடுப்பூசிகள் போடப்படவில்லை என்றால் அவர் 3வது 14வது நாட்களில் 4கூடுதல் ஊசிகள் போட்டுக் கொள்ள வேண்டும். ஏற்கனவே போட்டிருந்தால், அவர் 2 டோஸஸ்தான் போட்டுக் கொள்ள வேண்டும். கடித்தவுடன் 3வது நாளில் ஏற்கனவே தடுப்பூசி எடுத்துக் கொண்டவர்களுக்கு ரேபிஸ் தடுப்புப் புரதம் தேவையில்லை. இந்தப் புரதமும் வேக்ஸினும் கர்ப்பிணிகளுக்கு போடப்படலாம். 1டோஸ் டெட்டனஸ் டாக்ஸாய்டு ஊசியும் போடப்படவேண்டும்.

டாக்ஸோப்ளாஸ்மா"டாக்ஸோப்ளாஸ்மா எதிரணு பாஸிடிவ்வாக இருந்தால் அது சிசுவைப் பாதிக்குமா?"

டாக்ஸோப்ளாஸ்மா எதிரணுக்கள் சமீபத்தில் தொற்றிற்கும் எதிரணுக்கள் பழைய தொற்றிற்கும் சான்றுகள். உங்களுடைய எதிரணு அளவு நார்மலைவிட அதிகமாக இருக்கின்றது. இந்த சோதனையை உடனே திரும்ப எடுத்துப் பாருங்கள். இது பாஸிடிவ் அல்லது நெகடிவ் எதுவாக இருந்தாலும், மூன்றாவது முறை அதே சோதனைக் கூடத்தில் 2 வாரங்கள் கழித்து எடுத்துப் பாருங்கள்.

இரண்டாவது முறை எடுத்த சாம்பிளையும், மூன்றாவது முறை சோதனையின்போது, மறு பரிசோனை செய்வதன் மூலம் இரண்டு சோதனைகளுக்கு இடையே ஏற்படும் தவறுகளை குறைக்கலாம். இந்த ரிசல்ட்டுகளைக் கொண்டே, மேற்கொண்டு சிகிச்சையளிக்கப்படும். இரண்டாவது மற்றும் மூன்றாவது சாம்பிள்கள் நெகடிவ்வாக இருந்தால். நீங்கள் கவலையடையத் தேவையில்லை. கைதேர்ந்த ஸ்கேன் செய்வரிடம் ஸ்கேன் செய்து கொண்டால் போதும் ரிசல்ட் குறைந்த அளவு பாஸிடிவ் என்று வந்தாலும் கருவைக் கலைத்து விடலாம். கருச்சிதைவு செய்த

கருவை டாக்ஸோப்ளாஸ்மா தொற்று இருக்கின்றதா? என்று சோதனைக்கு அனுப்பலாம். இது அனுமானத்தின்பேரில் செய்யப்படும் பயிற்சிதான். முதல் நடு, கடைசி மூன்று மாதங்களில் தாய்க்குத் தொற்று ஏற்பட்டால், குழந்தைக்குத் தொற்று ஏற்படுவதற்கு முறையே 15%, 30%,60% தருணங்கள் உண்டு.

குழந்தைக்கு தொற்று இருக்கின்றதா என்று, தொப்புள் கொடியிலிருந்து இரத்தம் எடுத்துப் பரிசோதனை செய்வதில் பொருள் ஒன்றும் இல்லை. இது சிறப்புப் பரிசோதனை என்பதால் அனைவராலும் நல்ல முறையில் செய்துவிட முடியாது. மற்றொரு சோதனை பனிநீரில் சோதனை செய்து டாக்ஸோப்ளாஸ்மாவைக் கண்டுபிடிப்பது. மிகச் சிறிய ஆராய்ச்சி மையங்கள் தான் இந்த சோதனையையும் வைத்துள்ளன. முதல் மூன்று மாதங்களில் ஏற்படும் தொற்று, கடுமையான நரம்பு மண்டலப் பிரச்சினைகள் தலையில் நீர் தேக்கம், சிறு தலை முதலியவைகளை உண்டு பண்ணும். கடைசி மூன்று மாதங்களில் ஏற்படும் தொற்று, மிதமான நரம்பு மண்டலப் பிரச்சினைகளையும் உருவாக்கும். குழந்தை பிறந்தவுடன் சோதனைகள் தொற்றில்லை என்று வந்தாலும், குழந்தை பருவம் முழுவதும் தீவிரக் கண்காணிப்பு அவசியம்.
ஸ்பைராமைசின் மற்றும் பைரிமிததமைன். சல்ஙபாடையாசின் சேர்ந்த மருந்துகள் உள்ளன.

> **கார்பல் டனல் சின்டிரோம்**
>
> இரவு பகலாக பேனா பிடித்து எழுதுபவர்களுக்கு இந்த கார்பல் டனல் சின்டிரோம் ஏற்படும். அவர்களின் விரல்களில் வலி ஏற்படும். விரல் குன்றிவிடும். எதிர்கால கர்ப்பிணிக்குக் கூட இது ஏற்பட வாய்ப்பு உண்டு. இதைப் பற்றி பயப்படவேண்டியது இல்லை. இருந்தாலும் சிறிதளவு முன்னெச்சரிக்கை நடவடிக்கைகளை எடுப்பது சிறந்தது.
> கீழே கொடுக்கப்பட்டுள்ள சில யோசனைகள் உங்களுக்கு உதவியாக இருக்கும்.
>
> - டைப்பிங் செய்யும் போது கைகளில் பேண்ட் அணிந்து கொள்ளுங்கள்.
> - கம்பியூட்டர் வேலையை செய்யும்போது சிறிது இடைவெளி விட்டு செய்திடுங்கள்.
> - தொலைபேசியில் பேசும் போது அதிக நேரம் பேசாதீர்கள். ஹெட் போன் பயன்படுத்துங்கள்.
> - மாலையில் உங்களின் இரண்டு கைகளையும் குளிர்ந்த தண்ணீர் அரை மணி நேரம் வைத்திடுங்கள்.
> - மருத்துவரின் ஆலோசனை படி அக்யூபஞ்சர் சிகிச்சை எடுத்துக் கொள்ளுங்கள்.
> - டைப் செய்யும் போது உங்களின் மடியின் மீது போர்டு வைத்தக் கொள்ளுங்கள்.

கடைசி இரண்டு மருந்துகளும் வளரும் கருவிற்குத் தாக்கம் ஏற்படுத்தும் என்பதால் 14 வாரங்களுக்கு முன்பாக கொடுக்கப்பட மாட்டாது. கருச்சிதைவு செய்து கொள்ள நீங்கள் சம்மதித்தால், அடுத்த கர்ப்பம் தரிப்பதற்கு முன் இந்த மருந்துகளை உட்கொண்டு அளவு குறைகிறதா என்று பார்க்க வேண்டும்.

ஒருதடவை தொற்று ஏற்பட்டால் எதிர்ப்புச் சக்தி தோன்றிவிடும். பழைய தொற்று குழந்தைக்குப் பரவுவதில்லை.

"டாக்ஸோப்ளாஸ்மா சிசுவுக்கு குந்தகங்களை விளைவிக்குமா?"

டாக்ஸோப்ளாஸ்மா தொற்று நிறைய பிரச்சினைகளை சிசுவிற்கு உண்டு பண்ணலாம். நோய் கண்டுபிடிக்கப்பட்டவுடன் நீங்கள் இதற்கு மருத்துவம் செய்து கொண்டீர்களா? சிகிச்சைஅளிக்கப்பட்டால், எதிர் அணுக்கள், உங்கள் உடம்பில் இருக்கும் வீரியம் உள்ள கிருமி இருக்காது. ஆகவே வரும் கர்ப்பங்களுக்குப் பாதிப்பிலிலை. வேறு ஒரு மகப்பேறு மருத்துவரை அணுகி, இன்னுமொரு அபிப்பிராயம் மற்றும் கர்ப்பங்களுக்கான காரணங்களைப் பற்றியும் ஆலோசனை பெறுங்கள்.

மலேரியா

"கர்ப்ப காலத்தில் மலேரியா கிருமி சிகிச்சை பாதுகாப்பானதா?"

மலேரியா கர்ப்பத்திற்குப் பெரும்

ஆபத்தை விளைவிக்கக்கூடியது. அதீத காய்ச்சல், குளிர் மற்றும் நடுக்கம் இவை மலேரியாவினால் ஏற்படும்பொழுது, குறைப்பிரசவம், கருச்சிதைவு மற்றும் இறந்து பிறக்கும் குழந்தைகள் போன்றவை ஏற்படலாம். சிபாரிசு செய்யப்படும் மலேரியா மாத்திரைகளுடன் உள்ள அனுபவத்தில், இவை கர்ப்பத்திற்கு பாதுகாப்பானதே என்றறியப்பட்டுள்ளன. மலேரியா காய்ச்சலைவிட இவை பாதுகாப்பானவையே. வழக்கமாக குளோரோகுயின் அல்லது மெஃப்ளோகுயின் மருந்துகள் தான் சிகிச்சைக்குப் பரிந்துரைக்கப்படுகின்றன.

இந்த மருந்துகளை பயன்படுத்திய அனுபவத்திலிருந்து இவை கர்ப்ப காலத்தில் முதல் மூன்று மாதங்களில் கூட பாதுகாப்பானதே என்று அறியப்பட்டிருக்கின்றன. கீழ்வரும் மலேரியா மருந்துகளை, கர்ப்பிணிகள் கண்டிப்பாகத் தவிர்க்க வேண்டும். அடோவாகுன் ப்ரோகுவானில் டாக்ஸிஸைக்கிளின் மற்றும் ப்ரிமாகுயின் இவைகளைப் பற்றிய முழு அறிவு தற்சமயம் இல்லை அல்லது இவை கர்ப்ப காலத்தில் பயன்படுத்தப்பட மிகவும் பாதுகாப்பற்றது.

சமீப காலத்தில் குளோரோகுயின் எதிாப்பு ஙபால்சிபாரம் மலேரியாவிற்கு மெஃப்ளோகுயின் பயன்படுத்தப்படுகின்றது. சேர்ந்து வரும் ரிப்போர்ட்டுகள் இதன் பாதுகாப்பான தன்மைக்கு சான்றுகளைச் சொல்கின்றன. குயினைன் குளோரோகுயின் எதிர்ப்பு மலேரியாவிற்காக ஒதுக்கி வைக்கப்பட்டுள்ள மருந்தாகும். 1930ல் குயினைன் கருச்சிதைவை உண்டுபண்ண அதிக அளவுகளில் பயன்படுத்தப்பட்டபொழுது குறைபாடுகள் இருந்ததாக ரிப்போர்ட் செய்யப்பட்டிருக்கின்றன. மலேரியாவிற்காக பரிந்துரைக்கப்பட்ட அளவுகளில் பயன்படுத்தப்படும்பொழுது, குறைபாடுகள் தோன்றியதாகச் சான்றுகள் இல்லை. குயினைனன் முடிந்தால் கர்ப காலத்தில் தவிர்க்கப்பட வேண்டும். ஆனால் கடுமையான மலேரியா தாக்குதலாக இருந்தால், பயன்படுத்தலில் இருந்து ஒதுக்கி வைக்கப்படக் கூடாது.

காசநோய்

"கர்ப்ப காலத்தில் காசநோய் பரிசோதனை செய்யப்படலமா?"

ட்யூபர்குளோசிஸ் நோய்ப் பரிசோதனை பாதுகாப்பானதும், நம்பத்தகுந்ததுமாகும். கர்ப்பிணிக்கு ஏதும் சிசுக் குறைபாடுகளுக்கு காரணி அல்ல. உங்களின் அதிகாரிக்கு

அமைதியாய் இருங்கள்

24வது வாரத்தில் உங்களின் குழந்தையின் காது வளர்ச்சி பெறும். அதுவரை நீங்கள் அமைதியாக இருங்கள். 27 முதல் 30வது வாரத்தில் குழந்தையானது தன்னுடைய காதின் மூலமாக எல்லாவற்றையும் கேட்க ஆரம்பிக்கும். ஆகையால் நீங்கள் சத்தமாக கத்துவது, பேசுவது, கூப்பாடு போடுவது போன்றவை செய்யக்கூடாது. உங்களின் அதிகக் கூச்சலானது குழந்தையைப் பாதிக்கும். உங்கள் கூச்சலின் தீவிரம் 40 முதல் 60 டெசிபல் வரை இருந்தால் குறைப்பிரசவத்தில் குழந்தை பிறந்துவிடும் அபாயம் உண்டு. அதிக சத்தம் ஏற்படுகின்ற இடங்களில் இருக்காதீர்கள். இயந்திரம் ஓடக்கூடிய இடங்கள், நைட் கிளப்பு, டிஸ்கோ போன்ற பொது இடங்களுக்கு செல்லாதீர்கள். வண்டி ஓட்டும் போது அதிக வேகத்தில் செல்லாதீர்கள். வீட்டிலும் அதிக சத்தத்துடன் பாட்டுக் கேட்காதீர்கள்.

உங்களின் கர்ப்பத்தைப் பற்றி சொல்லி விடுங்கள். பரிசோதனை செய்யலாமா என்பதை அவர் உங்கள் கம்பெனி மருத்துவரிடம் கலந்து ஆலோசித்துக் கொள்ளவும்.

கர்ப்ப காலத்தில் என்று வழக்கமாக செய்வதைப் போல் கர்ப்பிணிப் பெண்களுக்கு இதைச் செய்ய வேண்டும் என்று அவசியமில்லை கீழ்வரும் ஏதேனும் நிலைமைதான் சாதாரணமாகத் தொற்று நோயாக மாறும் அவை

- வீரியமான காச நோய்க்கான அறிகுறிகள்
- எச.ஐ.வி தொற்று மற்றும் எச்.ஐ.வி தொற்று ஏற்படக்கூடிய பாதகமான சூழ்நிலையில், எச்.ஐ.வியின் நிலையென்ன என்பது தெரியாத சூழ்நிலை
- காசநோய் பரவலாகக் காணப்படும் ஆசியா, ஆப்ரிக்கா, ரஷ்யா லத்தீன் அமெரிக்கா ம்றும் கரீபியன் போன்ற இடங்களிலிருந்து வெளிநாட்டவர் வந்திருந்தால்.
- காசநோய்த் தொற்றை அனுகூலமாக்கும் மருத்துவ நிலைகள் சர்க்கரை நோய், சிலிக்கோஸிஸ் நாள்பட ஸ்டீராய்டு எடுத்தல், எதிர்ப்பு சக்தியை மட்டுப்படுத்தும் மருந்துகளை உட்கொள்ளுதல், இரத்த அணுக்கள் சம்பந்தப்பட்ட லுக்கீமியா, ஹாட்ச்கின்ஸ் நோய்கள், தலை, கழுத்து மற்றும் நுரையீரல் புற்றுநோய் சிறுநீரகக்கோளாறுகள், குடல் மற்றும் வயிற்றுப் பகுதி நீக்க அறுவை சிகிச்சை, நாள்பட்ட சத்து உறிஞ்சுவதில் கோளாறுகள், குறைந்த உடல் எடை
- காசநோயத் தொற்று, குரல்வளை கிருமித் தொற்று இருக்கும் ஒருவருடன் மிக நெருக்கமாக இருத்தல்

"ஒரு கர்ப்பிணிப் பெண் ஹெப்படைட்டிஸ் B வைரஸ் பாஸிடிவாக இருந்தால், என்னென்ன விஷயங்களை முக்கியமானது என்று பார்க்க வேண்டும்?"

உங்கள் விஷயத்தில் இரண்டு முக்கியமான விஷயங்கள் உள்ளன. (1) சோதனையின் முடிவு பாஸிடிவ் என்று உறுதிப்படுத்திக் கொள்ள வேண்டும். (2) பாஸிடிவ்வாக இருந்தால் இது சமீபத்தில் ஏற்பட்டதா அல்லது ரொம்ப நாளாக உள்ளதா என்பதை IgM anti-HBc, HBe Ag, anti-HBe மற்றும் IgManti-HBc, இரத்தப் பரிசோதனைகளைச் செய்து உறுதிப்படுத்திக் கொள்ள வேண்டும். உங்களுக்கு IgM anti-HBc, HBe Ag இருந்து anti-HBc ம ற ' று ம ' இல்லாமலிருந்தால் இது சமீபத்தில் ஏற்பட்டது. மற்றும் வீரியமானது எனலாம். ஆகவே உங்கள் கணவருக்கும் குழந்தைக்கும் தொற்றக்கூடிய வாய்ப்பு அதிகம். முதல் மூன்று மாதத்தில் ஒரு கர்ப்பிணிக்கு இந்த தொற்று இருந்தால் 10 சதவீதம் குழந்தைகள் பாதிப்புக்குள்ளாகின்றன. இதுவே கடைசி மூன்று மாதத்தில் கர்ப்பிணிக்கு இத்தொற்று ஏற்பட்டால் 80-90சதவீதம் குழந்தைகள் பாதிப்புக்குள்ளாகின்றன. நாள்பட்ட தொற்று விஷயத்தில், பிரசவத்தின்போதும், தாய்ப்பாலூட்டும் போதும் தொற்று ஏற்பட வாய்ப்புண்டு. ஹெப்படைட்டிஸ் C, எச.ஐ. வி மற்றும் பிற பால்வினை நோய்களுக்கும் நீங்கள் உங்களைப் பரிசோதித்துக் கொள்ள வேண்டும். பிரசவத்திற்குப் பிறகு, மருத்துவரின் மேற்பார்வை முக்கியம்.

உங்கள் கணவரோ, துணைவரோ, ஹெப்படைட்டிஸ் மற்றும் பால்வினை நோய்களுக்குப் பரிசோதனை செய்து கொள்ள வேண்டும். அவருக்கு ஹெப்படைட்டீஸ் B நெகட்டிவ் என்றால் ஹெப்படைட்டிஸ் B எதிர்ப்புப் புரதமும், வேக்ஸினும் சேர்த்துப் போட வேண்டும். உடலுறவு கொள்ளும்போதும் ஆணுறைகளைப் பயன்படுத்த வேண்டும்.

கர்ப்ப நிலைமை மற்றும் கெட்ட நடவடிக்கை

கர்ப்ப காலத்தில் நீங்கள் வேலை செய்யக்கூடிய இடத்தில் பிரச்சனை ஏற்படுகிறதா? அலுவலகத்தில் உங்களால் அதிக நேரம் ஒரே இடத்தில் உட்கார்ந்து வேலை செய்ய முடியாது. உங்களுக்கு ஒதுக்கப்பட்ட வேலைகளை உங்களால் சரியான நேரத்தில் செய்ய முடியாது. இதனைச் சரிசெய்ய நீங்கள் அலுவலக வேலையை வீட்டிற்கு எடுத்து வந்து கணவரின் உதவியுடன் செய்திடுங்கள்.

குழந்தை பிறந்தவுடன் ஹெப்படைட்டிஸ் B எதிர்புரதமும், தடுப்பு வேக்ஸினும் போட்டுவிட வேண்டும். சிகிச்சை அளிக்கப்படாத, தொற்றுள்ள பிறந்த குழந்தைகள் இத்தொற்றை உடம்பில் வைத்து கேரியராக ஆவதோடு70-90 சதவீதம் கல்லீரல் தொற்று நோய்க்கும் உள்ளாவர். தாய்ப்பாலூட்டுவது தவிர்க்கப்பட வேண்டியது அல்ல, உங்களால் முடிந்தால் கொடுக்கலாம்.

உங்களின் இரத்தப் பரிசோதனைகள், பிரசவ சமயங்களில் மருத்துவர்கள், செவிலியர்கள், மற்றும் மருத்துவம் செய்யும் அனைவரும் முன்னெச்சரிக்கை நடவடிக்கைகளைக் கையாள வேண்டியது மிகவும் அவசியம்.

"HBs AG பாஸிட்டிவான தாயாக இருந்தால் எவ்வாறு சிசுவைப் பாதுகாப்பது?"

உங்கள் கேள்வியில் இருந்து உங்களுக்கு இருப்பது சமீபதிய வீரிமுள்ள தொற்றா? அல்லது பாஸிட்டிவ் மட்டும் தானா? என்று தெளிவாகப் புரியவில்லை. தற்காலத்தில் தொடர்ச்சியாக எல்லாத் தாய்மார்களுக்கும், இப்பரிசோதனை செய்யப்படுவதால் அறிகுறிகள் இல்லாத பல பேருக்கு இப்பரிசோதனை பாஸிடிவ்வாக வருகின்றது. உங்களுக்கும் ஏதும் அறிகுறிகள் இல்லையென்றால் ஏதும் நோயில்லாமல் நீங்கள் கேரியராக மட்டும் இருக்கலாம். இதை எவ்வாறு வேறுபடுத்தி அறிந்து கொள்வது என்றால் உங்களுக்குத் தொடர்ச்சியாய் செய்யப்படும் சோதனையில் பாஸிடிவ் என்றால் இந்நிலையில் கல்லீரல் வேலைப்பாடு சோதயையும் மற்றும் செய்ய வேண்டியது அவசியம்

உங்களுக்கு வீரியமான கல்லீரல் தொற்று இருப்பின், செரிமான மண்டல நிபுணர் மற்றும் இளம் சிசு மருத்துவர் இருவரது கவனிப்பும் தேவை. சிகிச்சை என்று ஒன்றும் இந்த நிலைக்கு இல்லையென்றாலும் சிறப்பு கவனிப்பு பொது நலம். ஆரோக்கியமான உணவு முதலியவைகள் அளிக்கப்படுதல் வேண்டும். ஏனென்றால் நோய் தீவிரமான நிலையில் இருந்தால் கர்ப்பிணிக்கு மோசமான விளைவுகள் நிகழும். ஆகவே தீவிர நோய் இருந்தாலொழிய நீங்கள் கேரியராக மட்டும் இருக்கும் பட்சத்தில் கவலைப்படத் தேவையில்லை குழந்தைக்கு நோய் கட்டுப்படுத்தப்படுவதற்குண்டான சாத்தியக்கூறுகள் உள்ளன. ஆனால் தற்சமயம் ஏதும் பெரிதாகச் செய்து விட முடியாது. குழந்தை பிறந்தவடன் இந்த நோய் உள்ளதா என்பதனை ஒரு சிறந்த இளம் சிசு நிபுணர் குழந்தையைப் பரிசோதிப்பார் நெகடிவ்வாக குழந்தை இருந்தால் குழந்தைக்கு எதிர்புரதமும் தடுப்பூசிகளும் போடப்படும். இவைகளைப் பிறந்த சில மணிகள் /நாட்களுக்குள் போட்டுவிட்டால் 90% பாதுகாப்பு கிட்டிவிடும். இவ்வாறு போட்டும் பாதுகாப்பு கிட்டவில்லையென்றால் கருப்பையினுள் இருக்கும்போதே இக்குழந்தைகள் பாதிக்கப்பட்டு விட்டதாகத்தான் எடுத்துக் கொள்ள வேண்டும். குழந்தைக்குத் தொற்று பரவிவிடுமோ என்கின்ற உங்களின் அக்கறை நியாயமானது தான். ஆகவே நீங்கள் எல்லா வசதிகளும் உள்ள ஒரு பெரிய மையத்தில் பிரசவத்தை வைத்து கொள்ள வேண்டும். அல்லது குழந்தை பிறந்த சில மணி நேரத்திற்குள்ளாக, குழந்தையை சிறந்த சிசு

வேலையில் பாதுகாப்பு மற்றும் ஓய்வு

நீங்கள் கர்ப்பம் தரித்த பிறகும் வேலைக்குச் செல்லுபவராக இருந்தால் பல பிரச்சனைகளை எதிர்கொள்ள வேண்டி வரும். உங்களுக்கு அதிக களைப்பு ஏற்படும். ஓய்வு என்பது குறைவாகவே இருக்கும். இதனைப் போக்க நீங்கள் சில பாதுகாப்பு நடவடிக்கைகளை மேற்கொள்ளுதல் வேண்டும்.

- உங்கள் கைவசம் ஆரோக்கியத்தை கொடுக்ககூடிய உணவுப் பொருட்களை வைத்திடுங்கள். அலுவலக வேலைக்கு இடையில் இரண்டு, மூன்று முறை சாப்பிடுங்கள்.
- உங்களின் அலுவலக டென்ஷனை ஒருபோதும் மனதில் போட்டுக் கொள்ளாதீர்கள்.
- மதிய நேரத்தில் சாப்பிட்ட பிறகு சிறிது ஓய்வு எடுங்கள்.
- இடையிடையே சிறுநீர் கழிக்க செல்லுதல் அவசியம்.
- உங்களின் ஆடை மிகவும் தளர்ந்து இருத்தல் அவசியம். இறுக்கிய ஆடைகளை அணிந்து கொள்ளுவதால் உங்களுக்குமூச்சு திணறல் ஏற்படும்
- நீங்கள் உட்காரும் பொஸிஷனை அடிக்கடி மாற்றிக்கொள்ளுங்கள். உங்கள் கால்களுக்கு கீழே ஒரு ஸ்டூல் போட்டுக் கொள்ளுங்கள். அதன் மேல் காலைத் தூக்கி வைத்திடுங்கள்.
- அலுவலகத்தில் அதிக நேரம் நின்று கொண்டு வேலை செய்யாதீர்கள்
- உட்கார்ந்த இடத்திலேயே தலையை இப்படி, அப்படி ஆட்டுதல் கையை விரித்தல் கழுத்தை இப்படி, அப்படி சுழற்றுதல் போன்றவை செய்திடுங்கள்.
- சுவாசத்தில் கவனம் கொள்ளுங்கள். காற்று வசதி இல்லாத இடத்தில் வெகு நேரம் அமராதீர்கள்.
- அதிக எடையுள்ள கோப்புகளைத் தூக்காதீர்கள்.
- மதிய உணவிற்கு பிறகு நன்றாக வாய் கொப்பளித்திடுங்கள். தேவைப்பட்டால் முகம் கழுவிக் கொள்ளுங்கள்.
- அலுவலக வேலைக்கு இடையே முடிந்தால் பத்து நிமிடம் நடைப்பயிற்சி செய்திடுங்கள்.
- உங்களின் மனதைக் கேட்டு எதையும் செய்யுங்கள். ஒருவேளை மனது வேலை செய்ய இடம் கொடுக்கவில்லை எனில் அந்த வேலையை அப்பொழுது செய்யாதீர்கள்.
- வேலைக்கு இடையே உங்களுக்கு உடலில் ஏதேனும் வலி ஏற்பட்டால் உடனடியாக மருத்துவ மனைக்கு விரைந்திடுங்கள்.
- மதிய நேரத்திற்குப் பிறகு உங்களுக்கு களைப்பு மிக அதிகமாக இருந்தால் அலுவலகத்திற்கு விடுமுறை எடுத்துக் கொண்டு வீட்டிற்கு சென்று ஓய்வு எடுங்கள்.

அத்தியாயம் · 9

நான்காவது மாதம்

கிட்டத்தட்ட 14வது வாரம் முதல் 17வது வாரம் வரை

இது பிரசவத்தினுடைய இரண்டாவது காலத்தின் முதல் மாதமாகும். இரண்டாவது காலம் என்பது நான்கு, ஐந்து மற்றும் ஆறாவது மாதங்களை உள்ளடிக்கியது. இந்த மாதத்தில் காப்பிணிப் பெண்களுக்கு அதிக ஓய்வு தேவைப்டுகின்றது. மேலும் உடலில் பலவிதமான மாற்றங்களும் ஏற்படுகின்றது. கூடவே உங்களுக்கு ஒரு வித கலக்கம், மன பயமும் ஏற்படுகின்றது. கர்ப்பத்தின் சமயத்தில் ஏற்படக்கூடிய எல்லா சிக்கல்களும் இந்த இரண்டாவது காலத்தில் தான் ஏற்படுகின்றது. சாப்பாட்டிலும் விருப்பு வெறுப்புகள் அதிகமாகும். அதிக நேரம் உறக்கம் கொள்ளத் தோன்றும். யாரைப் பார்த்தாலும் ஒரு வித எரிச்சல் ஏற்படும். உங்களின் மாறி வருகின்ற வடிவத்தைக் கண்டு உங்களுக்கே ஒரு வித எரிச்சல் ஏற்படும். இதனை எல்லாம் நீங்கள் வெளியில் கூற முடியாது. கர்ப்பம் என்பது உறுதி செய்யப்பட்ட எல்லோருக்கும் இப்போது நீங்கள் கர்ப்பிணி என்பது தெள்ளத் தெளிவாக புரிந்து இருக்கும்.

இந்த மாதத்தில் உங்களின் குழந்தை வளர்ச்சி

இந்த மாதத்தில் உங்களின் குழந்தை வளர்ச்சி

14வது வாரம்

இந்த வாரத்தில் கருவின் வளர்ச்சி அதிக வேகத்தில் காணப்படும். அதைப்போல் ஒவ்வொரு கர்ப்பிணிக்கும் இந்த வார கருவின் வளர்ச்சி விகிதமானது மாறுபடும். கருவானது இப்பொழுது கழுத்து, கால், கை என உடல் பாகங்களை பெற ஆரம்பித்து இருக்கும். அதனுடைய தலையில் சிறு சிறு முடிகள் முளைக்க ஆரம்பித்து இருக்கும். அதனுடைய தலை நேராக ஆரம்பித்து இருக்கும். முடிகளின் வளர்ச்சியால் கருவிற்கு வெப்பம் ஏற்படும்.

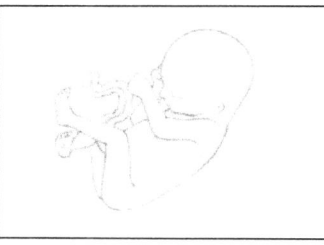

இந்த வாரத்தில் தான் கருவிற்கு முடிகள் முளைக்கின்ற சமயம் என்பதால் நீங்கள் அதிக அளவில் இரும்புச் சத்து மாத்திரைகளை எடுத்துக் கொள்ள வேண்டும்.

உங்களின் நான்கு மாத குழந்தை

15வது வாரம்

இந்த வாரத்தில் குழந்தையின் உயரம் 4 1/2 இன்ச் இருக்கும். குழந்தையின் எடை 2 முதல் 3 அவுன்ஸ் இருக்கும். இது ஒரு சிறிய ஆரஞ்சு பழம்

அளவிற்கு தான் இருக்கும். அதற்கு காதுகள் சரியான இடத்தில் பொருந்த ஆரம்பித்து இருக்கும். கண்கள் கூட தலைக்கு கீழே இரு புள்ளிகளாக ஏற்பட்டு இருக்கும். கால்கள் வளர்ச்சி பெற்று அதில் விரல்கள் தோன்ற ஆரம்பித்து இருக்கும். ஒருவேளை கை விரல்கள் தோன்ற ஆரம்பித்து இருப்பின் குழந்தையானது தனது கைவிரலை சூப்ப ஆரம்பிக்கும். இந்த குழந்தையின் விரல் சூப்பும் பழக்கம் தான் குழந்தை பிறந்த பிறகும் கூட அதனைத் தொடர்ந்து செய்கின்றது. குழந்தை தானாகவே இப்பொழுது மூச்சை இழுத்து விட ஆரம்பித்து விடுகின்றது. இப்பொழுது நீங்கள் குழந்தையின் அசைவை உணர முடியும். இப்பொழுது அதி வேகமாக குழந்தையானது அசைய ஆரம்பிக்கும்.

16வது வாரம்

இந்த வாரத்தில் குழந்தையின் எடை 3 முதல் 5 அவுன்ஸ் மற்றும் உயரம் 4 இன்ச் முதல் 5 இன்ச் இருக்கும். அதனுடைய சதைப் பகுதி முன்பைவிட இப்பொழுது நன்றாக திடமாகி இருக்கும். அதற்கு அழகான முகம் தோன்ற ஆரம்பித்து இருக்கும். கண்கள் வேலை செய்ய ஆரம்பித்திருக்கும். எப்பொழுதாவது தன்னுடைய கண்களை குழந்தையானது திறந்து மூடும். நீங்கள் உங்களின் வயிற்றை தடவிப் பார்த்தால் ஒரளவுக்கு இதனை உணரலாம். குழந்தையின் அசைவும் உங்களுக்கு இப்போது நன்றாகவே தெரிய வரும்.

17வது வாரம்

இந்த வாரத்தல் குழந்தையின் எடை 5 அவுன்ஸிற்கு அதிகமாக இருக்கும். குழந்தையின் உயரம் கிட்டத்தட்ட 5 இன்சிற்கு மேலே இருக்கும். அதனுடைய வெளிப்புற உடல் சதைகள் எல்லாம் உருவாகி இருக்கும். இந்த வாரத்தில் குழந்தையானது வாய் உள்ளே முழுங்குதல், வெளியே துப்புதல் போன்ற செயல்களை செய்ய ஆரம்பித்து இருக்கும். எனவே குழந்தையின் ஆரோக்கியத்திற்கான உணவுகளை நீங்கள் எடுத்துக் கொள்ளுதல் மிக அவசியம். இப்போது அதனுடைய இருதயத் துடிப்பும் சரியாக வேலை செய்ய ஆரம்பித்து இருக்கும். உங்களால் குழந்தையின் இருதயம் துடிப்பதை உணர

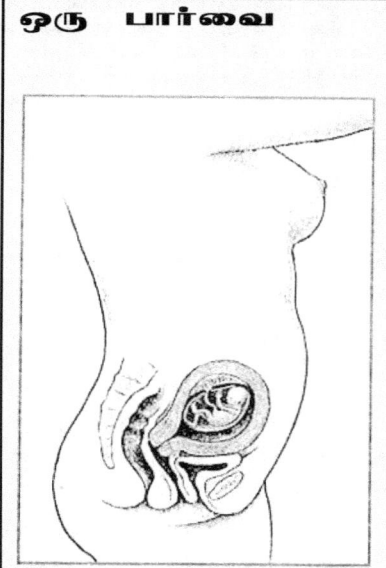

ஒரு பார்வை

இந்த மாதத்தில் குழந்தையின் வடிவமானது. ஒரு தர்பூசணிப் பழத் துண்டைப் போன்று இருக்கும். இது பெல்விக் மற்றும் கேவிட்டியின் வெளியே இருக்கும். இப்பொழுது குழந்தையானது உங்களின் தொப்புளுக்கு 2 இன்ச் கீழே இருக்கும். இதனை நீங்கள் தொப்புளைத் தொட்டுப் பார்த்து உணர்ந்து கொள்ளலாம். முதலில் நீங்கள் அணிந்து இருந்து ஆடைகள் எல்லாம் இப்போது உங்களுக்கு பத்தாமல் இறுக்கமாகி விடும்.

முடியும். மருத்தவரிடம் நீங்கள் குழந்தையின் இருதயத் துடிப்பை காதால் கேட்க வேண்டும் என்ற விருப்பத்தை வெளிப்படுத்துங்கள். அவர் உங்களுக்கு டாப்ளர் கருவிக் கொண்டு குழந்தையின் இருதயத் துடிப்பை கேட்க வைப்பார்.

நீங்கள் என்ன அனுபவித்து கொண்டு இருக்கிறீர்கள்

இந்த மாதத்தில் நீங்கள் புதுப்புது அனுபவங்களை பெறப் போகின்றீர்கள். இதில் பல விதமான புது அறிகுறிகளும் ஏற்படும். கடந்த சில மாதங்களாக மார்னிங் சிக்னெஸ் எனப்படும் மசக்கையால் அவதிப்பட்டுக் கொண்டு இருப்பது என்னவோ சரி. எனவே நீங்கள் இதற்கு மேலும் என்ன பிரச்சனை வந்தாலும் சமாளித்து விடுவீர்கள். கீழ்காணும் சில அறிகுறிகளை நீங்கள் மனதளவிலும், உடலளவிலும் இப்போது சந்திக்க வேண்டிவரும்.

உடலளவில்

- களைப்பு
- அடிக்கடி சிறுநீர் கழிதல்
- தலைச்சுற்றல்
- வாந்தி
- மயக்கம்
- மலச்சிக்கல்
- நெஞ்சு எரிச்சல்
- செரிமானமின்மை
- பசி ஏற்படுதல்
- பசி ஏற்பட்டாலும் சாப்பிட முடியாமல் சாப்பாட்டின் மீது ஒரு வித வெறுப்பு
- புதிது புதிதாய் ஆசை
- நாசி அடைபடுதல்

எச்சரிக்கை

பற்களை துளக்கும்போது பல் ஈருக்களிலிருந்து இரத்தம் வடிந்தால் மருத்துவரிடம் உடடியாக காட்டிடுங்கள். இது முழுவதும் கர்ப்பத்தினால் ஏற்பட்ட தொற்று ஆகும். இதனை கர்ப்ப கால டியூமர் என்பர். இதனால் பிரசவத்தின் சமயத்தில் உங்களுக்கு சிரமம் ஏற்படும். எனவே உங்களின் பிரசவ சிகிச்சை மருத்துவா

- கால்களில் வலி
- கால்களில் வெரிகோஸ் வெயின்ஸ்
- காதுகளில் அழுக்கு சேருதல்
- பல் ஈறுகளில் வீக்கம்
- பல் ஈறுகளில் இரத்தம் வருதல்
- யோனித் திரவம் வெளிப்படுதல்
- முகத்தில் கரும் புள்ளிகள் தோன்றுதல்
- எப்பொழுதாவது மயக்க நிலையை அடைந்து வெகு நேரம் கண் விழிக்காமை
- குழந்தையின் அசைவில் தீவிரம்

மனதளவில்

★ உங்களின் மூடில் ஏற்ற இறக்கம்
★ சிடுசிடுப்பு
★ எரிச்சல்
★ திடீர் அழுகை
★ கர்ப்பம் என்பதைக் காட்டிக் கொள்ளும் ஆர்வம்
★ மறதி அதிகரித்தல்
★ எந்த ஒரு ஆடையும் இப்போது அணிய முடியாத வகையின் இறுக்கமாகி விடுவது
★ வேலை செய்வதில் தாமதம்
★ திடீர் கோபம் ஏற்படுதல்

அல்லது பல் மருத்துவரை தொடர்பு கொள்ளுங்கள்.

இந்த மாதத்திற்கான செக் அப்

இந்த மாதத்தில் மருத்துவர் உங்களுக்கு கீழ்க்காணும் பாிசோதனைகளைச் செய்திடுவார்.

- உடல் எடை
- இரத்த அழுத்தம்
- சிறுநீரில் சர்க்கரையின் அளவு
- குழந்தையின் இதயத்துடிப்பு
- கர்ப்பத்தின் வடிவம்
- வயிற்றின் மேல் பகுதியின் வடிவம்
- கை, கால்களில் வீக்கம்
- வெரிகோஸ் வெயின்ஸ்
- சில புதிய அறிகுறிகள்
- உங்களின் புதிய கேள்விகள் மற்றும் சந்தேகங்கள்.

★ எக்ஸ்ரே எடுப்பவரிடம் நீங்கள் கர்ப்பிணி என்பதை முதலிலேயே கூறிடுங்கள்.

★ எக்ஸ்ரேவில் அனுபவம் பெற்றவரிடம் எக்ஸ்ரே செய்திடுங்கள்.

★ எக்ஸ்ரே எடுக்கும் போது ஆட்டாமல் அசையாமல் இருப்பது அவசியம். இதனால் மீண்டும் ஒருமுறை எக்ஸ்ரே எடுப்பதன் தேவை ஏற்படாது.

★ ரேடியேஷன், லீட் போன்றவற்றில் இருந்து தப்பிக்க ஏப்ரன் உறை அல்லது தைராய்டு காலர் அணிந்து கொள்ளுங்கள்.

★ கர்ப்பம் அடைந்த சமயத்தில் கர்ப்பம் என்பது தெரியாமலேயே எக்ஸ்ரே எடுத்து விட்டீர்கள் எனில் அதனைப் பற்றி கவலைப்படாதீர்கள்.

எக்ஸ்ரே

பல் சிகிச்சைக்காக ஏதேனும் பல் எக்ஸ்ரே எடுக்க வேண்டி இருந்தால் அதனை பிரசவம் வரையிலும் தள்ளி வைப்பது நல்லது. ஏனெனில் அதனால் தொற்று ஏற்பட்டு விடும் அபாயம் உள்ளது. மேலும் வேறு எந்த உடல் பகுதியையும் எக்ஸ்ரே செய்வதைக் கூட தவிர்த்து விடுவது நல்லது. ஒருவேளை எக்ஸ்ரே எடுத்து தான் ஆக வேண்டும் என்ற நிலைமை ஏற்பட்டால் கீழ்க்காணும் எச்சரிக்கை நடவடிக்கையை கையாளுங்கள்.

நீங்கள் என்ன யோசித்து கொண்டு இருக்கிறீர்கள்?

பற்களில் ஏற்படக்கூடிய பிரச்சனைகள்

"எனக்கு காலையில் பல் துளக்கும் போது அதிலிருந்து இரத்தம் வருகின்றது. மேலும் பற்களுக்கு இடையே இடைவெளியும் ஏற்பட்டுள்ளது. இதனால் இப்போது நான் பல் சிகிச்சை மருத்துவரை தொடர்பு கொள்வது அவசியமா?"

★ முதலில் நன்றாக சிரித்திடுங்கள் நீங்கள் இப்பொழுது கருவில்

வளரும் குழந்தைக்கான சிகிச்சையை பற்றி யோசிக்காமல் உங்களின் முக அழகைப் பற்றியும், பல் சிகிச்சையைப் பற்றியும் யோசிப்பதால் தான் நான் நன்றாக சிரிக்கச் சொல்லி உங்களிடம் கூறினேன்.

★ கர்ப்பம் தரிப்பதற்கு முன்னரே நீங்கள் மேற்கொள்ள வேண்டிய சில முன்னெச்சரிக்கை நடவடிக்கைகள் உண்டு. அதில் மிகவும் முக்கியமானது பல் மருத்துவரை சந்தித்திடுவது என்பதாகும். நீங்கள் அதனை செய்யாமல் விட்டது உங்களின் முதல் தவறு ஆகும். பிரசவ நேரம் வரையிலும் பொறுத்துக் கொள்ள கீழ்க்காணும் சில யோசனைகளைக் கையாளுங்கள்.

★ ஒருவேளை பல் பிரச்சனையை உங்களால் பொறுத்துக் கொள்ள முடியும் எனில் பிரசவம் ஆகும் வரை பொறுத்துக் கொள்ளுவது சிறந்தது.

★ காலை, மாலை, இரவு என மூன்று வேளைகளிலும் பல் துலக்குதல் நலம்.

★ உணவை நன்றாக மென்று விழுங்குங்கள். பற்களுக்கு இடையே உணவுத் துகள்கள் ஒட்டிக் கொள்ளதா வண்ணம் பார்த்துக் கொள்ளுங்கள்.

★ பல்லை ஏதேனும் பல் குச்சி, ஊக்கு, ஊசி என்ற கூர்மையான பொருட்கள் கொண்டு குத்துவது கூடாது.

தூக்கம் வருவது இல்லையா?

பிரசவ கால ஹார்மோனும், வயிறு பெரிதாகுவதாலும், உங்களுக்கு தூக்கம் வருவது தடைபடுகின்றதா? இதற்காக தூக்க மாத்திரை போட்டுக் கொள்ளுவதாக இருந்தால் மருத்துவரின் ஆலோசனைப் பெற்று செய்வது நல்லது.

★ சாப்பிட்டு முடித்த பிறகு நன்றாக வாய் கொப்புளித்து விடுங்கள்.

★ இரவில் படுப்பதற்கு முன்னர் உப்பு கலந்த தண்ணீரைக் கொண்டு வாயைக் கொப்புளிப்பது நல்லது.

★ மருத்துவரின் ஆலோசனை இல்லாமல் பல் சிகிச்சைக்கான எந்த ஒரு மருந்தையும் உட்கொள்ளாதீர்கள்.

★ பல்லில் தொற்று நோய் ஏற்பட்டால் அது தீவிரம் அடைந்து கர்ப்பத்தில் இருக்கும் வரை குழந்தை சென்று தாக்கும் அபாயம் உள்ளது. ஒருவேளை இப்படி ஏற்பட்டால் உடனடியாக பல் மருத்துவரைச் சென்று சந்தித்து சிகிச்சை மேற்கொள்வது மிகவும் சிறந்தது.

பல் மருத்துவரின் ஆலோசனைப் படி நடந்து கொள்ளுங்கள். கர்ப்ப காலத்தில் பற்களை பரமரிப்பது உங்களின் தலையாய கடமையாகும்.

பல் சிகிச்சை மருத்துவரை சந்திப்பதற்கு முன் உங்களின் பிரசவ சிகிச்சை மருத்துவரையும் கலந்து கொள்வது சிறந்தது. ஏனெனில் பல் சிகிச்சை மருத்துவரால் தரப்படுகின்ற மருந்துகளால் உங்களின் கர்ப்பத்திற்கு பாதிப்பு ஏதேனும் ஏற்படக்கூடாது.

இல்லையேல் பல் சிகிச்சை

அலர்ஜி மற்றும் உங்களின் உணவு

தாயின் அலர்ஜியானது கருவில் இருக்கும் குழந்தையை பாதிக்கக் கூடாது. தாய்ப்பால் கொடுக்கும் தாய்க்கு அலர்ஜி இருந்தால் தாய்ப்பால் வழியாக அந்த அலர்ஜியானது குழந்தையை சென்று தாக்குவதாக ஆய்வுத் தகவல்கள் வெளியிடப்பட்டுள்ளது.

தாய்க்கு சாப்பாட்டில் அலர்ஜி இருக்கின்றது எனில் அந்த உணவை பிரசவ காலம் வரை சாப்பிடாமல் இருப்பது நல்லது. தாய்ப்பால் கொடுக்கும் பொழுதும் அந்த உணவை எடுத்துக் கொள்ளாமல் இருப்பது அலர்ஜியை குழந்தைக்கு ஏற்படுத்தாமல் தடுக்கும்.

மருத்துவரை தொடர்பு கொண்டு பிறகு கூட அந்த மருந்து சீட்டை உங்களின் பிரசவ சிகிச்சை மருத்துவரிடம் காட்டி ஆலோசனைப் பெறலாம்.

மூச்சு விடுவதில் சிரமம்

"எனக்கு எப்பொழுதாவது மூச்சு விடுவதில் சிரமம் ஏற்படுகின்றது. இது ஏன் இவ்வாறு ஏற்படுகின்றது?"

நன்றாக மூச்சை எழுத்து விடுங்கள். பிறகு அமைதியாகி விடுங்கள். மூன்றாவது மாத்திற்கு பிறகு கர்ப்பிணிப் பெண்களுக்கு இவ்வாறு ஏற்படும். அதிக களைப்பின் காரணமாக இவ்வாறாக உங்களுக்கு ஏற்படலாம். மேலும் சுவாசக் கோளாறு இருக்கவும் வாய்ப்பு உண்டு.

நுரையிரல் பிரச்சனை சிறுவயதில் இருந்தே உங்களுக்கு இருப்பின் இவ்வாறு ஏற்படலாம். உங்களின் சுவாசப் பிரச்சனை கருவில் வளரும் குழந்தையை பாதிக்காது. ஒருவேளை தொடாந்து இவ்வாறான சுவாசப் பிரச்சனை இருந்தால் மருத்துவரை உடனடியாகத் தொடர்பு கொள்ளுவது அவசியம்.

பிரணாயாமம், சுவாசப் பயிற்சி செய்தால் ஓரளவுக்கு உங்களின் பிரச்சனைக்கு தீர்வு கிடைக்கும்.

மூக்கிலிருந்து இரத்தம் வடிவதல்

"என்னுடைய மூக்கிலிருந்து எப்போதாவது இரத்தம் வடிகின்றது. இதற்குகாக நான் என்ன செய்ய வேண்டும்?"

கர்ப்ப காலத்தில் வயிற்றில் சுரக்கக் கூடிய எஸ்டிரோஜன் மற்றும் புரோஜஸ்டிரோஜன் காரணமாக மூக்கில் இரத்தம் வரலாம். மேலும் தொற்று எதுவும் ஏற்பட்டு இருந்தாலும் இரத்தம் வரலாம். மூக்கில் அதிகமாக அடைப்பு இருந்தாலும், எப்பொதுதாவது மூக்கிலிருந்து இரத்தம் வரலாம். ஒருவேளை மூக்கு நன்றாக சுவாத்தை எடுத்துக் கொள்ள வில்லையெனில் மூச்சு குழாயிலிருந்து இரத்தம் வரலாம்.

கர்ப்ப காலத்தில் ஆன்டிஹிஸ்டேமைன் ஸ்பிரை உபயோகப்படுத்துவது கூடாது. இதனை மருத்துவரிடம் கேட்டு ஆலோசனை பெற்ற பிறகு பயன்படுத்துதல் வேண்டும்.

மீண்டும் மீண்டும் மூக்கில் இரத்தம் வடிவது இருந்து கொண்டு இருந்தால் மருத்துவரை உடனடியாக சந்திப்பது சிறந்தது. மேலும் முதல் உதவியாக உடனடியாக நேராக தலையணை வைத்துக் கொள்ளாமல் நேராக படுத்துக் கொள்ளுவது சிறந்தது. இவ்வாறாக படுத்த நிலையிலேயே இருக்க வேண்டும். சிறிது நேரம் கழித்து மூக்கிலிருந்து இரத்தம்

வருவது கட்டுப்பட்டவுடன் மருத்துவரை சென்று சந்திப்பது அவசியம்.

விட்டமின் இணைந்த உணவை 250 மி.கி தினமும் எடுத்துக் கொள்ளுவது அவசியம் ஆகின்றது. ஏனெனில் கர்ப்ப காலத்தில் இரத்தின் மதிப்பு மிகவும் உயர்ந்தது.

குறட்டை

"என்னுடைய கணவர் நான் இரவில் குறட்டை அதிகமாக விடுவதாக கூறுகிறார். ஏன் இப்படி நான் குறட்டை விடுகின்றேன்?"

நீங்கள் குறட்டை விடுவதால் உங்களின் பக்கத்தில் படுத்திருக்கும் உங்கள் கணவரின் தூக்கம் கெட்டு விடுகின்றது. ஆனால் இது கர்ப்ப காலத்தில் ஒரு சாதாரணமான விஷயம் தான். மூக்கு அடைபடுவதிலிருந்து தப்பிக்கவே இவ்வறான குறட்டை வருகின்றது.

ஒரு நல்ல செய்தி என்னவெனில் மூக்கில் இரத்தம் வடிவதற்கு பதிலாக குறட்டை விடுவதே சிறந்தது.

இல்லையேல் அது வேறு பிரச்சனையை உண்டுபண்ணிவிடும்.

குறட்டை விடுவது ஒரு நோய் அல்ல. உடல் பருமான பெண்களுக்கு குறட்டை வருவது இயல்பு. உங்களின் தலையை ஓரளவுக்கு உயர்த்தி வைத்துக் கொள்ளுவதால் குறட்டையின் சத்தம் குறையும்.

குறட்டை என்பது 'ஸ்லீப் எபினியா' என்பதன் அறிகுறியாகும். தூங்கும் போது மூச்சு சிறிது நேரம் நின்று மீண்டும் வெளியிடப் படுகின்றது. இவ்வாறான சமயங்களில் தான் குறட்டை சத்தம் வெளியே வருகின்றது.

மருத்துவரை அடுத்த முறை சந்திக்கும் போது இதைப்பற்றி அவசியம் கூறி விடுங்கள்.

அலர்ஜி

"கர்ப்ப காலத்தின் ஆரம்பத்திலேயே அலர்ஜி ஏற்பட்டு விட்டது. என்னுடைய மூக்கு எப்பொழுதும் வழிந்து கொண்டே இருக்கிறது. இது எதனால் ஏற்படுகின்றது?"

கர்ப்ப காலத்தில் மூக்கில் மியுக்கஸ் சுரப்பதே இதற்கு காரணமாகும். மேலும் இதனை மூக்கில் அலர்ஜி ஏற்பட்டுள்ளதாகக் கூறுவர். சில பெண்களுக்கு இதனுடைய அறிகுறிகள் மிகவும் மோசமானதாக இருக்கும். உங்களுக்கு அதிர்ஷ்டவசமாக இதனுடன் நின்று விட்டது என்று மகிழ்ச்சி கொள்ளுங்கள்.

மருந்துக்கடையில் சென்று அலர்ஜிக்கான மாத்திரைகள் எதையும் வாங்கி நீங்களாகவே போட்டுக் கொள்ளாதீர்கள். மருத்துவிடம் ஆலோசனை செய்த பிறகே இதற்கான மருந்துகளை எடுத்துக்கொள்ளுதல் வேண்டும். எனவே இதைப்பற்றி நீங்கள் கவலைப்படாதீர்கள்.

உங்களுக்கு அலர்ஜி எவற்றில் எல்லாம் ஏற்படுகின்றது என்பதை முதலில் கண்டு பிடிப்பது அவசியம் ஆகும். சிறுவயதிலிருந்தே உங்களுக்கு அலர்ஜி ஏதேனும் இருக்கின்றதா என்பதை உங்களின் தாயிடம் கேட்டு தெரிந்து கொள்ளுங்கள்.

அலர்ஜிக்கான காரணத்தை கண்டு அறிவது மிகவும் அவசியம். அலர்ஜியிலிருந்து தப்பித்து இருங்கள். அலர்ஜி ஏற்படக்கூடிய பொருள்களை சாப்பிடாதீர்கள். நீங்கள் எடுக்கும் முயற்சியால் உங்களின் குழந்தையும் அலர்ஜியிலிருந்து காப்பாற்றிடுங்கள்.

கீழ்க்காணும் சில முன்யோசனைகளை நீங்கள் கடைப்பிடித்து அலர்ஜிடமிருந்து தப்பித்திடுங்கள்

- ♥ வெளி இடங்களில் செல்லும்போது உங்களுக்கு அலர்ஜி ஏற்பட்டால் வெளி இடங்களுக்கு செல்லாதீர்கள். வீட்டில் ஏ.சி அறையிலேயே அமர்ந்து இருங்கள்.
- ♥ கை, முகம் துடைக்க சுத்தமான துணியைப் பயன்படுத்துங்கள்.

அனிமியாவின் அறிகுறிகள்

அனிமியாவினால் பாதிக்கப்பட்ட தாயின் முகம் வெளிறி இருக்கும். காப்பிணி மிகவும் களைத்து விடுவார்கள், மிகவும் பலவீனமாகவும் ஆகி விடுவார்கள். எப்பொழுதாவது மயக்க நிலைமைக்கும் சென்று விடுவார்கள். மருத்துவர்கள் அனிமியாவைத் தடுக்க இரும்புச் சத்து மாத்திரைகளை எழுதித் தருகின்றனர்.

- ♥ வீட்டை பெருக்கும்போதும், ஒட்டடை அடிக்கும் போதும் அந்த இடத்தில் இருக்காதீர்கள். உங்கள் வீட்டில் உள்ள பழைய புத்தகங்கள் இருந்தால் அதனைச் சுத்தம் செய்யும் போது அருகில் இருக்காதீர்கள்.
- ♥ உங்களுக்கு சாப்பாட்டில் அலர்ஜி இருந்தால் அந்த உணவை முற்றிலும் கர்ப்ப காலம் வரை தவிர்த்திடுங்கள்.
- ♥ விலங்குகளால் அலர்ஜி இருந்தால் உங்கள் வீட்டில் வளர்ப்புப் பிராணிகள் வைத்துக் கொள்ளாதீர்கள். ஒருவேளை வளர்ப்புப் பிராணி மேல் விருப்பம் அதிகம் எனில் பிரசவ காலம் வரை அந்த வளர்ப்புப் பிராணியை தோழியின் வீட்டில் விட்டு வைத்திடுங்கள். பிரசவம் ஆன பிறகு வளர்ப்புப் பிராணியை உங்கள் வீட்டிற்கு அழைத்து வரலாம்.
- ♥ புகையிலை,சிகரெட் புகையினால் உங்களுக்கு அலர்ஜி ஏற்படுகின்றது எனில் சிகரெட் புகைக்கும் இடத்திலிருந்து தூரத்தில் இருப்பது அவசியம் ஆகின்றது.

யோனிக் திரவம்

"எனக்கு மெல்லிய இழைப்போன்ற யோனிக் திரவம் வெளியாகிக் கொண்டு இருக்கிறது. எனக்கு தொற்று ஏற்பட்டுள்ளதா என்று பயமாக உள்ளது. ஏன் இவ்வாறு ஏற்படுகினறது?"

- ❀ மெல்லிய யோனிக் திரவம் வெளியாவது கர்ப்ப காலத்தில் சாதாரணமான விஷயம் தான்.

கர்ப்ப காலத்தில் யோனிக் திரவம் தொற்றுகள், பாக்டீரியாக்களை உள்ளே செல்லவிடாமல் தடுக்கின்றது. நீங்கள் எனவே இதைப்பற்றி கவலைப்படாதீர்கள். உங்களின் உள்ளாடைகள் சுத்தமாக வைத்துக் கொள்ளுங்கள். அதிகமான யோனித்திரவம் வெளிப்பட்டால் பேட் வைத்துக் கொள்ளுவது அவசியமாகும்.

இடைவெளி இல்லாமல் குழந்தையைப் பெற்றெடுக்கும் தாய், வாந்தி தொடர்ந்து எடுத்துக் கொண்டிருக்கும் கர்ப்பிணி, மசக்கையுள்ள கர்ப்பிணி, சத்துள்ள ஆகார உணவை எடுத்துக் கொள்ளாத கர்பிணிகளுக்கு இந்த அனிமியா நோய் ஏற்படுவது உண்டு. மருத்துவரின் சரியன சிகிச்சை முறை மற்றும் இரும்புச் சத்துள்ள உணவுப் பொருட்களை எடுத்துக் கொள்வதால் கர்ப்பிணிப் பெண்களுக்கு இந்த நோய் வராமல் தடுக்கலாம்.

கணவருடன் உடல்உறவு கொள்ளுவதை சிறிது காலத்திற்கு செய்யாதீர்கள். ஏனெனில் கணவருக்கு அதனால் அரிப்பு ஏற்படும். மேலும் தொற்று ஏற்படவும் வாய்ப்பு அதிகமாக உண்டு. ஒருவேளை உடல்உறவு கொண்டுதான் ஆக வேண்டும் என்ற நிலைமை ஏற்பட்டால் ஆணுறை பயன்படுத்துங்கள்.

கர்ப்ப கால ஃபோட்டோ

நீங்கள் கர்ப்பம் தரித்தது முதல் பிரசவம் ஆகும் வரையிலும் ஒவ்வொரு மாதமும் உங்களின் உடல் வளர்ச்சியை ஃபோட்டோ எடுத்து வைத்துக் கொள்ளுங்கள். இதனை உங்கள் குழந்தை வளர்ந்த பெரிதாகும் போது காட்டிலாம். இந்த ஃபோட்டோக்களை எல்லாம் ஒரு ஆல்பத்தில் வைத்த

வயிறு பெரிதாகும் போது ஒல்லியாக தோற்றமளிக்க ஒரு முயற்சி

கர்ப்பத்தின் காரணமாக இப்பொழுது உங்கள் வயிறு பெரிதாகிக் கொண்டே செல்லும். வயிறு பெரிதாகுவதால் இடுப்பு, புட்டம் போன்ற பகுதிகளும் பெரிதாகும்.

இதனால் உடல் பருமன் அதிகமாக ஏற்பட்டதைப் போல் நீங்கள் காட்சி அளிப்பீர்கள். இதனைத் தடுக்க நீங்கள் கீழ்க்காணும் முறைகளைக் கையாளுங்கள்.

கருப்பு நிறம்

கருப்பு, கருநீலம், சாக்லேட் பிரவுன் மற்றும் கருஞ்சிவப்பு போன்ற நிறங்கள் உங்களுக்கு அடிக்கும் விதத்தில் இருந்த, உடல் பருமனான தோற்றத்தை வெளிப்படுத்தினால் இந்த நிறங்களில் ஆடைகள் அணிவதை தவிர்த்திடுங்கள். இதனால் நீங்கள் ஒல்லியாகத் தெரிய ஒரு வாய்ப்பு

பாதுகாத்திடுங்கள். நீங்களும் உங்களது கணவரும் கூட ஒய்வான நேரத்தில் பார்த்து ரசித்திடலாம்.

அல்ட்ராசவுண்டு ஐந்தாவது மாதத்தில் செய்யும் போது மருத்துவரிடம் கூறி குழந்தையின் கரு வளர்ச்சி நிலை நபோட்டையைவும் பெற்று உங்களின் ஆல்பத்தில் வைத்திடுங்கள்.

ஏனெனில் இந்த பொன்னான காலங்கள் மீண்டும் மீண்டும் வருவதில்லை. வாழ்க்கையில் ஒருமுறையோ, இரு முறையோ தான் நிகழக் கூடியது.

ஒரு கலர் விருப்பம்

உங்களுக்கு பிடித்தமான நிறத்திலேயே எப்போதும் ஆடை அணிந்திடுங்கள். மேலும் மேலாடை மற்றும் கீழாடை இரண்டையுமே ஒரே நிறத்தில் அணிவது உங்களை ஒல்லியாகக் காட்டும்.

மிகவும் அடிக்கும் வண்ணம்

ஆமாம், மிகவும் அடிக்கும் வண்ணங்கள் அடிக்கத் தான் செய்யும். மேலும் அதிக பார்டர் கொண்ட ஆடைகள் உடல் பருமனாகக் காட்டும். எனவே இவ்வாறு அடிக்கும் வண்ணத்தில் ஆடைகள் அணிவதை தவிர்ப்பது சிறந்தது.

பிடித்தமான நிறம்

உங்கள் உடலின் எந்தெந்த பகுதியை மறைக்க வேண்டும் என்று விரும்புகின்றீர்களோ அதனை மறைக்க நீங்கள் விரும்பும் ஒரு நிறத்திலான ஆடை அவசியம். எனவே எப்போதும் உங்களுக்குப் பிடித்தமான நிறத்திலான ஆடைகளையே அணிந்திடுங்கள்.

சரியான ஆடை

உங்களின் ஆடை எப்பொழுதும் உங்களுக்குச் சரியானதொரு அளவில் இருத்தல் வேண்டும். கர்ப்பம் தரித்த பிறகு மிகவும் இறுக்கமான ஆடைகளை அணியக் கூடாது. எனவே கர்ப்ப காலத்திற்கு என்று ஒரு சில ஆடைகளை வாங்கிக் கொள்வது சிறந்தது. பிரசவத்திற்குப் பிறகு அந்த ஆடைகளை தையல் ஒட்டி இறுக்கமாக அணிந்த கொள்ளலாம்.

அனிமியா

"என்னுடைய முகத்தில் பார்த்த என்னுடைய தோழி எனக்கு அனிமியா ஏற்பட்டுள்ளதாக கூறுகிறாள். நான் இப்பொழுது என்ன செய்வது?"

முகம் வெளிறி போய்விடுவதை அனிமியாவின் அறிகுறி ஆகும். உங்களின் தோழி உங்களின் முகம் வெளிறி இருப்பது பார்த்து இவ்வாறு கூறி இருப்பார்கள். நீங்கள் இதைப்பற்றி பயப்படவேண்டாம்.

இரத்தத்தில் இரும்புச்சத்து அளவு குறைவதை இதற்கு காரணமாகும். இரும்புச் சத்து அதிகமுள்ள உணவை எடுத்துக் கொள்ளுவது அவசியம். 20 வாரம் தொடர்ந்து இரும்புச் சத்துள்ள மாத்திரைகளை காலை, இரவு எடுத்துக் கொள்ளுவது அவசியமாகும்.

கர்ப்பத்திலுள்ள குழந்தையானது உங்களிடமிருந்து இரும்புசத்தை அதற்கு தேவையான அளவிற்கு

பெற்றுக்கொள்ளுகிறது. குழந்தை பிறந்த பிறகு மூன்று மாதம் வரையிலும் அதற்கு அந்த இரும்புச் சத்து போதுமானதாய் இருக்கும். எனவே தான் உங்களுக்கு இரும்புச் சத்து குறைபாடு ஏற்படுகின்றது.

மேலும் நீங்கள் மசக்கை இருப்பதால் எதை சாப்பிட்டாலும் வாந்தி ஏற்பட்டு விடும் என்ற பயத்தால் சரியான உணவை எடுத்துக் கொள்ளாமல் இருப்பீர்கள். இது கூட ஒரு விதத்தில் அனிமியாவின் காரணமாக இருக்கலாம்.

"என்னுடைய இரத்தத்தை பரிசோதனை செய்த மருத்துவர் எனக்கு இரத்ததில் ஹீமோகுளோபின் குறைவாக இருப்பதாக கூறுகிறார். இதனால் என்னுடைய கர்ப்பத்திற்கு பாதிப்பு ஏற்படுமா?"

80 சதவித கர்ப்பிணி பெண்கள், இரத்தசோகை உள்ளவர்கள் தான். இதற்கு சத்துக்கள் குறைபாடும். மாதவிடாய்போது ஏற்படும் இரத்தப்போக்குமே, அதிக அளவில் காரணமாய் இருக்கின்றது. உடலின் இரும்புச் சத்து தேவை அதிகரிக்கும்பொழுது இந்த பிரச்சினை இன்னும் பெரிதாகும். கர்ப்ப காலத்தில் ஏற்படும் இரத்த சோகை குழந்தைக்கும் தாய்க்கும் பிரச்சினையை உண்டு பண்ணும் என்பதனால் தான் அனைத்துக் கர்ப்பிணிகளுக்கும் இரும்பு மற்றும் ஙபோலிக் ஆசிட் சத்து மாத்திரைகளும் பரிந்துரைக்கப்படுகின்றது. இந்த இரத்த சோகை உள்ள கர்ப்பிணிகள், தொற்றுக்கு அதிகமாக ஆளாவதோடு அவர்களுக்கு குறைப்பிரசவம், கர்ப்ப ஜன்னி மற்றும் சிறிதளவு இரத்தப்போக்கிற்கே மயங்கி விடுதல் போன்றவை நேரலாம். எடை குறைந்த குழந்தைகள், குறை மாதப் பிரசவம் முதலியவை முதலியவைகளும் நேரிடலாம். ஹீமோகுளோபின் அளவு 7 கிராம் குறைவாக இருந்தால் அதீத இரத்த சோகை 7-8 இருந்தால் மிதமான இரத்தசோகை, 9க்கு மேல் 11க்கு குறைவாக இருந்தால் சிறிய அளவு இரத்த சோகை என்று கருதப்படும்.

அயன் டெக்ஸ்டரான் இன்ஜெக்ஷன்கள் கொடுக்கப்படும் ஊசிகள் மூலமாக இதற்கு ஒவ்வாமை, அதிகப்படியான வேர்வை மற்றும் மயக்க நிலையாய் வெளிப்படலாம். இதுதான் உங்களுக்கு நேர்ந்திருக்கும் என்று நினைக்கின்றேன். உங்களின் மற்றைய அறிகுறிகள் இரத்த சோகையினால் ஏற்படுபவை. ஹீமோகுளோபின் அளவு கூடுதல், மாத்திரை மற்றும் ஊசிகள் வழிகளில் ஒரே மாதிரிதான் என்பதால் நீங்கள் தினமும் 100 மி.கி அளவுள்ள அடிப்படை இரும்பு சத்து இருப்பது போல் மாத்திரைகளை அதுவும் பழச்சாறுடன் உட்கொண்டால் நல்லது. இரும்புச் சத்து அதிகம் உள்ள மாமிசம், முட்டை, பச்சைக் காய்கறிகள் போன்றவற்றைக் கண்டிப்பாக எடுத்துக் கொள்ள வேண்டும். உங்களின் மருத்துவரை அணுகி எந்த இன்ஜெக்ஷன் நீங்கள் போட்டுக் கொண்டீர்கள் அதன் அத்தியாவசியம் என்ன? என்பதை அறிந்த கெள்ளுங்கள்.

எந்தக் காரணத்தினால் உங்களுக்கு இரத்த சோகை வந்தது என்பதை அறிவதும் முக்கியமானது. நல்ல சமச்சீர் உணவைத் தினமும் உட்கொள்ளுவதும், மற்ற சத்துக் குறைபாடுகளைக் களைவதும் முக்கியமானது ஆகும்.

பூச்சித் தொல்லை சமீபத்தில் ஏற்படும் மலேரியா தாக்கு, சிறுநீரில் தொற்று, இரத்தக் கசிவுள்ள மூலம், வயிற்றுப் புண் மற்றும் தாலசீமியா முதலியவைகளைக் கண்டறிந்த களைய வேண்டும்.

கருவின் அசைவு

"எனக்கு இப்பொழுது வரை கருவின் அசைவு சரியாக கேட்பது இல்லை எதனால் இவ்வாறு ஏற்படுகின்றது. இதில் கவலைப்படுவதற்கு ஏதும் இருக்கின்றதா?"

தாயின் குழந்தை அசைவுக் கணக்கு சிசுவின் ஆரோக்யதித்திற்கு நல்ல சுட்டிக்காட்டுதலாகும். ஒரு நாளில் குறைந்தது 12 வலிமையான அசைவுகள் இருக்க வேண்டும் (காலையில் தாய் எழுந்திரிப்பதில் இருந்து சாயங்காலம் 5 மணி வரை) அசைவுகள் பலஹீனமாக இருந்தாலோ 12க்கும் குறைவாக இருந்தாலோ அல்லது வழக்கத்தை விட 50 சதவித குறைவாக இருந்தாலோ, உடனே அப்பெண் மருத்துவரிடம் இதனைத் தெரிவிக்க வேண்டும். மருத்துவர் சிசுவின் நிலைமையை அலசி, என்ன செய்ய வேண்டும் என்பதைக் கூறுவார். 35 வாரங்களுக்குப் பிறகு பிரசவம் செய்துக் கொள்வதைப் பற்றி யாரும் யோசிக்கத் தேவையில்லை.

ஒவ்வொரு கர்ப்பமும், தாய்க்கு வெவ்வேறு அனுபவங்களைத் தரலாம். கர்ப்பத்திற்கான பொதுவான சட்ட திட்டங்கள், ஒவ்வொருக்குமே மாறுபடலாம். இதுதான் மருத்துவம் மற்றும் உயிரியலின் சாராம்சம், நார்மலான செயல்பாடுகளுக்கு, அளவு விஸ்தீரமணமானது. 18வது வார ஸ்கேனும், உங்களின் பரிசோதனைகளும் நார்மலாய் இருக்கும்போத அனைத்தும் சரியாகத்தான் இருக்கும். உண்மையான துள்ளுதல், கர்ப்பத்தின் கடைசியில் தான் உணர முடியும். இது உங்களின் முதல் கர்ப்பமாக இருப்பதனால், இப்பொழுதுதான் 20 வாரத்தை அடைந்திருக்கின்றீர்கள் என்பதாலும், வயிற்றில் கோட்பாட்டுடன் கூடிய காற்று மற்றும் பிற அசைவுகள் உண்மையில் குழந்தையின் அசைவாகவே இருக்கலாம். 18- 22 வாரத்தில் எடுக்கப்படும் ஸ்கேனையும் உங்கள் மருத்துவர் செய்யக்கூடும். ஒருமுறை தவறினால் கருச்சிதைவு ஆனவருக்கு, உங்களைப் போல மன உளைச்சல் ஏற்படுவது இயற்கைதான், உங்களின் புதிய சூழ்நிலையையும், கர்ப்பத்தையும் மன சாந்தியுடன் அனுபவியுங்கள்.

கருப்பபையில் நீர் குறைந்து இருப்பதைஒலிக்கோஹைட்ராம்னிஸேஸ் என்ற நிலை என்பபோம். இதில் குழந்தை அசைவதற்குப் போதுமான இடம் இருக்காது. இது கடைசி கர்ப்ப காலத்திலும் தெரிய வரலாம். வாரம் 1முறை மருத்தவரிடம் செல்லுங்கள். தினசரி அசைவு அட்டவணையை கர்ப்பிணி வைத்துக் கொள்ளுதல் வேண்டும். கலர் டாப்ளர் செய்வது உதவி செய்யும் இரத்த அழுத்தம் பரிசோதிக்கப் பட வேண்டும். குறைபாடுகள் ஸ்கேன் மறுமுறையும்செய்யப்படவேண்டும். இளம் குழந்தைக்குரிய தீவிர சிகிச்சை முறைகள் உள்ள மருத்துவ மையத்தில் பிரசவம் செய்யப்பட வேண்டும்.

வொர்க் அவுட்

கர்ப்ப காலத்தில் நீங்கள் தினமும் 30 நிமிடம் உடற்பயிற்சி செய்வது அவசியம் ஆகின்றது. ஒருவேளை உங்களால் 30 நிமிடம் தொடர் உடற்பயிற்சி செய்ய முடியவில்லை எனில் 10- 20 நிமிட இடைவெளியில் இரண்டு முறை செய்திடுங்கள். பகலில் இரண்டு, மூன்று முறை 10-10 நிமிட நடைபயிற்சி வீட்டிற்குள்ளே செய்திடுங்கள்.

வீட்டிற்குள்ளே தெருவிலிருந்து படுக்கை அறை வரை பத்து முறை நடப்பது ஒரு உடற்பயிற்சி ஆகும். மாடிப்படி ஏறுவது கூட ஒரு உடற்பயிற்சி தான். ஆனால் மாடிப்படி ஏறும்போது நீங்கள் மிகவும் எச்சரிக்கையுடன் ஏறுதல் அவசியம். உங்கள் வீடு மாடியில் இருப்பின் ஐந்து முறை லிப்ட்டில் சென்று ஒருமுறை மாடிப்படி வழியாக செல்லுங்கள்.

பிரசவ சமயத்தில் செய்யக்கூடிய உடற்பயிற்சிகளை உங்களின் மருத்துவரிடம் கேட்டு தெரிந்து கொள்ளுவது அவசியமாகும். டி.வி.டி, சி.டி ஏதேனும் உடற்பயிற்சி பற்றி இருப்பின் அதனை போட்டு பார்த்து உடற்பயிற்சி செய்ய கற்றுக் கொள்ளுங்கள்.

பாடி இமேஜ்

நான் எப்பொழுது என் எடைமீது கவனமாக இருக்கிறேன், நான் கண்ணாடியால் பார்க்கும்பொழுது அல்லது எடைபார்க்கும் மிஷினில் நிற்கும் பொழுது எனக்கு மன அழுத்தம் ஏற்படுகிறது. நான் ரொம்ப பருமனாக தெரிகிறேன். ஏன்?

நீங்கள் எப்பொழுதும் உங்கள் எடையில் கவனமாக இருக்கிறீர்கள், அதனால் ரொம்ப டென்ஷனாக காணப்படுகிறீர்கள் அந்த மாதிரி இருக்கக்கூடாது. கர்ப்பகாலத்தில் இது சகஜம் உங்கள் எடை கூடும். உங்கள் குழந்தைக்கு தேவையான சத்து வேண்டுமல்லவா, நிறைய பேருக்கு குண்டான கர்ப்பமான அம்மாக்கள் தான் பிடிக்கும். உங்கள் கணவர்கூட அதையே விரும்புவார். பருமனாக இருப்பதை பற்றி கவலைப்படாமல் குழந்தை ஆரோக்கியமாக உள்ளது என்று சந்தோஷப்படுங்கள்.

மருத்துவரின் ஆலோசனைப்படி நடங்கள். உணவில் தேவையான சத்துள்ளவைகள் எடுத்துக்கொண்டு தேவையற்ற கலோரிகளை பற்றி கவலைப்படாதீர்கள்.

உடற்பயிற்சி செய்யுங்கள். உடற்பயிற்சி செய்தால் என்டோரி ஃபனின் வெளியேற்றம் ஆகும்.

கர்ப்ப காலத்தில் ஃபேஷடுபைல் ஆடை அணியுங்கள், இதுதான் அதை போடுவதற்கு சரியான நேரம். முடி மற்றும் மேக்அப் அழகாக விதத்தில் செய்து ரொம்ப அழகாக இருக்க பாருங்கள்.

கர்ப்ப காலத்தில் உடைகள்

என்னால் பழைய துணிகளை போட முடியவில்லை. புதிய துணி வாங்க

கீகல் உடற்பயிற்சி

நீங்கள் ஒரே ஒரு உடற்பயிற்சி செய்ய் ஆசைப் பட்டீர்கள் எனில் இந்த உடற்பயிற்சியை செய்திடுங்கள். கீகல் உடற்பயிற்சியால் உங்களின் பெல்விக் பகுதி வலிமையாகி விடும். மேலும் கட்டுகடங்காத சிறுநீர் கழிவையும் கட்டுப்படுத்த முடியும். இதனால் உங்களின் உடல் பிரசவத்திற்கு தயாராய் இருக்கும். மேலம் உங்களுக்கு ஆபரேஷன் பிரசவம் என்பதும் ஏற்படாது.

கீகல் உடற்பயிற்சி செய்தவால் உங்களின் சதைப்பகுதிகள் இறுகி விடும். சிறுநீர் கழிக்கும் போது நீங்கள் தேவைப்பட்டால் நிறுத்தி நிறுத்தி சிறுநீர் கழிப்பதைப்போல உங்களின் சதைகள் உங்களின் கட்டுப்பாட்டிற்குள் வந்து விடும்.

கீகல் உடற்பயிற்சி

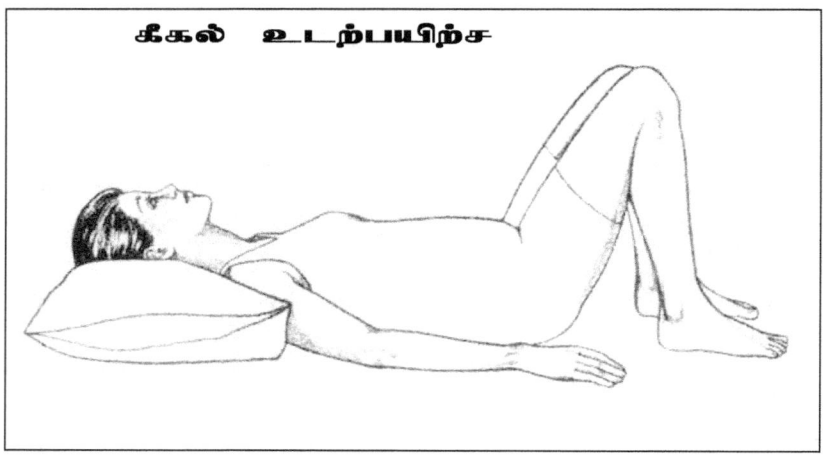

உடற்பயிற்சி ஸ்மார்ட்

குழந்தையுடன் இணைந்து உடற்பயிற்சி செய்யப் போகின்றீர்கள். கீழ்காணும் எங்களது அறிவுரைகளை கடைபிடித்திடுங்கள்.

❀ உடற்பயிற்சி தொடங்குவதற்கு முன்னர் தாகம் இல்லை என்றாலும் சிறிது தண்ணீர் அல்லத திரவ நிலையில் உள்ள பழச்சாறு அருந்திடுங்கள். ஏனெனில் உடற்பயிற்சி செய்து கொண்டிருப்பதற்கு இடையில் தண்ணீர் பருகுதல் கூடாது. மேலும் உடற்பயிற்சி செய்யும்போது வெளியேறும் வியர்வையால் உங்களுக்கும் டி.ஹைடிரேஷன் ஏற்படாது.

❀ உடற்பயிற்சி தொடங்குவதற்கு முன்னர் சிறிது சாப்பிடுங்கள். அதிக உணவு எடுத்துக் கொள்ள வேண்டும் என்பது கிடையாது. உரித்த பழவகைகள், பிரட், முட்டை,வேக வைத்த தானியங்கள் என உடலுக்கு கலோரி கொடுக்கும் விதத்தில் உங்களின் ஆகாரம் இருத்தல் அவசியம்

❀ குளிர்ச்சியான இடத்தில் உடற்பயிற்சி செய்தல் மிகவும் அவசியம். ஏனெனில் உடற்பயிற்சி செய்யும் போது உங்களின் வெப்பநிலை $1.5°$ வரை அதிகரிக்க கூடும். எனவே மிகவும் காற்றோட்ட வசதியில்லாத அறைகளில் செய்தால் உங்களுக்கு உடல் வெப்பநிலை அதிகரித்தல், தலைச்சுற்றல், மயக்கம் போன்றவை ஏற்படும். வீட்டில் உள்ள குளிர்சாதன அறையில் செய்வதே மிகவும் சிறந்ததாகும்.

❀ இறுக்கமான ஆடைகளை அணியாமல் மிகவும் தளர்ந்த ஆடைகளை அணிந்திடுங்கள். மேலும் கதர் ஆடை உடற்பயிற்சி செய்வதற்கு மிகவும் ஏற்றது.

❀ முதலில் கால்களை கவனித்திடுங்கள். நீங்கள் அணிந்திடுக்கும் செருப்பால் ஏதேனும் காயம் ஏற்பட்டால் உடனடியாக செருப்பினை மாற்றிடுங்கள். இல்லையேல் செருப்பு போட்டுக்

கொள்ளாமல் உடற்பயிற்சி செய்திடுங்கள்.

- கார்பெட் மீது உடற்பயிற்சி செய்வதே மிகவும் சிறந்தது. வெறும் தரை அல்லத பாய் மீது செய்யும் போது வழுக்கி விடும் அபாயம் உள்ளது. இல்லையேல் சொரசொரப்பான வெறும் தரையில் செய்வது நல்லது.
- உடற்பயிற்சி செய்யும் இடத்தில் கூர்மையான பொருட்களையோ, இரும்புப் பொருட்களையோ மிக அருகில் வைத்த இருக்காதீர்கள். தீடீரென்று மயக்கம் ஏற்பட்டால் கூர்மையான பொருளினால் உங்களுக்கு பாதிப்பு ஏற்படக்கூடாது.

தைரியம் வரவில்லை என்ன செய்வது?

அந்த காலத்து கர்ப்பமான பெண்கள் ஒரே நீளமான ஆடைகள் போட்டு ஒன்பது மாதம் கழித்தார்கள். இப்பொழுது காலம் மாறிவிட்டது. இப்பொழுது ஒவ்வொரு டிசைனிலும் கலரிலும் ஆடை வந்து கொண்டு இருக்கின்றன. உங்கள் வீட்டின் பக்கத்தில் ஸ்டோரில் மெடர்னிடி கார்னரில் ஆடை வாங்குங்கள். ஆடை வாங்கும்பொழுது கீழ்கொடுக்கப்பட்டுள்ளதை படியுங்கள்.

முப்பது நிமிடம் பிளஸ்

மருத்துவர் நிங்கள் கர்ப்ப காலத்தில் உடற்பயிற்சி செய்வதற்கான பச்சைக் கொடியை காட்டி விட்டால் அன்று முதலே பகலில் உடற்பயிற்சி செய்யத தொடங்கிடுங்கள். பகலில் உங்களின் ஒய்வு நேரத்தில் அமைதியாகச் செய்திடுங்கள். உடற்பயிற்சி செய்யும் போது அதிக களைப்போ, அதிக வியர்வை வெளியேற்றமோ இருந்தால் உடனடியாக உடற்பயிற்சியைத் தொடர்ந்து செய்யாதீர்கள். அதிக வியர்வை வெளியேறினால் டி. ஹைடிரேஷன் ஏற்படும். பிறகு மூச்சு திணறல் ஏற்படும். மயக்கம் கூட சமயத்தில் ஏற்பட்டு விடும். அதிக கலோரி இழப்பு ஏற்படும். எனவே முப்பது நிமிடம் பகலில் உடற்பயிற்சி செய்தால் போதமானது.

உங்கள் உடலில் இன்னும் மாற்றம் வரும். இவை மிக அதிக விலையாக இருக்கும். கடைக்கு போகும் முன்பு உங்கள் அலமாரியை சரிசெய்து கொள்ளுங்கள். சில தேவையான துணி கிடைக்கும், திரும்பவும் வாங்க அவசியம் இருக்காது.

எந்த கடையில் போனாலும் உங்கள் தேவைக்கேற்ப ஆடை வாங்குங்கள். ஏன் என்றால் அவை குழந்தை பிறந்த பிறகு தேவை இருக்காது. தேவையில்லாமல் பணம் செலவாகாதீர்கள்.

வயிறு மறைகிறார் போல ஆடை வாங்குங்கள். லோ கட் ஜீன்ஸ் மற்றும் பேண்ட் அணிந்தால் நன்றாக இருக்கும்.

மார்பகத்தின் அளவுக்கேற்ற பிரா வாங்குங்கள். ஒரு தடவை இரண்டுக்கு மேல் வாங்காதீர்கள். மாதம் ஏற ஏற அதற்கேற்ப மார்பகம் அளவு அதிகமானால் அப்பொழுது வாங்குங்கள்.

விசேஷமான மெடர்னிடி அன்டர்வாயர் போட அவசியமில்லை, தேவைப்பட்டால் புதிய ஸ்டைலிஷ் தாங்ஸ் மற்றும் பிக்கினி பென்டீஸ் அணியுங்கள், மனதுக்கு பிடித்த கலர் எடுங்கள், கர்ட்டனாக இருக்கட்டும்.

கணவரின் சட்டை, பேண்ட் உங்களுக்கு சரியாக இருக்கும், அதை அணிந்து கொள்ளுங்கள்.

மெடர்னிடி ஆடையில் வாங்கல் மற்றும் கொடுக்கல் என்ற எண்ணம் இருக்க வேண்டும். மற்றவர்கள் ஆடை சரியாக இருந்தால் அணிந்து கொள்ளுங்கள். உங்களுக்கு சில ஆடைகள் பிடிக்கவில்லை என்றால் உங்கள் தோழிகளுக்கு கொடுத்து விடுங்கள்.

கர்ப்ப காலத்தில் மெடாபாலிக் நிலை அதிகம் உள்ளதால் உங்கள் உடல் சூடாக இருக்கும். அதனால் காட்டன் ஆடை அணியுங்கள்.

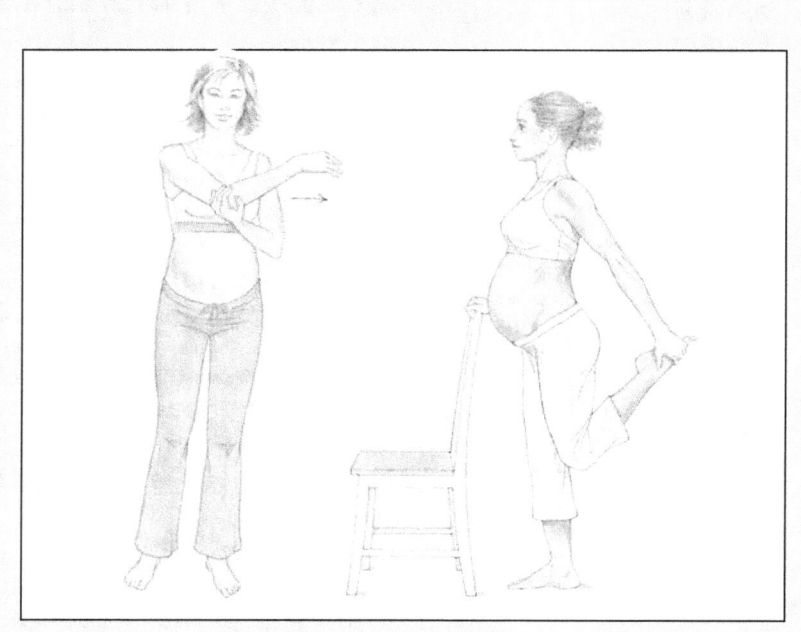

தோல் மற்றும் கால்களுக்கு ஸ்டிரெச் கொடுக்காமல் உடற்பயிற்சி நின்று கொண்டு செய்வது அவசியம். உங்களின் வலுது கையை நீட்டி மடக்குங்கள், வலது தோல்பட்டை சூழட்டுங்கள். இவ்வாறாக அடுத்த கையை செய்திடுங்கள். 5 முதல் 10 நிமிடம் வரை செய்திடுங்கள்.

நின்று கொண்டு கால்களை நீட்டி மடக்கிடுங்கள். உங்களின் கையை ஒரு நாற்காலியின் மீது வைத்திடுங்கள். இவ்வாறாக ஒவ்வொரு காலையும் மாற்றி மாற்றி 10 முதல் 30 செகண்டு வரை செய்திடுங்கள்.

இதனால் ஹீட்ரெஷஸ்லிருந்து தப்பிக்கலாம். லேசான வண்ணத்தில் லூசாக ஆடை அணியுங்கள். குளிர்காலத்தில் அதற்கேற்ப ஆடை அணியுங்கள்.

பிரிபேபி / சிடர்

இப்பொழுது என் வயிறு நன்றாக தெரிகிறது. நான் கர்ப்பமாக இருக்கிறேன், நாங்கள் இருவரும் சேர்ந்துதான் முடிவு எடுத்தோம். ஆனால் இப்பொழுது பயமாக உள்ளது ஏன்? உங்கள் முடிவு ப்ரிபேபி சிடர் போன்றது. உங்களை போன்ற நிறைய பெற்றோர்கள் இதனால் பாதிக்கப்படுகிறார்கள். அவர்களுக்கு அவர்கள் முடிவில் நம்பிக்கை இல்லை. இந்த முடிவால் உங்கள் வாழ்க்கை மாற போகிறது. நீங்கள் எப்பொழுது சாப்பிட போகிறீர்கள், குடிப்பீர்கள், தூங்குவீர்கள் அல்லது எப்படி வாழப் போகிறீர்கள். இவை அனைத்தும் வர போகும் உங்கள் சிசு சொல்லும் உடல் மற்றும் மன அளவு தேவைகள் அதிகமாகும்.

இந்த மாதிரி பதட்டம் சரியானதுதான். குழந்தை வருவதற்கு முன் நீங்கள் எல்லாவற்றையும் சமாளிக்க கற்றுக் கொள்வீர்கள். உங்கள் நண்பர்களிடம் இதை பற்றி பேசுங்கள். அவர்கள் உங்களை சமாதானப்படுத்துவார்கள்.

உங்கள் வாழ்க்கை முறை மாறி வரும். சீக்கிரமாக இந்த மாற்றம் நல்லதுக்குதான் என்று புரிந்து கொள்வீர்கள்.

தேவையற்ற ஆலோசனை

எல்லோருக்கும் நான் கர்ப்பிணியாக இருப்பது தெரியும். சொந்தக்காரர்கள் முதல் வருவோர் போவோர் எனக்கு ஆலோசனை கூறுகிறார்கள் எனக்கு பைத்தியமே பிடிக்கிறது. நான் என்ன செய்வேன்?

உங்கள் வயிற்றின் உப்பசம் எல்லாருக்கும் உங்களுக்கு ஆலோசனை கொடுக்க தோன்றும். நீங்கள் கடையில் பார்கிங் ஜாகிங் போனால் ஏதாவது மூலையிலிருந்து ஓடக்கூடாது என்றும், சூப்பர் மார்கெட்டில் இரண்டு பைகள் தூக்கி வந்தால், இந்த மாதிரி வெயிட் தூக்க கூடாது என்றும், ஐஸ்கிரீம் பார்லரில் இந்த அளவு ஐஸ்கிரீம் சாப்பிடுவது நல்லது அல்ல என்று கேட்கும், இது மிகவும் சாதாரணமான விஷயம்.

சொல்கிறவர்கள் எதை சொன்னாலும் நல்லதாக இருந்தால் எடுத்துக் கொள்ளுங்கள். இல்லாவிட்டால் ஒரு காதில் வாங்கி மற்றொரு காதில் விட்டு விடுங்கள். சிலர் சொன்னதையே சொல்லி கொண்டிருந்தால் லேசாக அதட்டி விடுங்கள். அல்லது டாக்டர் சொல்வதை தவிர வேறு எதுவும் கேட்பதில்லை என்று கூறிவிடுங்கள்.

ட்ரோம்ட்ரே ட்ரூப்

முதுகின் குனிந்த கொண்டு கை இரண்டையும் நேராக நிமிர்நத்தி முட்டிப்போட்ட பொஷினில் இருங்கள். முதுகை வில்லை போல வளைத்திடுங்கள் வில்லைபோலை வளைக்கும் போது மூச்சை நன்றாக உ்ளிழுங்கள். மீண்டும் சரியான பொஷினால் வரும்போது மூச்சை வெளியில் விடுங்கள். இதைப்போலவே இருபது முறை செய்யலாம். இதனால் உங்களுக்கு முதுகு வலி ஏற்படாது. கையின் பலம் இதற்கு மிகவும் அவசியம். யைின் பலம் குறைந்தால் உங்களின் வயிறு தரையில் அடிப்படும்.

கழுத்திற்கான உடற்பயிற்சி

முதலில் உங்கள் தலையை நேராக வைத்திடுங்கள். பிறகு மெதுவாக உங்கள் தலையை வலது புறம் சாய்திடுங்கள், கண்களை இறுக்கமாக மூடிக் கொள்ளுங்கள். தலையை மெதுவாக கழுத்து வரை சாய்திடுங்கள். கழுத்து வரை தலையை சாய்க்கும் போது மூச்சை 6 செகண்டு வரை உள்ளழுக்கு இழுத்திடுங்கள். பிறகு கழுத்தை நிமிர்த்திடுங்கள். கழுத்தை நிமிர்த்தும் போது 3 செகண்டு வரை மூச்சை வெளிவிடுங்கள். இவ்வாறாக தினமும் 3- 4 முறை வலது, இடது என இரண்டு பக்கமும் செய்திடுங்கள். இதனை நாற்காலியில் அமர்ந்துக்கொண்டு வசதியாகச் செய்யலாம்.

குழந்தை பிறந்த பிறகு இது இல்லை அதிகமாகிவிடும்.

வயிற்றை தொடுவது

நண்பர்கள், உங்களுடன் வேலை செய்கிறவர்கள், மற்றும் தெரியாதவர்களும்கூட என் வயிற்றை தொட்டு பார்க்க ஆசைப்படுகிறார்கள், இது எனக்கு கொஞ்சமும் பிடிக்கவில்லை, நான் என்ன செய்ய?

தாய்மை உள்ள வயிறு பார்ப்பதற்கு மிகவும் அழகாக இருக்கும். ஆனால் தாயின் விருப்பம் இல்லாமல் யாரும் தொடுவது சரியில்லை.

நிறைய பெண்களுக்கு இந்த மாதிரி செய்வது பிடிக்கும், நிறைய பேண்களுக்கு பிடிக்காது. உங்களுக்கு பிடிக்கவில்லை என்றால் நேராக சொல்லிவிடுவது நல்லது. இது மாதிரி தொடுவது பிடிக்கவில்லை என்று தொடுபவர்களிடம் தொடவரும் பொழுது சொல்லி விடுங்கள். சிரித்துகொண்டே தொடாதீர்கள், மகன் தூங்கிக் கொண்டு இருக்கிறான் என்று சொல்லுங்கள். தொடவருபவர்களை கிள்ளி விடுங்கள். அல்லது வயிற்றை திருப்பிக் கொள்ளுங்கள். இல்லாவிட்டால் இரண்டு கைகளால் வயிற்றை கட்டி கொள்ளுங்கள். அல்லது தொடுபவர்களின் கைகளை தொடுவதற்கு முன்பு நடுவில் நிறுத்திவிடுங்கள்.

ஞாபக மறதி பழக்கம்

போன வாரம் நான் என் பர்ஸை வீட்டில் மறந்து விட்டேன். இன்று முக்கியமான மீட்டிங்க் ஞாபகம் இல்லை, என்னுடைய மூளையை ஒரு இடத்தில் ஃபோகஸ் செய்ய முடியவில்லை, ஏன்?

சாதாரணமாக கர்ப்பமான பெண்களுக்கு மறதி அதிகமாகிறது என்று நினைக்கிறார்கள். தன்மேல் நம்பிக்கை கொள்ளும் பெண்கள்கூட கடினமான நேரத்தில் பயப்படுகிறார்கள். அவர்கள் பொருளை மறந்து விடுகிறார்கள். அதிக கோபப்படுகிறார்கள்.

கர்ப்பமான பெண்களின் மூளையில் இருக்கும் செல்களின் அளவில் குறை ஏற்படுகிறது. பையன்கள் பெறப் போகும் அம்மாவை விட பெண்களின் அம்மாக்கள்தான் அதிக ஞாபக மறதியாக இருக்கிறார்கள்.

பிரசவம் முடிந்து சில மாதங்களில் மூளை

முன்பு போல வேலை செய்ய ஆரம்பிக்கிறது. இதெல்லாம் ஹார்மோன் மாற்றத்தால் ஏற்படுகிறது. தூக்கம் இல்லாததால் சக்தி குறைகிறது, மூளை ஒரு நிலையில் இருப்பதில்லை.

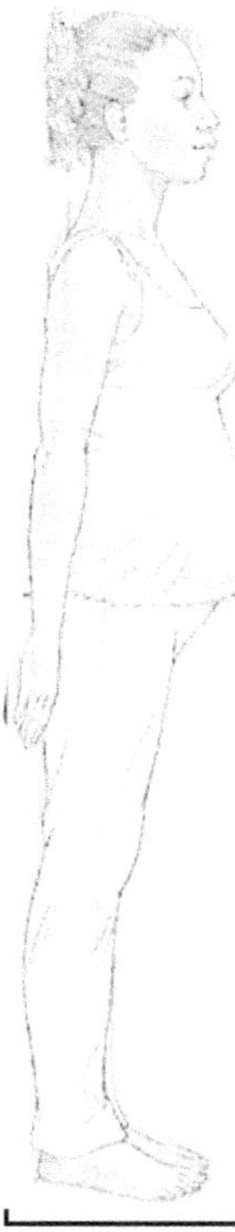

இந்த விஷயத்தை பெரிதாக எடுத்து கொள்ளக் கூடாது. எல்லாவற்றிற்கும் ஒரு லிஸ்ட் போட்டு அதன்படி நடந்தால் சரியாகி விடும்.

மெல்ல மெல்ல இதே போன்ற பழக்கம் ஏற்படும். குழந்தை வந்த பிறகு நீங்கள் முன்பு போல் என்றும் சுறுசுறுப்பாக இருப்பீர்கள்.

ஒரு நாளைக்கு 30 நிமிடம் உடற்பயிற்சி எல்லா கஷ்டத்தையும் தீர்த்துவிடும். சோம்பேறிதனம் விட்டு, ஒருநாளைக்கு குறைந்தது முப்பது நிமிடம் உடற்பயிற்சி செய்ய வேண்டும்.

நிறைய பெண்கள் இதை பின்பற்றி தன்னுடைய உடலை ஃபிட்டாக வைத்துக் கொள்கிறார்கள். மருத்துவரிடம் ஆலோசனை கேட்டு செய்யலாம்.

உடற்பயிற்சியால் லாபம்

- சில சமயம் அதிக அளவு ஓய்வும் உங்களை சோர்வு அடைய செய்கிறது. சிறிது உடற்பயிற்சியால் உங்கள் சக்தியின் அளவு கூடுகிறது.
- உங்கள் தூக்கம் முன்பைவிட நன்றாக உள்ளது தூங்கி எழுந்ததும் ஃபிரஷாக இருக்கிறீர்கள்.

பெல்விக் டில்ட்

முதலில் நேராக கழுத்தை, தலையை உயர்த்தி நினனிடுங்கள். உங்களின் தசைகளை தளர்திடுங்கள். உங்களின் முதுகு ஒரு சுவற்றின் மீது சாய்ந்த வண்ணம் இருக்கலாம். முதுகு எலும்பு சுவற்றில் படுகிறதா என்பதை உறுதி செய்து கொள்ளுங்கள். இப்பொழுது உங்கள் இரண்டு கைகளையும் உஙகளின் பக்கவாட்டில் நேராக வைத்திடுங்கள். மூச்சைந ன்றாக இழுத்து விடுங்கள். மூச்சை விடும் சமயம் முதுகில் அழுத்தம் தெரிவதை உணர்ந்து கொள்ளுங்கள். உங்களின் வயிற்றுக்கு எந்த அசைவும் கொடுக்கக்கூடாது. இதைப்போல் பகலில் பத்து முறை செய்யலாம்.

கர்ப்ப நிலை மற்றும் உடற்பயிற்சி

உடலில் வலி உள்ளது, தூங்க முடியவில்லை, முதுகில் வலி உள்ளது, கால்களில் வலி, மிகவும் மோசமாக மலச்சிக்கல் உள்ளது, வாயு தொல்லை உள்ளது, நீங்கள் கர்ப்பமாக இருக்கிறீர்கள். இதை குறைக்க சில வழிகள் உள்ளன.

- உடற்பயிற்சி செய்வதால் மூளையில் என்டோரிஃபன் சுரக்கிறது, அதனால் உங்கள் நிலை மிகவும் நன்றாக உள்ளது. மனஅழுத்தம் குறைகிறது.
- முதுகு வலி மற்றும் அழுத்தத்திற்கு சரியான மருந்து இந்த உடற்பயிற்சி.
- ஸ்டிரெச்சிங் செய்தால் உங்கள் தசைகளுக்கு இதமாக இருக்கும், நல்ல முன்னேற்றம் இருக்கும். தசைகளில் அழுத்தம் குறையும். இந்த உடற்பயிற்சி

பையிசைப் கர்ல்

முதல் முதலில் பையிசைப் கர்ல் எடுக்கின்றீர்கள் எனில் 5 பவுண்டுயிலிருந்து தொடங்குங்கள். 12 பவுண்டியிற்கு மேல் எடுக்காதீர்கள். பையிசைப் கர்ல் எடுப்பதால் உங்களின் கழுத்து, கைகள், விரல்களில் வலு ஏற்படும். இரண்டு தோல்களும் நேராக இருக்கும் வண்ணம் பார்த்துக் கொள்வது அவசியம். கையில் பையிசைப் கர்ல் எடுத்துக் கொண்டவுடன் மூச்சைநன்றாக உள்ளழுக்கு இழுங்கள். பையிசைப் மேலே கீழ கொண்டு வரும்போது மூச்சை வெளியில் விடுங்கள். இதைப்போல 8 முதல் 10 முறை செய்திடுங்கள். ஒருவேளை களைப்பு ஏற்பட்டால் இடைவெளி விட்டு செய்திடுங்கள்.

கால்களை உயர்த்துதல்

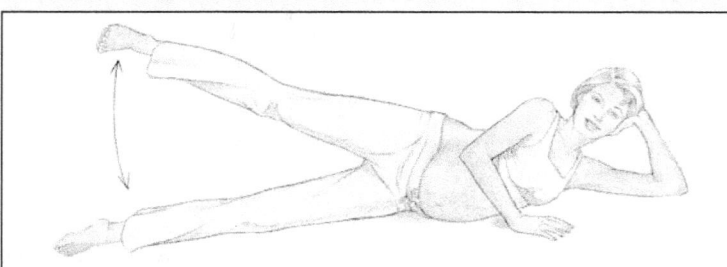

கார்பட் மீது உங்கள் இரண்டு கால்களையும் விரித்த நிலையில் ஒருக்களித்து படுத்திடுங்கள். ஒரு கையை தலையில் முட்டுக் கொடுத்திடுங்கள். மற்றொரு கையை நெஞ்சின் அருகில் வைத்து தரை மீது பதித்திடுங்கள். இப்பொழுது ஒரு காலை மேலே துக்கிடுங்கள். காலை மேலே துக்கும்போது மூச்சை இழுத்துகொள்ளுங்கள். காலை கீழே இறக்கும்போது மூச்சை வெளியிடுங்கள். இவ்வாறாக தினமும் 10 முறை இரண்டு காலுக்கும் செய்வது அவசியம்.

டெலர் ஸ்டிரெச்

கார்பட் மீது இரண்டு கால்களையும் மடிக்கி முதுகை நேராக நிமிர்த்தி அமர்ந்திடுங்கள். உடலை தளர்த்தி கை, கால்களை தளர்த்தி அமருவது அவசியம். இரண்டு கைகளையும் தலைக்கு மேலே உயரமாக தூக்கிடுங்கள். கைகளை மேலே தூக்கும்போத மூச்சை நன்றாக உள்ளுக்கு இழுங்கள். கைகளை கீழே இறக்கும்போது மூச்சை நன்றாக வெளியில் விடுங்கள். இதைப்போல பகலில் பத்து முறை செய்திடுங்கள்.

எங்கே வேண்டுமானாலும் எப்பொழுதும் செய்யலாம். வேர்வை வரவேண்டும் என்பது அவசியமில்லை.

- 10 நிமிடம் உலாவது கூட மலச்சிக்கலை போக்கும். உங்கள் வயிறு நன்றாக உள்ளது முகத்தில் புத்துணர்ச்சி தெரியும்.
- உடற்பயிற்சி செய்யும் பெண்களுக்கு பிரசவ சமயத்தில் அதிக கஷ்டப்படவேண்டி இருக்காது. அவர்களுடைய பிரசவம் சுகமாக இருக்கும். சிசேரியன் செய்யும் நிலை ஏற்படாது.
- குழந்தை பிறந்த பிறகும் நீங்கள் பிட்டாக இருப்பீர்கள். பழைய உடல் அமைப்பு உங்களுக்கு வந்துவிடும்.
- குழந்தைக்கு உடற்பயிற்சியால் என்ன சம்பந்தம் ஆய்வு கூறுகிறது. வொர்க்அவுட் செய்யும்பொழுது குழந்தை சத்தம் மற்றும் அதிர்வை அனுபவிக்கிறார்கள்.
- உடற்பயிற்சி செய்யும் தாய்மார்கள் ஆரோக்கியமான பிள்ளையை பெற்று எடுக்கிறார்கள்.
- உடற்பயிற்சி செய்யும் தாய்மார்களின் குழந்தை அதிக புத்திசாலியாக இருக்கிறார்கள், சுறுசுறுப்பாக இருக்கிறார்கள்.
- இந்த மாதிரி குழந்தைகள் ராத்திரியில் நல்ல முறையில் தூங்குகின்றன.

இதனால் பிரசவத்திற்குப் பிறகு உங்களுக்கு செக்ஸின் மீதும் ஆர்வம் அதிகரிக்கும். இந்த புத்தகத்தில் கீகல் உடற்பயிற்சியைப் பற்றிய தகவல் மேலும்

ஹிப் ப்லைக்சர்ச்

மாடிப்படியின் கீழே நேராக நிமிர்ந்து நின்றிடுங்கள். முதுகு நேராக வளைதல் கூடாது. உங்களின் கையை மாடி கைப்பிடியின் மீது வைத்துக் கொள்ளுங்கள். முதல் படியின் மீது உங்களின் வலது கால் வைத்தல் வேண்டும். மூன்றாவது படியின் மீது உங்களின் இடது கால் வைத்தல் வேண்டும். மீண்டும் மீண்டும் இடது காலை மேலே, கீழே என மாற்றி மாற்றி வைப்பது அவசியம். காலை மேலே வைக்கும் போது மூச்சை இழுத்துக் கொண்டு, காலை கீழே வைக்கும்போது மூச்சை வெளியிடுவது அவசியம். இவ்வாறாக இரண்டு கால்களையும் மாற்றி மாற்றி செய்திடுங்கள். பகலில் 10முறை செய்யலாம்.

உகட்டு முத்திரை

இந்த முத்திரை செய்தால் சுகப்பிரசவம் ஏற்படுவது நூறு சதவீதம் உறுதியாகின்றது. உங்களின் இரண்டு கைகளையும் குவித்துக் கெண்டு படத்திலுள்ளது போல் அமர்ந்திடுங்கள். 10 முதல் 30 செனண்டு வரை இந்த உகட்டு முத்திரையில் அமர்ந்திடுங்கள். இவ்வாறாக பகலில் 5முறை செய்திடுங்கள்.

விரிவாகக் கொடக்கப்பட்டுள்ளது.

அதனைப் படித்த கீகல் உடற்பயிற்சி செய்யத் தொடங்கிடுங்கள்.

உடற்பயிற்சிகள்

சரியான முறையில் உடற்பயிற்சிக செய்தல் முந்தைய காலத்தில் பெண்கள் உடல் வருத்தும் வேலைகள் பல செய்து கொண்டிருந்தனர். அது மட்டுமில்லாமல் வயல்களில் களை எடுப்பது, பால் கறப்பத என்று பல உடல் சம்பந்தமான வேலைகளைச் செய்து வந்துள்ளனர். ஆனால் நகர வாசிகளுக்கு உடற்பயிற்சி பல வழிகளில் உபயோபமாய் இருக்கும். இனுயற்கையான பிரசவத்திற்கு உடலைத் தயார் செய்வதோடு, உடலை வளையக்கூடிய தன்மையுடையதாக வைத்திருக்கும் மற்றும் ஒர பொத நல ஆரோக்கியத்திற்கும் உதவும். உடலை இயற்கையான பிரசவத்திற்கு தயார்படுத்துதற்கு மிகவும் உதவும்.

தோல் மற்றும் கால்களுக்கான ஸ்டிரெச்.

டிரெமடிரேடி

பிரசவதநிற்கு பின் தசைகளை இறுக்க உடற்பயிற்சி உதவுகின்றது.

முதல் மூன்று மாதங்களில் தான் அதிகப்படியான கருச்சிதைவு நடைபெறும். உடற்பயிற்சி செய்யும்போத, யதேச்சையாக இரத்தக்கசிவு ஏற்பட்டால், மிகவும் வருந்துவார்கள். ஆகவே முதல் மூன்று மாதங்களில் மிகவும் கவனமாக இருக்க வேண்டியது முக்கியம்.

அனைத்தும் நார்மலாய் இருக்கும் பட்சத்தில் உடற்பயிற்சிகள் செய்யலாம்.

இடுப்பு சுழட்டுதல்

கார்பட் மீது நேராக நின்றுகொண்டு உங்களின் கைகளை பக்கவாட்டில் வைத்துக் கெள்ளுஙங்கள். இடுப்பை வளைக்காமல் பக்கவாட்டில் உங்களின் கையை வளைத்திடுங்கள். பக்கவாட்டில் கையை வளைக்கும்போது மூச்சை உள்ளுக்கு இழுங்கள். பிறகு நேராக கையை கொண்டு வரும்போது மூச்சை வெளியில் விடுங்கள். இவ்வாறாக இரண்டு பக்கங்களிலும் செய்திடுங்கள். இதனை உட்கார்ந்து கொண்டும் செய்யலாம். பகலில் பத்து முறை செய்வது நல்லது.

யோகா, தியானம் உடற்பயிற்சி இவைகளைக் கலந்து உடற்பயிற்சி செய்யலாம். உணர்வுகள் குழந்தையை பாதிக்கலாம் என்பதால் கர்ப்பிணி சந்தோஷமாக இருக்க வேண்டியது அவசியம். கர்ப்பமாக இருக்கும்போது கர்ப்பிணி அனுபவிக்கும் உணர்வுகள் குழந்தையை பாதிக்கலாம். எனவே கர்ப்பிணிகள் கர்ப்பமாக இருக்கும்போது மகிழ்ச்சியுடன் இருப்பது அவசியம்.

லாமேஸ் ஒருவகையான சுவாசப்பயிற்சி டாக்டர். பெர்தினான்டு லாமேஸ் என்பவர் ரஷ்யாவிற்கு சென்று, அங்கு சுவாசப் பயிற்சியின் நுணுக்கங்களை கற்றுக் கொண்டு, பிரான்ஸ் நாட்டில் அப்பயிற்சியை கற்றுக் கொடுத்தார். பிரசவத்தை சுலபமாக்குவதற்கான வகுப்புகளில் இதை சொல்லித் தருவார்கள்.

உடல் அமைப்பிற்கு எந்தவிதத்திலும் உதவாது. இது பிரசவத்திற்காக செய்யப்படும் பயிற்சியாகும். இது தாய்க்கு பிரசவத்தை சுவாசம் மூலம் சமளிப்பதற்கு உதவும். சைக்கிள் ஓட்ட பெண்கள் கற்றுக் கொள்வத போல் பிரசவத்தையும் பெண்கள் சுவாசம் மூலம் கையாள முடியும் என்று டாக்டர் லாமேஸ் நம்பினார்.

கர்ப்ப காலத்தில், தன் குழந்தைக்கு நல்லது மட்டுமே செய்யவேண்டும். என்கின்ற உந்துதல் அனைத்து தாய்மார்களுக்கும் ஏற்படும். ஆகவே உடற்பயிற்சியே இதுவரை செய்யாதவர்கள் கூட கர்ப்ப காலத்தில் செய்ய ஆரம்பிக்க வேண்டும். இது கஷ்டமானதாக இருக்க வேண்டும் என்றில்லை. ஒரு பெண் உடற்பயிற்சியே இதுவரை செய்து கொள்ளவில்லையென்றால், எளிதான,

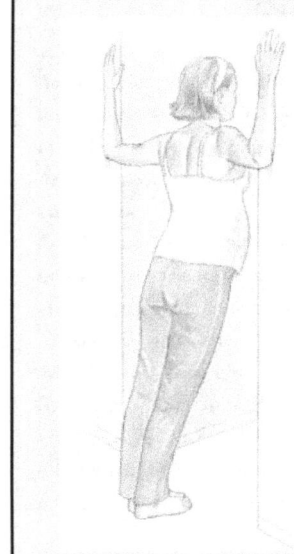

நெஞ்சை இழுத்தல்

வீட்டு வாயில் நின்று கொள்ளுங்கள். இரண்டு கைகளையும் பக்கவாட்டில் வைத்திடுங்கள். இப்பொழுதை நெஞ்சை நன்றாக வீட்டு வாயிலுக்கு புகுத்திடுங்கள். இவ்வாறு புகுத்தும் போது மூசசை உள்ளுக்கு இழுங்கள். பிறகு சரியான பொஷஷனுக்கு வரும் போது மூச்சை வெளியில் விடுங்கள். இவ்வாறாக பகலில் 5 முறை செய்திடுங்கள். 10 முதல் 20 செகண்டு வரை இதனை செய்யலாம்.

நீட்டும் பயிற்சி, தளர்தல் பயிற்சி, தியானம், முழு சுவாசப்பயிற்சி மற்றும் ஒரு புள்ளியில் கவனம் வைக்கும் பயிற்சி முதலியவைகளைச் செய்யலாம். இந்த பயிற்சியின் மூலம் முதுகு தசைப்பிடிப்பிலிருந்து விடுபடலாம்.

உடற்பயிற்சி செய்வதால் நரம்பு சுற்றி, கால் வீக்கம் மற்றும் மலச்சிக்கல் ஆகியவற்றிலிருந்தும் விடுபட உதவியாகவும் இருக்கிறது. இப்பயிற்சியின் மூலம் கர்ப்ப காலத்தில் அன்றாடம் ஏற்படும் சிறிய பிரச்சினைகளிலிருந்து விடுபடலாம். கர்ப்ப காலத்தில் பயிற்சிகள் ஒருவரின் மேற்பார்வையில் தான் நடைபெற வேண்டும். திடீரென்று ஆரம்பிக்கக் கூடாது. மெதுவாக, சூடாக்கும் பயிற்சிகளை நிதானமாக ஆரம்பித்து பிறகு 45 நிமிடங்களுக்குப் பயிற்சி செய்ய வேண்டும்.

பிறகு 10 15 நிமிடங்களுக்கு ஓய்வு எடுத்துக் கொள்ள வேண்டும். முன்னெச்சரிக்கையாக உங்களின் இருதயத் துடிப்பு 140க்கு மேல் ஏறாமலும், சுவாசம் கடினமாக மாறாமலும் பார்த்துக் கொள்ள வேண்டும். பயிற்சி செய்து கொண்டே பேசுகிற பயிற்சி பற்றி நீங்கள் அறிந்திருக்க வேண்டும். யாராவது இதனை உங்களுக்கு சொல்லிக் கொடுக்க முடிந்தால் அதிக பாதுகாப்பாய் இருக்ககும்.

கர்ப்ப காலத்தில் முழு உடலும் மாறும் என்பதை ஒருவர் உணரவேண்டும். ரிலாக்ஸின் என்று சொல்லப்படுகின்ற ஹார்மோன் சுரந்து மூட்டுகள் மற்றும் தசை நாட்களைத் தளர்த்திவிடும். கர்ப்ப காலத்தில் கடுமையான பயிற்சிகள் செய்யும் போது சுளுக்கிற்கு வாய்ப்புகள் உண்டு. மேலும் பின்பக்க சுளுக்கும் கர்ப்ப காலத்தில் சாதாரணம். இது வயிறு வீங்கி சமநிலை மாறுபடுவதால் கீழே தடுக்கி விழவும் வாய்ப்புகள் அதிகம். முன்பு செய்து கொண்டிருந்த உடற்பயிற்சிகளைச் செய்ய முடியாது.

அடுத்தடுத்து கருகலைப்பு ஆனவர்கள், கர்ப்ப காலத்தில் இரத்தக் கசிவு உள்ளவர்கள், இரட்டைக் கர்ப்பம் எடை குறைந்த குழந்தை ஆகியோர் உடற்பயிறசி மேற்கொள்ளக்கூடாது. இவர்களும் முழு ஓய்வு படுக்கையில் பரிந்துரைக்கப்டம். ஆனால் இவர்களும் படுக்கையிலேயே நீட்டுதல், ஆழ்ந்த சுவாசம் போன்ற பயிற்சி மேற்கொள்ளலாம். செயற்கை முறையில் உள்நோக்கி இழுக்கும் பயிற்சி வயிற்றுத் தசைகளை டோன் செய்யும். காலைத் தூக்கும் பயிற்சி கெண்டைத் தசைகளை வலுப்படுத்தும். கிகில் எனப்படும் கூவக தரைப்பயிற்சியும் செய்ய முடியும். படுத்திருக்கும்போதும் நிறைய பயிற்சிகள் செய்யலாம்.

• • •

ஐந்தாவது மாதம்

கிட்டத்தட்ட 18 முதல் 22வது வாரம் வரை

இப்பொழுது உங்கள் கர்ப்பப்பையில் இருக்கும் கருவானது ஒரு குழந்தையாக உருவாகிக் கொண்டிருக்கும். உங்கள் குழந்தையின் அசைவு உங்களுக்கு நன்றாகவேத் தெரிய ஆரம்பிக்கும். உங்களின் வயிறு பெரிதாகும். மெல்ல குழந்தையின் உதையையும் உணர ஆரம்பிப்பீர்கள். இதுவரையிலும் கூட நீங்கள் கர்ப்பம் என்பது உங்கள் உறவினருக்கோ அல்லது நண்பருக்கோ தெரியாமல் இருந்தாலும் கூட இப்பொழுது நன்றாகவேத் தெரிய ஆரம்பித்துவிடும். எல்லோரும் கேட்க ஆரம்பித்து விடுவார்கள்.

இந்த மாதத்தில் உங்கள் குழந்தையின் வளர்ச்சி

18வது வாரம்

இந்த வாரத்தில் உங்களின் குழந்தை 5 1/2 இன்ச் நீளமும் எடை 5 அவுன்ஸ் இருக்கும். இப்பொழுது அதனுடைய அசைவு மெல்ல மெல்ல ஆரம்பிக்கும் அதனுடைய குரல் முணுமுணுப்பு கேட்க ஆரம்பிக்கும். அதனுடைய கை மற்றும் கால் உங்களால் உணரமுடியும்.

19வது வாரம்

இந்த வாரத்தில் 6 இன்ச் உயரமும் 6 அவுன்ஸ் எடையும் இருக்கும். இப்பொழுது ஒரு பழத்தைப் போல் இலகுவாக இருக்கும். ஒரு பெரிய மாம்பழம் எப்படி இருக்குமோ அந்த வடிவத்தில் இருக்கும். அமினியோடிக் திரவம் அதனைச் சுற்றி சூழ்ந்து இருக்கும். இது குழந்தையை ஒரு அரண் போல் பாதுகாக்கும்.

20வது வாரம்

20வது வாரத்தில் குழந்தையின் உயரம் 6 1/2 இன்ச் மற்றும் எடை 10 அவுன்ஸ் இருக்கும். இந்த மாதத்தில் குழந்தையின் பிறப்புறுப்பு வளர ஆரம்பிக்கும். இந்த மாதத்தில் அல்ட்ராசவுண்டு செய்தால் குழந்தை ஆணா, பெண்ணா

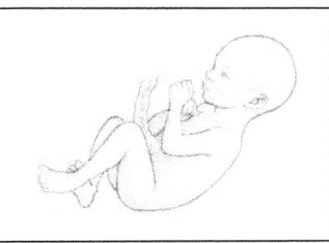

உங்களின் 4மாத குழந்தை

என்பது தெரியவரும். ஆனால் மருத்துவர் இப்பொழுது அதனை கூறுவது கிடையாது.

21வது வாரம்

இந்த வாரத்தில் உங்களின் குழந்தை 7இன்ச் உயரமும் 11 அவுன்ஸ் எடையும் இருக்கும். நீங்கள் சாப்பிடக்கூடிய அனைத்து உணவுகளும் உங்களின் குழந்தைக்கே நேரடியாகச் செல்லும், குழந்தையின் கை, கால், விரல்கள், காது, கண் மற்றும் மூளை மெல்ல மெல்ல வளர்ச்சி பெறும். குழ்ந்தையின் அசைவு மிகவும் தீவிரமாக இருக்கும்.

22வது வாரம்

இந்த வாரத்தில் உங்களின் குழந்தை 1 பவுண்டு எடையும் உயரம் 8 இன்ச் இருக்கும். இப்பொழுது அது ஒரு பொம்மையைப் போல் இருக்கும். அதனுடைய முடி முளைக்க ஆரம்பிக்கும். நீங்கள் உண்ணும் உணவு முழுவதும் குழந்தையே கிரகித்துக்கொள்ளும். உங்கள் கணவரை உங்களின் வயிற்றின் மீது காது வைத்து கேட்கச் சொன்னால் குழந்தையின் இதயத்துடிப்பு தெளிவாக கேட்கும். குழந்தைக்கு இரத்த ஓட்டம் இதயத் துடிப்பு வெளிப்புற சத்தம் போன்றவை கேட்க ஆரம்பிக்கும்.

நீங்கள் என்ன அனுபவித்துக் கொண்டு இருக்கின்றீர்கள்?

ஐந்தாவது மாதத்தில் நீங்கள் புதிது புதிதான அனுபவங்களைப் பெறுவீர்கள். இவை அனைத்தும் இதற்கு முன்னர் நீங்கள் பெற்றிராத ஒரு அனுபவமாக இருக்கும். உங்கள் மனதிலும் புதுப் புது சந்தேகங்களும் தோன்றும். அதிலும் முதல் கர்ப்பம் எனில் இன்னும் அதிகமான பயமும் உருவாகும்.

உடலளவில்

- அதிகக் களைப்பு
- கருவின் அசைவு
- யோனிக் திரவத்தின் வளர்ச்சி
- அடிவயிற்றில் வலி
- மலச்சிக்கல்
- நெஞ்சு எரிச்சல்
- தலைவலி
- முதுகு வலி
- மூக்கில் இரத்தம் வருதல்
- பல் ஈறுகளில் வீக்கம்
- அதிகமாகப் பசித்தல்
- கால்களில் வலி
- கால், கைகளில் வீக்கம்
- கால்களில் வெரிகோஸ் வெயின்ஸ்
- முகத்தில் நிறமாற்றம்.
- தொப்புள் வீக்கம்
- இதயத்துடிப்பு அதிகரித்தல்
- செரிமானமின்மை

மனதளவில்

- கர்ப்பத்தைப் பற்றிய பயம்
- உங்களின் மனதின் ஏற்ற இறக்கம்
- பயம்
- எடை அதிகரித்தல்
- இரத்த அழுத்தம்
- அடிக்கடி சிறுநீர் கழித்தல்
- குழந்தையின் இதயத்துடிப்பு கேட்டல்
- வயிறு வெளியில் தெரிதல்
- உங்களின் சந்தேகங்கள்
- சில புதிய அறிகுறிகள்

நீங்கள் என்ன யோசித்துக் கொண்டு இருக்கின்றீர்கள்?

வெப்பமாக இறுத்தல்

எனக்கு எப்பொழுதும் வெப்பமாக இருக்கிறது மற்றும் வேர்த்து கொட்டுகிறது ஆனால் மற்றவர்களுக்கு இந்த வெப்பம்

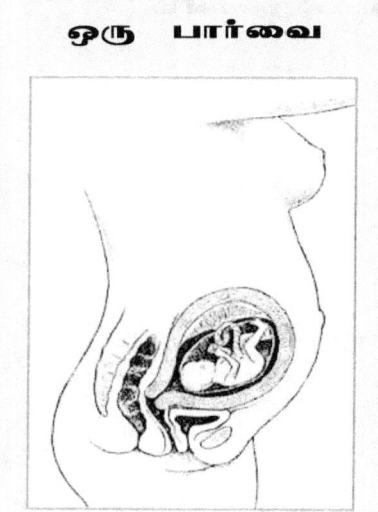

ஒரு பார்வை

பாதி கர்ப்பத்தைத் தாண்டிவிட்டீர்கள். 20வது வாரத்தில் உங்களின் தொப்புள் நன்றாக வெளியில் வரும். கிட்டதட்ட 1 இன்ச் உயரத்தில் உங்களின் தொப்புளை விட்டு கர்ப்பப்பையானது இருக்கும். எல்லோருக்கும் நீங்கள் கர்ப்பிணி என்பது தெரியவரும்.

சாதாரணமானதாக இருக்கிறது. இது எதனால் எற்படுகிறது?

இந்நாளில் நீங்கள் ரொம்ப உஷ்ணமாக உணர்கிறீர்கள், இதெல்லாம் உங்கள் ஹார்மோன் காரணமாக வருகிறது. இதை தீர்க்க முடியாவிட்டாம் சில யோசனைகள் கூறுகிறோம்.

- தளர்ந்த, உடக்கு ஏற்ற ஆடை அணியுங்கள், ஒரே உடை உடுத்தாமல் இரண்டு மூன்று ஆடை அனிந்தால் வேர்த்து கோட்டினால் கழற்றி விடலாம்.
- வெய்யிலில் உடற் பயிற்ச்சி செய்யாதீர்கள். உலாவது ராத்திரியில் உணவுக்கு பின் வைத்துக் கொள்ளுங்கள். அல்லது ஏசி.பிட்னெஸ் சென்டருக்கு செல்ங்கள். அளவுக்கு அதிகமாக உஷ்ணம் இருந்தால் உடற்பயிற்சி செய்யாதீர்கள்.
- விட்டில் ஏ.சி. வையுங்கள். வெறும் மின் விசிறியில் உஷ்ணத்தில் வித்தியாசம் இருக்காது. எசி இல்லை என்றால் அதிக நேரம் படம் பார்ப்பது, மியுசியம், மால் அல்லது நண்பர் விட்டிற்கு செல்ங்கள்.
- தண்ணீர் நிறைய குடியுங்கள். உடலில் தண்ணீர் பற்றாகுற இருக்க கூடாது. ஒரு நாளைக்கு குறைந்தது 8 கிளாஸ் தண்ணீர் குடியுங்கள். உடற் பயிற்சி செய்தால் அதை அதிக நேரம் செய்யுங்கள்.
- உஷ்ணமாக இருந்தால் குளித்து விடுங்கள், அல்லது நீச்சல் அடியுங்கள். இந்த உடற்படிற்ச்சியில் உஷ்ணம் ஏற்படாது.
- விட்டில் வெப்பத்துக்கு ஏற்றார் போல் சவுகரியமாக வைத்துக் கொள்ளு ங்கள், உங்கள் கணவரின் ஸ்வெட்டர் அனிய வேண்டிய வந்தாம் பரவாயில்லை.
- கொஞ்கம் வாசனையான பவுடர் தெளித்து கொண்டாம் உஷ்ணத்தால் சுகம் எற்படும். எந்த அளவு வேர்த்து கொட்டினால் அந்த அளவு உடல் நாற்றம் குறையும்.

தலைசுற்றல்

"கருவுற்றிருக்கும்பொழுது நான் ஏன் பலகீனமாகவும், தலைச்சுற்றலாகவும் உணருகிறேன்?"

10மணி நேரப் பணியிலும், வீட்டில் சிறு குழந்தைகளைப் பராமரிப்பதும், கர்ப்பமாயிருக்கும் உங்களுக்கு சிறிது அதிப்படியான விஷயம்தான். உங்களின் தலை சுற்றலுக்கு இதுவும் ஒரு காரணமாக இருக்கலாம். கோடை காலமும், கூடுதல்

காரணியாக இருக்கலாம். சர்க்கரை நோய்க்கு உங்களுக்கு வாய்ப்பு உள்ளதா என்று பாருங்கள். உங்கள் குழந்தை திருப்திகரமான முறையில் வளருகிறது என்பதை உங்கள் மருத்துவர் உறுதிப்படுத்தியிருப்பார் என்று நினைக்கின்றேன்.

இந்த நேரத்தில்தான் குழந்தைக்கு அதிகபட்ச எடை கூடும். குறைந்த எடையில் பிறக்கும் குழந்தைகளுக்கு, பிறக்குமுன், பிரசவத்தின் போது பிறந்த பிறகு போன்ற பல நிலைகளிலும் பிரச்சினைகள் உண்டு.

இதையும், உங்கள் பணியின் பளுவையும் கருத்தில் கொண்டு உங்கள் பிரசவ கால விடுப்பை இப்பொழுதிலிருந்தே எடுத்துக் கொள்ள வேண்டும். அதுவும் உங்களுக்கு அதிக சோர்வு இப்பொழுதே இருப்பதனால் என்று நான் நினைக்கின்றேன்.

நல்ல ஒரு ஆரோக்கியமான குழந்தையைப் பெறுவதற்காக நீங்கள் உயர்ந்த செலுத்துகிறீர்கள். ஆகவே கடைசிப் பலனாக உங்களுக்கும் உங்கள் குழந்தைக்கும் நல்ல முடிவாய் இருக்க வேண்டும். தேவையான அளவு ஓய்வும், தூக்கமும், நல்ல உணவும், உங்களுக்கும் பாதுகாத்துக் கொள்ளுங்கள். உங்கள் வீடு சூடாக இருந்தால் குளுகுளு சாதனத்தையோ, காற்று குளிர்விப்பானையோ பொருத்திக் கொள்ளுங்கள். திரவங்கள் இளநீர், பார்லி, எலுமிச்சைச் சாறு குளுகோஸ் டி, சிறிது உப்பு இவைகளுடன் அடிக்கடி அதிகமாகக் குடித்துக் கொள்ளுங்கள்.

எப்பொழுது ஏற்படும் களைப்பு?

ஜாகிங் செல்லும்போது அதிக களைப்பு ஏற்படுகின்றதா? கர்ப்பிணியான நீங்கள் ஜாகிங் செல்லுவதை நிறுத்துங்கள். சாதாரண சமயத்தை விட இப்பொழுது உங்களுக்கு அதிக களைப்பு ஏற்படும். எனவே ஒவ்வொரு வேலை செய்து முடித்தபிறகும் சிறிதளவு ஓய்வு எடுத்துக் கொள்ளுங்கள். இப்பொழுதே எவ்வளவு ஓய்வு எடுக்க முடியுமோ அவ்வளவு ஓய்வு எடுப்பது சிறந்தது. ஏனெனில் குழந்தை பிறந்த பிறகு உங்களுக்கு ஓய்வு என்பதே கிடைக்காது.

ஒற்றைத் தலைவலி

"எனக்கு அடிக்கடி ஒற்றைத் தலைவலி ஏற்படுகின்றது. இவ்வாறு அடிக்கடி ஏற்பட்டால் இது குழந்தையைப் பாதிக்குமா? இதைச் சரிசெய்ய சரியான வழி என்ன?"

உங்கள் கர்ப்பத்திற்கு எங்கள் நல் வாழ்த்துக்கள். ஒற்றைத் தலைவலி, கர்ப்பத்தின்போது மோசமாகவும் ஆகலாம், நன்றாகவும் ஆகிவிடலாம். துரதிருஷ்டவசமாக உங்கள் மனைவிக்கு மோசமாக ஆகியிருக்கின்றது. ஒற்றைத் தலைவலி மட்டுமே குழந்தைக்கு ஏதும் தீங்கிழைக்காது. பொதுவாக மருத்துவர்கள், கர்ப்பத்திற்குப் பாதுகாப்பான மருந்துகளை மட்டுமே பயன்படுத்துவார்கள். வலிக்காக கொடுக்கப்படும் அஸிட்டமை னோஃபென்னை மூலமாகக் கொண்ட மருந்துகள் கர்ப்பத்திற்குப் பாதுகாப்பானதே. இதனோடு கூட குமட்டலைக் குறைக்க உதவும் மருந்துகளையும் சேர்த்துக் கொடுப்பதனால் ஒற்றைத் தலைவலியைக் குணப்படுத்தலாம். ஏர்காட்டமைன் ஒற்றைத் தலைவலிக்கு நல்ல தீர்வை உண்டு பண்ணினாலும் இது கர்ப்பத்திற்குப் பாதுகாப்பானது அல்ல, சுமாட்ரிப்டன் நல்ல மருந்து என்றாலும் விலங்குகளின் ஆராய்ச்சியில் சிசுக்களுக்குக் கேடு விளைவதாய் கண்டுபிடிக்கப்படவில்லை. ப்ரோபரனலால் அடினலால் மற்றும்

அமிட்ரிப்ட்டிலின் போன்ற மருந்துகளும், உங்கள் மனைவிக்குக் கொடுக்கப்படலாம்.

கால்சியம் மற்றும் மெக்னீசியம் கொடுப்பதனால் இந்தக் தாக்கங்களை வராமல் தடுக்கலாம் என்று சான்றுகள் கூறுகின்றன. தூண்டக்கூடிய விஷயங்களைக் கண்டுபிடித்து தவிர்ப்பதே மிக முக்கியமான விஷயமாகும்.

முதுகு வலி

"கர்ப்ப காலத்தில் நிதம்ப எலும்பில் வலி ஏற்படக் காரணம் என்ன?"

உங்களின் இரத்த அழுத்தத்தையோ, அல்லது பாதங்களிலோ அல்லது யோனியின் பெரு உதடுகளிலோ வீக்கம் ஏதும் இருக்கிறதா? என்றோ தெரிவிக்கவில்லை. இவை ஏதும் இல்லாத பட்சத்தில் உங்களின் வலிக்குக் கீழ்க்கண்ட காரணங்களில் ஏதேனும் ஒன்றாக இருக்கலாம்.

- நிதம்ப எலும்பபை சுற்றியுள்ள தசை சவ்வு மிருதுவாக மாறுவதனால் ஏற்படுகின்ற மாறுபாடுகள் உங்களுக்கு வலியாகத் தெரியலாம். நடப்பதும், மற்ற வேலைகள் செய்வதும் கண்டிப்பாக இந்த வலியை அதிகரிக்கச் செய்யும். பால், பால் சார்ந்த பொருட்களை உணவில் அதிகமாகச் சேர்த்துக் கொள்ளுவதன் மூலம் கால்சியம் சத்தைக் குறையாமல் பார்த்துக் கொள்ளுங்கள். அல்லது கால்சியம் மாத்திரைகளைத் தினமும் 2 வேளைக்கு எடுத்துக் கொள்ள வேண்டும்.
- அந்த இடத்தில் ஏதும் தொற்று உள்ளதா? என்று உங்களின் மருத்துவரை அணுகி சோதித்துக் கொள்ளுங்கள்.

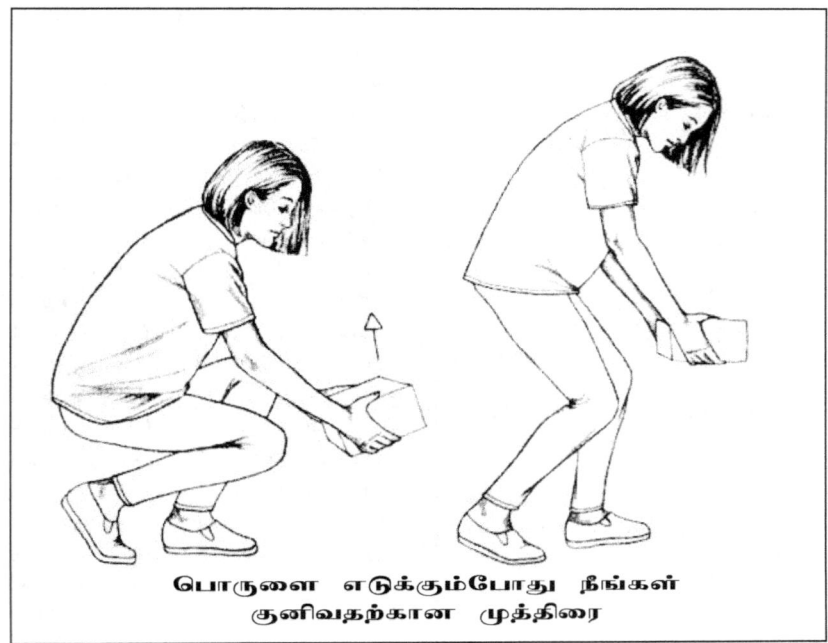

பொருளை எடுக்கும்போது நீங்கள் குனிவதற்கான முத்திரை

உங்களின் இரத்த நிறமி அளவு, கவனிக்கப்பட வேண்டியது ஒன்றாகும். மேலும் கண்டிப்பாக நீங்கள் இரத்த சோதனைகளைச் செய்து கொள்ள வேண்டும். உங்களின் மருத்துவர் உங்களின் இரத்த சோகையை சரி செய்ய உதவுவார். அது மட்டுமல்லாது தாலஸீமியா இருக்கிறதா என்பதையும் அவர் கண்டறிந்து சொல்வார். மருத்தவரின் உதவியோடு பரிசோதனை செய்து கொள்வதால் உங்களின் சந்தேகங்களுக்கு பதில் கிடைக்கும்.

கர்ப்ப கால ஆரம்பத்தில் சிறிது வலி உண்டாவது சகஜம்தான் வளரும் கரு மற்றும் ஹார்மோன்களினால் இது ஏற்படலாம். ஆனால் உங்களின் மருத்துவரை அணுகி இதற்கு வேறு ஏதும் காரணங்கள் இருக்குமா? என்று தெரிந்து கொள்ளுங்கள். நீங்கள் எடை குறைந்து இருப்பதால், உங்களின் எடையை அதிகப்படுத்துவதற்கான உணவு முறைகளைக் கடைபிடியுங்கள்.

கருச்சிதைவுக்கு உண்டான முன் அறிகுறிகள் வயிற்றில் வலி, இரத்தப்போக்கு மற்றும் சிறு சிறு தசைத் துண்டுகள் யோனிக் குழாய் வழியே வெளியேறுவது ஆகியவை.

கர்ப்பத்திற்கும், முதுகு வலிக்கும் உள்ள சம்பந்தங்களை யூகித்துச் சொல்வது சிரமம். சுகப் பிரசவம் முதுகு வலியை அதிகப்படுத்துமா? இல்லை குறைக்குமா? என்று யூகிக்க முடியாது. முக்கியமாக முதுகு வலிக்குப் பொதுவாக எது முக்கிய காரணம் என்பதைப் பொறுத்திருக்கிறது. டிஸ்க் என்பது ஒரு பொதுப் பெயர். இது முழுமையான விளக்கமாக இருக்க முடியாது. எலும்பு சிறப்பு மருத்துவர் அல்லது நரம்பியல் மருத்துவர், இந்தப் பிரச்சினையை ஆராய வேண்டும். தேவைப்பட்டால் MRI சோதனை தேவைப்படலாம். இவைகளை வைத்து உங்களின் மருத்துவர் உங்களின் குழந்தை பிறக்கும் முறையைத் தேர்ந்தெடுப்பார்.

சிசேரியன் பிரசவம் உங்களின் முதுகு வலியைத் தடுத்துவிடாது. ஏனென்னாறல் கர்ப்ப ஹார்மோன்களின் தாக்கத்தினால் சோர்வடைந்த தசைகளும் தசை நாளங்களுமே முதுகு வலிக்குக் காரணமே தவிர பிரசவ முறையல்ல. சிசேரியன் அறுவை சிகிச்சை, மருததுவத் தேவைக்காக, சரியான முறையில் செய்யப்படும்போது, மிகவும் பாதுகாப்பான முறைதான். ஆகவே எலும்பு சிறப்பு மருத்துவரை அணுகி ஆலோசனை செய்யுங்கள் முடிவெடுப்பது சிரமம்தான். ஆனால் ஆலோசனை செய்யுங்கள். முடிவெடுப்பது சிரமம்தான். ஆனால் அறுவைச் சிகிச்சை முதுகு வலியை அதிகப்படுத்தாது என்று உறுதியிட்டுச் சொல்லிவிட முடியாது. அல்லது சுகப்பிரசவம் முதுகு வலியை அதிகப்படுத்தி விடும் என்றும் சொல்லிவிட முடியாது.

வயிற்று வலி

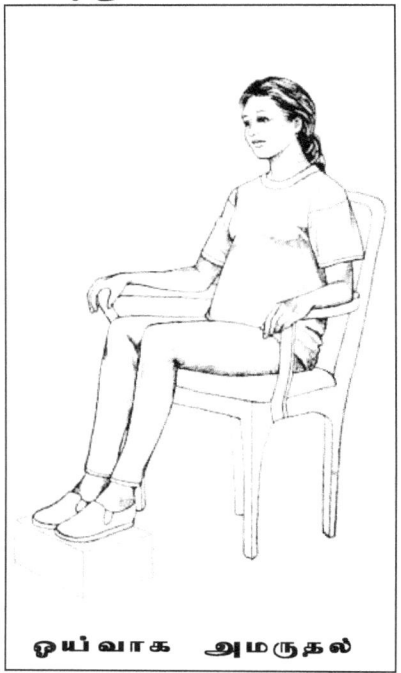

ஓய்வாக அமருதல்

கர்ப்ப காலத்தில் தோலின் பராமரிப்பு

கர்ப்பிணிப் பெண்களுக்கு தோலில் பல மாற்றங்கள் ஏற்படும் இவை அவர்களின் உடலில் கர்ப்பத்தால் ஏற்படும் ஹார்மோன்களால் ஏற்படுகின்ற மாற்றங்கள், கர்ப்ப காலத்தில் தோலின் பராமரிப்பு சரியாக இருந்தால், உடலின் மேல் தோலை ஆரோக்கியமாக வைத்துக் கொள்ள முடியும்.

பல கர்ப்பிணிப் பெண்கள் தங்களின் தோல் காய்ந்த மாதிரி இருப்பதைப் பார்த்திருக்கலாம். இது தோலில் உள்ள அதிக தழும்புகளினால் ஏற்படக்கூடிய மாற்றங்கள். ஆனால் சில பெண்கள் ஹர்பீஸ், தோல் அரிப்பு நோய், மற்றும் தோல் நிறமாற்ற நோய் போன்ற கர்ப்ப காலத்தில் மட்டுமே ஏற்படுகின்ற மாற்றங்களினால் அவதிப்படலாம். பொதுவாக, கர்ப்பிணிகளுக்கு தோலில் ஏற்படும் மாற்றங்கள்

கர்ப்ப முத்திரை

கர்ப்பிணிப் பெண்களின் முகத்தில் முன்நெற்றி மூக்கு, இரண்டு கன்னம், மேல் உதடு முதலிய இடங்களில் உள்ள தோலின் நிறம் கருமையாக மாறும். சிலருக்கு இந்த இடத்தில் தோல் சுருங்கி எளிதாக வந்துவிடலாம். இதற்குத்தான் கர்ப்ப முத்திரை என்று பெயர்.

இது 70 சதவீதம் கர்ப்பிணிகளுக்கு, அதிலும் கருமை நிறமுடையவர்களுக்கு அதிகமாக ஏற்படலாம். இது மூன்று மாதங்கள் முடிந்த பிறகோ அல்லது கடைசி மூன்று மாதங்களின் தொடக்கத்திலோ ஏற்படலாம். இது வெயிலில் அதிகம் அலைபவர்களுக்கு மோசமாக இருக்கும். ஆகவே கர்ப்பிணிப் பெண்கள், வெயிலில் அதிகம் அலையாமலும், சன் ஸ்க்ரீன் க்ரீம்களை உபயோகித்தும் இந்தப் பிரச்சினையைச் சமாளிக்கலாம். குழந்தை பிறந்த சிறிது நாட்களில் இந்த மாற்றம், சரியாகி தோல் பழைய நிலைக்கு மாறிவிடும்.

கர்ப்ப எரிச்சல் (அரிப்பு)

மருத்துவ மொழியில் கர்ப்பத்தின் ப்யூப்ரன் அர்டிக்கேரியா என்று அழைக்கப்படும் இந்த நோய் கடைசி மூன்று மாதங்களினல் தோலில் அரிப்புள்ள தடிப்புகளாக வரலாம். இது சிலருக்கு அதிகமாகவும், சிலருக்கு குறைவாகவும் இருக்கலாம். பொதுவாக இந்த தடிப்புகள் பிரசவம் முடிந்து சிறிது காலத்தில் மறைந்து விடும். இந்த தடிப்புகளால் கர்ப்பத்தில் இருக்கும் குழந்தைக்கு எந்தவித பாதிப்பும் இல்லை. காலமைன்லோஷன் இந்த அரிப்பினைக் குறைக்க உதவும் இந்த அரிப்பிற்கு மருந்துகள் கொடுக்கப்படுவதில்லை யென்றாலும், அன்டி ஹிஸ்டைமைன்ஸ் சமயத்தில், அரிப்பினைத் தடுக்க உதவி செய்யலாம்.

ஹெர்ப்ஸ் ஜஸ்டேஸியானிஸ்

ஹெர்ப்ஸ் தொற்று கர்ப்ப காலத்தில் ஏற்படும்போது, அதற்கு ஹெர்ப்ஸ் ஜஸ்டேஸியானிஸ் என்று பெயர். இது அதிகமான அரிப்புகளுடன் கூடிய தடுப்புகளாக தோலில் ஏற்படும். சமயத்தில் இந்த தடிப்புகள் சலம் நிறைந்தாகவும் மாறலாம். இது 9 மாத கர்ப்பத்தில் எப்போது வேண்டுமானாலும் தோன்றலாம்.

ஆனால் 4 மாதங்களுக்கு அருகில் ஏற்படவாய்ப்பு உண்டு. இந்த தடிப்புகள் வயிற்றுப் பகுதியில் முதலில் தோன்றி பிறகு உடலில் பிற பகுதிகளுக்கு மெல்ல பரவும்.

நான் 2 மாத கர்ப்பமாய் இருக்கின்றேன். நாள் முழுவதும் எனக்கு வயிற்றில் மிதமான வலி இருந்து கொண்டே இருக்கின்றது தயவுசெய்து எனக்கு ஆலோசனை கூறுங்கள்.

உங்களை நேரில் சோதனை செய்யாமல், உங்களின் வயிற்று வலிக்குக் காரணம் சொல்வது முடியாத காரியம். இது சாதாரண வயிற்று எரிச்சலாய் கூட இருக்கலாம். இதற்கு, உரைப்பில்லாத உணவு, மசாலா வகைகளைத் தவிர்ப்பது மற்றும் ஒவ்வொரு சாப்பாட்டிற்குப் பிறகும் 2 ஜெலுசில் மாத்திரைசகளைக் கடித்து விழுங்குவது என்று செய்யலாம். மற்றொரு காரணம், குடல் புண்ணாய் இருக்கலாம். சிறுநீரில் ஏதேனும் அறிகுறிகள் இல்லையென்றால், சிறுநீர் தொந்தரவாய் இருக்காது. உங்கள் மகப்பேறு மருத்துவரை அணுகி சோதித்துக் கொள்ளுங்கள் என்பது தான் என் அறிவுரையாக இருக்கும்.

கர்ப்ப கால ஆரம்பித்தில் சிறிது வலி உண்டாவது சகஜம்தான் வளரும் கரு மற்றும் ஹார்மோன்களினால் இது ஏற்படலாம். ஆனால் உங்களின் மருத்துவரை அணுகி, இதற்கு வேறு ஏதும் காரணங்கள் இருக்குமா? என்று தெரிந்து கொள்ளுங்கள். நீங்கள் எடை குறைந்து இருப்பதால், உங்களின் எடையை அதிகப்படுத்துவதற்கான உணவு முறைகளைக் கடைபிடியுங்கள். கருச்சிதைவுக்கு உண்டான முன் அறிகுறிகள் வயிற்றில் வலி, இரத்தப்போக்கு மற்றும் சிறுசிறு தசைத்துண்டுகள் யோனிக் குழாய் வழியே வெளியேறுவது ஆகியவை.

கர்ப்ப காலத்தில் ஏற்படும் யோனிக்குழாய் கசிவு அதுவும் கர்ப்பத்தின் கடைசி நாட்களில் ஏற்படும் கசிவு உடனடியாகக் கவனிக்கப்பட வேண்டும். ஏனென்றால் இது குழந்தையைச் சுற்றியுள்ள் நீராக இருககலாம். இதை கவனிக்கத் தவறினால் குழந்தையின் உடல் நலனுக்கு ஆபத்து ஏற்படவாய்ப்பு உண்டு.

யோனிக் குழாய்த் தொற்று இருக்கிறதா? அல்லது பனிநீர்க் கசிவா என்பதைக் கண்டுபிடிக்கவேண்டும். யோனிக் குழாய் சோதனைக் கருவியின் மூலம் உங்கள் மனைவிக்குப் பரிசோதனை செய்யலாம்.

கால்களின் வளர்ச்சி

என்னால் என் சொருப்பை போடமுயிவில்லை என் கால்கள் பெரிதாகி விட்டனவா?

கர்பகாலத்தில் வெறும் வயிறு மட்டும் வளருவதில்லை. நிறைய கர்ப்பமான பொண்களுக்கு தங்களுடைய கால்கள் வளர்கின்றார் போல ஒரு உற்துதல் தோன்றும். நீங்கள் புது செருப்பு வாங்க போகிறீர்கள் என்றால் ரொம்ப சந்தோஷமான விஷயம், இப்பொழுதுதான் இரண்டு,மூன்று விலை உயரந்த செருப்பு வாங்கியாருக் கிறீர்கள் என்றால் இது யோசிக்க வேண்டிய விஷயம்.

இந்நாளில் கால்கள் ஏன்வளர்கிறன்றன? கர்ப்பகாலத்தில் திரவபபொருட்களில் அளவு மற்றும் விக்கித்தை தவிர இன்னொறு காரணமும் உண்டு கர்ப்பகாலம் ஹார்மோனில் 'ரிலைக்ஸின்' உங்கள் பெலவிசின் அக்கபக்க லிகமெண்ட மற்றும் கருவில் தளர்த்து விடுகிறது, இதனால் குழந்தைக்கு இடம் உண்டாகிறது இது போல கால்களின் லீகமொண்ட் கூடபிரபாவம் ஏற்படுகிறது. கால்களிள் லிகமெண்ட் தளர்ந்தால் அதற்கு கீழ் உள்ள எம்புகள் லேசாக பரிவுகின்றன, இதனால் நிறையபென்னின் கால் அரை அர்ரது ஒரு இஞ்ச வளர்ந்து விடுகிறது. கர்ப்ப காலின் அளவு எப்பொமுதும் பெரிதாகி விடுகிறது.

உங்கள் கால்களிள் விக்கத்தை குறைக்க சில வழிகளை அமுல்படுத்த வேண்டும். உங்கள் அளவு ஒரு இஞ்ச அதிகமாகி விட்டால் புதிய செருப்பு வாங்கி கொள்ளுங்கள் வெறும் காடன் இருக்க வேண்டாம். செருப்பு வாங்கும் பொமுது இதமான செருப்பு வாங்க வேண்டும். மாடலயில் செருப்பு வாங்குங்கள் அப்பொமுதுதான் கால்களின் விக்கம் இருக்காது.

சிந்தெடிக் செருப்பு வாங்குங்கள். ஹீல்ஸ் 2 இஞ்சுக்கு மேல் இருக்ககூடாது.

மாயையில் உங்கள் கால்களில் வலி ஏற்படுகிறதா? விசேஷமாக முறையில் செய்யபடும் செருப்பு அனிந்தால் கால்வலி குறையும். உங்கள் முதுகு மற்றும் கால்களுக்கு இதமாக இருக்கும். நேரம் கிடைக்கும் பொழுதெல்லாம் கால்களை மேல் தூக்கி வையுங்கள், விட்டில் இலாஸ்டிக் போட்ட செருபப்பு அனியுங்கள், இந்த காலத்தில் இதுஃபேஷனாக இல்லை ஆனால் கால்களின் சோர்வு மற்றும் வலியிலிருந்து நிவாரணம் கிடைக்கும்.

முடி மற்றும் நகங்களின் வேகவளர்சசி

இந்நாளில் என்னுடைய முடி மற்றும் நகங்கள் வேகமாக வளர்கின்றன. அது ஏன் ?

ஹார்மோன்களிள் மாற்றத்தால் ஏற்படுகிறது. (மலச்சிக்கல், நெஞ்செரிச்சல், வாந்தி) சில ஹார்மோன்களால் உடலில் வளர்ச்சி ஏற்படுகிறது, வேகமாக வளரும் நகங்களை நீங்கள் மெனிக்யூர் செய்யலாம். உங்கள் ஹைர் ஸ்டைலிஸ்ட் பார்பதற்குமுன் விட அடர்த்தியாகவும் இருக்கும். இதனால் ரத்த ஒட்டம் மற்றும் மொடாபாலிஸத்தில் ஏற்றம் இருக்கும், இதனால் முடி மற்றும் நகங்களின் செல்களில் புஷ்டி ஏற்படுகிறது. முன்பை விட ஆரோக்கியமாக இருக்கும்.

எல்லா லாபத்திற்கு ஒரு விலை யுன்டு, இந்த சத்து மற்ற நிறைய ப்ராபவம் வெளியே தெரியவரும். இதன் காரணம் நீங்கள் விரும்பாத இடங்களில் முடி வளருகிறது. உதடு முகவாய்க்கட்டை மற்றும் கண்ணம், கால்கள், மார்பகம், முதுகு மற்றும் வயிற்றிம் அதிக அளவு முடிவளருகிறது. உங்கள் வளர்ந்த நகங்கள் கூட கெட்டியாகி விடுகிறது.

தற்காலிகமான முடி மற்றும் நகங்களிள் இந்த வளர்ச்சி டிலிவரிக்கு பிறகு முடி முன்பு போல் சின்னதாக மெல்லியதாக ஆகிவிடும், நகங்களிள் வளர்ச்சிகூட நின்று விடும்.

பார்வை

கர்ப்பமான பிறகு என்னுடைய கண்பார்வை பலஹீனமாகி விட்டது. என்னுடைய கான்டெக்ட் லென்ஸ்கூட சரியாக வேலை செய்வதில்லை. இது என்னுடைய கற்பனையா?

இல்லை இது உங்கள் கற்பனை அல்ல. உங்கள் பார்வை மங்களாக இருக்கலாம் கூடவே கான்டெக்ட் லென்ஸ் அனிந்த பென்களுக்கு மங்களாக தெரியும். டிலிவரிக்கு பிறகு எல்லாம் பழைய நிலையில் வந்து விடும் அதனால் எந்த மாற்றம் செய்வதற்கு முன்பே யோசித்து செய்யுங்கள்.

'கரெக்டிவ் லேசர் ஐ சர்ஜரி' செய்ய இது நேரம் இல்லை, இதனால் குழந்தைக்கு எந்த ஆபத்தும் இல்லை, ஆனால் உங்கள பார்ரதுகொள்ள நேரம் ஆகும். ஆறுமாத முன்பும் பின்பும் கண் ஆபரேஷன் செய்ய கூடாது என்று மருத்துவர் கூறுகிறார்.

கொஞ்சம் பார்வை மங்கலாக இருந்தால் பரவாயில்லை, ஆனால் அதிகமாக இருந்தால் கன் மருத்துவரிடம் கட்டாயம் காட்ட வேண்டும். திடீரென்று கண் மங்கலாகி கண்களுக்கு முன்பு புள்ளி தெரிந்து, இது அப்படி இரண்டு மூன்று மணி நேரம் இருந்தால் மருத்துவரிடம் செல்ங்கள், நிற்கும் பொழுது திடீரென்று கண் முன்பு புள்ளி தெரிந்தால் பயப்பட வேண்டாம், மருத்தவரிடம் இதை பற்றி அவசியம் கூறுங்கள்.

பிளசென்டாவின் இடம்

'டாக்டரின் அனுமானபப்டி என்னுடைய பிளசென்டா சர்விக்ஸின் கீழ் உள்ளது என்று தெரிய வருகிறது, அவருடைய கணக்கில் பயப்படும் படியாக இல்லை என்று கூறுகிறார் ஆனால் எனக்கு இப்பொழுதே கவலையாக உள்ளது.'

உங்களுடைய குழந்தை கருவறையில் இங்கும் அங்கும் சுற்றுகிறானா? கருவை போல பிளசென்டாதான் கருவறையில் தன்னுடைய நிலையை மாற்றி கொள்ள முடியும். 10

சதவிதம் பிளசென்டா தான் கருவறையில் கீழ் பகுதிவரை செல்ல முடியும். டிலிவரி நேரம் வரும் வரை அதிக அளவு பிளசென்டா மேல் நோக்கிதான் போய் விடுகின்றன. இப்படி இல்,லயேல் பிளசென்டா சர்விக்ஸ (சர்ப்பவாய) மூடினால் பிளசென்டா ப்ரிவயா பற்றி தெரிந்து கொள்ள முடியாது. 200ல் 1 வருக்குதான் இப்படி நடக்கும்.

அல்ட்ரா சவுண்டு செய்யும் பொழுது டெக்னீசியன் எனக்கு என்டிரியர் பிளசென்டா உள்ளது என்று கூறினார் அப்படி என்றால் என்ன ?

உங்கள் குழந்தை பிளசென்டாவுக்கு பின்னால் உள்ளது. சாதாரணமாக ஒரு ஃபர்டி,லஸ்ட் முட்டை தானாகவே கருவறையின் பின்பாகத்தில், உங்கள் முதுகு எம்பின் பக்கத்தில் தங்கி, அங்கிருந்து தான் பிளசென்டா உருவாகிறது.

சிலசமயம் இந்த முட்டை கருவறையின் பின்பக்கம், நாபியிடம் தங்குவிடுகிறது. இதனால் கருவறை முன்பக்கமாக வளர்கிறது, குழந்தை பின்பக்கம் வளருகிறது. இதே போன்ற நிலைமைதான் உங்களுக்கு ஏற்பட்டிருக்கிறது.

குழந்தையால் இந்த மாற்றத்தில் எந்த வித்தியாசமும் கிடையாது. பிளசென்டாவின் வளர்சசியால் ஒன்றும் பாதிப்பு இல்லை. உங்களால் குழந்தையின் அசைவு, உதைத்தல், திரும்புதல் போன்ற அசைவுகளை சரியாக உணர மாட்டார்கள், இது ஒன்று தான் உங்களுக்கு கஷ்டமாக இருக்கும்.

எதை பற்றியும் கவலைபடாதீர்கள் எடிரீயர் பிளசென்டா தன்னைதானே போஸ்டீரியர் நிலைக்கு வந்துவிடுகிறது.

ஒரு அழகான குழந்தை படம்

ஐந்தாவது மாதத்தில் அல்ட்ராசவுண்டு உங்களுக்கு எடுக்கப்டும். இதில் உங்களின் குழந்தையின் படம் தெரியும் அதனை மருத்துவரிடம் கூறி ஸ்கேன் செய்து ஙபோட்டோ கடையில் கொடுத்து பெரிதாக்கிக் கொள்ளுங்கள். இந்தப் படத்தை உங்களின் படுக்கை அறையில் மாட்டிவைத்திடுங்கள். நீங்கள் தினமும் அதனைப் பார்த்துக் கொண்டு இருப்பது அவசியம்.

பெரிய குழந்தையை தூக்குதல்

என்னுடைய மூன்று வயது குழ்ந்தை எப்பொழுதும் தூக்க சொல்லி தொந்தரவு செய்கிறான். கர்ப்பநிலையில் அவனை தூக்குவது சரியா ? இதனால் என்னுடைய முதுகில் அதிக அளவு வலி ஏற்படுகிறது !

மருத்துவரின் ஆலோசனை படி நடங்கள். கர்ப்பநிலையில் லேசான பளு (35 முதல் 40 பவுண்ட் வரை) தூக்கலாம், இவை உங்கள் முதுகை வலிக்க செய்யும். குழந்யின் இந்த பழக்கத்தை மாற்றா விட்டால் முதுகு வலி அதிகமாகிவிடும். குழந்தையை நடக்க பழகுங்கள். அவனை நடவிடுங்கள், படிகளில் நடங்கள், கைபிடித்த நடக்க வைத்து பாட்டு பாடுங்கள். நீங்கள் அவனை தூக்காமல் அவன் இரண்டு அடி நடந்தாம் அவனை பாராட்டுங்கள், கொஞ்சுங்கள், முடிந்த வரையில் அவனை தூக்காமல் பார்ரது கொள்ளுங்கள்.

தோல் பராமரிப்பதற்கான சில வழிகள்

சில தோல்வியாதிகளுக்கு, மருந்துகள் தேவைப்பட்டாலும், பொதுவாக கர்ப்பிணிகள் தங்கள் தோலை எவ்வாறு ஆரோக்கியமாக வைத்துக் கொள்ளலாம் என்பதைப் பற்றி இனி காண்போம்.

ஆழ்ந்த உறக்கம்

கர்ப்பிணிப் பெண், எளிதாக சோர்வடைந்து விடுவதால், அவளுக்கு ஆழ்ந்த உறக்கம் மிகவும் அவசியம் நல்ல உறக்கம் முகத்தையும் தோலையும் ஆரோக்கியமாக வைத்துக் கொள்ள உதவும்.

சன் ஸ்க்ரீன்

வெயிலில் வெளியே போகும் முன் கண்டிப்பாக சன் ஸ்க்ரீன் லோஷன்களைப் பயன்படுத்த வேண்டும்.

முகத்தைச் சுத்தமாக வைத்திருத்தல்

பொதுவாக முகத்தில் எண்ணெய்ப் பசை அதிகமாகக் காணப்படும். இதனால் முகத்தை சோப்பினாலோ அல்லது பேஸ் வாஷினாலோ நன்றாகக் கழுவிக் கொண்டால் முகத்துவாரத்தில் ஏற்படும் அடைப்புகள் நீங்கி முகப்பருக்கள் வருவது குறையும்.

ஈரப்பதத்தை அதிகரித்தல்

காய்ந்த தோலுடைய பெண்கள், எண்ணெய் சத்து கொண்ட ஈரப்பத க்ரீம்களை உபயோகித்துக் கொள்ளலாம். எண்ணெய்ப் பசையுடைய தோலுடையவர்கள் தண்ணீரை மூலமாகக் கொண்ட ஈரப்பத க்ரீம்களை உபயோகப்படுத்திக் கொள்ளலாம்.

சுத்தம் செய்வது, ஈரப்பதம் குறையாமல் பார்த்துக் கொள்வது இவைகளை மாற்றி மாற்றிச் செய்து கொள்ள வேண்டும்.

முக மசாஜ்

வாசைன திரவியங்களைக் கொண்டு செய்யப்படுகின்ற முக உடல் மசாஜ் உடலைத் தளர்த்தி விடுவதோடு இரத்த ஓட்டத்தையும் அதிகரிக்கும்.

அதிகப்படியான தண்ணீரைக் குடித்தல்

உடம்பிலுள்ள தண்ணீரின் அளவு குறையாமல் இருந்தாலே, தோல் சுத்தம் பெற்று நச்சுப் பொருள்கள் வெளியேறி விடும்.

சந்தோஷமாகவும் சிரித்த முகத்துடனும் இருத்தல்

சந்தோஷ மனநிலை உடம்பிலுள்ள இரத்த ஓட்டத்தை அதிகப்படுத்துவடன், ஆரோக்கியமான தோலிற்கும் வழிவகுக்கும்.

கர்ப்பத்தில் சிசுவின் அசைவு

"கர்ப்ப காலத்தில் சிசுவின் அசைவுகள் ஏன் குறைகின்றது?"

தாயின் குழந்தை அசைவுக் கணக்கு, சிசுவின் ஆரோக்கியத்திற்கு நல்ல சுட்டிக்காட்டுதலாகும். ஒரு நாளில் குறைந்தது

12 வலிமையான அசைவுகள் இருக்க வேண்டும். அசைவுகள் பலஹீனமாக இருந்தாலோ, 12க்கும் குறைவாக இருந்தாலோ அல்லது வழக்கத்தை விட 50 சதவீதம் குறைவாக இருந்தாலோ, உடனே அப்பெண் மருத்துவரிடம் இதனைத் தெரிவிக்க வேண்டும். மருத்துவர் சிசுவின் நிலைமையை அலசி, என்ன செய்ய வேண்டும் என்பதைக் கூறுவார். 35 வாரங்களுக்குப் பிறகு பிரசவம் செய்துக்கொள்வதைப் பற்றி யோசிக்கத் தேவையில்லை

"சிசு குறுக்காக கிடப்பதன் நிலை ஏதும் பிரச்சினைகளுக்கு வழிவகுக்குமா?"

கர்ப்பத்தின் கடைசி வரை 30 40 வாரங்களுக்கு குழந்தை, சுதந்திரமாக நீந்திக் கொண்டிருக்கும். கருப்பையில் அதற்கு நிலையான பொஸிஷன் என்று ஒன்றும் இல்லை. ஆகவே உங்களுக்கு குறுக்காக குழந்தை இருப்பது சரிதான். குழந்தை தானாகவே ஒரு நிலையை அடைந்துவிடும். பிறகு இதற்காக ஏதும் நீங்கள் செய்ய வேண்டியதில்லை. இது இயற்கையுடைய

ஐந்தாவது மாதம்

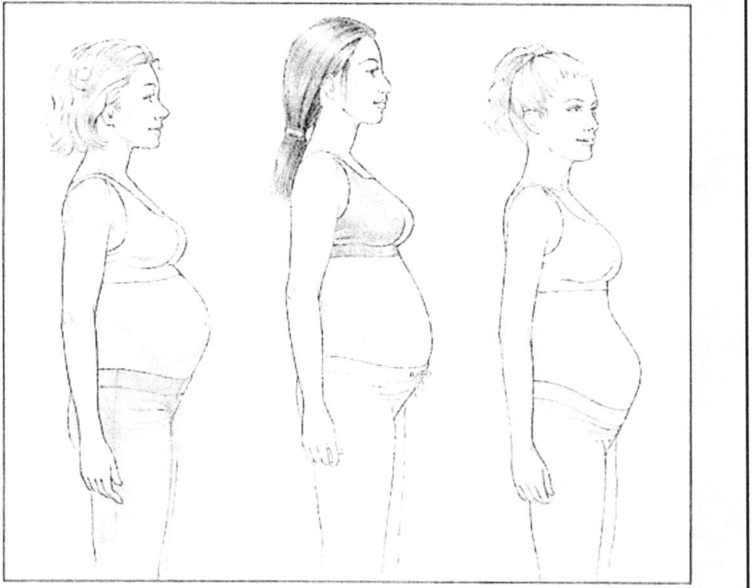

ஐந்தாவது மாதத்தில மேலே காணப்பட்ட படத்தில் உள்ள முன்று நிலைகளில் கர்ப்பிணிகள் தென்படுவார்கள். கர்ப்பிணியின் கர்ப்பத்தின் அளவு, எடை, கர்ப்பப்பையின் நிலையைப் பொறுத்து கர்ப்பமானது கணக்கிடப்படுகிறது. நீங்கள் உயரமாக இருந்தால் உங்களின் கர்ப்பம் ஐந்தாவது மாதத்தில் கூட வெளியில் தெரியாது.

வேலை உங்களிடமிருந்து அதற்கு உதவி ஏதும் தேவையில்லை குழந்தையின் பொஸிஷன் அதனுடைய வளர்ச்சியைப் பாதிப்பது இல்லை.

32 வாரங்களுக்குப் பிறகும் குறுக்காக இருந்தால் இவ்வாறு ஆவதற்கு காரணங்கள் கண்டுபிடிக்க வேண்டும். கருப்பையின் தோற்றத்தில் மாற்றம், கீழிறங்கியிருக்கும் நஞ்சுப்பை, கருப்பையின் கீழ்ப்பக்கத்தில் கட்டிகள் அல்லது கூவகத்தில் கட்டிகள், மற்றும் தளர்ந்துவிட்ட தாயின் வயிற்றுப் பகுதி தளர்ச்சியடைவது ஆகும்.

"சிசுவின் அசைவுகளை என்னால் ஏன் உணரமுடியவில்லை?"

ஒவ்வொரு கர்ப்பமும், தாய்க்கு வெவ்வேறு அனுபவங்களைத் தரலாம். கர்ப்பத்திற்கான பொதுவான சட்ட திட்டங்கள், ஒவ்வொருக்குமே மாறுபடலாம். இதுதான் மருத்துவம் மற்றும் உயிரியலின் சாராம்சம், நார்மலான செயல்பாடுகளுக்கு, அளவு விஸ்தீரணமானது. 18வது வார ஸ்கேனும், உங்களின் பரிசோதனைகளும் நார்மலாய் இருக்கும்போது அனைத்தும் சரியாகத்தான் இருக்கும். உ்ண்மையான துள்ளுதல், கர்ப்பத்தின் கடைசியில்தான் உணர முடியும். இது உங்களின் முதல் கர்ப்பமாக இருப்பதனால் இப்பொழுது தான் 20 வாரத்தை அடைந்திருக்கின்றீர்கள்

என்பதாலும், வயிற்றில் கோட்பாட்டுடன் கூடிய காற்று மற்றும் பிற அசைவுகள் உண்மையில் குழந்தையின் அசைவாகவே இருக்கலாம். அமெரிக்காவில் உங்களின் அடுத்த மருத்துவப் பரிசோதனையின்பொழுது உங்கள் குழந்தையின் இருதயத் துடிப்பைக் கேட்பது உங்களுக்கு இரட்டை நம்பிக்கையைக் கொடுக்கும். 18 22 வாரத்தில் எடுக்கப்படும் ஸ்கேனையும் உங்கள் மருத்துவர் செய்யக்கூடும். ஒருமுறை தவறினால் கருச்சிதையு ஆனவருக்கு, உங்களைப் போல மன உளைச்சல் ஏற்படுவது இயற்கைதான். உங்களின் புதிய சூழ்நிலையையும், கர்ப்பத்தையும் மன சாந்தியுடன் அனுபவியுங்கள்.

தொடை எலும்பின் முக்கியத்துவம்

"கர்ப்ப காலத்தில் தொடை எலும்பின் முக்கியத்துவம் என்ன?"

தொடை எலும்பின் வளர்ச்சி, சிசுவின் வளர்ச்சிக்கு ஒரு குறியீடு. இதனை ஸ்கேன் மூலம் தெரிந்து கொள்ளலாம். கடைசி மூன்று மாத கர்ப்ப காலத்தில் தொடை எலும்பின் நீளத்தைப் பொறுத்து, பிறந்தவுடன் குழந்தையின் நீளமும் இருக்கலாம். பிறக்க இருக்கும் சிசுவின் சரியான வளர்ச்சிக்கு நல்ல சத்துள்ள உணவு தேவையான அளவு ஓய்வு தூக்கம் இவை போதுமானது. சில சமயங்களில் அதிகப்படியான கவனிப்பு தேவைப்படலாம். இவைகளைத் தீர்மானிக்க உங்களின் மகப்பேறு மருத்துவர்தான் சிறந்தவர். மருந்துகள் ஏதும் உயரத்தை அதிகரிக்காது.

"என் குழந்தையின் தொடை எலும்பு சிறியதாக இருப்பதன் காரணம் என்ன?"

இந்த அறிக்கையின்படி தலையின் அளவும், வயிற்றின் சுற்றளவும் 27-28 வாரங்களோடு ஒத்து இருக்கின்றது. தொடை எலும்பின் அளவும் நார்மல் அளவுக்குள் தான் இருக்கின்றது. ஆனால் கீழ் அளவில் உள்ளது. பெற்றோர் உங்கள் மாதிரி உயரத்துக்கு இருக்கும்போது இப்படித்தான் இருக்கும். இது சரியானதுதான் என்பதை மேலும் ஊர்ஜிதப்படுத்தி குழந்தையின் எலும்பு வளர்ச்சியும் உடல் வளர்ச்சியும் நன்றாக இருக்கின்றது என்பதை திட்டவட்டமாக அறிய அடுத்த முறையும் ஸ்கேன் செய்து அனைத்துக் கால் எலும்புகளையும் அளவெடுத்து எலும்பின் தசையையும் பரிசோதனை செய்துகொள்ளலாம். இதனால் குழந்தைக்கு எதும் எலும்பு சம்பந்தமான பிரச்சினைகள் இல்லையென்பதையும் சரியான அளவுதான் என்பதும் நமக்குத் தெரியவரும்.

தூக்க முத்திரை

"நான் தூங்கும்போது தலையணை என்னுடைய வயிற்றிற்க்கு முட்டுக் கொடுத்துத் தூங்குவேன். இதனால் என்னுடைய கர்ப்பத்திற்குப் பாதிப்பு ஏற்படுமா?"

கர்ப்பம் ஏற்படுவதற்கு முன் நீங்கள் எப்படிப்பட்ட முத்திரையில் வேண்டுமானாலும் தூங்கி இருக்கலாம். ஆனால் கர்ப்பம் அடைந்தபிறகு உங்களுக்கு இவ்வாறான முத்திரை சரி வராது. நன்றாக ஒய்வு எடுத்துக் கொள்ளும் விதத்தில் முதுகை நேராக வைத்து கை, கால்களை விரித்துத் தூங்குதல் வேண்டும். இதனால் இரத்தஓட்டமானது தலை முதல் பாதம் வரை சீராகச் செல்லும். கருவிற்குத் தேவையான இரத்தஒட்டம் கிடைக்கும்.

மேலும் சுவாசப்பிரச்சனை எதுவும் ஏற்படாது. அடிக்கடி புறண்டுபடுப்பதால் உங்களுக்கு கை கால் மரத்தல் போன்றவை ஏற்படாது. உங்களின் சிறுநீரகமும் தெளிவாக வேலை செய்யும். கொழுப்பு போன்றவை

உடலில் தங்காமல் வெளியேறிவிடும். கை, கால்களில் விக்கம் ஏற்படாது.

சில பெண்கள் படுக்கும்போது எப்படி படுத்தார்களோ அதே நிலைமையில் தூங்கி எழுந்திருப்பர். கர்ப்ப காலத்தில் அவ்வாறு செய்வதும் கூடாது. உங்களின் உயரம் 5அடி எனில் நீங்கள் அதற்கு தகுந்தாற்போல் காலை நீட்டி தலையில் சிறிய தலையணை வைத்துக் கொண்டு ஓய்வான தூக்கம் மேற்கொள்ளுதல் வேண்டும்.

கருப்பைச் சிகிச்சை

"குழந்தையின் கழுத்தைச் சுற்றி தொப்புள் கொடி இருந்தால் என்னென்ன பிரச்சினைகள் வரலாம்?"

கடைசி மாதத்தில் 100 குழந்தைகளுக்கு 27பேருக்குத் தொப்புள் கொடி சுற்றி இருக்க வாய்ப்புண்டு. இவைகளில் பல, ஏதும் பிரச்சினை செய்யாது. எப்போதாவது பிரசவத்தின்போது தொப்புள் கொடி கழுத்தை நெறுக்குவதால் மூச்சுத் திணறல் ஏற்படலாம். இதனால் மூளை பாதிப்பு மற்றும் இறப்பும் ஏற்பட வாய்ப்புண்டு. அதனால், இவ்வாறான விஷயங்கள் ஸ்கேனில் தெரியுமானால், பிரசவத்தின்போது குழந்தை இதயத் துடிப்பை மருத்துவர் கண்காணித்துக் கொண்டே இருப்பார். கஷ்டப்பட்ட, பாதிக்கப்பட்ட குழந்தை முதலில் இதயத்துடிப்பை அதிகரித்தாலும், பிறகு குறைய ஆரம்பித்துவிடும். இதயத் துடிப்பு முறையை வைத்து குழந்தையின் நலத்தில் ஏதேனும் சந்தேகம் ஏற்பட்டாலும் அவசர சிசேரியன் அறுவை சிகிச்சை முறை மேற்கொள்ளப்படும். இதயத்துடிப்பு நிலையாக இருக்கும் பட்சத்தில், இயற்கையான பிரசவத்திற்கு முயற்சி செய்யப்படும். பிரசவ வலி ஆரம்பிப்பதற்கு முன்பே, தொப்புள் கொடி கழுத்தைவிட்டு வெளியே வந்துவிடலாம். பிறகு எந்தப் பிரச்சனையும் ஏற்பட வாய்ப்பு இல்லை.

பிரசவ வலி ஏற்பட்டவுடன் அல்ட்ராசவுண்டு கலர் டாப்ளர் ஸ்கேன் மறுபடியும் எடுக்கப்பட வேண்டும், அதற்கு முன் 40வது வாரத்தில் அல்லது கர்ப்பத்தை முடித்துக் கொள்ள வேண்டும் என்ற சூழ்நிலை வரும்போது பரிந்துரைக்கப்படும். இந்த சோதனையில் தொப்புள்கொடி கழுத்தைச் சுற்றியே தான் இருக்கின்றது என்பதை உறுதி செய்தால் சிசேரியன் அறுவை சிகிச்சை முறைதான் கையாளப்படும்.

"குழந்தையின் இதயத்துடிப்பு மறைந்துவிட காரணம் என்ன?"

கர்ப்பத்தின் ஆரம்ப காலத்தில் ஏற்படுகின்ற கருச்சிதைவுகள் அனைத்துமே, ஆன்எம்பிரியானிக் கர்ப்பகளாகத்தான் இருக்கும். இதற்கு என்ன அர்த்தம் என்றால்,

உண்மையில் சிசு ஏதும் உருவாகவில்லை. இது சிசுவின் கோளாறு மற்றும் இயற்கையின் தவறு, ஆணின் விந்தணுக்களில் எவ்வாறு 30 சதவீதம் விந்துக்கள் வேறுபட்டு காணப்படலாமோ, அதேபோல் கரு முட்டையிலும் இருக்கலாம். நார்மலாக இல்லாத விந்தும் கருமுட்டையும், இணையும்போது நார்மலான கர்ப்பம் உருவாகாது. நார்மல் இல்லாத கரு உருவாகலாம். இவை கலைந்து விடும். அதுதான் நல்லது இல்லையென்றால் இவை

ஜைட் லைக்

கர்ப்ப காலத்தில் நீங்கள் களைப்புடன் ஜைட் லைக் உங்களுக்கு இருந்தால் பயணத்தைத் தவிர்த்திடுங்கள். நீங்கள் ஒருவேளை டையம் சோன் இருந்தால் பயணத்தைத் தவிர்ப்பது சிறந்தது.

- பயணம் தொடங்குவதற்கு முன்னர் டையம் சோன் செட் செய்திடுங்கள். இதனால் உங்களுக்குப் பயணம் சுலபமமாக இருக்கும். நீங்கள் பயணத்தின் இடையில் தூங்கவும் செய்யலாம்.
- உங்களின் கடிகார நேரத்தின்படியே டையம் செட் செய்திடுங்கள். இதனால் நீங்கள் பயணம் செய்ய வேண்டிய நேரம் தெளிவாக இருக்கும். பயணம் தொடங்குவதற்கு முன்னர் நன்றாக சுடு தண்ணீரில் குளித்திடுங்கள். இதனால் பயண வலி இருக்காது.
- பயணத்தின்போது அதிக அளவு தண்ணீர் பருகுங்கள்.
- பயணத்தின்போது குறைவாகச் சாப்பிடுங்கள்.
- வெயிலில் பயணம் செய்வதைத் தவிர்த்திடுங்கள். தேவையான மருந்துகளை உடன் கொண்டு செல்லுங்கள்.
- இரண்டு நாள் தொடர் பயணம் எனில் நன்றாக ஓய்வு எடுத்து கொள்ளும் வசதியுள்ள வண்டிகளை மட்டும் தேர்ந்தெடுத்து பயணம் செய்திடுங்கள். உங்களின் பொருட்களை எடுத்துச் செல்ல கூலியை அழைத்திடுங்கள்.

கர்ப்ப நிலைமையில் உயர்ந்த பகுதிக்கு செல்லுதல்.

கர்ப்பத்தின் போது மலை பிரதேசகங்களுக்குச் செல்லுவதை தவிர்த்து விடுங்கள். ஏனெனில் மலை பிரசேதகங்களுக்கு செல்லும் போது உங்களுக்கு மூச்சுத் திணறல் ஏற்பட வாய்ப்பு உண்டு. கடலை விட 8000அடி உயரத்தில் மலை இருப்பதால் ஆக்ஸிஜன் குறைவு ஏற்படும். சாதாரண மனிதர்களுக்கே தலைச்சுற்றல், வாந்தி போன்றவைகள் ஏற்படுகின்றது. உங்களுக்கு இவை அனைத்திற்கும் மேலே வேறு ஏதேனும் பெரிய பிரச்சனை கூட ஏற்பட வாய்ப்பு உண்டு. மேலும் வியர்வை அதிக அளவில் வெளிப்பட்டு விரைவாகவே சோர்ந்து விடுவீர்கள்.

அசாதாரணமான குழந்தைகளாய் வளர்ந்துவிடும். அனைத்துக் காப்பங்களிலும் 50 சதவீதம் கர்ப்பங்கள் கலைந்துவிடும் இயற்கை அழிவு என்பது தவிர்க்க முடியாத நிகழ்வு ஆகும். உங்களுக்கு ஏற்கனவே நார்மலான குழந்தை இருப்பதால் கவலைப்பட வேண்டாம். நல்ல ஸ்கேன் மூலம் உறுதிப்படுத்தப்பட்டால் கருவைக் கலைந்து விடுங்கள். அடுத்த கர்ப்பத்திற்கு முயற்சி செய்ய நீங்கள் காத்திருக்க வேண்டியதில்லை கவலைப்பட வேண்டாம், குறையொன்றும் இல்லை.

இவ்வகையான கருச்சிதைவுகளை முன்னெச்சரிக்கை முறைகளாலோ, மருந்துகளாலோ தடுக்க முடியாது தடுக்கவும் கூடாது. அசாதாரண மான குழந்தைகள் உருவாகிவிடும் என்பதால் இது இயற்கையின் தேர்வு இதில் நாம் தலையிடக்கூடாது. அடுத்த கர்ப்பத்திலும் உங்களுக்கு சோதனைகளோ, முன்னெச்சரிக்கை நடவடிக்கைகளோ தேவைப்படாது. ஃபோலிக் ஆசிட்டைத் தவிர, உங்களின் தவறிவிட்ட

கர்ப்பிணி பெண்களின் சுவை

ஆமாம். கர்ப்பிணிப் பெண்களுக்கு சுவை மிக அதிக அளவில் இருக்கும். அறிவியல் ஆராய்ச்சியில் கூட கர்ப்பிணிப் பெண்களின் சுவையைப் பற்றி சுவாரசியமான தகவல்கள் வெளியிட்டு இருக்கிறார்கள். கர்ப்பம் தரிப்பதற்கு முன்னர் அவர்கள் விரும்பி சாப்பிட்ட உணவை கர்ப்பம் தரித்த பிறகு தவிர்த்து விடுகிறார்கள். கர்ப்பத்திற்கு முன்னர் விரும்பாத உணவை கர்ப்பத்தின் போது விரும்பி சாப்பிடுவதாக தகவல்கள் வெளியிடப்பட்டுள்ளன.

கருச்சிதைவு ஊர்ஜிதமானால், அபார்ஷனை மருந்தினாலோ, அறுவை சிகிச்சை முறையிலோ செய்து கொள்ளுங்கள்.

"குழந்தையின் புட்டம் கீழ் உள்ள நிலை கூவக எலும்பின் வேலைக்குறைபாட்டிற்கு காரணமாகுமா?"

கர்ப்பத்தினால் பெல்விக்ஸ் மற்றும் முதுகெலும்பில் பொறுத்துக் கொள்ளக்கூடிய வகையில் வலி உண்டாக்கலாம். ஏற்கனவே வலியிருந்தால், கர்ப்பம் வளர்ச்சியடைய வலி அதிகமாகத்தான் ஆகிவிடும். குழந்தையின் பொஸிஷன் மாறுவது பற்றியும் புட்டம் கீழ் நிலைக்கும் பல காரணங்கள் உள்ளன. ஒன்று சிறுத்துவிட்ட கூவகம். உங்களை உடல் பரிசோதனை செய்யாமல் என்ன நடக்கலாம் என்பதை அனுமானிக்க முடியாது.

என்னுடைய கேஸில் சிசுவின் வயிற்றை கண்டு பிடிக்க முடியாததற்கு காரணம் என்ன?

திரும்பத் திரும்ப ஸ்கேன் செய்தும் வயிறு தெரியவில்லையென்றால், ஒன்று அது நிரப்பப்படவில்லை அல்லது அது இருக்க வேண்டிய இடத்தில் இல்லை இருக்கவேண்டிய இடத்தில் அது இல்லையென்றால் அது மார்புப் பகுதியில் இருக்கிறதா என்று ஸ்கேன் கவனமுடன் செய்யப்பட்டால் கண்டுபிடிக்கப்படலாம். நிரப்பப்படாததற்குள்ள பிற காரணங்கள், பிளவு உதடு மற்றும் அன்னம் மூளையில் கோளாறுகள், உணவுக் குழாயில் கோளாறு மற்றும் குழந்தையின் கழுத்தில் கட்டிகள். அல்ட்ராசவுண்டு ஸ்கேன் மூலம் இவைகளைக் கவனமுடன் ஆராய்ந்தால் கண்டுபிடித்துவிடலாம். முடிவு எப்படியிருக்கும் என்பதற்கான காரணம் சரி செய்யக்கூடிய வாய்ப்பு மற்றும் வேறு ஏதும் பிரச்சினைகள் சேர்ந்துள்ளனவா போன்றவைகளைப் பொறுத்தது. பல சமயங்களில் இதைப்போன்ற குறைபாடுகளில் குழந்தையைச் சுற்றியுள்ள பனிநீர் அதிகமாக இருக்கும் என்பதால் குறைப் பிரசவத்திற்கு ஏதுவாக ஆகிவிடும். குறைமாதக் குழந்தை என்பதும் குழந்தையின் முடிவான நலத்திற்கு ஒரு எதிர் மறையான காரணி ஆகிவிடும். குழந்தை நல நிபுணர் மற்றும் குழந்தை அறுவை சிகிச்சை நிபுணர் போன்றோர் உங்களின் மருத்துவ அறிக்கையை படித்து மேலும் ஆலோசனை கூறலாம்.

கர்ப்ப காலத்தில் பயணம்

கர்ப்ப காலத்தில் பயணங்கள்மேற்கொள்ளக்கூடாது என்று இல்லை. ஆனால் கர்ப்பிணிகள் கர்ப்ப காலத்தில் மேற்கொண்டால் சில முன்னெச்சரிக்கைகளைக் கையாண்டு கொள்ள வேண்டும் இவ்வாறு செய்வதானல், தாய்க்கோ, சேய்க்கோ எந்தவிதமான தொந்தரவுகளும் வராமல் தடுத்துக் கொள்ள முடியும்.

முதல் மூன்று மாதங்களில் கருச்சிதைவு நடப்பதற்கு சாத்தியகூறுகள் அதிகம் என்பதால் கர்பபிணிப் பெண்கள் பயணத்தைத் தவிர்ப்பது நல்லது என்பது மருத்துவர்களின் பொதுவான கருத்தாகும். கர்ப்பம் சுமப்பவர்கள் சில அதிக இடர்தரும் கர்ப்பம் அல்லது வேறுவித காரணத்திற்காகப்

பயணங்களைத் தவிர்க்குமாறு மருத்துவர்கள் அறிவுரை செய்யலாம்.

"வானூர்தி பயணம் பாதுகாப்பானதா?"

பலவித விமான நிறுவனங்கள் கர்ப்பமான பெண்களின் உடல்நிலையைக் கருதி 32 வாரங்களுக்கு மேற்பட்ட பெண்களை பயணிக்க அனுமதிப்பதில்லை. விமானத்தில் ஏற்படும் காற்றழுத்த வேறுபாடு கர்ப்பத்தினைப் பாதிக்கலாம். என்பததினாலேதான் இந்த விதியாகும். விமானத்தில் பயணம் செய்யத் தயராகும் கர்ப்பிணிப் பெண் உடை விஷயத்திலும் கவனம் செலுத்த வேண்டும் காற்றழுத்த சமச்சீர் இல்லாத கேபிள்களை விமானப் பயணத்திற்கு தேர்வு செய்யக்கூடாது.

"நான்கு சக்கர ஊர்திகளில் பயணிக்கும்போது மேற்கொள்ள வேண்டியவை யாவை?"

கார்களில் பயணம் செய்வது, கர்ப்பிணிப் பெண்களுக்கு பிரச்சினையை உண்டு பண்ணாது என்றாலும் தொலைதூரப் பயணங்களைத் தவிர்ப்பது நல்லது முதல் மூன்று மாதங்களில் இது மிகவும் முக்கியமானதாகும். இந்தக் காலத்தில் கருச்சிதைவு ஏற்பட வாய்ப்புகள் அதிகம் என்பதால் பயணங்களைத் தவிர்ப்பது நல்லது

பயணத்தின்போது கவனிக்கப்பட வேண்டிய விதிமுறைகள்

- நீண்ட நேர பயணத்தின்போது அவ்வப்போது சிறிது ஓய்வு எடுத்துக் கொள்வது உடலின் இரத்த ஒட்டத்தைச் சமச்சீர் செய்யும்.
- இருக்கையில் போடப்படும் பெல்ட், வயிற்றின் மேற்பகுதியில் போடப்படாமல் இடுப்பில் போடப்பட வேண்டும்.
- உணவுப் பொருட்களும் குடிநீரும் தேவையான அளவு எடுத்துக் கொண்டால் வழியில் ஏற்படும் சிரமமத்தைக் குறைத்துக் கொள்ளலாம்.

> **செக்ஸ் ஸரஸாயிஜ்**
>
> உடல்உறவின் போது கீகல் உடல்பயிற்சி செய்ய வேண்டும். இப்படி செய்தால் உடலிற்கு ஓய்வு கிடைக்கும். வலி எதுவும் ஏற்படாது. மேலும் உடல் உறவு கொள்ளுவதால் ஏற்படக்கூடிய அழுத்தம் இருக்காது. இதனால் அடிக்கடி உடல்உறவு கொள்ள வேண்டும் என்ற எண்ணம் உருவாகும். மேலும் கணவன், மனைவி இருவரும் இதனால் ஆனந்தம் அடைவார்கள்.

- சிறிய தலையணை கர்ப்பிணியை வசதியாக இருக்கையில் அமர உதவி செய்யும்.
- மருத்துவரிடம் செல்லும் தூரம் ஊர்தி இவைகளைப் பற்றி முன்கூட்டியே சொல்லி அதற்கேற்ற ஆலோசனையைப் பெற்றுக் கொள்ள வேண்டும்.
- வெளிநாட்டுப் பயணங்கள் மேற்கொண்டால் தேவையான தடுப்பூசிகளை மருத்துவரின் கவனிப்புடன் முன்கூட்டியே எடுத்துக் கொள்வது பிரச்சினைகளைத் தவிர்த்து விடும்.

கர்ப்ப காலத்தில் உடலுறவு

கர்ப்பமாயிருக்கும்போது ஏற்படும் ஹார்மோன்களின் மாற்றங்களால், தங்களின் மனநிலை மாற்றங்களுக்குத் தகுந்த மாதிரி தங்களின் வழக்கமான செயல்களை மாற்றிக் கொள்ள வேண்டியிருக்கும். அதிகமாக பாதிக்கப்படும் ஒரு விஷயம் உடல் உறவாய் இருக்கலாம். சில பெண்கள் கர்ப்மாயிருக்கும்போது உடலுறவை சுத்தமாக விரும்புவதில்லை. சில பெண்கள் மிகவும் விரும்பி அனுபவிக்கலாம்.

"கர்ப்ப காலத்தில் உடலுறவு கொள்வது பாதுகாப்பானதா?"

காப்ப காலத்தில் உடலுறவு கொள்வது முழுவதுமாக பாதுகாப்பானதுதான். ஆனால் மருத்துவர் வேண்டாம் என்று அறிவுறுத்தாதவரை. கஷ்டமாக இல்லையென்றால் உடலுறவு கடைசி மாத கர்ப்பம் வரை செய்யப்படலாம்.

குழந்தையை கட்டியான சவ்வு கருப்பையின் வாயை மூடித் தொற்றில் இருந்து தடுப்பதால் பாதுகாப்பானதே.

எந்தவித சூழ்நிலைகளில் உடலுறவு தவிர்க்கப்பட வேண்டும் என்பதற்கு மருத்துவ காரணங்கள் பின்வருமாறு

- சமீபத்தில் யோனிக் குழாய் வழியே இரத்தப்போக்கு
- அச்சுறுத்தும் கருக்கலைப்பு
- குறைமாதப் பிரசவம்
- பனிக்குடம் உடைந்துவிடுதல்
- கீழிறங்கியிருக்கும் நஞ்சுப்பை
- பால்வினை நோய்த் தொற்றுகள்

"கர்ப்பமாயிருக்கும்போது உடலுறவில் நாட்டம் குறைந்து விடுமா?"

உடலுறவில் மோகம், கர்ப்ப காலத்தில் குறையவோ கூடவோ செய்யலாம். கர்ப்ப காலத்தில் ஏற்படும் குமட்டல், வயிற்றில் பளு இவைகளால் உடலுறவில் நாட்டம் குறையலாம். கூவகத்தில் ஏற்படும் அதிக இரத்த ஒட்டத்தினால், உடலுறவில் அதிக நாட்டமும் ஏற்படும் ஹார்மோன்களினாலும், உடலுறவில் மோகம் அதிகம் ஏற்படலாம். சில பேருக்கு தேவையற்ற கர்ப்பத்திற்கு வாய்ப்பு இல்லையென்பதால் உடலுறவில் மோகம் அதிகமாகலாம்.

முதல் மூன்று மாதங்களில் பெரும்பாலான காப்பிணிகளுக்கு குமட்டல் மற்றும் மார்பக வலி ஏற்படுவதால் செக்ஸில் ஆர்வம் குறையலாம். புதுவிதமான அனுபவத்தால் உடல்ரீதியாக மனரீதியாக சோர்வாக இருக்கலாம்.

இரண்டாவது, மூன்று மாதத்தில் இவை பொதுவாகக் குறைந்து விடுவதால், சாதாரணமாக தம்பதியர்கள் உடலுறவில் ஈடுபட முடியும். இவை தனிப்பட்ட நபர்களின் விருப்பு வெறுப்புகளைப் பொறுத்து ஒருவருக்கு ஒருவர் மாறுபடலாம். கடைசி மூன்று மாதத்தில் உடல் கஷ்டங்கள் பல மடங்கு அதிகமாகக் கூடும். இதனால் மாற்று நிலைகளை, கஷ்டத்தைக் குறைப்பதற்காக தம்பதியர் தேர்ந்தெடுக்கலாம். பொதுவாகவுள்ள ஆண்மேல் நிலையை விட பெண் மேல் நிலை அதிக ஒத்துப் போகலாம். இன்பமும் தரலாம். பின்னிருந்து சேரும் நிலை

கர்ப்ப நிலைமை மற்றும் செக்ஸ்

கர்ப்பத்தின் போது எந்த முறையில் உடலுறவு கொள்ளுவது பாதுகாப்பானது என்பதை தெரிந்த கொள்ள இதனை படியுங்கள்.

வாய்ப்புணர்ச்சி:- வாய்ப்புணர்ச்சி முக்கியமாக கடைசி மாதங்களில் மாற்று உடலுறவாகப் பயன்படலாம். இரண்டு பேரையும். அதிக உபாதைகள் இல்லாமல் திருப்பதிபடுத்தலாம். யோனிக் குழாயில் காற்று ஊதுவதை தவிர்க்க வேண்டியது அவசியம். இல்லையென்றால் இரத்தக் குழாயில் அடைப்பு ஏற்பட்டு ஆபத்தாகி விடலாம். தம்பதியரில் ஒருவருக்கேனும் ஏதும் பால்வினை நோய் இருக்குமானால் வாய்ப்புணர்ச்சி தவிர்க்கப்பட வேண்டும்.

ஏனால் புணர்ச்சி:- இதனை செய்ய வேண்டும் எனில் மிகவும் எச்சரிக்கையுடன் செய்தல் வேண்டும். இதனை செய்யும்போது ஆணுறைப் பயன்படுத்துவது அவசியமாகும். இருவருமே தங்களுடைய பிறப்புறுப்பை சுத்தமாக வைத்துக் கொள்ள வேண்டும். இல்லையேல் தொற்று ஏற்பட வாய்ப்பு உண்டு.

கைபுணர்ச்சி:-இருவருமே கையால் புணர்ச்சி செய்துகொள்ளுவதை கைபுணர்ச்சி எனப்படும். இது முழுவதும் பாதுகாப்பானது. இருவருக்குமே தொல்லை ஏற்படாது.

வைபிரேடர் :- மருத்துவரின் ஆலோசனை படி வைபிரேடர் பயன்படுத்துங்கள். இதனால் உங்கள் இருவரக்குமே ஆனந்தம் ஏற்படும்.

அல்லது பக்கவாட்டு நிலை முதலியவைகளும் உடலுறவில் முயற்சிக்கப்படும்.

வாய்ப்புணர்ச்சி பாதுகாப்பனதா?

வாய்ப்புணர்ச்சி முக்கியமாக கடைசி மாதங்களில் மாற்று உடலுறவாகப் பயன்படலாம். இரண்டு பேரையும். அதிக உபாதைகள் இல்லாமல் திருப்பதிபடுத்தலாம். யோனிக் குழாயில் காற்று ஊதுவதை தவிர்க்க வேண்டியது அவசியம். இல்லையென்றால் இரத்தக் குழாயில் அடைப்பு ஏற்பட்டு ஆபத்தாகி விடலாம். தம்பதியரில் ஒருவருக்கேனும் ஏதும் பால்வினை நோய் இருக்குமானால் வாய்ப்புணர்ச்சி தவிர்க்கப்பட வேண்டும்.

அல்ட்ராசவுண்டு

கர்ப்ப காலத்தில் அல்டராசவுண்டு

இந்த பரிசோதனையில் ஒலி அலைகள், உடலிலுள்ள உறுப்புகளைப் பரிசோதிக்கப் பயன்படுத்துகிறார்கள். காதுகளினால் கேட்கக்கூடிய ஒலி அலைவரிசையை விட பலமடங்கு அதிகமான அலைவரிசை ஒலிக்கதிர்களைச் சோதிக்க வேண்டிய பகுதிகளுக்கு செலுத்தி, அந்தப் பகுதிகளிலிருந்து திருப்பி அனுப்பப்படும். அவைகளைப் பதிவு செய்து இந்தப் பரிசோதனை செய்யப்படும். இந்தப் பரிசோதனை முறைக்கு ஸோனோக்ராப்பி என்று பெயர். இந்த வகையான சோதனை தற்காலத்தில் மருத்துவத்தில் மிகப் பரவலாகவும் குறிப்பாக மகப்பேறு மற்றும் மகளிர் நோய் சிறப்பு மருத்துவத்தில் முக்கியமாகப் பயன்படுத்தப்படுகின்றது.

"அல்ட்ராசவுண்டு எவ்வாறு செய்யப்படுகின்றது?"

இந்த முறையில் திருப்பி அனுப்பப்படும் நுண் அலைகளைப் பதிவு செய்து, பெண்ணின் கருப்பையில் இருக்கும் குழந்தையின் உருவ அமைப்பை கண்டறிவார்கள். இதை வைத்து குாந்தையின் உறுப்புகள், அசைவுகள் முதலியவை கண்காணிக்கப்படும். இதனை வயிற்றுப் பகுதி மூலமாகவோ அல்லது யோனிக்குழாய் மூலமாகவோ செய்ய முடியும். டிரான்ஸ்டியுசர் என்ற கருவி வயிற்றின் மேல் செலுத்தப்படுகின்றது. இரண்டாவது சொல்லப்பட்ட டிரான்ஸ்டியுசர் என்பது யோனிக்குாாயுக்குள் செலுத்தப்படுகின்றது.

"அல்ட்ராசவுண்டு பரிசோதனை அவசியமானதா?"

சாதாரணமாக அல்ட்ராசவுண்டு பரிசோதனை காப்ப் காலத்தில் குழந்தையின் வளர்ச்சியைக் கண்காணிக்க குறைந்தது இரண்டு முறை செய்யப்பரிந்துரைக்கப்படுகிறது.

இதன் உபயோகங்கள்

- கர்ப்பம் நார்மலானதா அல்லது சிக்கலானதா என்பதை அறியவும்.
- ஒற்றைக் குழந்தையா அல்லது இரட்டைக் குழந்தையா என்பதை அறியவும்.
- குழந்தையின் நிலை நன்றாக உள்ளதா என்பதை அறியவும்.
- குழந்தையின் எடையினை அளக்கவும்.
- நஞ்சுப்பையின் இடத்தினை அறியவும்.
- குழந்தையின் இருதயத்துடிப்பு மற்றும் மூச்சு விடுதலை கண்காணிக்கவும்.
- குழந்தையை சுற்றியுள்ள பனிநீரின் அளவை அறிந்து கொள்ளவும்.
- குழந்தையின் இடர்பாட்டைக் கண்டுபிடிக்கவும்.
- இருதயம், சிறுநீரகம் முதலிய உறுப்புகளில் ஏற்படும் பிறவிக் குறைபாடுகளைக் கணடறியவும்.

குழந்தையின் வளர்ச்சியை அனுமானிக்க ஸ்கேன் 12-28 வது வாரங்களில் செய்யப்படும். ஒற்றைக் குழந்தையா அல்லது அதற்கும் மேலா என்பது 16-20வது வாரங்களில் செய்யப்படும் ஸ்கேனில் இருந்து அறியப்படும் ஆணா,

பெண்ணா என்பது 16வது வாரத்தில் இருந்து அறியப்படலாம் என்றாலும். இவ்வாறு கண்டறிவது சட்டப்படி குற்றமாகும். இக்குற்றத்திற்கு அபராதம் மற்றும் சிறை வாசத்துடன் கூடிய அபராதத் தண்டனையும் உண்டு. எல்லா ஸ்கேன் பரிசோதனைக் கூடங்களிலும் குழந்தையை ஆணா, பெண்ணா என்பது கண்டறியப்படுவது தவறு என்பதைப் பெரிய பலகைகளில் எழுதிப் போட்டிருக்க வேண்டும்.

"யார் யாருக்கு அல்ட்ராசவுண்டு ஸ்கேன் செய்யப்பட வேண்டும்?"

எல்லா கர்ப்பிணிப் பெண்களுக்கும் ஸ்கேன் அவசியம். சிக்கலான கர்ப்பங்கள் பிறவிக் கோளாறு உள்ள குழந்தையைக் கொண்ட குடும்பத்தில் இருந்து வரும் கர்பபிணிப் பெண்கள் மற்ற பெண் உறுப்புகள் சமபந்தமான நோய்கள் உள்ள கர்ப்பிணிப் பெண்கள் முதலியோருக்கு இப்பரிசோதனை மிகவும் அவசியம் என்பதை மகப்பேறு மருத்துவர் வலியுறுத்துவார்.

இந்தப் பரிசோதனைக்கு உண்டான முன்னேற்பாடுகள் என்ன,

இப்பரிசோதனைக்கு பெரிதாக எந்த முன்னேற்பாடுகளும் தேவையில்லை. சிறுநீர்ப் பையில் சிறுநீர் நிறைந்திருப்பது, குழந்தையை எளிதாகப் பார்பதற்கு உதவும். ஆகையால் கர்ப்பிணிப் பெண்ணை தண்ணீர் குடித்து விட்டு சிறுநீர் கழிக்காமல் இருக்கச் சொல்வார்கள்.

ஒய்வு முத்திரை

கர்ப்ப காலத்தில் உங்களுக்கு ஓய்வு முத்திரை மிகவும் அவசியமானது. உடல்உறவு மேற்கொண்ட பிறகு கை, கால்களை விரித்து ஓய்வான முத்திரையில் படுத்துக் கொள்ளுங்கள். இதனால் உங்கள் உடலும் மனதும் ஆனந்தம் பெறும். உடலில் ஏற்படும் களைப்பும் நீங்கும்.

"இந்தப் பரிசோதனையால் ஏதேனும் ஆபத்து உண்டா?"

கண்டிப்பாக கிடையாது. பொதுவாக இந்தப் பரிசோதனையால் தாய்க்கோ அல்லது குழந்தைக்கோ எந்தவித பாதிப்பும் இல்லை.

கர்ப்ப காலத்தில் வயிற்று உடற்பயிற்சி

"கர்ப்ப காலத்தில் செய்யமுடிகின்ற உடற்பயிற்சிகளைப் பற்றி எனக்குத் தெரிய வேண்டும் வயிற்று உடற்பயிற்சிகள் கர்ப்பத்திற்கு தீங்கிழைக்குமா?"

கர்ப்பத்திற்கு முன்பிருந்தே நீங்கள் உடற்பயிற்சி செய்பவராக இருந்தால், உங்களின் மகப்பேறு மருத்துவர் அனுமதிக்கும் பட்சத்தில் அவற்றைத் தொடரலாம். உங்களது முட்டியை மடக்கி, உட்கார்ந்த நிலையில் செய்யும் உடற்பயிற்சி மிகச் சிறந்தது. இந்த நிலையில் இருந்தப்டி மெல்ல பின்னோக்கி உடலை சாய்க்க வேண்டும். எந்த நிலை வரை சௌகரியமாக இருக்கிறதோ அதுவரை மட்டுமே உடலை வளைக்க வேண்டும். இதை இருமுறை செய்துவிட்டு 5 எண்ணும்வரை அந்த நிலையிலேயே இருக்கவும்.

ஆனால் புதிதாக உடற்பயிற்சி தொடர திட்டம் இருந்தால், வேண்டாம். நடைப்பயிற்சி, உடலுக்கு நெகிழ்ச்சி தரும் நீட்டுதல் பயிற்சி மூலமாகவே உடம்பைத் திடமாக வைத்திருக்க முடியும்.

இரத்த அழுத்தம் அதிகமுள்ள பெண்கள், வளர்ச்சி குறைந்த கருவைச் சுமக்கும் பெண்கள், குறைப்பிரசவத்திற்கு சாத்தியக்கூறுகள் அதிகமுள்ள பெண்கள், கருக்கலைப்பு உள்ளவர்கள், பனிநீர் வழியும் பெண்கள், இரட்டை கர்ப்பம் உடையவர்கள், இவர்கள் உடற்பயிற்சி செய்வதை தவிர்ப்பது நல்லது. உடற்பயிற்சியைத் தொடாச்சியாக

செய்யும் மகளிரக்கு பிறக்கும் குழந்தைகள் எடை குறைந்து பிறப்பதாய் ஆய்வுகள் சொல்கின்றன. நல்ல பயிற்சி பெற்ற பிஸியோதெரபிஸ்ட்யை அணுகி ஆலோசனை பெற்று பின் உடற்பயிற்சிகளைக் கர்ப்பிணிகள் தொடரலாம்.

நீச்சல், பளு தூக்குவது போன்ற உடற்பயிற்சி இல்லாததால், கர்ப்பத்திற்கு உகந்தது. ஆனால் ஈரமான தரையில் வழுக்கி விழாமல் பார்த்துக் கொள்ள வேண்டும். அறிவுறுத்தப்பட்ட வரைமுறைகளுடன் கவனிக்கப்பட்ட நீச்சல் குளங்களில்தான் நீந்த வேண்டும். இல்லையென்றால் தொற்று வரவாய்ப்பு உண்டு. உங்கள் மகப்பேறு மருத்துவரை ஒருமுறையாவது நீங்கள் பரிசோதனை செய்து கொள்ள வேண்டும்.

கீழ்காணும் உடற்பயிற்சிகளை நீங்கள் செய்வதற்கு மருத்துவரின் ஆலோசனை அவசியம்.

★ யோகா, தியானம்
★ லாமேஸ் என்ற சுவாசப்பயிற்சி
★ நீச்சல் பயிற்சி
★ முழு சுவாசப்பயிற்சி

பெண்கள் உடல்பயிற்சி செய்வது பிரசவத்திற்கு மிகவும் உதவியாக இருக்கும். பிரசவத்திற்கு பின் உடற்பயிற்சி செய்து உடல் எடையை குறைக்கலாம். பிரவத்திற்கு பின் தசைகளை இறுக்கவாவும் செய்யலாம். உடற்பயிறச்சி செய்யும்போது யதேச்சையாக இரத்த கசிவு ஏற்பட்டால் உடனடியாக மருத்துவரை அணுகுவது நல்லது.

காப்ப காலத்தில் தன் குழந்தைக்கு நல்லது மட்டுமே செய்யவேண்டும் என்ற உந்துதல் அனைத்து தாய்மார்களுக்கும் ஏற்படும் ஆகவே உடற்பயிற்சி இதுவரை செய்யதாவர்கள் கூட கர்ப்ப காலத்தில் செய்ய ஆரம்பிக்க வேண்டும். இது கஷ்டமானதாக இருக்க வேண்டும்என்றில்லை. ஒருபெண் உடற்பயிசியே இதுவரை செய்த கொள்ளவில்லையென்றால், எளிதான, நீட்டும் பயிற்சி, தளர்தல் பயிற்சி, தியானம், முழு சுவாசப்பயிற்சி மற்றும் ஒரு புள்ளியில் கவனம் வைக்கும் பயிற்சி முதலியவைகளைச் செய்யலாம். இந்த பயிற்சியின் மூலம் முதுகு தசைப்பிடிப்பிலிருந்து விடுபடலாம். மேலும் நரம்பு சுற்றி, கால் வீக்கம் மற்றும் மலச்சிக்கல் ஆகியவற்றிலிருந்தும் விடுபட உதவியாகவும் இரக்கிறது. இப்பயிற்சியின் மூலம் கர்ப்ப காலத்தில் அன்றாடம் ஏற்படும் சிறிய பிரச்சினைகளிலிருந்து விடுபடலாம்.

சிறிதில் அதிகசந்தோஷம்

நல்ல உடறவு ஒரே நாளில் உருவாகுவதில்லை. இதனால் தைரியம், புரிந்து கொள்ளும் தன்மை, மற்றும் பரஸ்பர அன்பு. கர்ப்பநிலையில் உடறவு கொள்ளும் பொழுது மனதளவு மற்றும் உடல் அளவு மாற்றங்கள் ஏற்படும். அதை மாற்ற சில வழிகள் உள்ளன.

செக்ஸ் பற்றி விமர்சிப்பதை விட அவை அனுபவியுங்கள்.

இந்த நேரத்தை வீணாக்க வேண்டாம். பழைய செக்ஸ் வாழ்க்கை மற்றும் இந்நாளில் ஏற்படும் செக்ஸ் வாழ்க்கை பற்றி வித்தியாசம் பார்க்காதீர்கள். இதில் நிறைய மாற்றம் வந்து இருக்கிறது.

நல்லதையே நினையுங்கள். உடலுறவால் உங்கள் உடல் பிரசவத்துக்காகவும் தயாராக உள்ளது. நீங்கள் உடலுறவு கொள்கும் பொழுது கீகல் செய்தீர்களானால் இது மிகவும் நல்லது. உங்கள் உருண்ட குண்டான உடலை செக்ஸியாக நினையுங்கள். ஒவ்வொறு அனைப்பிம் நீங்கள் மனதார நெருங்கிறீர்கள்.

பழைய பொசிஷனில் வேலை நடக்கவில்லை என்றால் புதிய யுக்தியை யோசியுங்கள். எந்த ஒரு புதிய பொசிஷனில் சந்தோஷம் அனுபவிக்க நேரம் ஆகும்.

உங்கள் எதிர்ப்புகளை ஒரு அளவில் வையுங்கள். ரொம்ப சந்தோஷத்தை அடைய முடியாவிட்டாம் ஒருத்தருக்கு ஒருத்தர் பக்கத்தில் இருந்தாலே சந்தோஷமானது.

■ ■ ■

ஆறாவது மாதம்

கிட்டத்தட்ட 23 முதல் 27 வது வாரம் வரை

இப்பொழுது உங்கள் வயிற்றில் ஏதோ ஒரு அசைவு, இரைச்சல் இருக்கும். இது ஏதேனும் வாயுக் கோளாறாக இருக்குமா என்ற சந்தேகம் கூட வரலாம். வாயுக் கோளாறாக இருந்தால் வயிற்றில் இருந்து உதை விழாது அல்லவா. எனவே இது குழந்தையின் அசைவு தான் என்பது உறுதி செய்யப்பட்டு விட்டது. உங்களின் குழந்தை சிறு சிறு இப்போது உதைகளைத் தொடங்கி இருக்கின்றது. எப்பொழுதாவது குழந்தையின் இரைச்சல் சத்தம் கூட உங்களுக்கு கேட்கும். இந்த மாதத்திற்குப் பிறகு இரண்டாவது ஆறு மாதத்தை நீங்கள் வெற்றிகரமாக கடந்து விடுவீர்கள். இப்பொழுது இருவரின் வளர்ச்சிக்கும் நிறையவே வாய்ப்புகள் உள்ளது. உங்களின் கால்களை கவனித்துக் கொள்வது அவசியம். ஏனெனில் வயிறு பெரிதாகுவதால் உங்களால் சரிவர கால்களை குனிந்து பார்க்க முடியாது. எனவே கால்களின் மீது கவனம் செலுத்துங்கள்.

இந்த மாதத்தில் உங்கள் குழந்தையின் வளர்ச்சி

23 வது வாரம் :- இந்த வாரத்தில் ஏதேனும் ஜன்னல் இருந்தால் நீங்கள் கர்ப்பப்பையின் உள்ளே குழந்தையின் சருமம் எப்படி வளருகின்றது என்பதை நீங்கள் பாருங்கள். சருமமானது, கொழுப்பால் உருவாக்கப்படுவது மேலும் இந்தக் கொழுப்பு சருமத்திற்கு அடியில் தங்கி விடும். இந்த வாரத்தில் குழந்தையின் உயரம் 8 இன்ச் இருக்கும் மற்றும் எடை ஒரு பவுண்டு இருக்கும். இந்த மாதத்தின் இறுதியில் குழந்தையின் எடையானது இரண்டு மடங்கு ஆகிவிடும். ஒருமுறை கொழுப்பு அடைவது ஆரம்பிக்கப்பட்டுவிட்டால் அதனுடைய சரும வளர்ச்சி மிகவும் தீவிரமாகவே இருக்கும். இப்பொழுது சருமத்திற்கு கீழே உள்ள எலும்புகள் வளர ஆரம்பிக்கும். எட்டாவது மாதத்திற்குள் உங்களின் குழந்தையின் வளர்ச்சி முழுவதும் நிகழ்ந்து விடும்.

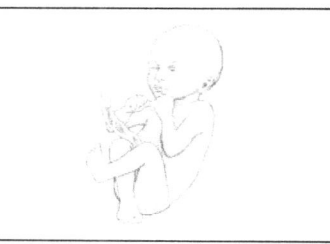

உங்களின் 5மாத குழந்தை

4வது வாரம் :- இந்த வாரத்தில் குழந்தையின் எடை 1 1/2 பவுண்டும் உயரம் 8 1/2 இன்ச் இருக்கும். இப்பொழுது உங்கள் குழந்தையின் எடையை பழங்களுடன் ஒப்பிட முடியாது. ஏனெனில் பழத்தை விட குழந்தையின் எடையானது வெகு வேகத்தில் கூட ஆரம்பிக்கும். இந்த வாரத்தில் கிட்டத்தட்ட 6 அவுன்ஸ் எடை கூடும். மேலும் கை, கால், உறுப்புகள், எலும்புகள், தசைகள் மற்றும் கொழுப்பு போன்றவை வளர்ச்சி பெற

ஆரம்பிக்கும். இப்பொழுது குழந்தையின் முகம் முழுவதும் உருவாகி இருக்கும். இப்பொழுது குழந்தையின் முடியில் பிக்மென்ட் உருவாகி இருக்காது. எனவே நம்மால் இப்போது குழந்தையின் முடி நிறத்தை கூற முடியாது.

25வது வாரம் :- குழந்தை பகலில் இரண்டு மடங்காகவும் இரவில் நான்கு மடங்காகவும் வளர ஆரம்பிக்கும் இப்போது அதனுடைய உயரம் 9 இன்ச் இருக்கும். எடை கிட்டத்தட்ட 1 1/2 பவுண்டு இருக்கும். மேலும் சில வளர்ச்சிகள் இருக்கும். குழந்தையின் இரத்தக் குழாய்களில் இரத்தம் நிரம்ப ஆரம்பிக்கும். இந்த வார இறுதியில் நுரையீரல் முழுவதும் தயார் நிலையில் இருக்கும். நுரையீரலானது தனது வேலையைத் தொடங்க முழு வேகத்தில் காத்திருக்கும். இப்பொழுது நுரையீரலில் ஆக்ஸிஜன் செல்வதற்கு தயாராய் இருக்காது. இந்த வார இறுதியில் அதனுடைய எல்லா செயல்பாடுகளும் ஆரம்பிக்கும். இப்பொழுது தனியாக மூச்சு எடுத்துக் கொள்ளவும், மூச்சை விடவும் அது பழக்கம் எடுத்துக் கொள்ளும். குழந்தையின் குரல் வளையும் வேலை செய்ய ஆரம்பிக்கும். இப்பொழுது உங்களுக்கு குழந்தையின் கிசுகிசுப்பு கேட்கவே ஆரம்பித்து விடும்.

26வது வாரம் :-இந்த வார இறுதியில் நுரையீரல் முழுவதும் தயார் நிலையில் இருக்கும். நுரையீரலானது தனது வேலையைத் தொடங்க முழு வேகத்தில் காத்திருக்கும். இப்பொழுது நுரையீரலில் ஆக்ஸிஜன் செல்வதற்கு தயாராய் இருக்காது. இந்த வார இறுதியில் அதனுடைய எல்லா செயல்பாடுகளும் ஆரம்பிக்கும். இப்பொழுது தனியாக மூச்சு எடுத்துக் கொள்ளவும், மூச்சை விடவும் அது பழக்கம் எடுத்துக் கொள்ளும். குழந்தையின் குரல் வளையும் வேலை செய்ய ஆரம்பிக்கும். இப்பொழுது உங்களுக்கு குழந்தையின் கிசுகிசுப்பு கேட்கவே ஆரம்பித்து விடும்.

26வது வாரம் :- இப்பொழுது உங்களின் குழந்தை 2 பவுண்டு எடையில் இருக்கும். அதனுடைய உயரம் கிட்டதட்ட 9 இன்ச் இருக்கும். அதனுடைய கண்கள் மெல்ல மெல்லத் திறக்க ஆரம்பிக்கும். இப்பொழுது குழந்தையின் கண் நிறத்தினைக் கூற முடியாது. இப்பொழுது இருட்டில் அது சிறிது பார்க்கும். அதிகமான சத்தமோ, அதிகமான வெளிச்சமோ அதன் கண் மீது பட்டால் குழந்தை கண்ணைத் திறந்து பார்த்து விட்டு மூடிக் கொள்ளும்.

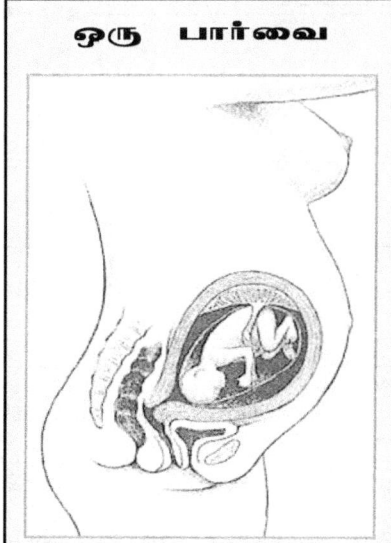

ஒரு பார்வை

இந்த மாதத்தில் கர்ப்பப்பையானது தொப்புளில் 1 1/2 இன்ச் உயரத்தில் மேலே இருக்கும். மாத இறுதியில் இதனுடைய உயரம் 1 1/2 இன்ச் வரை சென்று விடும். இப்பொழுது இதனுடைய வடிவம் ஒரு பேஸ்கட் பால் போன்று இருக்கும்.

27வது வாரம் :-இந்த வாரத்தில் குழந்தையின் வளர்ச்சியானது மிக அதிக வேகத்தில் இருக்கும். தலை முதல் கால் வரை எல்லா உறுப்புகளும் வளர ஆரம்பிக்கும். இந்த வாரத்தில் குழந்தையின் உயரம் 15 இன்ச் ஆகவும் எடை 2 பவுண்டு ஆகவும் இருக்கும். இப்போது குழந்தையின் உணர்வு உறுப்புகள் வளர ஆரம்பித்து இருக்கும். இதனால் நீங்கள் என்ன சாப்பிட்டாலும் அதனை அம்னியோடிக் திரவம் மூலமாக குழந்தை எடுத்துக் கொள்ளும். அதிக காரம் நிறைந்த உணவை நீங்கள் எடுத்துக் கொள்ளும் போது குழந்தை கர்ப்பப்பையின் உள்ளே இரும்ப

ஆரம்பிக்கும். மேலும் அதிகமாக உங்களை உதைக்க ஆரம்பிக்கும்.

நீங்கள் என்ன அனுபவித்துக் கொண்டுஇருக்கின்றீர்கள்?

ஒவ்வொரு கர்ப்பிணிப் பெண்ணும் ஒவ்வொரு விதமான பிரச்சனைகளை அனுபவித்துக் கொண்டிருப்பார்கள். ஒவ்வொரு விதமான சோதகைளும் ஏற்படும் ஒரு சிலருக்கு கர்ப்பத்தின் தொடக்கத்தில் இருந்தே பிரச்சனைகள் ஆரம்பிக்கும் ஒரு சிலருக்கு கர்ப்பத்தின் இடையிலும், ஒரு சிலருக்கு கர்ப்பத்தின் இறுதியிலும் பிரச்சனைகள் தோன்றும். சில பிரச்சனைகளுக்கு நீங்கள் அடிமையாகி இருப்பீர்கள். பழக்கப்பட்ட பிரச்சனை என்பதால் அதிகமாக கண்டு கொள்ள மாட்டீர்கள். சில பிரச்சனைகள் மிகவும் ஆபத்தை விளைவிக்கக் கூடிய அளவிற்கு கூட சென்று விடுவது உண்டு. இந்த மாதத்தில் நீங்கள் கீழ்க்காணும் அறிகுறிகளை அனுபவித்துக் கொண்டிருப்பீர்கள்.

உடலளவில்

★ கருவின் அசைவில் மிகவும் தீவிரம்

★ யோனியில் மூலமாக திரவம் வெளியேறுதல்

★ அடிவயிற்றில் வலி

★ மலச்சிக்கல்

★ மார்பில் வலி, நெஞ்சு எரிதல்

எப்பொழுதாவது தலைவலி, தலைச்சுற்றல் மற்றும் மயக்கம் ஏற்படுதல்

★ மூக்கு அடைபடுதல், எப்பொழுதாவது மூக்கில் இருந்து இரத்தம் வருதல், காதுகளில் அழுக்கு சேருதல்.

★ பல் ஈறுகளில் இருந்து இரத்தம் வருதல்

★ கால் வலி

★ அதிகமாக பசி எடுத்தல்

★ கால்களில் வீக்கம்

★ கால்களில் வெரிகோஸ் வெயின்ஸ், ஹெமராய்ட்ஸ்

★ அடி வயிற்றில் நமச்சல்

★ தொப்புள் வெளியே தென்படுதல்

★ முதுகில் வலி

★ அடி வயிற்றின் மீது மற்றும் முகத்தின் மீது பிக்மென்டேஷன்

★ ஸ்டிரெச் மார்க்

★ மார்பகம் விரிவடைதல்

மனதளவில்

- மூட் ஏற்ற இறக்கம்
- உணர்ச்சி வேகம்/செயல்திறன் குறைதல்
- உடல் எடை கூடுதல்
- எதிர்காலத்தை நினைத்து பயம்
- எதிர்காலத் திட்டம்

இந்த மாதத்தின் செக் அப்

இந்த மாத இறுதியில் மருத்துவர் உங்களுக்கு கீழ்க்காணும் பரிசோதனைகள் செய்யச் சொல்லிக் கூறுவார். இப்பொழுது நீங்கள் உங்களுடைய நிலைமை மற்றும் மருத்துவரின் பரிசோதனையைப் பற்றியும் நன்றாகத் தெரிந்து வைத்துக் கொள்ள வேண்டும்.

○ எடை மற்றும் இரத்த அழுத்தம்

○ சிறுநீர் சர்க்கரை மற்றும் புரதத்தின் அளவு

○ கர்ப்பத்தின் உயரம்

○ கர்ப்பத்தின் வடிவம் மற்றும் கருவின் நிலைமை (வெளியில் இருந்து பார்த்து அனுமானித்தல்)

○ கை கால்களில் வீக்கம்

○ சில புதிய பிரச்சனைகள் நீங்கள் சந்தித்துக் கொண்டிருப்பது.

○ உங்களின் சில கேள்விகள், மருத்துவரை கேட்டுத் தெரிந்து கொள்ள வேண்டியது.

நீங்கள் என்ன யோசித்து கொண்டு இருக்கின்றீர்கள்?

தூக்கமின்மை

நான் என்வாழ்நாளில் தூக்கத்துக்காக தவிக்கவில்லை, இப்பொழுது இரவில் தூங்கமுடிய வில்லை ஏன் ?

நடு இரவில் அடிக்கடி பாத்ரூம் போவது, கால்களில் இழுப்பு, மார்பில் எரிச்சல், உடலில் உஷ்ணம், மற்றும் வயிற்றின் வீக்கத்தை வைத்து எப்படி நன்றாக தூங்க முடியும். இது நலல்து தான், வருகின்ற நேரத்திற்க்கு பயிற்சி எடுத்துக் கொள்கிறீர்கள். குழந்தை வந்தபிறகு இரவில் இப்படிதான் முழித்திருக்க வேண்டும், அதற்காக இந்த அளவு பயிற்ச்சி எடுக்காதீர்கள். நன்றாக தூகக்ம் வருவதற்கு சில வழிகளை உபயோகியுங்கள்.

பகலில் உடலால் சில வேலை செய்யுங்கள். பகலில் வேலை செய்யும் பெண்கள் இரவில் நன்றாக தூங்குங்கள். வேலை இல்லை என்றால் வர்க் அவுட் செய்யுங்கள் ஆனால் இரவில் தூங்குவதற்கு முன் உடற்பயிற்ச்சி செய்யாதீர்கள். இல்லாவிட்டால் கொஞ்ச நஞ்ச தூக்கமும் போய் விடும்.

- உங்கள் மூளையை அமைதியாக வைத்திருங்கள். வீட்டில் அல்லது அலுவலகத்தில் வேலை பளு அதிகமாக இருந்தால் பகிர்ந்து கொள்ளுங்கள். யாருமே உங்கள் பேச்சை கேட்பவர்கள் இல்லை என்றால் உங்கள் கவலைகளை ஒரு காகித்தில் எழுதி நிம்மதியாக தூங்கி விடுங்கள். இந்த பிரச்சணைக்கு ஏதாவது ஒருதீர்வு வரும்.
- இரவில் உணவை மெல்லமாக சாப்பிடுங்கள். உங்களுக்கு நெஞ்செரிச்சல் வராமல் பார்த்துக் கொள்ளுங்கள். சாப்பிட்ட உடன் படுக்கையில் படுக்காதீர்கள். வயிறு நிறைந்து விட்டால் அதிகம்சக்தி கிடைக்கிறது அதனால் தூங்குவது கடினமாகி விடுகிறது.
- அதிக அளவு சாப்பிட்டால் தூக்கம் வராது. இரவில் ஸ்நேக்ஸ் வைத்துக் கொள்ளுங்கள். பசி எடுத்தால் சாப்பிடுங்கள். பாட்டியின் வைத்தியம் செய்து பாருங்கள், தூங்கருவதற்கு முன் ஒருகிளாஸ் வெதுவெதுப்பான பால் குடியுங்கள். புரதம் மற்றும் காப்லைக்ஸ் கார்பின் கலக்கலால் இந்த பிரபாவம் எற்படுகிறது. ஏதாவது பழம் சீஸ் அல்லது உலர்ந்த திராட்சை போட்டு தயிர் சாப்பிடுங்கள்.
- இரவில் அடிக்கடி பாத்ரூம் போவதால் தூக்கம் கெட்டு விடுகிறது என்றால் மாலை 6 மணி முதல் திரவ பொருட்களின் அள,வ எடுத்துத்துக் கொள்வதை குறைத்துக் கொள்ளுங்கள். தாகம் எடுத்தால் தண்ணீர் குடியுங்கள். கொஞ்ச கொஞ்சமாக குடியுங்கள்.
- மதியத்திற்கு பிறகு எந்த விதத்திம் கெஃபின் எடுக்காதீர்கள். இதனால் சுறுசுறுப்பாக இருப்பீர்கள்.
- உங்கள் தூக்கத்தின் ருடீன் நிர்ணயித்து கொள்ளுங்கள். இது குழந்தைகளுக்கு மட்டுமில்லை உங்களுக்கும் பொருத்தம் சாப்பிட்டபிறகு கொஞ்ச படியுங்கள்

நேரத்த கவனியுங்கள்

ஒரு பெட்டியை எடுத்துகொள்ளுங்கள். உங்களுடைய கர்ப்பநிலையின் படம் உங்கள் கணவர் மற்றும் வளர்ப்பு ப்ராணியின் படங்கள் வையுங்கள். குழந்தையின் அல்ட்ரா சவுண்ட் ரிப்போர்ட வையுங்கள். உங்களுக்கு பிடித்தமான ரெஸ்டாரெண்ட் மெனு, அந்த நேரத்தில உள்ள பத்திரிக்கை அல்லது செய்தித்தாள் வையுங்கள். இது அப்படியே மூடி வைத்து விடுங்கள். குழந்தை கொஞ்சம் பெரியவன் ஆனவுடன் இதை காட்டுங்கள். தான் பிறப்பதற்கு முன் வைகக் பட்ட இந்த பொருள்களை பாற்று அவன் மிகவும் சந்தோஷம் அடைவான்.

அல்லது டிவி பாருங்கள் சங்கீதம் கேளுங்கள். வெதுவெதுமான நீரில் குளியுங்கள். கர்ப்பநியையில் கட்டிலில் நிறைய தலையைனை உங்கள் உடக்கு மிகவும் சுகம் அளிக்கும். உங்கள் உடக்கேற்ப்ப வைத்து நன்றாக படுங்கள். பெட்ரூம் ரொம்ப உஷ்ணமாக அல்லது குளிராக இருக்க கூடாது.

- படுக்கை அறை காற்றோற்மாக இருக்கவேண்டும். முகத்தை மூடி கொண்டு படுக்காதீர்கள். இதனால் ஆக்ஸிஜனில் குறை ஏற்படும் மற்றும் கார்பன்டை ஆக்ஸைட் ஏறும். உங்களுக்கு தலைவலி ஏற்படும்.
- தூக்கம் வருவதற்கு எந்த மாத்திரை எடுத்தாம் மருத்துவரை கேட்டு எடுங்கள். மருத்துவர் மெக்னிஸியம் மருந்து எழுதியிருக்கிறார் என்றால் படுக்கைக்கு போகும் முன் எடுத்துக் கொள்ளுங்கள் ஏன் என்றால் மெக்னிசியம் உடலை தளர்த்தி விடுகிறது.
- சோர்வுக்கு பிறகு படுக்கைக்கு செல்லவும். கடிகாரத்தை பார்க்காமல் தூங்க போங்கள். அதிக அளவு சோர்வும் தூக்கம் வரம தடையாக இருக்கும்.
- உங்களுக்கு தொடர்ந்து சோர்வு இல்லை என்றால் நீங்கள் நன்றாக தூங்குகிறீர்கள் என்று அர்ததம்.
- தூக்கம் வராமல் படுக்கையில் புரளாதீர்கள், ஏதாவது வேலை செய்யுங்கள். தூக்கம் வரவில்லை என்று கவலை படாதீர்கள்.
- பாதி தூக்த்தை பற்றி கவலை படாமல் வரும் தூக்கத்தை கெடுத்து கொள்ளாதீர்கள்.

தொப்புள் வெளி தெரிதல்

என்னுடைய தொப்புள் உள்பக்கமாக இருந்தது. இப்பொழுது அது வெளிபக்கம் தெரிகிறது. டிலிவரிக்கு பிற்கு கூட இது அப்படியே இருக்குமா ?

உங்கள் ஆடைகள் அதை தொடுகின்றனவா? கவலைப்படாதீர்கள். கர்ப்பநிலையில் அடிக்கடி இப்படி ஏற்படுவதுண்டு. வீக்கமான கருவறை மேல் வருகிறதோ அப்பொழுது தொப்பு வெளி பக்கம் தெரிய ஆரம்பிக்கிறது. டிலிவரிக்கு பிறகு இது தன்னாலே சரியாகி விடும், அது வரை இதில் சேர்ந்திருக்கும் அழுக்கை எடுங்கள். வேண்டுமானால் ஒரு பேண்டேஜ் போட்டு இதை மூடலாம். இதில் வெட்கப்பட ஒன்றுமில்லை, தாய்மையின் மிகவும் அற்புதமான வரம்.

குழந்தையின் உதைத்தல்

என்றுடைய குழந்தை சிலசமயம் நாள் முழுவதும் உதைத்து கொண்டு இருக்கிறான், சிலசமயம் நாள் முழுவதும் சாந்தமாக இருக்கிறான். இது சாதாரணமானதா ?

அவர்களும் மனிதர்கள்தான். சில சமயம் குதிக்க மனம்போகும் சில சமயம் சாந்தமாக இருக்க மனம் போகும். அவனுடை இந்த அசைவுக்கு காரணம் நீங்கள்தான். நீங்கள் ரொம்ப வேலை செய்பவர்களாயிருந்தால் அவனுடை அசைவை அனுமானிக்க முடியாது. நீங்கள் சாந்தமாக உட்கார்ந்தால் அப்பொழுது தான் அதனுடைய அசைவு தெரியும். அதனால் தான் இரவில் அதனுடை அசைவு அதிக அளவு தெரிகிறது.

குழந்தை சாதாரணமாக 24 முதல் 28 வாரம் வரை அதிக விழிப்புணர்வுடன் இருப்பாங்க. அந்த நேரத்தில் அதிக அளவு குதிக்க முடியாது, கொஞ்சம் அசைவை தாயார் உனர முடியாது. 28 முதல் 32 வாரம் கருவின் அசைவை தெளிவாக வேகமாக உனர முடியும்.

என்டிரியர் பிளசென்டாவின் நிலை இருந்தால் சிசுவின் அசைவை தெரிய இன்னும் கொஞ்சம் நாளாகும்.

எப்பொழுதும் தங்களின் குழந்தையின் அசைவை மற்ற குழந்தைகள் கூட ஒப்பிடாதீர்கள். 28வது வாரம் வரை குழந்தையின் அசைவு பற்றி ரிகார்ட் வைக்க தேவையில்லை.

சில சமயம் என்னுடைய குழந்தை வலிக்கிற அளவுக்கு உதைக்கிறது.

கருவறையில் உங்கள் குழந்தை பரிபக்குவமாகிறான். நாள்பட அவன் திடமாகிறான். லேசான் உதத்தல் இப்பொழுது திடமாக மாறுகிறது. உங்கள் வயிறு, சர்விக்ஸ் அல்லது தசைகளில் மிக வேகமாக உதைப்பதால் ஆச்சர்யப் படவேண்டாம், இந்த மாதிரி உதைத்தால் உடனே நிலையை மாற்றி விடுங்கள்.

குழந்தை எப்போவுதும் உதைத்து கொண்டே இருக்கிறது? என்னுடைய வயிற்றில் இரட்டை குழந்தை உள்ளதா?

எல்லா கர்ப்பமான பெண்களுக்கு இந்த நினைப்பு தான் உள்ளது. இரண்டு கைகள் அல்லாமல் நிறைய உதை படுகிறது என்றால், அது குழந்தையின் கால்முட்டி, கைமுட்டி அல்லது கால்களாக இருக்கலாம். உண்மையில் இரட்டை குழந்தைகள் இருந்தால் அலட்ரா சவுன்ட் மூலமாக இந்நேரம் தெரிந்திருக்கும்.

வயிற்றில் அரிப்பு ஏற்படுதல்

என் வயிற்றில் எப்பொமுதும் அரிப்பு ஏற்பட்டு கொண்டே இருக்கிறது, எனக்கு பைத்தியம் பிடிப்பது போல உள்ளது."

கர்ப்பகாலத்தில் அரிப்பு ஏற்பட்டு கொண்டே இருக்கும். வயிறு வளர வளர அரிப்பும் அதிகமாகி விடும், ஏன் என்றால் சருமம் இறுக்கமும், அதில் உள்ள ஈரபதம் குறைந்து விடும். நீங்கள் நகத்தால் சொறிந்து விட்டீர்கள் என்றால் நிலமை இன்னும் மோசமாகி விடும். மாயிஸ்ரைசரால் கொஞ்சம் இதம் கிடைக்கும். அரிப்பை தடுக்க கேலமைன் லோஷன் தடவுங்கள் அல்லது ஒட்மீல் குளியல் எடுங்கள். உங்களுக்கு வயிற்றில் அதிக அளவு அரிப்பு ஏற்பட்டால் மருத்துவரிடம் காண்பிக்கவும்.

உடல்வாகு

நான் எதை எடுத்தாம் கையலிருந்து விழுந்து விடுகிறது. ஏன் திடீரென்று இந்த மாதிரி ஆகிறது?

கர்ப்பநிலையில் வயிற்றில் தேவையற்ற சதை ஏறுவது தவிர இன்னும் நிறையை மாற்றம் ஏற்படுகிறது. மூட்டுகள் மற்றும் லிகாமென்டில் தளர்சசி மற்றும் தண்ணீர் சேர்ந்து விடுவதால் உங்கள் பிடி தளர்ந்து விடுகிறது. நீங்கள் கவன குறைவாக இருக்கிறீர்கள். மறதியால் எந்தவிஷயத்தையும் கிரகிக்கமுடியவில்லை. வயிற்றின் பளுவால் எந்த பொருளையும் சரியாக தூக்க முடிகிறதில்லை. வயிறு பெரிதாக இருப்பதால் உங்கள் கால்களின் முன்னால் இருக்கும் எந்த பொருளும் தெரிவதில்லை அதனால் கீழே விழுந்து விடுகிறீர்கள், அதற்கு காரணம் சோர்வாகவும் இருக்கலாம்.

இதனால் மிகவும் எரிச்சல் வருகிறது. காரின் சாவி அடிக்கடி தரையில் விழுந்தால் அதை எடுக்க குனியும் பொழுது முதுகு மற்றும் கழுத்தில் வலி ஏற்படும்.

திடீரென்று விழுந்தால் ஏதாவது கம்பீரமான ஆபத்தும் ஏற்படலாம்.

தினம் சேய்கின்ற வேலையில் மாற்றத்,த ஏற்படுத்துங்கள். கண்ணாடி பாத்திரங்களை பிறரிடம் கழுவ கொடுங்கள். தரை சில் லென்று இருந்தால் பார்த்து நடங்கள். படிகளில் எந்த பொருளையும் வைக்காதீர்கள். நாற்காலியில் ஏறி எந்த வேலையும் செய்யாதீர்கள். சோர்வாக இருந்தால் அதிக வேலை சொய்யாதீர்கள்.

எல்லாவற்றையும் பார்த்து செயல் படுங்கள்.

கைகள் மரத்து போவது

நடு இரவில் முழிப்பு வந்தால் என்னுடைய கைகளின் விரல்கள் மரத்து போவது போல இருக்கிறது. இது கர்ப்பத்தின காரணமா ?

விக்கமான தசைகளால் நரம்புகளில் அமுத்தம் ஏற்பட்டால் கர்ப்பமான பெண்களின் கைகால் விரல்கள் மரத்து விடுகிறது. இது சாதாரணமான அறிகுறிதான், இந்த வலியும் மருத்து உங்கள் வலது கை களில் இருந்தால் உங்களுக்கு கார்பல் டனல் சின்ட்ரோம் உள்ளது. நீங்கள் அதிக வேலை செய்வதால் இந்த தொந்தரவு ஏற்படுகிறது. நி,றய கர்ப்பமான பெண்களுக்கு கார்பல் டனல் உள்ளது இதனால் அவர்களின் விரல்கள் கூட மறுத்துவடுகிறது. இதனால் மறுத்து போவது, எரிச்சல் மற்றும் வலி ஏற்படுகிறது.

சி.டி.எஸ்.ன் வலி ஒருநாளைக்கு எப்போ வேண்டுமானாம் ஏற்படலாம், இது அடிக்கடி இரவில் எற்படுகிறது. கையை தலைக்கு வைத்து கொள்வதால் நிலமை இன்னும் மோசமாகி விடுகிறது. தூங்கும் பொழுது கை களை உயரமான தலையனில் வையுங்கள். ,க மரக்கும் பொமுது நன்றாக உதறுங்கள். இதனால் தூக்கம் கெடுகிறது என்றால் மருத்துவரிடம் ஆலோசனை கேளுங்கள். அக்யுபஞ்சர் செய்தால் ஆறுதல் கிடைக்கும்.

சிடிஎஸ் காக கொடுக்கபடும் நான்ஸ்டிராய்டல் மற்றும் ஆன்டி இன்க்ஜாமெட்று மருந்துகள் கர்ப்பமான பெண்களுக்கு கொடுக்க முடியாது. மருத்துவரிடம் ஆலோசனை கேளுங்கள்.

கால்களில் இழப்பு / முறுக்கு

கால்களில் அடிக்கடி முறுக்கு ஏற்படுவதால் என்றால் இரவில் சரியாக தூங்கமுடியவில்லை.

- இரண்டாவது மூன்று மாதங்களில் அடிக்கடி கால்களில் முறுக்கு ஏறுபடுகிறது. இதனால் இது வரை காரணம் தெரியவில்லை. கால்களில் கர்ப்பத்தின் பாரம், ரத்தகுழாய்களில் கால்களில் அழுத்தம் மற்றும் உணவு (ஃபாஸ்ஃபோரஸ் அதிக அளவு இருப்பதால், கால்சியம் மற்றும் மெக்னிசியத்தின் முறை) இவைஎல்லாம் காரணமாக இருக்கலாம். ஹார்மோன் களால் கூட இவை ஏற்படலாம். காரணம் எது வாக இருந்தாம் சரி இதிலிருந்து காப்பாற்றி கொள்ள இப்பொமுது நிறைய வழிகள் உண்டு.
- கால்களில் முறுக்கு ஏற்பட்டால் கால்களை

உங்களுக்கு சரியில்லை எனில்

எப்பொழுதாவது வயிற்றில் வலி ஏற்பட்டாலும், பெல்விக் வலி ஏற்பட்டாலும் ரத்த நிறமானது மாறி கசிந்தாலும் உடனடியாக மருத்துவரை தொடர்பு கொள்ளுங்கள். மருத்துவர் உடனடியான சிகிச்சை மேற்கொள்ளுவர்.

நேராக வையுங்கள். கணுக்கால் மூட்டு கால்கள் மற்றும் கால்விரகள் மேற்பக்கமாக இழத்து விடுங்கள் வலி முறையும்.

- ஸ்டரச்சில் உடற்ப்யிச்சியால், வலி ஏற்படுவதற்கு முன் இதை தடுக்கலாம். தூங்கவதற்கு முன் சுவற்றில் இருந்து 2 அடி தள்ளி நில்ங்கள். உங்கள் கைகளை சுவற்றில் வையுங்கள். முன்பக்கமாக குனியுங்கள். உங்கள் குதிக்கால் தரையில் இருக்கவேண்டும். 10 செகண்ட வரை இதே நிலையில் இருங்கள். ஐந்து நிமிடம் ஓய்வெடுங்கள். இதே போல மூன்று முறை செய்யுங்கள்.
- கால்களில் உள்ள தேவையற்ற பாரத்தை குறைப்பதால் இவை உயரமாக வையுங்கள். பகலில் ஸ்போர்ட் ஹோஸ் அணியுங்கள்.
- ஈரமான இடத்தில் நின்றாம் இந்த முறுக்கிலிருந்து ஆறுதல் கிடைக்கும்.
- மாலிஷ் அல்லது ஒத்தடம் கூட கொடுக் கலாம் ஃபிளக்ஸிங் அல்ல்து ஈரமான தரையில் இருந்து இதம் கிடைக்கவில்லை என்றால் மாலிஷ் அல்லது ஒத்தடம் கொடுக்காதீர்கள்.
- ஒரு நா,ளக்கு குறைந்த அளவு எட்டு கிளாஸ் தண்ணீர் குடியுங்கள்.
- முழுமையான ஆரோக்கியமான உணவு எடுத்து கொள்ளுங்கள்.

அடிக்கடி முறுக்கு ஏற்படுவதால் தசைகளில் விக்கம் வந்து விடுகிறது. வலி அதிகம் இருந்தால் மருத்துவரிடம் கான்பியுங்கள்.

ஹீமராய்ட்ஸ்

நான் ஹீமராய்டால் அவதிப்படுகிறேன் கர்ப்பநிலையில் ரொம்ப மோசமாக நிலை இருக்கும் என்று கேள்வியிட்டிருக்கிறேன். நான் இதிலிருந்து எப்படி மீறுவது?

50 சதவிதம் பெண்கள் இந்த தொந்தரவால் அவதிப்படுகிறார்கள். கால்களில் வெரிகோஸ் வேண்ஸ் ஏற்பட்ட பயம் உண்டோ அதே போல மலகுடல் (மலாசய) ரெக்டம் நரம்புகளில் அதன் பிரபாவம் ஏற்படுகிறது. கருவரையில் ஏற்படும் அழுத்தத்தால் பெல்விக் இடத்தில் ரத்தத்தின் அதிகரிப்பால் மலக்குடல் (மலாசய) நரம்புகள் விங்கி விடுகிறது. மற்றும் அதில் லேசான அரிப்பு ஏற்படுகிறது. இது மலச்சிக்கல் அல்லது பைல்ஸ் கூட இருக்கலாம், இதை பைல்ஸ் கூறுவதன் காரணம் நரம்புகள் திராட்சைகொத்து போல ஆகிவிடுகிறது.

தன்னை முதலில் மலச்சிக்கலால் பாதுகாத்து கொள்வதற்கு கீக்ல் உடற் பயிற்சி செய்யுங்கள், அதிகநேரம் நிற்கும் வேலை அல்லது உட்கார்ந்து செய்யும் வேலை செய்யாதீர்கள். டாய்லெட்வந்தால் உடனே போய்விடுங்கள். ஸ்டெப் ஸ்டுலில் உட்கார்ந்தால் ரொம்ப சுலபமாக மலம் கழிக்கலாம்.

ஹைசல பேக் அல்லது ஐஸ் பேக்கால் கொஞ்சம் நிம்மதி கிடைக்கும். வெதுவெதுப்பான தண்ணீரில் குளிப்பது இதமாக இருக்கும். உட்காருவதால் வலி இருந்தால் மெத்தை அல்லது தலைய,ன வைத்து கொள்ளுங்கள். எந்த மருந்தை எடுத்தாம் மருத்துவ,ர கேளுங்கள். பாட்டியின் கைவைத்தியம் எடுக்காதீர்கள் அவர் ஒரு தேக்கரண்டி மினரல் எண்ணெய் தடவ சொல்வார்கள், அதனால் நிறைய சத்துள்ள தத்துவங்கள் வெளியே வந்து விடும்.

அதிலிருந்து ரத்த கசிவு ஏற்பட்டால் உடனே மருத்துவரை அனுகுங்கள். சாதாரணமாக ஹீமராய்ட்ஸ் டிலிவரிக்கு பிறகு சரியாகி விடுகின்றன.

மார்பகத்தில் முடிச்சு

என்னுடை மார்பகத்தில் லேசாக ஒரு முடிச்சு உள்ளது அது என்ன ?

குழந்தைக்கு தாய்ப்பால் கொடுக்க இன்னும் நிறையை நேரம் உள்ளது. இப்போதே மார்பகம் விரியத் தொடங்க ஆரம்பிக்கிறது. கர்ப்ப நிலையில் மார்பகத்தில் சிவப்பு அல்லது மிருதுவான முடிச்சு தெரிந்தால் லேசாக ஒத்தடம் அல்லது மாலிஸ் செய்தால் கொஞ்ச நாளில் இவை சரியாகிவிடும். நிபுனர்கள் இந்நாளில் உள்ளாடைகள் போட்டுக் (அண்டர்வியர்) கொள்ள கூடாது என்று கூறுகிறார்கள். ஆனால எது அனிந்தாம் மார்பகத்துக்கு நல்ல சப்போர்ட்டாக இருக்க வேண்டும்.

கர்ப்பகாலத்தில் மார்பகம் பரிசோதன மாதத்தில் ஒருமுறை செய்ய வேண்டும். இந்த முடிச்சை மருத்துவரிடம் அவசியம் காண்பியுங்கள்.

குழந்தை பிறப்பின்வலி

நான் தாய்மை அடைய ஆசை படுகிறேன், குழந்தையின் பிறப்பின் அனுபவம் எப்படி இருக்கும், வலியைபற்றி நினைத்தால் எனக்கு கவலையாக இருக்கிறது.

எல்லா தாய்மார்களும் குழந்தையின் வரவால் காத்து கொண்டு இருக்கிறார்கள், ஆனால் அவர்களுக்கு லேபர், டிலிவரி மற்றும் வலியின் பெயரால் பயம் ஏற்படுகிறது. இந்த வலியை பற்றி நினைத்து கவலைபடுகிறார்கள். இதில் ஆச்சர்ய படுவதற்கு ஒன்றுமில்லை கொஞ்ச கூட வலி பொறுக்க முடியாதவர்களுக்கு இந்த வலி விண் பயமாக இருக்கும்.

கர்பத்திற்கு இடையில் இரத்த போக்கு

ஐந்து, ஆறாவது மாதங்களில் உடல்உறவு கொள்ளும்போது இரத்தபோக்கோ, வலியோ ஏற்பட்டால் மருத்துவரை தொடர்பு கொள்ளுவது அவசியமாகும்.

பரிக்லைபன்சியா இறப்பு

பிரிக்லைபன்சியா கர்ப்பத்தின் இடையில் ஏற்பட்டால் 3 முதல் 7 சதவீகிதம் வரை கர்ப்ப சிதைவு ஏற்பட வாய்ப்பு உண்டு. இதனுடைய அறிகுறிகள் தென்பட்டவுடன் மருத்துவரை சந்திப்பது மிகவும் அவசியமாகும்.

கர்ப்பநிலை வலி வாழ்க்கையின் முக்கியமான ஒரு அங்கம். காலம் காலமாக பெண்கள்தான் இதை பொறுத்துகொண்டு வருகிறார்கள். இந்த வலியின் பரிசுதான் குழந்தை உங்கள் கைகளில் வரும். இந்த வலி கொஞ்ச நேரத்திற்குதான். வாழ்க்கை முழுவதும் இது இருக்கப்போவதில்லை. இந்த வலியை பற்றி கவலைப்படாதீர்கள் மனரீதியாக மற்றும் உடல் ரீதியாக இந்த வலியை ஏற்றுக்கொள்ளுங்கள்.

தெரிந்து கொள்ளுங்கள் : பெண்களுக்கு தன் உடலில் என்ன நடக்கிறது என்பது தெரிவதில்லை அதனால் அதிகமாக பயப்படுகிறார்கள். இதை பற்றி அதிகமாக

தெரிந்து கொள்ளுங்கள்.

உடற்பயிற்ச்சி செய்யுங்கள் : இந்த அனைத்து மாற்றங்களும் உடலில் சேர்ந்தது அதனால் மருத்துவரின் ஆலோச னை படி ஸ்டெரச்சிங் மற்றும் டோனிங் எல்லா பயிற்சியும் செய்யுங்கள், அதனால் உடலில் திடதன் மை வரும்.

கீகல் உடற் பயிற்சி செய்யுங்கள்.

டீம் ஏற்பாடு செய்யுங்கள் : யாரிடமாவது உங்கள் மனதில் இருப்ப தை சொல்ங்கள், அவர் கணவர் அல்லது சினேகிதி இல்லாவிட்டால் சொந்தக்காரராக இருங்கள. அவர் பிரசவ நேரத்தில் உங்களுக்கு ஆதரவாக இருப்பார்கள். உங்கள் பயம், மன அழுத்தம் குறையும்.

பிரசவ சம்பந்தமானபயம்

நான் பிரசவம் பொழுது ஏதாவது குழப்பம் செய்து விடுவேனோ என்று பயமாக உள்ளது.

நீங்கள் அந்த நில மைக்கு இன்னும் வரவில்லை அதனால் ஏதாவது நடந்து விடுமோ என்று பயம் ஏற்படுகிற்து. ஒரு தட வை பிரசவ வலி ஆரம்பித்தால் எல்லாம் சரியாகி விடும். உங்களை பார்க்கும் நர்சுக்கு இதெல்லாம் பழக்கம். இந்நி லையில் பெண்கள் எப்படி நடந்து கொள்வார்கள் என்று அவர்களுக்கு நன்றாக தெரியும். அதனால் வெளிப்ப டையாக மனதில் இருப்பதை கூறுங்கள்.

• • •

அத்தியாயம் · 12

ஏழாவது மாதம்

கிட்டத்தட்ட 28 முதல் 31 வது வாரம் வரை

ஏழாவது மற்றும் எட்டாவது மாதத்திற்கு உங்களை வரவேற்கின்றேன். இப்பொழுது குழந்தை வேகமாக வளர்ந்து கொண்டிருக்கின்றது. குழந்தையை எடுத்து கொஞ்சுவதற்கு உங்களுக்கு சிறிது சமயம் ஆகலாம். இந்நாட்களில் உங்களின் சிரமம் மற்றும் பிரச்சனை மிகவும் அதிகமாக இருக்கும். என்ன தான் சிரமமோ பிரச்சனையோ இருந்தாலும் நீங்கள் சமாளித்துக் கொண்டு குழந்தையின் வரவிற்காக காத்திருப்பீர்கள். இதனால் உங்களின் சுமை இன்னும் அதிகமாக இருக்கும். வயிற்றின் சுமை ஒருபுறம் இருக்க மறுபுறம் மனதின் சுமையோ ஏறிக் கொண்டு இருக்கும்.

கர்ப்பத்தின் கடைசி மாதம் என்பது பிரசவத்தின் சமயம் நெருங்கி வருகின்றது என்பதைக் குறிக்கின்றது. நீங்கள் இதற்கான திட்டத்தை தீட்டிக் கொண்டு இருப்பீர்கள். பிரசவத்திற்காக நீங்கள் தயாராக வேண்டும். அதனைப் பற்றி எல்லாம் யோசித்துக் கொண்டு இருப்பீர்கள்.

இந்த மாதத்தில் உங்கள் குழந்தையின் வளர்ச்சி

28வது வாரம்

இந்த வாரம் உங்களின் அன்புக் குழந்தை 2 1/2 பவுண்டு எடை இருக்கும். கிட்டத்தட்ட 10 இன்ச் உயரம் இருக்கும். இதற்குக் கூடவே இப்போது அது இருமுவது, விம்முவது, விரல் சப்புவது போன்ற செயல்களை எல்லாம் கற்றுக் கொண்டிருக்கும். நீங்களும் குழந்தையை எண்ணிக் கனவு கண்டு கொண்டிருப்பீர்கள். குழந்தையும் இப்போது ரைம் (ரேபிட் ஆய் மூவ்மெண்ட்) தூக்கத்தில் இருக்கும். மேலும் அதுவும் தனது பிறந்த நாளின் வரவை எதிர்பார்த்துக் காத்திருக்காது. அதனுடைய நுரையீரல் முழுவதுமாக செயல்பட ஆரம்பித்து இருக்கும். இன்னும் நிறைய வளர்ச்சி குழந்தைக்கு ஏற்பட வேண்டும்.

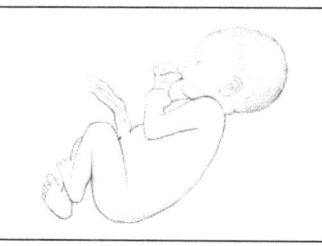

உங்களின் 6 மாத குழந்தை

29 வது வாரம்

இந்த வாரம் உங்களின் அன்புக் குழந்தை 3 பவுண்டு எடை இருக்கும். கிட்டத்தட்ட 17 இன்ச் உயரம் இருக்கும். இப்பொழுது அதனுடைய உயரம் பிறப்பதற்கு

தேவையானதாக இருக்கின்றது. ஆனாலும் சில வளர்ச்சிகள் குழந்தைக்கு தேவைப்படுகின்றது. கிட்டதட்ட 11 வது வாரத்திலிருந்து குழந்தையின் எடை இரண்டு மடங்கு முதல் 3 மடங்கு வரை ஏறும். குழந்தையின் எடையானது கொழுப்பு சம்மந்தப்பட்டது. உங்களின் வயிறு மிகவும் கனமாக இருக்கும். குழந்தையின் உதை உங்களுக்கு இப்பொழுது தெரிய வரும்.

30வது வாரம்

இந்த வாரம் உங்களின் குழந்தை 3 புண்டு எடை இருக்கும். கிட்டதட்ட 17 இன்ச் உயரம் இருக்கும். நீங்கள் உங்களின் வயிற்றுக்கு வெளியேவும் உணர்ந்துக்கொள்ளலாம். அதனுடைய மூளை வளர்ச்சி ஏற்படும். மேலும் முட்டி நன்றாக பலம் கொண்டு இருக்கும். இதனால் அது உதைத்தால் உங்களுக்கு வலி ஏற்படும். அதனுடைய மூளை வளர்ச்சி முழுவதும் வளர்ச்சி பெற்ற நிலையில் இருக்கும். குழந்தையின் உடல் வெப்ப நிலையும் ஏற்படும். அதனுடைய தலையில் முடி முளைக்க ஆரம்பிக்கும்.

31வது வாரம்

இந்த வாரத்தில் உங்களின் குழந்தையின் எடை 3 முதல் 5பவுண்டு எடை இருக்கும். அதனுடைய நீளம் 18 இன்ச் இருக்கும். இதிலிருந்தே குழந்தையின் எடை கூட ஆரம்பிக்கும் இந்த வார இறுதிக்குள் குழந்தையின் எடை 5 பவுண்டு வரை சென்று விடும். இப்பொழுது அதனுடைய பிறப்பு வெகு விரைவாக நிகழ இருக்கிறது. அது தன்னுடைய மூளையைச் செயல்படுத்த ஆரம்பிக்கும். ஐந்து புலன்களையும் செயல்படுத்த ஆரம்பிக்கும். இப்பொழுது அதிகமாகத் தூங்கும் அதனுடைய உதை உங்களால் தாங்க முடியாது. நீங்கள் தூக்கத்தில்இருந்தாலும் உங்களை எழுப்பி விடும்.

குழந்தைக்கு மூளை உணவு

நீங்கள் குழந்தையின் மூளைக்கு உணவு கொடுக்கீன்றீர்களா? குழந்தையின் மூளை வளர்ச்சிக்கு ஐந்து, ஆறாவது மாதத்தில் ஒமேகா -3 எடுத்துக் கொள்ளுவது அவசியமாகும்.

ஒரு பார்வை

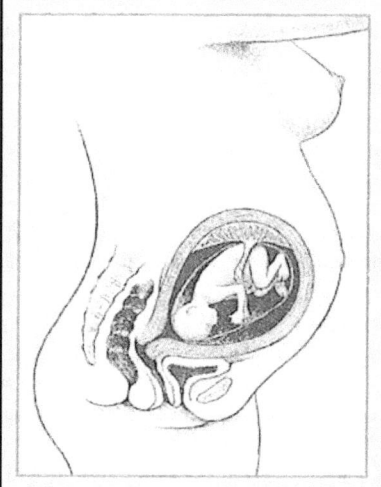

இந்த மாதத்தில் கர்பப்பையானது தெர்பபுளில் 4 1/2 இன்ச் உயரத்தில் மேலே இருக்கும். மாத இறுதியில் இதனுடைய உயரம் 5 இன்ச் வரை சென்று விடும். மேலும் 8 முதல் 10 வாரங்களில் குழந்தையின் வளர்ச்சி இருக்கும்

நீங்கள் என்ன அனுபவித்துக் கொண்டு இருக்கீன்றீர்கள்?

இந்த மாதத்தில் நீங்கள் பல புதிய அறிகுறிகளை அனுபவிப்பீர்கள். உடல் அளவிலும், மனதளவிலும் ஏற்படக்கூடிய மாற்றங்கள் பற்றி கீழே கொடுக்கப்பட்டுள்ளது.

உடல் அளவில்

- கருவின் அசைவு
- யோனியில் திரவம் சுரத்தல்
- அடிவயிற்றில் வலி
- மலச்சிக்கல்
- நெஞ்சில் எரிச்சல்
- தலை வலி
- மூக்கு அடைபடுதல், காதில் அழுக்கு ஏறுதல்
- பல் ஈறுகளில் வீக்கம்
- கால் வலி
- வயிற்று வலி
- காலில் வெரிகோஸ் வெயின்ஸ்
- வயிற்றில் நமைச்சல்
- ஹமராய்ட்ஸ்
- தொப்புள் உப்புதல்
- ஸ்ட்ரெச் மார்க்
- மூச்சு விடுவதில் சிரமம்
- தூக்கம் வருவதில் சிரமம்
- கர்ப்பத்தில் வலி
- கூன் விழுதல்
- மார்பகங்கள் விரிதல்

மனதளவில்

- மனதில் பயம்
- மறந்து விடுதல்
- கனவு பிரச்சனை
- களைத்து விடுதல்
- விரக்தி மனநிலை

இந்த மாத செக் அப்

இந்த மாதம் நீங்கள் கீழ்க்காணும் செக் அப் செய்திடுதல் வேண்டும்.

- உடல் எடை
- இரத்த அழுத்தம்
- சர்க்கரையின் அளவு
- கர்ப்பத்தின் வடிவம்
- கை, கால் வீக்கம்
- குளுக்கோஸ் ஸ்கிரினிங் டெஸ்ட்
- அனிமியா மற்றும் இரத்தப்பரிசோதனை
- உங்களுக்கு ஏற்படும் சந்தேகங்கள் மற்றும் கேள்விகள்

நீங்கள் என்ன யோசித்து கொண்டு இருக்கிறீர்கள்?

சோர்வு திரும்புதல்

கடந்த சில மாதங்களாக என்றுடைய பழைய சக்தி வந்து இருந்தது, ஆனால் இப்பொழுது திரும்பவும் சோர்வு அடைகிறேன். மூன்றாவது மூன்று மாதத்தில் இதே போன்ற சோர்வு இருக்குமா ?

கர்ப்பகாலம் ஏற்றக் தாழ்வு நிறைந்தது. மூட்மட்டுமில்லை, சக்தியினண் நிலைக்கு கூட இதை சொல்லலாம். முதல் மூன்று மாதத்தின் சோர்வுக்கு பிறகு இரண்டாவது மூன்று மாதத்தில் தொலைந்த சக்தி திரும்பிவந்து விடுகிறது, அதனுடய இரண்டாவது மூண்று மாதத்தில் எதையும் செய்யலாம் (உடற்பயிற்சி, செக்ஸ், பயனம்) மூன்றாவது மூன்று மாதம் நிறைய சோர்வு ஏற்படுகிறது அதனால் மூன்று மாதம் லிவு எடுத்து சோஃபாவில் படுக்க முடியுமா? சோர்வு ஒரு அறிகுறி. உங்கள் உடக்கு ஓய்வு தேவைப்படுகிறது. ஓடும் வாழ்க்கைக்கு கொஞ்சம் ஒய்வு கொடுங்கள். உங்கள் தினசரி வாழ்வில் சில டெக்னிக்கை பயன் படுத்தி கொஞ்சம் உடற் பயிற்ச்சி செய்தால் அவை உங்களுக்கு ஏற்றதாக இருக்க வேண்டும். 30 நிமிடம் நடை சக்தி கொடுக்கும் ஆனால் 1 மணிநேரம் நடை மீண்டும் சோஃபாவில் படுக்கவைக்கும். தூங்குவதற்கு முன் உடற் பயிற்ச்சி செய்தால் தூக்கம் வராது, ஏன் என்றால் உடளுக்கு அமைதி தேவைப்படுகிறது. வெறும் வயிறுடன் இருக்காதீர்கள். சக்தியை தக்கவைத்துக் கொள்ள சத்துள்ள ஸ்நேகஸ் எடுங்கள். சீஸ், கிராகர்ஸ், டிரெல்மிக்ஸ், கெட்டி தயிர் அல்லது பிடித்த ஸ்நாக்ஸ், கஃபேன், சர்க்கரைக்கு பதிலா ஏதாவது ஒரு ஸ்நாக்ஸ்.

வருகின்ற மாதத்தில் தாய் ஒவ்வொறு சக்தியையும் சேமித்து வைத்து கொள்ள வேண்டும் ஏன் என்றால் இந்த சக்தி மற்றும் பலம் பிரசவத்தில் பொழுது தேவைப்படும்.

இது இயற்கையின் நியதி.

அதிக ஓய்வு எடுத்த பிறகும் சோர்வு உண்டானால் மருத்துவரை அனுகி அதற்குண்டான சிகிச்சை மேற்கொள்ளுங்கள். இது அனிமியா வாக இருக்கலாம். ஏழாவது மாதத்தில் ரத்த பரிசோதனை செய்கிறார்கள், அனிமியா உள்ளதா எனது தெரிவிதற்கு, பிறகு அதற்குன்டான சிகிச்சை அளிக்க சுலபமாக இருக்கும்.

வீக்கம்

மாலையில் என் கால்களில் மற்றும் கனுக்கால்களில் வீக்கம் ஏற்படுகிறது. ஏன் இந்த மாதிரி ஏற்படுகிறது ?

இந்நாளில் வயிற்று மட்டும் விங்குவதில்லை, இன்னும் நீங்கள் நிறைய விஷயங்கள் பொறுத்துக் கொள்ள வேண்டும். கால்களில் செருப்பு டைட்டாக இருக்கும், கைகளிலிருந்து மோதிரம் கழுற்ற கஷ்டமாக இருக்கும். கர்ப்பநிலையில் கைகள் மற்றும் கால்களில் விக்கம் சாதாரணமான விஷயம். திரவத்தின் அளவு அதிகமானதால் இவை ஏற்படுகின்றன. கர்ப்ப நிலை 75 சதவிதம் பெண்கள் விக்கத்தை பற்றி கூறுகிறார்கள். 25 சதவிதிமான பெண்களுக்கு எந்த பிரச்சனையும் இல்லை, வெய்யில் காலத்தில், நீண்ட நேரம் நின்றால் அல்லது நீண்ட நேரம் உட்கார்ந்தால், மற்றும் மாலை பொழுதில் விக்கம் அதிகமாகி விடுகிறது. ஓய்வு அல்லது தூக்கம் இருந்தால் இந்த விக்கம் ஓரளவுக்கு குறகிறது.

சாதாரணமாக இந்த விக்கத்தால் கஷ்டம் உண்டாகிறது. அல்லது ஃபேஷன் கூட ஒத்துபோக வேண்டும்.

- உங்கள் ஸ்டைலிஷ் செருப்பு அனிய முடியவில்லை. ஆனால் விக்கத்திலிருந்து தப்பிக்க இதோ சில யுக்திகள்.
- ரொம்ப நேரம் நின்று வேலை செய்தால் உட்கார்ந்து விடுங்கள். ரொம்ப நேரம் உட்கார்ந்தால் உலாவுங்கள், ஆபீஸில் கொஞ்ச நேரம் இடைவெளிக்கு பிறகு

விரல்கள் என்ன செய்யும்

"உங்களின் விரல்கள் மெல்ல மெல்ல வீங்க ஆரம்பிக்கும். இதனால் உங்களுக்கு விரல்களில் வலி ஏற்படும். காலையில் எழுந்தவுடன் உங்களின் கை விரல்களை குளிர்ந்த தண்ணீரில் சிறிது நேரம் வைத்திருங்கள்."

நிற்கவும். 5 நிமிடம் உலாவுவதால் ரத்த ஓட்டம் சரியாகிவிடும்.

- உங்கள் கால்களை மேல் வையுங்கள். உட்காரும் பொழுது கால்களை மேல் வையுங்கள். நீங்கள் மட்டும் தான், உட்காரும் பொழுது கால்களை மேலே வைக்கும் உரிமை பெற்றவர்கள்.
- ஒருபக்கமாக திரும்பி படுக்கவும். இதமாக இருக்கும் இப்படி படுக்க பழகவில்,ல என்றால் பழகிக் கொள்ளுங்கள். இதனால் கிட்னி முழு வேகமாக செயல்படும். தேவையில்லாத நீர் உடலிலிருந்து வெளியேறி விக்கம் குறையும்.
- இந்த நேரத்தில் ஃபேஷன் பார்க்காமல் உடல் நலத்தை பார்க்க வேண்டும். சிறிது நேரம் ஃபேஷன் செருப்பு அணிந்தாம் விட்டிற்கு வந்தவுடன் இதமான செருப்பு அனியுங்கள்.
- மருததுவர் உத்தரவின் பேரில் உடற்பயிற்ச்சி செய்யுங்கள், விக்கம் ரொம்ப அளவு குறைந்து விடும். நடந்து கொண்டே இருந்தால் ரத்த ஓட்டம் இருக்கும், ஒரு இடத்தில் ரத்தம் கட்டாது, ஸ்விம்மிங் மற்றும் ஏரோபிக் செய்யுங்கள். ஏன் என்றால் தன்னிரால தசைகளில் அழுத்தம் ஏற்படும். திரவம் உங்களின் நரம்புகள் மூலம் கிட்னி வரையில் சென்று பிறகு நீங்கள் உங்கள் உடலிலிருந்து அவைகள் வெளியேற்ற முடியும்.

- நீங்கள் எந்த அளவு தண்ணீர் குடிக்கிறீர்களோ அந்த அளவு நல்லது. ஒரு நாளைக்கு 8 கிளாஸ் தன்னீர் குடித்தால் உடலில் தேவைற்ற பொருள் வெளியேறும். திரவம் அல்லது நீரான பொருட்கள் குறைத்தால் விக்கம் வற்றாது.
- உப்பை சுவைக்கு ஏற்றார் போல் எடுங்கள். உப்பு குறைவால் விக்கம் குறைகிறது என்று கூறுவார்கள், ஆனால் குறைவாக உப்பு எடுத்தாம் விக்கம் அதிகம் ஏற்படுகிறது, அதனால் உப்பு அளவாக எடுங்கள்.
- ஸ்போர்ட் ஹோஸ் பார்பதற்கு செக்ஸியாக இல்லை என்றாம் அனியுங்கள். இதனால் கால்களுக்கு பக்கபலம் கிடைக்கிறது. கர்ப்பநிலையில் போட்டு கொள்வதர்காக நிறைய ஹோஸ் கிடைக்கிறது. உங்களுக்கு பிடித்த மான ஹோஸ் பயன்படுத்துங்கள். விக்கம் நிரந்தரமானதல்ல. டிலிவரிக்கு பிறகு கைகால்களில் உள்ள விக்கம் சூறகிறது. நிறைய பெண்களில் இந்த விக்கம் ஒரு வாரம் அல்லது ஒருமாதமும் இருக்கலாம்.
- இவைகளை அனுபவியுங்கள். உங்கள் வயிறு பெரியதாக இருப்பதால் உங்கள் கால்களில் விக்கம் உங்களுக்கு தெரிவதில்லை. உங்கள் விக்கம் சாதாரணத்தை விட பெரிதாக தெரிந்தால் மருத்துவரிடம் கான்பியுங்கள். அளவுக்கு அதிக விக்கம் ''ப்ரிக்லெம்பசியா காரணத்தால் ஏற்படலாம். இதனால் திடீரென்று உடல் எடை கூடுதல், ரத்தம் அழுத்தம், சிறுநீரில் புரதம் அதிகரிக்கும் அறிகுறி தெறிகிறது. மருத்துவர் ஒவ்வொரு தடவை இதை பரிசோதனை செய்கிறார்கள். கவலைபடாதீர்கள். விக்கம் கூட உங்கள் எடை கூடினால், தலைவலி, பார்வை மங்கலாக தெரிந்தால் உடனே மருத்துவரிடம் கான்பியுங்கள்.

சருமம் உப்புதல் (வீக்கம்)

இந்த ஸ்டெரச்மார்க்ஸ் பார்க்க இதுவரையில் அதிகமாக இல்லை. ஆனால் இப்பொழுது அந்த ஸ்டெரச்மார்க்ஸில் சில விக்கம் தெரிகிறது அது என்ன?

சந்தோஷப்படுங்கள். டிலிவரிக்கு மூன்று மாதங்கள் உள்ளது. இன்னும் சில மாதங்களில் இவை மறைந்து விடும். இவைகளால் உங்களுக்கு மற்றும் 2 வது குழந்தைக்கு ஆபத்து இல்லை. இதை மருத்துவ பார்வையில் ''பாலிமார்ஃபிக்இப்ஷன் ஆஃப் பிரக்னென்சி'' அவை கூறுவார்கள். டிலிவரிக்கு பிறகு இவை சரிபார்க்கவிடும். இரண்டாவது கர்ப்பம் தரிக்கும் பொழுது இவை உண்டாவதில்லை. இவை வயிற்றில் ஸ்டெரச்மார்கஸ் மேல் தோன்றுகிறது. சிலசமயங்களில் தொடைகள், பிட்டம், மற்றும் புஜங்களில் தெரிகிறது, மருத்துவரை கான்பியுங்கள். அவர் ஏதாவது மருந்து ஏன்டிஹிஸ்டேமைன், அல்லது இ,வக,ள குறைப்பதற்க்கு பற்றி வழி கூறுவார்.

கர்ப்பநிலையில் எந்த விதமான மாற்றமும் தெரியலாம். எந்த விதமான அறிகுறி தெரியலாம். இவைக,ள கண்டிப்பாக மருத்துவரிடம் காண்பிக்க வேண்டும் ஆனால் கம்பீரமாக எடுத்துக்கொள்ள கூடாது.

முதுகின் கீழ் வலி மற்றும் கால்களில் வலி (சியாடிகா)

''என்னுடைய முதுகின் கீழ் மற்றும் பிட்டத்தி லிருந்து கால்கள் வரை வலி உள்ளது இவை என்ன ?''

உங்கள் உடலில் சியாடிகா நரம்பு அழுத்தப்படுகிறது என்று தோன்றுகிறது. உங்கள் குழந்தையின் டிலிவரியின் சரியான நிலையில் உள்ளது. இந்த நியமம் அதனுடைய தலை மற்றும் வளர்ந்த கருவரை சியாடிகா நரம்பில் அழுத்தம் கொடுக்கிறது. இந்த சியாடிகாவில் உங்கள் முதுகின் கீழ் பாகம் மற்றும் பிட்டத்திலிருந்து கால்களுக்கு ரொம்ப அதிகம், லேசாக தீவிரமான வலி ஏற்படுகிறது அல்லது மரத்து விடுகுறார் போல் உள்ளது.

சியாடிகாவில் வலி அதிகமாக இருக்கும். குழந்தைகள் தன்னுடைய நிலை,ய மாற்றி கொண்டால் கொஞ்சம் இதமாக இருக்கும்.

இந்த வலி டிலிவரிவரை இருக்கும், அதற்கு பிறகும் சில மணி நேரம் இருக்கும்.

நீங்கள் சியாடிகாவிலிருந்து ஆறுதல் கிடக்கவேன்டும் என்றால் கீழ் கண்ட யுக்திகளை பயன்படுத்தலாம்

சமயம் கிடைக்கும் போதெல்லாம் ஓய்வு எடுங்கள். படுத்தால் கால்களுக்கு ஓய்வு கிடைக்கிறது, நீங்கள் ஒய்வான நிலையில் படுக்க வேண்டும்.

- கால்களுக்கு ஒத்தடம் கொடுங்கள். ஹீட்டிங் பேடால் வலி குறையும். லேசான வெதுவெதுப்பான தண்ணீரில் ஒத்தடம் கொடுங்கள்.
- பெல்விக் டில்ட் அல்லது ஸ்டெரச் பயிற்சியால் அழுத்தம் குறையும்.
- நீச்சல் அலல்து தண்ணீர் பயிற்ச்சியால சியாடிகாவின் வலியை குறைப்பதில் மிக சிறந்த யுக்தி இதனால் முதுகின் தசைகளில் இறுக்கம் மற்றும் திடமாக இருக்கும். சியாடிகா வலியில் இதம் ஏற்படும்.
- ஏதாவது மாற்ற வைத்தியம் செய்யுங்கள். அக்யுபஞ்சர், கீரோபராக்டிக் அல்லது மாலிஷ் செய்தால் கொஞ்சம் ஆறுதல் கிடைக்கும். அளவுக்கு அதிகமாக வலி இருந்தால் மருத்துவரிடம் சென்று மருந்து வாங்குங்கள்.

கால்களில் தவிப்பின் அறிகுறி

''எனக்கு இரவில் சோர்வாக இருந்தாம் தூக்கம் வருவதில்லை ஏன்என்றால் கால்களில் தவிப்பு ஏற்படுகிறது. கால்களில் இழப்புக்கு எல்லாவிதமான உபாயங்கள் செய்து விட்டேன் நான் வேறு என்ன செய்ய?

கடைசி மூன்று மாதத்தில் அடிக்கடி ''ரெஸ்ட்லெஸ் லெக்சின்ட்ரோம்'' நல்ல தூக்கத்தை கெடுத்து விடுகிறது. கால்களில் தவிப்பு, வலி, மற்றும் நிலை கொள்ளாமல் இருந்துகோண்டே இருக்கிறது. இவை அடிக்கடி இரவில் ஏற்படும் ஆனால் பகலில் படுக்கும் பொழுதும் இவை ஏற்படலாம்.

நிபுனர்கள் கர்ப்பமான பெண்களுக்கு கால்களில் இந்த தவிப்பு ஏன் உண்டாகிறது என்று சொல்ல முடியவில்லை, ஏதாவது ஜெனடிக் காரணங்கள் இருக்கலாம். இவைகளில் சிகிச்சைபற்றி மருத்துவர்களுக்கு தெரிவதில்லை. எல்லா விதமான யுக்திகள் உபயோக இல்லாமல் ஆகிவிடுகிறது. மருந்து கூடபாதுகாப்பானது அல்ல ஏன்என்றால் கால்களில் தவிப்பின் எல்லா மருந்து கர்ப்பநிலையில் பரிசோதிக்க படவில்லை, உங்கள் மருத்துவரிடம் ஆலோசனை பெறுங்கள்.

மனஅழுத்தம், உணவு மற்றும் மாசுவினால் பிரச்சனைகள் ஏற்படலாம். உங்களின் உனவு முறை வாழ்க்கை முறைபற்றி கவனியுங்கள். சில பெண்கள் இரவில் கார்போஹைடிரேட் எடுத்தால் கால்களில் இந்த பிரச்சனை ஏற்படும். அயர்ன் குறைவால் இந்த எனிமியாவில் தவிப்பு ஏற்படுகிறது. யோகா, அக்யுபஞ்சர் மூலம் இவைகளை குறைக்கலாம். தூக்கமின்மையில் அவதி படுகிறீர்கள் என்றால் கண்டதை அனுபவித்து தான் ஆகவேண்டும். டிலிவரிக்கு பிறகு உங்களால் மருந்து எடுத்துக்கு முடியாது ஏன்என்றால் நீங்கள் அப்பொழுது குழந்தைக்கு தாய்பால் கொடுத்து கொண்டு இருப்பீர்கள்.

குழந்தையின் விக்கல்

சிலசமயம் என்னுடைய வயிற்றில் லேசாக உதைத்தலை உணர்கிறேன். இது கிக்கா அல்லது வேறு ஏதாவதா ?

நம்பினால் நம்புங்கள் வயிற்றில் குழந்தை விக்குகிறது பகலில் ரொம்ப நெரம் வரை விக்கல் வந்து கோண்டே இருக்கும். சில குழந்தைகளுக்கு கொஞ்சமும் வருவதில்லை.

இப்பொழுதே விக்கலை நிறுத்த வழி கண்டுபிடிக்காதீர்கள். இதனால் வயிற்றில் உள்ள குழந்தைக்கு எந்த பிரச்சனையும்

இல்லை. நீங்கள் சந்தோஷமாக இவைகளை கவனியுங்கள்.

திடீரென்று விழுதல்

நான் வெளியே இருக்கும் பொழுது விழுந்து விட்டேன் என் வயிறு ஃபுட்பாத்தில் இடித்து விட்டது. இதனால் குழந்தைக்கு அடிபடிட்டிருக்குமா?

மூன்றாவது மாதத்தில் இவை அடிக்கடி ஏற்படுகிறது. உங்களால் சரிசமமாக இருக்க முடியாது. உங்கள் வயிறு பெரிதாக இருப்பதால் உங்களால் சரியாக நிற்க முடியவில்லை. அதனால் வயிற்றை கொண்டு விழ்வது சாதாரண விஷயம்தான். உங்கள் கைகளில் இருக்கும் பொருள்கள் கீழே விழுந்து விடுகின்றன. நிற்பதில் கூட சோம்பல் பார்க்கிறீர்கள். கீழே இருக்கும் பொருள்கள் பார்க்க முடிவதில்லை. அதனால் விழுந்து விடுகிரீர்கள்

உங்கள் குழந்தை வயிற்றில் பத்திரமாக இருக்கிறான் லேசான அடி மற்றும் விழுதல் ஒன்றும் ஆகாது. அது ஷாக் அப்சார்ப்ஷென் சிஸ்டத்தில், பத்திரமாக உள்ளன, இவை எம்னியாடிக் திரவத்தில் திடமாக மெம்பிரேன், இலாஸ்டிக் தசைகளில் கருவரை பற்சம் வயிற்றில் கேவிடியில் செய்யப்பட்டுள்ளன. கம்பிரமான முறையில் அடிபட்டால் மட்டும் தான் ஹாஸ்பிடக்கு செல்ல வேண்டும், உங்களுக்கு சந்தேகம் இருந்தால் மருத்துவரை அனுகுங்கள்.

ஆர்காஸ்ம் மற்றும் குழந்தையின் உதைப்பு

என்னுடைய ஆர்காஸ்ம் முடிந்த பிறகு குழந்தை அரை மணி நேரம் வரை கால்களால் உதைப்பு நிறுத்தி விடுகிறான் அப்படி என்றால் இந்த நேரத்தில் செக்ஸில் ஈடுபடுவது பத்திரமானதாக இல்லையா.

நீங்கள் எது செய்தாம் குழந்தை உங்கள் கூட இருப்பான். செக்ஸ் பற்றி வரும் பொழுது குழந்தை தூங்கி விடுகிறது. செக்ஸின் ராகிங் வேகம் மற்றும் ஆகாஸ்மத்தினால் கருவுர உள்ள சுருகத்தால் அவன் கணவுலகத்துக்கு போயிவிடுகிறான். இன்னொரு பக்கம் சில குழந்தைகள் இன்னமும் விழிப்புணர்வுடன் இருக்கிறது. இதனால் செக்ஸ் பத்திரமானவை அல்ல என்று நினைக்க வேண்டாம். உங்கள் குழந்தைக்கு உங்கள் இருவரின் நடுவில் என்ன நடக்கிறது என்று தெரியாது அவன் இருட்டில் இருக்கிறான்.

மருத்துவரின் ஆலோசனை படி நீங்கள் டிலிவரி வரை செக்ஸ் வைத்துக்கொள்ளலாம். இந்த மாதிரி சந்தர்ப்பம் பிறகு கிடைக்காது.

கனவு மற்றும் கற்பனை

குழந்தை பற்றி அதிசயமாக கனவு வந்து கொண்டு இருக்கிறது. என்னுடைய மூளை கெட்டு விட்டதா?

கர்ப்ப நிலையில் அடிக்கடி நல்லது கெட்டது கணவு வந்து கொண்டே இருக்கும். குழந்தையை தனியாக விட்டு விட்டீர்கள், பார்க்கில் உலாவ வருகிறீர்கள், வால் முலைத்த ஏலியனை பெற்று இருக்கிறீர்கள். குழந்தை பற்றி இந்த மாதிரி கனவு வருவது மிகவும் சாதாரணமானது. ஆம் இவைகளை பார்த்தால் உங்கள் மூ,ள கெட்டு விட்டது என்று தோன்றலாம் இந்த நேரத்தில் உங்கள் மனம், விதவிதமான கவலை, உத்வேகம், மனகஷ்டம், சந்தோஷம் மற்றும் பாதுகாப்பால் நிறைந்து உங்கள் பாவங்களை வெளியே சொல்ல முடிவதில்லை, இவை ராத்திரியில் கனவாக வெளிவருகிறது.

இதில் ஹார்மோன் சம்பந்த பட்ட விஷயங்கள் நிறைய உள்ளன. தூக்கத்திற்கு பிறகும் இந்த கனவு உங்களுக்கு ஞாபகம் இருக்கிறது. இரவில் தேவைக்கு அதிகமாக எழுந்து கொள்வதால் நீங்கள் ரைம் ட்ரிம் சைக்கிள் நடுவில் எழுந்துஇருக்கிறீர்கள் அதனால் கனவு உங்களுக்கு ஞாபகம் இருந்து கொண்டே இருக்கிறது.

கர்ப்ப நிலையில் உள்ள பெண்கள்

அடிக்கடி இந்த கனவு மற்றும் ஃபான்டசியை பார்க்கிறார்கள்.

''ஓ! கனவுகள் ஏதாவது பொருளை தொலைத்து, அல்லது தப்பான இடத்தில் வைத்தல் (கார் சாவியிலிருந்து குழந்தைவ,ர); குழந்தக்கு சோறுட்ட மறப்பது, மருத்துவரிடம் கூட்டி கொண்டு செல்ல மறப்பது, கடைக்கு போகும் பொழுது குழந்தையை விட்டில் தனியாக விடுவது குழந்தையை சரியான பாதுகாத்து கொள்ளாதது

- ''ஓ! கணவுகள் உங்கள்மேல் மிருகம் ரௌடிகள் ஆக்கிரமிக்கிறார்கள், அடிப்படுகிறது. நீங்கள் கீழே விழுந்து விட்டீர்கள்.''
- காப்பாற்றுங்கள்! கனவுகள் ஏதாவது ஒருகார், சிறிய சுரங்கத்தில் மாட்டி கொள்வது போன்ற பயம் ஒரு குளத்தில் விமுவது, குழந்தை வரவால் வாழ்க்கையில் முன்னேற்றம்.
- அது, இல்லை, கனவுகள் ! எடை கூட வில்லை. இரவோடு இரவாக எடை கூடி விட்டது, ஒன்றும் சாப்பிடவில்,ல அளவுக்கு அதிகமாக சாப்பிடுதல்.
- ம்; கனவுகள் ! உங்கள் கணவருக்கு உங்களை பிடிக்கவில்லை, வேறுயாரிட மாவது பேசுகிறார் உங்களுக்கு பயம் ஏற்படுவது சகஜம் இந்நிலை கர்ப்பமான நிலை அப்படியே இருக்குமா பழையபடி திரும்பவும் அழகாக ஆகாதா.
- செக்ஸ் சம்பதமான கனவுகள், உடறவு சம்பந்தமான கனவுகள் கற்பனைகள் கர்ப்பநிலையில் உடல் உறவால் எற்படும் பிரமை இவைகள் யாவும் ஏற்படுகிறது.
- இறப்பது மற்றும் புனர்ஜென்மம் பற்றி கனவு, பெற்றோர் மற்றும் சொந்தக்காரர்களின் இறப்பது, உங்கள் மனம் பழைய புதிய முறையில் சம்பந்தம் வைத்துகொள்ள ஆசை.
- குழந்தை கூட நேறம் கழிப்பது கனவு „டிலிவரிக்கு முன்பே பேரன்டிங்காக தயாராகிறீர்கள்.
- பேபியை பற்றி விதவிதமான கற்பனைகள் அவை சின்னதாக பெரிதாக கோனலாக பிறப்பான? அவனுடை உடல் பற்றி கவலை குழந்தைக்கு பிறக்கும் பொழதே தேஜஸாக இருப்பான். எழுந்தவுடன் பேச நடக்க ஆரம்பிப்பான அவசியம் எதிர்காலத்தை பற்றி கவலைபடுகிறீர்கள்.
- குழந்தையின் கண்கள், முடி, பெற்றோர் அம்மா அல்லது அப்பா,வ போல் இருக்கும். இது போன்ற பயங்கரமான கனவுகள் கண்டாள் நீங்கள் பிறந்த குழந்தைய சமாளிப்பது கஷ்டம் என்று கருதுகிறீர்கள்.

பிரசவம் சார்ந்த கனவுகள் கூட வரலாம், உதாரணத்திற்க்கு குழந்தை பெற்றெடுக்க முடியவில்லை, இதனால் குழந்தை பற்றி கவலை அதிகரிக்கிறது. கனவு கானுங்கள் ஆவை இவற்றுக்கு பின்னால் உங்கள் தூக்கத்தை கெடுக்காதீர்கள் அவை மார்பில் நெஞ்செரிச்சல் அல்லது ஸ்டெரச்மார்க் போல மிகவும் சாமான்யாது. நீங்கள் மட்டும் இந்த கனவுகள் கான்பதில்லை அப்பாகூட இந்த கனவு கான்கிறார். இங்கே ஹார்மோ,ன குறை சொல்ல முடியாது. நீங்கள் இருவரும் தங்களின் கனவுகளை பரஸ்பரம் கூறினால் ரொம்ப சந்தோஷமாக இருக்கும்.

எல்லாவற்றையும் சமாளித்தல்

எனக்கு கவலையாக உள்ளது நான் விட்டு வேலை, குழந்தைய எப்படி சமாளிப்பேன்?

நீங்கள் இவைகளை ஒன்றாக சமாளிக்க முடியாது, நினைவில் வைத்து கொள்ளுங்கள். எதுசெய்தாம் நல்ல விதமாக செய்யுங்கள். நீங்கள் சூப்பர் மாம் ஆகமுடியாது. நல்ல மனுஷியாக இருக்க பாருங்கள். எல்லா புதிய அம்மாக்கள் விடு சுத்தம், குழந்தை பராமரிப்பு, அழக்கு துணிகளின் அடுக்கு, விட்டில்

சுவையான உணவு இருந்து கொண்டே இருக்கும். எப்பொழுது செக்ஸியாக இருப்பீங்க. இப்பொழுது அதெல்லாம் முடிவதில்,ல.

நீங்கள் புது வாழ்க்கையை எப்படி எடுப்பீர்கள் இந்த உண்மையை எப்படி புரிந்து கொள்வீர்கள்.

முதலில் முக்கியத்துவம் எதற்கு தரவேண்டும். வேலை, குழந்தை கணவர் உங்கள் முதன்மை என்றால் வீட்டின் வேலைகளை தனியாக ஒதுக்கிவிடவேண்டும். சில நேரம் வரை வேறு யாராவது சமையல் செய்ய வைக்க வேண்டும் அல்லது துணிதுவக்க ஆள் வைத்துக்கொள்ளுங்கள். வேலைவிட்டு விட்டு, வீட்டி லிருந்தே வேலை செய்தால் அந்த கணக்கின்படி முதன்மை தரலாம்.

முதன்மை எவை என்று தெரிந்தபின் பிறகு எதிர்பார்ப்பு வைக்க கூடாது. அனுபவமான அம்மாவிடம் கேளுங்கள். அவை பூர்ணமாக இல்லை, என்று தெரிந்துவிடும் தனியாக சமாளிக்க முடியாது. இதே போல இருந்தால் மன அழுத்தம் தான் வரும். சிலசமயம் எல்லாம் வீண் என்று நினக்க தோன்றும்.

படுக்கை எடுக்க முடியவில்லை. அழுக்கு முட்டைகளால் கூ,ட நிரம்பி விடும் செக்ஸியாக தெரிய வேண்டும் என்றால் தூலயில் உள்ள எண்ணெய் பிசுக கழுவ வேண்டும்.

இந்த அளவு உயர்ந்த நிலையை நினைத்தால் எதுவும் நடக்காது. எல்லா அம்மாகளின் பின்னால் அப்பா இருக்கிறார் வீட்டில் வேலையில் ஈடுபடுகிறார் குழந்தைகூட இரவில் முழிக்கிறார், அவர் மிகவும் வேலை யாக இருந்தால் நீங்கள் வீட்டில் வேறு ஆட்களை வைத்து வேலைமவாங்கிக்கலாம்.

குளுக்கோஸ் ஸ்கிரீனிங்க டெஸ்ட்

மருத்துவர் எனக்கு கெஸ்டேஸ்னல் டயாபிடீஸ் பரிசோதனைக்காக குளுகோஸ் ஸ்கிரீனிங்க டெஸ்ட் செய்யவேண்டும். எனக்கு ஏன் இந்த

சில ஏற்பாடுகள்

இது வரை நீங்கள் பிரசவத்திற்கான ஏற்பாடு செய்யாமல் இருப்பீர்கள் ஆனால் உடல் அளவில் அதற்கான ஏற்பாடு நடைபெற்று கொண்டு இருக்கிறது. பெல்விக் பகுதியில் விரிவு, கர்ப்ப பையின் வளர்ச்சி, சிறுநீர் குழாய்யின் வளர்ச்சி ஏற்பட்டு இருக்கும். இதனால் நீங்கள் சிரிக்கும் போதும், இருமும் போதும் உங்களை அரியாமல் வெளிபட்டு விடும். கீகல் உடற்பயிற்சி செய்வது அவசியம். பகலில் மூன்று முறை கீகல் உடற்பயிற்சி செய்ய வேண்டும். பிரசவத்திற்கு பிறகு கீகல் உடற்பயிற்சி செய்வதால் உங்களின் கர்ப்பபை தங்களுடைய பழைய வடிவத்தை பெற்று விடும்.

கீகல் உடற்பயிற்சி செய்வதால் உங்களின் சிறுநீர் கசிவு கட்டுப்பாட்டிற்கு வரும். உங்களால் 10 செகண்டு வரை சிறுநீரை அடக்க முடியும். நீங்கள் சில சமயங்களில் வெளியில் செல்ல நேரும்போது அங்குள்ள கழிவறையை தெரிந்துக்கொண்டு செல்லுவது சிறந்தது.

டெஸ்ட் செய்யலாம் இந்த டெஸ்டால் என்ன பயன்?

கவலைப் படாதீர்கள். அதிகளவு 24 முதல் 28 வாரம் உள்ள குண்டான கர்ப்பமான பெண்கள் நீரிழ்வு உள்ள வம்சாவளி பெண்களுக்கு இந்த டெஸ்ட் எடுக்க ஆலோசனை கூறப்படுகீறது.

இனிப்பு பிரியரா நீங்கள். அதனால் உங்களுக்கு மிகவும் சுலபம். நீங்கள் இனிப்பான குகோஸ் ஜூஸ் குடிக்க வேண்டும். இதன் சுவை ஆரென்ஜ சோடாவை போன்றது. இதை குடித்தால் எந்த பிரச்சனையும் இல்லை. இனிப்பு பிடிக்காதவராக இருந்தால் இதை குடித்தால் குமட்டல் வரும். டெஸ்டின் அளவில் தேவையான் இன்சுலின் இல்லை என்ரால் "குளுக்கோஸ் டாலரென்ஸ் டெஸ்ட்" எடுக்க வேண்டிவரும். இதில் கெஸ்டேஷனல் நீரிழ்வு பரிசோதனை செய்யப்படும்.

4 முதல் 7 சதவிதம் கர்ப்பமான பெண்களுக்கு இவை உண்டாகும் நிறைய கஷ்டங்கள் வரும். உணவு, உடற்பயிற்ச்சி மற்றும் வாழ்க்கை முறையில் ஒரளுவுக்கு காப்பாற்ற முடியும். தேவையானால் மருந்து எடுக்கலாம்.

குறைவான எடைஉள்ள குழந்தை

நான் குறைவான எடை உள்ள குழந்தை பற்றி நிறைய படித்திருக்கிறேன். இநலிருந்து காப்பாற்றி கொள்ளவதற்காக நான் எதாவது செய்ய முடியுமா?

குறைவான் எடை உள்ள குழந்தைகளின் பிறப்பால் எதாவது விஷயங்களால் சரி செயல்பாடு இந்த நூலை படித்ததால் நீங்கள் இதை முதலே செய்கிறீர்கள். சாதாரணமாக, குடி புகையிலை, டிரக்ஸ் எடுக்கும் பெண்களின், குழந்தையின் எடைகுறைவாக உள்ளது.

மன அழுத்தம் குறைவான சத்து.

பிரசவத்திற்கு முன் கவனிப்பு போன்ற முறைகளால் நிவர்த்தி செய்தால் சிரியாகிவிடும். அது இல்லாமல் நீண்ட நேரம் தாய் நோய்வாய்பட்டிருந்தால் மருத்துவரின் ஆலோசனைபடி நடக்கலாம். சமயத்துக்கு முன் பிரசவம்'' இவை தடுக்கலாம். நிறைய குழந்தைகள் எக்காரணமின்றி பிறந்த முதல் சிறியதாக உள்ளன. அதற்கு ஒரு மாற்று மருந்தும் இல்லை.

தாயின் எடை குழந்தை பிறக்கும் பொழுது குறைவாக இருந்தால் உதாரனத்திற்கு பிளசென்டாவின் குறை, ஜெனடிக் டிஸ்ஆர்டர்.

பிரசவ நேரத்திற்கு முன்பே பிரசவ நேரத்திற்கான அறிகுறிகள்

கர்ப்பத்தின் இடையில் மருத்துவர் குறிப்பிட்ட பிரசவ நேரத்திற்கு முன்பே பிரசவத்திற்கான அறிகுறிகள் தெரிய ஆரம்பிக்கும். ஒருவேளை 37வது வாரத்தில் கீழ்காணும் அறிகுறிகள் தென்பட்டால் மருத்துவரை தொடர்பு கொள்ளுங்கள்.

1, டயாரியா, வாந்தி
2, வயிற்றில் வலி
3, முதுகில் தொடர்ந்நது வலி
4, யோனிக் திரவம் அதிகமாக வெளிப்படுதல்
5, பெல்விக் பகுதியில் வலி மற்றும் அழுத்தம்
6, நெஞ்சு எரிச்சல் மற்றும் செரிமானமின்மை

இதில் எந்த அறிகுறி உங்களுக்கு மிக அதிகமாக இருந்தாலும் மருத்துவரை சந்திப்பதற்கு காலதாமதம் செய்தீர்கள்

ஒன்பது மாதத்திற்குள் குறைவான பிரசவம் கூட இதற்கு ஒரு காரணமாக இருக்கலாம். இந்தமாதிரி சமயங்களில் நல்ல உணவு, பிரசவத்திற்குமுன் கவனிப்பு குழந்தையின் எடை ஏற்றலாம். குழந்தை சிறியதாக இருந்தாம் மெடிகல் கேர் மூலமாக அவைகளை நன்றாக மார்த்துக் கொள்ளலாம்.

நீங்கள் விசேஷமாக இந்த விஷயத்தில் கவலை படுகிறீர்கள் என்றால் மருத்துவரை அனுகுங்கள். அல்ட்ரா சவுண்ட மூலம் கருவின் வளர்ச்சி பற்றி தெரிவிப்பார்கள். அதன் வளர்ச்சி சரியாக இல்லை என்றால் தேவையான நடவடிக்கை எடுத்துகொள்வார்கள்.

பிரசவத்தின் பொழுது வலிகுறைத்தல்

நீங்கள் இந்த வலியை பொறுத்து கொள்ள வேண்டும். "பிரசவ வலி" 15 மணி நேரம் உள்ளவலி, பார்க்கில் உலாவது போல இல்லை. பிரசவம் மற்றும் டிலிவரி மிகவும் கடினமான வேலை. குழந்தை பிறக்கும் வேலையில் கருவறை அடிக்கடி சுருங்கும். சர்விக்ஸ் கருவறையின் வாய் மற்றும் யோனி மூலமாக குழந்தை வெளியே வரவும் இது உதவுகிறது. ஆமாம், இது அதே வைஜைனாதான். அதை நீங்கள் ஒரு டைம்பூன் அளவை விட சிறியதாக நினைத்து கொண்டிருந்தீர்கள். இன்னொறு விஷயம் இந்த வலியில் ஒரு சுகம் உள்ளது அவை உங்கள் குழந்தையை உங்கள் கைகளில் கொடுக்கிறது.

உங்களுக்கு அறுவை சிகிச்சை நடக்கவில்லை நீங்கள் பிரசவ வலி ஏற்றுத் தான் ஆக வேண்டுமென்றால் அதை குறைக்க நிறைய விதங்கள் உள்ளன. மருந்து, மருந்து யின்மை எந்த விதத்தில் வலியை குறைக்க வழி தேடலாம்.

இவை இரண்டும் கலந்தும் எடுக்கலாம் எந்த மருந்தும் இன்றி பிரசவிக்கலாம். அல்லது அக்யுபஞ்சர், அக்குபிரஷர் அல்லது சம்மோஹன போன்ற மற்ற சிகிச்சை தேர்ந்து எடுக்கலாம் அல்லது வலி நிவாரணம் மருந்து மூலமாக குழந்தை பெற்று எடுக்கலாம். இதனால் எந்த விதமான வலியும் ஏற்படாது. நீங்கள் முழித்து கொண்டே இருப்பீர்கள்.

நீங்கள் எந்த மாற்றத்தை விரும்புகிறீர்கள் இவைபற்றி நீங்கள் தெரிந்து வைத்து கொண்டு மருத்துவரிடம். ஆலோசனை கேளுங்கள். "பிரசவம்" பிரசவத்தின் இந்த நிலை கடந்த தோழிகளிடம் கேட்டு உங்களுக்கு ஏற்றார் போல தேர்வு செய்யுங்கள். நீங்கள் ஒரே முறய பின்ப்ற்றீர்களா அல்லது எல்லாம் கலந்ததா. இது மட்டுமில்லாமல் உடலின் அமைப்பு அப்படியே இருக்க வேண்டும். அது தான் மிகவும் முக்கியம். இது தான் அதிகமாக தேவைப்படுகிறது. மருத்துவர் மூலம் சாதாரண பிரசவம் என்றால் எந்த யுக்தியையும் நீங்கள் தேர்ந்தெடுக்கலாம்.

மருந்துகள் மற்றும் வலி

வலி மருந்து பற்றி சொன்னால் பிரசவத்தின் பொழுது இந்தமாதிரி நிறைய மருந்துகள்

எடுத்துக் கொள்ளலாம். (எனாஸ்தெடிக், (வலி தெரியாது மற்றும் தூக்கம் வரும்) எனாலா,ஜஸிக் (வலிநிவாரணி) எட்ராக்ஸிச (டவான்கிலைசர்ஸ்) இருக்கு. இதில் எந்த விதம் உங்களுக்கு சுகம் அளிக்கும் என்று நீங்கள் தேர்ந்தெடுக்கலாம். உங்களின் மெடிகல் ஹிஸ்டரி அல்லது வருங்கால நிலை வேறுபட்டால் உங்களின் தேர்ந்தெடுத்தல் அளவாக இருக்க வேண்டும்.

எந்த மருந்து எந்த அளவு குறைக்கிறது என்று பார்க்க வேண்டும். அல்லது உங்கள் மேல் அது எந்த அளவு பாதிக்கும். தனிதனியாக மருந்து ஒவ்வொரிடம் தனியாக பாதிக்கும்.

நீங்கள் தேர்வு செய்த மருந்து மருத்துவரின் ஆலோசனை படி கொடுக்கபடுகிறது.

எபிடியூலரல்

2ல் மூன்று கர்ப்பமான பெண்கள் வலி நிவாரணியாக இதை உபயோகிக்கிறார்கள். இவை அதிக அளவு தேவை படுவதில்லை. உடலின் கீழ்பாகத்தில் லோகல் பேன் ரிலீஃப் கொடுக்கப்படுகிறது. நீங்கள் விழித்து கொண்டே இருக்கிறீர்கள். குழந்தை பிறந்த பிறகு அதை வரவேற்க தயாராகி கொண்டு இருக்கிறீர்கள். இவை மற்ற மருந்துகளை விட மிகவும் பாதுகாப்பானது. இவை முதுகின் தண்டு வடுகில போடபப்படுகிறது. மற்ற மருந்துகளை போல் ரத்தத்தில் சேருவதில்லை. நீங்கள் விரும்பும் பொழது தான் கொடுக்கப்படுகிறது. ஆபரேஷனால் ஆபத்தும் ஏற்படுவதிலலில் லேபரின் முறையில் குறைவதில்லை லேபரின் முறையில் மெல்லமாக இருந்தால் பிடோசின் ஹார்மோன் கொடுப்பார். பிரசவ வேகமான நிலையில் வரும். எபிட்யுரல் மூலம் நீங்கள் என்ன எதிர்பார்க்கிறீர்கள்.

இவை கொடுப்பத்ற்கு முன் ஐ.வி. கொடுக்கப்படுகிறது. உங்கள் பிளட் பிரஸர் குறைவாகாமல் பார்த்து கொள்கிறது.

சில மருத்துவ எணையில் பிராடர் கதேடர் போடுகிறார்கள். அவை சிறுநீர் கழிக்க உதவும். மருந்தால் சிறுநீர் நிற்கலாம். நிறைய மருத்துவ மனையில் தேவைப்படும் பொழுது இதை உபயோகிக்கிறார்கள்.

உங்கள் முதுகில் மற்றும் கீழ் பாகத்தில் ஆன்டி செப்டிக் லோஷன் போடுகிறார்கள். பிறகு முதுகின் அந்த பகுதியில் லோகல் அனாஸ்தீஸியா கொடுத்து மரத்து விடுகிறார்கள். அந்த மரத்த பகுதியில் பெரிய ஊசி மூலம் முதுகு தண்டில் எபிடியுரல் போன்ற இடத்தில் போடுகிறார்கள்.

நீங்கள் ஒருபக்கமாக படுத்திருந்தால் இவை செத்தப்படுகிறது அல்லது ஏதாவது மேஜையில் குனிந்து கொண்டு இருக்கிறீர்கள் நிறைய பேர் ஊசி போடுவது உணர்கிறார்கள். நீங்கள் அதிர்ஷ்டசாலியாக இருந்தால் உங்களுக்கு ஊசி போடும் உணர்வு ஏற்படாது. பிரசவ வலியைவிட இந்த ஊசியின் வலி ஒன்றும் இல்லை. ஊசி எடுத்து அங்கு ஒரு மெல்லியதான கெதேடர்டியூப் போடுகிறார்கள் இந்த டியுப் முதுகில டேப்பால ஒட்டி விடுகிறார்கள் நீங்கள் அசையலாம். முதல் மருந்து கொடுத்து 3 முதல் 5 நிமிடத்திற்குள் கருவறையில் உள்ள நரம்புகள் மரத்துவிடுகின்றன.

10 நிமிடம் கழித்து எல்லாம் சுகமாக இருக்கிறது. மருந்து உடலின் கீழ் பகுதிய மரத்த செய்கிறது. நீங்கள் கண்ட்ராக்ஸ்னை (சுறுங்குதல்) உணர்வதில்லை.

- உங்கள் பிளட் பிரஷர் பரிசோதனை செய்கிறார்கள்.
- நிறைய தடவை எப்பிடியூலின் காரணமாக கருவின் இதயத் துடிப்பு கூறகிறது. அதனால் கரு,வயும் ஒருபக்கமாக கவனித்து கொள்கிறார்.
- இதனால் அசைவில் உங்களுக்கு கஷ்டமாக இருக்க, மருத்துவருக்க உங்களையும் மற்றும் சுருக்கத்தை பார்க்க சுலபமாக உள்ளது.
- சந்தோஷமான விஷயம் என்ன வென்றால் இதில் சைட்எஃபெக்ட்ஸ் குறைவு நிறைய

பெண்களுக்கு உடலில் ஒருபகுதி தான் மரத்து விடுகிறது. பேக் லேபர் பிரச்சனை என்றால் முழு,மயான வலி,ய கட்டுப்படுத்த முடியவில்,ல

ஸ்பைனல் எபிடியுரல் :

இது வம்சாவளி எபிடியுரல் போன்ற வலி நிவாரணி, இதில் மருந்தின் அளவு கொஞ்சம் கொடுக்கப்படுகிறது எல்லா இடத்திம் இந்த வசதி கிடைக்காது முதலில் இதை பற்றி தெரிந்து கொள்ளுங்கள். அநாஸ்திஸியா மருத்துவர் ஸ்பைனல் திரவத்தில் கொஞ்சமாக கொடுத்து வலி நிவாரணம் செய்யலாம் ஆனால் உங்கள் கால்கள், தசைகள் மரப்பதில்லை. நீங்கள் இவை உபயோகிக்கலாம். இதனால் வலி தீரவில்லை என்றால் கெதிடர் மூலம் இன்னும் மருந்து கொடுக்கலாம். கால்கள் மரப்பதில்லை ஆனால் நீங்கள் பலஹீனமாக அனுபவிக்கிறீர்கள், அந்த நேரத்தில் நீங்கள் நடக்க விரும்ப மாட்டீர்கள்.

ஸ்பைனல் பிலாக் அல்லது ,சடல் பிலாக்

இந்நாளில் இவைகளை உபயோகிப்பது தேவையற்றது. நீங்கள் எபிடியூரல் எடுக்கவில்லை, வலிநிவாரணம் தேவை என்றால் பிரசவத்தின் எப்பொழுது ஸ்பைனல் பிளாக் கொடுக்கலாம் இதில் கூட ஸ்பைனல் கார்ட்டில் திரவத்தின் ஊசி போடுகிறார்கள் இதனால் கூட ரத்த அழுத்தம் குறையலாம்.

புடேன்டல் டென்டல் பிளாக்

இதை வெஜைனல் டிலிவரியில் உபயோக்கிறார்கள். ஊசி மூலமாக மருந்து கொடுக்கபடுகிறது. இந்த இடம் மருக்கிறது. ஃபார்செப் அல்லது வேக்யும் எட்ராக்ஷன் செய் வேண்டும் என்றால் இதை உபயோகிக்கலாம். இதன் பிரபாவம் எபிசியேடாமி வரை உள்ளது.

சாதாரண எனஸ்தீஸியா

சாதாரண டிலிவரியில் உபயோகம் குறைவு. ஆபத்தான சர்விகல் விஷயத்தில் இதை

> **வலி இல்லாமல்**
>
> பிரவத்தின் போது நீங்கள் குழந்தையை வெளியில் தள்ளும்போது அதிக வலி ஏற்பட்டால் நீங்கள் அதிக முயற்சி செய்து அதனை முக்கி வெளிகொண்டு வர வேண்டும். அப்பொழுது உங்கள் கணவரின் கைகளை பற்றிக்கொள்ளுங்கள். உங்களின் கவனம் முழுவதும் முக்குவதிலேயே இருத்தல் வேண்டும்.

கொடுக்கிறார்கள். தூக்கம் வருகிறது டிலிவரி யின் நேரத்தில் மயக்கமா இருக்கிறீர்கள். முழிப்பு வரும் பொழுது குமட்டல் கார்த்தி, இருமல் ஏற்படும்.

அம்மா மற்றும் குழந்தையின் மீது பிரபாவம் ஏற்படுகிறது. குழந்தை வரை பிரபாவம் வரும் முன்னே குழந்தை வெளியே எடுக்க பிரயத்தினபடுகிறார்கள். மருத்துவர் ஆக்ஸிஜன் கொடுக்கலாம், குழந்தைக்கு முழ ஆக்ஸிஜன் கிடைக்க, குழந்தை மீது மருந்து பிரபாவம் காட்டாமல் இருக்கு வழி செய்கிறார்கள்.

டெமேரோல் :

வலி நிவாரணம் ரொம்ப உபயோகப்படுகிரது. வலி குறைகிறது. தாயால் சுறுங்குதல் பொறுத்து கொள்ள முடிகிறது. 2 முதல் 4 மனி நேரத்தில் இதை தொடர்லாம், இதற்கு பக்கவிளைவுகள் உண்டு - வாந்தி, குமட்டல், சூறந்த ரத்த அழுத்தம். இதன் குழந்தை மேல் பிரபாவம், எந்த நேரத்தில் இவை கொடுக்கப்பட்டிருக்கிறது. என்று பொறுத்தது. டிலிவரி கூடவே கொடுத்திருந்தால் குழந்தை தூங்கும். மூச்சு விட கஷ்டமாக இருக்கும். ஆக்ஸிஜன் கொடுக்க வாய்ப்பு ஏற்படுகிறது. இந்த பிரபாவம் நிலையற்றது சிகிச்சை செயலாம்.

சாதாரணமாக இவை டிலிவரிக்கு 2

அல்லது மூன்று மனி நேரம் முன்பு கொடுக்கப்படுகிறது.

டிராக்வலைசர்ஸ்

இதில் தாய் சாந்தமாக இருந்து குழந்தையை பெற்று எடுக்கிறான். இதனால் வலிநிவாரண. சக்தி கூடுகிறது. தாயான தவிப்பால் பிரசவம் கஷ்டமாக இருந்தால் இவை கொடுக்கப்படுகிறது. இதனால் சில பேர் அனுபவிக்க வேண்டும் என்று நிநைக்கிறார்கள்

மருந்தின் அளவில் ரொம்ப வித்தியாசம் படுகிறது. அதிக அளவு மருந்து கஷ்டம் கொடுக்கும் ஆனால் குழந்தைக்கு எந்த பாதிப்பும் ஏற்படாது. மருத்துவர் தேவைப் பட்டால் மட்டும் இதை கொடுப்பார்கள். உங்கள் உத்வேகத்தை சாந்தப்படுத்துவதற்கு மருந்துக்கு பதிலாக ரிலாக்ஷேசன் யுக்திகளை கையாள வேண்டும்.

டிலிவரி மற்றும் மாற்று சிகிச்சை

பிரசவத்தின் பொழுது எந்த மருந்தும் பெண்கள் எடுக்க விரும்பவதில்லை. ஆனால் அவை தொந்தரவு இன்றி இருக்க வேண்டும். என்று நினைக்கிறார்கள். பரம்பரையான மருத்துவர் இந்த யுக்தியை கையாளுகிறார்கள் எபிடியூரல் எடுத்து கொண்டாம் சரி பிரசவத்தின் முன்பே இந்த யுக்திகளை கையாளலாம். மற்றும் லைசன்ஸ் உள்ளவர்களிடம் பயிர்சசி பெற்று கொள்ளுங்கள். அவருக்கு கர்ப்பநிலை, பிரசவம், டிலிவரி மற்ற அனுபவம் இருக்கவேண்டும்.

அக்யுபஞ்சர் மற்றும் அக்யுபிரஷர்

விஞ்ஞான ஆய்வின் மூலம் தெரிவருவது என்னவென்றால் சீனர்கள் ஆயிரம் வருஷம் முதல் அக்யூபஞ்சர் அக்யூபிரஷர் மூலம் வலிநிவாரண யுக்தி தெரிந்து வைத்து கொண்டிருந்தார்கள். அக்யூபஞ்சரின் மூலம் உடலில் சில விசேஷமான இடங்களில் ஊசி குத்தி பிரசவ வலி குறைக்கலாம். அக்யூபிரஷர் மூலம் வெறும் விரல்களால் சில புள்ளிகளில் அழுத்தம் கொடுக்கலாம். நீங்கள் பிரசவத்தின் பொழுது இவர்களை யாராவது பக்கத்தில் வைத்து கொள்ள நினைத்தால் மருத்துவரிடம் முன்பே சொல்லிவிடுங்கள்.

ரீஃப்ளக்ஸோலாஜி

காயத்தில் சில பகுதியில் புள்ளியால் மாலிஸ் செய்தால் பிரசவ வலி குறையும் பிரசவ கால நேரம் குறையும். சில புள்ளிகள் சக்தி வாய்ந்தது, பிரசவத்துக்கு முன், அவைகளை அழுத்த கூடாது, உத்வேகம் கொள்ள கூடாது.

ஃபிசிகல் தெரபி

மாலிஷ் மற்றும் சூடான சில்லென்று ஒத்தடம் கொடுத்தால் வலி குறையும். அனுபவமான கைகளால் மாலிஷ் சொய்வதால் வலி குறைகிறது.

ஹைட்ரோதெரபி

லேபரின் பொழுது வெதுவெதுப்பான தண்ணீர் இதம் அளிக்கிறது. தண்ணீரில் படுக்க வைத்து பிரசவ வலிகுறைக்கலாம். நிறைய மருத்துவ மனையில் இந்த வசதி உண்டு.

ஹிப்னோபர்திங் :

சம்மோஹன வலி குறைக்காது, உடம்பை தூங்கவைத்து நீங்கள் ரிலாக்ஸ் ஆவிர்கள். இது எல்லார் மேலேயும் பிரபாவம் காட்டாது. அனுபவ நிபுணரிடம் இதை கற்றுகொள்ளவேண்டும். கர்ப்பநிலையில் அப்பொழுது வலி மற்றும் நிவாரணம் கிடைக்கும். ஒருலாபம் என்ன வென்றால், நீங்கள் குழந்தை பிறப்ப பார்க்கலாம். குழந்த மேல் எந்த பிரபாவம் இறுக்காது.

டிஸ்டிராக்ஷன் :

நீங்கள் டிஸ்டிராக்ஷன் அல்லது மனதை திசை திரும்பும் சக்தி களை பயன் படுத்தலாம்.

டி.வி. பார்ப்பது, பாட்டு கேட்பது, தியானம் செய்வது போன்ற வற்றில ஈடுபட்டால் வலி குறையும். மனதை ஒருநிலைப் படுத்தி அழகான படம் அல்லது சீனரி பார்த்தால்

வலி குறையும்.

கருவறையிலிருந்து குழந்தை வெளியே வருகிறது உங்கள் கைகளில் கவழகிறது. இப்படி கற்பனை செய்யுங்கள்.

ட்ரான்ஸ் கியுடேனியஸ் இலக்டிரிக்கல் நர்ஸ் ஸ்டிமுலேஷன்

இந்த முறயில் இலக்ட்ரோட் லேசான வோல்டேஜ் நாடியின் மூலம் கருவ ரையில் மற்றும் சர்விக்ஸ் நரம்புகள உத்வேகம் அடைய செய்கிறது. அதனால் வலிகுறை கிறது.

நிர்ணயம் செய்தல்

நீங்கள் உங்கள் பிரசவத்து பற்றி எல்லாம் யுக்திகளை தெரிந்து கொண்டு இருக்கிறீர்கள். நீங்கள் தீர்மாணம் செய்யுங்கள். தீர்மாணம் செய்யும் முன் !

மருத்துவரிடம் பேசுங்கள் அவர் தீர்மானம் செய்வதில் உங்களுக்கு உதவுவார். மருந்துகளின் தன்மை பற்றி எல்லாம் தெரிந்து வைத்துக்கொள்ளுங்கள்.

உங்கள் எண்ணங்களை திறந்து வையுங்கள். டிலிவரி நேரத்தில் எந்த மாற்றம் வரும் என்று தெரியாது. மருந்து எடுக்காமல் இருக்க வேண்டும் என்று நினைத்தால் மருந்து எடுக்கவேண்டி வரும். மருந்து எடுக்கலாம் என்று நினைத்தால் அது இல்லாமல் போகலாம். எல்லா விதமான முறகள பற்றி தெரிந்து வைத்து கொள்ளுங்கள்.

உங்கள் விதத்தில் யுக்தியின் பிரசவ வலி குறைந்தால் அல்லது மருத்துவன் யுக்தியால், கடைசியில் முடிவு நல்லதாக இருக்க வேண்டும். அதாவது சிறிய குண்டு குழந்தை உங்கள் கைகளில் இருக்கவேண்டும். இது தான் பெரிய விஷயம்.

• • • •

எட்டாவது மாதம்

கிட்டத்தட்ட 32 முதல் 35 வது வாரம் வரை

எட்டாவது மாதத்தில் நீங்கள் நாளுக்கு நாள் பிரசவ நேரத்தை எண்ணிக் காத்துக் கொண்டிருப்பீர்கள். நீங்கள் குழந்தை பிறப்பை எண்ணி மிகவும் உற்சாகமாய் இருப்பீர்கள். ஒருவேளை இது உங்களின் முதல் பிரசவம் எனில் இன்னும் மிக அதிக எதிர்பார்ப்புடன் இருவரும் இருப்பீர்கள். உங்களின் தாய், தந்தை, தோழிகள் மற்றும் உறவினர்களிடம் தொலைபேசியில் பேசிடுங்கள். அவர்களும் அவர்களின் முதல் கர்ப்பத்தின் போது என்ன அனுபவம் அடைந்தார்கள் என்பதை உங்களிடம் பகிர்ந்து கொள்ளச் செய்யுங்கள்.

இந்த மாதத்தில் உங்கள் குழந்தையின் வளர்ச்சி

32 வது வாரம்

இந்த வாரத்தில் உங்கள் குழந்தையின் எடை கிட்டத்தட்ட 4 பவுண்டு மற்றும் உயரம் 19 இன்ச் இருக்கும். இந்நாட்களில் குழந்தையின் வளர்ச்சி இருக்காது. நீங்களும் வரக் கூடிய நல்ல நாளுக்காக எல்லாவிதத்திலும் தயாராக இருப்பீர்கள். இதைப் போலவே குழந்தையும் தனது பிறப்பிற்காக தயார் நிலையில் இருக்கும். இனிமேல் வரக் கூடிய வாரங்களில் குழந்தைக்கு மூச்சு விடுவது, சாப்பிடுவது, செரிமானம் ஆவது போன்ற பல விஷயங்களை கற்றுத்

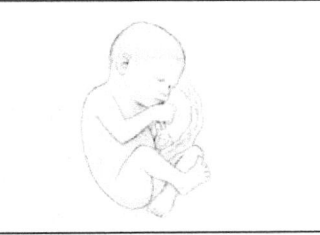

உங்களின் எட்டு மாத குழந்தை

தரவேண்டும். ஏனெனில் அது வெளியில் வந்த எல்லாவற்றையும் அதுவே செய்ய வேண்டி இருக்கும். இப்பொழுது அதற்கு தன்னுடைய விரலைச் சப்புவதற்கும் பழக்கம் ஏற்பட்டு இருக்கும். இப்பொழுது உங்கள் குழந்தையின் சருமம் முழுவதும் வெளி உலகிற்கு வருவதற்கு தயார் நிலையில் இருக்கும். சருமத்தின் கீழே உங்களைப் போலவே சிறிதளவு கொழுப்பும் சேர்ந்து இருக்கும்.

33வது வாரம்

குழந்தையும் உங்களைப் போலவே இப்போது எடை கூடி விடும். கிட்டத்தட்ட இப்போது குழந்தையின் எடை 4 1/2 பவுண்டு இருக்கும். அனுடைய உயரம் 1 இன்ச்

அதிகரிக்கும் குழந்தையின் எடை நாளுக்கு நாள் அதிகரிக்கும். இப்போது வயிற்றில் அம்னியோடிக் திரவத்திற்கான இடம் மட்டுமே இருக்கும். இதனால் தான் இப்பொழுது குழந்தையின் உதை அதிக அளவில் இருக்கும். இப்போது திரவமானது விலகி விடுவதால் உங்கள் இருவருக்கிமிடையே குஷனின் வேலையைச் செய்யாது. உங்களிடம் இருந்து இப்போது குழந்தைக்கு ஆன்டிபாடிஜ் அதிகமாக செல்லுவதால் அது நோய் எதிர்ப்புச் சக்தியை வளர்த்துக் கொள்ளும். குழந்தை பிறந்த பிறகு அதற்கு இந்த நோய் எதிாப்புச்சக்தி வேலை செய்யும். இதனால் குழந்தையானது நோயிலிருந்து பாதுகாக்கப்படும்.

34 வது வாரம்

இந்த வாரத்தில் குழந்தையின் உயரம் கிட்டத்தட்ட 20 இன்ச் மற்றும் எடை 5 புண்டு இருக்கும். குழந்தை ஆணாக இருந்தால் இந்த வாரத்தில் அதனுடைய பிறப்புறுப்பு நன்றாக வளர்ச்சி பெறும். இப்போது அதனுடைய கை, கால் விரல் நகங்கள் நன்றாக வளர்ந்து இருக்கும். உங்களின் லிஸ்டில் நெயில் கட்டர் எடுத்து வைக்க மறந்து விடாதீர்கள்.

35வது வாரம்

குழந்தை இப்போது நின்றால் அதனுடைய உயரம் 20 இன்ச் மற்றும் எடை 5 1/2 பவுண்டு இருக்கும். பிரசவம் வரையிலும் குழந்தையின் எடை மற்றும் மூளையானது வளாந்து கொண்டே தான் இருக்கும். இப்போது மூளையின் வளர்ச்சியானது மிக அதிகமான வேகத்தில் இருக்கும். வெகு விரைவிலேயே அது உங்களின் கர்ப்பப்பையின் வாய்க்கு அருகில் தனது தலையை கொண்டு சென்று தனது முத்திரையை மாற்றிக் கொள்ளப் போகிறது. பிரசவத்தின் போது முதலில் குழந்தையின் தலை தான் வெளியே வருகின்றது. குழந்தையின் தலை எவ்வளவு பெரியதாக இருப்பினும் அது மிகவும் மிருதுவாக இருக்கும்.

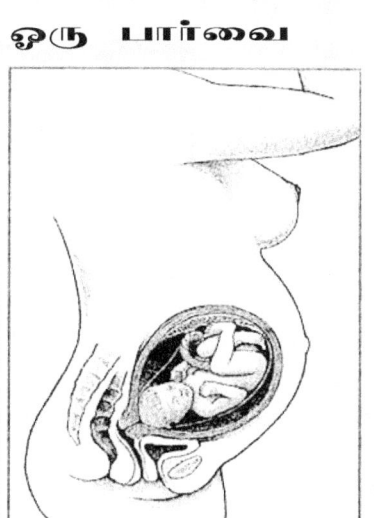

ஒரு பார்வை

34 வது வாரத்தில் ப்யூபிக் எலும்பிலிருந்து கிட்டத்தட்ட கருப்பையின் உயரம் 34 செ.மீட்டர் இருக்கும். கருப்பைக்கும், பியூபிக் எலும்பிற்கும் இடையேயான இடைவெளியைக் கணக்கிட்டால் கர்ப்பத்தின் வாரம் தெள்ளத் தெளிவாகத் தெரியும்.

நீங்கள் என்ன அனுபவித்துக் கொண்டு இருக்கின்றீர்கள்?

ஒவ்வொரு பெண்ணிற்கும் பிரசவம் என்பது ஒரு புரியாத புதிராகத் தான் இருக்கும். சில சமயங்களில் மிகவும் கடினமானதாய் ஆகிவிடும். எல்லாப் பிரச்சனைகளையும் சமாளிக்க வேண்டி வரும். கர்ப்பத்தின் எல்லா நிலைகளையும் கடக்கும் போது உங்களுக்கு ஒரு புது வித அனுபவம் ஏற்படும். இந்த மாதத்தில் புதிது புதிதாய் அனுபவம் ஏற்படும். சிலவற்றை நீங்கள் அடிக்கடி கடந்து வந்து இருப்பதால் அதனைப் பற்றி கவனம் கொள்ள மாட்டீர்கள். இந்த மாதத்தில் நீங்கள் என்னென்ன அனுபவிப்பீர்கள் என்பதைப் பற்றி கீழே கொடுக்கப்பட்டுள்ளது.

உடல் அளவில்

- கருவின் வளர்ச்சியானது மிக அதிக வேகத்தில் இருக்கும்.
- கருவின் பலம் அதிகரிக்கும்.
- யோனித் திரவம் அதிகமாகும்.
- மலச்சிக்கல் அதிகரிக்கும்.
- நெஞ்சு எரிச்சல், செரிமானமின்மை
- தலைவலி, தலை சுற்றல், மயக்கம்
- மூக்கு அடைபடுதல், மூக்கில் இருந்து இரத்தம் வருதல் மற்றும் காதுகள் அடைத்துக் கொள்ளுதல்
- ஈறுகளில் வீக்கம்
- கால்களில் வலி
- முதுகில் வலி
- இடுப்பு எலும்பில் அழுத்தம் மற்றும் வலி
- முகம், கை, கால்களில் வீக்கம்
- கால்களில் வெரிகோஸ் வெயின்ஸ்
- ஹேமோராய்ட்ஸ்
- தொப்புள் வீக்கம்
- ஸ்டிரெச்மார்க்
- மூச்சு விடுவதில் சிரமம்
- தூங்குவதில் சிரமம்
- (பிரைக்ஸடன் ஹிக்ஸ்) வலி ஏற்படுவதைப் போன்ற உணர்வு
- மார்பின் விரிவாக்கம்
- நிப்பிளில் கொலஸ்டிரமின் சுரப்பு

மனதளவில்

- கர்ப்பத்தின் சமயம் முடியப் போவதை நினைத்து உற்சாகம்.
- பிரசவத்தை நினைத்து பயம்
- எண்ணம் இங்கும் அங்கும் அலைதல்
- ஒருவேளை முதல் பிரசவம் எனில் தாய்மை அடையப் போகும் பூரிப்பு
- புரியாத விதத்தில் ஒரு உணர்ச்சி

இந்த மாதத்தில் உங்களின் செக் அப்

32 வது வாரத்திற்குப் பிறகு மருத்துவர் உங்களை இரண்டு வாரங்களுக்கு ஒரு முறை செக் அப் செய்வதற்கு வரச் சொல்வார். இதனால் குழந்தையின் நிலைமையை முழுமையாக் கணக்கிடுவார். இந்த மாதத்தில் உங்களின் செக் அப்பின் போது நீங்கள் கீழ்க்கண்டவற்றை நினைவில் வைத்துக் கொள்வது அவசியம் இது உங்களுக்கும் உங்கள் மருத்துவருக்குமே பயன்படும்.

- எடை மற்றும் இரத்த அழுத்தம்
- சர்க்கரை மற்றும் புரோட்டீனின் அளவிற்காக சிறுநீர் பரிசோதனை
- குழந்தையின் இதயத்துடிப்பு
- கர்ப்பப்பையின் உயரம்
- வெளியில் வயிற்றின் அளவு மற்றும் வடிவம்
- கை கால்களில் வீக்கம்
- குருப் பீ ஸ்டிரேப் டெஸ்ட்
- ஒரு சில புதிய அறிகுறிக்கான பரிசோதனைகள்
- உங்களின் சில கேள்விக்கான விளக்கங்கள்.

நீங்கள் என்ன யோசித்துக் கொண்டு இருக்கீன்றீர்கள்?

பைரக்ஸ்டன் ஹிக்ஸ் கான்டிராக்ஸன்

"அடிக்கடி என்னுடைய கர்ப்பப்பை உயரே ஏறிக் கொள்கின்றது. இது எதனால் இப்படி ஏற்படுகின்றது?"

இது பிரசவம் ஏற்படுவதற்கான ஒரு பயிற்சியே ஆகும். நீங்கள் பயப்பட வேண்டாம். பிரசவத்திற்காக உங்களின் உடல் தன்னைத் தானே தயார்ப் படுத்திக் கொள்கின்றது. இதனை பைரக்ஸ்டன் ஹிக்ஸ் கான்டிராக்ஸன் என்பர். இது சாதாரணமாக 20வது வாரத்தில் இருந்து நடைபெற ஆரம்பிக்கும் ஆனாலும் பிரசவ நேரம் நெருங்கும் சமயத்தில் மிகவும் அதிகமாய்

இருக்கும். கர்ப்பப்பையானது முன்பை விடவே இப்போது அதிகமான உயரத்தில் ஏறி பின்பு சாதாரணமான நிலைமைக்கு வரும். இந்த நிலைமை 15 முதல் 30 செகண்டு வரை இருக்கும். எப்பொழுதாவது இது இரண்டு நிமிடம் வரை கூட இருக்கும்.

இந்த சமயத்தில் நீங்கள் உங்களின் வயிற்றின் மீது கவனம் செலுத்த வேண்டும். இதனால் நீங்கள் என்ன உணருகிறீர்கள் என்பது தெளிவாகத் தெரிய வரும்.

பிரசவ சமயம் நெருங்குகின்ற சமயத்தில் இது பலமுறை ஏற்பட்டாலும் உங்களால் கண்டறிய முடியாது. உண்மையான பிரசவ வலி வந்துவிட்டதைப் போன்று கூட தோன்றும். இதனால் சர்விக்ஸின் நிலைமை சரியாகி விடும். ஆனால் பிரசவம் ஏற்படாது.

இந்த நிலைமையில் நீங்கள் உங்களின் நிலைமையை மாற்றிக் கொள்ளுங்கள். நின்று கொண்டிருந்தீர்கள் எனில் படுத்துக் கொள்ளுங்கள், படுத்துக் கொண்டிருந்தீர்கள் எனில் மெதுவாக எழுந்து நடங்கள்.

குழந்தை சிகிச்சை மருத்துவரைச் தேர்ந்தெடுங்கள்

நீங்கள் மிகவும் யோசித்து குழந்தைக்கான சிறப்பு சிகிச்சை மருத்துவரை தேர்ந்தெடுக்க வேண்டும். ஒருவேளை நடு இரவு கூட தேவை ஏற்பட்டால் அவரிடம் பேசுதல் வேண்டும். உங்கள் அலுவலக நண்பர்கள், தோழிகள் ஆகியோரிடம் கலந்து ஆலோசனை பெறுங்கள். நீங்கள் ஏதாவது பாலிஸி எடுத்து வைத்து இருந்தீர்கள் எனில் அதில் கூட மருத்தவரின் லிஸ்ட் இருக்கும்.

இரண்டு, மூன்று முறை தொலைபேசியில் பேசிய பிறகு நேரடியாகச் சென்று மருத்துவரை சந்தித்திடுங்கள். மருத்துவரைச் சந்திப்பதற்கான நேரத்தைத் தொலைபேசியில் பேசி குறித்து வைத்துக் கொள்ளுங்கள். குழந்தைக்கு மிகவும் முடியாத சமயத்தில் அவரின் மருத்துவமனையில் அட்மிட் செய்யும் வசதி உள்ளதா என்பதை முதலிலேயே சென்று கவனியுங்கள். பிறந்த குழந்தையையும் அவர் பரிசோதனை செய்து சிகிச்சை அளிக்கின்றாரா என்பதைக் கண்டறியுங்கள்.

தேவையான அளவு திரவ நிலை உணவை எடுத்துக் கொள்ளுங்கள். இதனால் டி. ஹைடிரேஷன் ஏற்படாது. இந்த சமயத்தில் நீங்கள் பிரசவத்திற்கான உடற்பயிற்சி செய்யலாம். பிரசவத்தின் சமயத்தில் மிகவும் உதவியாய் இருக்கும்.

ஒருவேளை தொடங்கிய வலியானது நிற்காமல் தொடர்ந்து அதிகரித்துக் கொண்டே சென்றால் உடனடியாக மருத்துவரை அணுகுங்கள். ஒருவேளை ஒரு மணி நேரத்தில் நான்கு முறை இவ்வாறு ஏற்பட்டால் உடனடியாக மருத்துவரைச் சந்தித்திடுங்கள். மருத்துவரிடம் எல்லாவற்றையும் தெளிவாகக் கூறி விடுங்கள்.

வயிற்றை குழந்தை உதைத்தல்

"இப்பொழுதெல்லாம் குழந்தை என்னுடைய வயிற்றை மிக வேகமாக உதைக்கின்றது. இதனால் வலியும் ஏற்படுகின்றது."

கர்ப்பத்தின் இறுதி நாட்களில் இவ்வாறு ஏற்படுவது உண்டு. நீங்கள் உங்களின் படுக்கை நிலையை மாற்றும் போது குழந்தையும் தனது நிலைமையை மாற்றும். அப்போது தான் உங்களுக்கு உதை கிடைக்கும். நீங்கள் கீழே கொடுக்கப்பட்டுள்ள படி செய்திடுங்கள். உங்களின் இரண்டு கைகளையும் தலை மீது வைத்துக் கொண்டு நன்றாக மூச்சை இழுத்து விடுங்கள். இதைப் போலவே மீண்டும் மீண்டும் செய்யுங்கள். இவ்வாறு செய்வதால் உங்களுக்கு ஓய்வு கிடைக்கப்பெற்றது எனில் இதனையே தொடர்ந்து செய்யலாம். இந்த மாதத்தில் கனமான பொருட்களை தூக்காதீர்கள். இவை அனைத்தும் ஹார்மோனின் பரிசாகும். "எஸிடேமினோபோன் என்ற ஹார்மோனின் காரணமாகவே வலி ஏற்படுகின்றது.

மூச்சு விடுவதில் சிரமம்

"அடிக்கடி எனக்கு மூச்சு விடுவதில் மிகச் சிரமமாக உள்ளது. இதனால்

குழந்தைக்குத் தேவையான ஆக்ஸிஜன் கிடைக்காமல் போய் விடுமா?"

இந்நாட்களில் மூச்சு விடுவதில் சிரமம் ஏற்படுவது என்பது மிகவும் சாதாரணமானது தான். குழந்தையானது இப்போது காப்பப்பையின் வடிவத்திற்கு முழுவதும் நிறைந்து இருக்கும். அதனால் அது அங்கே இங்கே நகரக் கூட முடியாமல் இருக்கும். இதனால் அழுத்தம் மிகவும் அதிகமாக இருக்கும். நீங்கள் சுவாசிக்கும் போது நுரையீரலும் சரியாக விரிந்து கொடுக்காது. இப்போது நீங்கள் மாடிப்படி ஏறினீர்கள் எனில் என்னமோ மாரத்தான் ஓட்டப்பந்தயம் ஓடியதைப் போல் உணருவீர்கள். நீங்கள் கவலைப்பட வேண்டாம். உங்கள் குழந்தைக்குத் தேவையான ஆக்ஸிஜன் கண்டிப்பாகக் கிடைத்து விடும்.

பிரசவத்தின் இரண்டு மூன்று வாரங்களுக்கு முன்னர் இதிலிருந்து ஓய்வு கிடைக்கும். அதுவரை நீங்கள் பொறுத்துக் கொள்ளத் தான் வேண்டும். தேவைப்பட்டால் தலைக்கு இரண்டு மூன்று தலையணையை வைத்துக் கொள்ளலாம்.

சில சமயத்தில் இரும்புச் சத்துக் குறைபாட்டால் கூட இப்படி ஏற்படுவது உண்டு. மருத்துவரிடம் இதைப் பற்றி கேட்டிடுங்கள். ஒருவேளை அடிக்கடி இவ்வாறு ஏற்பட்டது எனில் உடனடியாக மருத்துவரைச் சந்தித்திடுங்கள். உதடு மற்றும்

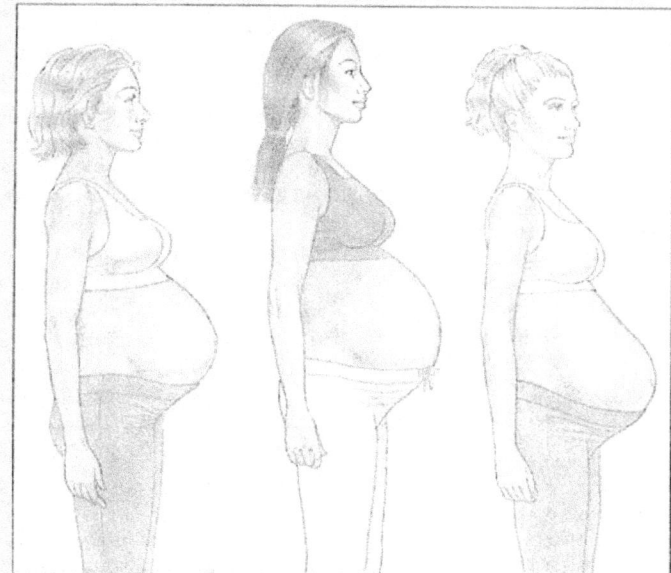

எட்டாவது மாதத்தில் கர்ப்பத்தின் நிலைமை

எட்டாவது மாதத்தில் கர்பிணியின் வயிறானது இந்த மூன்று நிலைகளிலே காணப்படும். இது குழந்தையின் எடை, அளவு, உங்களின் எடை அளவைப் பொறுத்து இருக்கும். நீங்கள் ஒருவேளை மிகவும் உயரமாக இருந்தீர்கள் எனில் வயிறு வெளியே அவ்வளவாகத் தெரியாது.

விரல்கள் நீலம் ஆகுதல், நெஞ்சில் வலி மற்றும் நாடியில் வேகம் போன்றவை இருப்பின் கவனிக்க மறந்து விடாதீர்கள்.

பிளாடர் மீது கட்டுப்பாடு இழத்தல்

நான் நேற்று இரவு ஒரு சிரிப்பு படம் பார்த்து அதிகமாக சிரித்து விட்டேன். இதனால் என்னுடைய பிளாடரில் இருந்து அடிக்கடி சிறுநீர் கசிவதைப்போல் இருக்கிறது இப்போது நான் என்ன செய்வது?

★ அடிக்கடி பாத்ரூம் போவது இயலாத காரியம். கர்ப்பத்தின் கடைசி நிலைமையில் இது ஒரு புது விதமான அவஸ்தையாகும். நீங்கள் தும்மும் போது, இருமும் போது, கனமான பொருளைத் தூக்கும் போது உங்களுக்கு சிறுநீர் கசிவானது ஏற்படும். கர்ப்பத்தின் அளவு பெரிதாகுவதால் கூட அடிக்கடி அழுத்தம் ஏற்பட்டு சிறுநீர் வெளியேறும். இதனால் தான் பல பெண்களுக்கு அடிக்கடி சிறுநீர் கழிக்க வேண்டும் போன்று தோன்றும். கீழே கொடுக்கப்பட்டுள்ளவற்றில் கவனம் செலுத்திடுங்கள்.

★ முதல் முறை சிறுநீர் கழிக்கச் செல்லும் போது பொறுமையுடன் முழுவதும் சிறுநீரைக் கழித்து விடுங்கள்.

★ கீகல் உடற்பயிற்சி செய்திடுங்கள். இதனால் ஓய்வு கிடைக்கும். மேலும் உங்களின் பழைய உடம்பும் பிரசவத்திற்குப் பிறகு பெற முடியும்.

★ சிரிக்கும் போது, இருமும் போது, தும்மும் போது கீகல் செய்திடுங்கள் அல்லது கால்களை மடக்கிக் கொள்ளுங்கள்.

★ சரியான சமயத்தில் சிறுநீர் கழித்திடுங்கள். இதனால் பிளாடரில் அழுத்தம் இருக்காது. மலச் சிக்கலில் இருந்து தப்பித்து விடுங்கள். இதனால் பெல்விக்சின் தசைகள் குறையாமல் இருக்கும்.

★ ஒருவேளை அடிக்கடி சிறுநீர் கழிக்க வேண்டும் என்பது போல் இருந்தால் உங்களின் பிளாடரை கட்டுப்பாட்டிற்குள் வைத்திடுங்கள். ஒரு மணி நேரத்திற்கு ஒருமுறை நீங்களாகவே சென்று சிறுநீர் கழித்து விடுங்கள். சிறுநீர் வெளியே வரும் வரை காத்திருக்காமல் போதுமான இடைவெளி விட்டு நீங்களே சென்று சிறுநீர் கழிப்பதே மிகவும் சிறந்தது.

★ எப்படி இருந்தாலும் சரி நீங்கள் பகலில் எட்டு டம்ளர் தண்ணீர் குடிக்க மறந்து விடாதீர்கள். ஒருவேளை தண்ணீர் பருகுவது குறைந்தால் பிறகு யோனிக் குழாய் வழியாக தொற்று நோய் ஏற்படும்.

சிறுநீர் அடிக்கடி போகும் போது அதனை விரலில் எடுத்து மோர்ந்து பார்த்திடுங்கள். ஏனெனில் அம்னியோடிக் திரவம் வெளிப்பட்டு விட்டது எனில் மருத்துவரை உடனடியாகச் சந்திக்க வேண்டியது அவசியமாகும்.

நீங்கள் எப்படி சுமந்து கொண்டு இருக்கின்றீர்கள்?"

"எட்டு மாதத்திற்கான வயிற்றைப் போல் எனது வயிறு இல்லை என்று எனது தோழி கூறுகிறாள். என்னுடைய குழந்தை இதனால் வளர்ச்சி இல்லாமல் இருக்குமா என்று எனக்குப் பயமாய் இருக்கின்றது?"

தாயின் வயிற்றைப் பார்த்து வயிற்றில் வளரும் குழந்தையின் அளவைக் கூறி முடியாது. அதற்கான அளவுகள் வித்தியாசப் படுகின்றது.

உங்களின் உடல் :-

உங்களின் உடல் வடிவத்தைப் பொறுத்து வயிற்றின் அளவு அமையும். உயரமான பெண்களுக்கு வயிறு தெரியவே தெரியாது.

குட்டையான பெண்களுக்கு வயிறு மிகவும் பெரிதாய்த் தெரியும். உடல் பருமனான பெண்களுக்கும் வயிறு மிகவும் பெரிதாகவும், எடுப்பாகவும் தெரியும். உடல் பருமனான பெண்களுக்கு முன்பே தொப்பை இருந்தால் இன்னும் வயிறு பெரிதாய்த் தெரியும்.

உங்களின் தசைகள் :-

உங்களின் தசைகள் மிகவும் இளகியதாக இருந்தால் கர்ப்பம் நன்றாக வெளியில் தெரியும். ஒருவேளை தசைகள் கடினமாகவும், அழுத்தமாகவும் இருந்தால் கர்ப்பம் வெளியில் அதிகமாகத் தெரியாது.

குழந்தையின் நிலைமை:-

உங்களின் குழந்தை கர்ப்பப்பையின் உள்ளே எப்படி இருக்கிறது என்பதைப் பொறுத்தும் உங்களின் வயிறு வெளியில் தெரியும்.

உங்களின் எடை:-

உங்களின் எடை அதிகரிக்க, அதிகரிக்க குழந்தையின் எடையும் அதிகமாகும். சில சமயங்களில் தாயின் எடை மட்டும் அதிகரித்து குழந்தையின் எடையானது அப்படியே இருக்கும். இந்த மாதிரி இருந்தால் உடனடியாக மருத்துவரிடம் ஆலோசனை செய்வது சிறந்தது.

உங்களின் தோழி, கணவர் மற்றும் உறவினரை விட உங்களின் எடை மற்றும் குழந்தையின் எடை, அளவு, வடிவம் போன்றவற்றை மருத்துவர் தான் தெள்ளத் தெளிவாக கூறுவார். ஏனெனில் அவர்தான் உங்களையும். உங்கள் குழந்தையும் அடிக்கடி பரிசோதனை செய்து கொண்டிருக்கிறார். இதற்காக அல்டிராசவுண்ட், மெடிக்கல் பரிசோதனை போன்றவை செய்யப்படுகின்றது. மருத்துவர் தேவைப்பட்டால் உங்களுக்கு உள் பரிசோதனையும் செய்து குழந்தையின் நிலைமையைக் கண்டறிவார். வெளியில் இருந்து பார்த்து யாராலும் அனுமானம் செய்ய முடியாது.

என்னுடைய தொப்புளில் இருந்து அடி வயிறு வரை புதிதாக ஒரு கோடு தோன்றியுள்ளது. அதனால் எனக்கு ஆண் குழந்தை தான் பிறக்கும் என்று எனது பாட்டி கூறுகிறார்கள். இது உண்மையா?

இது பாட்டிகளின் அனுமானம் தான், இருந்தாலும் 50 சதவீதம் அளவிற்கு உண்மையாகி விடுகின்றது. 50 சதவீதம் வேறுபட்டும் நடந்து விடுகின்றது. எந்தக் குழந்தையாக இருப்பினும் நன்றாக ஆரோக்கியமுள்ள குழந்தையாகப் பிறக்க வேண்டும் என்று நினையுங்கள். அந்தக் கோடு உங்களின் வயிறு விரிவடைதால் ஏற்படுகின்றது. இது ஆண் குழந்தைக்கான கோடு என்று மட்டும் எண்ண வேண்டாம்.

உங்களின் உயரம் மற்றும் பிரசவம்

"என்னுடைய உயரம் 5 அடி ஆகும். இதனால் எனக்கு சாதாரண பிரசவம் ஏற்படுமா?"

பிரசவம் என்று வரும் போது உங்களின் வெளி வடிவம் மற்றும் உயரத்தைப் பார்ப்பது இல்லை. அதற்கு பதிலாக உள் வடிவம் மற்றும் அமைப்பையே பார்க்கிறார்கள். பெல்விக் மற்றும் குழந்தையின் தலை அளவு பொறுத்தே உங்களின் பிரசவம் தீர்மானிக்கப்படுகின்றது. இதற்கும் உங்களின் உயரத்திற்கும் முற்றிலும் தொடர்பு கிடையாது. குறைந்த உயரம் கொண்டவர்களுக்கு பெல்விக்ஸின் பகுதி குறைவாக இருக்கும் என்றும் உயரமான பெண்களுக்கு பெல்விக் பகுதி பெரிதாக

பிரிச் குழந்தையை திருப்புதல்

சில மருத்துவர்கள் பிரிச் குழந்தையைத் திருப்புவதற்காக உங்களை உடற்பயிற்சி செய்யச் சொல்லுவார்கள். உங்களின் தலையை கீழே சாய்த்து கை மற்றும் முட்டியின் பலம் கொண்டு உட்காருங்கள். முன்னாடி, பின்னாடி சுழற்றிடுங்கள். இந்த உடற்பயிற்சியை செய்வதற்கு முன்னர் மருத்துவரின் ஆலோசனை பெற்றிடுங்கள்.

முகம் எங்கே உள்ளது

குழந்தையின் பொஸிஸனானது கீழ்க்காணும் விதத்தில் இருந்தால் மிகவும் அதிர்ஷ்டசாலி தான் நீங்கள் எனக் கூறலாம். தலை கீழேயும், முகம் உங்களுக்கு பின்னாடியும், முகலாய் கட்டை மார்பிலும் அழுத்தி இருந்தால் நல்லது இந்த ஹாக்கிபுட் எடிரியர் பொஸிஸன் குழந்தையின் பறிப்பிற்கு மிகவும் சரியானது. ஏனெனில் பிரசவ சமயத்தில் அதனுடைய தலை எளிதாக வெளியில் வந்து விடும். குழந்தையின் முகம் உங்களின் வயிற்றை நோக்கி இருந்தால் (ஆக்கிபுட் போஸ்டீரியர்) ஆபத்தானது. அதனுடைய பின் மண்டையானது உங்களின் முதுகெலும்பின் மீது அழுத்தம் கொடுத்துள்ளது எனில் குழந்தை வெளியே வர மிகவும் சிரமப்படும்.

பிரசவ நேரம் நெருங்கும் போது மருத்துவர் குழந்தையின் நிலமையைக் கண்டறிய முயற்சி செய்வார். உங்களின் நிலைமை போஸ்டீரியர் எனில் கவலைப் படாதீர்கள். குழந்தையானது பிரசவத்தின் போது சரியான பொஸிஷனுக்கு வந்து விடும். பலமுறை மருத்துவரும் குழந்தையின் பொஸிஸனை மாற்ற முயற்சி மேற்கொள்வார்.

குழந்தை எப்படி இருக்கின்றது?

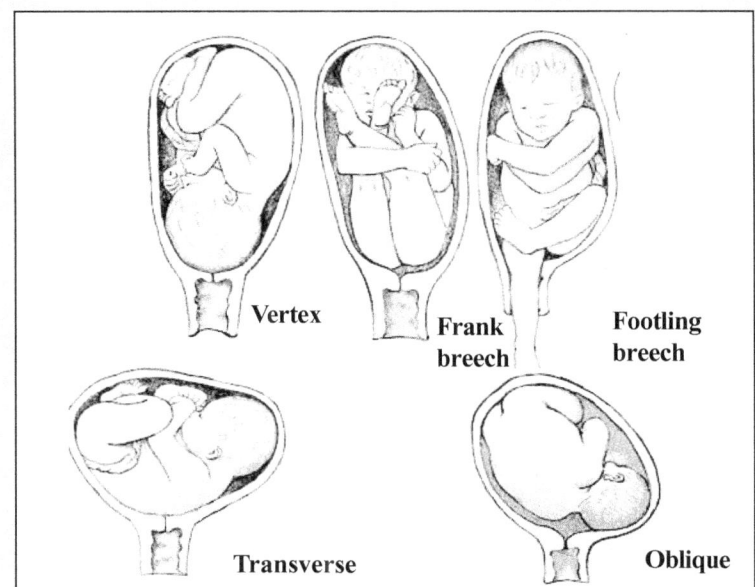

Vertex
Frank breech
Footling breech
Transverse
Oblique

பிரசவ நேரம் நெருங்கும் போது குழந்தையின் பொஸிஷனைக் கவனிக்க வேண்டும். அதிகமான குழந்தைகள் தலையை கீழே வைத்து வர்ட்டிக்ஸ் பொஸிஷனில் தான் இருக்கும். பிரிச் குாந்தை எல்லா பொஸஷஸனிலும் இருக்கும். புட்லிங் பிரிச்சல் இரண்டு கால்களையும் கீழே வைத்து கைகளை கட்டிக் கொண்டு இருக்கும். பிராங் பிரிச்சில் குழந்தையின் அடிப்பாகம் கீழேயும் கால்கள் மேலேயும் இருக்கும். டிரான்ஸ்வர்ஸ் பொஸிஷனில் குழந்தையின் முதுகு உங்கள் கர்ப்பப்பையின் வாயை நோக்கி இருக்கும். ஒப்லிக் பொஸிஷனில் குழந்தையின் தலையானது தாயின் பின்புறத்தில் இருக்கும்.

இருக்கும் என்றும் கிடையாது. உயரமானவர்களைவிடக் குறைவான உயரம் கொண்டவர்களுக்கு சில சமயங்களில் பெல்விக் பெரிதாய் இருக்கக்கூடிய வாய்ப்பு உண்டு.

நீங்கள் பெல்விக்கின் அளவை எப்படித் தெரிந்து கொள்வீர்கள்? (சிறிது, பெரிதானது, அகலமானது, நடுத்தரமானது) மருத்துவர் உங்களை முதன் முறையாக பரிசோதனை செய்யும் போது ஓரளவுக்கு தெரிந்து கொள்கின்றார். அவருக்கு ஏதேனும் சந்தேகம் ஏற்பட்டது எனில் அல்ட்ராசவுண்டின் உதவியை நாடி குழந்தையின் தலை வெளியே வரமுடியுமா என்பதைக் கண்டறிகின்றார்.

மருந்தின் மூலமாக குழந்தையின் தலையை பெரிதாக்கவோ, தாயின் உடலை சிறிதாக்கவோ முடியாது. குழந்தை ஒரு பிரச்சனையும் இல்லாமல் இந்த உலகத்தில் பிறக்கும் என்று நம்பிக்கை வையுங்கள்.

உங்களின் எடை மற்றும் குழந்தையின் அளவு

"என்னுடைய எடை மிகவும் அதிகமாகி விட்டது. இதனால் குழந்தையின் அளவும் கூடிவிட்டது என்று நினைக்கின்றேன். இதனால் பிரசவத்தின் போது பிரச்சனை ஏற்படுமா?"

உங்களின் எடை கூடி விட்டது என்றால் குழந்தையின் எடையும் கூடி இருக்கும் என்பது அர்த்தம் இல்லை. உங்களின் குழந்தை எடை கீழக்காணும் பல காரணங்களால் அதிகரிக்கக் கூடியது. ஜெனிடிக் காரணம், பிறக்கும் போது உங்களின் எடை, கர்ப்பத்திற்கு முன்னர் உங்களின் எடை, நீங்கள் எப்படிப்பட்ட உணவு எடுத்துக் கொள்கிறீர்கள் என்பதைப் பொறுத்தே அமைகின்றது. இதன்படி பார்த்தால் உங்களின் எடை 35-40 பவுண்டு இருக்கும். சில சமயத்தில் உங்களின் எடை 25 பவுண்டு அதிகரிக்கும் போது குழந்தையின் எடை 8 பவுண்டு இருக்கும். உங்களின் எடை எந்த அளவுக்கு அதிகரிக்கின்றதோ அந்த அளவுக்கு குழந்தையின் எடையும் அதிகரிக்க வாய்ப்பு உண்டு.

மருத்துவர் உங்களின் வயிறு மற்றும் கர்ப்பத்தின் உயரத்தை கணக்கிட்டு குழந்தையின் எடையை ஓரளவுக்கு தீர்மானிக்கின்றார். இதில் எடை சிறிது, கூடவோ குறைவாகவோ இருக்கலாம். அல்ட்ராசவுண்டு மூலமாகவும் குழந்தையின் எடையை கணக்கிடலாம். ஆனாலும் அதுவும் மிகவும் சரியானது தான் என்று கூற முடியாது.

ஒருவேளை குழந்தை மிகவும் பெரியதாக இருந்தால் சிரமமான பிரசவம் தான் என்று அர்த்தம் இல்லை 6-7 பவுண்டு எடை கொண்ட குழந்தையை விட 9-10 பவுண்டு எடை கொண்ட குழந்தையானது தாயின் வயிற்றை விட்டு வெகு விரைவில் வெளியில் வந்து விடுவது உண்டு. பல பெண்கள் அதிக எடை கொண்ட குழந்தையை மிகவும் எளிதாக பிரசவித்து விடுகின்றார்கள். உங்களின் பெல்விக்ஸ் வடிவமானது குழந்தையின் தலை வெளியில் வரும் அளவிற்கு வசதியாய் உள்ளதா என்பதை மட்டும் நீங்கள் மருத்துவரிடம் கேட்டுத் தெரிந்து கொள்ளுங்கள்.

குழந்தையின் நிலைமை

"என்னுடைய குழந்தையின் முகம் எந்தப் பக்கமாக உள்ளது என்பதை நான் எப்படி தெரிந்து கொள்வது? மேலும் குழந்தை சரியான இடத்தில் உள்ளதா என்பதையும் நான் எப்படி தெரிந்து கொள்வது?"

நீங்கள் வயிற்றை மேலோட்டமாக தொட்டுப் பார்த்து குழந்தையின் கை கால், முட்டி, முகம் என்று அனுமானம் செய்ய இயலாது. மேலும் இது குழந்தையின் சரியான இருப்பிடத்தையும், பொஸிஷ்னையும் கண்டறியக் கூடிய வழி இல்லை. மருத்துவரால் மட்டுமே உங்கள் குழந்தையின் சரியான பொஸிஷனைக் கூற முடியும்.

குழந்தையின் இதயத் துடிப்பைக் கொண்டு அதனுடைய பொஸிஷனைக் கண்டறியலாம். ஒருவேளை அதனுடைய தலை முதலிலேயே இருந்தது எனில் உங்கள் அடி வயிற்றில் குழந்தையின் இதயத் துடிப்புத் தெரியும். ஒருவேளை குழந்தையின் முதுகு மேல்புறத்தில் இருந்தால் குழந்தையின் இதயத் துடிப்பு நன்றாகவே வெளியில் கேட்கும். ஒருவேளை சந்தேகம் ஏற்பட்டது எனில் அதனைத் திர்க்க அல்ட்ராசவுண்டு முறையைக் கையாளுங்கள்.

உங்களின் மனது அமைதியாக கீழ்க்காணும் செய்திகளை நீங்கள் தெரிந்த வைத்துக் கொள்ள வேண்டும்.

- குழந்தையின் முதுகுப் பகுதி மென்மையானதாக இருக்கும்.
- எட்டாவது மாதத்தில் குழந்தையின் தலை உங்களின் பெல்விக்ஸ் பகுதிக்கு அருகில் இருக்கும்.
- அதனுடைய உடல் தலையை விடவும் மிகவும் மென்மையாக இருக்கும்.

பிரிச் குழந்தை

"குழந்தையின் தலை என்னுடைய அருகில் இருப்பதாக மருத்துவர் கூறுகிறார். இது தான் பிரிச் குழந்தையா என்று கூறுங்கள்?"

உங்களின் குழந்தை உங்கள் வயிற்றினுள் ஜிம்னாஸ்டிக் செய்கின்றது என்று எண்ணுகின்றேன். சாதாரணமாக 32 முதல் 38 வது வாரத்திற்குள் பெரும்பாலும் குழந்தையானது தனது சரியான இருப்பிடத்திற்கு வந்து விடும். சில குழந்தைகள் பிறப்பதற்கு சில நாட்கள் முன்பு வரையிலும் தனது சரியான இருப்பிடத்தை அடையாது. அதனுடைய கீழ்ப்பகுதி கீழ் நோக்கி இருக்கும். அது பிறக்கும் நேரத்தில் கூட பிரிச் ஆகும் வாய்ப்பு உண்டு.

நினைவில் கொள்ளுங்கள்

மருத்துவரிடம் கீழ்க்கண்டவற்றைப் பற்றி ஆலோசனை செய்யுங்கள்

- சி.செக்ஷன் செய்வதற்கு முதலிலேயே வேறு ஏதாவது உபாயம் செய்ய முடியும்?
- எந்தமாதிரியான அறுவை சிகிச்சை செய்ய முடியும்?
- ஒருவேளை குழந்தை பிரிச் ஆக இருப்பின் என்ன செய்வது?
- உங்கள் கணவர் உங்கள் அருகில் இருக்க முடியுமா?
- குழந்தை பிறந்தவுடன் உங்கள் வயிற்றில் வைக்கப்படுமா?
- நீங்கள் சரியாவதற்கு எத்தனை நாட்கள் ஆகும்?
- உங்களுக்கு எந்தவித பிரச்சனை ஏற்படும்?

சி.செக்ஷனைப் பற்றி முழுவிவரம் வேண்டும்?

ஒருவேளை மருத்துவர் பிரசவத்திற்கு முன்பே உங்களுக்கு பிரிச் இருப்பைக் கண்டறிந்தால் உங்களிடம் ஆலோசனை பெற்று ஏதாவது உபாயம் செய்வார். எனவே நீங்கள் பயப்பட வேண்டிய அவசியம் இல்லை.

"பிரிச் குழந்தையைத் திருப்ப என்ன செய்யலாம் என்று கூறுங்கள்?"

குழந்தையின் நிலைமையை மாற்ற பல உபாயங்கள் செய்யலாம். மருத்துவர் உங்களுக்கு எளிதான உடற்பயிற்சிகளைக் கூறுவார். அதனை நீங்கள் தொடர்ந்து செய்தல் வேண்டும். அக்யூபஞ்சர் மற்றும் இயற்கை வைத்தியத்தின் உதவியைக் கூட நீங்கள் நாடலாம்.

மருத்துவர் குழந்தையின் நிலைமையை சரியாக வைக்க தனது கைகளினாலேயே முயற்சி செய்வார். இதனை எக்ஸ்டர்னல் சிபேலிக் வர்ஜில் ஈசீவி என்பர். இந்த ஈசீவி 37 அல்லது 38 வது வாரத்தில் செய்யப்படுகின்றது. இதனால் குழந்தை ஓரளவு ஓய்வாக இருக்கும். பல மருத்துவர்கள் எபிடியூரலுக்குப் பிறகு இதனை செய்வதையே விரும்புகிறார்கள். மருத்துவர் மெதுவாக குழந்தையின் கையை கீழே கொண்டு வர முயற்சி செய்கிறார். ஒவ்வொரு விஷயத்திலும் மிகவும் கவனமுடன் இருக்கின்றார்.

என்னுடைய குழந்தை பிரிச் நிலைமையில் உள்ளது. இதனால் எனக்கு யோனிக் குழாய் மூலமாக குழந்தை பிறக்குமா?

நீங்கள் யோனிக்குழாய் மூலமாகக் குழந்தை பெறுவது என்பது பல காரணங்களை உள்ளடக்கியது. இது உங்களின் மருத்துவரை பொறுத்த விஷயமும் கூட. மருத்துவர் சி.செக்ஷன் செய்து குழந்தையை சரியான பொஷிஷனில் வைத்து விட்டால் உங்களுக்கு சிரமம் ஏற்படாது. ஒருவேளை பிரேங் பிரிச் எனில் பெல்பரனில் அதிக இடம் இருக்கும். சி.செக்ஷன் செய்யாமலே வேலை முடியும். இதனால் உங்களுக்கு சுகப் பிரசவம் ஏற்படும். மருத்துவர் உங்களிடம் இதைப்பற்றித் தெளிவாகக் கூறுவார்.

நீங்கள் பயப்படவேண்டியது இல்லை.

"மருத்துவர் எனக்கு ஒப்லிக் பொஷினில் இருப்பதாக மருத்துவர் கூறுகிறார். இதனால் பிரசவம் சிரமமாக இருக்குமா?"

இந்த நிலைமையில் குழந்தையானது தன்னுடைய கைகளை மேலே கட்டிக்கெண்டு உள்ளது. இதனால் யோனிக் குழாய் வழியாக நடைபெறுவது மிகவும் சிரமம். உங்களுக்கு சி.செக்ஷன் செய்து ஆக வேண்டும். வேறு வழி இல்லை.

சிசேரியன் பிரசவம் :-

மருத்துவர் எனக்கு சிசேரியன் பிரசவம் செய்ய வேண்டும் என்று கூறியுள்ளார். நான் மிகவும் கவலையாக இருக்கின்றேன்

ஆப்ரேஷன் என்றவுடன் எல்லலோருக்கும் ஒருவித பயம் ஏற்படுவது உண்டு. 30 சதவீத பெண்களுக்கு சிசேரியன் பிரசவமே ஏற்படுகின்றது.

குழந்தையின் பொஸிஷன் சரியாக இல்லாத சமயத்தில் மருத்துவர் ஆப்ரேஷன் செய்ய வேண்டும் என்று பரிந்துரை செய்வார். இப்பொழுது எல்லா மருத்துவ மனைகளிலும் செய்யப்படுகின்றது.

எல்லா மருத்துவமனைகளிலும் ஆப்ரேஷன் செய்வதற்கான வசதிகள் வைக்கப்பட்டுள்ளது. இதனால் உங்களுக்கும் உங்கள் குழந்தைக்கும் எந்தவித பாதிப்பும் ஏற்படாது.

"சி.செக்ஷன் செய்வதைப் பற்றி எனக்குத் தெளிவான விவரம் கூறுங்கள்?"

சி.செக்ஷன் கீழே கொடுக்கப்பட்ட பல காரணங்களால் செய்யப்படுகின்றது.

பாதுகாப்பு:-

குழந்தை மற்றும் தாயின் பாதுகாப்பைக் கருத்தில் கொண்டு சி.செக்ஷன் செய்யப்படுகின்றது.

பெரிய குழந்தை:-

குழந்தையின் எடை மற்றும் வடிவம் மிகவும் பெரியதாக இருந்தால் சி.செக்ஷன் செய்யப்படுகின்றது.

உடல் பருமான பெண்:-

தாயின் உடல் பருமனாக இருப்பின் சாதாரண பிரசவம் ஏற்படுவது சிரமம். எனவே சி.செக்ஷன் செய்யப்படுகிறது.

வயதான பெண்:-

தாயின் வயது முப்பத்திஐந்திற்கு அதிகமாக இருந்தால் சி.செக்ஷன் செய்யப்படுகிறது.

இரண்டாவது முறை சி. செக்ஷன் :-

முதல் பிரசவத்தில் சி.செக்ஷன் செய்யப்பட்டு குழந்தை பிறந்து இருப்பின் இரண்டாவது முறையும் சி.செக்ஷன் செய்யப்படுகிறது.

குறைந்த உபகாரணங்களைக் கொண்டு சி.செக்ஷன் :-

இப்பொழுது குறைந்த உபகரணங்களைக் கொண்டு சி.செக்ஷன் செய்யப்படுவதால் மிகவும் பாதுகாப்பாக இருக்கிறது.

தாயின் எண்ணம் ' :-

இப்பொழுது கர்ப்பிணிப் பெண்களே சி. செக்ஷன் செய்துவிடுமாறு கூறுகிறார்கள். ஏனெனில் அவர்களால் பிரசவ வலியை பொறுத்துக் கொள்ள முடிவதில்லை.

மகிழ்ச்சி :-

பிரசவ வலியை ஒப்பிடும்போது சி.செக்ஷன் செய்து விடுவது மகிழ்ச்சியாக இருக்கிறது.

எனக்கு சி.செக்ஷன் செய்யவேண்டும் என்று மருத்துவர் கூறுவதன் காரணம் என்ன?

பல பெண்கள் இப்பொழுது சி. செக்ஷன் செய்வதற்கு மிகவும் ஒத்துழைப்பு கொடுக்கிறார்கள். கீழ்க்காணும் காரணங்களில் ஏதேனும் ஒன்று உங்களுக்கு இருக்கலாம்.

- ❖ தாய் சுகப் பிரசவம் செய்ய முடியாத நிலையில் இருத்தல்.
- ❖ குழந்தையின் தலை பெரிதாக இருத்தல்
- ❖ இரண்டு அல்லது மூன்று குழந்தைகள் இருந்தால்.
- ❖ பிரிச் குழந்தை எனில்
- ❖ தாய்க்கு நாட்பட்டு இருப்பின்
- ❖ உடல் பருமனான தாயாக இருந்தால்.
- ❖ தொற்று நோய் இருந்தால்.
- ❖ பிளசெணடே விலகிவிட்டால்

பிரசவம் தொடங்கி பிறகு சி.செக்ஷன் என்ற முடிவு செய்யப்பட்டால் :-

- ❖ கர்ப்பபை கிழிந்தால்
- ❖ பிரிச் குழந்தையாக இருந்தால்
- ❖ குழந்தையின் தலை வெளியே வரும்போது அதிக சிரமப்பட்டால்

இவ்வாறான பல காரணங்களால் தீடீர் என்று சி.செக்ஷன் செய்யப்படுகின்றது.

எலட்டிவ் அப்ரேஷன்

"பலபெண்கள் சி.செக்ஷன் பிரவத்தை விரும்புகிறார்கள். நானும் அப்படியே செய்ய வேண்டுமா?"

இப்பொழுது எல்லாம் பிரசவ வலியை பொறுத்துக் கொள்ளுவதற்குப் பதிலாக சி. செக்ஷன் முறையை விரும்புகிறார்கள்.

யோனி மூலமாக குழந்தை பிறக்கும் போது வலி

யோனி மூலமாக குழந்தை பிறப்பதால் வலி அதிகம் ஏற்படும்.

வைஜினியா பிரசவம்

யோனி மூலமாக பிரசவம் செய்யும் போது கர்ப்பப்பை இறங்கி விடும் என்ற பயம்.

சிறந்த சமயத்தில் பிரசவம்

சிறிது சிறிதாகச் சாப்பிடுங்கள்

நீங்கள் பகலில் சிறிது சிறிதாகச் சாப்பிடுங்கள். ஒரே முறையில் சாப்பிடுவதை விட்டுவிட்டு ஆறு முறை சிறிது சிறிதாக குழந்தைக்கு தேவையான சத்துள்ள உணவை எடுத்துக் கொள்ளுங்கள்.

ஆப்ரேஷன் மூலமாக தனக்குப் பிடித்தமான நேரத்தில் குழந்தையைப் பிறக்க வைக்கலாம் என்று பெற்றோர் விரும்புகின்றார்கள்.

இரண்டாவது குழந்தையின் பிரசவம்

முதல் குழந்தை சிசெக்ஷனில் பிறப்பதால் அடுத்த குழந்தை பிறக்க வேண்டாம் என்று பெற்றோர் முடிவு செய்கிறார்கள்.

எனவே மேலே குறிப்பிட்ட காரணங்களில் நீங்கள் எதனை விரும்புகிறீர்கள் என்பதைப் பொறுத்தே உங்களின் ஆப்ரேஷன் நடைபெறும்.

மீண்டும் மீண்டும் சிசேரியன்

எனக்கு இரண்டு முறை சி.செக்ஷன் செய்து விட்டார்கள். இன்னும் எத்தனை முறை செய்ய முடியும்?

பெரும்பாலும் இரண்டு முறை தான் சி. செக்ஷன் செய்யமுடியும். ஒருமுறை மருத்துவர் அடிவயிற்றின் பக்கவாட்டில் அறுப்பார்

அடுத்த முறை மருத்துவர் வயிற்றின் நேர்கோட்டில் அறுப்பார். எனவே இரண்டு முறை தான் சி.செக்ஷன் செய்வது சிறந்தது.

ஆப்ரேஷனுக்குப் பிறகு வைஜயினல் பர்த்

"நான் ஆப்ரேஷனுக்கு பிறகு வைஜயினால் பர்த் முயற்சி செய்யலாமா?"

முதலில் மருத்துவரின் ஆலோசனை பெற்றிடுங்கள். 60 சதவீத பெண்களுக்கு சி. செக்ஷனுக்குப் பிறகு வைஜயினல் பர்த் செய்யப்படுகிறது. 10 சதவீதம் பெண்களுக்கு இது இயலாத காரியம்.

ஒருவேளை உங்களின் மருத்துவர் உங்களுக்கு ஒத்துழைப்புக் கொடுத்தால் நீங்கள் முயற்சி செய்து வைஜயினால் பர்த் செய்யலாம்.

குருப் பி ஸ்டைரிப்

"மருத்துவர் எனக்கு அந்த குருப் பி ஸ்டைரிப் உள்ளதாக கூறுகிறார்? நான் என்ன செய்வது?"

நீங்கள் பிரசவிக்கும் சமயத்தில் உங்களுக்கு கழுத்தில் தொற்று ஏற்பட வாய்ப்பு உண்டு. இதனை நீங்கள் தவிர்த்திடுதல் வேண்டும்.

10 முதல் 35 சதவீத பெண்களுக்கு இந்த பாக்டீரியா தொற்று ஏற்படுகின்றது. இது குழந்தை, உங்களின் கழுத்தைப் பாதிக்கக் கூடியது.

உங்களுக்கு இதனுடைய அறிகுறி தெரிந்தவுடனே மருத்துவரிடம் இதைப்பற்றி கூறிவிடுங்கள். மருத்துவர் உங்களுக்குத் தேவையான மருந்துகளைக் கொடுப்பார்.

35 முதல் 37வது வாரத்திற்கு இடையில் செய்யப்படும் பரிசோதனையில் தெளிவாகத் தெரிந்து விடும். இதனை 'பேப் ஸ்மியர் டெஸ்ட்' என்பர். இந்த பரிசோதனையில் பாசிட்டிவ் என்று வந்தால் மருத்துவர் உங்களுக்கு ஊசி செலுத்துவார்.

ஒருவேளை பிரசவத்தின் சிறிது நாட்களுக்கு முன்னர் தெரியவரின் சிகிச்சை கொடுப்பது முடியாத காரியமாகும். உங்களுக்கு முன்னரே குழந்தைக்குத் தொற்று ஏற்பட்டது எனில் மருத்துவரால் மருந்து கொடுத்தும் அது சரியாக முடியாது.

குளித்தல்

"கர்ப்ப காலத்தில் கடைசி நேரத்தில் குளிப்பது சரியா?"

முற்றிலும் சரியே சூடான தண்ணீரில் குளிப்பதால் உடம்பிற்கு சுகம் ஏற்படும். உடல் நிலை சீராக இருக்கும். உடல் உறுப்புகளை சுத்தமாகக் கழுவ வேண்டும்.

பிரசவமான பிறகு கூட குளிக்கலாம் ஹைட்ரோதெரபி மூலமாக பிரசவ வலியைக் குறைக்கலாம். பிரசவத்தைத் தண்ணீருக்குள்ளும் நடத்தலாம்.

சூடான தண்ணீர் டப்பில் ஒருமேட் விரிக்க வேண்டும். உங்கள் கால்களை அதன் மீது வைத்து சூடான தண்ணீரால் கழுவிக் கொள்ளலாம்.

வண்டி ஓட்டுதல்

"கர்ப்பம் தரித்த பிறகு கார் ஓட்டலாமா?"

கார் ஓட்டலாம். உங்களால் இயன்ற வரை சீட்டை பின்னால் இழுத்துக் கொண்டு அமருங்கள். இதனால் உங்களுக்கு அமருவதற்கு தேவையான இடம் கிடைக்கும்.

காரை ஒரு மணி நேரத்திற்கு அதிகமாக அமர்ந்து ஓட்டாதீர்கள். ஏனெனில் வெகு விரைவில் சோர்வு அடைந்து விடுவீர்கள். எனவே தூரப்பயணத்தைத் தவிர்த்திடுங்கள். வெகு துரம் கார் ஓட்ட வேண்டிய கட்டாயம் ஏற்பட்டால் 1 மணி நேரத்திற்கு ஒரு முறை கீழே இறங்கி நின்றிடுங்கள். இடுப்பு மற்றும் கழுத்தில் வலி ஏற்படாத வண்ணம் பார்த்துக் கொள்ளுங்கள்.

பிரசவ வலி வந்தவுடன் தாங்களே கார் ஓட்டிக் கொண்டு செல்லாதீர்கள். காரை வேறு ஒருவரை ஓட்டச் சொல்லி நீங்கள் பக்கத்தில் அமர்ந்து கொள்ளுங்கள். மறக்காமல் சீட்.பெல்ட் அணிந்து கொள்ளுங்கள்.

பிரயாணம் செய்தல்

"ஒரு முக்கியமான வியாபார விஷயமாக பிரயாணம் செய்ய வேண்டியுள்ளது. கர்ப்பத்தின் எட்டாவது மாதத்தில் பிரயாணம் செய்யலாமா வேண்டாமா?"

முதலில் உங்கள் மருத்துவரின் ஆலோசனையைப் பெறுங்கள். ஒவ்வொரு மருத்துவரும் ஒவ்வொரு மாதிரியான ஆலோசனையைக் கூறுவார். உங்களின் உடல்நிலையைப் பொறுத்தே பிரயாணம் மேற்கொள்ளலாம். சில சமயங்களில் பிரயாணத்தால் குறைப் பிரசவம் ஏற்பட்டுவிடும். கழுத்து, முதுகு, காலில் வலி ஏற்படுவதற்கான வாய்ப்புகள் அதிகம். எனவே அதிக தூரப் பிரயாணத்தைத் தவிர்ப்பது நல்லது. இல்லையேல் விமானத்தில் பிரயாணம் செய்யுங்கள். சில விமான நிறுவனங்கள் ஒன்பது மாதம் ஆன கர்ப்பவதியை அனுமதிக்க மாட்டார்கள். அவசர காலங்களில் டாக்டரின் அனுமதி பெற்றுப் பயணம் செய்யலாம்.

வெகு தூரம் பயணம் செய்யும் போது கணவருடன் செல்வதே சிறந்தது. உங்களின் உடல்நிலையையும் கவனித்துக் கொள்ளுங்கள்.

பயணத்தின்போது கவனிக்கப்பட வேண்டிய விதிமுறைகள்

நீண்ட நேரப் பயணத்தின்போது, அவ்வப்போது (1மணி நேரத்திற்கு 1 தடவை) சிறிது ஓய்வு எடுத்துக் கொள்வது, உடலின் இரத்த ஓட்டத்தை சமச்சீர் செய்யும். இருக்கையில் போடப்படும் இருக்கை பெல்ட், வயிற்றின் மேற்பகுதியில் போடப்படாமல் இடுப்பில் போடப்பட வேண்டும்.

உணவுப் பொருட்களும் குடிநீரும் தேவையான அளவு எடுத்துக் கொண்டால் வழியில் ஏற்படும் அயர்ச்சியைக் குறைத்துக் கொள்ளலாம். சிறிய தலையணை கர்ப்பிணியை வசதியாக இருக்கையில் அமர உதவி செய்யும். மருத்துவரிடம் செல்லும் தூரம், ஊர்தி இவைகளைப் பற்றி முன்கூட்டியே சொல்லி அதற்கேற்ற ஆலோசனையைப் பெற்றுக் கொள்ள வேண்டும். வெளிநாட்டுப் பயணங்கள் மேற்கொண்டால், தேவையான தடுப்பூசிகளை மருத்துவரின் கவனிப்புடன் முன்கூட்டியே எடுத்துக் கொள்வது பிரச்சினைகளை தவிர்த்து விடும்.

கர்ப்பத்தின் கடைசி மாதம் மற்றும் உடல் உறவு

"நான் கர்ப்பத்தின் கடைசி நிலைமையில் இருக்கிறேன். கர்ப்ப காலத்தில் உடலுறவு வைத்துக் கொள்வது ஏதும் பிரச்சினையை உண்டுபண்ணுமா?"

இல்லை, உடலுறவிற்கும், கஷ்டமான பிரசவத்திற்கும், எந்த சம்பந்தமும் இல்லை. அதே மாதிரி, அதிகமான உடலுறவு, யோனிக் குழாயையும் பெரிது பண்ணிவிடாது. உங்கள் நண்பர்களுக்கு உண்மைகள் புரியவில்லை என்பது தெரிகிறது. இது கண்கள் தெரியாத ஒருவர் கண்கள் தெரியாத மற்றொருவருக்கு வழிகாட்டிச் செல்வது போலாகும்.

கர்ப்பப்பையின் வளர்ச்சியினால், கர்ப்பப்பையின் வாய் சிறிது கீழ் நோக்கி வருவதற்கு வாய்ப்பு உண்டு. ஹார்மோன்களின் அதிகப்படியான சுரப்பினால் கர்ப்பிணிகளுக்கு யோனிக் குழாயின் வழவழப்புத் தன்மை ஏற்படும். இரண்டுமே ஆரோக்கியமானது தான். எப்பொழுதும் செய்வது போல் இல்லாமல், பெண் மேல் உள்ள நிலையிலோ அல்லது பக்கவாட்டு நிலையிலோ உடலுறவு வைத்துக் கொள்ளலாம். இந்த நிலையில் உங்களால் கட்டுப்பாட்டோடு செய்ய முடியும். உடலுறவு செய்வது, பிறப்புறுப்பில் அரிப்பு, கருக்கலைப்பு ஏற்படும் சாத்தியக்கூறு அதிகம் உள்ளவர்கள். குறைப்பிரசவத்தில் குழந்தையுற்றவர்கள் அல்லது இதைத் தடுக்க மருந்துகள் உட்கொண்டிருப்பவர்கள், கர்ப்பத்தில் இரத்தப்போக்கு அல்லது பனிநீர் உடைப்பு போன்றவை உள்ளவர்கள், உடலுறவு வைத்துக் கொள்வதைத் தவிர்க்க வேண்டும்.

நாங்கள் இருவரும்

"குழந்தை பிறப்பதற்கான சமயம் நெருங்கி விட்டது. இப்பொழுது எங்கள் இருவருடைய எண்ணங்களும் வாழ்க்கை முறைகளும், குழந்தையின் குணாதிசயத்தைப் பாதிக்குமா?"

உங்கள் குழந்தை உங்களைப் போல் இருக்காது என்று தெரிந்தும் கூட அதனுடைய வளர்ச்சிக்குப் பெற்றோர் என்கின்ற முறையில் உங்களின் பங்களிப்பு இருக்க வேண்டும் என்று நீங்கள் ஆசைப்படுகிறீர்கள். உங்களின் ஜீன்கள் (மரபுக் கூறுகள்) உங்கள் குழந்தைக்கு இருக்காது என்றாலும், நாம், நாமாக மாறுவதற்கு நம்மைச் சுற்றியுள்ள மனிதர்களின் குணாதிசயங்களும் முக்கியமான காரணங்கள் என்பது நமக்குத் தெரிந்ததே. நம் பெற்றோரிடமிருந்து மிக முக்கியமான ஒன்று குழந்தைகளுக்கு கொடுக்கப்படுவது தகுதியுள்ள நெறிமுறை தான். உங்களின் செயல்முறைகள் உங்களின் வயிற்றில் இருக்கும் குழந்தைக்கு கடத்தப்படாது என்றாலும், அனைத்துப் பெற்றோரும் செய்வது போல், நீங்களும் உங்கள் கணவரும் வயிற்றில் கைகளை வைத்து, உங்கள் குழந்தையிடம் பேச வேண்டும். குழந்தை தன் தாயின் குரலில் இருந்து மிகுந்த பாதுகாப்பை உணர்வதோடு, பிறந்தவுடன், தாயின் குரலையும் கண்டுபிடித்து விடும். இது தாய் சேய் இணைப்பிற்கு மிகவும் உதவும். உங்களின் குழந்தைக்காக நீங்கள் அடுத்து செய்யக்கூடியது. உங்களின் உணவுப் பழக்கங்களை ஆரோக்கியமானதாகவும், சமச்சீராகவும் வைத்துக் கொள்ளுதல், இதனால் கர்ப்பத்தில் உள்ள குழந்தையின் முழு வளர்ச்சிக்கும், பிறந்த பிறகு தாய்ப் பாலின் மூலம் அதற்கு நல்ல ஊட்டசத்து கிடைக்கவும் ஏதுவாக இருக்கும். இதனால் உங்களுக்குக் கருமுட்டை தானம் செய்த தாயை விட நீங்கள் அதிகமாக குழந்தைக்கு நன்மை செய்தவர்களாகக் கருதப்படுவீர்கள். அதனாலேயே உங்கள் குழந்தை நன்றாக வளரவமுடியும்.

குழந்தைப் பேறில்லாத பிற தம்பதியரைப் போல உங்களுக்கும் ஆலோசனை சொல்லபட்டிருக்கும் என நம்புகின்றேன். கரு விந்தணு, சூல் இவைகளைத் தானமாகப் பெறும் தம்பதியருக்கு இது மிகமிக அவசியம்.

நம் எண்ணங்களின் அலை எவ்வளவு கடுமையாக இருந்தாலும், குழந்தையின் வளர்ச்சியையோ, தாய் சேய் பிணைப்பையோப் பாதிக்காது. உங்களின் குழந்தைக்கு உள்ளது வெளி மரபணுக்கள்

என்கின்ற எண்ணங்களை மனதில் இருந்து எடுத்து விடுங்கள். நீங்கள் எப்பொழுது கருமுட்டை தானம் பெற சம்மதித்தீர்களோ அப்பொழுதே, இதை செய்திருக்க வேண்டும். எனவே தயவு செய்து இவ்வாறான நினைப்புகளைத் தவிர்த்து விட்டு, உங்களின் தாய்மைப் பேற்றை முழுவதுமாக அனுபவிக்கவும். உங்கள் அனைவருக்கும் (நீங்கள் உங்களின் கணவர், வரப்போகும் உங்களின் குழந்தை) என்னுடைய நல்வாழ்த்துக்கள். உங்கள் குடும்பம் அழகான குடும்ப மாயிருக்கும் என்கின்ற நம்பிக்கை எனக்கு இருக்கிறது. அந்தக் குட்டிக்குழந்தை உங்களுக்கு அதீதமான மகிழ்ச்சியைத் தருவதோடு அதனுடைய பெற்றோருக்கு மிகுந்த பெருமையையும் தரும் என்பதில் எனக்கு ஐயமில்லை.

தாய்ப்பால்

குழந்தை பிறந்த பிறகு தாய்ப்பால் கொடுக்க ஆரம்பித்து இருப்பீர்கள். பிரசவம் ஆன உடனேயே தாய்ப்பால் சுரக்க ஆரம்பித்து இருக்கும். முதன் முதலில் தாய்ப்பால் கொடுக்கும் போது சிலவற்றை நீங்கள் கவனத்தில் கொள்ளுதல் வேண்டும். உங்களின் நிப்பிள் முதல் முதலில் குழந்தையின் வாய்க்குள் எப்படிச் செலுத்துவது, தாய்ப்பால் எப்படிக் கொடுப்பது என்பதைப் பற்றி கீழே கொடுக்கப்பட்டுள்ளது.

ஒவ்வொரு தாய்க்கும் தாய்ப்பால் கொடுப்பது என்பது ஒரு புது அனுபவமே. குழந்தை பிறந்தவுடன் தாய்ப்பாலை விரும்பிக் குடிக்காது. அதற்கும் குடிக்கத் தெரியாது. இதனைப்பற்றித் தெளிவாக தெரிந்து கொள்ள உங்களுக்கு இந்தப் புத்தகத்திலுள்ள சில குறிப்புகள் உதவும்.

- முதலில் உங்களின் இரண்டு மார்பகத்திலுள்ள நிப்பிளை நன்றாகக் கழுவி சுத்தம் செய்திடுங்கள். அதில் உள்ள முடிகளை நீக்கிடுங்கள்.
- குழந்தை கண் விழித்தவுடன் அதற்குத் தாய்ப்பால் புகட்டிடுங்கள்.
- தாய்ப்பால் கொடுப்பதற்கான வழிமுறைகளை மருத்துவர், நர்ஸ்சிடம் கேட்டுத் தெரிந்து கொள்ளுங்கள்.
- மற்றவர்களின் முன்னால் தாய்ப்பால் ஒருபோதும் கொடுக்காதீர்கள். தனி அறையில் அமர்ந்து கொண்டு கொடுத்திடுங்கள்.
- குழந்தை ஆரம்ப நாட்களில் மெதுவாக தாய்ப்பால் குடிக்க ஆரம்பிக்கும். போகப்போக அது அதிக அளவில் தாய்ப்பால் குடிக்கும்.
- குழந்தைக்கு ஒருபோதும் புட்டிப்பால் கொடுக்காதீர்கள். உங்களுக்குத் தாய்ப்பால் சுரக்கவில்லையெனில் மருத்துவரை சந்தித்து தாய்ப்பால் சுரப்பதற்கான மருந்துகளை வாங்கி போட்டுக்கொள்ளுங்கள்.
- பகலில் குறைந்தது 8 முதல் 12 முறை தாய்ப்பால் கொடுத்திடுங்கள். இரவில் குழந்தை அழும் சமயத்தில் மட்டும் கொடுத்தால் போதுமானது.
- ஒருமுறை ஒரு மார்பகத்தில் தாய்ப்பால் கொடுக்க வேண்டும். மறுமுறை அடுத்த மார்பகத்தில் மாற்றி குழந்தைக்குப் பால் கொடுத்திடுங்கள்.

தாய்ப்பால் எப்படிக் கொடுப்பது?.

- ★ முதலில் தனியான, அமைதியான ஒரு அறையைத் தேர்ந்தெடுத்து அமர்ந்து கொள்ளுங்கள்.
- ★ குழந்தையை உங்களின் மடியில் கிடத்திடுங்கள். பிறகு மெல்லமாக அதனுடைய தலையை உங்கள் கை கொண்டு உங்கள் மார்பகத்தின் அருகில் கொண்டு செல்லுங்கள்.
- ★ மெதுவாக உங்களின் நிப்பிளைப் பிடித்து அதன் வாய்க்குள் புகுத்திடுங்கள்.

தாய்ப்பாலுக்கான ஏற்பாடு

பிரசவம் ஆனவுடன் உங்களுக்கு தாய்ப்பால் சுரக்க ஆரம்பிக்கின்றது. முதலில் உங்களின் நிப்பிளை நீங்கள் சுத்தம் செய்தல் வேண்டும். பிறகு அதனை வெள்ளை துணி கொண்டு துடைத்திடுதல் வேண்டும்.இப்பொழுது நிப்பிளிருந்து பால் சுரக்க ஆரம்பிக்கும்.

மார்பக அழகு

தாய்ப்பால் கொடுப்பதால் மார்பகத்தில் அழகு போய்விடுமா? இது பல பெண்களுக்கு கேள்விக் குறியாகவே உள்ளது? தாய்ப் பால் கொடுப்பதால் மார்பகத்தின் அழகு கெட்டு விடாது.

- ★ அது மெது மெதுவாக சப்ப ஆரம்பிக்கும். இதனை நீங்கள் உணருவீர்கள்.
- ★ உங்களுக்கு அருகில் ஏதாவது ஒரு புத்தகத்தை வைத்துக் கொண்டு அதனை படித்திடுங்கள்.
- ★ உங்களுக்குப் பிடித்தமான உணவுப் பொருட்கள் பக்கத்தில் வைத்துக் கொண்டு மெல்லமாக சுவைத்துச் சாப்பிடுங்கள்.
- ★ இடையிடையே குழந்தை பால் குடிக்கின்றதா என்பதைப் பார்த்துக் கொள்ளுங்கள்.
- ★ தேவைப்பட்டால் குழந்தைக்கு அடியில் ஒரு தலையணை வைத்துக் கொள்ளுங்கள்.
- ★ முதல் ஒரு வாரம் வரையிலும் இவ்வாறாக குழந்தைக்குத் தாய்ப்பால் புகட்டுங்கள். பிறகு உங்கள் குழந்தை உங்களை விடவேவிடாது. இப்போது நீங்கள் முழுவதும் தாய்ப்பால் கொடுப்பதற்கு தயாராகி விட்டீர்கள்.
- ★ குழந்தையை வெகு நேரம் வரையிலும் தூங்க விடாதீர்கள். இரண்டு மணி நேரத்திற்கு ஒருமுறை குழந்தையைத் தட்டி எழுப்பித் தாய்ப்பால் புகட்டிடுங்கள்.

ஆப்ரேஷனுக்குப் பிறகு தாய்ப்பால்

ஆப்ரேஷனுக்குப் பிறகு தாய்ப்பால் நீங்கள் குழந்தைக்கு தாய்ப்பால் கொடுக்கலாம். முதல் இரண்டு நாள் உங்களுக்கு தாய்ப்பால் கொடுப்பது சிரமமாக இருக்கும். பிறகு சரியாகி விடும். முதல் இரண்டு நாளில் சுரக்கும் கொலஸ்டிரம் குழந்தைக்கு மிகவும் சத்தானது. எனவே இதனை பைப் கொண்டு உறிஞ்சி எடுத்து குழந்தைக்கு கொடுத்தல் நல்லது.

உங்களுக்கு மார்பக ஆப்ரேஷன் எதுவும் செய்து இருந்தால் குழந்தைக்குத் தாய்ப்பால் கொடுப்பது இயலாத காரியம்.

குழந்தையைத் தட்டி எழுப்ப அதனுடைய கால் விரலை நிமிட்டிடுங்கள். உடனே குழந்தை

அழ ஆரம்பிக்கும். பிறகு குழந்தையைத் தூக்கி உங்கள் மார்பின் மீது கிடத்தி பிறகு தாய்ப்பால் புகட்டிடுங்கள்.

★ அதிகமாகக் குழந்தை அழும் போது தாய்ப்பால் கொடுக்காதீர்கள். அதனுடைய அழுகையை அடக்கி விட்டு பிறகு தாய்ப்பால் கொடுப்பது சிறந்தது.

★ தாய்ப்பால் கொடுக்கும் போது நீங்கள் மற்றவர்களிடம் பேசுவது, செல்போனில் பேசுவது, மூச்சு வேகமாக இழுத்துவிடுவது, பாட்டுபாடுவது போன்ற வேலைகளைச் செய்யாதீர்கள். இதனால் குழந்தை தாய்ப்பால் குடிப்பதில் தடை ஏற்படும்.

★ தாய்ப்பால் கொடுக்கின்ற மணிகளை ஒரு அட்டையில் குறித்து வைத்துக் கொள்ளுங்கள். இதனால் அடுத்தது எப்போது குழந்தைக்கு தாய்ப்பால் கொடுப்பது என்பது உங்களுக்குத் தெரியவரும். பகலில் குறைந்தது 6 முறை குழந்தையின் டயபரை மாற்ற வேண்டும். இவ்வாறு செய்தீர்கள் எனில் குழந்தை சரியாக தாய்ப்பால் குடிக்கின்றது என்பது தெரிந்து விடும்.

பாட்டில் பால் தேர்வு

இப்பொழுது பல பெண்கள் தாய்ப்பால் கொடுப்பதை விரும்புவது இல்லை. பாட்டில் பால் சிறந்தது என்று நினைக்கின்றார்கள். அவர்களுக்கு அது வசதியாகவும் உள்ளது.

பெறுப்பைத் தட்டிக்கழித்தல்

பாட்டில் பால் எனில் குழந்தைக்குப் பாலைத் தந்தையே புகட்ட முடியும் என்பதால் பாட்டில் பாலை பல பெண்கள் விரும்புகிறார்கள். இதனால் அவர்களின் நேரம் மிச்சமாகிறது.

சுதந்திரம்

பாட்டில் பால் கொடுப்பதால் குழந்தைக்கும் தாய்க்கும் சுதந்திரம் கிடைப்பதாக நினைக்கிறார்கள். குழந்தையை எங்கு வேண்டுமானலும் கூட்டிச் செல்லாம். என்று கருதுகிறார்கள்.

ரொமான்ஸ்

ரொமான்ஸ் செய்வது கணவன், மனைவிக்கு எளிதாகிறது. பெரும்பாலான பெண்கள் தாய்ப்பால் கொடுப்பதை விரும்புவதில்லை.

உணவில் கட்டுப்பாடியின்மை

தாய்ப்பால் கொடுக்கும்போது உணவில் கட்டுப்பாடு என்பது மிகவும் அவசியம். பாட்டில் பால் கொடுப்பதால் உணவில் கட்டுப்பாடு என்பதன் அவசியம் இல்லை. தாயும் தனக்கு விருப்பமான உணவை எடுத்துக் கொள்ளலாம்.

வலி

தாய்ப்பால் கொடுப்பதால் மார்பில் ஏற்படும் வலி மற்றும் வீக்கம் ஏற்படுவது இல்லை. தங்களுடைய மார்பகமும் சரியாக இருப்பதாக பெண்கள் விரும்புகிறார்கள்.

உடல் அமைப்பு

பல பெண்களுக்கு அவர்களின் உடல் அமைப்பு ஒரு காரணம் ஆகின்றது.உடல் பருமனான பெண்களுக்கு தாய்ப்பால் அதிக அளவில் சுரக்கின்றது. உடல் எடை குறைந்த பெண்களுக்கு தாய்ப்பால் அதிக அளவில் சுரப்பது இல்லை.

பாட்டில் மற்றும் தாய்ப்பால்

சில பெண்கள் தாய்ப்பாலுக்குக் கூடவே பாட்டில் பாலும் கொடுக்கிறார்கள். இதனால்

அப்பா மற்றும் தாய்ப்பால்

96சதவீத பெண்கள் தாய்ப்பால் கொடுப்பதை விரும்பவில்லை. ஏனெனில் பாட்டில் பால் கொடுப்பதால் தந்தைக்கும் அதனுடைய பொறுப்பு தெரியவரும் என்று விரும்புகிறார்கள்.

புகை பிடித்தல் மற்றும் தாய்ப்பால்

தாய்ப்பால் கொடுக்கும் போது புகை பிடிப்பது கூடாது. இதனால் குழந்தைக்கு தாய்ப் பால் கொடுக்க முடியாது. புகைப்பிடிப்பதை நிறுத்திய பிறகே தாய்ப்பால் கொடுப்பது அவசியம்.

- சிகரெட்டின் எண்ணிக்கையை குறைத்து கொள்ளுங்கள்.
- குறைந்த நிக்கோட்டின் உள்ள சிகரெட்டை பயன்படுத்துங்கள்
- சிகரெட் பிடித்த 95 நிமிடத்திற்கு பிறகு தாய்ப்பால் கொடுங்கள்.
- குழந்தைக்கு அருகில் சிகரெட் பிடிக்காதீர்கள்.

அவர்களுக்கு தாய்ப்பால் கொடுப்பது அதிக சிரமமாக இருக்காது.

நீங்கள் தாய்ப்பால் கொடுக்க விரும்பவில்லையெனில் எப்பொழுதும் கொடுக்க வேண்டாம்.

பிரசவம் ஆன பிறகும் நீங்கள் தாய்ப்பால் கொடுக்கவில்லையெனில் கீழ்க் காணும் காரணங்களில் ஏதேனும் ஒரு பாதிப்பு உங்களுக்கு இருக்கலாம்.

- பெரிய நோய் எதுவும் இருக்கலாம்.
- டி.பி, சர்க்கரை நோய், இரத்த அழுத்தம் இருக்கலாம்.
- தைராய்டு இருக்கலாம் அதற்கான மருந்து எடுத்து கொண்டு இருக்கலாம்.
- நீங்கள் பிறந்தலிருந்தே உங்களின் ஏதாவது ஒரு நோய்க்காக மருந்து தொடர்ந்து எடுத்துக் கொண்டு இருக்கலாம்.
- நீங்கள் செய்யும் வேலை மிகவும் சிரமமானதாக இருக்கலாம்.
- உங்களின் வீடும், அலுவலகமும் வெகு தொலைவில் இருக்கலாம்.
- புகை பிடிப்பவராக இருக்கலாம்.
- மது அருந்துபவராக இருக்கலாம்.
- போதைப் பொருள் பழக்கத்திற்கு அடிமையுள்ளவராக இருக்கலாம்.
- எயிட்ஸ் தொற்றுநோய் உள்ளவராக இருக்கலாம்.
- தாய்ப் பால் சுரக்காமல் இருக்கலாம். மருத்துவர் கொடுத்த மருந்தை சாப்பிட்ட பிறகும் கூட சில பெண்களுக்கு தாய்ப்பால் சுரப்பதில் சிரமம் ஏற்பட்டு விடுகின்றது. இதற்கு காரணம் அவர்களின் உடல் அமைப்பு ஆகும்.
- பசுவின் பால் உங்களுக்கு ஒத்துக் கொள்ளாமல் இருந்து இருந்தால் உங்களுக்கு தாய்ப்பால் சுரப்பது மிகவும் கடினம் தான்.
- குழந்தை உங்களின் நிப்பிளை உறிஞ்சுவது உங்களுக்கு அறுவறுப்பாக இருக்கலாம்.

குழந்தையின் பசியை உங்களால் குறைக்க முடியாமல் போகலாம்.

• • •

ஒன்பதாவது மாதம்

கிட்டத்தட்ட 36 முதல் 40வது வாரம் வரை

நீங்கள் ஆவலுடன் எதிர்பார்த்த நிமிடங்கள் கடைசியில் இப்பொழுது வந்துவிட்டது. சிறிதளவு பயம் ஏற்படும். உங்களின் குழந்தையை மிகவும் ஆவலுடன் எதிர்பார்ப்பீர்கள். அதற்காக எல்லாவிதமான ஏற்பாடுகளையும் செய்து இருப்பீர்கள். கடைக்குச் சென்று உங்களுக்குத் தேவையானது முதல் பிறக்கப்போகும் குழந்தைக்கு தேவையானது வரை ஒவ்வொன்றாகப் பார்த்துப் பார்த்து வாங்கி இருப்பீர்கள் (டிரஸ், பெட், பிளாஸ்க், சோப்பு, ஷாம்பூ) இப்பொழுது நீங்கள் மனதளவிலும் தயாராகுங்கள்.

இந்த மாதத்தில் உங்கள் குழந்தையின் வளர்ச்சி

36வது வாரம்

இந்த வாரத்தில் குழந்தையின் எடையானது 6 பவுண்டும் நீளமானது கிட்டத்தட்ட 20ம் இருக்கும். குழந்தை உங்கள் கைகளில் தவழத் தயாராகிவிட்டது. குழந்தையின் வளர்ச்சியும் முழுவதும் ஏற்பட்டு இருக்கும். அதுவும் வெளி சூழ்நிலைக்கு வருவதற்கான தயார் நிலையில் இருக்கும். இதுவரை அது தாயிடம் இருந்து தனக்குத் தேவையான உணவை பெற்றுக்கொண்டது. ஆனால் இதற்குப் பிறகு அது தனியாக பால் குடிக்க ஆரம்பிக்கும் இதனால் அதனுடைய செரிமான மண்டலமும் வேலை செய்யத் தொடங்கும்.

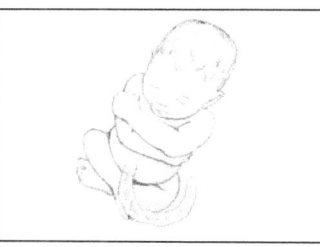

உங்களின் ஒன்பது மாத குழந்தை

37வது வாரம்

ஒரு மகிழ்ச்சியான செய்தி இன்று உங்களின் குழந்தை பிறந்து விட்டால் அது ஃபுல்டர்ம் என்று அழைக்கப்படுகின்றது. இந்த சமயத்தில் குழந்தை அரை பவுண்டு வரை எடை கூடும். நன்றாக வளர்ச்சி பெற்ற கருவின் எடையானது 6 1/2 பவுண்டு வரை இருக்கும் (ஒவ்வொரு குழந்தையின் எடையும் வேறுபடும்). குட்டி குட்டி விரல்கள், கழுத்து, கால், மூக்கு, காது என எல்லாமே வளர்ந்து இருக்கும்.

38வது வாரம்

குழந்தையின் எடை 7 பவுண்டும் நீளம்

20அங்குலமும் இருக்கும். குழந்தை பிறப்பதற்கு தயாராய் இருக்கும். அதற்கும் சில வேலைகள் உள்ளது. அது தன்னுடைய நுரையீரல் வேலை செய்யத் தயார் படுத்தும் பிறகு உங்கள் கைகளில் தவழும்.

39வது வாரம்

குழந்தையின் எடை 7 முதல் 8 பவுண்டும் நீளம் 19 முதல் 21ம் இருக்கும். அதனுடைய மூளை வேகமாகச் செயல்பட ஆரம்பிக்கும். இப்பொழுது குழந்தையின் நிறமானது ரோஜாப்பூ நிறத்தில் இருக்கும். ஆனால் உண்மையான நிறம் பிக்மென்டேஷனுக்குப் பிறகே தெரியவரும். இப்பொழுது குழந்தையின் தலையானது பெல்விக்ஸ் வரை வந்து இருக்கும். உங்களுக்கு மூச்சு விடுவதல் சிரமம் ஏற்படாது. ஆனால் நடப்பதற்கே மிகவும் சிரமமாக இருக்கும்.

40வது வாரம்

வாழ்த்துகள் கர்ப்பத்தின் இறுதி நிலைக்கு வந்து விட்டீர்கள். இப்பொழுது குழந்தையின் எடை 6 முதல் 9 பவுண்டும் நீளம் 19 முதல் 22ம் இருக்கும். குழந்தை உங்களை முதன் முதலில் பார்க்கப்போகின்றது. ஆனால் உடனடியாக உங்களின் குரலைக் கண்டு பிடித்து விடும். உங்களின் பிரசவ தேதிக்கு அருகில் இருக்கின்றீர்கள் இதற்குப்பிறகு.

41வது வாரம்

குழந்தை பிறக்கும் தருணம். 5 சதவிதம் வரை மருத்துவர் குறிப்பிட்ட சரியான தேதியிலேயே பிறந்து விடும். 80 சதவீதம் தேதி மாறுபாடு இருக்கும். நீங்கள் மருத்துவரிடம் கடைசியாக உங்களுக்கு மாதவிடாய் வந்த தேதியை தவறாக கொடுத்து இருந்தால் தான் பிரசவ தேதியில் மாறுதல் ஏற்படும். மருத்துவர் குறிப்பிட்ட பிரசவ தேதிக்கு மேலும் பிரசவம் நடைபெறவில்லை எனில் அதனை ஒவர் டியூ என்பர். இதனால் குழந்தைக்கு நகம் நீட்டு நீட்டாக வளர ஆரம்பித்து விடும். மேலும் குழந்தையால் கர்ப்பப்பையில் சரியான அசைவு கொடுக்கவும் முடியாது. மேலும் அதனுடைய சருமம் மிகவும் வறண்டு போய் விடும். ஏனெனில் அதனுடைய பாதுகாப்பு மற்றும் ஆகாரம் எடுத்துக் கொள்ளுவது குறைந்து போயிருக்கும். இந்த சமயத்தில் உடனடியாக மருத்துவமனையில் அட்மிட் ஆகிவிடுவதே சிறந்தது.

ஒரு பார்வை

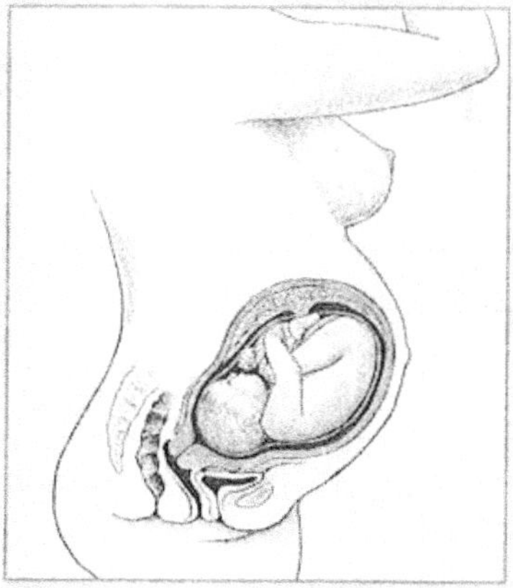

இப்போது உங்களின் கர்ப்பப்பை சரியாக கீழிறங்கி உள்ளது. பெல்விக் எலும்பில் இருந்து கர்ப்பப்பை கிட்டத்தட்ட 30 முதல் 40 செ.மீட்டர் தூரத்தில் உள்ளது. உங்களுக்கு வயிற்றில் அழுத்தம் அதிகமாக இருக்கும்.

நீங்கள் என்ன அனுபவித்துக் கொண்டிருக்கிறீர்கள்?

கர்ப்பத்தின் எல்லா சிக்கல்களையும் தாண்டி இப்போது பிரசவ எல்லைக்கு வந்துவிட்டீர்கள். இப்பொழுது பழைய சிக்கல்களைப் பற்றின நினைப்பு கூட இருக்காது. புதிய வரவை நோக்கியே உங்களின் எதிர்பார்ப்பு இருக்கும்.

உடலில் மாற்றம்

"குழந்தையின் அசைவில் சிறிதளவு மாற்றம் ஏற்படும் அது உதைப்பது குறைந்து இருக்கும்."

- யோனிக் திரவம் முழுவதும் தடிப்பாகி மியூக்கல் ஆக மாறி இருக்கும். இது பிரசவத்திற்கு பிறகு முழுவதும் ரோஜாப்பூ நிறத்தில் மாறிவிடும்.
- மலச்சிக்கல்
- நெஞ்சில் எரிச்சல், செரிமானமின்மை
- தலை சுற்றல், மயக்கம் ஏற்படுதல்
- மூக்கில் அடைப்பு, மூக்கில் இருந்து இரத்தம் வருதல், காதில் அழுக்கு அடைபடுதல்
- ஈறுகளில் வலி
- இரவில் கால் வலி
- வயிற்று வலி
- முதுகு வலி
- ஸ்டிரெச் மார்க்
- கால்களில் வெரிகோஸ் வெயின்ஸ
- குழந்தை பிறந்த பிறகு மூச்சு விடுவதில் எளிமை
- ஹேம்ராய்ட்ஸ்
- அடிக்கடி சிறுநீர் வருதல்
- நிப்பிலில் இருந்து கொலஸ்ட்ரம் வழிதல்
- அதிக களைப்பு (பெஸ்டிங் சின்டிரோம்)
- பசி ஏற்படாமை

மனதில் மாற்றம்

★ அதிக மன அழுத்தம்
★ அதிக பயம்
★ இயலாமை
★ கடுகடுப்பு மற்றும் கோபம்
★ குழந்தையைப் பற்றின கனவு

இந்த மாத செக் அப்

நீங்கள் மருத்துவமனை சென்றுஅட்மிட் ஆகி விடுவது சிறந்தது. சில புத்தகங்களை கையில் கொண்டு சென்று படித்துக் கொண்டிருங்கள். நீங்கள் எந்நேரமும் மருத்துவரின் கண்காணிப்பில் இருப்பது அவசியம்.

★ உங்களின் எடை கூடுவது நின்று இருக்கும்.
★ இரத்தப் போக்கு தொடங்கி விடும்
★ அடிக்கடி சிறுநீர்
★ கால் கைகளில் வீக்கம்
★ சர்விக்ஸ் திறந்து விடும் (கர்ப்பப் பையின் வாய் முழுவதும் திறந்து விடும்)
★ கர்ப்பப்பை உயரே தூக்கும்
★ குழந்தையின் இதயத் துடிப்பு
★ குழந்தையின் உருவம்
★ உங்களின் எதிர்பார்ப்பு

மருத்துவர் உங்களை பிரசவத்திற்கு என்று தயார் செய்வார். ஓரளவு நீங்களும் அவருக்கு ஒத்துழைப்பு தர வேண்டும்.

நீங்கள் என்ன யோசிக்கின்றீர்கள்?

அடிக்கடி சிறுநீர் வருதல்

"இப்பொழுது அடிக்கடி எனக்கு சிறுநீர் வருகின்றதே ஏன்?"

குழந்தையானது கர்ப்பப்பையின் வாய்ப் புறத்தை அடிக்கடி முட்டுவதால் உங்களுக்கு அடிக்கடி சிறுநீர் வருகின்றது. சிறுநீரில் தொற்று ஏதும் பரவாமல் மிகவும் கவனத்துடன் இருக்க வேண்டும். பிரசவம் வரை வெளியில் எங்கும் சிறுநீர் கழிக்காமலும், வெளி உணவு மற்றும் எண்ணெய் பதார்த்தங்களை உண்ணாமல் இருப்பது அவசியம்.

மார்பகங்களில் பால் சுரத்தல்

"என்னுடைய தோழிக்கு ஒன்பதாவது மாதத்தின் தொடக்கத்தில் இருந்தே பால் சுரக்க ஆரம்பித்தது. ஆனால் எனக்கு இது வரை பால் சுரக்கவில்லை என்ன செய்வது?"

குழந்தை பிறந்த பிறகே பால் சுரக்க ஆரம்பிக்கும். சில சமயத்தில் பிரசவமாகி மூன்று நான்கு நாட்கள் வரை கூட பால் சுரக்காமல் கூட இருக்கும். மஞ்சள் நிறத்தில் கொழகொழவென்று முதலில் சுரக்கும் இதற்குப் பிறகு பால் சுரத்தல் நடைபெறும். மஞ்சள் நிறப் பாலில் அதிக அளவு ஆன்ட்டிபாடீஸ் உள்ளது. எனவே இதனை அவசியம் குழந்தை குடிக்க வேண்டும. இதில் புரோட்டீன், இரும்புச்சத்து, குறைந்த கொழுப்பு உள்ளது.

நீங்கள் நிப்பிளை நன்றாக அழுத்தித் தருதல் வேண்டும். இதனால் குழந்தைக்கு சிரமம் இருக்காது. முதலில் நீங்களே நிப்பிளை அழுத்திப் பார்த்தால் அதிலிருந்து வரக்கூடிய திரவத்தை கண்டறியலாம். திரவம் சுரக்க வில்லை எனில் குழந்தைக்கு போதுமான ஆகாரம் கிடைக்காது.

ஒருவேளை அதிக அளவில் பால் சுரந்தால் உங்களின் உள்ளாடைக்கு உள்ளே நர்ஸிங் பேட் வைத்துக் கொள்ளுதல் வேண்டும். இதனால் ஆடைகளை பால் நனைக்காது.

இலேசான இரத்தப்போக்கு

"இன்று காலை உடல் உறவுக்குப்பிறகு கட்டியான இரத்தப்போக்கு ஏற்பட்டது. இது தான் பிரசவம் தொடங்கிவிட்டதாற்கான அறிகுறியா என்று குறிப்பிடுங்கள்?"

உடல் உறவுக்குப் பின் உடனே ஏற்படும் இரத்தப்போக்கு பிரசவத்திற்கான அறிகுறி இல்லை. இதனுடன் கட்டியான இரத்தப்போக்கு துர்நாற்றம் கலந்த மியூகஸ் மற்றும் வலியும் ஏற்படும். இதுவே பிரசவ வலியின் ஆரம்பம்.

ஒருவேளை தொடர் இரத்தப் போக்கு ஏற்படின் மருத்துவரை உடனடியாக நாடுங்கள்.

பனிக்குடம் உடைதல்

"எல்லோருக்கும் முன்னால் எனக்கு பனிக்குடம் உடைந்து விடுமோ என்று பயமாக உள்ளது".

பல கர்ப்பிணிப் பெண்கள் இதனை நினைத்து பயப்படுகிறார்கள். 85சதவீதம் வரை இவ்வாறு நடைபெற வாய்ப்பு இல்லை. ஏனெனில் லேபர் வார்டிற்கு சென்ற பிறகு தான் பனிக்குடம் நீரானது உடையும். 15 சதவீத பெண்களுக்கு தான் முன்னாடியே பனிக்குட நீர் உடைந்து விடுகின்றது. நீங்கள் சாதாரணமாக நடக்கும் போது உட்கார்ந்திருக்கும் போது இது உடையாது அதுவரை பாட்டிலில் அடைபட்ட கார்க் மாதிரி திடமாகத் தான் இருக்கும்.

மேலும் யாரும் பனிக்குடம் உடைவதைப் பற்றித் தவறாக எண்ணமாட்டார்கள். உங்களுக்கு முதலுதவி செய்யவே முன்வருவார்கள். பனிக்குடம் உடைந்த 24 மணி நேரத்திற்குள் பிரசவம் நடைபெறுதல் வேண்டும்.

வீட்டில் கூட படுக்கும் சமயத்தில் கனமான துணியை விரித்து அதன் மீது படுத்துக் கொள்ளுங்கள். இதனால் நீங்கள் ஓரளவு பாதுகாப்பாக உணருவீர்கள்.

குழந்தை பிறப்பு

"38வாரம் முடிந்த பிறகும் கூட குழந்தை இன்னும் பிறக்கவில்லை என்னுடைய பிரசவத்தல் ஏதாவது சிக்கல் ஏற்பட்டுள்ளதா?"

குழந்தை பிறப்பதற்காக தன்னை தயார் படுத்திக் கொண்டிருக்கும் குழந்தையானது தாயின் பெல்விக் பகுதிவரை வந்திருக்கும். முதல் பிரசவத்தில் சிறிது தாமதம் ஏற்படுவது என்பது சாதாரணமானது தான். இதைப் பற்றி பயப்படத் தேவையில்லை. குழந்தையின் தலையானது கீழே வந்து மீண்டும் மேலே சென்று இருக்கும்.

இதனை நீங்களே உணரலாம். அப்போது கர்ப்பப்பையின் வாயில் அதிக அழுத்தமும், மூச்சு விடுவதில் சிரமமும் ஏற்படும். சாப்பாடு சாப்பிடவே பிடிக்காது நெஞ்சில் ஒருவித எரிச்சல் ஏற்படும் அடிக்கடி சிறுநீர் வரும், சோர்வு, களைப்பு மிக அதிகமாக இருக்கும்.

பல சிக்கல்களை கடந்து பிரசவம்வரையிலும் வந்த உங்களுக்கு இப்போது ஒன்றும் புதிதாய் இருக்காது.

மருத்துவர் குழந்தையின் தலையை உள்பரிசோதனை செய்து தெரிந்து கொள்வார். குழந்தை தன்னுடைய தலையை கர்பப்பையின் வாய்ப்புறத்திற்குக் கொண்டுவந்து பிறப்பதற்காகக் காத்துக் கொண்டிருக்கும்.

குழந்தையின் அசைவில் மாற்றம்

"இப்பொழுது குழந்தையின் அசைவையே என்னால் உணர

முடியவில்லை. ஏன் இவ்வாறு ஏற்படுகின்றது."

ஐந்தாவது, ஆறாவது மாதத்தில் நீங்கள் உணர்ந்த அசைவில் ஒரு பங்கு கூட இப்போது இருக்காது. குழந்தை இப்போது முழு வளர்ச்சி பெற்ற நிலையில் இங்கே அங்கே கூட அசைய இடம் இல்லாமல் இறுக்கிக் கொண்டிருக்கும். இதனால் தான் உங்களுக்கு இப்போது குழந்தையின் அசைவில் மாறுதல் தோன்றியுள்ளதாக உணருகிறீர்கள். ஒருநாளைக்கு ஒரு முறையாவது அசைவு தெரிதல் வேண்டும். இல்லையேல் மருத்துவரை உடனடியாகச் சந்திக்க வேண்டும்.

"எனக்கு இன்று முழுவதுமே சிசு அசைவு தெரியவில்லை நான் என்ன செய்வது?"

நீங்கள் குழந்தை உதைப்பு எண்ணிக்கையைக் கையாள வேண்டும். கையில் ஒரு கயிறு அல்லது தடிமான நூல் வைத்துக் கொண்டு எத்தனை முறை ஒருநாளில் உதைக்கின்றது அல்லது உதைக்காமலே இருக்கின்றது என்பதை நூலில் முடிச்சு போட்டுக் கொண்டே வருதல் வேண்டும். முழுவதுமாகவே அசைவோ, உதையோ இல்லையெனில் உடனடியாக மருத்துவமனைக்குச் செல்ல வேண்டும்.

அலட்சியமாக மட்டும் இருக்க வேண்டாம். உடனடியாக மருத்துவமனைக்குச் செல்வதே சிறந்தது.

இப்பொழுது கடைகளில் பிரசவத்தைப் பற்றிய சி.டி மற்றும் புத்தகங்கள் விற்பனை செய்யப்படுகின்றது. அதனை வாங்கி படித்திடுங்கள். மருத்துவரின் ஆலோசனைப் படியே ஒவ்வொன்றையும் செய்திடுங்கள். டி.வி பார்ப்பது, நல்ல பாட்டு கேட்பது, கதைப் புத்தகம் படிப்பது என மனதிற்கு பிடித்தமான வேலைகளைச் செய்திடுங்கள்.

பிரசவத்திற்குப் பிறகு புத்தகம் படிக்கவோ, டி.வி பார்க்கவோ நேரம் கிடைக்காமல் போகலாம். எனவே இப்போதைய தருணத்தைப் பயன்படுத்திக் கொண்டு மகிழ்ச்சியாய் அனுபவியுங்கள்.

"எனக்கு குழந்தையின் அசைவு அதிகமாகவே உள்ளது. நான் என்ன செய்ய வேண்டும்?"

ஒவ்வொரு கர்ப்பிணிக்கும் குழந்தையின் அசைவு தெரிவதில் வேறுபாடு ஏற்படுகின்றது. குழந்தையின் அசைவு என்பது அதனுடைய ஆரோக்கியம் சம்மந்தப்பட்ட ஒரு விஷயமே, உங்களின் குழந்தை முழு ஆரோக்கியத்துடனும், பலமாகவும் இருக்கின்றது என்பதைக் காட்டுகின்றது.

உங்களுக்கு அடிக்கடி சிறுநீர் கழிக்க வேண்டும் போல் உள்ளதா? கர்ப்பம் தரித்த இரண்டு மூன்று வாரங்களுக்குப் பிறகு நீங்கள் அடிக்கடி சிறுநீர் கழிக்க வேண்டி இருக்கலாம். இந்த புத்தகத்திலே இதற்கான காரணத்தைத் தெரிந்து கொள்ளுங்கள். உடல் முழுவதும் களைப்புத் தோன்றும். உங்களின் எனர்ஜி குறைந்து விடும். முழு உடலும் சோம்பல் ஆகி விடும். உங்களின் உடல் வரக்கூடிய காலத்திற்காக தன்னைத் தயார் செய்து கொள்கின்றது.

உங்களின் தெர்மாமீட்டர் கொண்டு நீங்கள் உடல் வெப்பநிலையைத் தினமும் கணக்கிட்டால் 1 டிகிரி உங்களின் உடல் வெப்பம் உயர்ந்து உள்ளது தெரியவரும் கர்ப்ப காலத்தில் இவ்வாறு உடல் வெப்பம் உயர்ந்தே காணப்படும்.

பிரசவத்திற்குப் பிறகு புத்தகம் படிக்கவோ, டி.வி பார்க்கவோ நேரம் கிடைக்காமல் போகலாம். எனவே

குழந்தையின் அழுகை

பிறந்தவுடன் குழந்தை அழ ஆரம்பிக்கும். உங்களுக்கு அப்போது குழந்தை பிறந்து அழுகின்றதா அல்லது பிறக்கும் போதே அழுகின்றதா என்ற சந்தேகம் ஏற்படும்.

குழந்தையின் அழுகையால் உங்களுக்கு மகிழ்ச்சி ஏற்படும். குழந்தையானது அழுது தன்னைத் தானே புறச் சூழ்நிலைக்குத் தயார் படுத்திக் கொண்டு விடும்.

எடை குறைதல்

பிரசவ நேரத்தில் தாயின் எடையானது அதிகரிக்காது. அதாவது உங்களின் உடல் பிரசவத்திற்கான முழு தயார் நிலையில் உள்ளது. அதிக வியர்வை மற்றும் அம்னியோடிக் திரவம் வெளிப்படுவதால் எடை அதிகரிக்காது. பிரசவ நாள் அன்று அதிக எடை குறையும். ஒரே நாளில் இவ்வளவு எடை குறைவது என்பது வேறு ஒருபோதும் நடைபெறாது.

இப்போதைய தருணத்தைப் பயன்படுத்திக் கொண்டு மகிழ்ச்சியாய் அனுபவியுங்கள்.

நெஸ்டிங் இன்ஸ்டிங்ட்

"நெஸ்டிங் இன்ஸ்டிங்ட் என்பது சரியா தவறா?"

பறவைகளைப் போல மனிதர்களுக்கும் இந்த முறை உள்ளது. பறவையானது தனது குஞ்சுகளுக்காக முதலிலேயே கூடு கட்டி விடுகின்றது. இதனைப் போலவே மனிதனும் தனது புதிய வரவிற்காக ஒரு வீடு ஏற்பாடு செய்து விடுகின்றான். 6 மாதத்திற்கு முன்னரே தயாராக இதற்கான ஏற்பாடு செய்து வைத்து சுத்தமான சூழ்நிலையை உருவாக்கி விடுகின்றான். வீட்டின் மூலை முடுக்கெல்லாம் சுத்தப்படுத்தி குழந்தைக்குத் தேவையான பொருட்களை எல்லாம் வாங்கி குழந்தையின் வரவிற்காக காத்திருக்கின்றான்.

தயாராய் இருங்கள்

இப்பொழுது கடைகளில் பிரசவத்தைப் பற்றிய சி.டி மற்றும் புத்தகங்கள் விற்பனை செய்யப்படுகின்றது. அதனை வாங்கி படித்திடுங்கள். மருத்துவரின் ஆலோசனைப் படியே ஒவ்வொன்றையும் செய்திடுங்கள். டி.வி பார்ப்பது, நல்ல பாட்டு கேட்பது, கதைப் புத்தகம் படிப்பது என மனதிற்கு பிடித்தமான வேலைகளைச் செய்திடுங்கள்.

பிரசவத்திற்குப் பிறகு புத்தகம் படிக்கவோ, டி.வி பார்க்கவோ நேரம் கிடைக்காமல் போகலாம். எனவே இப்போதைய தருணத்தைப் பயன்படுத்திக் கொண்டு மகிழ்ச்சியாய் அனுபவியுங்கள்.

சிலரோ குழந்தையின் வரவை எதிர்பார்த்து அதற்காக காத்திருப்பர். ஒரு சிலரோ அதனைப் பற்றி அலட்டிக் கொள்ளவே மாட்டார்கள். சாதாரணமாகவே இருப்பார்கள்.

தாய் தந்தை இருவரும் இணைந்து ஒரு புதிய வரவை இந்த பூமிக்கு கொண்டு வரப் போகின்றார்கள் என்பது அனைவரும் அறிந்த உண்மை. இதற்கும் மேலே அந்த புதிய வரவை சிறப்புடனும், ஆரோக்கியத்துடனும் கவனிக்க ஒருவர் தேவைப்படுகின்றார். ஆம், அவர் தான் மருத்துவர், நாம் இப்பொழுது மருத்துவரைப் பற்றியே பேசிக் கொண்டிருக்கின்றோம், நீங்களும் உங்களுடைய கணவரும் இதுவரை கர்ப்பம் பற்றிய சிந்தனையில் தான் இருந்து இருப்பீர்கள், மேலும் மருத்துவரைத் தேர்ந்தெடுப்பது பற்றி பேசியோ, சிந்தித்தோ இருக்க மாட்டீர்கள். எனவே நீங்கள் ஒரு மிகச் சிறந்த பிரசவத்திற்கான மருத்துவரை தேர்ந்தெடுக்க வேண்டும். ஏனெனில் உங்களின் பிரசவத்தை அவர்தான் நடத்தப்போகின்றார்.

மருத்துவரின் பெயர், விலாசம் போன்றவற்றை தேர்வு செய்தவுடன் மருத்துவரைச் சந்திப்பதற்கான நேரத்தை தீர்மானியுங்கள். அதற்கு முன்னர் மருத்துவரை முதன் முதலில் சந்திக்கும் போது என்னென்ன கேள்விகள் கேட்க வேண்டும் என்று குறிப்பெடுத்து வைத்துக் கொள்ளுங்கள். கணவரால் என்னென்ன கேள்விகள் கேட்கப்படவேண்டுமோ அதை கணவரே கேட்க வேண்டும். மேலும் உங்கள் கேள்விகளுக்கு மருத்துவர் பொறுமையுடன் பதில் தருகின்றாரா? என்பதனைக் கவனித்திடுங்கள்.

பிரசவ ஆரம்பித்திற்கு முன்னெச்சரிக்கை

பிரசவ தேதி நெருங்கிக் கொண்டு இருக்கும் போது ஒரு வித டென்ஷன் ஏற்படும். பிரசவம் என்பது உங்கள் கையில் இல்லை அது எப்போது எப்படி நடைபெறும் என்பதும் தெரியாது? திடீரென்று நீங்கள் எதிர்பாராத வேளையில் கூட பிரசவம் ஏற்படலாம், இருந்தாலும் நீங்கள் சில முன்னெச்சரிக்கை நடவடிக்கைகளை மேற்கொள்ள வேண்டும்.

மெதுவாக நடங்கள்

நீங்கள் பிரசவத்திற்கு முன்னர் மெதுவாக நடங்கள். இதனால் குழந்தையின் தலையானது நன்றாக கீழே இறங்கும். மேலும் உடல் இளகும் இதனால் பிரசவம் எளிதாகும்.

செக்ஸ்

உடல்உறவு இப்பொழுது கொள்வதால் விரைவில் பிரசவம் ஏற்படும். ஆனால் உங்களால் இதற்கு ஒத்துழைப்பு தர முடியவில்லை எனில் விட்டுவிடுங்கள். கடைசிவரை செக்ஸ் உறவில் உள்ள கர்ப்பிணிகளுக்கு விரைவிலேயே பிரசவம் எளிமையான முறையில் ஏற்படுவதாக ஆய்வுத் தகவல்கள் வெளியிடுகின்றன. செக்ஸ் உறவில் விருப்பம் இல்லாத பெண்கள் கூட இந்த செய்தியை படித்த பிறகு அதற்கு ஒத்துழைப்பு தாருங்கள்.

நிப்பிள் சுத்தம்

பிரசவத்திற்கு முன்பே நிப்பிளை நன்றாகக் கழுவி சுத்தம் செய்து கொள்ளுங்கள். ஏனெனில் குழந்தை பிறந்த உடனேயே அதற்கு தாய்ப்பால் ஊட்டுதல் வேண்டும். பிரசவ வலி ஏற்பட்ட பிறகு உங்களுக்கு ஒன்றும் செய்யத் தோன்றாது. குழந்தையின் உணவே தாய்ப்பால் மட்டும் தான் என்பதால் நிப்பிளை சுத்தமாக்கி வைத்திடுங்கள்.

கைஸ்டர் ஆயில்

கைஸ்டர் ஆயில் காக்டேலில் இருந்து பிரசவத்தை தொடங்க ஆசைப்படுகிறீர்கள். இதனால் அடிக்கடி சிறுநீர் கழிக்க வேண்டி இருக்கும். இதனை எடுப்பதால் டயாரியா, வாந்தி, வயிற்றில் இரைச்சல் ஏற்படும் வாய்ப்பு உள்ளது. எனவே இதனை எடுப்பதற்கு முன்னர் நன்றாக யோசியுங்கள்.

ஆயுர்வேதிக் டீ

ரஸ்பெர்ரி இலைகளைக் கொண்டு தயார் செய்த டீ பருகிடுங்கள். எதற்கும் மருத்துவரை கலந்து ஆலோசிப்பது நல்லது.

பிரசவ சமயத்தில் தன்னிச்சையான முடிவு எடுப்பதை முற்றிலும் தவிர்த்திடுங்கள். எல்லா வற்றிற்கும் மருத்துவரின் ஆலோசனை மிக அவசியமானது.

நீங்கள் உங்கள் குழந்தைக்கு ஒரு ஆரோக்கியமான சூழ்நிலை வேண்டும் என்று நினைப்பவர் எனில் உடனடியாக விட்டுத் தேவையை பூர்த்தி செய்திடுங்கள். ஒவ்வொரு சின்ன சின்ன விஷயத்தையும் பார்த்துப் பார்த்து செய்திடுங்கள். இதில் அவ்வளவு மகிழ்ச்சி உள்ளது என்பதை பிறகு உணருவீர்கள்.

பிறகு மருத்துவரிடம் குழந்தை பிறப்பு, தாய்ப்பால், ஆபரேஷன் போன்றவற்றைப் பற்றியும் விவாதியுங்கள் ஒவ்வொரு கேள்விகளுக்கும் அவரின் பதில் என்ன என்பதைக் குறிப்பெடுத்துக் கொள்ளுங்கள். மருத்தவரிடம் உங்களுக்கு எழும் சந்தேகங்களை கேட்பதுடன் உங்களுக்கு ஏதேனும் பிரச்சனை இருப்பின் அதையும் மறைக்காமல் ஒன்று விடாமல் சொல்லி விட வேண்டும்.

ஒன்பது மாதம் முழுவதும் கழித்து பிறக்கும் குழந்தை (ஓவர் டியூ குழந்தை)

"மருத்துவர் குறிப்பிட்ட பிரசவ தேதிக்குப் பிறகு ஒரு வாரம் அதிகமாகிவிட்டது. நான் என்ன

செய்வது?"

மருத்துவர் அறிவித்த பிரசவ தேதிக்குப் பிறகுஅதிகமாகவே ஒருவாரம் ஆகிவிட்டத என்று கவலைப்படாதீர்கள். 70 சதவீத பெண்களுக்கு ஓவர் டியூ குழந்தையே பிறக்கின்றது. அவர்களின் கடைசி மாதவிடாய் தேதியிலும், ஒவ்யூலேஷன் தேதியிலும் வேறுபாடு இருப்பதே இதற்கு முக்கிய காரணம் 41 வது வாரம்வரை கூட நீங்கள் காத்திருக்கலாம். ஆனால் குழந்தை அசைவில் மட்டும் மிகவும் எச்சரிக்கையாக இருப்பது என்பது மிக மிக அவசியம்.

"எனக்கு 40வது வாரமும் முடிந்து விட்டது எப்பொழுது பிரசவம் ஏற்படும்? "

40வது வாரம் முடிவில் குழந்தை வெளிவர தயார் நிலையில் இருக்கும்.

42வது வாரம் எனில் குழந்தைக்கு தேவையான உணவு மற்றும் ஆக்ஸிஜன் செல்லாதது. அம்னியோடிக் திரவமும் குறைய ஆரம்பித்து விடும்.

இதனை போஸ்ட்மெச்சூர் என்று குறிப்பிடுவர். குழந்தையின் சருமம் வறண்டு, நகம் நீட்டு நீட்டாக வளர்ந்து, முடியின் அடர்த்தி கூட அதிகரித்து விடும். குழந்தையால் சரிவர மூச்சு விடவோ, அசையவோ முடியாது. தலையின் அளவு பெரியதாக இருக்கும்.

41 வது வாரம் என்றவுடன் மருத்துவரை உங்களுக்கு ஆலோசனைக் கூறி ஆபரேஷன் செய்து விடுவார். ஏனெனில் குழந்தையின் உயிருக்கே இது ஆபத்தாகி விடும் வாய்ப்பு உள்ளது.

பிரசவ அறைக்குள் மற்றவர்களை கூப்பிடுதல்

"என்னுடைய குழந்தை பிறக்கும்போது பிரசவ அறைக்குள் எனது கணவருடன் கூடவே எனது தங்கை மற்றும் தோழிகளையும் இருக்கச் சொல்வது சரியா, தவறா?"

நீங்கள் உங்களின் பிரசவ அனுபவத்தை எல்லோருடனும் பகிர்ந்து கொள்ள ஆசைப்படுவதில் தவறு ஒன்றும் இல்லை.

பிரசவ நேரத்தில் எபிடியூரல் பயன்படுத்துவதால் பிரசவ வலி குறைவாகவே இருக்கும். சில கர்ப்பிணிகள் பிரசவ வலியை உணருவது இல்லை. சில மருத்துவமனைகளில் மற்றவர்களை அனுமதிப்பது இல்லை. மருத்துவருக்கும் ஒருவித தயக்கம் ஏற்படும்.

சிறிதளவு மாலிஸ்

பிரசவ வலி தொடங்குவதற்கு சற்று முன்னர் உங்களின் பைரினியத்திற்கு மாலிஷ் செய்திடுங்கள். இதனால் யோனிக் குழயானது இளகும். குழந்தை வழுக்கிக் கொண்டு வெளியில் வந்து விடும். உங்களின் கைவிரல் நகல்களை வெட்டி கையை தூய்மையாக்கிக் கொள்ளுங்கள். கையில் சிறிதளவு கேவாயி ஜெல்லி எடுத்து யோனிக் குழாயில் வைத்திடுங்கள். நன்றாக இப்போது மாலிஷ் செய்திடுங்கள். பிரசவ நேரம் வரும் வரையிலும் ஐந்து ஏழு நிமிட இடைவெளியில் இதனைத் தொடர்நது செய்திடுங்கள். இதனை நீங்களே செய்து கொள்ளலாம். பயப்படத் தேவையில்லை. முதல் பிரசவத்திற்கே இது மிகவும் அவசியமானது. இரண்டாவது பிரசவத்திற்கு தேவை ஏற்படாது.

மாலினஷ வேகமாகச் செய்யாமல் மெதுவாகச் செய்திடுங்கள். சருமத்தில் கீரலோ, அரிப்போ ஏற்படக்கூடாது. இதனால் பிறகு வீக்கம் ஏற்பட்டு விடும்.

இத்தனை பேர் உட்கார பிரசவ அறையில் இடம் இருக்காது.

சிலரோ பிரசவ அறையில் அமைதி காக்காமல் வளவளவென்று அங்கு தான் பேசிடுவார்கள். மேலும் அவர்களுக்கே தெரியாமல் ஏதாவது தொற்று பரவி இருந்தால் அது பிறந்த குழந்தைக்கு உடனடியாக தொற்றிக் கொள்ளும். உங்களின் கவனமும் அதிகமாகவே அவர்கள் பக்கம் தான் இருக்கும் இதனால் பிரசவத்தில் கவனம் செல்லாது.

மேலும் கர்ப்பத்தில் கடைசி நேரத்தில் சிக்கல் ஏற்பட்டு சி.செக்ஷன் செய்ய நேர்ந்தால் அவர்களை உடனடியாக அப்புறப்படுத்த வேண்டும். உங்களை ஆபரேஷன் அறைக்கு கொண்டு செல்ல வேண்டியதாய் இருக்கும். எனவே உங்களுடன் உங்கள் கணவர் மட்டும் இருப்பதே சிறந்தது.

அதிகமான பிரசவ நேரம்?

"என்னுடைய முதல் பிரசவ நேரம் 30 மணி நேரம். இதில் மூன்று மணி நேரம் முக்கிய பிறகு குழந்தை பிறந்தது. இதைப் போலவே இப்போதும் இருக்குமோ? என்று பயமாக உள்ளது"

முதல் பிரசவ நேரம் மட்டுமே நீங்கள் குறிப்பிட்டதைப்போல மிக அதிகமாக இருக்கும். இரண்டாவது பிரசவம் குறைந்த நேரத்திலேயே நடைபெற்று விடும். குழந்தையின் வளர்ச்சி, நிலைமையைப் பொறுத்தும் இது மாறும்.

> **உணவு**
>
> கர்ப்ப காலத்தில் உங்களுக்கும் உங்கள் குழந்தைக்கும் உண்டான எல்லா சத்து தேவைகளை அளிக்கும் விதத்தில் உங்களின் உணவு சமச்சீர் விகித உணவாய் இருக்க வேண்டும். தவிர்க்கப்பட வேண்டும் என்று ஏதும் இல்லை. இது ஒவ்வொருவரின் இஷ்டத்தைப் பொறுத்து இருக்கிறது.

முதல் பிரசவத்திலேயே உங்களின் உடல் உறுப்புகள் இளக்கமாகி இருக்கும். இப்போது நீங்கள் முக்குவதால் எளிதில் பிரசவமாகி விடும். முப்பது மணி நேரம் என்பது இருக்காது அதனை விடக் குறைவாகவே இருக்கும்.

தாய்மை

"தாய்மை அடைவதை எண்ணி ஒருபுறம் மகிழ்ச்சியாய் இருந்தாலும் ஒருபுறம் மிகவும் பயமாய் இருக்கின்றது".

தாய்மை அடைவது என்பது ஒரு பாக்கியமே. பிரசவத்திற்குப் பிறகு அழும் குழந்தையைக் கவனிப்பது, அதற்கு டயாபர் மாற்றுவது, குளிப்பாட்டுவது, குழந்தையை தூங்க வைப்பது என ஒவ்வொரு செயலிலும் மகிழ்ச்சி தான். தாய்மை என்பது ஒரு கலை, இதற்காக உங்களுக்கு சிறிதளவு பயிற்சியும் தைரியமும் தேவை

சில பெண்கள் பால் மற்றும் பால் சார்ந்த பொருட்களை ஏற்றுக் கொள்ள முடியாமல் இருக்கலாம். சிலருக்கு அமிலத்தன்மையுள்ள உணவுகள் மற்றும் பழங்கள் ஒத்துக் கொள்ளாமல் இருக்கலாம்.

குமட்டலையும், வயிற்றில் அமிலத்தன்மையையும் உங்களுக்கு உண்டு பண்ணக்கூடிய உணவுப் பொருட்களை நீங்கள் தவிர்த்துக் கொள்ளலாம். இத்தகைய உணவுப் பொருட்களை ஒரேயடியாகத் தவிர்த்து விடாமல், சிறிது நாட்களுக்குப் பிறகு மறுபடியும் முயற்சி செய்து பாருங்கள், ஒத்துக் கொண்டால் சேர்த்துக் கொள்ளுங்கள்.

உண்ணுவதற்காக உங்களையே நீங்கள் வற்புறுத்திக் கொள்ள வேண்டாம். உங்கள் உணவுத் திட்டத்தை உங்களின் ஆசைப்படி, 20வது வாரங்களுக்குப் பிறகு செய்துகொள்ள முடியும்.

உங்களின் பாட்டி செல்லும் உணவு முறைகளும் கடைபிடியுங்கள்.

பிறந்த குழந்தையை கவனிக்கவே உங்களுக்கு நேரம் போதாது. எந்நேரமும் அதற்கு சேவை செய்வதிலேயே நாள் கழிந்து விடும். குழந்தையை எப்படித் தூக்குவது

சிறிதளவு விஷயம்

பனிக்குடம் உடையும் வரை காத்திருப்பீர்களா? மருத்துவரை எப்போது அழைக்கலாம் என்று இருக்கின்றீர்கள்? பிரசவ வலி தொடங்கியவுடனேயே மருத்துவமனைக்கு சென்று விடுவீர்களா? இதைப்பற்றியெல்லாம் மருத்துவரிடம் முதலிலேயே ஆலோசனைப் பெற்றிடுங்கள். மேலும் உங்களின் வீட்டில் இருந்து மருத்துவமனை எவ்வளவு தூரத்தில் இருக்கின்றது என்பதையும் தெரிந்து வைத்திடுங்கள்.

வீட்டில் உள்ள பெரியவர்களுக்கு, முதல் குழந்தைக்கு என அவர்களுக்கு தேவைப்படுகின்ற விஷயத்தை செய்து வைத்திடுங்கள். மேலும் முக்கியமானவற்றை எழுதி சுவற்றில் ஒட்டி வைத்திடுங்கள்.

பாலூட்டுவது, மடி மீது படுக்க வைப்பது போன்றவற்றிற்கான டிரெயினிங் நீங்கள் குழந்தை பெற்ற பிறகே பெறுவீர்கள். இணையதளம் அல்லது ஏதாவது புத்தகத்தின் மூலமாக இதனை எல்லாம் அறிந்து வைத்துக் கொள்ளுங்கள். ஒருவாரம் வரையிலும்

மருத்துவமனைக்குக் கொண்டு செல்ல வேண்டிய பொருட்கள்

சாதாரணமாக டெஸ்ட்டின் போதோ அல்லது செக்அப்பின் போதோ நீங்கள் வெறும் கையுடன் சென்று இருப்பீர்கள். ஆனால் இப்போது பிரசவத்திற்கு செல்ல இருப்பதால் உங்களுக்கு தேவைப்படுகின்ற பல பொருட்களின் லிஸ்ட் கீழே கொடுக்கப்பட்டுள்ளது அவை

பிரசவ அறைக்குள் தேவையான பொருட்கள்

- ★ ஒருபேனா மற்றும் அட்டை, இதில் மருத்துவர் நர்ஸின் பெயரை எழுதி வைக்கலாம்.
- ★ கைக்கடிகாரம் குழந்தை பிறப்பு நேரத்தை நீங்களே குறித்துக் கொள்ளலாம்.
- ★ ஆடியோ.வீடியோ பாட்டு சி.டி மற்றும் ஐ.போட்
- ★ வீடியோ கேமரா மற்றும் அதற்கான பேட்டரி
- ★ எண்ணெய், லோஷன், சோப்பு
- ★ டென்னிஸ் பால், முதுகு வலியின் போது தேவைப்படும்.
- ★ தலையணை
- ★ லாலிபாப் அல்லது சாக்லேட்
- ★ டூத் பிரஷ், டூத் பேஸ்ட்
- ★ டவல்
- ★ செருப்பு
- ★ தலைமுடியை கட்ட ரப்பர் பேண்ட், கிளிப்
- ★ உங்கள் கணவருக்கு பிஸ்கட்ஸ்
- ★ செல்போன் மற்றும் சார்ஜர்

பிரசவத்திற்குப் பிறகு தேவையான பொருட்கள்

- ★ இரவில் அணிய நைட்டி அல்லது லூசான சட்டை
- ★ மேலே போர்த்திக் கொள்ள மெல்லிய போர்வை
- ★ குழந்தைக்கு பெயர் வைக்க சம்மந்தப்படட புத்தகம்
- ★ சிறிதளவு தின்பண்டம், பசித்தால் சாப்பிட உதவும்.
- ★ உறவினர் எல்லோருடைய போன் நம்பர்
- ★ வீடிற்கு அழைத்துச் செல்லும் போது அணிய நல்ல புடவை
- ★ குழந்தைக்கு சட்டை, டயாபர் டவல், மேல் துணி
- ★ ரப்பர் ஷீட்

சிரமப்படுவீர்கள். பிறகு மாஸ்டராகி விடுவீர்கள்.

இரவு முழுவதும் கூட குழந்தையை கவனிப்பதில் தான் கழியும். அதற்கு டயாபர் மாற்றுவது, பாலூட்டுவது, தேவைப்பட்டால் அதனுடனேயே விளையாடுவது, பேசுவது, சிரிப்பது என இருக்கலாம். வீட்டைப் பகலில் சுத்தப்படுத்த வேண்டும். குழந்தைக்கு கதை சொல்ல, பாட்டு பாடிக் காட்டவும் வேண்டியவற்றை முதலிலேயே தயார்ப்படுத்திக் கொள்ளுங்கள். இதைத் தவிரவும் ஏதாவது பிரச்சனை ஏற்பட்டால் உங்கள் அம்மா மற்றும் தோழிகளிடம் இருந்து ஆலோசனை பெறுங்கள்.

பரிலேபர், பாலஸ் லேபர், ரியர்லேபர்.

நடுஇரவில் திடீரென்று 3 மணிக்கு வலி ஏற்படலாம். கணவரை எழுப்பி மாமா, மாமா, பிரசவ வலி வந்த விட்டது என்பீர்கள்?

ஆனால் அது பிரசவ வலி தானா என்பது எப்படித் தெரியும்? பிரசவ வலி தான் வந்து விட்டது என்று எப்படி நம்புகிறீர்கள்? முதல் பிரசவமாக இருப்பின் எல்லாமே விந்தையாகத் தான் இருக்கும். உடனடியாக மருத்துவமனைக்கு சென்று விடுவீர்கள். உங்களுக்குத் தேவையான எல்லாவற்றையும் எடுத்து வைத்துக் கொள்வீர்கள்.

இது உண்மையான பிரசவ வலியா அல்லது பொய்யா என்பது மருத்துவமனைக்குச் சென்ற பிறகே தெரியவரும். மருத்துவரையும் எழுப்பி விடுவீர்கள். மருத்துவர் பரிசோதனை செய்துவிட்டு இது பொய்யான பிரசவ வலி என்று கூறுவார். இப்போது நீங்கள் என்ன ஆர்ப்பாட்டம் செய்தீர்கள் என்பதைப் பற்றி

எல்லாமே நிறைந்து இருக்க வேண்டும்.

உங்கள் வீடு அடுப்படியில் இருந்து பாத்ரூம் வரை தேவையான அனைத்து பொருட்களாலும் நிறைந்து இருக்க வேண்டும். ஏதாவது உடனடித் தேவை ஏற்படின் உங்களால் வெளியில் சென்று வாங்க முடியாது.

ஃபிரிட்ஜ், பொருட்கள் சாப்பாட்டு பொருட்கள், குழந்தைக்கு உங்களுக்குத் தேவையான பொருட்கள் மருந்துகள் என பட்டியல் போட்டு வாங்கி வீட்டை நிரப்பி விடுங்கள்.

உணவுப் பொருட்களை பதப்படுத்த வினிகர் கூட வாங்கி வைக்கலாம். பிரிட்ஜில் உள்ள உணவை எடுத்து மைக்ரோவேவால் சூடு செய்து கொள்ளலாம்.

இரத்த வங்கி அட்டை

பிரசவ நேரத்தில் இரத்தம் ஒருவேளை தேவைப்பட்டால் அதற்கு என்று உள்ள இரத்த வங்கி அட்டையை எடுத்துக் கொள்ளுங்கள். உங்களின் இரத்த வகை உள்ளவர்களின் விலாசம் மற்றும் போன் நம்பர் முதலிலேயே வாங்கி குறித்து வைத்துக் கொள்ளுங்கள்.

அதைப்போலவே குழந்தை பிறந்தவுடனேயே அதனுடைய இரத்தமும் சோதனை செய்யப்பட்டு இரத்த வகையை தெரிந்து கொள்ளுதல் வேண்டும். இதனால் தாய்க்கு ஏதேனும் தடுப்பு ஊசி போட வேண்டியிருந்தாலும் அதனை குழந்தை பிறந்த இருபத்தி நான்கு மணி நேரத்திற்குள் செய்திடல் வேண்டும். பிரசவத்தால் உங்களுக்கு அதிக இரத்த இழப்பு ஏற்பட்டு இருந்தால் உடனடியாக உங்களுக்கு இரத்தம் ஏற்றப்படுதல் வேண்டும். இல்லையெனில் லியுகோமியா, லிக்போமா, நியூடோப்லா சாசடோமா, சிக்கல் செல் எனிமியா, சப்பலாஸ்டிக் அனிமியா மற்றும் தைலாசிமியா போன்றவைகள் ஏற்படும். எனவே பிரசவத்திற்கு பிறகு உடனடியாக இரத்தம் ஏற்றப்படுதல் மிக அவசியம்.

யோசிப்பீர்கள். பிரசவ வலி வந்து விட்டது என்று கணவரை எழுப்பினீர்கள் அல்லவா? அது மட்டுமா மருத்துவரையும் அல்லவா தொந்தரவு செய்து விட்டீர்கள் இது ஏன்? இவை அனைத்துக்கும் உங்களின் அறியாத் தன்மை தான் காரணம்.

உண்மையில் கர்ப்பிணிகளுக்கு பிரசவத்தை நினைத்து இருக்கக்கூடிய பயத்தினால் இது ஏற்படுகின்றது.

குறிப்பிட்ட சமயத்திற்கு முன்னரே ஏற்படும் பிரசவத்திற்கான அறிகுறிகள்.

மருத்துவர் குறிப்பிட்ட சமயத்திற்கு முன்னரே ஏற்படும் பிரசவத்திற்கு அறிகுறிகள் கீழே கொடுக்கப்பட்டுள்ளது. ஒரு மணி நேரம் முன்னாடியோ அல்லது ஒரு நாளைக்கு முன்னாடியோ இலேசான வலி தோன்றிவிடும்.

டிராப்பிங்

முதல் பிரசவம் எனில் பிரசவம் ஏற்படுவதற்கு 2,4 வாரங்களுக்கு முன்னரே குழந்தை பெல்விக்ஸ் அருகில் வந்து விடும்.

பெல்விக்ஸ் மீது அழுத்தம்

பெல்விக்ஸின் மீது அதி அழுத்தமும், வலியும் ஏற்படும்

எடை குறையும்

பிரசவ நெருக்கத்தில் எடையானது 2 3 பவுண்ட் வரை குறைய ஆரம்பிக்கும்.

களைப்பு

அதி விரைவில் களைப்பு ஏற்படும். சோர்வின் காரணமாக கடுகடுப்பும், கோபமும் ஏற்படும் இவ்வாறான சமயத்தில் அமைதியுடன் இருத்தல் வேண்டும்.

யோனிக் குழாயில் திரவம்

யோனிக் குழாயில் இருந்து சிறிது சிறிதாக திரவம் வடிய ஆரம்பிக்கும்.

மியூக்கஸ் பிளக் பிரிதல்

சர்விக்ஸ் மெல்லியதாகி கர்பப்பையின் வாயைத் திறக்கும். இதனால் யோனிக் குழாயின் மூலமாக மியூக்கஸ் வெளியேறும்.

ரோஜா நிறத்தில் இரத்தப்போக்கு

ரோஜா நிறத்திலான இரத்தப்போக்கு ஆரம்பிக்கும். இது பிரசவத்திற்கு 24மணி நேரத்திற்கு முன்பிலிருந்து தொடங்குகின்றது.

பிராக்ஸ்டன் ஹிக்ஸ் கான்டிராக்ஷன்

இது வலியை ஏற்படுத்துவதற்கு அறிகுறி

டயாரியா

சில காப்பிணிகளுக்கு பிரசவத்திற்கு முன்னர் டயாரியா ஏற்படும்

பாலஸ் லேபர் அறிகுறிகள்

பாலஸ் லேபருக்கான அறிகுறிகள் கீழே கொடுக்கப்பட்டுள்ளது அவை

- வலி விட்டு விட்டு வரும் பிறகு நின்றே போய் விடும். உண்மையான வலியானது அதிகரித்துக் கொண்டே செல்லும்
- நீங்கள் புரண்டு படுத்தால் வலி முழுவதும் நின்று விடும்.
- பழுப்பு நிற இரத்தப்போக்கு
- குழந்தையின் அசைவு அதிக அளவில் இருத்தல்

இவ்வாறான அறிகுறிகள் இருந்தால் உடனடியாக மருத்துவரை அணுகவேண்டாம். சில மணி நேரத்தில் வலியானது தானாகவே குறைந்து பிறகு சரியாகி விடும்.

ரியல் லேபர் (உண்மையான பிரசவ வலி)

அறிகுறிகள்

உண்மையான பிரசவ வலி எங்கிருந்து எப்படி ஏற்படுகின்றது என்பது ஒருவருக்குமே தெரியாது. இதில் பல வித காரணிகள் உள்ளது. குழந்தை உங்களுக்கு செய்தி அனுப்பும் அம்மா என்னை வெளியே கொண்டு வா என்று அப்போது தான் உண்மையான பிரசவ வலி ஏற்படும்.

உண்மையான பிரசவ வலிக்கான அறிகுறிகள் கீழே கொடுக்கப்பட்டுள்ளது அவை

- பிரசவ வலியானது சிறிது சிறதாக ஆரம்பித்து அதிகரித்துக் கொண்டே செல்லும்
- தொடர்ந்து வலி இருக்கும் பிறகு (30 முதல் 70 செகண்டு வரை) கொஞ்சம் கொஞ்சமாக வலியின் நேரம் அதிகரிக்கும்.
- மாதவிடாய் சமயத்தில் ஏற்படுகின்ற வலியைப் போலத் தான் முதலில் தோன்றும் போகப்போக கழுத்து, முதுகு, கால், இடுப்பு, வயிறு, தலை என எல்லா இடங்களிலும் வலி ஏற்படும்.
- இரத்தப்போக்கு அதிகரித்துக் கொண்டே செல்லும்

15 சதவீதம் வரை இவ்வாறான அறிகுறிகள் இருந்தால் அது உண்மையான பிரசவ வலியே ஆகும் உடனடியாக மருத்துவமனைக்கு செல்வது நல்லது

மருத்துவரை எப்போது அழைக்க வேண்டும்?

உண்மையான பிரசவ வலி ஏற்பட்ட 5 முதல் 7 நிமிடத்திற்குள் மருத்துவமனை சென்றடைய வேண்டும் உடனடியாக மருத்துவரை அழையுங்கள் அல்லது மருத்துவமனைக்குச் செல்லும் வழியிலேயே மருத்துவருக்கு போன் செய்திடுங்கள். நடு இரவாக இருந்தாலும் பரவாயில்லை. மருத்துவரை அழையுங்கள். மருத்துவரை அழைத்திட எந்தஒரு தாமதமோ, தயக்கமோ வேண்டாம்.

நீங்கள் இப்பொழுது ஒரு சிறந்த பிரசவ மருத்துவரை தேர்வு செய்து விட்டீர்கள் மற்றும் சிகிச்சை முறையையும் தேர்வு செய்து வீட்டீர்கள் இதற்குப் பிறகு ஒரு சரியான தேர்வு செய்ய வேண்டும். கீழ்க்கண்ட முறைகளைப் பயன்படுத்தி தேர்வு செய்யலாம்.

உங்களின் பெண் நல மருத்துவர் மற்றும் குடும்ப நல மருத்துவர் உங்களுக்கு நல்ல அறிவுரை வழங்க முடியும்.

நண்பர் மற்றும் கூட வேலைபாாப்பவர்கள் நல்ல வழிகாட்ட முடியும்.

ஏதாவது ஒரு நர்ஸ்.

சிகிச்சைப் பிரிவில் உங்களுக்கு உங்கள் ஊரில் உள்ள எல்லா மருத்துவர்களின் விலாசமும் பெற முடியும்.

பர்த் சென்டரின் விலாசமும் ஏதாவது ஒரு ஆஸ்பிடலில் இருந்து பெற்றிடலாம்.

மஞ்சள் புத்தகத்தின் உதவி கொண்டு சிறப்பு மருத்தவர்களின் விலாசத்தினைப் பெறலாம்.

ஏதாவது ஒரு எல்.ஐ.சி ஏஜெண்டை அணுகினால், அவரால் கூட ஒரு சிறந்த மருத்துவரின் விலாசம் தர முடியும். ஏன்எனில் அவர் தனது ஹெல்த் பாலிஸிக்கென்று ஒரு மருத்துவரைத் தெரிந்து வைத்திருப்பார்.

மருத்துவரின் பெயர், விலாசம் போன்றவற்றை தேர்வு செய்தவுடன் மருத்துவரைச் சந்திப்பதற்கான நேரத்தை தீர்மானியுங்கள். அதற்கு முன்னர் மருத்துவரை முதன் முதலில் சந்திக்கும் போது என்னென்ன கேள்விகள் கேட்க வேண்டும் என்று குறிப்பெடுத்து வைத்துக் கொள்ளுங்கள்.

டியூ டேட்டிற்கு முன்னரே பிரசவ வலி ஏற்பட்டாலும், தண்ணீர் குடம் உடைந்து விட்டாலும், இரத்தப்போக்கு அதிகரித்தாலும் உடனடியாக மருத்துவரை அணுக வேண்டும்.

தயாரா நீங்கள்?

குழந்தையை வரவேற்க நீங்கள் தயாரா? அடுத்த அத்தியாயத்தை தொடர்ந்து படியுங்கள்.

லேபர் மற்றும் பிரசவம்

நீங்கள் இப்பொழுது நாட்களை எண்ணிக் கொண்டு இருக்கின்றீர்களா? உங்களின் கால் அதிகமாக வீங்குகின்றதா? உங்கள் வயிற்றின் பலம் மற்றும் கனம் அதிகரித்துக் கொண்டே செல்கின்றதா? கவலை வேண்டாம். கர்ப்பத்தின் இறுதி நிலைக்கு நீங்கள் இப்பொழுது வந்துவிட்டீர்கள். அந்த நிமிடங்கள் வந்து விட்டது. குழந்தை உங்கள் கைகளில் தவழப் போகின்றது. நீங்களும் இப்பொழுது குழந்தையைப் பற்றிய கனவே கண்டு கொண்டு இருப்பீர்கள். பிரசவ வலி எப்போது ஏற்படும் என்ற குழப்பத்தில் இருப்பீர்கள். எவ்வளவு நேரம் பிரசவ வலி இருக்கும் என்ற பயத்திலும் இருப்பீர்கள்.

எப்போது அந்த வலி முடியும் என்னால் பிரசவ வலியைப் பொறுத்துக் கொள்ள முடியுமா என்பதைப் பற்றியெல்லாம் இப்பொழுது யோசிக்க ஆரம்பித்து இருப்பீர்கள். எனக்கு எபிடியூரல் தேவைப்படுமா? கருவை கவனிப்பது? எபிசியோடாமா? நான் உதடு முத்திரையில் பிரசவம் செய்யலாமா? மருத்துவமனைக்குச் சென்று அடைவதில் கால தாமதம் ஆகுமா?.இந்த மாதிரியான பல கேள்விகள் உங்கள் மனதில் எழும். கேள்விகள் பலவாறாக இருந்தாலும் குழந்தை இன்னும் ஒரிரு நாட்களில் பிறந்து விடும் என்பதே உண்மை.

நீங்கள் என்ன யோசித்துக் கொண்டிருக்கின்றீர்கள்?

மியூக்கஸ் பிளக்

"எனக்கு மியூகஸ் பிளக் வெளி வந்து விட்டது என்று எண்ணுகின்றேன். நான் மருத்துவரை எப்போது தொலைபேசியில் அழைப்பது?"

பலமுறை சர்விக்ஸின் விரிவால் இவ்வாறு மியூகஸ் ஆனது ஜெலிடன் அளவுக்கு விரிவடைந்து விடும். பல பெண்கள் இதனை கழிவறையில் கண்டு பிடித்து விடுவார்கள். உங்களுக்கு மியூக்கஸ் வெளிவந்து இருப்பதைப் பார்க்கும் போது நீங்கள் கர்ப்பத்தின் இறுதி நிலையில் இருப்பது உறுதியாகிவிட்டது. உங்களின் பிரசவமானது இப்போது ஒரு நாள், இரண்டு நாள் அல்லது ஒரு வாரத்திற்குள் ஏற்பட்டு விடும். உங்களின் சர்விக்ஸ் கொஞ்சம் கொஞ்சமாக திறக்க ஆரம்பிக்கும். அதனால் நீங்கள் பயப்பட்டு மருத்துவரை அழைக்க வேண்டிய அவசியம் இல்லை.

ஒருவேளை மியூகஸ்நபிளக் திறக்கவில்லை என்றாலும் அதனைப் பற்றி கவலைப் படாதீர்கள்.

இரத்தப்போக்கு

"எனக்கு சிறிது சிறிதாக ரோஜாப்பூ நிறத்தில் இரத்தப்போக்கு ஏற்படுகின்றது. என்னுடைய பிரசவ நேரம் நெருங்கி விட்டதா என்று கூறுங்கள்?"

இதனை பிரசவத்திற்கான ஏற்பாடு என்று கூறுவர். ரோஜாப்பூ நிறத்தில் இரத்தம் வெளியேறுவது என்பது பிரசவத்திற்காக இரத்த நாளங்கள் வெடிக்க ஆரம்பித்திருப்பதைக் காட்டுகின்றது. இப்பொழுது பிரசவத்திற்கான சமயம் நெருங்கி விட்டது. இரண்டு அல்லது மூன்று நாட்களுக்குள் குழந்தை பிறப்பதற்கான வாய்ப்பு அதிகம். பிரசவ வலியும் ஆரம்பாகும். எனவே நீங்கள் பயப்படாமல் பிரசவ வலிக்கான நேரத்தை எதிர்பார்த்து இருத்தல் வேண்டும்.

ஒருவேளை இந்த இரத்தப்போக்கு கருஞ்சிவப்பு நிறத்தில் வெளிப்பட்டால் உடனடியாக மருத்துவரைச் சந்திக்க வேண்டும்.

பனிக்குடம் உடைதல்

"நடு இரவில் என்னுடைய படுக்கை முழுவதும் ஒரே ஈரமாக இருந்தது எனக்கு பனிக்குடம் உடைந்து விட்டதா என்பதைக் கூறிடுங்கள்?"

உங்களின் படுக்கையில் பட்ட ஈரத்தை முகர்ந்து பார்த்துத் தெரிந்து கொள்ள வேண்டும். அந்த ஈரத்தில் அதிகமாக அமோனியா கலந்த வாடை வீசினால் அது அம்னியோடிக் திரவமாக இருக்கலாம். அப்படி எனில் உங்களின் பனிக்குடம் உடைந்து விட்டது. இப்பொழுது முதலே மெல்லிய நீரானது பிரசவம் முடியும் வரை வெளிப்பட்டுக் கொண்டே இருக்கும்.

நீங்கள் இப்போது கீகல் உடற்பயிற்சி செய்திடுங்கள். ஒருவேளை நீர் வெளியேறுவது நின்று விட்டால் அது சிறுநீராகும். தொடர்ந்து வெளி வந்தால் அது அம்னியோடிக் திரவம் எனப்படும்.

படுத்திருக்கும் போது இதனுடைய போக்கு மிக அதிகமாக இருக்கும். நீங்கள் நின்று கொண்டிருக்கும் வேளையில் குழந்தையின் தலை வெளியில் வந்து அடைந்து விடுவதால் நீர் பெருக்கில் தடை ஏற்படும். மருத்துவர் உங்களுக்கு இதைப் பற்றி முன்பே கூறியிருப்பார். இருந்தாலும் சந்தேகம் ஏற்படின் உடனடியாக மருத்துவமனைக்கு தொலைபேசி செய்திடுங்கள்.

"பனிக்குடம் உடைந்த பிறகும் கூட பிரசவ வலி ஏற்படவில்லை. பிரசவ வலி எப்போது ஏற்படும்? அந்த சமயத்தில் நான் என்ன செய்ய வேண்டும்?"

பிரசவ வலி ஆரம்பிக்கும் நேரம் இதுவே ஆகும். பல பெண்களுக்கு பனிக்குடம் உடைந்த 12 மணி நேரத்திற்குள் பிரசவ வலியானது ஆரம்பாகும். மேலும் 24 மணி நேரம் வரையிலும் பிரசவ வலி இருக்கும்.

10ல் 1 என்ற விகிதத்தில் இந்த வலியானது அதிகரித்துக் கொண்டே செல்லும். இந்த வலியின் நேரம் அதிகரிக்க அதிகரிக்க ஆபத்தும் மிக அதிகமாக உள்ளது. இப்போது தொற்று நோய் ஏதேனும் ஏற்படாமல் இருக்க மருத்துவர் 24மணி நேரத்திற்குள் பிரசவத்தை நடத்தி விடுவார். சிலரோ மேலும் 6 மணி நேரம் வரை காத்திருப்பார்கள்.

பல பெண்கள் பனிக்குடம் உடைந்த பிறகு அதிக நேரம் காத்திருக்க விரும்புவதில்லை.

முதலில் உங்களிடத்தில் பேட் அல்லது துணிகளை வைத்துக் கொண்டு மருத்துவருக்கு ஃபோன் செய்திடுங்கள். யோனியை மிகவும் சுத்தமாக வைத்திடுங்கள். இல்லையேல் தொற்று நோய் ஏதேனும் ஏற்பட வாயப்பு உண்டு. இப்போது உடல் உறவு கொள்ளக் கூடாது. உங்களுக்கும் இப்போது அதில் நாட்டம் இருக்காது.

சில சமயத்தில் குழந்தையின் தலையானது பெல்விக்ஸ் பகுதிக்கு வந்து இருக்கின்றது என்பதை உணர முடியும். அப்படி இருந்தால் உடனடியாக மருத்துவரைத் தொடர்பு கொள்ளுங்கள்.

அதிக எம்னியோடிக் திரவம்

"எனக்கு திரி போன்ற மெல்லிய திரவம் வெளியேற ஆரம்பித்து விட்டது இதற்கான அர்த்தம் என்ன என்று கூறிடுங்கள்?"

உங்களுக்கு எம்னியோடிக் திரவத்துடன் கூடவே மிகோனியம் திரவமும் வெளியேற ஆரம்பித்து விட்டது என்பதைக் காட்டுகின்றது. உண்மையில் இது குழந்தையின் முதல் கழிவாகும். பெரும்பாலும் இது குழந்தை பிறந்த பிறகு தான் வெளியேறும். சில சமயத்தில் கருவானது கர்ப்பப்பையில் சிரமப்படும் போதே வெளியேற்றி விடுகின்றது.

இதனைப் பற்றி மருத்துவரிடம் நீங்கள் அவசியம் தெரிவிக்க வேண்டும். காப்பப்பையில் குழந்தை மிகவும் சிரமத்தில் உள்ளது என்பதையே இது காட்டுகின்றது. இப்பொழுது வெகு விரைவில் பிரசவத்தைத் தொடங்க வேண்டும். இல்லையேல் குழந்தைக்கு ஆபத்து ஏற்படும்.

பிரசவ சமயத்தில் எம்னியோடிக் திரவத்தில் குறைபாடு

"என்னுடைய மருத்துவர் எனக்கு எம்னியோடிக் திரவம் குறைவாக இருப்பதாகக் கூறுகின்றார். இதனால் பிரச்சனை ஏதேனும் ஏற்படுமா?"

எம்னியோடிக் திரவ குறைபாடு ஏற்படக் கூடாது. இப்பொழுது நீங்கள் மெடிக்கல் சயின்ஸின் உதவியைத் தான் நாட வேண்டும். மருத்துவர் கர்ப்பப்பையின் உள்ளே சர்விக்ஸின் இடையில், ஒரு கைதேரேடர் கொண்டு எம்னியோடின் திரவத்தை கலைன் சொல்யூஷன் மூலமாக ஏற்றுவார். இதனை எம்னியோஇன்பியூஷன் என்பர். இதற்குப் பிறகு ஆபரேஷனுக்கான சதவிதம் மிகக் குறைவே.

பிரசவ வலியில் ஏற்ற இறக்கம்

எனக்குப் பிரசவ வலி ஐந்து நிமிடத்திற்கு ஒரு முறை ஏற்படுகின்றது. சில சமயத்தில் ஐந்து நமிடத்திற்கு குறைவாக ஏற்படுகின்றது. எனக்கு பிரசவ வலியில் ஏற்ற இறக்கம் இருப்பதற்கான காரணம் என்ன?

எப்படி இரண்டு பெண்களுக்கான கர்ப்பம் ஒரே மாதிரி இருப்பதில்லையோ அதைப்போலவே பிரசவ வலியிலும் ஏற்ற இறக்கம் என்பது இருக்கத் தான் செய்யும். இருந்தாலும் பிரசவ வலிக்கென்று ஒரு விதிமுறை உள்ளது.

ஒருவேளை உங்களுக்கு 20 முதல் 60 செகண்டு வரை வேகமாக வலி ஏற்பட்டால் அல்லது 5 முதல் 7 நிமிடம் தொடர் வலி ஏற்பட்டால் இது ஏற்ற இறக்கமாக ஏற்படுகின்ற வலி என்று கணக்கில் கொள்ளலாம். எனவே உடனடியாக மருத்துவமனைக்குச் செல்வது சிறந்தது. ஒருவேளை மருத்துவமனைக்குப் போகும் வழியிலேயே கூட இந்த வலி ஏற்ற இறக்கம் சரியான நிலைமைக்கு வந்து விடும்.

பிரசவ சமயத்தில் மருத்துவரை அழைத்தல்

"எனக்கு பிரசவ வலி ஒவ்வொரு 3-4 நிமிடத்திற்கு ஒருமுறை ஏற்படுகின்றது. இப்போது நான் மருத்துவரை அழைக்கலாமா?"

நீங்கள் யோசிக்க இதில் ஒன்றுமே இல்லை. உடனடியாக மருத்துவரை

அழைப்பதே நல்லது முதன் முதலில் தாயாகப்போகும் நீங்கள் உங்களின் பிரசவ அனுபவத்தை அமைதியுடன் தான் நிகழ்த்த வேண்டும். எனவே மருத்துவ மனைக்கு விரைந்து சென்றிடுங்கள். ஒருவேளை உங்களுக்கு 5 நிமிடத்தில் 45 செகண்டு வரை வேகமாக வலி ஏற்பட்டால் பிரசவத்தின் இறுதி நிலையில் நீங்கள் இருக்கின்றீர்கள் என்பதுதாகும். இப்போது முழுவதுமாக சர்விக்ஸின் வாய் திறந்து இருக்கும்.

இந்த சமயத்தில் நீங்கள் நேரம் கடத்தாமல் உடனடியாக மருத்துவமனைக்குச் சென்று விடுவது சிறந்தது. வலியை ஒருபோதும் அடக்காதீர்கள்.

உங்களுடனேயே பிரசவத்திற்குத் தேவையான எல்லாப் பொருட்களும்

ஆபத்துக் கால பிரசவம் ஒருவேளை நீங்கள் தனியாக இருக்கும் போது

ஒருவேளை நீங்கள் தனியாக இருக்கும்போது திடீரென்று பிரசவம் ஏற்பட்டு விட்டால் நீங்கள் கீழ்க்காணும் விஷயங்களில் கவனம் செலுத்தவேண்டும்.

- அமைதியுடன் இருக்க முயற்சி செய்யவும்.
- லோக்கல் அவசர சிகிச்சை நம்பருக்கு போன் செய்யவும்.
- அக்கம் பக்கத்து வீட்டில் உதவியை நாடுங்கள்.
- படுக்கையில் ஏதாவது துணியை விரித்து போட்டு வையுங்கள்.
- ஒருவேளை குழந்தையின் தலை வெளியே வந்தால் பயப்படாதீர்கள்.
- மெதுவாக வயிற்றை அழுக்கிடுங்கள்.
- மெதுவாக குழந்தை பிறந்து விடும்.
- குழந்தையின் தலை வெளியேறும் போது முதலில் ஒரு கை வெளியேறும். பிறகு மற்றொரு கை தெரியும்.
- இப்பொழுது முழு உடலும் வெளியேறிவிடும்.
- குழந்தையை உடனேயே உங்களின் வயிற்றின் மீது கிடத்தி அதனுடைய மூக்கு, வாய், கண், காதுகள், விரல்கள் ஆகியவற்றை கைகளாலேயே சுத்தப்படுத்துங்கள். மூக்கை முழுவதும் சுத்தப்படுத்தி சுவாசிக் வழி செய்யும் விதத்தில் நன்றாக மூக்கை ஊதுங்கள்.
- பிளசென்டோ தானாகவே வெளிவரும் இதனை நீங்கள் அறுக்க வேண்டியது இல்லை.
- உதவிக்கு யாரேனும் வரும் வரை உங்கள் குழந்தையை வயிற்றின் மீதே வைத்திடுங்கள்.

அடங்கிய பையை எடுத்துக் கொள்ளுங்கள். ஏனெனில் பிரசவம் ஆகிய உடன் உங்களுக்கு பல பொருட்களின் தேவை ஏற்படும்.

சரியான சமயத்தில் மருத்துவமனை சென்று அடைய முடியாமை

"சரியான சமயத்தில் என்னால் மருத்துவமனை சென்று அடைய முடியுமா என்று எனக்கு பயமாக உள்ளது?."

உங்களுக்கு தொலைக்காட்சி நிகழ்ச்சியின் பாதிப்பு அதிகமாக ஏற்பட்டு உள்ளதாகவே நான் கருதுகின்றேன். பனிக்குடம் உடைந்த உடனேயே பிரசவ

வலி ஏற்பட்டு விடுவது இல்லை. அதற்கான நேரம் எடுத்துக் கொள்ளும் இடைவெளியில் கூட நீங்கள் மருத்துவமனையை சென்று அடையலாம். மேலும் அடிக்கடி சிறுநீர் கழிக்க வேண்டும் என்பது போல் தோன்றும் குழந்தை முட்டிக் கொண்டு வெளியேறுவதைப் போல இருக்கும். இவ்வாறெல்லாம் ஏற்படுவதற்குள் நீங்கள் மருத்துவனைக்குச் சென்று விடுவது சிறந்தது. எனவே உடனடியாக பிரசவம் ஆகிவிடுமோ என்று பயப்பட வேண்டாம்.

பிரசவ வலிக்கான நேரம் குறைதல்

"பல பெண்களுக்கு பிரசவ வலிக்கான நேரம் மிகவும் குறைவாகவே இருக்கின்றதே இது ஏன்?"

ஒருவேளை பல முறை பிரசவித்த பெண்களுக்கு மட்டுமே பிரசவ வலிக்கான நேரம் குறைவாக இருப்பது சாத்தியமாகும். மற்றபடி முதல் பிரசவத்தில் பிரசவ வலிக்கான நேரம் ஒருபோதும் குறைவாக இருக்க முடியாது. பிரசவ வலி ஏற்பட ஆரம்பிக்கும் போது தான் கர்ப்பப்பையின் வாய் திறக்க ஆரம்பிக்கின்றது. அதிகமான அளவில் தொடர் வலி ஏற்படும் போது தான் பிரசவத்திற்கான கடைசி தருணத்தில் இருப்பது தெரிய வரும்.

சிலருக்கு சர்விக்ஸானது பல மணி நேரம் கழித்தே திறக்கும். ஒரு சிலருக்கோ உடனடியாக திறந்து விடும். இதனால் குழந்தைக்கும் பாதிப்பு இல்லை.

ஒருவேளை எடுத்தவுடனேயே அதிக தொடர் வலி ஏற்பட்டால் உடனடியாக மருத்துவமனைக்கு விரைந்திடுங்கள். நேரம் கடத்துவது முறையானது அல்ல.

முதுகு வலி

"பிரசவ வலி தொடங்கியதில் இருந்து என்னுடைய முதுகில் வலி ஏற்பட்டுள்ளது என்னால் பொறுத்துக் கொள்ளவே முடியவில்லை?".

ஒருவேளை உங்களுக்கு பேக் லேபர் பிரச்சனை ஏற்பட்டு உள்ளதாக அர்த்தம். கருவானது போஸ்டீரியர் பொஷிஷனில் இருக்கும் போது தான் இவ்வாறு ஏற்படும். குழந்தையின் முகம் மேலே இருக்கும். தலையானது பெல்விக்ஸின் பின்னால் அழுத்திக் கொண்டிருக்கும். குழந்தையானது சரியான பொஸிஷனுக்கு வரும் வரையில் தொடர்ந்து வலி இருக்கும்.

இந்த வலியைக் குறைக்க முதல் முயற்சி எடுக்க வேண்டும். சாதாரணமாக எடுத்துக் கொள்ளும் வலி நிவாரணி மருந்துகளுடன் சேர்ந்து அதிக பவருள்ள வலி நிவாரணி மருந்து எடுத்துக் கொள்வது இப்போது மிகவும் அவசியமாகும். பல முறை நார்கோடிக்ஸ் மூலமாக வலி ஓரளவு குறையும்.

அழுத்தம் குறைதல்

உங்களின் பொஸிஷனை மாற்ற முயற்சி செய்யுங்கள். மெதுவாக நடங்கள். அதிக வலி ஏற்படும் போது மெதுவாக நடப்பது என்பது மிகவும் சிரமமான காரியம் தான். உக்கடு முத்திரையே அல்லது உங்களுக்கு நிவாரணம் அளிக்கக் கூடிய முத்திரையில் அமர்ந்திடுங்கள். படுக்க வேண்டும் போல் இருந்தாலும் படுத்துக் கொள்ளுங்கள்.

குளிர் அல்லது சூடு

சுடு நீர் ஒத்தடமோ அல்லது குளிர்ந்த நீரில் ஒத்தடமோ கொடுத்திடுங்கள்.

மாலிஷ்

நர்ஸ் அல்லது கணவரின் உதவி கொண்டு முதுகுப் புறத்தில் மாலிஷ் செய்யச் சொல்லிடுங்கள். கிரீம் ஏதாவது முதுகில் தடவி இரண்டு கைகளிலும் டென்னிஸ் பந்து வைத்துக் கொண்டு மெதுவாக மாலிஷ் செய்யலாம்.

ரிக்லக்ஸ்சோலாஜி

பேக் லேபர் போக்க இந்த தெரபியில் கால்களில் உள்ள முடிகளுக்கு இடையில் விரல்களைக் கொண்டு வேகமாக அழுத்தம் கொடுக்கப்படுகின்றது.

மற்ற யோசனைகள்

ஹைடிரோதெரபி மூலமாக சிறிதளவு வலி குறையும். தியானம், மனதை அமைதிப் படுத்துதல் போன்ற பயிற்சிகளை கடைப்பிடியுங்கள். அக்யூபஞ்சரின் விதிமுறைகளைக் கற்றுத் தெரிந்து வைத்திருக்க வேண்டும்.

பிரசவத்தை ஆரம்பித்தல்

"என்னுடைய மருத்துவர் பிரசவத்தை ஆரம்பிக்க வேண்டும் என்று எண்ணுகிறார். ஆனால் எனக்கோ இன்னும் குறிப்பிட்ட பிரசவ தேதி வர இன்னும் நாட்கள் இருக்கினன்றதே இதற்குள் ஏன் அவசரம் என்று தோன்றுகின்றது?"

சில வேளைகளில் இவ்வாறு ஏற்படுவது உண்டு. கிட்டத்தட்ட 20 சதவீத பெண்களுக்கு இவ்வாறு ஏற்பட்டு விடுகின்றது. கீழே கொடுக்கப்பட்டுள்ள ஏதாவது ஒரு பாதிப்பின் காரணமாகவே மருத்துவர் உங்களுக்கு உடனடியாக பிரசவம் செய்ய வேண்டும் என்று கூறுவார்.

- ★ உங்களின் பனிக்குடம் உடைந்து 24 மணி நேரத்தில் பிரசவ வலி ஏற்படாமல் இருந்தால்.
- ★ எம்னியோடிக் திரவம் குறைய ஆரம்பிக்கும் போது
- ★ சாதாரண பிரசவம் ஏற்படுவது சிரமம் என்ற நிலையில்
- ★ பிரிக்லைபன்சியா, சர்க்கரை நோய் அல்லது வேறு ஏதாவது தீடீர் நோய்ப் பிரச்சனை ஏற்பட்டு இருந்தால்.
- ★ நீங்கள் பிரசவ வலி ஏற்பட்டு சரியான ரெக்கார்டு வைக்காத சமயத்தில்
- ★ நீங்கள் விருப்பப்பட்டால் இதனைப் பற்றி மருத்துவரிடம் திறந்த மனதுடன் கலந்து ஆலோசிக்கலாம்.

பிரவசத்தின் ஆரம்பம் (லேபர் இன்டக்ஷன் எப்படி இருக்கும்?)

"லேபர் இனடக்ஷன் என்பது ஒரு பிரசவ முறையாகும். இது அதிக நேரம் எடுத்துக் கொள்ளக்கூடியது".

இதில் நிறைய முறைகள் உள்ளன. எல்லா முறைகளையும் நீங்கள் கடக்க வேண்டும் என்பது இல்லை.

- ★ முதலில் கர்ப்பப்பையின் வாயை குளுமையாக்க வேண்டும். பிறகு மருத்துவர் உங்களுக்கு வைஜாயில் ஜெல் வடிவத்தில் புரோஸ்டாகலைடின் ஈ ஜெல் கொடுப்பார். இது ஒரு

உருண்டை வடிவத்தில் கிடைக்கின்றது. மருத்துவர் வலியில்லாத முறையில் யோனியில் சிரஞ்சு மூலமாக சர்விக்ஸிற்கு அருகில் ஜெல்லைக் கொண்டு வைக்கின்றார். சில மணி நேரத்தில் ஜெல் தன்னுடைய வேலையைச் செய்ய ஆரம்பிக்கின்றது. மருத்துவர் ஜெல் வேலை செய்கின்றதா என்பதைப் பரிசோதனை செய்வார். ஒருவேளை ஜெல் வேலை செய்யவில்லையெனில் மீண்டும். ஒருமுறை வைப்பார். பல மருத்துவர்கள் கர்ப்பப்பையின் வாயைத் திறக்க மைக்கானிகல் ஏ ெ ஜ ண ' ட ' உபயோகப்படுத்துகின்றனர். ஒரு பலூனுடன் கூடிய கைதேடர், டாயிலேடர் அல்லது போடேனிகல் போன்றவை.

அவசரகால பிரசவம் கணவர் மற்றும் உங்களுடன் இருப்பவருக்கான டிப்ஸ்

வீடு அல்லது அலுவலகத்தில்

- அமைதியுடன் இருக்க முயற்சி செய்யுங்கள். இதனால் கர்ப்பிணிக்கு பரபரப்பு ஏற்படாது. உங்களுக்கு அதிகமாக கர்ப்பம், பிரசவம், குழந்தை பற்றித் தெரிய வாய்ப்பு இல்லை யெனில் மிகவும அமைதியாய் இருப்பதே நல்லது.
- மருத்துவமனைக்கு தொலைபேசி செய்து மருத்துவரை அழையுங்கள்.
- நேரம் இருந்தால் உங்களின் கை மற்றும் தாயின் யோனிப் பகுதியையும் ஆன்ட்டிபயாடிக் சோப்பு கொண்டு கழுவிடுங்கள்.
- தாயை கீழ்காணும் படத்தில் உள்ளபடி உட்கார வையுங்கள். இதனால் அவர்கள் தொடையை கைகளால் அழுத்திக் கொண்டு உட்கார முடியும். தலையணையை இடுப்பிற்கு பின்னர் முட்டு கொடுத்து வைத்திடுங்கள். பிரசவத்தின் போது அவர்கள் உ்கடு முத்திரையில் உட்கார்ந்து கொள்வார்கள். குழந்தையின் தலை வெளியில் தெரியவில்லை எனில் தாய் நேராகவே படுத்துக் கொள்ளலாம்.
- ஒருவேளை தாயை படுக்கைக்கு அழைத்துச் செல்லக்கூட நேரம் இல்லையெனில் உடனடியாக தரையில் படுக்க வைத்துவிடுங்கள்.
- ஒருவேளை குழந்தையின் தலை வெளியே தெரிய ஆரம்பித்தால்

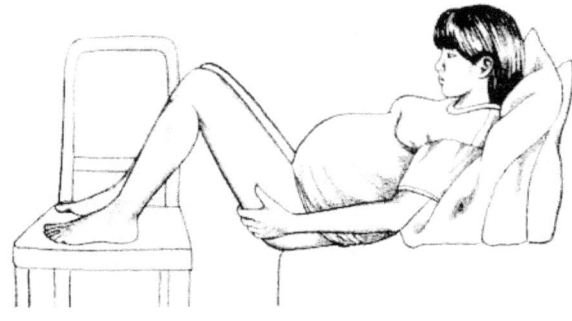

தாயிடம் கூறி முக்கச் சொல்லுங்கள். இதனால் குழந்தை மெல்லமாக வெளியேறும். குழந்தை முழுவதும் வெளியேறும் வரை காத்திருந்து அதனை கழுத்தில் கைவைத்து தூக்கிடுங்கள்.

- தலைக்குப் பிறகு இரண்டு தோள்களும் இரண்டு கையும் வெளியே வந்து விட்டது எனில் பிறகு உடல் வெகு விரைவிலேயே வந்து விடும்.
- குழந்தையை தாயின் வயிற்றின் மீது கிடத்திடுங்கள். வெள்ளைத் துணி கொண்டு அதனைத் துடைத்திடுங்கள்.
- முகம், கை, கால், வாய், மூக்கு, கை விரல்கள் போன்றவற்றை எல்லாம் நன்றாகத் துடைத்திடுங்கள். மூக்கை துடைத்து ஊதி விடுங்கள். இதனால் குழந்தைக்கு சுவாசிப்பதில் சிரமம் இருக்காது.
- பிளசன்ட்டோ வெளிவரும் வரை காத்திருங்கள். தொப்புள் கொடியை நீங்கள் அறுக்க வேண்டிய அவசியம் இல்லை.
- தாய் மற்றும் குழந்தையை சூடாக வைத்திடுங்கள்.

மருத்துவமனைக்கு அழைத்துச் செல்லும் போது

- ஒருவேளை காரில் அழைத்துச் செல்லும் போதே தாய்க்கு பிரசவமாகி விட்டால் காரை பாதுகாப்பான இடத்தில் நிறுத்திடுங்கள். உங்களின் ஃபோனை பக்கத்தில் வைத்திடுங்கள். காரின் முகப்பு மற்றும் சிக்னல் விளக்கை எரிய விடுங்கள். கார் டிரைவரை மருத்துவமனைக்கு ஃபோன் செய்யச் சொல்லிக் கூறிடுங்கள்.

காரின் சீட் மீது ஏதாவது போர்வையை விரித்து தாயைப் படுக்க வையுங்கள். குழந்தை பிறக்கும் வரை காத்திருந்து பிறகு மருத்துவமனைக்கு அழைத்துச் செல்லுங்கள்.

★ ஒருவேளை அம்னியோடிக் பை சேர்ந்து இருந்தால் அதனை பிரிப்பதற்கு முயற்சி செய்கின்றார். இந்த முயற்சியில் பனிக்குடமானது உடைந்து விடுவதற்கும் வாய்ப்பு உள்ளது.

★ ஒருவேளை சரியான பிரசவ வலி தொடங்கவில்லையெனில் இன்டிராவீனஸ் பிடோசின் கொடுக்க வேண்டி இருக்கும். இந்த ஹார்மோன் ஆனது கர்ப்ப காலத்தில் உடலில் தானாகவே உற்பத்தி ஆகின்றது. மேலும் மீஸோபுரோஸ்டால் என்ற மருந்தும் கொடுக்கப்படுகின்றது. இதனை தொடுப்பதால் ஆக்ஸிடோஸினின் அவசியம் சிறிது குறைகின்றது மற்றும் பிரசவ வலியின் நேரமும் குறைக்கின்றது.

★ பிரசவ சமயத்தில் உங்களின் குழந்தை மீது அடிக்கடி பார்வை வைக்கப்படுகின்றது. மருந்தின் காரணமாக உங்களுக்கும் ஏதாவது பாதிப்போ அல்லது அதிகமான வலியோ ஏற்படுகின்றதா என்று கண்காணிக்கப்படுகின்றது. ஒருவேளை பாதிப்பு ஏற்பட்டால் உடனடியாக இந்த முறையில் கொடுக்கப்படும் மருந்தை நிறுத்தி விடுகின்றனர். இதனால் எந்த வித பாதிப்பும் ஏற்படாது.

★ ஒருவேளை 8 மணி நேரம் 12 மணி நேரத்திற்குப் பிறகு கூட ப ி ர ச வ ம ் தொடங்கவில்லையெனில் மருத்துவர் இந்த முறையை நிறுத்தி விட்டு ஆப்ரேஷன்

செய்ய வேண்டும் என்ற ஆலோசனையை வழங்குவார்.

பிரசவ நேரத்தில் சாப்பாடு

பிரசவ நேரத்தில் சாப்பிடுவது சரியா தவறா?

இது உங்கள் மருத்துவரைப் பொறுத்த விஷயம் தான். சில மருத்துவர்கள் சாப்பிடலாம் என்பார்கள். ஒரு சிலரோ சாப்பிடக் கூடாது என்பார்கள். ஏனெனில் பிரசவம் ஆரம்பிப்பதற்கு முன்னால் ஜெனரல் அனஸ்தீஸியா கொடுக்கப்படுகின்றது. சிக்கலில்லாத கர்ப்பம் எனில் கர்ப்பிணி சிறிதளவு சாப்பிடலாம் என்று மருத்துவர்களே கூறுகிறார்கள். ஏனெனில் அவர்களுக்கு அப்போது உடலில் சக்தியும், தெம்பும் தேவைப்படுகின்றது. பிரசவ நேரத்தில் சாப்பிடக் கூடிய பெண்களுக்கு பிரசவ வலி 90 நிமிடம்குறைகின்றது என்று ஆராய்ச்சியில் கண்டறிந்துள்ளனர். மேலும் அவர்களுக்கு அதிகமான வலி மாத்திரைகளும் தர வேண்டியது இல்லை. எனவே நீங்கள் மருத்துவர் கூறுகின்ற படியே நடந்து கொள்ள வேண்டும்.

★ மருத்துவர் ஷாமி நீங்கள் பசியுடன் இருக்க வேண்டாம். காய்ந்த பழங்கள், சாதாரண பாஸ்தா அல்லது ஜாம் நிறைந்த பிரட் டோஸ்ட் போன்றவை சாப்பிடலாம். இந்த சமயத்தில் வாந்தி வரும் வாய்ப்பு உண்டு. சாப்பிடாத பல பெண்களுக்கு கூட வாந்தி வரும் வாய்ப்பு உண்டு.

நீங்கள் மருத்துவனைக்கு செல்வதற்கு முன்னர் உங்கள் கணவருக்கு எதாவது உணவு செய்து கொடுத்து விட்டு கிளம்புங்கள். ஏனெனில் அவர் பசியில்லாமல் திடமாக இருந்தால் தான் உங்களுக்கு அவரின் உதவி கிடைக்கும்.

ரூடின் ஐ.வி

"பிரசவத்திற்காக மருத்துவமனை செல்லும் போது ஐ.வி போட வேண்டுமா?"

இது உங்களின் உடல் நிலையைப் பொறுத்த விஷயமாகும். சில மருத்துவமனைகளில் கர்பிணிக்கு முதலிலேயே கைதேடர் செருகி ஐ.வி மாட்டி விடுகின்றார்கள். இதனால் டி. ஹைடிரோஷனில் இருந்து காப்பாற்றப்படலாம். மேலும் அவசரமாக ஏதேனும் ஊசி செலுத்த வேணிடி இருந்தாலும் எளிமையாகிவிடும். இதனைப் பற்றி நீங்கள் மருத்துவரிடம் கேட்டுத் தெரிந்து கொள்ளுங்கள். ஒருவேளை உங்களுக்கு ஐ.வி பிடிக்கவில்லையெனில் நீங்கள் முதலிலேயே மருத்துவரிடம் கூறி விடுங்கள்.

ஒருவேளை எபிடியூரல் எனில் இதனை போட்டே ஆகுதல் வேண்டும். எபிடியூரலுக்குப் பிறகும் கூட ஐ.வி ப்ளூயிட் கொடுக்கப்படுகின்றது.

ஐ.வி போடுவதால் உங்களுக்கு ஒன்றும் அவ்வளவு சிரமம் இல்லை. முதலில் உங்கள் நரம்பில் குத்தப்படுகின்ற ஊசியால் தான் உங்களுக்கு வலி ஏற்படும். பிறகு ஒன்றுமே செய்யாது. நீங்கள் இதனுடனேவே பாத்ரூம் செல்லலாம். ஒருவேளை நீங்கள் இதனை விரும்பவில்லை எனில் மருத்துவரிடம் ஹிபாரின் லாக் பற்றிக் கேளுங்கள்.

நரம்பில் ஒரு கைதேடர் செருகி மருந்து கொடுத்து விட்டு அதனை முடிவிடுவார்கள். இதனால் இரத்தமும் கட்டாது. ஆபத்து சமயத்தில் தேவைப்பட்டால் இதனை திறந்து மருந்தோ அல்லது ஊசியோ போட்டு விடுவார்கள். மேலும் நீங்கள் ஐ.வி பற்றி இவ்வளவு கவலைப்படவும் தேவையில்லை.

குழந்தையின் மீது பார்வை

"பிரசவ நேரத்தில் குழந்தையின் மீது அடிக்கடி பார்வை வைக்க வேண்டுமா? இதனால் என்ன லாபம்?"

ஒன்பது மாதம் வரையிலும் தாயின் வயிற்றில் அமைதியாக இருந்த குழந்தை இப்போது வெளியேறும் போது மிகவும் சிரமப்படும். சில குழந்தை சாதாரணமாகவும், எளிதாகவும் பிறந்து விடுகின்றது. சில குழந்தையோ மிகவும் சிரமப்படுகின்றது. பிறக்கும் போதே அதனுடைய இதயத்துடிப்பு அதிகரித்து அது களைத்து விடுகின்றது.

எனவே தான் மருத்துவர் குழந்தையின் அசைவைக் கண்டு கொண்டே இருப்பார். உங்களின் நிலைமை பிரசவ நேரத்தில் சரியாக இருக்கும் போது மருத்துவரும் குழந்தையின் பீட்டல் மானிட்டரிங் மீதே பார்வை வைப்பார்.

பொதுவாக பீட்டல் மானிட்டரிங் மூன்று பிரிவுகளை உள்ளடக்கியது.

வெளிப்படையான ஆய்வு

இதில் வயிற்றின் மீது இரண்டு உபகரணங்கள் செலுத்தப்படுகின்றது. ஒன்று அல்டிராசவுணட் டிரான்ஸ்டியூசர், (குழந்தையின் இதய துடிப்பின் மீது பார்வை வைக்கப்படுகின்றது). மற்றொன்று அழுத்தம். கொடுக்கக் கூடிய இயந்திரம். இது பிரசவ வலியின் தீவிரம் மற்றும் நேரத்தைக் கணக்கீடு செய்கின்றது. இது இரண்டுமே மானிட்டருடன் இணைந்து இருக்கும். ரிப்போர்ட் காகிதமாக வெளியே வந்து கொண்டிருக்கும். நீங்கள் அமைதியாக படுக்கையில் படுத்து இருக்கலாம்.

பிரசவத்தின் இரண்டாவது நிலைமையில் தொடர் வலியால் பிரசவம் எப்போது தொடங்கி எப்போது முடிந்தது என்பதே தெரியாமல் போய் விடும். மானிட்டரின் உதவி கொண்டே குழந்தையின் இதயத் துடிப்பு டாப்லர் மூலமாகப் பரிசோதனை செய்யப்படுகின்றது.

உள் ஆய்வு

இதில் குழந்தையின் தலை தெரிய ஆரம்பித்தவுடன் யோனிக் குழாயின் வழியாக குழந்தையின் தலைக்கு சிறிதளவு எலக்டிரோட் கொடுக்கப்படுகின்றது. பிறகு உங்களின் கர்ப்பப்பையில் சைதிடர் செலுத்தப்படுகின்றது. இல்லையேல் வயிற்றினுள் உபகரணத்தை செலுத்தி வலியின் அளவு கண்டறியப்படுகின்றது.

தேவை ஏற்பட்டால் மட்டுமே இவ்வாறு கணடறியப்படுகின்றது. இல்லையேல் தொற்று ஏற்படுவதற்கான வாய்ப்பு உண்டு குழந்தையின் தலையை மெதுவாகப் பிடித்து இழுப்பதால் சிறிதான காயம் ஏற்படும். ஆனாலும் இது சில நாட்களிலேயே சரியாகி விடும். இந்த சமயத்தில் உங்களுக்கு வலியானது குறையும்.

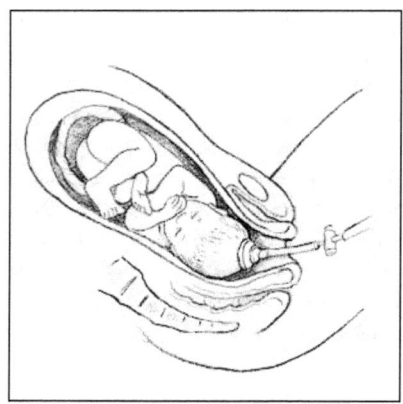

டைலிமைட்ரி பரிசோதனை

இந்த பரிசோதனை சில மருத்துவமனைகளில் மட்டுமே உள்ளது. இந்த பரிசோதனையில் டிராஸ்மீட்டர் மூலமாக குழந்தையின் இதயத்துடிப்பை கண்டறிகிறார்கள். இதனால் நீங்கள் சுதந்திரமாக எங்கு வேண்டுமானாலும் நடக்கலாம். தேவைப்பட்டால் கழிவறைக்கும் செல்லலாம்.

இந்தப் பரிசோதனையில் சில சமயங்களில் தவறான முடிவுகளும் வரக்கூடும். குழந்தையின் அசைவு ஏற்பட்டால் எலக்ட்ரானிக் நின்று விடும். இதனால் மானிட்டரில் சரியான ரெக்கார்டு வராது. மருத்துவர் இந்த எல்லா விஷயங்களையும் பார்ப்பதை விட்டு விட்டு குழந்தையின் நிலைமைய மட்டும் பார்ப்பார். ஏனெனில் குழந்தைக்கு ஆபத்து எதுவும் ஏற்பட்டு விடக்கூடாது ஒருவேளை குழந்தைக்கு ஏதேனும் ஆபத்து எனில் உடனடியாக ஆபரேஷன் செய்வார்.

சவ்வு கிழிதல்

"என்னுடைய பனிக்குடம் தானாகவே உடையாது என்று எனக்கு பயமாக உள்ளது. மருத்துவர் தான் அதனை கிழிக்க வேண்டும் என்று எண்ணுகின்றேன். இவ்வாறு நடந்தால் வலி அதிகமாக இருக்குமா என்று எனக்கு பயமாக உள்ளது. நான் என்ன செய்வது?"

நீங்கள் பயப்பட வேண்டிய அவசியம் இல்லை. ஏனெனில் இவ்வாறு நடைபெற வாய்ப்பு இல்லை. பெரும்பாலும் தானாகவே கிழிந்து விடும். மேலும் பிரசவ நேரத்தில் ஏற்படும் வலியால் இதை கர்ப்பிணிகள் பார்க்க மறந்து விடுவார்கள். அதிகமாக தண்ணீர் வெளியேற ஆரம்பிக்கும் போது தான் அவர்கள் இதனை உணருவார்கள். அதிக முறை உள் ஆய்வு மருத்துவரால் செய்யப்படுவதால் பனிக்குடத்தில் பாதிப்பு முதலிலேயே ஏற்பட்டு இருக்கும். ஆராய்ச்சியில் பனிக்குடம் சீக்கிரமாகவோ அல்லது மெதுவாகவோ உடைவதால் பிரசவ வலியின் நேரம் குறையும், அதிகரிக்கும் என்பதெல்லாம் இல்லை. ஆனாலும் இன்று வரை மருத்துவர்கள் அதனைக் குறிப்பிட்டே பிரசவ நேரத்தை கணக்கிடுகிறார்கள்.

பலமுறை குழந்தையானது பனிக்குடத்தினோடே பிறந்து விடுகின்றது. குழந்தை பிறந்த பின்பு பனிக்குடம் உடைந்து விடுகின்றது.

பிரசவ முத்திரைகள்

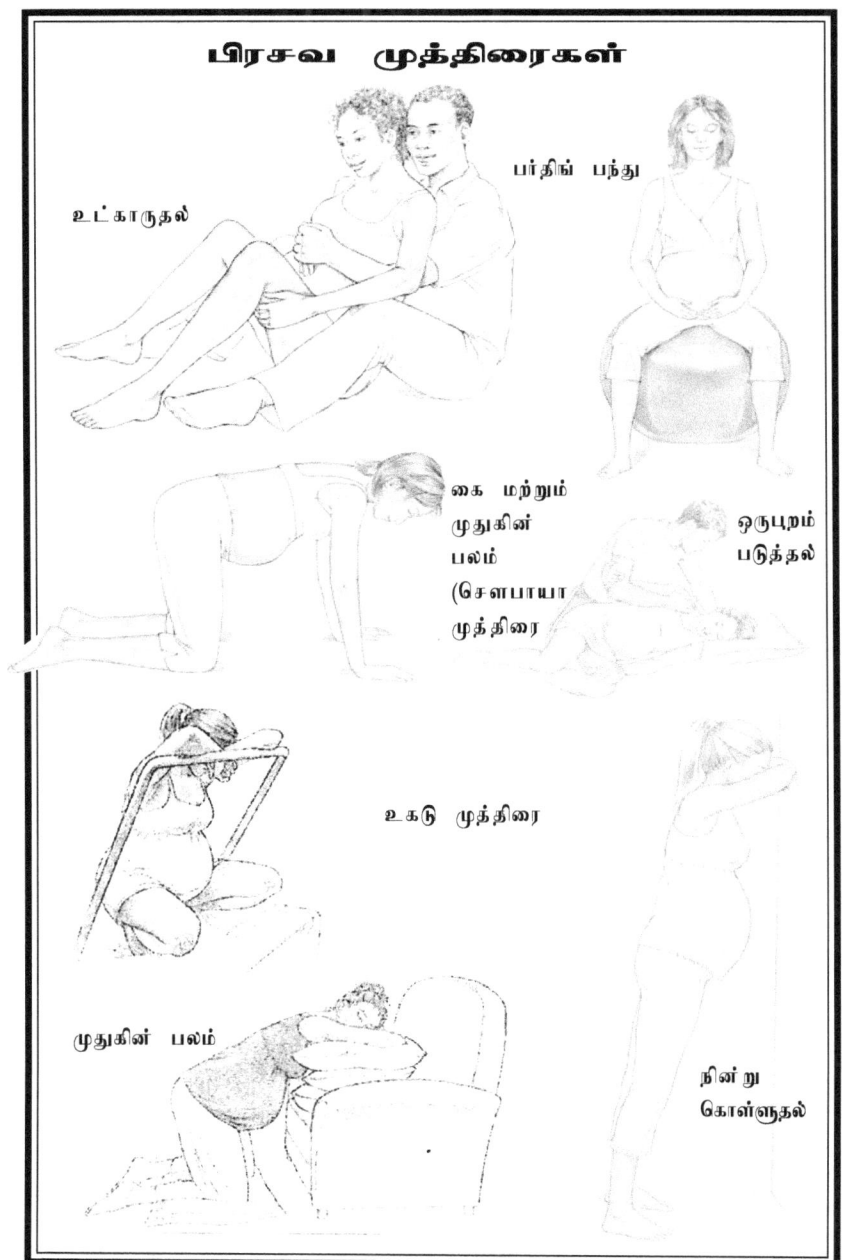

உட்காருதல்
பர்திங் பந்து
கை மற்றும் முதுகின் பலம் (செளபாயா முத்திரை
ஒருபுறம் படுத்தல்
உகடு முத்திரை
முதுகின் பலம்
நின்று கொள்ளுதல்

எபிசியோடாமி

"இன்று கூட எபிசியோடாமி செய்யப்படுவதில்லை என்று கேள்விப்பட்டேன். இது உண்மையா என்று கூறுங்கள்?"

நீங்கள் கேள்விப்பட்டது மிகவும் சரியே. யோனிக்குழாயை விரிவுபடுத்துவதற்காக இது செய்யப்பட்டது. ஆனால் இந்நாட்களில் இதிலிருந்து தப்பித்து விடலாம்.

யோனியைக் கிழித்து விடாமலேயே குழந்தையானது வெளியில் வந்து விடும். சாதாரணமாக பிரசவத்திற்கு இது அவசியமும் இல்லை. தாய்க்கும் இரத்தம் வெளியேறும் என்ற பயம் இருக்கும்.

இவ்வாறு கிழிப்பதால் பலமுறை பிரச்சனை ஏற்பட்டு விடுகின்றது. குழந்தையின் தலை வெளிவர மிகவம் சிரமப்பட்டால் வேக்யூம் பிரசவம் அல்லது ஃபோர்சப்ஸ் பிரசவம் செய்யலாம். அப்போது கிழிக்க வேண்டிய அவசியம் ஏற்படுகின்றது.

கிழிக்கும் போது உங்களுக்கு லோக்கல் வலி நிவாரணி ஊசி போடப்படும். கீழ்ப்பகுதியானது முழுவதும் மரத்து விடுவதால் உங்களுக்கு வலி தெரியாது. குழந்தை மற்றும் பிளசென்ட்டோ வெளிவந்த பிறகு மருத்துவர் அதனை தைத்து விடுகின்றார்.

இதிலிருந்து தப்பிப்பதற்காக பெரினியம் மாலிஸ் செய்யலாம். முதல் முறை பிரசவித்த பெண்களுக்கு பிரசவத்திற்குப் பிறகு ஒருவாரம் கழித்து கூட மாலிஸ் செய்யலாம்.

பிரசவ சமயத்தில் மருத்துவர் பெரினியத்தை மெதுவாக அழுத்துவார். இதனால் குழந்தையின் தலை வெகு விரைவில் சுலபமாக வெளியே வந்து விடும்.

மருத்துவரிடம் நீங்கள் முதலிலேயே இதைப்பற்றி எல்லாம் கேட்டுக் கொள்ளுங்கள். இதனால் பிரசவ அறைக்குச் சென்ற பிறகு குழப்பம் ஏற்படாது.

ஃபோர்செப்

"எனக்கு பிரசவ சமயத்தில் ஃபோர்செப்பின் உதவி தேவைப்படுமா?"

மருத்துவர்கள் இன்றைய நாட்களில் ஃபோர்செப் பயன்படுத்துவதை விட்டு விட்டு வாக்யூம் பயன்படுத்துகிறார்கள். ஃபோர்செப்பும், வாக்யூமைப் போலவே பாதுகாப்பானது தான். எனவே நீங்கள் பயப்படாமல் இருங்கள்.

தாய் எவ்வளவு முயற்சி செய்தும் குழந்தை வெளிவர முடியவலிலையெனில் ஃபோர்செப் பயன்படுத்தி தலையை வெளியே இழுக்கின்றார்கள்.

உங்களின் காப்பப்பை வாயானது முழுவதும் திறக்க வேண்டும். சிறுநீர் பை காலியாக இருக்க வேண்டும். பனிக்குடம் உடைந்து இருக்க வேண்டும். பிறகு உங்களுக்கு லோக்கல அனஸ்தீயா கொடுத்து அந்த இடத்தை மரக்கடித்து விடுவார்கள். தேவைப்பட்டால் யோனியை கிழித்து விடுவார்கள். இதனால் சில சமயங்களில் குழந்தையின் தலையில் கோடு அல்லது காயம் ஏற்பட்டு விடுகின்றது. ஆனால் இது சில நாட்களிலேயே சரியாகி விடும்.

ஃபோர்செப் செய்தும் குழந்தை பிறப்பது கடினமாகி விட்டால் பிறகு ஆபரேஷன் செய்து விடுகிறார்கள்.

ஆபரேஷனில் நீங்கள் இருந்து தப்பிக்கலாம்.

குழந்தையை இழுப்பதால் யோனியைக் கிழித்து விட வேண்டியது

குழந்தை பிறப்பு நிலைகள் மற்றும் படிகள்

குழந்தை பிறப்பதற்கு மூன்று நிலைகள் உள்ளன. லேபர், குழந்தையின் பிரசவம், பிளசென்டோவின் வெளியேற்றம். ஆபரேஷன் பிரசவம் எனில் இந்த மூன்று நிலைகளையும் கடக்க வேண்டாம். இது மட்டுமில்லாமல் பிரசவ வலியும், மருத்துவரின் பரிசோதனையும் உள்ளது.

முதல் நிலைமை லேபர் (இயர்லிலேபர்)

இதில் கர்ப்பப்பையின் வாய் திறக்கின்றது. பிரசவ வலி முதலில் 30 முதல் 45 செகண்டு பிறகு 20 நிமிடத்திற்கு ஒருமுறை ஏற்படும்.

சக்கிரிய லேபர்

இதில் 7 நிமிட வலி மற்றும் 40 முதல் 60 செகண்டு, 3 முதல் 4 நிமிடம் வரை இருக்கும்.

டிரான்ஸிஜனல் லேபர்

இதில் கர்ப்பப்பையின் வாய் முழுவதும் திறந்து விடுகின்றது. வலியானது 60 முதல் 90 செகண்டிற்கு ஒருமுறை 2 முதல் 3 நிமிடம் வரை இருக்கும்.

இரண்டாவது நிலைமை

குழந்தையின் பிறப்பு

மூன்றாவது நிலைமை

பிளசன்டாவின் வெளியேற்றம்.

நீங்கள் இதைப் பற்றியெல்லாம் நன்றாக முன்பே தெரிந்து வைத்துக் கொள்வது மிகச் சிறந்தது.

ஒன்பது மாத கர்ப்ப காலத்தில் நிறையவே கற்றுக் கொண்டு இருப்பீர்கள். பிரசவத்தின் போது இன்னும் அதிகமான அனுபவம் ஏற்பட வாய்ப்பு உண்டு.

கர்ப்பம், பிரசவம் என்பது முற்றிலும் வெவ்வேறானது. எவ்வளவு வலியை நீங்கள் அனுபவித்தீர்களோ அவ்வளவுக்கும் பலன் குழந்தையாக உங்களுக்கு கிடைக்கப்போகின்றது.

வாக்யூமின் அழுத்தம்

"என்னுடைய தோழியின் பிரசவத்தின் போது வாக்யூம் எக்ஸ்டிரிக்டர் பயன்படுத்தப் பட்டது. இதுவும் ஃபோர்செப்ஸை போல பாதுகாப்பானதா?"

இதில் குழந்தையின் தலைமீது ஒரு பிளாஸ்டிக் கப் மாட்டப்படும். அது மெதுவாக குழந்தையை அழுத்தி வெளியே தள்ளி விடும். இந்த அழுத்திதால் குழந்தை வெளியே வர உதவியாய் இருக்கின்றது. இதனால் இல்லை. குழந்தையின் தலையில் தான் வீக்கம் ஏற்படும். பிறகு இது சில நாட்களிலேயே சரியாகி விடும்.

வாக்யூம் செய்தும் குழந்தை பிறக்கவில்லை எனில் பிறகு ஆபரேஷன் செய்யப்படுகின்றது. மருத்துவர் பலமுறை உங்களை முக்கச் சொல்லுவார். உங்களால் முடியாத சமயத்தில் அமைதியாக இருக்கச் சொல்லி வாக்யூம் பயன்படுத்தி குழந்தையை வெளியே எடுத்து விடுவார்.

பிரசவம் ஆரம்பிப்பதற்கு முன்னரே இதைப்பற்றியெல்லாம் மருத்துவரிடம் ஆலோசனை பெற்றிடுங்கள்.

பிரசவ முத்திரைகள்

"பிரசவ சமயத்தில் முதுகை நேராக வைத்துக் கொண்டு படுக்கக்கூடாது என்று கேள்விப்பட்டிருக்கின்றேன். எந்த பொஸிஷன் சரியென்று கூறிடுங்கள்?"

பிரசவ சமயத்தில் முதுகை அழுத்தி படுக்கக் கூடாது. ஏனெனில் பலவிதமான இரத்த நாளங்கள் அழுத்தப்பட்டு விடும். இதை மட்டும் விட்டு விட்டு உங்களுக்கு பிடித்தமான மற்றும் சுலபமான பொஸிஷனில் படுத்துக் கொள்ளுங்கள். உங்கள் விருப்பப் படியும் பொஸிஷனை மாற்றிக் கொள்ளலாம். இதனால் உங்களுக்கு ஓரளவு ஓய்வு கிடைக்கும்.

கீழே கொடுக்கப்பட்டுள்ள பிரசவ முத்திரைகளில் உங்களுக்கு ஒத்து வரக்கூடிய பிரசவ முத்திரையை நீங்கள் தேர்ந்தெடுத்துக் கொள்ளலாம்.

நின்று கொள்ளுதல்

நின்று கொள்வதால் வலி குறையும். இதனால் குருத்வாகர்ஷனின் உதவியும் கிடைக்கும். குழந்தையும் பிறக்க வசதியாய் இருக்கும். ஒருவேளை உங்களால் வெகுநேரம் நிற்க முடியவில்லை எனில் நீங்கள் படுத்துக் கொள்ளலாம்.

ராக்கிங்

குழந்தை இந்த பூமியில் பிறப்பதற்கு முன்னரே அதற்கு தாலாட்டு செய்து அதனை மகிழ்ச்சி படுத்தலாம். பிரசவ வலி தொடங்கியவுடன் ராக்கிங் நாற்காலியில் உட்கார்ந்து கொண்டு முன்பும், பின்பும் சாய்ந்தாடுங்கள். இதனால் யோனிக் குழாய் திறக்கும். குழந்தை கீழே வர ஆரம்பிக்கும். இதில் குருத்வாகர்ஷனின் உதவி கிடைக்கும்.

உக்கடு முத்திரை

குழந்தை பிறக்கும் நேரம் வெகு அருகில் வந்தவுடன் உக்கடு முத்திரையில் அமர்ந்து கொள்ளுங்கள். இதனால் பெல்விக்ஸ் பகுதி திறந்து குழந்தை கீழே வருவதற்கான இடம் கிடைக்கும். நீங்கள் உக்கடு முத்திரையில் உட்கார்ந்து கொள்வதற்கு உங்களின் கணவரின் உதவியை நாடுங்கள். அங்கே இருக்கும் ஏதாவது இரும்பு கம்பியினை அழுத்திப் பிடித்துக் கொள்வதால் உங்கள் கால்களுக்கு வலி ஏற்படாது.

பர்திங் பந்து

பெரிய பர்திங் பந்தில் அமர்ந்து கொள்வதால் பெல்விக் பகுதி திறக்கப்படுகின்றது. பிறகு நீங்கள் உகட்டு முத்திரைக்கு மாறிக் கொள்ளலாம்.

உட்காருவதற்கான முத்திரை

நீங்கள் படுக்கை மீது கணவரின் உதவியுடன் உட்கார்ந்து கொள்ளலாம். இதனால் குருத்வாகர்ஷனின் உதவி கிடைக்கும். பிரசவ வலி குறையும்.

மருத்துவரைக் கூப்பிடுங்கள்

ஒருவேளை பனிக்குடம் உடைந்து போனால் மருத்துவரைக் கூப்பிடுங்கள். குழந்தையின் அசைவு தெரியவில்லை என்றாலும், அதிக இரத்தப்போக்கு என்றாலும் உடனடியாக மருத்துவரைக் கூப்பிடுங்கள்.

நிலைமை எப்படிப்பட்டது எனினும் உடனடியாக மருத்துவரை அழைப்பதே சிறந்தது.

பிரசவ வலியின் தீவிரம்

பிரசவ வலி என்பது நிச்சயிக்கப்பட்டது இதனைக் குறைக்கவோ, அதிகரிக்கவோ முடியாது. ஆனாலும் இதனை கட்டுப்பாட்டிற்குள் வைத்துக் கொள்ளலாம். இதற்காக நீங்கள் செய்ய வேண்டியவைகளைப் பற்றிக் கீழே கொடுக்கப்பட்டுள்ளது.

வலி அதிகமாகும்	வலி குறையும்
தனியாக இருப்பதால் உறவினரோ இருத்தல்	உங்களுடன் உங்கள் கணவரோ அல்லது
களைப்பு ஓய்வு எடுங்கள்	ஒன்பதாவது மாதத்தில் முடிந்த அளவு
பசி மற்றும் தாகம்	பிரசவ வலியின் ஆரம்பத்தில் சிறிதளவு ஏதாவது சாப்பிடுங்கள். இதனால் வலி குறையும்
வலியைப் பற்றி யோசித்தால்	உங்களின் எண்ணத்தை மாற்றிடுங்கள். வலியின் போது வேறு ஏதேனும் வேலை செய்திடுங்கள்
ஏதோ ஒரு இனம் புரியாத பயம்	ரிலாக்ஸாக இருங்கள். வலியைப் பற்றியே எண்ணாதீர்கள். வலி சீக்கிரமாகவே நிறைவு பெறக்கூடியது
சுய பரிதாபம்	சீக்கிரமாகவே பெறப்போகும் குழந்தையை எண்ணி மகிழ்ச்சி கொள்ளுங்கள்.
வலி மற்றும் தேவையில்லா மனக் குழப்பம்	குழந்தை பிறப்பிற்கான ஏற்பாடு செய்யுங்கள்.சுய நம்பிக்கை மற்றும் சுய கட்டுப்பாடு அவசியம்

ஒருவேளை பர்திங் நாற்காலியின் வசதி இருப்பின் அதனை பயன்படுத்திக் கொள்ளலாம்.

முதுகின் பலம்

முதுகு வலியா? முதுகை கணவரின் உதவியுடன் சாய்த்துக் கொள்ளுங்கள். இதனால் குழந்தையின் தலையானது உங்களின் முதுகெலும்பின் மீது அழுத்தம் கொடுக்கும். இதனால் குழந்தை சீக்கிரமாகவே பிறந்து விடும். உங்களுக்கு அதிகமான வலி இருக்காது.

கையை அழுத்தி குனிதல்

சௌபாயா முத்திரையில் உட்கார்ந்து கொண்டு உங்களின் முதுகை மாலிஸ் செய்யச் சொல்லலாம். இதனால் வலி குறையும். மேலும் குருத்வாகர்ஷனின் உதவி கிடைக்கும்.

ஒருபுறம் ஒருக்களித்துப் படுத்தல்

உக்கடு முத்திரையில் உட்கார்ந்து கொண்டு களைப்படைந்து விட்டீர்கள் எனில் ஒரு புறமாக ஒருக்களித்துப் படுத்துக் கொள்ளுங்கள். இதனால் ரத்த நாளாங்களில் அழுத்தம் ஏற்படாது. பிரசவ வலியும் குறையும் மேலும் பிரசவமும் சீக்கிரமாக நடைபெறும்.

பிரசவ நேரத்தில் மிகச் சரியான முத்திரை இதுவே தான். மனம் விரும்பும் நேரத்தில் நீங்கள் பொஸிஷனை மாற்றிக் கொள்ளலாம். மேலும் உங்களை மருத்துவர் பரிசோதனை செய்தவற்கும் வசதியாய் இருக்கும். எபிடியூரல் மூலமாக உட்காருவது, புரண்டுபடுப்பது, நாக்கிங் பொஸிஷனில் அமருவது என நீங்கள் மாற்றி மாற்றி அமர்ந்து கொள்ளலாம்.

குழந்தையின் பிறப்பு மற்றும் ஸ்டிரெச் மார்க்

"பிரசவத்திற்குப் பிறகு ஏற்படுகின்ற ஸ்டிரெச் மார்க்ஸ்ஸை நினைத்து கவலையாக இருக்கின்றேன். நான் என்ன செய்வது?"

பிரசவ நேரத்தில் யோனியானது வியக்கத்தக்க விதத்தில் விரிந்து விடுகின்றது. இதனால் தான் 7 -8

மருத்துமனை அல்லது பர்த் சென்டர் செல்வது

இந்தச் சமயத்தில் நீங்கள் உங்கள் கணவரையோ அல்லது உறவினரையோ அழைத்தல் வேண்டும். முதலிலேயே நீங்கள் எல்லா திட்டமும் போட்டு வைத்து இருந்தீர்கள் எனில் பிரச்சனை எதும் இல்லை. காரை வரவழைத்து அதில் அமர்ந்து சீட் பெல்ட் போட்டுக் கொள்ளுங்கள். எதற்கும் உங்கள் இருக்கைக்கு கீழே ஒரு கம்பளம் விரித்துப் போட்டுக் கொள்ளுங்கள்.

- மருத்துவமனையை அடைந்தவுடன் ரிஜிஸ்டிரேஷன் செய்யப்படும். உங்களின் கணவர் அவற்றை எல்லாம் செய்து விடுவார். இது மட்டுமில்லாமல் வேறு ஏதேனும் பார்ம் கொடுத்தாலும் அதனையும் நிரப்பி விடுங்கள்.
- நர்ஸ் உங்களை பிரசவ அறைக்கு அழைத்துச் செல்வார்கள். அங்கே உங்களின் கர்ப்பப்பையின் வாய்ப்புறம், குழந்தையின் இதயத் துடிப்பு போன்றவை பரிசோதனை செய்யப்படும்.
- சில மருத்துவமனைகளில் கணவர் பிரசவ அறையின் உள்ளே வருவதற்கான அனுமதி அளிக்கின்றார்கள். சில இடங்களில் அவர்களை அனுமதிப்பது இல்லை. அவ்வாறான சூழ்நிலையில் அவர்கள் வெளியிலேயே உட்கார்ந்து விட வேண்டும். வீட்டில் இருந்து எடுத்து வந்த பொருட்கள் அனைத்தையும் உங்கள் கணவரிடம் கொடுத்து விடுங்கள். உங்களுக்கு போட்டுக் கொள்ள ஒர கவுன் கொடுப்பார்கள்

- நர்ஸ் உங்களிடம் வலியைப் பற்றிய கேள்விகள் கேட்டுக் கொண்டே இருப்பார்கள். இதனால் ஓரளவுக்கு நீங்கள் பயமில்லாமல் இருக்கலாம்.
- நர்ஸ் உங்களின் இதயத்துடிப்பு உடல் வெப்பம், சிறுநீர் கழிப்பது, இரத்தப் போக்கின் அளவு, குழந்தையின் அசைவு போன்றவற்றைப் பரிசோதனை செய்து கொண்டே இருப்பார்.
- மருத்துவமனையின் முறைப்படி ஐ.வி உங்களுக்கு செலுத்தப்படும். அடிக்கடி மருத்துவர் உள் சிகிச்சை செய்வார். பனிக்குடம் உடைந்து விட்ட உடன் அனைவரும் உங்கள் அருகில் தயாராய் இருப்பார்கள். நர்ஸ் உங்கள் வயிற்றின் கீழ்புறத்தில் மிதமான அழுத்தம் கொடுத்து மற்றும் சுடு தண்ணீர் ஊற்றுவார்.
- இந்த சமயத்தில் நீங்கள் மிகவும் அமைதியுடன் இருப்பது அவசியம். கணவர் உங்கள் அருகில் இருந்தால் அவர் கையைப் பற்றிக் கொள்ளுங்கள். மருத்துவரோ, நர்ஸோ கேட்கும் கேள்விகளுக்கு சரியாக பதில் அளித்திடுங்கள்.

வலி குறைந்து நிலைமை மோசமானால்

பனிக்குடம் உடைந்த பிறகும் கூட வலி விட்டு விட்டு வந்து குறைந்து விடுவதால், கர்ப்பப்பையின் வாய் திறக்காமல் இருந்தால், குழந்தை வெளியே வருவதற்கு மிகவும் சிரமப்பட்டால், எபிடியூரல் கொடுத்த பிறகும் கூட பிரசவ வலி ஏற்படவில்லை எனில் பயப்படத் தேவையில்லை.

- அர்லி பிரசவத்தில் மருத்துவர் உங்களை சுற்றச் சொல்லுவார். இதன் மூலமாக போலி பிரசவ வலியானது ஏற்பட்டுள்ளதா என்று பரிசோதிப்பார்.
- கர்ப்பப்பையின் வாய் திறக்கவில்லை எனில் ஏதாவது மருந்தோ அல்லது ஊசியோ செலுத்துவார்.
- வலி குறைந்து கர்ப்பப்பையின் வாய் திறந்து குழந்தை வெளியே வர சிரமப்பட்டால் வலியை அதிகப்படுத்த ஊசி போடுவார்.
- இவ்வாறாக செய்த பிறகும் கூட பல மணி நேரமாக வலி ஏற்படவில்லையெனில் ஆபரேஷன் செய்வதற்கான ஆலோசனை வழங்குவார். வாக்யூம் அல்லது ஃபோர்சப்ஸ் உதவி கொண்டு குழந்தையை வெளியே எடுக்கவும் முயற்சி செய்வார்.

பவுண்டு எடையுள்ள குழந்தை சுலபமாக பிறந்து விடுகின்றது.

கர்ப்ப சமயத்தில் பெரினியமை மாலிஷ் செய்வதால் இது விரிந்து விடுகின்றது. கீகல் உடற்பயிற்சியும் யோனியின் பழைய வடிவத்தை பெறுவதற்கு உதவி செய்கின்றது.

யோனியின் விரிவால் பிரசவத்திற்கு பிறகு உடலுறவு கொள்வதற்கு வசதியாகவும், வலி இல்லாமலும் இருப்பதாக பல பெண்கள் கருத்து

ஹைபர் வென்டிலேட் கூடாது.

பல பெண்கள் தேவைக்கு அதிகமாக மூச்சை இழுத்து விடுகிறார்கள். இதனால் கார்பன்டைஆக்சைடு குறைகிறது. தலை சுற்றுகிறது. கை, கால் மரத்துவிடுகிறது. மெதுவாக சுவாசத்தை இழுத்து விடுவதற்கு முயற்சி செய்யுங்கள்.

கூறுகின்றார்கள். இதனால் சிரமம் இல்லாமல் ஆனந்தம் ஏற்படுகின்றது. ஒருவேளை பிரசவமாகிய ஆறு மாதத்திற்குப் பிறகும் கூட யோனியானது பழைய வடிவத்திற்கு வரவில்லையெனில் நீங்கள் மருத்துவரிடம் ஆலோசனை பெறுவது அவசியம்.

இரத்தம் தென்பட்டவுடன்

"இரத்தத்தை பார்த்தவுடனேயே எனக்கு தலை சுற்றுகின்றது. என்னால் பிரசவத்தை எப்படி சந்திக்க முடியும்?"

இந்தச் சமயத்தில் வெளிவரும் இரத்தத்தை கண்டு நீங்கள் பயப்படாதீர்கள். மாதவிடாயின் போது வெளியேறும் இரத்தமே சேகரிக்கப்பட்டு பிரசவ நேரத்தில் வெளியேறுகின்றது. பிரசவ நேரத்தில் நீங்களும் குழந்தையை வெளியே தள்ளுவதில் தான் கவனம் செலுத்துவீர்கள். எனவே அப்போது இரத்தத்தை நீங்கள் கண்டு கொள்ளவே சமயம் இருக்காது.

அதற்குப் பிறகும் கூட உங்களுக்கு பயமாக இருப்பின் மருத்துவரிடம் கூறி உங்களுக்கு முன்னால் வைக்கப்பட்டுள்ள கண்ணாடியை அகற்றச் சொல்லுங்கள். கழுத்து வரை துணியைக் கொண்டு போர்த்தி விடச் சொல்லுங்கள்.

கணவர், மருத்துவரிடம் உங்களின் பயத்தினைப் பற்றிக் கூறித் தெளிவு பெறுங்கள் மற்றும் ஆலோசனை பெற்றிடுங்கள். வேறு யாராவது ஒருவருடைய பிரசவ வீடியைப் பார்த்துத் தெளிவு ஏற்படுத்திக் கொள்ளுங்கள்.

குழந்தை பிறப்பு

குழந்தை பிறப்பு என்பது ஒரு மிகப்பெரிய சவாலான விஷயம் தான். உடல், மனம் இரண்டு விதத்திலும் உங்களுக்கு பிரச்சனைகளை சமாளிக்க வேண்டி வரலாம். இந்த பிரசவ அனுபவத்திற்குப் பிறகு உங்களுக்கு மகிழ்ச்சியோ மகிழ்ச்சி தான். இந்த மகிழ்ச்சியின் அனுபவத்தில் உங்களின் குடும்பம் முழுவதும் பங்கு எடுத்துக் கொள்ளும்.

பிரசவம் முதல் நிலைமை

முதல் கட்டம் பிரசவம் சீக்கிரம் நடைபெற வேண்டும்.

பிரசவத்தின் முதல் கட்டம் அதிக நேரம் எடுத்துக் கொள்ளக்கூடியது. ஆனால் அவ்வளவு ஆழமானது இல்லை. இது சில நாட்கள், மணிகள் கூட எடுத்துக் கொள்ளும். இரண்டு முதல் ஆறு மணி நேர பிரசவ வலிக்குப் பிறகு கர்ப்பப்பையின் வாயானது 3 செ.மீட்டர் திறக்கின்றது.

இந்த நிலைமையில் பிரசவ வலி 20 45 நிமிடத்திற்கு ஒருமுறை இருக்கும். பிறகு படிப்படியாகக் குறையும். இது மிக அதிகமாகவோ அல்லது குறைவாகவோ

இருக்கும் இல்லையேல் மிகச் சாதாரணமாகக் கூட இருக்கலாம்.

இயர்லி பிரசவத்தில் கீழ்காணும் அறிகுறிகள் தென்படும்.

- முதுகு வலி (பிரசவ வலியின் கூடவே)
- மாதவிடாயின் போது ஏற்படும் வலி
- அடி வயிற்றில் அழுத்தம்
- செரிமானமின்மை
- டயாரியா
- அடி வயிற்றில் கொதிநிலை
- இரத்தத்தினுடனே மியூக்கஸ் திரவம் வெளியேறுதல்
- எம்னியோடிக் திரவம் வெளிப்படுதல்

உங்களின் பயம் அதிக அளவிற்குப் போவதால் மூச்சு விடுவதில் சிரமமும் ஏற்படும்.

நீங்கள் என்ன செய்ய முடியும்?

- இந்த சமயத்தில் பயப்படாமல் மிகவும் அமைதியுடன் இருங்கள்.
- இரவு நேரமாக இருக்கும் போது பிரசவ வலி ஆரம்பித்தது எனில் நன்றாக தூங்க முயற்சி செய்யுங்கள் தூக்கம் வரவில்லையெனில் வலியை மறக்க ஏதாவது வேலை செய்யுங்கள். ஏதாவது சமைத்து பிரிட்ஜில் வையுங்கள். குழந்தைக்கான பொருட்களை எடுத்து வையுங்கள். பகல் நேரமாக இருந்தால் நடந்திடுங்கள். செல்ஃபோனைக் கையிலேயே வைத்திடுங்கள்.
- தொலைக்காட்சி பார்த்திடுங்கள். மருத்துவமனைக்கு கொண்டு செல்ல வேண்டிய பொருட்களை எடுத்துக் வையுங்கள்.
- கணவர் உங்கள் அருகில் இல்லையென்றால் அவருக்கு முதலில் தொலைபேசி செய்திடுங்கள். உறவினர்கள் யாரையேனும் உதவிக்கு அழைக்க வேண்டி இருப்பின் தொலைபேசி செய்திடுங்கள்.
- பசித்தால் உங்களுக்கு விருப்பமானவற்றை சாப்பிடுங்கள். பிரசவ நேரத்தில் உங்களுக்கு சக்தி தேவைப்படும். ஆரஞ்சு ஜீஸ் மற்றும் தண்ணீர் பருகுங்கள்.
- மிதமான சுடு தண்ணீரில் குளியுங்கள். வசதியாக அமர்ந்து கொண்டு முதுகின் பின்புறம் தலையணை வைத்துக் கொள்ளுங்கள்.
- கையில் கடிகாரம் கட்டிக் கொள்வது மிகவும் அவசியமாகும்.
- சுவாசப் பயிற்சி மற்றும் உடற்பயிற்சி செய்யாதீர்கள். இதனால் உங்களுக்கு களைப்பு ஏற்படும்.

கணவருக்காக.

கணவர் தனது மனைவிக்கு கீழக்காணும் விதங்களில் உதவி செய்யலாம்.

★ பிரசவ வலியின் ரெக்கார்டு எடுங்கள். ஒருவேளை பத்து

நிமிடத்திற்கு குறைந்த வலி எனில் உடனடியாக மருத்துவரை பார்க்க வேண்டும்.

★ அமைதியாய் இருங்கள். மனைவிக்கும் தைரியம் கூறுங்கள். அவர்கள் நன்றாக வசதியாக அமர்ந்து கொள்ள உதவி செய்யுங்கள்.

★ மாலிஷ் செய்து விடுங்கள்.

★ அவர்களுடனேயே அமர்ந்து ஏதாவது பேசிக் கொண்டு இருங்கள்.

★ வீடியோ கேம் விளையாடுவது, தொலைகாட்சி பார்ப்பது, மெல்லமாக நடப்பது போன்ற செயல்களில் அவர்களை ஈடுபடுத்துங்கள்.

★ நீங்களும் ஏதாவது சாப்பிடுங்கள். ஏனெனில் பிரசவ சமயத்தில் நீங்கள் மனைவியுடன் இருப்பது அவசியம். அப்போது நீங்கள் கேன்டீன், ஹோட்டலுக்குச் சாப்பிடச் செல்வது முறையானது அல்லவே.

இரண்டாவது கட்டம்

பிரசவ வலி (லேபர்)

இது முதல் கட்டத்தை விட மிகவும் நேரம் குறைவானது. இரண்டு அல்லது மூன்றரை மணி நேரத்தில் முடிவடைந்து விடும். பிரசவ வலி முன்பை விட இப்போது மிக அதிகமாக இருக்கும். 40 முதல் 60 செகண்டு வரை வலி இருக்கும். அதுவும் 4 நிமிடம் வரை தொடர்ந்து இருக்கும். தொடர் வலியின் போது மூச்சு விடுவதற்கு சிறிதளவு சிரமமாக இருக்கும்

இப்பொழுது நிங்கள் மருத்தவமனையிலோ அல்லது பர்த் சென்டரிலோ இருந்தால் வலியைப் பொறுத்துக் கொள்வது அவசியம். ஒருவேளை எபிடியூரல் உபயோகிக்கப்பட்டால் வலி ஏற்படாது.

★ வலியுடன் கூடிய இரத்தப்போக்கு

★ முதுகு வலி மிக அதிகமாக இருக்கும்.

★ கால்களில் வலி மற்றும் சுமை அதிகரித்தைப் போன்று உணருதல்

★ களைப்பு

★ இரத்தப்போக்கின் விகிதம் அதிகமாகும்.

★ பனிக்குடம் உடையும். நீர் முழுவதும் வெளியேறும்.

ஒருவேளை பனிக்குடம் உடையும் போது மிக அதிகமான வலி ஏற்பட வாய்ப்பு உண்டு. தைரியத்துடன் இருங்கள்.

இந்த மாதிரியான சமயத்தில் உங்களுடன் நர்ஸ் மற்றும் உறவினர்கள் இருப்பது மிக மிக அவசியம். அவர்கள் கீழ்க்காணும் பரிசோதனை செய்து கொண்டிருப்பார்கள்.

- இரத்த அழுத்தம்
- டாப்ளர் மூலமாக பீடல் மானிட்டர் பரிசோதனை
- வலியின் நேரம் மற்றும் வலியின் தீவிரம்

- எபிடியூரல் எடுப்பது. மேலும் ஐ. வி போடபப்பட்டு இருந்தால் அதனைக் கவனிப்பது
- கர்ப்பப்பையின் வாயை பரிசோதனை செய்வதற்கு அடிக்கடி உடலில் உள் பரிசோதனை செய்வார்கள்.
- ஒருவேளை உங்களால் வலி பொறுக்க முடியவில்லையெனில் வலி நிவாரணி மாத்திரைகளை வழங்குவார்கள்.
- நீங்கள் கேட்கும் கேள்விகளுக்கு பதில் தருவார்கள். உங்களின் கேள்வியால் அவர்கள் கோபப்படமாட்டார்கள்.

நீங்கள் என்ன செய்ய முடியும்?

இவை அனைத்தும் உங்களின் ஓய்விற்காக கொடுக்கப்பட்டள்ளது.

- ➢ உங்கள் மனது சொல்வதைச் செய்திடுங்கள். கையில் சுத்தமான துணி வைத்துக் கொள்ளுங்கள். உங்களின் உதவியாளரை அருகிலேயே வைத்துக் கொள்ளுங்கள்.
- ➢ கடினமான உடற்பயிற்சி எதுவும் செய்யாதீர்கள். மருத்துவரிடம் ஆலோசனை பெற்றுக் கொண்டு சுவாசப் பயிற்சி மட்டும் செய்திடுங்கள். நீங்கள் இப்போது எதனைச் செய்தாலும் அது உங்களுக்கு சுகமானதாகவும், ஓய்வு கொடுக்கக் கூடியதாகவும் இருத்தல் அவசியம்.
- ➢ வலி நிவாரணி மாத்திரை ஏதேனும் தேவைப்பட்டால் மருத்துவரை கலந்து ஆலோசியுங்கள். எபிடியூரல் கொடுப்பதைப் பற்றியும் மருத்துவரிடம் கேளுங்கள்.
- ➢ மருத்துவரிடம் கேட்டு ஏதாவது சிறிது சாப்பிடுங்கள். மருத்துவர் அனுமதி தர மறுத்தால் விட்டு விடுங்கள்.
- ➢ எபிடியூரல் செலுத்தப்பட வில்லையெனில் எழுந்து நன்றாக நடங்கள். அடிக்கடி உங்களின் பொஸிஷனை மாற்றிக் கொள்ளுங்கள்.
- ➢ அடிக்கடி சிறுநீர் கழித்திடுங்கள். பெல்விக்கின் மீது அழுத்தம் கொடுங்கள். எபிடியூரல் செலுத்தப்பட்டுஇருந்தால் கைதேடர் வைத்திருப்பார்கள். எனவே அடிக்கடி பாத்ரூம் செல்ல வேண்டிய அவசியம் ஏற்படாது.

கணவர் என்ன செய்ய முடியும்?

- ❖ மனைவியை அமைதி படுத்துங்கள். அவர்களுக்குத் தேவையானதை செய்து கொடுங்கள். நீங்கள் அமைதியுடன் இருங்கள்.
- ❖ அவர்களின் திடீர் ஆசையை நிறைவேற்றுங்கள். மனைவி திடீரென்று கேட்கும் பொருட்களையும் வாங்கிக் கொடுங்கள்.
- ❖ அறையில் விளக்கு வெளிச்சம் இருப்பது மிகவும் அவசியம்.

ஒரு குழந்தையின் பிறப்பு

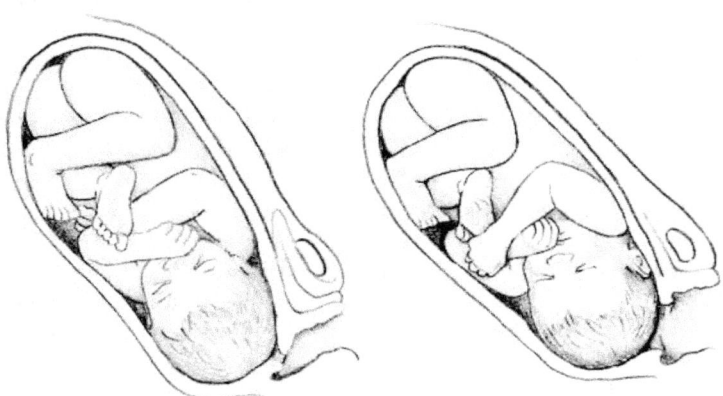

1. கர்ப்பப்பையின் வாய் சிறிதளவு திறக்கின்றது

2. பெல்விக்ஸ் பகுதியின் வழியாக குழந்தையின் தலை வெளியேற சுழன்று வெளியேற காத்துக்கொண்டிருக்கிறது.

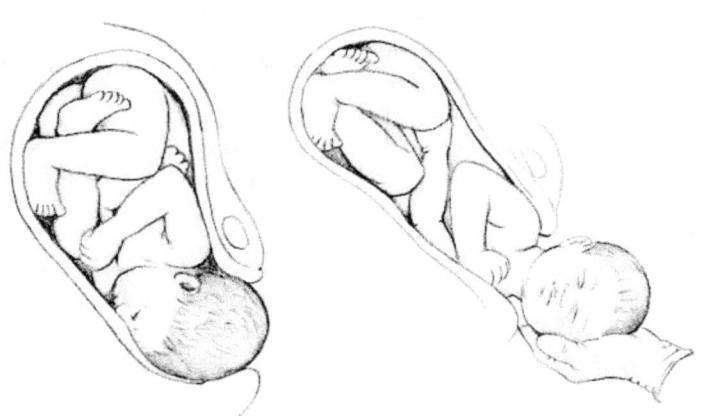

3. கர்ப்பப்பையின் வாய் முழுவதும் திறக்கிறது. குழந்தை யோனி வழியாக வெளியேறுகின்றது

4. குழந்தை முழுவதும் வெளியில் வந்து விடுகின்றது.

- வலியின் ரெக்கார்டு எடுத்து வைத்திடுங்கள்.
- வீடீயோ கேம் அல்லது செஸ் என்று ஏதாவது அவர்களுடன் விளையாடிடுங்கள். ஏதாவது பழைய கதைகள் பேசிடுங்கள்.
- அவர்களின் முதுகு மற்றும் வயிற்றை மெதுவாக தடவிக் கொடுங்கள். இதனால் அவர்கள் சுகமாக உணருவார்கள்.
- அவர்களின் மூட் பொறுத்து நீங்கள் நடந்து கொள்ளுங்கள். சிறுநீர் கழிக்க வேண்டும் என்பதை அவர்களுக்கு நினைவு படுத்துங்கள்.
- மனைவி நடக்க விருப்பம் தெரிவித்தால் அவர்களுடன் நீங்களும் நடந்திடுங்கள்.
- சாப்பிட விருப்பம் தெரிவித்தால் கொஞ்சமாகச் சாப்பிடக் கொடுத்திடுங்கள்.
- சுத்தமான துணியால் முகத்தைத் துடைத்து விடுங்கள்.
- உயர்ந்த குரலில் நீங்கள் பேசாதீர்கள். அவர்கள் கேட்கும் கேள்விகளுக்கு அமைதியாகப் படபடப்பு இல்லாமல் பதில் அளித்திடுங்கள்.

மூன்றாவது கட்டம் பிரசவம்

இது தான் பிரசவத்திற்கான இறுதி நிலைமை ஆகும். திடீரென்று வலியின் தீவிரம் அதிகரிக்கும். 60 முதல் 90 செகண்டு வரை வலியானது நீடித்து இருக்கும். மேலும் 2 முதல் 3 நிமிட இடைவெளியில் அடிக்கடி வலி ஏற்படும். இப்போது வலியை பொறுத்துக் கொள்ளுதல் வேண்டும். 7 செ.மீ முதல் 10 செ. மீட்டர் வரை கர்ப்பப்பையின் வாய் திறந்து விடும். 1 மணி நேரம் வரை நீங்கள் போராட வேண்டி வரும். 15 நிமிடத்திற்கு ஒரு முறை அதிக வலி ஏற்படும். இவ்வாறாக ஒருமுறை அதிக வலி ஏற்படும். இவ்வாறாக சில சமயங்களில் மூன்று மணி நேரம் கூட போராட வேண்டி வரலாம்.

குழந்தையின் முதல் பார்வை

ஒன்பது மாதம் வரை தாயின் வயிற்றுக்குள் இருந்த குழந்தை மிகவும் சிரமப்பட்டு பிறந்து விட்டது. இப்பொழுது குழந்தைக்கு செய்யவேண்டியவ வற்றை மருத்துவர் செய்ய ஆரம்பிப்பார்.

தலை

முதலில் குழந்தையை தலையைப் பிடித்தே மருத்துவர் தூக்குவார். தலையைப் பிறகு நேராக்குவார். தலையை தட்டிவிட்டு இப்படி அப்படி சுழற்றுவார். இதனால் தலையானது சரியான ஒரு வடிவத்தைப் பெறும்.

முடி

குழந்தையின் முடியில் உங்களின் கழிவு பொருள்கள் அனைத்தும் ஒட்டிக் கொண்டு இருக்கும். இதனை நர்ஸ் சுத்தமான துணி கொண்டு துடைத்து எடுப்பார்.

உடல்

உடல் முழுவதும் இரத்தம், அம்யோனிடிக் திரவம் ஒட்டிக்கொண்டு இருக்கும். அதனை நர்ஸ் வெள்ளைத் துணியால் சுத்தமாக துடைத்து விடுவார்.

கண்

கண்களில் உள்ள அழுக்குகளை சுத்தம் செய்து கண் இமைகளை திறக்க வைத்து பிறகு முடுவார்.

பிறப்புறுப்பு

பிறந்த குழந்தை ஆணாக இருப்பின் அதனுடைய பிறப்புறுப்பை நன்றாக சுத்தம் செய்து அதனை பரிசோதிப்பார்.

அடையாள குறி

குழந்தையின் உடலில் ஏதேனும் அடையாளக் குறி இருக்கின்றதா என்பதை மருத்துவர் கண்டு அறிவார். கருப்பு திட்டுகள், மச்சங்கள், போன்றவை இருக்கும்.

- மிக அதிக வலி
- முதுகு வலி
- அடிக்கடி சிறுநீர் வருதல்
- இரத்தப்போக்கு மிக அதிமாதல்
- கால்களில் வலி
- வலியின் இடையிலேயே தூக்கம் வருதல்
- கழுத்து மற்றும் மார்பில் அழுத்தம்
- களைப்பு

இப்பொழுது நீங்கள் முற்றிலும் சோர்ந்து விடுவீர்கள். மனதும் மிகவும் பயமாக இருக்கும். ஏதோ நடக்கப் போவதைப் போன்று உணருவீர்கள். மூச்சுத் திணறல் ஏற்படும். இருந்தாலும் இனம் புரியாத ஒரு மகிழ்ச்சி இருக்கும்.

நீங்கள் என்ன செய்ய முடியும்?

இந்த நிலைமையில் கர்ப்பப்பையின் வாயானது முழுமையாகத் திறக்க அரும்பாடு பட வேண்டி இருக்கும். அடுத்து வரக்கூடிய நேரத்தை எண்ணி பயப்படாமல் மனதை ஒருநிலைப் படுத்தி நன்றாக முக்குங்கள்.

மருத்துவருக்கு முழு ஒத்துழைப்பு கொடுத்து அவர் கூறியபடி நடந்து

கொண்டீர்கள் எனில் பிரசவம் சீக்கிரமாகவே நடைபெற்று விடும்.

ஒருவேளை கணவரின் கை பிடித்து இருப்பது பிடிக்கவில்லை எனில் அதனையும் விட்டு விடுங்கள்.

- ❖ வலி ஏற்படும் பொழுதெல்லாம் நீண்ட மூச்சு இழுத்து விடுங்கள்.
- ❖ உங்களின் கவனம் குழந்தை மீது இருக்க வேண்டும்.

எப்போது கர்ப்பப்பையின் வாயானது நன்றாக திறந்து விட்டதோ இனிமேல் பிரசவம் நடைபெறுவது என்பது உங்கள் கையில் தான் உள்ளது. நன்றாகத் அழுத்தம் கொடுத்து முக்குங்கள்.

இரண்டாவது நிலைமை

முக்குதல் மற்றும் பிரசவம்.

இந்த நிலைமையில் நீங்கள் அழுத்தம் கொடுத்து வேகமாக முக்குதல் வேண்டும். 10 நிமிடத்திற்கு ஒருமுறை உங்களுக்கு அதிக வலி இருக்கும்.

இப்பொழுது மருத்துவர் மற்றும் நர்ஸ் உங்களை தீவிரமாக கண்காணித்து கொண்டு இருப்பார்கள். உங்களுக்கு கீழ்க்காணும் பிரச்சனைகள் ஏற்படும்.

- ★ மிக அதிக வலி
- ★ முக்குவதில் அதிக தீவிரம்
- ★ மிகவும் களைப்பு
- ★ இரத்தப்போக்கின் தீவிரம்
- ★ பனிக்குட நீர் வெளியேறுதல்
- ★ குழந்தையின் தலை வெளியில் தெரிதல்
- ★ மருத்துவர் யோனியை கிழித்தல்.

சிசேரியன் பிரசவம்

இப்பொழுது உங்களை ஆப்ரேஷன் அறைக்குக் கொண்டு செல்லுவார்கள். உங்கள் மனது அமைதியுடன் இருப்பது அவசியம். நீங்கள் கீழ்கண்டபடி மருத்துவருக்கு ஒத்துழைப்பு கொடுக்கவேண்டும்.

- ★ உங்களுக்கு முதலில் மயக்க் மருந்து கொடுக்கப்படும். பிறகு எபிடியூரல் செலுத்தப்படும்.
- ★ வயிற்றின் அடிப்பகுதியில் ஆன்டிசெப்டிக் திரவம் தடவப்படும். மருத்துவர் கைதேடர் கொண்டு பிளடரை கொண்டு சுத்தம் செய்வார்.
- ★ உங்கள் உடல் முழுவதும் போர்வையால் மூடப்படும்.
- ★ ஆப்ரேஷன் அறைக்குள் உங்கள் கணவரோ மற்ற உறவினரோ அனுமதிக்கபடமாட்டார்கள்.
- ★ மருத்துவர் மெதுவாக உங்களை மயக்க நிலைக்கு கொண்டு செல்லுவார்.
- ★ இதனால் நீங்கள் வயிறு கிழிக்கபடுவதை உணரமாட்டீர்கள்.
- ★ முதலில் வயிற்றின் மேல் தோலைக் கிழிப்பார்.
- ★ பிறகு அடித்தோலைக் கிழிப்பார். இப்பொழுது மருத்துவருக்கு குழந்தையின் தலை தெரிய ஆரம்பிக்கும்.

- குழந்தையை இப்பொழுது மருத்துவர் வெளியில் எடுப்பார்.
- குழந்தையின் மூக்கு மற்றும் முகத்தைச் சுத்தம் செய்வார்.
- குழந்தை சரியாக மூச்சு விடுகின்றதா என்பதைப் பரிசோதனை செய்வார்.

  பிறகு உங்களின் வயிற்றை ஊசியால் தைத்து விடுவார்.
- தைத்த இடத்தில் இரத்தப்பெருக்கு இருக்கின்றதா என்பதை கண்டறிவார்.
- பிறகு ஆன்டிபயாடிக் கொடுப்பார். இதனால் தொற்றுநோய் ஏதுவும் ஏற்படாது.

குழந்தை பிறந்துவிட்டது என்ற செய்தியை நர்ஸ் ஆப்ரேஷன் அறைக்கு வெளியில் உள்ளவர்களிடம் தெரிவித்து விட்டுக் குழந்தையை உங்கள் கணவரிடமோ அல்லது உறவினர்களிடமோ ஒப்படைத்து விடுவார்.

வாழ்த்துக்கள்!

நீங்கள் உங்கள் வாழ்க்கையில் மிகப்பெரிய தாய்மை என்ற பதவியை அடைந்து விட்டீர்கள். இதற்காக கடவுளுக்கு நன்றி கூறுங்கள்.

வாழ்த்துக்களுடன

• • •

பாகம்-3

இரட்டை குழந்தை, மூன்று மற்றும் அதற்கும் மேற்பட்ட குழந்தை

(ஒன்றிற்கும் மேற்பட்ட குழந்தைக்கு தாயாகும் போது)

ஒன்றிற்கும் மேற்பட்ட குழந்தை

நீங்கள் ஒன்றிற்கும் மேற்பட்ட குழந்தையை கர்ப்பத்தில் சுமக்கிறீர்களா? இந்தச்செய்தியை கேட்டவுடன் மனதில் ஒருவித துக்கம் ஏற்படுகின்றது. அதே சமயத்தில் மகிழ்ச்சியும் ஏற்படுகிறது. நீங்கள் எப்படி இதனை சமாளிக்கப்போகிறீர்கள். என்பது ஒரு புதிர் தான். பல பிரச்சனைகளை சமாளிக்க வேண்டி வரும். பல சந்தேகங்களும், கேள்விகளும் உங்கள் மனதில் தோன்றும். உதாரணமாக என்னுடைய குழந்தைகள் ஆரோக்கியமாக இருக்குமா? நான் ஆரோக்கியமாக இருப்பேனா? மருத்தவரிடம் நான் என்ன என்ன கேள்விகள் கேட்பது? நான் எவ்வளவு உணவு தினமும் எடுத்துக் கொள்ளுவது? எனக்கு எவ்வளவு எடை கூடவேண்டும்? என்னுடைய வயிற்றில் இரண்டு குழந்தைகளுக்கு இடம் இருக்குமா? என்னால் ஒன்பது மாதமும் அந்த குழந்தைகளை என்னுடைய வயிற்றில் சுமக்க முடியுமா? என்னுடைய பிரசவம் எப்படி இருக்கும்? ஆப்ரேஷன் தான் செய்ய வேண்டுமா?

மல்டிபில் பிரசவம்

இந்நாட்களில் மல்டிபில் பிரசவம் அதிகரித்து கொண்டு இருக்கிறது. 35 வயதிற்கு மேற்பட்ட பெண்கள் கர்ப்பம் தரிக்கும்போது மல்டிபில் பிரசவம் ஏற்படுகிறது. ஹார்மோனில் மாறுதல் மற்றும் இரட்டை குழந்தைகளை சுமக்கும் தாய்க்கு இவ்வாறு ஏற்படுகின்றது. இது மட்டும் இல்லாமல் ஙபர்டிலிட்டிக்கு சிகிச்சை எடுத்துக் கொண்டவர்களும் மற்றும் உடல் பருமன் உள்ளவர்களுக்கும் மல்டிபில் பிரசவம் ஏற்பட வாய்ப்பு உண்டு.

நீங்கள் என்ன யோசித்துக் கொண்டு இருக்கின்றீர்கள்?

ஒரு மல்டிபில் பிரசவத்தின் அடையாளம்

"சமீபத்தில் நான் கர்ப்பமுற்றேன். கர்பத்தில் இரண்டு குழந்தை உள்ளதாக மருத்துவர் கூறி இருக்கிறார். இப்பொழுது நான் என்ன செய்வது?"

நீங்கள் இரட்டைக் குழந்தையை சுமப்பது மிகவும் மிகழ்ச்சியான விஷயம் தான்.

இப்பொழுதே உங்களிடம் மருத்துவர் இதை கூறி இருப்பதும் வரவேற்க்தக்கதே. ஏனெனில் பிரசவ சமயத்தில் இரட்டைக் குழந்தைகள் பிறந்துள்ளன என்பதை கேட்டு பல தாய் தந்தைகள் அதிர்ச்சி அடைகிறார்கள். சில தாய், தந்தைகள் மகிழ்ச்சி அடைகிறார்கள்.

அல்ட்ராசவுண்ட

அல்ட்ராசவுண்டு படத்தின் மூலமாக உங்களுக்கு உண்மை தெரியவரும். அல்ட்ராசவுண்டை விட வேறு எந்த பரிசோதனையிலும் உங்களால் தெளிவாகக் கண்டறிய முடியாது.

முதல் மூன்று மாதங்களில் 6 முதல் 8 வாரங்களுக்கு இடையில் முதல்அல்ட்ராசவுண்டு எடுக்கப்படுகின்றது. இதில் நீங்கள் இரட்டைக் குழந்தைகளை சுமக்கின்றீர்கள் என்பது தெள்ளத்தெளிவாக தெரியவரும்.

இருந்தாலும் உங்கள் மனதில் மேலும் சந்தேகம் இருப்பின் 12வாரம் வரை பொறுத்திருங்கள். அப்பொழுது முழுமையாக உங்களுக்கு தெரியவரும். அல்ட்ராசவுண்டு மிகவும் பாதுகாப்பானது இதைப்பற்றி நீங்கள் கவலைப்பட வேண்டியது இல்லை.

டாபலட்
பிரேடர்னல் அல்லது அயிடன்டிகல்

கிட்டதட்ட 9வது மாதத்தில் மருத்துவர் டாப்பலர் மூலமாக குழந்தையின் இதய துடிப்பபை கண்டு அறிவார். ஒரு டாப்பலர் மூலமாக இரண்டு குழந்தையின் இதயத் துடிப்பை கண்டு அறிவது மிகவும் சிரமமான விஷயம். ஒரு வேளை மருத்துவர் அனுபவம் நிறைந்தவராக இருப்பின் அவர் அலட்ராசவுண்டு மூலமாக உங்களுக்குத்தெளிவு படுத்துவார்.

ஹார்மோனின் நிலைமை

கர்ப்பம் தரித்த 10 நாட்களுக்குப் பிறகு உங்களின் சிறுநீர் பரிசோதிக்கப் படுகின்றது. அதில் பிரசவ ஹார்மோன் எச்.சி.ஜி. காணப்பட்டது எனில் நீங்கள் கர்ப்பம் தரித்திருப்பது உறுதி செய்யப்படும். இரட்டைக் குழந்தையை சுமப்பவராக இருந்தால் இந்த ஹார்மோனின் அளவு மிகவும் அதிகமாகவே காணப்படும். இதன் மூலமாக நீங்கள் இரட்டைக் குழந்தைகளை சுமக்கின்றீர்கள் என்பது தெள்ளத் தெளிவாக தெரியவரும். அடுத்த பத்து நாட்களில் ஹார்மோனின் தொடர் அதிகரிப்பு இருக்கும்.

குவாயிடு பரிசோதனை

ஐந்து, ஆறாவது மாதத்தில் டிரிபல் அல்லது குவாயிடு ஸ்கிரின் பரிசோதனை

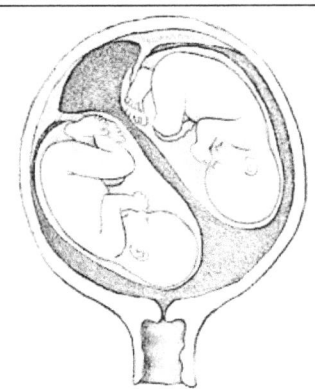

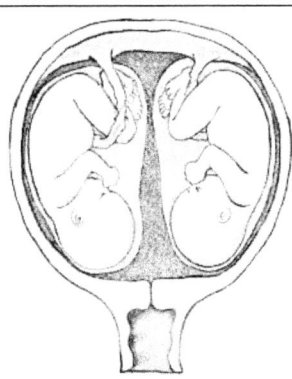

பிரேடர்னல் அல்லது அயிடன்டிகல்

பிரேடர்னல் இரட்டை குழந்தைகள் இரண்டு முட்டைகளில் தரிக்கின்றது. தனித்தனியாக இரண்டு கருவாக வளருகின்றது.

பிரேடர்னல் கருவில் இரண்டிற்கும் மேற்பட்ட குழந்தைகள் கூட வளர வாய்ப்பு உண்டு. இரட்டை குழந்தை பெறுவது குடும்ப பரம்பரியம் எனில் இரட்டை குழந்தைதான் உருவாகும்.**ஹார்மோனின் நிலைமை**

மூலமாக உங்கள் வயிற்றில் எத்தனைக் குழந்தைகள் வளருகின்றது என்பதை கண்டறியலாம்.

உங்களின் வயிற்றின் அளவு

இரட்டை குழந்தையை சுமக்கும் உங்களின் வயிறு இரண்டாவது மாததிலேயே மிகவும் பெரியதாக காணப்படும். இதனால் பார்பவர்களுக்க நீங்கள் ஆறு, ஏழு மாத கர்பிணி போல் தோன்றும். இதை வைத்த நீங்கள் இரட்டை குழந்தைகளை சுமப்பது நன்றாக தெரியவரும்.

மேலே சொல்லப்பட்ட அனுமானங்களின் மூலமாக இரட்டைக் குழந்தைகளைச் சுமப்பது தெரியவரும்.

மருத்துவரின் தேர்வு

"நான் இரட்டைக் குழந்தையை சுமப்பது பரிசோதனை மூலமாக தெரியவந்தது. இப்பொழுது நான் பிரசவமருத்துவருடன் சேர்ந்து வேறு மருத்துவர் யாரையேனும் சந்திக்க வேண்டுமா?"

இப்பொழுது நீங்கள் காட்டிக்கொண்டு இருக்கும் பிரசவ மருத்துவரின் சிகிச்சையில் நீங்கள் திருப்தி கொள்ளும் பட்சத்தில் வேறு ஒரு மருத்துவரை சந்திக்க வேண்டிய அவசியம் இல்லை. நீங்கள் அவர் குறிப்பிடும் தேதிகளில் சரியாக சிகிச்சையை மேற்கொள்ளுங்கள்.

இதற்கு மேலும் நீங்கள் வேறு என்ன வேண்டும் என்று நினைக்கின்றீர்கள்? மருத்துவரே உங்களுக்கு வேண்டிய சிகிச்சையை அளிப்பார். தேவைப்படின் அவர் மற்றறொரு மருத்துவரை சந்திக்கச் சொல்லுவார். அவர்கள் இருவரும் இணைந்து உங்களுக்கு இரட்டைக் குழந்தைக்கான சிகிச்சை அளிப்பார்கள். தேவைப்பட்டால் 'பிரினேடேலாஜிஸ்ட்' மருத்துவரின் ஆலோசனையைப் பெறலாம். ஒருவேளை உங்களது கர்ப்பம் சிக்கலானது எனில் உங்களின் மருத்துவரே அதற்கான ஆலோசனைகளை வழங்குவார்.

நீங்கள் மருத்துவரைத் தேர்வு செய்யும் போது மருத்துவமனை மீதும் எண்ணம் கொள்ளுங்கள். ஒருவேளை உங்களது பிரசவம் பிரிமெச்சூர் ஆக இருந்தால் அதற்கான வசதிகளும், அதற்கான சிகிச்சை அளிக்ககூடிய மருத்துவரும் அங்கு இருப்பது மிக மிக அவசியம். இல்லையேல் கடைசி நேரத்தில் நீங்கள் இவற்றை எல்லாம் தேடிக் கொண்டு இருக்க வேண்டியதாய் இருக்கும்.

உங்கள் மருத்துவரிடம் இதைப் பற்றியெல்லாம் முன்பே பேசிவிடுங்கள். 37 -38வது வாரத்தில் பிரசவம் செய்யபட்டால் மிகவும் நல்லது. மேலும் உங்களது பிரசவம் யோனிக்குழாய் மூலமாக நடைபெறுவது சாத்தியமா? என்பதையும் தெரிந்து கொள்ளுங்கள். இல்லையேல் ஆப்ரேஷன் மூலமாக பிரசவம் நடைபெறுவது சிறந்ததா என்பதைத் தெரிந்து கொள்ளுங்கள்?

மருத்துவரின் தேர்விற்குப் பிறகு இந்தப் புத்தகத்தின் மூலமாக மேலும் நீங்கள் என்ன செய்ய வேண்டும் என்பதைப் பற்றி கூறப்பட்டுள்ளது.

கர்ப்பத்தின் நிலைமை

"இரட்டைக் குழந்தைகளை சுமக்கும்போது வயிறு பெரிதாகி விடும் என்று எல்லோரும் கூறுகிறார்கள். இது உண்மையா?"

இரட்டைக் குழந்தைகளைச் சுமக்கும் போது பல பிரச்சனைகளை சந்திக்க வேண்டும் என்பது உண்மையே. ஆனால் எப்பொழுதும் அப்படி எல்லோருக்கும் ஏற்படுவது இல்லை.

ஒற்றைக் குழந்தையைச் சுமப்பதை விட இரட்டைக் குழந்தையைச் சுமப்பது முற்றிலும் மாறுபட்டது. ஒற்றைக் குழந்தையை சுமக்கும் தாய்க்கு பிரசவ நேரம் வரையிலும் கூட வாந்தி, மயக்கம் ஏற்பட வாய்ப்பு உண்டு. ஆனால் இரட்டைக் குழந்தையை சுமக்கும் தாய்க்கு வாந்தி, மயக்கம் ஏற்படாமல் கூட போகலாம்.

மேலும் கால்களில் வீக்கம், வலி, வெரிகோஸ் வெயின்ஸ் போன்றவை அதிகமாக இருக்கும். இந்த பிரச்சனைகளைச் சமாளிக்க கூட முடியாது. நாளுக்குநாள் புதுப்புது பிரச்சனைகள் கூட கிளம்பும்.

➢ ஹார்மோன் அதிகமாக சுரப்பதன்

காரணமாக தலைச்சுற்றல், வாந்தி, மயக்கம் போன்ற மார்னிங் சிக்னெஸ் அதிகமாக ஏற்படும். பிரசவ நேரம் வரை கூட தொடர்ந்து இருக்கலாம்.

- வயிற்றில் இரட்டைக் குழந்தைகள் இருப்பதால் செரிமானத்தில் பிரச்சனை ஏற்படும். நெஞ்சு எரிச்சல் அதிகமாக இருக்கும்.
- 'களைப்பு' என்பது மிகவும் அதிகமாக இருக்கும் இதைப்பற்றிக் கூறவே முடியாது. வெகு விரைவிலேயே சோர்ந்து விடுவீர்கள். வயிறு பெரியதாக இருப்பதன் காரணமாக உங்களால் சரியாகத் தூங்கவும் முடியாது.
- சாதாரணமாக கர்ப்பம் தரித்துள்ள பெண்கள் அனுபவிக்கும் எல்லா பிரச்சனைகளிலும் நீங்கள் இரண்டு மடங்கு அனுபவிக்க வேண்டி இருக்கும். மூச்சு விடுவதில் சிரமம், கால் வீக்கம், மார்பில் வலி, வெரிகோஸ் வெயின்ஸ், மேல் மூச்சு, கீழ் மூச்சு வாங்குதல், முதுகு வலி, வயிற்று வலி இவை மிக அதிகமாக இருக்கும்.

எவ்வளவுக்கு எவ்வளவு கர்ப்பத்தில் உங்களுக்கு பிரச்சனை இருக்கின்றதோ அவ்வளவுக்கு அவ்வளவு பலன் உங்களுக்கு கைமேல் கிடைப்பது உறுதி.

மல்டிபில் பிரசவம் மற்றும் உணவு

"நான் மூன்று குழந்தைகளை கர்ப்பத்தில் சுமக்கிறேன். நான் மூன்று குழந்தைகளுக்கான உணவு எவ்வளவு எடுத்துக் கொள்ளுவது?"

நீங்கள் சாதாரணமாக சாப்பிடும் உணவின் அளவை விட இப்பொழுது மூன்று மடங்கு அதிகமான சத்துள்ள உணவாக எடுத்துக் கொள்ளுதல் அவசியம். ஒவ்வொரு குழந்தைக்கும் நீங்கள் 150 முதல் 300 கலோரி உணவு எடுத்துக் கொள்ளுதல் வேண்டும். நீங்கள் இப்பொழுது மூன்று குழந்தையைச் சுமக்கும் பட்சத்தில் 300 முதல் 600 கலோரி என்ற விகிதத்தில் 450 முதல் 900 கலோரி அதிகரித்தே உணவு எடுத்துக் கொள்ளுதல் வேண்டும். தேவையற்ற உணவை நீக்கி சத்துள்ள உணவினை எடுத்துக் கொள்ளுதல் அவசியம். இந்தப் புத்தகத்தில் கொடுக்கப்பட்டுள்ள பிரசவ கால உணவு என்ற பகுதியை படித்திடுங்கள்.

கொஞ்சம் கொஞ்சம் உணவு

பகலில் மூன்று முறை சாப்பிடுவதற்கு பதிலாக 5-6 முறை கொஞ்சம் கொஞ்சமாக உணவு எடுத்துக் கொள்ளுங்கள். ஒரேயடியாக சாப்பிடுவதை விட்டு விடுங்கள். உங்கள் மனது விரும்பும் சமயத்தில் எல்லாம் சிறிது சிறிதாகச் சாப்பிடுங்கள்.

கலோரியின் அளவு

நீங்கள் என்ன சாப்பிட்டாலும் அது கலோரி சத்துள்ள உணவாக மட்டும் இருத்தல் அவசியம். ஜங்க் உணவு மற்றும் நபாஸ்ட் உணவு தவிர்த்திடுங்கள். குழந்தைக்கு ஆரோக்கியத்தைகொடுக்கக்கூடிய உணவை மட்டும் எடுத்துக் கொள்ளுங்கள்.

சத்துள்ள உணவு

உங்களின் உணவில் எல்லாச் சத்துகளும் நிறைந்து இருப்பது மிகவும் அவசியம். புரதம், விட்டமின், கால்சியம், இரும்புச்சத்து மற்றும் கொழுப்புச் சத்துகள் அதிக அளவில் இருத்தல் வேண்டும். இதைப்பற்றி மருத்துவரிடம் ஆலோசனை பெறுங்கள்.

இரும்புச்சத்து

இப்பொழுது உங்களுக்கு இரும்புச்சத்து மிக அதிக அளவில் தேவைப்படும். இல்லையேல் அனிமியா நோய் உங்களைத் தாக்கும். நீங்கள் சிக்கிரமாக சோர்ந்து, தளர்ந்து விடுவீர்கள். இதைப்போக்க இரும்புச் சத்து நிறைந்த உணவை எடுத்துக் கொள்ளுதல் அவசியம். மருத்துவரின் ஆலோசனைப்படி இரும்புச்சத்து மாத்திரைகளையும் சாப்பிடலாம்.

அதிக அளவு தண்ணீர்

சாதாரணமாக நீங்கள் பருகும் நீரை விட இப்பொழுது 8-9டம்ளர் தண்ணீர் அதிக அளவு பருகுதல் வேண்டும். இல்லையேல் டி-ஹைடிரேஷன் ஏற்பட வாய்ப்பு உண்டு.

எடை அதிகரிப்பு

"இரட்டைக் குழந்தைகளை சுமக்கும் எனக்கு எடை எவ்வளவு அதிகரிக்க வேண்டும்? "

இரட்டைக் குழந்தைகளை சுமக்கும் உங்களுக்கு 35 முதல் 45 கிலோ எடை அதிகரிக்க வேண்டும். 50 கிலோ எடை கூட ஏறலாம். ஒருவேளை உங்களின் எடை கர்ப்பத்திற்கு முன்பே அதிகமாக இருப்பின் இதை விட பன்மடங்கு எடை அதிகரிக்க வாய்ப்பு உள்ளது. உங்களின் எடை அதிகரிக்கும்போது பல பிரச்சனைகளை நீங்கள் சமாளிக்க வேண்டி வரும்.

முதல் மூன்று மாதத்தில் மார்னிங் சிக்னெஸ் மிகப் பெரிய பிரச்சனையாக இருக்கும். உங்களால் ஒன்றும் சாப்பிடவோ பருகவோ முடியாது. ஒருவாரத்திற்கு ஒரு பவுணட் என்ற விகித்தில் உங்களின் எடை அதிகரிக்க வேண்டும். அதிக தண்ணீர் பருகுவது, விட்டமின் மாத்திரைகளை எடுத்துக் கொள்ளுதல் மிகவும் அவசியம்.

அடுத்த மூன்று மாதத்தில் நீங்கள் ஒருஅளவு சரியாகி விடுவீர்கள். இப்பொழுது

மல்ட்டிபில் பிரசவத்தில் உடல் எடை

கர்பத்தின் நிலைமை	முதல் மூன்று மாத எடை	அடுத்த மூன்று மாத எடை	மூன்று கடைசி மாத எடை	மொத்த எடை
இரட்டை குழந்தையுடன் கூடிய எடை	4-6 பவுண்ட்	19-23 பவுண்ட	'17- 21பவுண்ட்	40-50பவுண்ட்
இரட்டை குழந்தையுடன் சேர்ந்து அதிக எடை	3- 4 பவுண்ட்	19-22 பவுண்ட்	13-19 பவுண்ட்	34-45 பவுண்ட்
மூன்று குழந்தைக்கான எடை	4-5 பவுண்ட்	30 பவுண்ட	11-15 பவுண்ட	45 பவுண்ட

மல்ட்டிபில் நேர குறிப்பு

நீங்கள் 40வது வாரம் வரையிலும் பொறுத்திருக்க வேண்டிய அவசியம் இல்லை. உங்களின் பிரசவமானது 37வது வாரத்தில் கூட நடைபெறலாம். மல்ட்டிபில் பிரசவமானது தாய், தந்தை இருவருக்குமே சிரமம் கொடுக்ககூடியது. 39வது வாரம் வரையிலும் இது தாயைப் படுத்தி எடுத்துவிடும். 37வது வாரத்திலிருந்து 38வாரத்திற்குள் பிரசவம் செய்வது மிகவும் நல்லது. இதைப்பற்றி மருத்துவரிடம் நீங்கள் கலந்து ஆலோசிப்பது நல்லது.

நீங்கள் உங்கள் குழந்தைகளுக்கான எடை அதிகரிக்கக் கூடிய உணவு வகைகளை எடுத்துக் கொள்ளுதல் அவசியம். இப்பொழுது எவ்வளவுக்கு எவ்வளவு எடை அதிகரிக்கின்றதோ அது தான் உங்களின் குழந்தைகளின் எடையாக இருக்கும்.

ஒவ்வொரு வாரமும் 11/2 முதல் 2 பவுண்ட் எடை அல்லது 2 முதல் 21/2 பவுண்ட் எடை அதிகரிக்கலாம். புரோட்டின், கால்சியம் அதிக

அளவில் எடுத்துக் கொள்ளுதல் வேண்டும். நெஞ்சு எரிச்சல் மற்றும் செரிமானத்தில் பிரச்சனை ஏற்படின் உங்களின் உணவை 6 முறைகளாக எடுத்துக் கொள்ளுங்கள்.

கடைசி மூன்று மாதத்தில் 1.5 முதல்

2 பவுண்ட் எடை வரை ஒவ்வொரு வாரமும் ஏறலாம். 32வது வாரத்தில் உங்களின் ஒவ்வொரு குழந்தையும் எடை 4 பவுண்ட் இருக்கும். இப்பொழுதும் கூட நல்ல சத்து நிறைந்த உணவை எடுத்துக் கொள்ளுதல் அவசியம். உங்களின் எடை அதிகரிப்பு 40வது வாரம் வரையிலும் இருக்கும்.

உடற்பயிற்சி

"நான் இரட்டைக் குழந்தையை சுமக்கும் சமயத்தில் உடற்பயிற்சி செய்வது நல்லதா?"

நீங்கள் இரட்டைக் குழந்தைகளைச் சுமப்பது மிக மிக மகிழ்ச்சியே. இருந்தாலும் சிறிது அளவு எச்சரிக்கையுடன் இருத்தல் அவசியம். மருத்துவரிடம் ஆலோசனை பெறுவது அதை விட அவசியம். இரட்டைக் குழந்தைகளைச் சுமக்கின்ற சமயத்தில் உடற்பயிற்சி செய்வது சிரமமான காரியம். ஏனெனில் உங்களின் உடல் வெப்ப நிலை அதிகரிக்கும். வியர்வை அதிகமாக வெளியேறும். வயிற்றில் அதிக வலி ஏற்படும். பரிடெர்ம் பிரசவம் நடைபெற அதிக வாய்ப்பு உள்ளது.

உங்களின் வயிற்றில் அதிக சுருக்கங்கள் ஏற்படும். இதனால் உங்களுக்கு வயிறு தொங்கி விடும். இதனால் பிளாடர் இறங்கிவிடும். இதனை சரி செய்ய சிரமப்படவேண்டி இருக்கும்.

எனவே உடற்பயிற்சி செய்வது என்பது இப்பொழுது உகந்தது அல்ல. அதிக அளவில் தண்ணீர் குடிப்பது சிறந்தது. சத்துள்ள உணவை எடுத்துக் கொள்ளுவது அவசியம்.

பிரசவத்தை நினைத்து பயம்

"இரட்டைக் குழந்தையைச் சுமப்பதில் எனக்கு மகிழ்ச்சியே. இருந்தாலும் பிரசவத்தை நினைத்து பயமாக உள்ளது."

பிரசவத்தை நினைத்து நீங்கள் பயப்பட வேண்டிய அவசியம் இல்லை. தினமும் படுக்கும் போது இரண்டு குழந்தைகளை கனவில் கண்டு மிகழ்ச்சி கொள்ளுங்கள். ஒரு குழந்தையை சுமக்கும் தாய்க்கு எவ்வளவு மகிழ்ச்சி இருக்குமோ அதை விட பன்மடங்கு மகிழ்ச்சி உங்களுக்கு ஏற்பட வேண்டும். குழந்தையின் முகத்தை மனதில் கொண்டு வந்து விட்டீர்கள் எனில் பிரசவத்தை நினைத்து பயம் பறந்து ஓடி விடும்.

இப்பொழுது எல்லாம் மருத்துவர் இதன் காரணமாகவே முதலிலே தாய், தந்தையிடம் இரட்டைக் குழந்தை என்பதை கூறி விடுகிறார்கள். ஏனெனில் பிரசவத்திற்கு பிறகு அவர்களுக்குத் தெரியவரும் போது மிகவும் பயப்படுகிறார்கள். மேலும் அவர்களுக்கு பொருளாதார சிக்கலும் ஏற்படும். இதனை எல்லாம் தவிர்க்க மருத்துவர் முன்எச்சரிக்கையாக பெற்றோரிடம் கூறுகிறார். இதனால் பெற்றோர்களும் முன்எச்சரிக்கை நடவடிக்கைகளை எடுத்தக் கொள்ளுகிறார்கள்.

முதல் மூன்று வாரம் வரை நீங்கள் தினமும் புதுப் புது பிரச்சனைகளைச் சந்திக்க வேண்டியதாய் இருக்கும். கணவன், மனைவி இருவரும் ஒன்றாக அமர்ந்து அன்பைப் பரிமாறிக்கொள்ளுவதாலும் குழந்தையைப் பற்றி கனவு காண்பதாலும் இவற்றை ஒரளவு சமாளிக்கலாம். மேலும் உங்கள் மனதில் ஒரு எதிர்பார்ப்பை உண்டுபண்ணிக் கொண்டீர்கள் எனில் அதனை நினைத்து உங்களின் கர்ப்ப கால பயம் ஓடிவிடும்.

எதிர்மறை வாக்கியம்

"என்னுடைய தோழி நான் இரட்டைக் குழந்தைகளைச் சுமக்கின்றோன் என்று கேள்விப்பட்டவுடன் எதிர்மறையான கருத்தைக் கூறினாள். நான் இப்பொழுது என்ன செய்வது?"

உங்களுடைய தோழி உங்களின் இரட்டைக் குழந்தைச் செய்தியைக் கேட்டு உங்களிடம் ஏன் எதிர்மறையான கருத்தை கூறினார் என்பது நமது ஆராய்ச்சி அல்ல. இருந்தாலும் நீங்கள் அதனை பற்றி கவலைப்படாதீர்கள். தோழிகள், உறவினர்கள், அலுவலக நண்பர்கள் ஒவ்வொரும் ஒவ்வொரு விதமான எண்ணத்தைக்கொண்டு இருப்பார்கள். அவரவர் அவரவர் எண்ணத்தை வெளிப்படுத்தும்போது நமக்கு மன வலி ஏற்படுவது இயற்கை.

ஒருவேளை உங்களுடைய தோழி உங்களின் மேல் பொறாமை கொண்டு

மல்ட்டிபில் கன்ஷன்

இரண்டு குழந்தைகளைச் சுமக்கும்போது பயம் சந்தேகம் போன்றவை ஏற்படும்.

இதனைப் போக்கப புத்தகங்களைப் படித்து தெளிவு பெறுதல் அவசியம்.

எதிர்மறை எண்ணத்தைக் கூறி இருக்கலாம். முதலில் இதைப்பற்றி எண்ணுவதை தவிர்த்திடுங்கள். மேலும் உங்களுடைய தோழி இரட்டைக் குழந்தைகளைப் பற்றின தகவல்கள் குறைவாகவே தெரிந்து வைத்திருக்கலாம். எனவே இதைப்பற்றி எண்ணுவதை தவிர்த்திடுங்கள்.

"உறவினர்கள் நான் இரட்டைக் குழந்தையை சுமப்பதை கேள்விபட்ட வுடன் ஏதேதோ பேசுகின்றார்கள். என்னுடைய கர்ப்பம் மருந்து மூலமாக ஏற்பட்டது எனவும் டெஸ்ட் டியூப் எனவும் பலவாறு பேசி மனதை வருத்தப்படச் செய்கின்றனர். நான் இப்பொழுது என்ன செய்வது?"

கர்ப்பிணிப் பெண்கள் எல்லோருடைய கவனத்தையும் கவரக்கூடியவர்கள். அதிலும் இரட்டைக் குழந்தைகளைச் சுமக்கின்றீர்கள் என்று கேள்விப்பட்டவுடன் மக்கள் ஆச்சரியப்படுவார்கள். இதனால் உங்களை வருத்தப்பட வைக்கக்கூடிய செயல்களில் ஈடுபடுவார்கள். இதன் காரணமாகவே உங்களின் கர்ப்பத்தைப் பற்றித் தவறான செய்திகளைப் பரப்புகிறார்கள். நீங்கள் இதைப்பற்றிச் சிறிது அளவும் கவலைப்படாமல் உங்களின் இரட்டைக் குழந்தைகளை கவனிக்கும் செயலில் ஈடுபடுங்கள். உறவினர்கள் என்ன கூறினாலும் அதற்கு முக்கியத்துவம் கொடுக்காதீர்கள். கீழே கொடுக்கப்பட்டுள்ள பதில்களை நீங்கள் உறவினர்கள் மத்தியில் கூறுவதற்கு பயன்படுத்திக் கொள்ளுங்கள்.

- ஆமாம். எங்களுடைய குடும்பத்தில் இரட்டைக் குழந்தைகள் பிறந்திருக்கின்றன.
- நாங்கள் ஒரு இரவிலே இரண்டு முறை உடல்உறவு கொண்டோம் அதனால் இரட்டைக் குழந்தைகள் உருவாகிவிட்டது.
- நான் மகிழ்ச்சியுடன் இரட்டைக் குழந்தைகளைச் சுமக்கின்றேன்.
- நான் இரட்டைக் குழந்தைகளைச் சுமப்பதில் மகிவும் பெருமைப்படுகின்றேன். இதனால் உங்களுக்கு என்ன சிரமம்.

இவ்வாறாக பல பதில்களை நீங்கள் அவர்களிடம் கூறிச் சமாளிக்கலாம்.

பாதுகாப்பின் கேள்வி

"இரட்டைக் குழந்தைகளைப் பாதுகாப்பாகச் சுமந்து பாதுகாப்பாக பிரசவிப்பது என்பது எந்த அளவு சாத்தியம்?"

இரட்டைக் குழந்தைகளைச் சுமப்பது என்பது ஒரு மிகப்பெரிய சவாலான விஷயமே. இதில் பல சிக்கல்கள் ஏற்பட வாய்ப்பு உண்டு. இதனை 'ஹை ரிஸ்க் பிரசவம்' என்பர். ஒரு குழந்தையைச் சுமக்கும் தாய்க்கு ஏற்படும் பிரச்சனையை விட நீங்கள் பல மடங்கு பிரச்சனையை எதிர்கொள்ள வேண்டி இருக்கும். உங்களின் பாதுகாப்பு மற்றும் உங்களின் இரட்டைக் குழந்தைகளின் பாதுகாப்பு உங்கள் கையில் தான் உள்ளது. எனவே உங்களுக்கு எல்லா விவரங்களும் தெளிவாக தெரிதல் அவசியம்.

குழந்தையுடன் இணைந்த ஆபத்து

குறிப்பிட்ட தேதிக்கு முன்பே பிரசவம்:

மருத்துவர் குறிப்பிட்ட தேதிக்கு முன்னரே இரட்டைக் குழந்தைக்கான பிரசவம் ஏற்பட்டு விடுகின்றது. ஒரே முறையில் இரட்டைக் குழந்தைகளை பிரசவிக்கும்போது அது பெரும்பாலும் பிரிமெச்சூர் ஆகத்தான் இருக்கும். சாதாரணமான பிரசவம் 39வது வாரத்தில் நடைபெறும். ஆனால் இரட்டைக் குழந்தைக்கான பிரசவம் 35 முதல் 36வது வாரத்திற்கு இடையில் நடைபெறுகிறது. மூன்று

குழந்தை எனில் 32வது வாரத்திலேயே பிரசவம் ஏற்பட்டு விடுகின்றது. குழந்தை கருப்பையில் வளர வளர இடப்பற்றாக்குறையால் பிரிமெச்சூர் பிரசவம் ஏற்பட்டு விடுகின்றது. பிரசவத்திற்கான அறிகுறி ஏற்பட்டவுடனேயே மருத்துவரை சந்திப்பது மிகவும் அவசியம்.

குறைந்த எடையுள்ள குழந்தை

மூன்று குழந்தைகள் ஒரே சமயத்தில் பிரசவிக்கும்போது ஒவ்வொரு குழந்தையின் எடையும் குறிப்பிட்ட எடைக்குக் குறைவாகவே இருக்க வாய்ப்பு உண்டு. ஒருவேளை தாய் அதிகசத்துள்ள உணவை எடுத்துக் கொண்டு இருந்தால் குழந்தையின் எடையும் சரியான அளவில் இருக்க வாய்ப்பு உண்டு. இல்லையேல் குறைந்த எடை கொண்ட குழந்தைதான் பிறக்க வாய்ப்பு உள்ளது.

டிவன் டு டிவன் டிரான்பியூஷன் சின்டிரோம்

மல்ட்டிபுல் பிரசவசத்தில் டிவன் டு டிவன் டிரான்பியூஷன் சின்டிரோம் ஏற்பட வாய்ப்பு உண்டு. இந்த சமயத்தில் ஒரு குழந்தையின் உடலில் இரத்த ஓட்டம் அதிகமாக இருக்கும். மற்றொரு குழந்தையின் உடலில் இரத்தஓட்டம் குறைவாக இருக்கும் இதனால் அந்த குழந்தைக்கு பாதிப்பு ஏற்படும். இதனை சரி செய்ய மருத்துவர் 'எமினியோ சின்டிஸிஸ்' மருந்துகளை கொடுப்பார். இதனால் பிளசேன்டோவில் இரத்த ஒட்டமானது அதிகரித்து இரண்டாவது குழந்தைக்கு பாதிப்பு குறைவாக இருக்கும். இதனால் பிரிடேர்ம் பிரவசம் ஏற்படுவதும் குறையும்.

மருத்துவர் லேசர் உதவி கொண்டு மல்டிப்புல் பிரவத்தில் தாய்க்குக் கீழேக் கொடுக்கப்பட்டுள்ள படி உதவி செய்ய முடியும்.

பிரிக்கேலேபன்சியா

ஒவ்வொரு குழந்தைக்கு தனித்தனியான பிளசென்டே இருக்கும். இதனால் அதிக இரத்த அழுத்தம் மற்றும் பிரிக்கேலேபன்சியா ஏற்பட வாய்ப்பு மிக அதிகம். முதலிலேயே பிரிகேலேபன்சியாவின் அறிகுறிகள் தெரிய நேர்ந்தால் சிகிச்சை எடுத்துக் கொள்ளுவது அவசியமாகிறது.

கோஸ்டெஸ்னல் சர்க்கரை நோய்

உங்களுக்கு கோஸ்டெஸ்னல் சர்க்கரை நோய் ஏற்பட அதிக வாய்ப்பு உண்டு. ஹார்மோனின் அதிகரிப்பால் இன்சுலின் சுரத்தல் குறைவாக இருக்கும். எனவே இரட்டைக் குழந்தையின் கர்ப்பம் என்று தெரிந்ததிலிருந்து நீங்கள் மிகவும் எச்சரிக்கையுடன் இருக்க வேண்டும். 'பிளசென்டால் பிரிவியா' ஏற்பட வாய்ப்பு உண்டு. மருத்துவரின் ஆலோசனை பெறுவது அவசியம்.

படுக்கை ஓய்வு

"இரட்டைக் குழந்தைகளைச் சுமப்பதால் எப்பொழுதும் படுக்கை ஓய்வில் தான் இருக்க வேண்டுமா? என்று கூறுங்கள்."

இரட்டைக் குழந்தைகளைச் சுமக்கும்

மல்ட்டிபில் நன்மை

மல்ட்டிபல் பிரசவத்தால் நன்மையே நீங்கள் ஒரே சமயத்தில் இரண்டு குழந்தைகளுக்கு தாய் ஆகிவிடுவீர்கள். இதனால் மீண்டும் மீண்டும் கர்ப்பம் தரிப்பது அவசியம் இல்லை. உங்களின் பிரசவ வலியும் ஒரே ஒரு முறையில் முடிந்துவிடும்.

தாய்க்கு ஏற்படுகின்ற முதல் கேள்வியே இது தான். எப்பொழுதும் படுக்கையில் தான் இருக்க வேண்டுமா? மருத்துவர் உங்களை ஒய்வு செய்து உங்களின் கர்ப்ப நிலைமைப் பற்றி உங்களிடம் கூறும்போது இந்த கேள்வியை நீங்கள் அவசியம் அவரிடம் கேட்டுத் தெரிந்து கொள்ளுதல் வேண்டும். ஏனெனில் உங்களின் படுக்கை ஓய்வானது உங்களின் கர்ப்பத்தினைச் சார்ந்த விஷயமாகும். ஒருவேளை மருத்துவர் படுக்கை ஓய்வு என்பது உங்களுக்கு மிகவும் அவசியம் என்று குறிப்பிட்டால் அவ்வாறே நீங்கள் படுக்கை ஓய்வு எடுத்துக் கொள்ளுதல் வேண்டும்.

ஒவ்வொரு இரட்டை குழந்தை சுமக்கும் தாய்க்கும் ஒவ்வொரு விதமான சிகிச்சை முறை அளிக்கப்படுகின்றது.

படுக்கை ஓய்வைப் பற்றி இந்தப் புத்தகத்தில் தெளிவாக கொடுக்கப்பட்டுள்ளது. அதனைப் பின்பற்றி நீங்கள் உங்களின் நேரத்தை உபயோகம் உள்ளதாக்கிக்கொள்ளலாம்.

படுக்கை ஓய்வின் போது காலைத்தூக்கி உயரமாக வைத்துக் கொள்ளுதல், முதுகிற்கு அடியில் தலையணை வைத்தல் போன்றனவற்றைக் கூட நீங்கள் செய்து கொள்ளலாம்.

வேனிஷிங் டிவன் சின்டிரோம் என்றால் என்ன?

மல்டிபுல் பிரசவத்தின்போது வேனிஷிங் டிவன் சின்டிரோம் ஏற்படுகின்றது. வேனிஷிங் டிவன் சின்டிரோம் ஏற்பட்டவுடனேவே நீங்கள் மருத்துவரை சந்தித்து விடுதல் அவசியம் ஒருவேளை நீங்கள் காலதாமதம் செய்து மருத்துவரைச் சந்தித்தால் நஷ்டம் உங்களுக்குத் தான். 20 முதல் 30 சதவீதம் வரை மல்டிபுல் பிரசவத்தின்போது இது ஏற்பட்டு விடுகின்றது. முதல் மூன்று மாதத்திற்குள் இதற்கான சிகிச்சை எடுத்துக் கொள்ளுதல் வேண்டும். 30வயது அதிகமுள்ள பெண்கள் தாயாகும்போது இது ஏற்படுகின்றது.

சில சமயங்களில் தாய்க்கு மிஸ்கேரேஜ் ஏற்படுகின்றது. ஹார்மோன் குறைவு ஏற்படுகின்றது. இதனால் ஒரு கருவானது கலைந்து விடும். மற்றொரு கரு வளர ஆரம்பிக்கும்.

முதல் மூன்று மாதத்தில் இந்த சின்டிரோம் கண்டுஅறியப்பட்டால் இரண்டு குழந்தைகளையுமே காப்பாற்றி விடலாம். ~~ஐந்தாவது ஆறாவது மாதங்களில் இந்த~~ சின்டிரோமின் பாதிப்பு இருந்தால் ஏதவாது ஒரு குழந்தையை மட்டுமே காப்பாற்ற முடியும். மற்றொரு குழந்தை ஆபத்தில் இருக்கும்.

ஒன்றிற்கும் மேற்பட்ட குழந்தை பிறப்பு

நீங்கள் ஒன்றிற்கும் மேற்பட்ட குழந்தை பிறப்பிற்காக எதிர்பார்ப்புடன் காத்திருப்பீர்கள். அதற்கான நேரம் வந்துவிட்டது. ஒவ்வொரு குழந்தையும் சிறு சிறு இடைவெளி விட்டு பிறக்கும். ஒவ்வொரு குழந்தையின் பிறப்பம், ஒரு கதையைப் போலத்தான். நீங்கள் பட்ட வேதனைகள் மற்றும் சிரமங்களை கதையாகக் கூட எழுதலாம். ஆனால் குழந்தை பிறந்த பிறகு நீங்கள் பட்ட வேதனைகள் மற்றும் சிரமங்களை முழுவதும் மறந்து விடுவீர்கள்.

இரட்டைக் குழந்தைக்கான பிரசவம்

ஒரு குழந்தைக்கான பிரசவம் என்பது எளிதானது. ஆனால் இரட்டைக் குழந்தைக்கான பிரசவம் என்பது முற்றிலும் மாறுபட்டது.

நீங்கள் இரண்டு மடங்கு வலியை அனுபவிப்பீர்கள். மல்டிப்புல் பிரசவத்தில் பிரசவ நேரமும் மிக அதிகமாக இருக்கும். குழந்தையை வெளியில் தள்ளும்போதும் நீங்கள் மிகவும் சிரமப்படவேண்டி இருக்கும். யோனிக் குழாய் மூலமாக பிறக்கும்போது கடைசி வரை சிரமம் இருக்கும்.

★ மல்டிப்புல் பிரசவத்தில் கர்ப்பப்பை அதிகம் விரிவடைந்து இருப்பதால் கர்ப்ப குழாயின் அழுத்தம் அதிக அளவில் இருக்கும். இதனால் கர்ப்பப் பையின் வாய் திறப்பதற்குப் அதிக நேரம் ஆகும்.

★ உங்களுக்கு மருத்துவரின் நேரடி பார்வை மிக மிக அவசியம். ஏனெனில் தொற்று நோய் உங்களை உடனடியாக தாக்கும்.

மேலும் குழந்தையின் இருதய துடிப்பையும் அடிக்கடி கவனிக்க வேண்டியதாய் இருக்கும். முதலில் வெளிவரும் குழந்தைக்கும் அடுத்து வெளிவரும் குழந்தைக்கு இடையில் அரை மணி நேரம் கூட இடைவெளி இருக்கும். இதனால் மருத்துவர் உங்கள் அருகிலேயே பிரசவத்தின் இறுதி வரை இருப்பது அவசியமாகின்றது.

★ சில சமயங்களில் முதல் குழந்தை சாதாரணமாக பிறந்து விடும். அடுத்த குழந்தை பிறப்பதில் சிரமம் ஏற்பட்டு ஆப்ரேஷன் கூட செய்ய வேண்டி வரும்.

யோனிக் குழாய் மூலமாக பிரசவம்

குழந்தைக்கான பிரசவம் என்பது முற்றிலும் மாறுபட்டது.

நீங்கள் இரண்டு மடங்கு வலியை அனுபவிப்பீர்கள். மல்டிப்புல் பிரசவத்தில் பிரசவ நேரமும் மிக அதிகமாக இருக்கும். குழந்தையை வெளியில் தள்ளும்போதும்

பொஸிஷன்/பொஸிஷன்ஸ்

மல்ட்டிபுல் பிரசவத்தில் குழந்தைகளின் பொஷிஷன் மிகவும் கவனிக்கப்படவேண்டும். ஏனெனில் ஒவ்வொரு குழந்தையும் ஒவ்வொரு பொஸிஷனில் இருந்தால் தாய்க்கு ஆபத்து. குழந்தையானது வெர்டிக்ஸ் பிரிச் பொஸினினால் கூட இருக்கும். முதல் குழந்தை வொடிக்ஸ் பிரிச் பொஸிஷனாய் இருக்கும். அடுத்த இரண்டு குழந்தை சாதாரண பொஸிஷனில் இருக்கும். இந்த மாதிரி நிலைமையில் பிரிச் எக்ஸ்டிராசன் ஏற்படலாம்.

பிரிச்/வடைக்ஸ் அல்லது பிரிச்/பிரிச்

இரண்டு குழந்தையும் பிரிச் பெரிஸிஷனில் இருந்தால் சி.செக்ஷன் செய்து விடுவது சிறந்தது. இல்லையேல் குழந்தைகளுக்கு ஆபத்து ஏற்படும்.

முதல் குழந்தை, ஒப்லிக்

முதல் குழந்தையின் தலை கர்ப்பபையின் வாயை நோக்கி இருந்தால் இதை ஒப்லிக் என்று கூறுவர். இதனை மருத்துவர் தனது கைகளை கொண்டு சரிசெய்ய முயற்சி செய்வார். ஆனால் இரண்டு குழந்தையும் ஒப்லிக் நிலைமையில் இருந்தால் ஆபத்தானது. இந்த சமயத்தில் மருத்துவரிடம் சி.செக்ஷன் செய்து விடச் சொல்லி கூறுவது சிறந்தது.

டிரான்வர்ஸ் / டிராவர்ஸ்

இந்த நிலைமையில் இரண்டு குழந்தைகளும் கர்ப்பபையில் டிரான்வர்ஸ் பொஸிஷனில் இருக்கும். இந்த நிலைமையில் சி.செக்ஷன் செய்வது சிறந்தது.

இரட்டைக் குழந்தைகளைக் சுமக்கும் பெண்களுக்கு யோனிக் குழாய் மூலமாக பிரசவம் ஏற்படுவது அரிதான விஷயம். யோனிக் குழாய் மூலமாக பிரசவம் ஏற்படும் போது கீழே கொடுக்கபட்டுள்ள சிலவற்றில் முக்கிய கவனம் செலுத்தல் வேண்டும். முதல் குழந்தை பிறப்புக்கும் அடுத்த குழந்தை பிறப்புக்கும் இடையில் மூன்று மணி நேர இடைவெளிகூட ஏற்படலாம். முதல் குழந்தை சாதாரணமாக பிறந்து விடலாம். அடுத்த குழந்தைக்கு வாக்யூம் தேவைப்படலாம். மருத்துவர் பிரசவம் முடியும் வரை உங்கள் அருகில் இருப்பது மிக மிக அவசியம்.

பிரசவ சிக்கல்

ஒரு குழந்தைக்கான பிரசவம் என்பது எளிதானது. ஆனால் இரட்டைக்

இரட்டைக் குழந்தைக்கானப் பிரசவம்

இரட்டைக் குழந்தைக்கானப் பிரசவம் ஏற்படும் போது கீழே கொடுக்கபட்டுள்ளவற்றில் கவனம் செலுத்த வேண்டும்.

நீங்கள் மிகவும் சிரமம்படவேண்டி இருக்கும். யோனிக் குழாய் மூலமாக பிறக்கும்போது கடைசி வரை சிரமம் இருக்கும். சில சமயங்களில் முதல் குழந்தை சாதாரணமாக பிறந்து விடும். அடுத்த குழந்தை பிறப்பதில் சிரமம் ஏற்பட்டு ஆப்ரேஷன் கூட செய்ய

வேண்டி வரும்.

ஆப்ரேஷன் அறையைத் தயார் நிலையில் வைத்துக் கொள்ளுதல் வேண்டும். பிறந்த முதல் குழந்தையயா உடனடியாக கணவரிடமோ அல்லது உறவினர்களிடமோ கொடுத்து விட சொல்லுவது அவசியமாகின்றது. ஏனெனில் உங்களுக்கு ஆப்ரேஷன் செய்து அடுத்த குழந்தையை எடுக்க சில மணி நேரங்கள் தேவைப்படலாம்.

இரட்டைக் குழந்தைகள் பிறக்கும்போது

மல்டிப்புல் பிரசவத்தில் ஒவ்வொரு குழந்தையும் பிறப்பதற்கு 10 முதல் 30 நிமிட இடைவெளி கூட ஏற்பட வாய்ப்பு உண்டு. ஆனால் சி.செக்ஷன் செய்தால் சில நிமிடங்கள் தான் இடைவெளி ஏற்படும்.

சி.செக்ஷன்

மல்டிப்புல் பிரசவத்தில் சி.செக்ஷன் ஏற்படுகின்றது. மல்டிப்புல் சி.செக்ஷன் செய்வது என்பது பாதுகாப்பானது என்பதே. இதனால் குழந்தைகளும் தாயும் பாதுகாப்பாக இருப்பர். மேலும் தாய்க்கும் அதிக நேர பிரசவ வலியை பொறுத்துக்கொள்ளவேண்டிய அவசியம் ஏற்படாது.

மூன்று குழந்தைக்கான பிரசவம்

மூன்று குழந்தைக்கான பிரசவம் என்பது மிக மிக சிக்கலானது. இந்த பிரசவமானது யோனிக் குழாய் மூலமாக ஏற்படுவது என்பது மிகவும் சிக்கலானது. ஒருவேளை யோனிக் குழாய் மூலமாக பிரசவம் ஏற்படின் பிரசவ வலியின் நேரம் மிக அதிகமானதாக இருக்கும். சில சமயங்களில் முதல் இரண்டு குழந்தைகள் யோனிக் குழாய் மூலமாக பிறந்துவிடும். மூன்றாவது குழந்தை ஆப்பரேஷன் செய்ய வேண்டி வரலாம்.

எதிர்பாராத சி.செக்ஷன்

மல்டிப்புல் பிரசவத்தில் சாதாரணமான பிரசவம் ஏற்படும் என்று எண்ணிக்கொண்டு இருக்கும் வேளையில் தீடீரென்று எதிர்பாராமல் சி.செக்ஷன் செய்யப்படவேண்டி வரலாம். மருத்துவரும் நீங்களும் அதற்கான தயார் நிலையில் இருக்க வேண்டும். தேவைப்பட்டால் இரத்தம் கூட ஏற்றவேண்டி இருக்கும். 10 பவுண்ட் எடையுள்ள குழந்கைகள் பிறக்கும்போது சிசேரியன் மூலமாக பிறப்பது சிறந்தது.

இரட்டைக் குழந்தைக்கு தாய்ப்பால்

இரட்டைக் குழந்தைக்கு தாய்ப்பால் கொடுக்கும் தாய் அதிக கவனத்துடன் இருக்க வேண்டும். தாய்ப்பால் கொடுப்பதால் தாய் தனது பழைய உடல் வடிவத்தை பெற முடியும். இரத்தப்போக்கும் குறைவானதாக இருக்கும். தாய்ப்பால் கொடுப்பதால் அவர்களின் உடலில் கொழுப்பு சேராது. ஒருவேளை பிறந்த குழந்தை ஐ.சி.யுவில் இருந்தால் கூட நீங்கள் பம்ப் மூலமாக பாலை எடுத்து குழந்தைக்கு புகட்டிடலாம்.

மல்ட்டிபுல் பிரசவத்திற்கு பிறகு ஓய்வு

மல்ட்டிபுல் பிரசவத்திற்கு ஓய்வு என்பது மிக மிக அவசியம். கீழே கொடுக்கபட்டுள்ளவற்றில் கவனம் செலுத்துங்கள்.

- உங்களின் வயிறு பழைய நிலைக்கு திரும்புவதற்கு உடற்பயிற்சி செய்திடுங்கள்.
- இரத்தப்போக்கைக் கட்டுபாட்டில் கொண்டு வந்திடுங்கள்.
- உங்களின் எடையைக் குறைப்பதில் கவனம் செலுத்திடுங்கள்.
- ஆப்ரேஷன் செய்ததால் ஏற்பட்ட வலியைக் குறைக்க மருந்துகள் எடுத்துக் கொள்ளுங்கள்.

பாகம்-4

குழந்தை பிறந்த பிறகு

பிரசவத்திற்குப் பிறகு

முதல் வாரம்

வாழ்த்துக்கள் நீங்கள் நாற்பது வாரங்களாக ஆவலுடன் எதிர்பார்த்துக் காத்துக் கொண்டிருந்த உங்கள் குழந்தை இப்போது பிறந்து விட்டது. ஆனாலும் பிரசவ சமயத்தில் உங்களுக்கு ஏற்பட்ட வலியின் தாக்கமானது இன்று வரை உங்கள் மனதில் பதிந்து இருக்கும். இருந்தாலும் இப்போது நீங்கள் தாய்மையின் பூரிப்பில் அகமகிழ்ந்து இருப்பீர்கள். உங்களுள் இப்போது உடல், மன ரீதியாக பல மாறுபாடுகள் ஏற்பட்டிருக்கலாம். பல கேள்விகளும், பல சந்தேகங்களும் உங்கள் மனதில் எழலாம். (பிரசவத்திப் பிறகும் ஐந்து மாத கர்ப்பிணி போல் காட்சி அளித்தல், பிரசவத்தால் ஏற்பட்ட காயம், மார்பகங்களில் வீக்கம் போன்றவை) மேலும் பலவிதமான சந்தேகங்களும் கேள்விகளும் உங்கள் மனதில் எழும். எதைச் செய்வது, எதை செய்யக் கூடாது எதை செய்தால் சரியானது, போன்ற கேள்விகளுக்கும் உங்களுக்கு விடை தெரிய வேண்டும். கர்ப்பதிற்குப் பின்னர் அதிக அளவில் வியர்வை வெளியேறுகின்றதே ஏன்? இந்த பிரசவ வலி எப்போது சரியாகும்? நான் எப்போது என்னுடைய பழைய உடம்பிற்கு திரும்புவேன்? இவ்வாறான பல கேள்விகளுக்கு நீங்கள் இந்த அத்தியாத்தின் மூலமாக விடை தெரிந்து கொள்ளலாம். ஏற்கனவே நீங்கள் இதைப் பற்றி படித்து இருந்தாலும் தாய்மை அடைந்த பிறகு இப்போது ஒருமுறை படித்து தெரிந்து கொள்வது அவசியமாகின்றது அல்லவா?

நீங்கள் என்ன அனுபவித்து கொண்டு இருக்கின்றீர்கள்?

பிரசவத்திற்குப் பிறகு உங்களின் மன நிலையில் மாற்றம் ஏற்பட்டு இருக்கும். உங்களின் உடல் அமைப்பில் பல மாறுதல்கள் ஏற்பட்டு இருக்கும்.

உடலில் மாறுதல்கள்

யோனியில் இருந்து இரத்தப்போக்கு (மாதவிடாய் போன்று) வயிற்றில் வலி வீக்கம் (கர்ப்பத்தின் போது இருந்ததைப் போலவே)

- ★ களைப்பு
- ★ கால்களில் வலி
- ★ சி.செக்ஷனுக்குப் பிறகு பெரினியலில் வலி
- ★ அறுவை சிகிச்சை செய்த பக்கத்தில் வலி மற்றும் வீக்கம்
- ★ எழும்போது வலி மற்றும் களைப்பு
- ★ சிறுநீர் கழிக்கும் போது வலி
- ★ மலச்சிக்கல், முதல் வாரத்தில் சிறுநீர் கழிக்கும் போது பிரச்சனை
- ★ முழு உடல் வலி

★ சிவந்த கண்கள், கண்களுக்கு கீழே கறுப்பு வளையம்.

★ இரவில் அதிக வியர்வை சுரத்தல்

★ மார்பகங்களில் வலி மற்றும் வீக்கம்

★ தாய்ப்பால் கொடுக்கும் போது நிப்பிலில் வலி மற்றும் வீக்கம்.

மனதில் மாறுதல்கள்

○ கணவன், மனைவி இருவருக்குமே உணர்ச்சிகளில் மாற்றம்

○ குழந்தை பராமரிப்பில் அக்கறை

○ தாய்பால் ஊட்டத் தொடங்கும் போது பிரச்சனை

○ உடலில் பல மாறுதல்கள், அதனால் மன அழுத்தம்

○ குழந்தையுடன் புது வாழ்க்கையை ஆரம்பிப்பதற்கான வழி

நீங்கள் என்ன யோசிக்கின்றீர்கள்?

"எனக்கு பிரசவ சமயத்தில் சிறிதளவே இரத்தப்போக்கு இருந்தது. ஆனால் நான் எப்போதெல்லாம் படுக்கையில் இருந்து எழுகின்றேனோ அப்போதெல்லாம் இரத்தப்போக்கு மிகவும் அதிகமாகவே உள்ளது. எனக்கு மிகவும் பயமாய் இருக்கின்றது."

நீங்கள் பயப்பட வேண்டிய அவசியம் இல்லை. பெரிதான பேட் வைத்துக் கொள்ளுங்கள். இதனை மியூகஸ் அல்லது லோகியா என்பார்கள். இது மாதவிடாயின் போது வரும் இரத்தப்போக்கை விட அதிக அளவிலேயே வரும். இந்த இரத்தப்போக்கானது முதல் வாரத்தில் நல்ல கருஞ்சிவப்பு நிறத்திலும் பிறகு ரோஜா நிறத்திலும் வரும். நாடபட இது குறைந்து விடும். பேட் அடிக்கடி மாற்றி மாற்றி வைத்திடுங்கள். 6 வாரம் வரை நீங்கள் எச்சரிக்கையுடன் இருக்க வேண்டும். இவ்வாறாக திடீர் திடீரென்று இரத்தப்போக்கானது இருக்கும். சில பெண்களுக்கு மூன்று மாதம் வரையிலும் கூட தொடர் இரத்தப்போக்கு இருக்கலாம்.

தாய்ப்பால் கொடுக்க கொடுக்க இரத்தப்போக்கானது குறைய ஆரமபிக்கும். இதனால் உங்களின் வயிறு கூட அமுங்க ஆரம்பிக்கும். ஒருவேளை மிக அதிக அளவில் இரத்தப்போக்கு தொடர்ந்து இருந்தால் மருத்துவரை உடனடியாக சந்தித்து ஆலோசனைப் பெற்றிடுங்கள். பிறகு வேறு ஏதேனும் சிக்கலை உண்டு பண்ணி விடும்.

வலிக்குப் பிறகு

"நான் குழந்தைக்கு தாய்ப்பால் கொடுக்கும் போது அடி வயிற்றில் வலி ஏற்படுகின்றது. இது எதனால் ஏற்படுகின்றது?"

சில பெண்களுக்க பிரசவத்திற்குப் பிறகும் இந்த வலியானது தொடர்ந்து கொண்டு இருக்கும். கர்ப்ப காலத்தில் விரிந்த வயிற்றின் 21/3 பவுண்ட் அளவு மீண்டும் சுருங்கி அதனுடைய பழைய நிலைமையை அடையும் வரை வலியானது இருக்கும். பிரசவத்திற்குப் பிறகு உங்களின் உடல் மீண்டும் பழைய நிலைமைக்கு திரும்பும். இதனாலேயே நீங்கள் வலியை உணர வேண்டிய சூழ்நிலை ஏற்பட்டுள்ளது.

இந்த வலியால் பிரச்சனை ஒன்றும் ஏற்படாது. ஆனாலும் இது ஒருவிதத்தில் உங்களுக்கு உதவி புரியக் கூடியதே ஆகும். உடலானது பழைய நிலைமைக்கு திரும்பத் திரும்ப வலி குறைந்து விடும். இந்த சமயத்தில்

இரத்தப்போக்குடன் கூட ஆக்ஸிடோஸின் வெளிவர ஆரம்பிக்கும்.

நான்கு முதல் ஏழு நாட்களுக்குப் பிறகு வலியானது குறைய ஆரம்பிக்கும். ஒருவேளை வலியானது குறையாமல் அதிகமாகிக் கொண்டே சென்றால் உடனடியாக மருத்துவரை அணுகுங்கள்.

பெரினியலில் வலி

"எனக்கு எபிசியோடமி நடைபெறவில்லை இருந்தாலும் கீழ்ப்பகுதியில் அதிக வலி ஏற்படுவதற்கான காரணம் என்ன?"

நீங்கள் 7 பவுண்ட் உள்ள குழந்தையைப் பெற்றிருப்பீர்கள். அதனால் தான் இந்த வலி ஏற்படுகின்றது. மேலும் உங்களுக்குக் கீழ்புறத்தைக் கிழித்து விட்டிருக்க மாட்டார்கள். இதனால் வலியானது ஏற்பட வாய்ப்பு இல்லை இருந்தாலும் இருமும்போதும், தும்மும் போதும் வலியானது ஏற்பட வாய்ப்பு உண்டு. இந்தப் புத்தகத்தின் அடுத்த அத்தியாயத்தில் கொடுக்கப்பட்ட சில முறைகளை கடைபிடியுங்கள். குழந்தை உங்கள் வயிற்றை எட்டி உதைக்காதவாறு பார்த்தக் கொள்ள வேண்டும். கணமான பொருட்களை தூக்கவே கூடாது. இந்த நிலைமையில் ஹிமராய்ட்ஸ் அல்லது பிஷர் ஏற்பட்டால் அதிக அளவில் வலி ஏற்பட வாய்ப்பு உண்டு.

"பிரசவத்திற்குப் பிறகு முடிச்சுகள் வந்து விட்டது. இதனால் தொற்று நோய் ஏதேனும் ஏற்படுமா என்று பயமாக உள்ளது. நான் இப்போது என்ன செய்வது?"

யோனிக்குழாய் மூலமாக பிரசவம் ஏற்பட்ட காரணத்தினால் உங்களுக்கு பெரினியல் பகுதியில் வலி ஏற்பட்டுள்ளது. மேலும் இதனால் தான் முடிச்சுகளும் ஏற்பட்டுள்ளது. இவையெல்லாம் போக உங்களுக்கு 7 முதல் 10 நாட்கள் ஆகும். இந்த சமயத்தில் ஏற்படும் வலியைப் பற்றி பயப்படத் தேவையில்லை.

மேலும் தொற்று என்பதற்கான வாய்ப்பு முழுவதும் இல்லை. மருத்துவரைக் கலந்து ஆலோசனைப் பெற்றிடுங்கள். அவர் உங்களுக்குத் தேவையான மருந்து மாத்திரைகளை எழுதித் தருவார். இதனால் உங்களுக்கு வலியும் குறைந்து முடிச்சுகளும் நீங்கி விடும்.

- 4 முதல் 6 மணிக்கு ஒருமுறை பேட் மாற்றிடுங்கள்.
- மருத்துவரின் ஆலோசனைப்படி அந்த இடத்தில் ஆன்ட்டிபயாட்டிக் செல்யூஷன் தடவி சூடான தண்ணீரினால் ஒத்தடம் கொடுங்கள். சிறுநீர் கழித்த பிறகு நன்றாக சுத்தம் செய்திடுங்கள். அடிக்கடி உள்ளாடையை மாற்றிடுங்கள்.
- அந்தப் பகுதியை கைகளால் தொடாதீர்கள்.
- ஒருவேளை கால்களில் அதிக வலி இருப்பின் கீழ்க்கண்டவற்றில் கவனம் செலுத்திடுங்கள்.

ஐஸ்கட்டி வைத்திடுங்கள்

வீக்கம் குறைவதற்கு ஐஸ்கட்டி வைத்திடுங்கள். ஐஸ்பேக் செய்ய கடைகளில் விறகப்படுகின்ற ஐஸ்பேக் பை வாங்கிக் கொண்டு பகலில் இரண்டு மணி நேரத்திற்கு ஒருமுறை வைத்திடுங்கள்.

சுடுதண்ணீர் ஒத்தடம்

சுடுதண்ணீரை பாட்டிலிலோ அல்லது சுடு தண்ணீர்ப் பையிலோ நிரப்பி சுடு தண்ணீர் ஒத்தடம் வைத்திடுங்கள். இதனை பகலில் 20 நிமிடத்திற்கு ஒருமுறை செய்திடுங்கள்.

கிரிம் தடவுதல்

கிரிம், லோஷன் போன்றவற்றை வலி உள்ள இடத்தில் தடவுங்கள். வலி நிவாரணி மாத்திரைகளை மருத்துவரின் ஆலோசனைப் படி போட்டுக் கொள்ளுங்கள்.

கனமான பொருட்களைத் தவிர்த்திடுங்கள்

கணமான பொருட்கள் தூக்குவதை இதற்கு மேல் முற்றிலும் தவிர்த்திடுங்கள். ஒருபுறமாகவோ அல்லது மல்லாந்த நிலையிலோ எப்போதும் படுத்து உறங்காதீர்கள். அடிக்கடி உங்களின் படுக்கை அமைப்பை மாற்றிக் கொண்டு புரண்டு, புரண்டு மாறிப் மாறி படுத்தீடுங்கள். தலையணையும் உயரமாக வைத்துக் கொள்ளாதீர்கள். தேவைப்பட்டால் கால்களுக்கு இடையில் தலையணை வைத்துக் கொள்ளுங்கள்.

ஃப்ரியாக இருங்கள்

உள்ளாடைகள் அணிவதை சிறிது நாட்களுக்கு தவிர்த்து ஃப்ரியாக இருந்திடுங்கள். இதனால் இறுக்கமானது தவிர்க்கப்படுகின்றது.

உடற்பயிற்சி செய்திடுங்கள்

கீகல் உடற்பயிற்சி செய்யலாம். இதனால் அதிக நன்மை ஏற்படும். இரத்தப்போக்கும் கட்டுப்பாட்டிற்குள் வந்து விடும். வீக்கம், வலி போன்றவை குறையும். ஒருவேளை கீழ்ப்பகுதியில் தொடர் இரத்தப்போக்கு, வலி, வீக்கம், கெட்ட நாற்றம் போன்றவை ஏற்பட்டால் தொற்று நோய் பரவி இருப்பதற்கான அபாயம் உள்ளது எச்சரிக்கையுடன் இருந்திடுங்கள்.

பிரசவ நேர வலி

"நான் ஏதோ பாக்ஸிங் செய்து விட்டு வந்ததைப் போல் உணருகின்றேன். இது எதனால் இந்த உணர்வு ஏற்பட்டுள்ளது?"

பிரசவத்திற்கு பிறகு இவ்வாறு தோன்றுவது இயற்கையே பிரசவ சமயத்தில் நீங்கள் அனுபவித்த வலியும், வேதனையுமே இதற்கான முழு முதற் காரணமாகும். ஆனாலும் குழந்தையைக் கண்டவுடன் உங்களுக்கு ஒருவித மகிழ்ச்சியான அனுபவமே ஏற்படும். குழந்தையை இந்த உலகிற்கு கொண்டு வர நீங்கள் பட்ட பாடும், அதனை வெளியேற்ற பட்ட வேதனையும் நினைக்கும் போது இவ்வாறான உணர்வு தோன்றுகின்றது. சிறிது காலம் வரை உங்கள் மனதில் இது நிலைத்து இருக்கும். பிறகு மறந்து விட்டு அடுத்த குழந்தைக்கான ஏற்பாட்டில் மும்முரமாகி விடுவீர்கள். மாலிஸ் செய்தல், சுடு தண்ணீர் ஒத்தடம் கொடுத்தல், லேசாக வருடி விடுதல் என செய்தால் உங்களுக்கு வலி தெரியாது.

சிறுநீர் கழிப்பதில் சிரமம்

பிரசவத்திற்குப் பிறகு என்னால் சரியாக சிறுநீர் கழிக்க முடியவில்லையே ஏன்?

- பிரசவம் ஆகிய 24 மணி நேரத்தில் சிறுநீர் கழிப்பதில் மிகவும் சிரமம் ஏற்படும். சிறுநீர் கழிக்க வேண்டும் போல் தோன்றினாலும் உங்களால் சிறுநீர் கழிக்க முடியாது. சிறுநீர் கழிக்கும் போது எரிச்சல், வலி ஏற்படும்.

பிரசவத்திற்குப் பிறகு மருத்துவரை எப்போது கூப்பிடுவது

சில பெண்கள் பிரசவத்திற்குப் பிறகு தங்களைத் தாங்களே கவனித்தக் கொள்கிறார்கள். ஆனால் ஒரு சிலரோ எதற்கு எடுத்தாலும் மருத்துவரின் உதவியை நாடுகின்றார்கள். இவ்வாறான சமயத்தில் மருத்துவரை எப்போது அழைக்க வேண்டும் என்பதைப் பற்றித் தெளிவாகக் கீழே கொடுக்கப்பட்டுள்ளது.

அதிகமான பிரச்சனை ஏற்படும் சமயத்தில் மட்டும் மருத்துவரை நேரிடையாகச் சென்று சந்தித்திடுங்கள் மற்ற சமயங்களில் தேவைப்பட்டால் தொலைபேசி செய்து பேசிடுங்கள்.

- ❖ பிரசவமான முதல் வாரத்தில், இரத்தப் போக்கு நிற்காமல் தொடர்ந்து இருந்தால்.
- ❖ கெட்ட நாற்றம் அல்லது அழுக்குடன் கூடிய இரத்தப்போக்கு அதிகமாக இருந்தால்.
- ❖ கட்டி கட்டியாக இரத்தப்போக்கு வெளிப்பட்டால்.
- ❖ பிரசவத்திற்கு பிறகு ஒருவாரம் வரையிலும் இரத்தப்போக்கு முற்றிலும் இல்லையெனில்
- ❖ அடிவயிற்றில் வலி தொடர்ந்து ஏற்பட்டால்
- ❖ பெரினியல் பகுதியில் வலி ஏற்பட்டால்
- ❖ 24மணி நேரம் வரை 100° வெப்ப நிலை இருந்தால்
- ❖ தலை சுற்றல்
- ❖ பிறப்புறுப்பில் எரிச்சல், வலி
- ❖ 24மணி நேரம் வரை சிறுநீர் மலம் கழிக்கவில்லையெனில்.
- ❖ மார்பில் வலி, அதிக இருதயத் துடிப்பு
- ❖ அதிகமான மன அழுத்தம், எரிச்சல், கோபம் ஏற்பட்டால் மருத்துவரை சந்தித்திடுங்கள்.

- ➢ பிளாடர் இறங்கி விடுவதால் அடிக்கடி சிறுநீர் கழிக்க வேண்டும் போல் தோன்றும்.
- ➢ சிறிதளவு சிறுநீர் பிளாடரில் சேர்ந்து விட்டாலே பிளாடரானது கனப்பது போல் தோன்றும்.
- ➢ எபிடயூரலில் காரணமாக சிறுநீரின் அளவு குறையும்.
- ➢ பெரினியலில் வலி மற்றும் விக்கதின் காரணமாக சிறுநீர் கழிக்கும் போது பிரச்சனை ஏற்படும்.
- ➢ சிறுநீர் கழிக்கும் போது நின்று கொண்டு கழிக்காதீர்கள். சிறுநீர் கழித்த பிறகு நன்றாக சுடு தண்ணீர் கொண்டு அலம்பிடுங்கள்.
- ➢ நிறைய தண்ணீர் பருகுங்கள் இல்லையேல் டிஹைடிரேஷன் ஏற்படும் அபாயம் உள்ளது.
- ➢ பலமுறை வலி, மன இறுக்கம், மன உளைச்சல் போன்றவை கூட சிறுநீரைக் கட்டுப்படுத்தும்.

ஒருவேளை பிரசவமான 6 முதல் 8 மணி நேரம் வரையிலும் சிறுநீர் கழிக்கவில்லை

எனில் கண்டிப்பாக தொற்றுநோய் ஏற்படுவதற்கான அபாயம் உள்ளது.

எனவே நீங்கள் இந்த மாதிரியான சமயத்தில் கீழ்காணும் உபாயங்களை கையாளுங்கள்.

- ❖ அதிக அளவில் தண்ணீர் பருகிடுங்கள்.
- ❖ படுக்கையை விட்டு எழுந்து மெல்லமாக நடந்திடுங்கள்.
- ❖ நர்ஸிடம் கூறி பெரினியல் பகுதியை நன்றாக சுத்தப்படுத்தக் கூறிடுங்கள். உடனடியாக சிறுநீர் வந்து விடும் வாய்ப்பு உள்ளது.
- ❖ சுடு தண்ணீர் ஊற்றுவதால் சிறுநீர் கழிய ஆரம்பிக்கும்.
- ❖ வயிற்றில் அழுத்தம் கொடுத்து சிறிது நேரம் உட்கார்ந்து இருந்தால் சிறுநீர் வரும்.
- ❖ சிறுநீர் கழியும் போது குளிர்ந்த தண்ணீரை கூடவே அதன்மேல் கொட்டிடுங்கள்.

தொடர்ந்த பல நாட்களாகவே சிறுநீர் கழிப்பதில் சிரமம் ஏற்பட்டால் உடனடியாக மருத்துவரைக் கலந்து ஆலோசியுங்கள்.

"என்னை அறியாமலேயே சிறுநீரானது கழிந்து விடுகின்றது. இது எதனால் இப்படி ஏற்படுகின்றது?"

பிரசவத்திற்குப் பிறகு உங்கள் உடலில் ஏற்பட்ட மாறுதல்களே இதற்கான முக்கிய காரணமாகும்.

பெரினியல் பகுதியில் கொடுக்கப்பட்ட அழுத்தத்தால் இவ்வாறு சிறுநீர் கழிவது என்பது உங்களை அறியாமலேயே நடைபெறுகின்றது. கீகல் உடற்பயிற்சி செய்திடுங்கள். இதனால் ஒரளவு கட்டுப்பாட்டிற்குள் வரும்.

மலச்சிக்கல்

"பிரசவத்திற்குப் பிறகு மலம் கழிப்பதில் எனக்கு பிரச்சனை ஏற்பட்டு உள்ளது. நான் எப்படி இதனை எதிர்கொள்வது?"

பிரசவத்திற்குப் பிறகு ஒருசிலருக்கு இரண்டு, மூன்று நாட்கள் வரையிலும் கூட மலம் கழிக்க முடியாமல் போகலாம். இதற்காக பயப்படத் தேவையில்லை.

உங்களின் மனதில் ஏற்பட்ட அழுத்தம், பாதிப்பு, உணவுப் பற்றாக்குறை போன்றவை ஒரு காரணமாக இருக்கும். மேலும் வயிற்றிற்குத் தேவையான ஆகாரம் உள்ளே செல்லாமல் எப்படி மலமானது வெளியேறும். பிரசவத்திற்கு முன்னர் உங்களின் கழிவறைப் பகுதியையும், வயிற்றுப் பகுதியையும் சுத்தம் செய்து விடுவதே இதற்கு காரணமாகி விடுகின்றது.

பிரசவமான பிறகு சிறிது சிறிதாக சாப்பிட ஆரம்பிக்கும் போது மலச்சிக்கல் நீங்கி சாதாரண நிலைக்கு வந்து விடுவீர்கள்.

கவலையை விடுங்கள்

இதைப்பற்றி நீங்கள் கவலைப்பட வேண்டியது இல்லை. ஒரிரு நாட்களிலேயே சகஜமான நிலைமைக்கு திரும்பி விடும்.

நார்ச்சத்து உணவு

அதிகமான நார்ச்சத்துள்ள உணவுப் பொருட்களை உணவில் சேர்த்துக் கொள்ளுங்கள். கிரேப் ஜீஸ், ஆரஞ்சு, ஆப்பிள், அன்னாசிப்பழம் போன்ற

பழவகைகளையும் எடுத்துக் கொள்ளுங்கள். கொழுப்புப் பொருட்களை முற்றிலும் தவிர்த்திடுங்கள்.

திரவ நிலைப் பொருட்கள்

ஒருநாளைக்கு எட்டு முதல் ஒன்பது லிட்டர் தண்ணீர் பருகிடுங்கள். ஜூஸ், மோர், லெஸ்ஸி என்று அதிகமான திரவ நிலைப் பொருட்களை சாப்பிடுங்கள். எலுமிச்சை சாறு அதிக அளவில் பருகிடுங்கள்.

மென்று சாப்பிடுங்கள்

எதைச் சாப்பிட்டாலும் நன்றாக மென்று சாப்பிடுங்கள். இதனால் சீக்கிரமாகவே செரிமானம் ஏற்பட்டு விடும்.

மெதுவாக நடங்கள்

பிரசவத்திற்குப் பிறகு மெதுவாக நடைப்பயிற்சியை ஆரம்பித்திடுங்கள். ஒரே இடத்தில் அதிக நேரம் உட்கார்ந்து இருக்காதீர்கள். கீகல் உடற்பயிற்சி செய்திடுங்கள். குழந்தையையும் கூட்டிக் கொண்டு மெதுவாக நடங்கள்.

களைப்பை விரட்டிடுங்கள்

ஹீமாராயட்ஸ் அளவு அதிகரிப்பதால் களைப்பு அதிகமாகும். அதிக நேரம் சுடுதண்ணீர் வைத்து குளித்திடுங்கள். தேவைப்பட்டால் சுடு தண்ணீர் ஒத்தடம் கொடுத்திடுங்கள்.

மலச்சிக்கல் தவிர்க்க மாத்திரை

மலச்சிக்கலைத் தவிர்க்க மாத்திரை எடுத்துக் கொள்ளுங்கள். மலம் கழிக்கும் போது வலி ஏற்பட்டாலும் மருத்துவரை உடனடியாக சந்தித்திடுங்கள்.

அதிகமான வியர்வை வெளியேறுதல்

"எனக்கு இரவில் அதிக அளவில் வியர்வை வெளியேறுகின்றது ஏன?"

ஹார்மோன் குறைபாடு ஏற்படுவதே இதற்கு காரணமாகும். இதற்காக நீங்கள் பயப்படத் தேவையில்லை. நீங்கள் உங்களின் தலையணையின் மீத ஒரு மெல்லிய போர்வை அல்லது துணி விரித்து போட்டுக் கொள்ளுங்கள். இதனால் தூக்கத்தில் விழிப்பு ஏற்படாது. உங்களின் தலையும் வியர்வையில் நனையாது.

வியர்வையைச் சரிசெய்ய உடலுக்கு போதுமான தண்ணீர் பருகுங்கள்.

ஜூரம்

"எனக்கு பிரசவமான பிறகு தொடர்ந்து இரண்டு நாட்களாக 101° ஜூரம் குறையாமலேயே உள்ளது. மருத்துவமனைக்குச் சென்று அட்மிட் ஆக வேண்டுமா?"

பிரசவமான பிறகு பிரசவ வலியின் காரணமாக ஜூரம் ஏற்படுவது என்பது சாதாரணமானது தான். இதற்காக பயப்படத் தேவையில்லை. ஒருவேளை இந்த ஜூரமானது ஒருவாரம் வரையிலும் தொடர்ந்து இதே நிலைமையில் இருப்பின் மருத்துவரைச் சந்தித்திடுங்கள்.

மார்பகங்களில் வலி

"என்னுடைய மார்பகத்தில் வலி ஏற்படுகின்றது. மேலும் என்னுடைய மார்பகத்தின் அளவானது மூன்று மடங்கு பெரிதாகி விட்டது. பாலும் அதிக அளவில் சுரக்கின்றது. நான் என்ன செய்வது?"

பால் சுரப்பி ஹார்மோனின் மாறுபாட்டால் தான் இவ்வாறு ஏற்படுகின்றது. குழந்தைக்கு

வீட்டிற்கு திரும்புதல்

பிரசவத்திற்குப் பிறகு மருத்துவமனையில் நீங்கள் எத்தனை நாட்கள் தங்க வேண்டும் என்று மருத்துவர் கூறி இருக்கின்றரோ அத்தனை நாட்கள் தங்கி விடுங்கள். மேலும் உங்களுக்கு தங்க வேண்டும் போல் தோன்றினாலும் மருத்துவரிடம் இதைப் பற்றி கூறிடுங்கள். ஏனெனில் வீட்டிற்கு வந்த பிறகு எந்த ஒரு சிரமமோ, பிரச்சனையோ ஏற்பட்டால் உடனடியாக பயந்து விடுவது என்னவோ நீங்கள் தான்.

பிரசவமாகி 48 முதல் 96மணி நேரம் வரை மருத்துவமனையிலேயே இருப்பது தான் உங்களுக்குச் சிறந்தது. அதிக நேரம் படுத்து ஓய்வு எடுப்பதால் உங்களுக்கு சுகமாய் இருக்கும்.

அதிக அளவில் தாய்பால் கொடுக்கக் கொடுக்க உங்களுக்கு பால் கொட்டுவது நின்று விடும். மேலும் தாய்ப்பால் கொடுப்பது நிறுத்திய பிறகு சரியான உள்ளாடையை பயன்படுத்தி மார்பகத்தைச் சரியான நிலைமைக்கு கொண்டு வரலாம்.

தாய்ப்பால் கொடுக்கும் போத தொடர் வலி ஏற்பட்டால் உங்களால் தொடர்ந்த குழந்தைக்கு பால் கொடுக்க முடியாது.

"நான் குழந்தைக்கு பால் கொடுப்பதற்கு பயப்படுகின்றேன். மார்பகத்தில் இதனால் வலி எதுவும் ஏற்படுமா என்று கூறிடுங்கள்?"

பிரசவமான உடனேயே உங்களுக்கு தாய்ப்பால் சுரக்க ஆரம்பிக்கும். இதனை நீங்கள் அவசியம் குழந்தைக்கு கொடுக்க வேண்டும். இதனால் குழந்தைக்கு நோய் எதிர்ப்புச் சக்தி ஏற்படும். மார்பகத்தில் வலி ஏற்பட்டால் ஐஸ் பேக் கொண்டு சரி செய்து விடலாம். ஆனால் குழந்தையைப் பட்டினி போடுவது என்பது மட்டும் கூடாது.

பால் எங்கே போனது?

"பிரசவத்திற்கு இரண்டு நாட்களுக்குப் பிறகு கொலஸ்டிரம் கூட வரவில்லை. இதனால் என்னுடைய குழந்தை பசியுடன் இருக்குமா?"

குழந்தைக்கு பசி ஏற்படாது. அதற்குத் தேவையான பாலை அது தானாகவே உங்களிடம் இருந்து குடித்துக் கொள்ளும்.

தொடர்ந்து பல நாட்களாக இந்த நிலைமை நீடித்தால் மருத்துவரிடம் சென்று ஆலோசனை பெறுங்கள் அவர் உங்களுக்குப் பால் சுரப்பதற்கான மாத்திரையைத் தருவார்.

இருவருக்கிடையேயான அன்பு

"பிரசவத்திற்குப் பிறகு எனக்கு குழந்தையின் மீது பாசம் ஏற்படவில்லையே ஏன்?"

பிரசவத்திற்குப் பிறகு குழந்தையைப் பார்த்த பிறகும் கூட உங்களுக்கு பாசம் ஏற்படவில்லை எனில் அது விசித்திரமானது தான். குழந்தையின் பிஞ்சு விரல்கள், கண், காது, கால்கள், முகம் போன்றவற்றை பார்க்கும் போது உங்களுக்கு பாசம் தானாகவே ஆரம்பிக்க வேண்டும். உங்களுக்கும், உங்கள் குழந்தைக்கும் இடையே தொடர்பை ஏற்படுத்திக் கொள்ள அடிக்கடி குழந்தையை எடுத்துக் கொஞ்சிடுங்கள். மடியில் அதிக நேரம் வைத்திடுங்கள்.

பிரசவ சமயத்தில் ஏற்பட்ட வலியானது, வேதனையானது உங்களுக்கு குழந்தையின் மீது வெறுப்பை உண்டு பண்ணி இருக்கும். பல பெண்களுக்கு இவ்வாறான நிலைமை ஏற்படுகின்றது.

உங்களின் மனதும் குழந்தையைப் பார்க்கப் பார்க்க ஆசை, பரிவு பிறக்கும், குழந்தையின் கை, கால்களை தடவிக் கொடுங்கள். குழந்தையின் மழலைச் சிரிப்பு மற்றும் மழலை மொழி உங்களை சில காலத்திலேயே மாற்றி விடும்.

"என்னுடைய குழந்தை பிரிமெச்சூர் என்பதால் இரண்டு வாரம் வரையிலும் ஐ.சி.யூ வில் வைக்க வேண்டிய நிலைமை ஏற்பட்டது. இதனால் எனக்கும் எனது குழந்தைக்கும் இடையேயான பாசம் குறைந்து விடுமா என்று கூறுங்கள்?"

ஒருகாலமும் உங்களுக்கும் குழந்தைக்குமிடையேயான பாசத்தில் குறைபாடு ஏற்படாது. குழந்தையின் வளர்ச்சி நிலை சரியாகி வரும் வரையில் அவ்வாறு உங்களுடனேவே தான் குழந்தை இருக்கும். அப்போது முதல் நீங்கள் குழந்தையிடம் அதிக பாசமும், பரிவும் காட்டி அரவணைத்திடுங்கள்.

குழந்தையின் அறை

குழந்தைக்கு என்று தனி அறை ஒதுக்க வேண்டும் என்று என்னுடைய மனது சொல்கின்றது. இவ்வாறு செய்வது சரியானதா அல்லது தவறானதா என்று கூறிடுங்கள்?

நீங்கள் உண்மையில் ஒரு மிகச்சிறந்த தாய் தான். ஆனால் பிறந்த குழந்தையை உங்களிடம் இருந்து பிரிக்கக்கூடாது. குழந்தை கொஞ்சம் வளர்ந்து விட்டால் நீங்கள் அதற்கு என்று தனி அறை ஒதுக்கிக் கொடுக்கலாம்.

இப்போதே தனி அறையில் ஒதுக்கும் போது குழந்தை பசித்தால் அழும்போது உங்களுக்கு கேட்காது. மேலும் அதற்கு ஏதேனும் சிரமங்கள் ஏற்பட்டுள்ளதா என்பதனையும் அதனால் கூற முடியாது. எனவே அதற்கு உங்களின் அன்பும், அரவணைப்பும் இப்பொழுது மிக மிக அவசியம்.

சிசேரியன் டெலிவரி

"எனக்குசிசேரியன் டெலிவரி செய்யப்பட்டுள்ளது. இப்பொழுது நான் என்ன செய்ய வேண்டும்?"

குழந்தை தானாகவே யோனிக் குழாயின் மூலமாக பிறக்காமல் மருத்துவரால் உங்களின் வயிற்றைக் கிழித்து அறுவை சிகிச்சை செய்து குழந்தையை வெளியே எடுப்பதே சிசேரியன் டெலிவரி என்பர். இதனால் பயப்படத் தேவையில்லை. இப்போது நீங்கள் கீழ்க்கண்ட வற்றில் மிகவும் கவனம் செலுத்திடுங்கள்.

அறுவை சிகிச்சை செய்த இடத்தில் வலி

மயக்க மருந்து செலுத்தியே உங்களுக்கு அறுவை சிகிச்சையானது செய்து இருப்பார்கள். இதனால் உங்களுக்கு அப்போது வலி ஏற்படாது ஆனால் அதற்குப் பிறகு இரண்டு, மூன்று நாட்களுக்கு வலி தொடர்ந்து இருக்கும். பயப்படத்தேவையில்லை. இதற்காக மருத்துவர் உங்களுக்கு வலி நிவாரணி மாத்திரையைத் தருவார். இதற்குப் பிறகு நீங்கள் கடினமான பொருட்களை தூக்காதீர்கள்.

வாந்தி, தலை சுற்றல்

மயக்க மருந்தின் காரணமாக வாந்தி, தலை சுற்றல் போன்றவை ஏற்படும். இதற்கும் மருத்துவரின் ஆலோசனைப் பெறுவது என்பது மிகவும் அவசியமாகும்.

களைப்பு

ஆப்ரேஷன் செய்த பிறகு அதிக களைப்பாக இருக்கும் மனதளவிலும் மிகவும் சோர்ந்த விடுவீர்கள்.

உடல் நிலைமை

உங்களின் உடலில் வெப்பநிலைமை ஒரே சீராக இருக்க வேண்டும். மலச்சிக்கல், இருமல், சளி, ஜுரம் போன்றவை ஏற்படக் கூடாது.

வீட்டிற்கு வந்த பிறகு நீங்கள் கீழ்க்காணும் விஷயங்களில் எச்சரிக்கையுடன் இருக்க வேண்டும். அதிக முறை மருத்தவரை கலந்து ஆலோசித்தல்.

சிறுநீர் கழிக்க டியூப்

ஆபரேஷன் முடிந்த உடன் சிறுநீர் கழிக்க டியூப் சொருகி இருப்பார்கள். அதனை எடுத்து விடும்படி மருத்துவரிடம் கூறிடுங்கள்.

ஆபரேஷன் ஆகிய 8 முதல் 24மணி நேரத்திற்குப் பிறகு மெல்லமாக எழுந்து உட்காருங்கள். அருகில் கணவரின் துணையுடன் நின்றிடுங்கள். மெதுவாக நடந்திடுங்கள். இதனால் உங்களுக்கும் குழந்தையை தனியாக தூக்க எடுக்க தைரியம் வரும்.

சாதாரணமான உணவு

ஆபரேஷன் ஆகிய 24 மணி நேரத்திற்குப் பிறகு சாதாரணமான உணவினைச் சாப்பிடுங்கள். எப்போதும் எடுத்துக் கொள்ளும் சரிவிகித உணவு சிறந்தது. அதிக அளவில் தண்ணீர் பருகிடுங்கள்.

தோள்களில் வலி

ஆபரேஷனுக்குப் பிறகு தோள்களில் வலி ஏற்பட வாய்ப்பு உண்டு

மலச்சிக்கல்

ஆபரேஷனுக்குப் பிறகு ஒருசிலருக்கு இரண்டு, மூன்று நாட்கள் வரையிலும் கூட மலம் கழிக்க முடியாமல் போகலாம். இதற்காக பயப்படத் தேவையில்லை.

உங்களின் மனதில் ஏற்பட்ட அழுத்தம், பாதிப்பு, உணவுப் பற்றாக்குறை போன்றவை ஒரு காரணமாக இருக்கும். மேலும்

வயிற்றிற்குத் தேவையான ஆகாரம் உள்ளே செல்லாமல் எப்படி மலமானது வெளியேறும். பிரசவத்திற்கு முன்னர் உங்களின் கழிவறைப் பகுதியையும், வயிற்றுப் பகுதியையும் சுத்தம் செய்து விடுவதே இதற்கு காரணமாகி விடுகின்றது.

பிரசவமான பிறகு சிறிது சிறிதாக சாப்பிட ஆரம்பிக்கும் போது மலச்சிக்கல் நீங்கி சாதாரண நிலைக்கு வந்து விடுவீர்கள்.

வயிற்றில் வலி

செரிமான உறுப்புகளில் பிரச்சனை ஏற்பட்டால் வயிற்றில் வலி ஏற்படும். சிறிது நாட்களுக்குப் பிறகு இது சரியாகி விடும்.

குழந்தையுடன் நேரத்தை செலவிடுதல்

அதிக நேரம் நீங்கள் குழந்தையுடனேயே செலவிடுங்கள். அப்போது தான் குழந்தைக்கு ஏதேனும் பிரச்சனை ஏற்பட்டாலும் உடனடியாக உங்களால் சரி செய்ய முடியும்.

ஸ்டிச்சிஸ்சை கவனித்திடுங்கள்

ஆப்ரேஷனான ஒரு வாரத்திற்கு பிறகு தானாகவே ஸ்டிச்சஸ் விழுந்து விடும். அது வரை மருத்தவரால் தரப்பட்ட கிரீமை அதன் மீது தடவிடுங்கள். இபபொழுதெல்லாம் ஸ்டிச்சஸ் பிரிக்க வேண்டிய நிலைமை இல்லை. அது தானாகவே ஒவ்வொன்றாக விழுந்து விடுகின்றது. குழந்தையின் கால் ஸ்டிச்சஸ் மீது படாதவாறு மட்டும் பார்த்துக் கொள்ளுங்கள்.

குழந்தையுடன் வீடு திரும்புதல்

"மருத்துவமனையில் குழந்தையைக் கவனித்துக் கொள்ள நர்ஸ் இருந்தார்கள். அவர்கள் குழந்தைகக்குத் தேவையானதை உடனுக்குடன் செய்தார்கள். வீட்டிற்கு வந்தவுடன் நான் தனியாக குழந்தையை எப்படி கவனித்துக் கொள்ளுவது?"

நீங்கள் கூறுவது முழுவதும் உண்மையே.

மருத்துவமனையில் குழந்தைக்கு தேவையானதை அவர்களே பார்த்துக்கொள்ளுவார்கள். வீட்டிற்கு வந்தவுடன். குழந்தைக்கு தேவையான அத்தனைத்யும் நீங்களே செய்ய வேண்டி இருக்கும். குழந்தை அழும் நேரத்தில் பால் புகட்டுவது, அதனை குளிப்பாட்டுவது, மருந்து கொடுப்பது, டயப்பர் மாற்றுவது போன்ற எல்லா வேலைகளையும் நீங்கள் தனியாக செய்ய வேண்டி இருக்கும்.

கணவரையும் துணைக்கு வைத்துக் கொள்ளுங்கள். அவருக்கும் சில வேலைகளை பிரித்துக் கொடுங்கள். குழந்தையை தூங்க வைப்பது, குழந்தைத் துணியை மடித்து வைப்பது, குழந்தைக்கு தண்ணீர் கொடுப்பது போன்ற சில வேலைகளை அவர் செய்யட்டும்.

குழந்தை தூங்கும்போதே நீங்களும் அதனுடன் படுத்துத் தூங்கி விடுங்கள்.

தாய்ப்பால் மற்றும் ஐ.சி. யுவில் குழந்தை

பிறந்த குழந்தை ஐ.சி.யு வில் (இன்சன்டிவ் கேர் யூனிட்) இருந்தாலும் தாய்ப்பால் கொடுப்பதை நிறுத்திவிட வேண்டாம். பம்ப் மூலமாக பாலை வெளியில் எடுத்து பாட்டில் மூலமாக குழந்தைக்கு கொடுக்கலாம். பம்ப் மூலமாக பால் வெளியில் எடுப்பதால் பால் சுரத்தல் அதிகரிக்கும்.

இதனால் உங்களுக்கு களைப்பு அதிகமாக ஏற்படாது.

மேலும் குழந்தையை கவனித்துக் கொள்ளவும் உங்களுக்கு நேரம் கிடைக்கும். தேவைப்பட்டால் வீட்டு வேலைக்கு ஒரு வேலை ஆளை நியமித்துக் கொள்ளுங்கள்.

தாய்ப்பால் ஆரம்பம்

குழந்தை பிறந்த பிறகு தாய்ப்பால் கொடுக்க ஆரம்பித்து இருப்பீர்கள். பிரசவம் ஆன உடனேவே தாய்ப்பால் சுரக்க ஆரம்பித்து இருக்கும். முதன் முதலில் தாய்ப்பால் கொடுக்கும் போது சிலவற்றை நீங்கள் கவனத்தில் கொள்ளுதல் வேண்டும். உங்களின் நிப்பிள் முதல் முதலில் குழந்தையின் வாய்க்குள் எப்படி செலுத்துவது, தாய்ப்பால் எப்படி கொடுப்பது

தாய்ப்பால் எப்படி கொடுப்பது?.

★ முதலில் தனியான, அமைதியான ஒரு அறையைத் தேர்ந்தெடுத்து அமர்ந்த கொள்ளுங்கள்.

★ குழந்தையை உங்களின் மடியில் கிடத்திடுங்கள். பிறகு மெல்லமாக அதனுடைய தலையை உங்கள் கை கொண்டு உங்கள் மார்பகத்தின் அருகில் கொண்டு செல்லுங்கள்.

★ மெதுவாக உங்களின் நிப்பிளைப் பிடித்து அதன் வாய்க்குள் புகுத்திடுங்கள்.

★ அது மெது மெதுவாக சப்ப ஆரம்பிக்கும். இதனை நீங்கள் உணருவீர்கள்.

★ உங்களுக்கு அருகில் ஏதாவது ஒரு புத்தகத்தை வைத்துக் கொண்டு அதனை படித்திடுங்கள்.

★ உங்களுக்குப் பிடித்தமான உணவுப் பொருட்கள் பக்கத்தில் வைத்துக் கொண்டு மெல்லமாக சுவைத்துச் சாப்பிடுங்கள்.

★ இடையிடையே குழந்தை பால் குடிக்கின்றதா என்பதைப் பார்த்துக் கொள்ளுங்கள்.

★ தேவைப்பட்டால் குழந்தைக்கு அடியில் ஒரு தலையணை வைத்துக் கொள்ளுங்கள்.

★ முதல் ஒரு வாரம் வரையிலும் இவ்வாறாக குழந்தைக்கு தாய்ப்பால் புகட்டுங்கள். பிறகு உங்கள் குழந்தை உங்களை விடவேவிடாது. இப்போது நீங்கள் முழுவதும் தாய்ப்பால்

கொடுப்பதற்கு தயராகி விட்டீர்கள்.

- ★ குழந்தையை வெகு நேரம் வரையிலும் தூங்க விடாதீர்கள். இரண்டு மணி நேரத்திற்கு ஒருமுறை குழந்தையைத் தட்டி எழுப்பித் தாய்ப்பால் புகட்டிடுங்கள். குழந்தையைத் தட்டி எழுப்ப அதனுடைய கால் விரலை நிமிட்டிடுங்கள். உடனே குழந்தை அழஆரம்பிக்கும். பிறகு குழந்தையைத் தூக்கி உங்கள் மார்பின் மீது கிடத்தி பிறகு தாய்ப்பால் புகட்டிடுங்கள்.
- ★ அதிகமாக குழந்தை அழும் போது தாய்ப்பால் கொடுக்காதீர்கள். அதனுடைய அழுகையை அடக்கி விட்டு பிறகு தாய்ப்பால் கொடுப்பது சிறந்தது.
- ★ தாய்பால் கொடுக்கும் போது நீங்கள் மற்றவர்களிடம் பேசுவது, செல்போனில் பேசுவது, மூச்சு வேகமாக இழுத்துவிடுவது, பாட்டுபாடுவது போன்ற வேலைகளைச் செய்யாதீர்கள். இதனால் குழந்தை தாய்ப்பால் குடிப்பதில் தடை ஏற்படும்.
- ★ தாய்ப்பால் கொடுக்கின்ற மணிகளை ஒரு அட்டையில் குறித்து வைத்துக் கொள்ளுங்கள். இதனால் அடுத்தது எப்போது குழந்தைக்கு தாய்ப்பால் கொடுப்பது என்பது உங்களுக்குத் தெரியவரும். பகலில் குறைந்தது 6 முறை குழந்தையின் டயப்பரை மாற்ற வேண்டும். இவ்வாறு செய்தீர்கள் எனில் குழந்தை சரியாக தாய்ப்பால் குடிக்கின்றது என்பது தெரிந்து விடும்.

❖ தூங்கும்போது பால் அதிகஅளவில் சுரந்தால் உங்களின் படுக்கை விரிப்புகள் மீது படும் இதனால் ஈ மொய்க்க ஆரம்பிக்கும். இதனை தவிர்க்கக் குழந்தைக்கு அடிக்கடித் தாய்ப்பால் புகட்டிடுங்கள்.

என்பதைப் பற்றி கீழே கொடுக்கப்பட்டுள்ளது.

ஒவ்வொரு தாய்க்கும் தாய்ப்பால் கொடுப்பது என்பது ஒரு புது அனுபவமே. குழந்தை பிறந்தவுடன் தாய்ப்பாலை விரும்பிக் குடிக்காது. அதற்கும் குடிக்கத் தெரியாது. இதனைப்பற்றித் தெளிவாக தெரிந்தத் கொள்ள உங்களுக்கு இந்த புத்தகத்திலுள்ள சில குறிப்புகள் உதவும்.

- ➢ முதலில் உங்களின் இரண்டு மார்பகத்திலுள்ள நிப்பிளை நன்றாகக் கழுவி சுத்தம் செய்திடுங்கள். அதில் உள்ள முடிகளை நீக்கிடுங்கள்.

ரெக்கார்டு வைத்துக் கொள்ளுங்கள்

நீங்கள் ஒவ்வொரு முறை தாய்ப்பால் கொடுக்கும் நேரத்தை ஒரு அட்டையில் குறித்து வைத்துக் கொள்ளுங்கள். இதனால் அடுத்த முறை எப்போழுது குழந்தைக்கு தாய்ப்பால் கொடுக்க வேண்டும் என்பது தெரியவரும்.

தைரியமாக இருங்கள்.

தாய்ப்பால் கொடுக்க ஆரம்பிக்கும் போது சிறிது அளவு பய உணர்வு உங்களுக்கு ஏற்படும். போகப்போக பயத்தை விட்டு விட்டு தைரியமாக இருங்கள். பல சந்தேகங்கள் உங்களுக்கு எழும். அதனை தோழியிடம் கேட்டு தெளிவுபடுத்திக் கொள்ளுங்கள்.

- குழந்தை கண் விழித்தவுடன் அதற்கு தாய்ப்பால் புகட்டிடுங்கள்.
- தாய்ப்பால் கொடுப்பதற்கான வழிமுறைகளை மருத்துவர், நர்ஸிடம் கேட்டுத் தெரிந்து கொள்ளுங்கள்.
- மற்றவர்களின் முன்னால் தாய்ப்பால் ஒருபோதும் கொடுக்காதீர்கள். தனி அறையில் அமர்ந்து கொண்டு கொடுத்திடுங்கள்.
- குழந்தை ஆரம்ப நாட்களில் மெதுவாக தாய்ப்பால் குடிக்க ஆரம்பிக்கும். போகபோக அது அதிக அளவில் தாய்ப்பால் குடிக்கும்.
- குழந்தைக்கு ஒருபோதும் புட்டிப்பால் கொடுக்காதீர்கள். உங்களுக்குத் தாய்ப்பால் சுரக்கவில்லையெனில் மருத்துவரை சந்தித்து தாய்ப்பால் சுரப்பதற்கான மருந்துகளை வாங்கி போட்டுக்கொள்ளுங்கள்.
- பகலில் குறைந்தது 8 முதல் 12 முறை தாய்ப்பால் கொடுத்திடுங்கள். இரவில் குழந்தை அழும் சமயத்தில் மட்டும் கொடுத்தால் போதுமானது.
- ஒருமுறை ஒரு மார்பகத்தில் தாய்ப்பால் கொடுக்க வேண்டும். மறுமுறை அடுத்த மார்பகத்தில் மாற்றி குழந்தைக்குப் பால் கொடுத்திடுங்கள்.

தாய்ப்பால் சுரத்தல்

கொலஸ்ட்ரம் சுரத்தல் என்பதே தாய்ப்பால் சுரத்தல் என்பது ஆகும். இது சுரக்க ஆரம்பிக்கும் போது மார்பில் வலி ஏற்படும். பிரசவத்திற்கு பிறகு 24 முதல் 48

மணி நேரத்திற்குள் இது சுரக்க ஆரம்பிக்கின்றது. தாய்ப்பாலின் ஆரம்ப கட்டத்தில் மஞ்சள் நிறத்தில் கொலஸ்ட்ரம் வெளிவரும். இதனை அவசியம் கொடுத்தல் வேண்டும். கீழ்கண்டவற்றில் நீங்கள் கவனம் செலுத்துதல் வேண்டும்.

- முதலில் இரண்டு நிப்பிள்களையும் சுடு தண்ணீர் கொண்டு நன்றாகக் கழுவிடுங்கள். பிறகு சரிபார்த்து துணிக்கொண்டு துடைத்திடுங்கள்.
- குழந்தை பால் குடிக்கும் மார்பை மாலிஷ் செய்திடுங்கள்.
- பால் கொடுக்கும் போது உள்ளாடை அணியாதீர்கள்.
- நிப்பிளில் வலி தொடர்ந்து ஏற்பட்டால் மருத்துவரை கலந்து ஆலோசியுங்கள்.
- குழந்தை பால் குடித்துக் கொண்டு இருக்கும்போது நிப்பிளை அதன் வாயிலிருந்து பிடுங்காதீர்கள்.
- ஒவ்வொரு முறையும் மார்பகத்தை மாற்றி மாற்றி தாய்ப்பால் கொடுத்திடுங்கள்.
- மார்பக வலியை போக்க டயிலினோல் போன்ற வலி நிவாரணி மாத்திரை எடுத்துக் கொள்ளுங்கள்.
- பொஸிஷன் மாற்றி மாற்றி தாய்ப்பால் கொடுத்திடுங்கள்.
- முதலில் இரண்டு நிப்பிள்களையும் சுடு தண்ணீர் கொண்டு நன்றாகக் கழுவிடுங்கள். பிறகு சரிபார்த்து துணிக்கொண்டு துடைத்திடுங்கள்.
- ஒவ்வொரு முறையும் மார்பகத்தை மாற்றி மாற்றி தாய்ப்பால் கொடுத்திடுங்கள்.

என்ன சாப்பிடுவது?

புரோட்டீன், 3 சர்விங், கால்சியம் 5சர்விங், இரும்புசத்து 1 சர்விங், விட்டமின் சி, 2 சர்விங், பச்சைக் காய்கறிகள் மற்றும் பழங்கள் 3 சர்விங், பால் 1 சர்விங், தானியங்கள் 3 சர்விங், கொழுப்பு 8 சர்விங், தண்ணீர் 8டம்பளர் இவை அனைத்தும் உங்களின் ஒரு நாளைய கலோரி அளவாக இருத்தல் வேண்டும்.

என்ன சாப்பிடகூடாது?

தாய்பால் கொடுக்கும் போது அதிக அளவில் வாயுப் பொருட்களைச் சாப்பிடுவது கூடாது. உங்களுக்கு அலர்ஜி தரக்கூடிய பொருட்களைச் சாப்பிடாதீர்கள். இயற்கை வேர், தழை, மாவு பொருட்களை சாப்பிடாதீர்கள்.

உங்களின் உணவு மற்றும் குழந்தை

நீங்கள் சாப்பிடும் உணவு குழந்தைக்கு உங்களின் தாய்ப்பால் மூலமாக கொண்டு செல்லப்படுகின்றது. இதனால் நீங்கள் சாப்பிடும் ஒவ்வொரு உணவும் குழந்தையை பாதிக்காத வண்ணம் அவசியம்.

- தாய்ப்பால் புகட்டும்போது உங்களின் மனதையும், உடலையும் ரிலாக்ஸாக வைத்திடுங்கள். இதனால் குழந்தைக்கும் வேகமாக நிப்பிளை இழுக்க வேண்டி அவசியம் ஏற்படாது.

தாய்ப்பால் மற்றும் உணவு

தாய்ப்பால் கொடுக்கும் உங்களுக்கு இப்போழுது 500 கலோரி உணவு அதிகமாக தேவைப்படுகின்றது. இதனால் 500 கலோரி உணவு நீங்கள் தினமும் எடுத்துக் கொள்ளுதல் அவசியமாகின்றது.

கடந்த 9 மாதங்களாக சாப்பிட்ட உணவை விட இப்போழுது நீங்கள் அதிக விட்டமின்கள், புரதங்கள், இரும்புச்சத்து நிறைந்த உணவை எடுத்துக் கொள்ளுதல் வேண்டும். தாய்ப்பால் கொடுக்கும் போது சாப்பிட வேண்டிய உணவு முறைகளைப் பற்றி மருத்துவரிடம் கேட்டுத் தெரிந்துக் கொள்ளுங்கள்.

தாய்ப்பால் பெருக்கெடுத்தல்.

பிரசவமாகிய ஒரு வாரத்திற்குள் உங்களுக்கு தாய்ப்பால் சுரப்பது கட்டுப்பாட்டில் வந்து விடும். உங்களின் மார்பகம் மற்றும் நிப்பிளிளும் விரிய ஆரம்பிக்கும் அதிலிருந்து பால் சுரக்க ஆரம்பிக்கும். முதலில் வரும் பால் கொலஸ்ட்ரம் எனப்படும் மஞ்சள் நிறத்தில் வெளிவரும் முதல் மூன்று நாட்களுக்கு மட்டும் இது வெளிவரும். பிறகு மெல்ல மெல்ல நிறம் மாறி வெள்ளை நிறத்தில் பால் வெளிவர ஆரம்பிக்கும். கீழே கொடுக்கப்பட்டுள்ளவற்றில் நீங்கள் கவனம் செலுத்துதல் வேண்டும்.

- ❖ உங்களுக்கு அருகில் நர்சிங் பேட் வைத்துக் கொள்ளுங்கள். இதனால் பால் அதிக அளவில் சுரக்கும் போது உங்களால் துடைத்துக் கொள்ள முடியும். மேலும் உங்களின் ஆடையும் நனையாது.

- ❖ தூங்கும்போது பால் அதிகஅளவில் சுரந்தால் உங்களின் படுக்கை விரிப்புகள் மீது படும் இதனால் ஈ மொய்க்க ஆரம்பிக்கும். இதனை தவிர்க்கக் குழந்தைக்கு அடிக்கடித் தாய்ப்பால் புகட்டிடுங்கள்.

- ❖ முதல் இரண்டு வாரங்களுக்கு அதிக அளவில் தாய்ப்பால் சுரக்காது. இருந்தாலும் குழந்தைக்கு சுரக்கின்ற தாய்ப்பாலை கொடுத்து கொண்டே இருங்கள்.

நிப்பிளில் வலி

தாய்ப்பால் கொடுப்பதால் உங்கள் நிப்பிளில் வலி ஏற்பட வாய்ப்பு உண்டு. குழந்தை வளர வளர வேக வேகமாக நிப்பிளை இழுத்து தாய்ப்பால் குடிக்க ஆரம்பிக்கும். இப்போது நீங்கள் கீழே கொடுக்கப்பட்டுள்ளவற்றை கவனம் கொள்ள வேண்டும்.

- குழந்தைக்கு மார்பகத்தை மாற்றி மாற்றி தாய்ப்பால் கொடுங்கள்.

- நிப்பிளை தினமும் காலை மாலை இரண்டு வேளைகளிலும் நன்றாக சுடு தண்ணீர் கொண்டு கழுவிடுங்கள்.

- உலர்ந்த ஆடைகளை அணிந்திடுங்கள். உள்ளாடை அணிவதைத் தவிர்த்திடுங்கள்.

- பால் அதிக அளவில் வழிய

ஆரம்பித்தால் உடனடியாக பாத்ரூம் சென்று நிப்பிளைக் கழுவி சுத்தம் செய்திடுங்கள்.

- நிப்பிளை வியர்வை நாற்றம் அடிக்காமல் பார்த்துக் கொள்ளுங்கள். வியர்வை நாற்றம் அடித்தால் ஏதாவது கிரீம் தடவுதல் அவசியம். இல்லையேல் குழந்தை பால்குடிக்க மறுத்துவிடும்.

- குழந்தைக்கு தாய்ப்பால் கொடுப்பதற்கு முன்பும் பின்பும் நன்றாக நிப்பிளை கழுவிடுங்கள்.

- ஒரு நிப்பிளை வலி அதிகமாக இருப்பின் அன்று மட்டும் அந்த நிப்பிளில் பால் கொடுக்காமல் தவிர்த்திடுங்கள்.

- தாய்ப்பால் புகட்டும்போது உங்களின் மனதையும், உடலையும் ரிலாக்ஸாக வைத்திடுங்கள். இதனால் குழந்தைக்கும் வேகமாக நிப்பிளை இழுக்க வேண்டி அவசியம் ஏற்படாது.

- நிப்பிளிலுள்ள வெடிப்பைப் போக்க டயலினோல் கிரீம் தடவிடுங்கள்.

- நிப்பிளில் ஏற்பட்ட வெடிப்புகளின் மீது கவனம் செலுத்திடுங்கள். அதன் மூலமாக தொற்று ஏற்படும்.

தாய்ப்பால் கொடுக்கும்போது ஏற்படும் பிரச்சனை

தாய்ப்பால் கொடுக்கும்போது சில சமயங்களில் பிரச்சனை ஏற்படுகின்றது. கீழே கொடுக்கப்பட்டுள்ளவற்றில் கவனம் செலுத்திடுங்கள்.

பால் கட்டுதல்

நீங்கள் அடிக்கடி தாய்ப்பால் கொடுக்கவில்லையெனில் உங்கள் மார்பகங்களில் பால் கட்டிக்கொள்ளும். இதனால் உங்களுக்கு மார்பகங்களில் வலி ஏற்படும். இதனை நீக்க நீங்கள் படாதபாடு படவேண்டி இருக்கும். எனவே மார்பகத்தில் பால் கட்டிக்கொள்ளாமல் பார்த்துக் கொள்வது மிகமிக அவசியம்.

அலுவலக வேலைக்கு செல்லுபவராக இருந்தால் விரிவான உள்ளாடையான அணிந்து கொள்ளுங்கள். வீட்டிற்கு வந்தவுடன் உள்ளாடை கழட்டிவிட்டு மார்பகத்தை நன்றாக கழுவிவிட்டு பிறகு குழந்தைக்குத் தாய்ப்பால் புகட்டிடுங்கள்.

மார்பகத்தில் தொற்றுநோய்

மார்பகத்தின் மூலமாக தொற்றுநோய் ஏற்பட வாய்ப்பு உண்டு. நிப்பிளில் விரிசல் ஏற்படாமல் பார்த்துக் கொள்ளுங்கள். அதன் மூலமாக நோய் கிருமிகள் குழந்தைக்கு சென்றுவிடும். பிறகு குழந்தைக்கு 101°ஜீரம் ஏற்படும். எதனால் குழந்தைக்கு ஜீரம் ஏற்பட்டது என்பதைக் கண்டு அறியவே 2 - 3 ஆகிவிடும். உங்களுக்கும் ஜீரம் ஏற்பட வாய்ப்பு உண்டு.

ஒருவேளை உங்களுக்கு ஜீரம் ஏற்பட்டு நீங்கள் ஆன்டிப்பயாட்டிக் மருந்து எடுத்துக்கொள்ளும்போதும் குழந்தைக்குத் தாய்ப்பால் கொடுத்திடுங்கள்.

குழந்தைக்கு ஜீரம் சரியாகும் வரை நீங்கள் தாய்ப்பால் அடிக்கடி கொடுத்துக் கொண்டு இருப்பது சிறந்தது.

ஒருவேளை குழந்தை தாய்ப்பால் குடிக்க மறுத்தால் விட்டு விடுங்கள்.

சிசேரியனுக்கு பிறகு தாயப்பால்

சிசேரியனுக்கு பிறகு நீங்கள் தாய்பால் கொடுக்கலாம். இதனால் உங்களுக்கும் குழந்தைக்கும் பாதிப்பு ஒன்றும் ஏற்படாது. சிசேரியன் ஆன 12மணி நேரத்திற்குப் பிறகு தாய்பால் கொடுக்க ஆரம்பிக்கலாம். அதுவரை குழந்தைக்கு தண்ணீர் கொடுப்பது நல்லது.

சிசேரியன் செய்து இருப்பதால் குழந்தைக்குத் தாய்பால் கொடுக்கும் போது வயிற்றில் வலி ஏற்படும். குழந்தையை தூக்கும்போது உங்களுக்கு சிரமமாக இருக்கும்.

இதனால் நடுபட்பால் பொஸிஷனில் தாய்ப்பால் புகட்டிடுங்கள். ஓரளவு வலியிருந்து தப்பிக்கலாம்.

இரட்டைக் குழந்தைக்குத் தாய்பால்

கடவுளின் அனுக்கிரகத்தால் உங்களுக்கு இரட்டைக் குழந்தை பிறந்து இருப்பின் மிகவும் மிகழ்ச்சியே.

இரட்டைக் குழந்தைக்குத் தாய்ப்பால கொடுக்கும் முறை பற்றி கீழே கொடுக்கப்பட்டுள்ளது.

உணவு

இரட்டைக் குழந்தைக்குத் தாய்ப்பால் கொடுக்கும் தாயாகிய நீங்கள் அதிக அளவில் உணவு எடுத்துக் கொள்ளுதல் அவசியம். உங்கள் உணவில் புரதம், விட்டமின், இரும்புச்சத்து அதிக அளவில் இருத்தல் வேண்டும்.

இரண்டு குழந்தைக்கும் தாயப்பால் புகட்டுதல்

இரண்டு குழந்தைக்கும் ஒரே நேரத்தில் இரண்டு மார்பகம் மூலமாக தாய்பால் புகட்டலாம். இவ்வாறு செய்வதால் இரண்டு குழந்தைகளுக்கும் பசி அடங்கும். 10 முதல் 15 நிமிடங்களுக்கு ஒருமுறை இரண்டு குழந்தைக்கும் ஒரே சமயத்தில் தாய்ப்பால் கொடுப்பதால் உங்களுக்கும் நேரம் மிச்சமாகும்.

பால் சுரப்பதற்குரிய சமயமும் போதுமானதாக இருக்கும்.

இரட்டைக் குழந்தைகளுக்குத் தாய்பால் கொடுக்கும்போது நீங்கள் மிகவும் சோர்ந்துவிடுவீர்கள். இதனைப் போக்க கீழ்க் காணும் வழிகளைக் கையாளுங்கள்.

வீட்டுவேலை பிரித்திடுங்கள்

வீட்டுவேலைகளை வீட்டில் உள்ள ஒவ்வொருக்கும் பிரித்துக் கொடுத்திடுங்கள்.

சாப்பாடு தயார் செய்தல்

சாப்பாடு தயார் செய்வதற்கு ஒருவரை வேலைக்கு அமர்த்திடுங்கள். இதனால் உங்களுக்கு சாப்பாடு தயார் செய்வதன் சிரமம் குறையும். மேலும் உங்களுக்கும் நல்ல சத்தான உணவு கிடைக்கும்.

இரண்டு மார்பகத்திலும் பால் கொடுத்தல்

இரண்டு மார்பகத்திலும் மாற்றி மாற்றி இரண்டு குழந்தைகளுக்கும் பால் கொடுத்திடுங்கள்.

மல்டிபிள் நர்ஸிங்

இரட்டை குழந்தைகளுக்கு பால் கொடுக்கும்போது இரண்டு மார்பகத்தையும் மாற்றி மாற்றி பயன்படுத்துங்கள்.

1, நீங்கள் முதல் முறை கொடுக்கும் போது நபுட்பால் பொஸிஷனில் கொடுத்திடுங்கள்.

2. இரண்டாவது முறை கிரேடில்ஹோல்ட் போஷிஷனில் கொடுத்திடுங்கள்.

சிறிது அளவு நேரம்

தாய்பால் கொடுக்கும்போது அமைதியாக அமர்ந்துகொண்டு கொடுத்திடுங்கள். மனம் மற்றும் உடலை அமைதியான நிலையில் வைத்து சிந்தனையை ஒருமுகப்படுத்துங்கள். தேவைப்பட்டால் ஏதாவது கடவுளின் பஜனை பாடல்களைக் கேட்டிடுங்கள்

பிரசவத்திற்குப் பிறகு முதல் ஆறு வாரம்

இப்பொழுது நீங்கள் குழந்தையை எப்படி கவனித்துக் கொள்வது என்பதனை நன்றாகவே இப்போது தெரிந்து கொண்டிருப்பீர்கள். புதிதாய் பிறந்த குழந்தையுடன் சேர்த்து உங்களின் முதல் குழந்தையையும் கவனிக்க வேண்டிய பொறுப்பு அதிகமாகி விட்டது. இரவு பகலாக புது குழந்தையை கவனிப்பதிலேயே நேரம் செல்லும் இடையில் உங்களையும் கவனித்துக் கொள்ளுங்கள். ~~உங்களுக்கு எழக்கூடிய சந்தேகங்களுக்கு விடை காண வேண்டும்.~~

நீங்கள் என்ன அனுபவித்துக் கொண்டு இருக்கிறீர்கள்?

இது 'ரெக்கவரி "பீரியட்' எனப்படும். பிரசவத்திற்குப் பிறகு உங்களின் உடல் மற்றும் தசைகளில் இளகிய தன்மை ஏற்பட்டிருக்கும். ஒவ்வொரு தாயும் தன் குழந்தையின் மீதே அதிகக் கவனம் செலுத்துவார்கள். உங்களைப் பற்றியோ உங்களுக்குத் தேவையான ஓய்வு அல்லதுஉதவியைப் பற்றியோ யோசிக்க மாட்டீர்கள். நீங்கள் கீழ்க்கண்டவைகளை இப்பொழுது அனுபவித்துக் கொண்டிருப்பீர்கள்.

உடல் அளவில்

- யோனியில் இருந்து வெள்ளை திரவம் வெளிப்படும்.
- களைப்பு
- வயிற்றில் வலி, கால் வலி, இடுப்பு வலி
- பிறப்புறுப்பில் வலி
- மலச்சிக்கல்
- எடை குறையும்
- வீக்கம் குறையும்
- நிப்பிளில் வலி, மார்பகத்தில் வலி
- வயிறு சுருங்குதல், முதுகு வலி
- தொடையில் வலி
- தலை வலி

மனதளவில்

- மனமாற்றம்
- அதிக பொறுப்புகள்
- செக்ஸில் நாட்டமின்மை.

பிரசவத்திற்குப் பிறகான சிகிச்சை

மருத்துவர் உங்களை பிரசவமான 4 முதல் 6 வாரம் கழித்து பரிசோதனைக்கு அழைப்பார். சி.செக்ஷன் செய்யப்பட்டு இருந்தால் மூன்று வாரத்திற்குப் பிறகு தையல் போட்ட இடத்தைப் பரிசோதனை செய்ய அழைப்பார். உங்களுக்கு எழக்கூடிய சந்தேகங்களை கேள்விகளாக எழுதி அப்போத மருத்துவரிடம் கேட்கலாம். கீழ்க்காணும் பரிசோதனையை மருத்துவர் செய்வார்.

★ இரத்தப்போக்கு
★ எடையின் அளவு (17 முதல் 20 பவுண்டு குறையலாம்)
★ கர்ப்பப்பையின் வடிவம்
★ கர்பபப்பையின் வாய் மூடுதல்
★ யோனிக் குழாய் சோதனை
★ தையல் போடபப்பட்ட இடம்
★ உங்களின் மார்பகங்கள்
★ ஹீமேராய்ட்ஸ் வெரிகோஸ் வெயின்ஸ்
★ உங்களின் கேள்வி பதில்கள்.

நீங்கள் என்ன யோசிக்கீன்றீர்கள்?

களைப்பு

"பிரசவத்திற்குப் பிறகு அதிக களைப்பாகவும், சரிவர தூக்கம் வராமலும் உள்ளதே ஏன்?"

இவ்வாறு ஏற்படுவது இயற்கையே ஏனெனில் முன்பைவிட இப்பொழுது பொறுப்புகள் மிகவும் அதிகமாகி விட்டது. மேலும் குழந்தையைக் குளிப்பாட்டுவது, தூங்க வைப்பது, பாலூட்டுவது குழந்தைத் துணிகளைத் துவைப்பது. வீட்டு வேலையைச் செய்வது,என எல்லா வேலைகளையும் நீங்கள் செய்வதால் களைப்பு ஏற்படுகின்றது. களைப்பு ஏற்படுவதால் சாப்பாடு குறைவாக எடுத்துக் கொள்வீர்கள். சாப்பாடு சரியாக இல்லாத காரணத்தினால் இரவில் மூன்று மணி நேரம் மட்டுமே துங்குவீர்கள். பிறகு விழித்துக் கொள்வீர்கள்.

களைப்பை நீக்கும் வழி தான் என்ன? இரவில் புதிதாய்ப் பிறந்த குழந்தையானது கண் விழித்து இருப்பதால் நீங்களும் அதனுடன் விழித்துக் கொண்டிருக்க வேண்டியதாய் இருக்கும். பகலில் குழந்தை தூங்கும் போதே நீங்களும் அதனுடன் படுத்து ஒய்வு எடுத்துக் கொள்ளுங்கள்.

உதவி பெறுங்கள்.

உங்களுக்கு உதவி செய்ய யாரையாவது வேலைக்கு அமர்த்திக் கொள்ளுங்கள். உங்களின் தாய் அல்லது மாமியாரை வீட்டிற்கு அழைத்துக் கொள்ளுங்கள். அவர்கள் குழந்தையைக் கவனித்துக் கொள்வார்கள். நீங்கள் உங்களையும், குடும்பத்தையும் கவனித்துக் கொள்ளலாம்.

வேலையைப் பகிர்ந்திடுங்கள்

உங்கள் கணவருக்கு சில வேலைகளை ஒதுக்கிடுங்கள். துணிகளை அழகாக மடிப்பது, அயர்ன் செய்வது, பொருட்களை சரியாக அடுக்கி வைப்பது, வெளி வேலைகளை கவனித்துக் கொள்வது என வேலையைப் பகிர்ந்திடுங்கள்.

சுத்தம்

வீட்டின் சுத்தம் என்பது மிக மிக அத்தியாவசியமானது. ஸ்கிரீன் துணிகள், படுக்கை விரிப்புகள், தலையணை உறைகள், போர்வைகள் என அனைத்தையும் சுத்தமாக துவைத்திடுங்கள். உங்களின் குழந்தைப் பொருட்களை அதிக கவனத்துடன் பராமரியுங்கள்.

வீட்டுப் பொருட்கள்

வீட்டிற்குத் தேவையான அனைத்தும்பொருட்களையும் குழந்தையை

தனியாக விட்டு விட்டு நீங்களே சென்று இப்பொழுது வாங்கி வர முடியாது. வீட்டிற்குத் தேவையான பொருட்களின் லிஸ்டை தயார் செய்து விட்டு எப்போதும் வாங்கும் கடைக்குப் போன் செய்து டோர் டெலிவரி செய்யச் சொல்லி அன்புடன் கூறுங்கள்.

குழந்தையுடன் தூக்கம்

குழந்தை தூங்கும் போதே அதனுடன் படுத்து தூங்குங்கள் 15 நிமிட நேரம் தூங்கினால் கூட உங்களுக்கு நன்றாக இரக்கும்.

குழந்தையுடனேயே சாப்பிடுங்கள்

குழந்தைக்கு பாலூட்டிக் கொண்டே நீங்களும் சாப்பிடுங்கள் புரோட்டீன் சேர்ந்த தின்பண்டங்களைச் சாப்பிடுங்கள். பச்சைக் காய்கறிகள், பழங்கள், ஒரு கப் தயிர், சாக்லேட் போன்றவை எடுத்துக் கொள்ளலாம். கொலஸ்டிரால் சம்மந்தப்பட்ட பொருட்களை உண்ணாதீர்கள். பசியும் ஏற்படும் உடலும் எடை கூடி விடும். எண்ணெய்ப் பதார்தங்களை அறவே தள்ளி விடுங்கள். பாலூட்டுவதற்கு தகுந்தாற் போலான உணவுகளை எடுத்துக் கொள்ளுங்கள். ஒருவேளை அதிக களைப்பு ஏற்பட்டால் மருத்துவரை அணுகுங்கள், மன அழுத்தமும், மனச் சோர்வும் ஏற்படக் கூடாதவை.

முடி கொட்டுதல்

"எனக்கு அதிகமாக முடி கொட்டுகிறது ஏன்?"

பிரசவத்திற்குப் பிறகு எல்லோருக்கும் ஏற்படுகின்ற ஒரு சாதாரண நிலையே. கவலைப்படாதீர்கள். தினமும் 100 முடிகள் கொட்டும் பல நாட்களாக அதற்கு வாய்ப்பு ஏற்படாததால் இப்பொழுது ஒன்றாகச் சேர்ந்து கொட்டுகிறது.

உங்களுக்கு இப்போது இரும்புச்சத்து, விட்டமின் சத்து அதிகமாகத் தேவைப்படுகின்றது. முடியைச் சுத்தமாக வைத்துக் கொள்ளுங்கள் வாரம் இருமுறை தலைக்கு குளித்திடுங்கள். சீப்பு ஒன்றை மட்டுமே பயன்படுத்துங்கள். கண்ட கண்ட எண்ணெயைத் தடவாமல் ஒரே எண்ணெயைப் பயன்படுத்துங்கள். பிறகும் முடி கொட்டுவது நிற்கவில்லை எனில் மருத்துவரைச் சந்தித்து ஆலோசனை பெறுங்கள்.

சிறுநீர் பிரச்சனை

"நான் சிரிக்கும் போதும், இருமும் போதும் சிறுநீர் வெளிப்பட்டு விடுகின்றது. இது எதனால் ஏற்படுகின்றது மேலும் எப்பொழுதுமே இவ்வாறு இருக்குமா?"

பிரசவத்திற்குப் பிறகு சில மாதங்கள் வரை இவ்வாறு ஏற்படுவது சாதாரணமானதே சிரிக்கும்போது, இருமும் போது, தும்மலின் போது சிறுநீர்ப்பையில் அழுத்தம் ஏற்பட்டு சிறுநீர் தானாகவே வெளியேறி விடுகின்றது. கர்ப்பப்பை முழுவதும் சுருங்கி தனது பழைய வடிவம் பெறும் வரை இவ்வாறு ஏற்பட வாய்ப்பு உண்டு. ஹார்மோனின் மாற்றத்தினால் கூட இவ்வாறு ஏற்படும்.

இது பிரசவத்திற்குப் பிறகு 3 முதல் 6 மாதம் வரை ஏற்படும். பிறகு கொஞ்சம் கொஞ்சமாகக் குறையும். கீழ்க்காணும் எச்சரிக்கை நடவடிக்கையை கையாளுங்கள்.

கிகல் உடற்பயிற்சி

கிகல் மற்றும் பெல்விக் சம்மந்தப்பட்ட கிகல் உடற்பயிற்சி செய்திடுங்கள். இதனால் உங்களுக்கு சிறுநீர் கசிவது கட்டுப்படும்.

எடைக் குறைப்பு

எடையை முற்றிலும் குறைத்து உங்களின் பழைய உடல் அமைப்புக்கு வந்திடுங்கள்.

அடிக்கடி சிறுநீர் கழித்திடுங்கள்

சிறுநீர் வரவில்லை என்றாலும் அடிக்கடி

சென்று சிறுநீர் கழித்து விடுங்கள்.

மலச்சிக்கல்

மலச்சிக்கல் இல்லாமல் பார்த்துக் கொள்வது மிக அவசியம்.

எண்ணெய்ப் பொருட்களை தவிர்த்திடுங்கள்

பகலில் தினமும் எட்டு கிளாஸ் தண்ணீர் குடிப்பது மிக அவசியம். தண்ணீர் அதிகம் குடிப்பதால் சிறுநீர் அடிக்கடி வரும் என்று நினைக்காதீர்கள். டிஹைடிரேஷன் ஏற்படாமல் இருக்க வேண்டும்.

வாயு பிரிதல்

இப்பொழுதெல்லாம் எனக்கு அதிகமாக வாயு பிரிகின்றது இதனால் மற்றவர்களுக்கு முன்னால் வெட்கமாக இருக்கிறது. நான் என்ன செய்வது?

பிரசவத்திற்குப் பிறகு இவ்வாறான வாயு பிரியத்தான் செய்யும். இதில் வெட்கப்பட ஒன்றுமே இல்லை. உங்களின் பெல்விக் பகுதியில் தசைகள் அதிக அளவில் அழுத்துவதால் தான் இவ்வாறாக வாயு பிரிகிறது.

சில வாரங்கள் கழித்து தசைகள் தங்களின் பழைய இடத்திற்கு வந்து விடும். உங்களுக்கும் வாயு பிரியாது.

உங்களுக்குத் தேவையான உணவை எடுத்துக்கொள்ளும் போது காற்று உள்ளே சென்று வாயுவாக வெளியேறும். கிகல் உடற்பயிற்சி செய்திடுங்கள்.

மருத்துவரின் உதவி பெறுங்கள்

அடிக்கடி சிறுநீர் கழிப்பது நாட்படப்பட அதிகரித்துக் கொண்டே சென்றால் மருத்துவரின் உதவியை நாடுங்கள். தேவைப்பட்டால் அவர் அதற்கான சிகிச்சையோ அல்லது ஆலோசனையோ வழங்குவார்.

பிரசவத்திற்குப் பிறகு முதுகில் வலி

பிரசவத்திற்குப் பிறகு முதுகில் வலி அதிகமாகவே இருக்கிறது நான் என்ன செய்வது?

ஹார்மோனின் குறைப்பாட்டினால் தான் முதுகில் வலியானது ஏற்படுகிறது. ஒரு வாரம் அல்லது ஒரு மாதம் கழித்து இது சரியாகி விடும். வயிறு சிறுக்க சிறுக்க முதுகில் வலி ஏற்படும். குழந்தையைக் குனிந்து தூக்குவதால். காலில் போட்டு தாலாட்டுவதால் முதுகில் வலி ஏற்படவும் வாய்ப்பு உண்டு. குழந்தைகயின் எடை அதிகரிக்கும் போது கூட அதனைத் தூக்குவதால் முதுகு வலியும் அதிகரிக்கும்.

- வயிறு சம்மபந்தப்பட்ட உடற்பயிற்சிகளை மேற்கொள்ளுங்கள்.
- சாமான்களைக் குனிந்து எடுக்கும்போது முதுகில் கவனம் கொள்ள வேண்டும்.
- முழு நாளும் படுக்கையிலேயே கிடக்காதீர்கள். முதுகிற்கு கீழே தலையணை வைத்துக் கொள்ளுங்கள்.
- உட்காரும்போது கால்களை மேலே ஸ்டூலில் தூக்கி வைத்துக் கொள்ளுங்கள்.
- தோள்பட்டையில் அதிக அழூத்தம் கொடுக்காதீர்கள் இதனால் முதுகு வலி அதிகமாகும்.
- குழந்தையைத் தோள்பட்டையின் மீது சுமக்காதீர்கள். ஒரு கையால் குழந்தையை தூக்காதீர்கள்.
- அடிக்கடி கை மாற்றி குழந்தையைத் தூக்குங்கள். கைக்கும் முதுகிற்கும் மாலிஸ் செய்திடுங்கள்.

குழந்தையின் எடை அதிகரிக்கும் போது அதனை அடிக்கடி தோள்பட்டையில் தூக்காமல் இடுப்பில் தூக்கி வைத்துக் கொள்ளுங்கள்

குழந்தை பிறந்த பிறகு

குழந்தை பிறந்த பிறகு எனக்கு கொஞ்சம் கூட உடலுறவில் நாட்டம் இல்லை. ஏன் இவ்வாறு தோன்றுகிறது?

பிரசவத்திற்குப் பிறகு 60 முதல் 80 சதவீதம் தாய்மார்களுக்கு இவ்வாறான மாற்று எண்ணமே ஏற்படுகின்றது. பிரசவமான ஐந்து நாட்களுக்குப் பிறகு ஒரு விதமான வெறுப்பு ஏற்படும். அழ வேண்டும் போல் மனதில் தோன்றும். அதிக அளவில் கடுகடுப்பும் சோர்வும் ஏற்படும்.

ஹார்மோன் மாறுபாட்டால் தான் இவ்வாறெல்லாம் ஏற்படுகின்றது. கர்ப்பத்தில் ஏற்பட்ட சிக்கல், பிரசவத்தில் ஏற்பட்ட வலி, குழந்தையின் வளர்ப்பு நினைத்து பயம். பாலூட்டுவதால் ஏற்படும் பிரச்சனை போன்றவற்றால் உங்களுக்கு மன அழுத்தம் ஏற்படும். கீழே கொடுக்கப்பட்ட உபாயங்களைக் கையாளுங்கள்.

பொறுப்பை உணருங்கள்

பொறுப்பான தாயாகவும், மனைவியாகவும் இருக்க வேண்டும். உங்களுக்குத் தேவையான ஓய்வு, உதவி பெறுங்கள். உங்களால் முடிந்த வேலைகளை மட்டும் செய்யுங்கள்

தனியாக இருக்காதீர்கள்

இரவில் துக்கமின்மை அழுகின்ற குழந்தை, துணிமுட்டை, சாமான் குவியல் போன்றவற்றைப் பார்த்தாலே உங்களுக்கு டென்ஷன் ஏற்படும். அம்மா, மாமியாரை உதவிக்கு அழையுங்கள்.

அழகாக இருங்கள்

எவ்வளவு வேலையிருந்தாலும் உங்களை அழகுபடுத்துவதில் அக்கறைக் காட்டுங்கள். முகம் கழுவி, பளிச்சென்று புடவை உடுத்திக்கொள்ளுங்கள். தலைப்பின்னலைப் புதிய ஸ்டையில் போட்டிடுங்கள். சிறிது மேக்கப் செய்திடுங்கள்.

வீட்டை விட்டு வெளியே வாருங்கள்

வீட்டை விட்டு வெளியே வந்து சிறிது உலாவுங்கள். உங்களின் கண்களுக்கு முன்னால் பசுமை தெரிய வேண்டும். வாரத்தில் ஒரு நாளாவது குடும்பத்துடன் வெளியே சென்றிடுங்கள். குழந்தையை பார்க்கிற்கு அழைத்துச் செல்லுங்கள்.

விருந்து

உங்களுக்கு நீங்களே விருந்து வைத்துக் கொள்ளுங்கள். இரவுச் சாப்பாட்டைக் கணவருடன் அமர்ந்து சாப்பிடுங்கள். அதிக நேரம் குளியுங்கள். அதிக நேரம் மனம் விட்டு தோழியுடன் செல்போனில் பேசிடுங்கள்.

உடற்பயிற்சி

உடற்பயிற்சி உங்களின் மனம் மற்றும் உடலிற்கு புத்துணர்ச்சியைத் தரும். ஏதாவது சி.டி பார்த்துக் கொண்டே உடற்பயிற்சி செய்வதால் களைப்பு ஏற்படாது.

உணவில் கட்டுப்பாடு

நீங்கள் எப்பொழுதும் உங்களின் ஆரோக்கியத்தில் கவனம் கொள்ளுங்கள். குழந்தைக்குப் பாலூட்டப் போதுமான சத்து வேண்டும். புரோட்டீன், விட்டமின் சத்து நிறைந்த உணவுப் பொருள்களை அதிகமான அளவில் எடுத்துக் கொள்ளுங்கள். தின்பண்டங்களைச் சாப்பிடுவதை தவிர்த்திடுங்கள்.

சிரிப்பது அழுவது

மனதில் அழவேண்டும் என்று தோன்றினாலும் சிரிக்க வேண்டும் என்று தோன்றினாலும் உடனடியாக செய்திடுங்கள். கடைத்தெருவில் இருக்கும் போது குழந்தை

தாய்ப்பாலுக்கு அழுதால் கோபம் ஏற்படும். இந்த கோபத்தைக் கட்டுப்படுத்தாதீர்கள்.

எப்போழுதும் சிரித்த முகத்துடன் இருந்திடுங்கள் எல்லாமே சரியாகி விடும் என்று நம்பிக்கைக் கொள்ளுங்கள். உங்களின் வாழ்க்கையில் மீண்டும் சந்தோஷம் வரும்.

"மனஅழுத்தம் அதிகரித்துக் கொண்டே சென்றால் மருத்துவரை கலந்து ஆலோசியுங்கள். பிரசவமான பிறகு நான் மகிழ்ச்சியாகத்தான் இருக்கிறேன். எனக்கு ஏதாவது மன அழுத்தம் ஏற்படுமா?"

இதனை பேபி ப்ல்யூ என்று கூறுவர் புதிய வரவை நினைத்து உங்கள் மனது மகிழ்ச்சி கொள்வது என்பது இயற்கையே. இது சந்தோஷப்படவேண்டிய விஷயம். தான் உங்களைப் போலவே உங்கள் கணவரும் மகிழ்ச்சியாக இருக்கிறாரா என்று கவனியுங்கள்.

பிரசவத்திற்குப் பிறகு டிப்ரஷன்

எனக்கு பிரசவம் ஏற்பட்டு ஒருமாதம் முடிந்து விட்டது. இப்போதும் நான் டிப்ரஷனில் இருக்கின்றேன். நான் என்ன செய்வது?

பிரசவத்திற்குப் பிறகு டிப்ரஷன் மற்றும் பேபி ப்ல்யூ என்ற இரண்டு நிலைகைளும் ஏற்படுகின்றது. இந்த இரண்டு நிலைமகளுமே ஒன்றுக்கொன்று வேறுபட்டது. பிரசவத்திற்கு முன்னரே டிப்ரஷனாக இருக்கும் கர்ப்பிணிகளுக்கு பிரவசத்திற்குப் பின்னரும் டிப்ரஷன் குறைய வாய்ப்பு இல்லை.

டிப்ரஷன் சமயத்தில் மனதானது அழ வேண்டும் என்று விரும்பும். சாப்பிபட தூங்கப் பிடிக்காது, மனது விரக்தியாகவும், வேதனையுடனும் எதையோ பறி கொடுத்தாற் போன்றும் இருக்கும். யாரையுமே பார்க்கவோ, பேசவோ விருப்பம் ஏற்படாது. தனிமையில் இருக்க வேண்டும் போல தோன்றும்.

நீங்கள் பேபி பல்யூ தாயைப் போல் ஆக வேண்டும். மருத்துவரைச் சென்று சந்திப்பதில் கால தாமதம் செய்யாதீர்கள். தைராய்டு பரிசோதனை செய்திடுங்கள். தைராய்டு ஹார்மோனின் மாறுபாட்டால் கூட இவ்வாறு உங்களுக்கு மனதளில் பாதிப்பு ஏற்பட்டு இருக்கலாம். பரிசோதனையில் உண்மை தெரிய வந்து விட்டால் தைராய்டு தெரபிஸ்ட் இடம் சென்று டிப்ரஷனுக்கான சிகிச்சையை மேற்கொள்ளுங்கள். மேலும் நிலைமை அதிகமானால் பிரைய்ட் லாயிட் தெரபி செய்யப்படுகின்றது. உங்களின் கண்களை திறந்து வைத்த நிலையில் ஒரு பாக்ஸிற்கு முன்னால் உட்கார வைக்கப்படுவீர்கள். ஒரு நாள் முழுவதும் அதிலிருந்து முழுவதும் பெறப்படும் வெளிச்சத்தால் உங்கள் உடலில் வேதியியல் மாற்றம் ஏற்படும். மனம் அமைதியாகும்.

டிப்ரஷனின் காரணமாக குழந்தையை பராமரிப்பதிலும் அதனை அன்புடன் அணுகுவதிலும் கூட பிரச்சனை வரலாம். உடல் ஆரோக்கியமாக இருக்காது. பல பெண்களுக்கு எதைக் கண்டாலும் வெறுப்பு, பயம் ஏற்படும். அதிகமான வியர்வை வெளிப்படும். நெஞ்சில் வலி ஏற்படும். தலைச்சுற்றல் ஏற்படும். இந்த செயல்பாடுகளால் மேலும் உங்களின் டிப்ரஷன் அதிகரிக்கும்.

டிப்ரஷன் பாதிக்கப்பட்ட 30 சதவித பெண்கள் போஸ்ட். பார்ட்டம் ஆஙப் ஒப்சேஸிவ் கம்பளசிவ் டியாடார் (பி.பிஒ. சி டி) என்ற நிலைக்குத் தள்ளப்படுகிறார்கள். இவர்கள் நன்றாகத் தூங்கும் குழந்தைக்கு மூச்சு வருகிறதா என்று ஒவ்வொரு பதினைந்து நிமிடத்திலும் தொட்டுப் பார்த்து திருப்தி அடைவர். வீட்டை எந்த நேரமும் சுத்தப்படுத்திக் கொண்டே இருப்பார்.

ஏதாவது ஒரு பொருளைத் தேடிக்கொண்டே இருப்பர். இவ்வாறான அறிகுறிகள் தென்பட்டவுடனேயே மருத்துவரைச் சந்திப்பது மிகவும் அவசியம் ஆகின்றது.

முதல் கர்ப்பத்தில் இந்த சிக்கல் ஏற்படின் கண்டிப்பாக அடுத்த கர்ப்பத்திலும் இது ஏற்படும். ஒருவேளை நீங்கள் கர்ப்பம் தரிப்பதற்கு முன்னரே இந்த நோய் இருந்தால் மருத்துவரிடம் இதனைப் பற்றித் தெளிவாகக் கூறி விடுங்கள். இல்லையேல் கர்ப்பம் தரித்த பிறகு பல சிக்கல்களை நீங்கள் சந்திக்க பவுண்டு எடை குறையும். சில பெண்களுக்கு இதற்கு மேலும் அல்லது கீழும் கூட எடைக்குறைவு ஏற்படும். பிறகு ஒவ்வொரு நாளும் உங்களின் கர்ப்பபையானது சுருங்க ஆரம்பிக்கும். இது ஆறு மாதம் வரை கூட சுருங்குவதற்கு எடுத்துக் கொள்ளும் ஒவ்வொரு மாதவிடாயின் போதும் காப்பப்பையானது சுருங்கி விரியும். மேலும் பிரசவத்தினால் அதிக தசைகள் விரிந்து போய் இருக்கும். இவையெல்லாம் பழைய வடிவம் பெற ஆறு மாத கால அவகாசம்

தைராய்டிடிஸ்

புதிதாகப் பிரசவித்த பெண்கள் வெகு விரைவில் களைத்து விடுகின்றனர். அவர்களுக்கு எடை குறைதல், டிப்ரஷன், முடி உதிர்தல் மற்றும் மனச் சோர்வு போன்றவை ஏற்படுகின்றது. பிரசவத்திற்குப் பிறகு தைராய்டிடிஸ் ஏற்படுவது என்பது சாதாரணமானதே பல முறை இதற்கான அறிகுறிகள் தென்படாத தால்தான் சிகிச்சை அளிக்க முடியாமல் போய் விடுகின்றது.

இதனுடைய அறிகுறி பிரசவமான மாதத்தில் இருந்து மூன்று மாதங்களுக்குள் தென்படுகின்றது. இரத்தப் பெருக்குடன் அதிக அளவில் தைராய்டு ஹார்மோன் வெளியேறுகின்றது.

இதனால் தாய்க்குக் களைப்பு, சோர்வு மற்றும் பயம் ஏற்படுகின்றது இரவில் தூக்கம் வராது மற்றும் அதிக அளவில் வியர்வை வெளிப்படும். இதற்குப் பிறகு ஹாயிபோதயிராயிடிட்ஸ் நிலைமை வருகின்றது. களைப்புடன் கூடிய டிப்ரஷன், தசைகளில் வலி, முடி கொட்டுதல், சருமம் வறண்டு போதல் மற்றும் மறதி இதனுடைய அறிகுறிகள் ஆகும்.

ஒருவேளை உங்களுக்கு மேலே குறிப்பிட்ட அறிகுறிகள் ஏற்படின் உடனடியாக மருத்துவரைச் சந்தித்திடுங்கள். பல பெண்களுக்கு இப்போது இந்த நோய் பரவலாக காணப்படுகின்றது. இதனால் அவர்கள் ஒராண்டிற்கு தைராய்டு மருந்துகள் சாப்பிட வேண்டி வரும்.

வேண்டி வரலாம்.

பிரசவத்திற்குப் பிறகு எடை குறைதல்

"பிரசவமான இரண்டு மாதம் கழித்த பிறகும் கூட நான் ஆறு மாத காப்பிணிணையைப் போல் தோற்றமளிக்கிறேன். இதற்கான காரணம் என்ன?"

சாதாரணமாக பிரசவ நாளன்றே 12 தேவைப்படுகின்றது.

இந்த மாதிரியான சமயத்தில் நீங்கள் உணவுக் கட்டுப்பாடு செய்தல் அவசியம். ஆனால் நீங்களோ இப்போது குழந்தைக்குப் பாலூட்டுவதால் உணவுக்கட்டுப்பாடு செய்யாமல் உடற்பயிற்சி செய்திடுங்கள். சில பெண்மணிகள் உடனடியாக தன்னுடைய பழைய உடல் அமைப்பைப் பெற வேண்டும் என்று உணவுக் கட்டுப்பாட்டை

மேற்கொண்டு தனக்கும் தனது குழந்தைக்குமான ஆரோக்கியக் குறைபாட்டை உண்டு பண்ணி விடுவார்கள். குழந்தைக்கு உங்களிடம் இருந்து பெறப்படும் பால் மட்டும் ஆகாரம் என்பதை நினைவில் கொள்ளுங்கள். குழந்தைக்கு நன்றாக, தொடர்ந்து தாய்ப்பாலூட்டினாலே உங்களின் எடையானது குறைய ஆரம்பிக்கும், எவ்வளவு எடை கர்ப்ப காலத்தில் கூடியதோ, அவ்வளவு எடையும் இந்த தருணத்தில் குறைந்து விடும் வாய்ப்பு உள்ளது. 25 முதல் 35 பவுண்டுக்கு மேல் வரை உங்களின் எடை அதிகரிப்பு இருந்தால் அதனை ஆறே மாதத்தில் குறைத்து விடலாம். 35 பவுண்டு எடை அதிகரிப்பு இருந்தால் தான் எடையை குறைப்பதற்கு சில மாதங்கள் முதல் பல மாதங்கள் வரை ஆகும். 10 மாதத்தில் இருந்து 2 வருடம் வரை கூட சிலருக்கு எடை குறைய நேரம் எடுத்துக் கொள்ளும். உங்களின் எடை என்னமோ ஒன்பது மாதத்தில் கூடி விட்டது ஆனால் அதனைக் குறைக்கவோ 2 ஆண்டுகள் வரை தேவைப்படுகின்றது.

சி.செக்ஷனில் இருந்து ஒய்வு

"சி.செக்ஷன் நடந்து ஒருவாரம் ஆகி விட்டது. நான் இப்போது என்ன செய்வது?"

சி.செக்ஷனுக்குப் பிறகு முழு ஒய்வு எடுக்க வேண்டும். மருத்துவரின் கட்டளைகளைத் தவறாமல் கடைப்பிடியுங்கள். கீழ்கண்டவற்றில் முழு கவனத்தைச் செலுத்திடுங்கள்.

வலி ஏற்படாமல் பார்த்துக் கொள்ளுதல்

தையல் போட்ட இடத்தில் வலி இல்லாமல் பார்த்துக் கொள்ள வேண்டும். வலி ஏற்படின் டாயிலினோல் மாத்திரையைப் போட்டுக் கொள்ள வேண்டும்.

காயத்தின் மீது கவனம்

சில வாரம் வரை காயத்தில் வலி இருந்து கொண்டே இருக்கும் கொஞ்சம் கொஞ்சமாக வலி குறையும். மெல்லிய துணிகளை அணிந்து கொள்ளுங்கள். காயத்தின் மீது துணி படாததால் வலியோ, அரிப்போ ஏற்படாது. மருத்தவரிடம் ஆலோசனை செய்து ஏதாவது ஆயின்மென்ட் தடவிக் கொள்ளுங்கள். காயம் நன்றாக காய்ந்து உங்களின் பழைய சரும் நிறத்திற்கு வரும் வரை அதன் மீது கவனம் மேற்கொள்ளுதல் வேண்டும்.

ஒருவேளை காயத்தில் தொடர்நது வலியோ, வீக்கமோ அல்லது சீழோ வந்தால் தொற்று நோய் ஏற்பட்டு விட்டதற்கான அறிகுறியாகும். மருத்துவரிடம் சென்று உடனடியாக ஆலோசனை பெற்றிடுங்கள்.

4 வாரம் கழித்து செக்ஸ்

உடல் உறவிற்காக குறைந்தது நான்கு வாரம் வரை காத்திருப்பது அவசியமாகும். காயம் முழுவதும் சரியாகிய பிறகே உடல்உறவு செய்தல் வேண்டும்.

உடற்பயிற்சி

வலி குறைந்த உடனேயே உடற்பயிற்சி செய்யத் தொடங்கிடுங்கள். கீகல் உடற்பயிற்சி செய்தால் பெல்விக் பகுதியில் உள்ள தசைகளுக்கு அழுத்தம் ஏற்படும்.

இதனால் வெகு விரைவில் உங்களின் வயிறானது கட்டுப்பாட்டிற்குள் வந்து விடும். உங்களின் பழைய கட்டுடம்பு மீண்டும் வந்து விடும்.

செக்ஸ்

"பிரசவத்திற்குப் பிறகு எப்போது செக்ஸ் வைத்துக் கொள்வது"

பிரசவத்திற்குப் பிறகு பல பெண்கள் தாய்மை அடைந்த சந்தோஷத்தில் இருந்து மீளாமல் இருப்பதால் அவர்களால் சரிவர செக்ஸில் ஈடுபட முடிவதில்லை. மேலும்

உடலும், உள்ளமும் ஒருசேர களைத்துப் போயிருக்கும். கிட்டதட்ட நான்கு வாரம் வரையிலும் அவர்களுக்கு பிரசவத்தின்வலியானது நினைவில் இருக்கும். அதற்குப் பிறகே மெல்ல மெல்ல பழைய நிலைமைக்கு திரும்புவார்கள். இப்பொழுது செக்ஸ் உணர்வு கொஞ்சம் வர ஆரம்பிக்கும் அப்போது செக்ஸ் வைத்துக் கொள்வது சிறந்தது. குழந்தைக்குப் பாலூட்டும் வரை ஒரு சிலருக்கு செக்ஸ் உணர்வு ஏற்படாமலும் போய் விடுகின்றது.

அதுவரை கணவன், மனைவி இருவருமே செக்னஸைத் தவிர்த்து அவர்களுக்குள்ளே அன்பை மட்டும் பரிமாறிக் கொள்ளுதல் வேண்டும். கணவன், மனைவியை அன்புடன் அரவணைத்தால் செக்ஸ் உணர்வு ஏற்பட்டு விடும்.

"என்னுடைய பாட்டி பிரசவத்திற்குப் பிறகு உடனடியாக செக்ஸ் வைத்து கொள்ளலாம் என்று கூறுகின்றார்கள். இது எந்த அளவுக்கு சாத்தியமாகும்."

செக்ஸ் என்பது உங்களுக்கு இப்போது மிகவும் தேவையான ஒன்று என்று நினைத்தால் மட்டும் உடனடியாக உடல்உறவு கொள்ளலாம். ஆனால் உங்களின் உடலானது உடல்உறவு மேற்கொள்ளத் தகுந்த நிலையில் இருக்காது. யோனிக் குழாயில் ஆரம்பித்து உடலின் உள்ளே உள்ள ஒவ்வொரு பகுதியிலுமே ஏதாவது ஒரு பாதிப்போ அல்லது காயமோ இருக்கும். இதனால் உங்களால் முழு மனதுடன் ஈடு கொடுக்க முடியாது. இந்த சமயம் உங்களின் முழு கவனமும் குழந்தையைப் பற்றியதாகவே இருக்கும். இதனால் கூட செக்ஸ் மூட் வராது.

சில மாதங்களுக்குப் பிறகு நீங்கள் உங்களின் பழைய நிலைமைக்கு திரும்பியவுடன் செக்ஸ் வைத்துக் கொள்வதே மிகச் சிறந்தது. இதற்காக கீழே கொடுக்கப்பட்டுள்ள டிப்ஸ் முறைகளைக் கையாளுங்கள்.

பிசுபிசுப்பு

கே.பாயி ஜெல்லியை பயன்படுத்துங்கள். ஏதாவது லூப்ரிகென்ட் தடவுங்கள்

சிறிதளவு ஒயின்

குழந்தை நன்றாக போதுமான அளவு தாய்ப்பாலைக் கொடுத்து விட்ட பிறகு ஒரு கிளாஸ் ஒயின் சாப்பிடுங்கள்.

வார்ம். அப்

கணவரிடம் கூறி சிறிதளவு வார்ம் அப் செய்யச் சொல்லுங்கள். குழந்தை பால் குடித்து விட்டு நன்றாகத் தூங்கும் சமயத்தில் இதனைச் செய்தல் நன்று.

மனம் திறந்து பேசிடுங்கள்

கணவன். மனைவி இருவரும் ஒன்றாக அமர்ந்து கொண்டு மனம் திறந்து பேசிடுங்கள். இதனால் கணவரின் அரவணைப்பும், அன்பும் உங்களை சீக்கிரமாகவே குணப்படுத்தும். சரியான பொஸிஷன் உங்களுக்கு முடிந்த பொஸிஷனில் படுத்துக் கொண்டு கூட நீங்கள் உடல்உறவு கொள்ளலாம்.

கீகல்

கீகல் உடற்பயிற்சி உங்களுக்கு உதவி செய்யும். இதனால் இரவருக்குமே மகிழ்ச்சி கிடைக்கும்.

உடல் அளவில் நெருக்கம

செக்ஸ் கொள்ளாமலேயே கணவன் மனைவி இருவரும் உடல் அளவிலே நெருக்கமாக இருங்கள். ஒன்றாக அமர்ந்து ஒருவர் மேல் ஒருவர் கையைப் போடுவது, காலைப் போடுவது, தடவிக் கொடுப்பது, முத்தம் கொடுப்பது என பல வகைகளில் தங்களின் தொடுதல் உணர்வைப் பகிர்ந்திடுங்கள்.

மீண்டும் கர்ப்பம் தரித்தல்

"தாய்ப்பாலூட்டும் போதே நான் காப்ப்ம்

தரித்து விட்டேன் தாய்ப்பால் ஊட்டுவதால் கர்ப்பம் தரிக்காது என்று கூறினார்கள். இப்போது நான் என்ன செய்வது?"

தாய்ப்பால் ஊட்டும் போது கர்ப்பம் தரிக்காது என்று உங்களுக்கு யார் கூறினார்கள் என்று தெரியவில்லை. ஆனால் இது முற்றிலும் உண்மைக்கும் புறம்பானது. உங்களுக்கு மாதவிடாய் வருவதில் தான் தாமதம் ஏற்படுமே தவிர மீண்டும் கர்ப்பம் தரிப்பதில் ஒன்றும் பிரச்சனை ஏற்படாது. சாதாரணமாக பிரசவமாகிய 6 முதல் 12 வாரத்திற்குள் மீண்டும் கர்ப்பம் தரிப்பது என்பது மிகவும் கொடுமையான விஷயம். உங்களுக்கு அடுத்த மாதவிடாய் வருவதற்குக் கூட காலம் தரப்படாததால் பல சிக்கல்கள் ஏற்பட வாய்ப்பு உண்டு.

நீங்கள் முதலிலேயே இதனை யோசித்து கருத்தடை சாதனம் எதுவும் பயன்படுத்தி இருத்தல் வேண்டும்.

உங்களின் பழைய உடல் அமைப்பு மீண்டும் வருதல்

பிரசவத்திற்குப் பிறகு ஆறு மாதம் கழித்தும் கூட சிலர் கர்ப்பம் போன்ற தோற்றத்திலேயே இருப்பார்கள். ஒரு சிலரோ தங்களின் பழைய உடலை மீண்டும் பெற்றிடுவார்கள். கர்ப்பத்திற்கு முன்னால் பயன்படுத்திய ஜீன்ஸ், டி.ஷர்ட் இப்போது போட முடியும். ஆனால் ஒரு சிலரோ இன்னும் உடல் எடை கூடி, இடுப்பு சதை அதிகமாகி தோற்றமளிப்பார். இது எதனால் ஏற்படுகின்றது?

கர்ப்ப காலத்தில் எவ்வளவு எடை கூடியது? கலோரியின் அளவு எவ்வளவு தேவை? உடல்பயிற்சி செய்கின்றீர்களா? உங்களின் மெட்டபாலிக் எவ்வளவு? இதற்கான பதில் இந்த நான்கு காரணங்களை

முதல் ஆறு வாரங்களுக்கான சில கட்டளைகள்.

- ★ மெல்லிய ஆடை அணிந்திடுங்கள்.
- ★ தினமும் இருமுறை உடற்பயிற்சி செய்திடுங்கள்.
- ★ முதலில் இலேசான உடற்பயிற்சி செய்திடுங்கள்.
- ★ பிறகு கடினமான உடற்பயிற்சி செய்திடுங்கள். இடையில் ஓய்வு எடுங்கள்
- ★ முதல் 6 வாரங்களுக்கு கனமான பொருட்களை தூக்கவோ, எடுக்கவோ கூடாது. சிட்.அப் அல்லது டபள் காலைத் தூக்குதல்.
- ★ உங்களின் இருதயத் துடிப்பை கணக்கிடுங்கள்.
- ★ உடற்பயிற்சிக்குத் பிறகு தேவையான அளவு தண்ணீர் அருந்துங்கள்.
- ★ தேவைக்கு அதிகமாக உடற்பயிற்சி செய்ய வேண்டாம். இதனால் ஒரு நாள் செய்து விட்டு மறு நாள் செய்யாமல் விட்டு விடுவீர்கள்.
- ★ குழந்தைக்கும் இது ஒருவிதத்தில் உதவி செய்யும்.

முதல் 6 வாரத்திற்கான வொர்க் அவுட்

- ★ இலேசான பிரா அணிந்திடுங்கள்
- ★ இரண்டு முறை உடற்பயிற்சி செய்திடுங்கள்
- ★ முதலில் இலேசான உடற்பயிற்சி செய்திடுங்கள்
- ★ மெதுவாக உடற்பயிச்சி செய்திடுங்கள்
- ★ எண்ணெய்ப் பொருட்களை சாப்பிடுவதைக் குறைத்திடுங்கள். தண்ணீர் அதிகம் பருக வேண்டும்.
- ★ குழந்தையைக் கவனிப்புடன் கூடவே நீங்கள் உங்களையும் கவனித்துக் கொள்ள வேண்டும் என்ற உண்மையை மறக்காதீர்கள்.

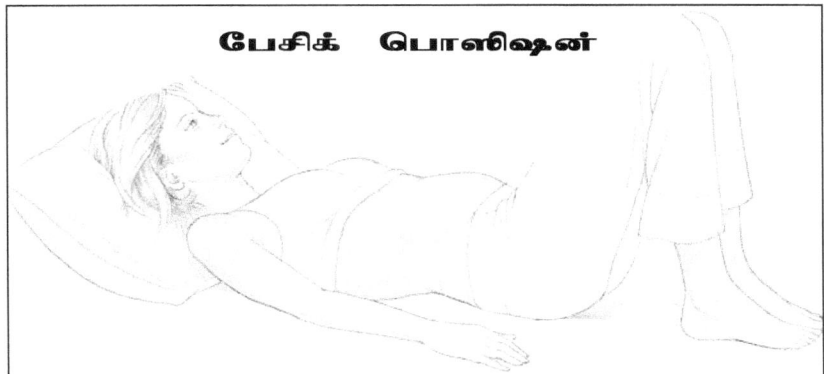

பேசிக் பொஸிஷன்

முதுகின் பலத்தில் படுத்துக் கொண்டு முட்டியை 12 இன்ச் வரை உயர்த்தி மடக்கிடுங்கள். தலை கழுத்து இரண்டையுமே தலையணையில் வைத்திடுங்கள். இரண்டு கைகளையும் தரையை நோக்கி வைத்திடுங்கள்.

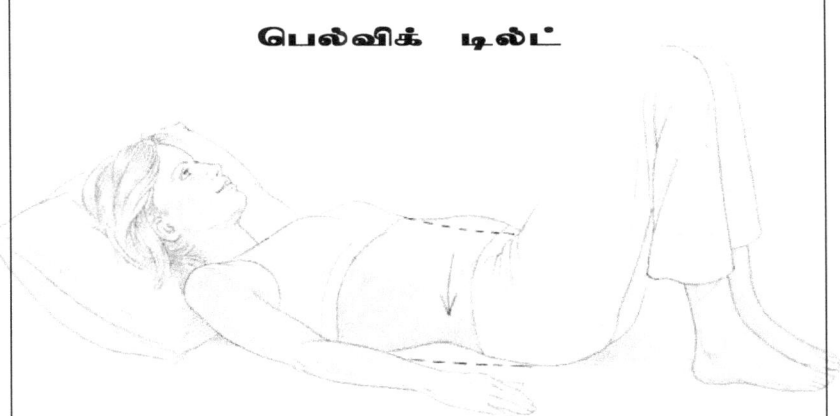

பெல்விக் டில்ட்

முதுகின் பலத்தை கொண்டு பேசிக் பொஸிஷினில் படுத்திடுங்கள். 3-4 முறை மூச்சை இழுத்து விடுங்கள். பின்பு ஓய்வு எடுங்கள். பிறகு இதை போலவே 12 முதல் 24 முறை செய்திடுங்கள்.

உள்ளடக்கியது.

உடற்பயிற்சியின் அவசியம் என்ன? குழந்தையை கவனிப்பதே ஒரு உடற்பயிற்சி தானே என்ற எண்ணம் வரும். உங்களின் வயிறு மற்றும் சதை மீண்டும் அதனுடைய வடிவத்திற்கு திரும்ப இந்த உடற்பயிற்சியானது துணை புரிகின்றது. மேலும் அதிக களைப்பு ஏற்படாது. புத்துணர்ச்சியுடன் இருப்பீர்கள். கீகல் உடற்பயிற்சியால் சிறுநீர் பிரச்சனை கட்டுப்பாட்டிற்குள் வரும் செக்ஸ் சம்மந்தப்பட்ட பிரச்சனைகளுக்கும் தீர்வு

லெக் ஸ்லாயிட்

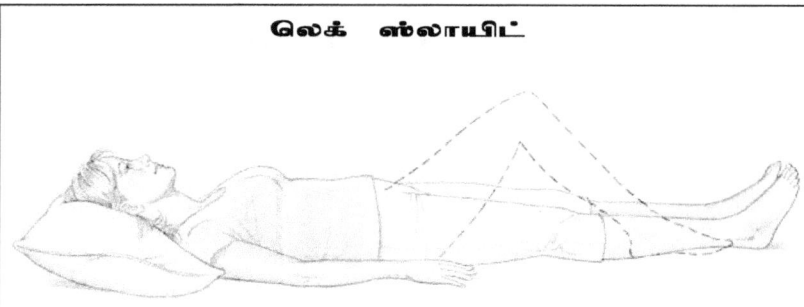

பேசிக் முத்திரை படுத்துக் கொண்டு கால்களை தரையில் வையுங்கள். வலது கால்களை மேல்தூக்கி முதுகை தரையில் படும்படி செய்யவும். கால்களை கீழே இறக்கும் பொழுது மூச்சை விடுங்கள். பிறகு இடதுகால்களை அதே பொழுது நிறையமுறை செய்யுங்கள்.

ஹெட்/ஷோல்டர் லிப்ட்

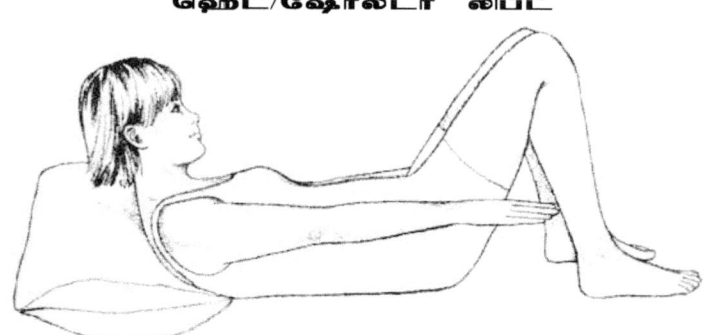

பேஸிக் முத்திரையில் படுத்துக் கொண்டு மூச்சை எடுக்கும் போது உங்களின் தலை, கழுத்தை மேலே உயர்த்திடுங்கள். உங்களின் கை உங்களுக்கு பக்கவாட்டில் தான் இருக்க வேண்டும். முதல் ஆறு வாரம் மெதுவாகவும் பிறகு வேகமாகமும் செய்யுங்கள். வயிற்றில் செப்பரேஷன் ஏற்படுவதை கவனித்திடுங்கள்.

கிடைக்கும். உங்களுக்கும் வேலை செய்தவற்கான எண்ணம் தோன்றும். மன அழுத்தம் குறையும் யோனிக் குழாயில் ஏற்பட்ட அழுத்தம், வலி குறையும். பிரசவமாகிய சில நாட்களுக்குப் பிறகு

உடற்பயிற்சி செய்வதை ஆரம்பித்திடுங்கள்.

முதல் வழி. பிரசவமான இருபத்திநான்கு மணி நேரத்திற்குப் பிறகு

மகிழ்ச்சியான செய்தி

உடற்பயிற்சி செய்வதால் அதிக வியர்வை வெளியேறும். குழந்தைக்கு நீங்கள் பால் கொடுப்பதற்கு முன்னர் நன்றாக உங்களின் நிப்பிளை கழுவித் துடைத்திடுங்கள். இல்லையேல் வியர்வை வழி வந்த உப்புக் கலவை படிந்திருப்பதால் குழந்தை பால் குடிக்காது.

கீகல்

பிரசவத்திற்குப் பிறகு நீங்கள் கீகல் உடற்பயிற்சி செய்திடுங்கள். இதனுடைய பலன் உங்களுக்கு கண்டிப்பாகத் தெரியவரும். குழந்தைக்கு தாய்ப்பால் ஊட்டும் போது இதனை செய்திடுங்கள். பகலில் நான்கு முதல் ஆறு தடவை பிறகு 20 - 25 முறை செய்திடுங்கள். இதனால் உங்களின் பெல்விக் பழைய நிலைமைக்குத் திரும்பும்.

நீண்ட மூச்சு

பேஸிக் பொஸிஷனில் படுத்துக் கொண்டு வயிற்றின் மீது கை வைத்து நீண்ட மூச்சை இழுத்திடுங்கள். இரண்டு மூன்று முறை நீண்ட மூச்சாக இழுத்து விடுங்கள். வேகமாகச் செய்தால் தலை சுற்றுவதைப் போன்று இருக்கும்.

இரண்டாவது வழி பிரசவத்தின் மூன்று நாட்களுக்குப் பிறகு

உங்களின் உடல் ஒத்துழைப்புத் தந்தால் தலை, கழுத்து, கால் மற்றும் பெல்விக் பகுதியை லிப்ட் செய்திடுங்கள்.

இடைவெளி நிரப்பிடுங்கள்

உங்களின் தொப்புகளுக்கு பக்கதில் இப்போது சிறிதளவு இடைவெளி தெரியும். இதனை மெடிக்கல் மொழியில் டாஸ்ஸடேஸிஸ் என்பர். இப்போது வயிறு சம்மந்தப்பட்ட உடற்பயிற்சியை செய்யாதீர்கள். இந்த இடைவெளி குறைய இரண்டு முதல் மூன்று மாதங்கள் வரை ஆகும். பேஸிக் முத்திரையில் படுத்திக் கொண்டு தலையைத் தூக்கிக் கைகளை தொப்புளில் அழுத்திடுங்கள். அங்கே உங்களுக்கு இந்த குழி தென்படும். இதனை நிரப்ப மருத்துவரின் ஆலோசனையை அவசியம் பெற்றிடுங்கள்.

இதனை முதலில் படுக்கையில் படுத்துசட செய்திடுங்கள். பிறகு சில நாட்களுக்குப் பிறகு குஷன் பயன்படுத்திச் செய்திடுங்கள். இதனால் முதுகு வலி ஏற்படாது.

மூன்றாவது வழி பிரசவ சிகிச்சைக்குப் பிறகு

பிரசவ சிகிச்சை முழுவதும் முடிந்த பிறகு மெதுவாக நடத்தல், ஒடுதல், சைக்கிள் மிதித்தல், ஒரே இடத்தில் ஒடுதல், ஏரோபிக்ஸ், வெயிட் தூக்குதல் போன்றவற்றை பயப்படாமல் செய்யலாம். உடற்பயிற்சி நிபுணரிடம் ஆலோசனை பெற்றுக் கொள்வது மிக மிக அவசியம்.

• • •

பாகம்-5

அப்பாக்களுக்காக

அப்பாக்களும் கர்ப்பம் தரிக்கின்றனர்

இன்றைய அறிவியல் மற்றும் அதி நவீன விஞ்ஞான உலகத்தில் பல கண்டுபிடிப்புகளுசக்கு இடையில் பெண்களுக்கு நிகராக ஆண்களும் கர்ப்பம் தரிக்க் முடியும் என்று கண்டுவிடித்து உள்ளார்கள். வருங்காலத்தில் நீங்களும் இதனை எதிர்கொள்ள வேண்டி வரலாம். பெண்களால் கர்ப்ப காலத்தில் சந்திக்கப்பட்ட எல்லா பிரச்சனைகளையும் நீங்களும் எதிர்கொள்ள வேண்டி வரலாம்.

இது அத்தியாயமானது முழுக்க முழுக்க அப்பாக்களுக்கே சமர்பணம். இதனால் நீங்கள் ஒரளவு சமாளித்துக் கொள்ள முடியும். இந்த அத்தியாயம் மட்டுமில்லாமல் இந்த புத்தகம் முழுவதையும் படியுங்கள். உங்கள் மனைவி என்னென்ன பிரச்சனைகளை கர்ப்பத்தின் போது எதிர்கொள்கிறார்களோ அவ்வளவு அனைத்தையும் நீங்களும் எதிர்காலத்தில் எதிர்கொள்ள்ள வேண்டியது வரலாம்.

எனவே உடல் அளவிலும், மனதளவிலும் நீங்கள் இதற்காக தயாராக வேண்டும் வாருங்கள் நாம் அத்தியாத்தின் உள்ளே செல்வோம்.

நீங்கள் என்ன யோசித்து கொண்டிருக்கின்றீர்கள்.

இன்றைய அறிவியல் மற்றும் அதி நவீன விஞ்ஞான உலகத்தில் பல கண்டுபிடிப்புகளுசக்கு இடையில் பெண்களுக்கு நிகராக ஆண்களும் கர்ப்பம் தரிக்க் முடியும் என்று கண்டுவிடித்து உள்ளார்கள். வருங்காலத்தில் நீங்களும் இதனை எதிர்கொள்ள வேண்டி வரலாம். பெண்களால் கர்ப்ப காலத்தில் சந்திக்கப்பட்ட எல்லா பிரச்சனைகளையும் நீங்களும் எதிர்கொள்ள வேண்டி வரலாம்.

இது அத்தியாயமானது முழுக்க முழுக்க அப்பாக்களுக்கே சமர்பணம். இதனால் நீங்கள் ஒரளவு சமாளித்துக் கொள்ள முடியும். இந்த அத்தியாயம் மட்டுமில்லாமல் இந்த புத்தகம்

சிறிதளவு தயார்

முதலில் உங்களின் மனைவியைப் பற்றிய எண்ணம் கொள்ளுங்கள். பிறகு குழந்தையின் வரவை எண்ணி காத்திருக்கலாம்.

முழுவதையும் படியுங்கள். உங்கள் மனைவி என்னென்ன பிரச்சனைகளை கர்ப்பத்தின் போது எதிர்கொள்கிறார்களோ அவ்வளவு அனைத்தையும் நீங்களும் எதிர்காலத்தில் எதிர்கொள்ள்ள வேண்டியது வரலாம்.

எனவே உடல் அளவிலும், மனதளவிலும் நீங்கள் இதற்காக தயாராக வேண்டும் வாருங்கள் நாம் அத்தியாத்தின் உள்ளே செல்வோம்.

நீங்கள் என்ன யோசித்து கொண்டிருக்கின்றீர்கள்.

அறிகுறிகளை கண்டறிதல்

"என்னுடைய மனைவிக்கு இந்த புத்தகத்தில் கொடுக்கப்பட்டுள்ள எல்லா அறிகுறிக்கும் இருக்கின்றது காலையில் எழுந்தவுடன் வாந்தி, மயக்கம், அடிக்கடி சிறுநீர் கழித்தல், சாப்பாடு கொள்ளாமை போன்றவை உள்ளது. இதற்காக நான் என்ன செய்ய முடியும்?"

இந்த சமயத்தில் உங்களின் மனைவி கர்ப்ப காலத்தின் தொடக்க நிலையில் இருக்கின்றார். அவருக்கு எல்லா கர்ப்ப கால ஹார்மோன்களின் செயல்பாடும் ஆரம்பித்துள்ளது. இதனாலேயே உடலில் மாறுபாடு ஏற்பட்டுள்ளது. இந்த சமயத்தில் நீங்கள் ஒன்றும் உதவி செய்ய முடியாது. அவர்களும் இதனை பொறுத்துக் கொண்டே ஆக வேண்டும்.

கீழே கொடுக்கப்பட்டுள்ள சிலவற்றில் நீங்கள் முடிந்தால் உங்களின் மனைவிக்கு உதவிகளைச் செய்யுங்கள்.

காலைத் தொந்தரவு

காலைத் தொந்தரவு என்ற பெயரைக் கேட்டவுடமேனயே நீங்கள் புரிந்து கொண்டு இருப்பிர்கள். ஆம் நீங்கள் புரிந்து கொண்ட வகையில் இது முழுக்க முழுக்க காலையில் ஏற்படுவதே ஆகும். சில நேரங்களில் இது காலையில் மட்டும் ஏற்படாமல் முழு நாளும் கூட இருக்கும் பகல் முழுவதும் உங்கள் மனைவிக்கு பாத்ரூம் செல்ல வேண்டியது வரலாம். இந்த மாதிரியான சமயங்களில் அவர்களுக்கு நீங்கள் ஒத்துழைப்பு அளித்திடுங்கள். சமையல் அறைக்கு அவர்களை அனுப்பாதீர்கள் சமையல் செய்யும் போது தாளிக்கும் வசானை அவர்களுக்கு குமட்டலை உண்டுபண்ணும். மேலும் சமையல் கேஸ் வாசைன, உங்களின் ஆட்டர் ஷேவிங் கிரிம் வாசைன போன்றவையால் கூட அவர்களுக்கு குமட்டல் ஏற்பட வாய்ப்பு உண்டு. மனைவிக்கு பிடித்தமான உணவை சாப்பிடுவதற்கு கொடுங்கள். இதனால் அவர்களுக்கு வாந்தி வராமல் இருக்கும். குளிர்ந்த தண்ணீர் ஜீஸ், பழச்சாறு போன்றவைகள் கொடக்கலாம். அன்றைய தினம் ஒரேடியாக சாப்பிடக் கொடுக்காமல் சிறிது சிறிதாக சாப்பிடுவதற்கு கொடுங்கள். மனைவியை ஒருபோதும் இந்த மாதியான சமயத்தில் தனியாக விடாதீர்கள்.

> **இந்த அத்தியாயத்தில்**
>
> இந்த அத்தியாயம் முழுக்க முழுக்க எதிர்காலத் தந்தைக்கு உரியது. உங்கள் மனைவிக்கான அத்தியாயம் தனியே தரப்பட்டுள்ளது.

பிடித்தவை - பிடிக்காதவை

இது வரை சாப்பிடாத, பிடிக்காமலே இருந்த உணவு கூட இப்போது உங்கள் மனைவிக்கு பிடிக்க ஆரம்பிக்கும். அப்படி இருப்பின் அதற்குத் தகுந்தாறு போல் அவர்களுக்கு இப்போது பிடிக்காக் கூடிய உணவுகளை மட்டும் அதிகமாக சாப்பிடக் கொடுங்கள். எதிர்மறையாக இது வரையிலும் பிடித்து சாப்பிட்ட வந்த உணவு இப்போது பிடிக்காமல் போகலாம். அவ்வாறான சூழ்நிலையில் இந்த உணவுகளை கொடப்பதை விட்டு விட்டு அவர்கள் என்னென்ன உணவுகளை விரும்பிக் கேட்கிறாரோ அதனை மட்டும் கொடுங்கள். இரவில் திடீரென்று உங்கள் மனைவி உங்களிடம் ஐஸ்கிரிம் கூட கேட்கலாம். அவ்வாறான சூழ்நிலையில் அவர்களுக்கு ஐஸ்கிரிம் வாங்க இரவு நேரத்தில் கடைக்குச் செல்வதற்கு மறுப்போ, சோம்பேறித் தனமோ படாதீர்கள்.

களைப்பு

பகல் முழுவதும் நீங்கள் வேலை செய்து

களைப்பாக இருப்பீர்கள். இந்த களைப்பை உங்களின் மனைவியிடம் காட்டாதீர்கள். அவர்கள் இப்போது உங்களின் வம்சத்தை வளர்ப்பதற்கான பணியில் ஈடுபட்டுள்ளார்கள். மனைவிக்கு எவ்வளவு களைப்பு இருக்கும் உங்களின் என்று யோசித்து பாருங்கள். அப்போது உங்கள் களைப்பு தானாகவே ஓடிவிடும். வீட்டு வேலைகளில் நீங்கள் இணைந்து உதவி செய்யுங்கள். பாத்ரூம் சுத்தம் செய்ய வேண்டி இரப்பின் அவர்களைச் செய்யச் சொல்லாமல் நீங்களே கூட செய்லாம். இந்த மாதிரியான சமயத்தில் நீங்கள் அவர்களை நாற்காலியில் உட்கார வைத்து விட்டு வேலை செய்தீர்கள் எனில் அவர்கள் பிறகு உங்களை காலம் முழுவதும் உட்கார வைத்து வேலைப் பார்ப்பார்கள்.

தூக்கம் வருவதில் சிரமம்

தாய்மை அடையப் போகும் உங்கள் மனைவி ஒரு குழந்தையை போல் தூங்குதல் வேண்டும். சில சமயங்களில் இதற்குபதிலாக அவர்கள் இரவில் தூங்காமல் விழித்துக் கொண்டிருக்கும் நிலைமை சில அசௌகரியங்களால் ஏற்படலாம். இந்த மாதிரியான சமயத்தில் நீங்கள் அவாக்ளுக்குப் பக்கத்தில் படுத்து தூங்கி குறட்டை விடுவதை விட்டுவிட்டு மனைவியுடனேயே முழித்திடுங்கள். அவர்களுக்கு கை, கால் அழுக்கி விடுங்கள். முதுகை தடவிக் கொடுங்கள். சூடான பால் மற்றும் சாப்பிடுவதற்கு தின்பண்டம் போன்றவை கொடுங்கள். அவர்களுடனேயே அமர்ந்து ஏதாவது பேசுங்கள். உங்களுக்குத் தெரிந்த பாட்டி பாடி அவர்களைத் தூங்கச் செய்யுங்கள். இந்த மாதிரியான சமயத்தில் உடல்உறவு கொள்ள வற்புறுத்தாதீர்கள். ஒருவேளை அவர்கள் விரும்பினால் மட்டும் ஈடுபடலாம்.

சிறுநீர் பிரச்சனை

முதல் மூன்று மாத்தில் உங்கள் மனைவிக்கு அடிக்கடி சிறுநீர் கழிக்க வேண்டியதாய் ஈரக்கலாம். அவர்களுக்காக எப்போதுமே பாத்ரூம் காலியாக வைத்திடுங்கள். இரவு நேரங்களில் அவர்கள் பாத்ரூம் செல்ல வேண்டிய நிலைமை வரும். அதனால் பாத்ரூம் செல்லும் வழியில் எந்த ஒரு பொருட்களையும் வைக்காதீர்கள். ஒரு இரவு விரைக்கும் எப்போதும் எரிந்து கொண்டிருக்கச் செய்யுங்கள். இரவில் பெரும்பாலும் சினிமா தியோட்டருக்குச் செல்லாதீர்கள். ஒருவேளை சினிமா தியோட்டருக்கும் செல்ல வேண்டிய சூழ்நிலை ஏற்பட்டால் உங்கள் மனைவி திரைப்படத்திற்கு இடையில் இரண்டு மூன்று முறை சிறுநீர் கழிக்கச் செல்லும் போது நீங்களும் கூடவே செல்லுங்கள் அதைப்போலவே வெளியூறுக்குச் செல்லும் போது வழியில் இரண்டு, மூன்று முறை காரை நிறுத்த வேண்டி இருப்பின் உங்கள் மனைவிக்காக இதனை செய்திடுங்கள்.

அனுதாபத்தின் அறிகுறி

"என்னுடைய மனைவி காப்பம் தரித்து உள்ளார்கள். எனக்கு மார்னிங் சீக்னெஸிற்காக அறிகுறி தென்படுகின்றதே ஏன்?"

உங்களுக்கும் மார்னிங் சீக்னெஸிற்கான அறிகுறி தென்படுகின்றதா? அடிக்கடி இப்படி நடைபெறுவது உண்டு. இதனை சிம்பதெடிக் பிரெக்னன்ஸி என்பர் உங்களுக்கும் குமட்டல், றவாந்தி வரும். பிடித்த உணவு அனைத்தும் இப்போது பிடிக்காமல் போய் விடும். பிடிக்காத உணவு அனைத்தும் பிடிக்க ஆரம்பிக்கும். களைப்பு அதிகமாக ஏற்படும். உங்களின் மனநிலையிலும் மாறுபாடு ஏற்படும்.

இந்த நாட்களில் நீங்களும் மிகவும் சோர்ந்து காணப்படுவீர்கள். இதனால் இப்பொழுது உங்கள் மனைவியின் பிரச்சனை என்ன என்பது தெரியவரும். அவர்களின் பிரச்சனையை நீங்களும் உணருவதால் உங்களுக்கு அவர்களின் மேல் அனுதாபம் ஏற்படும். உங்களின் மனைவியைப் போலவே உங்களுக்கும் கர்ப்ப காலத்தில் வேலை செய்யக்கூடிய ஹார்மோனானது வேலை செய்கின்றது என்று தெரிய வருகின்றது. உங்களின் மனைவியைப் போலவே உங்களுக்கும் வயிறு பெரிதாகுதல், மார்பு பெரிதாகுதல் போன்றவை ஏற்படாது. ஆனால் பசி எடுத்தல், வாந்தி, குமட்டல் போன்றவை இருக்கும். இப்போது நீங்களும் பரிபூர்ணமாக தாய்மையின் தகத்துவத்தை அறிந்து கொண்டு

செக்ஸைப் பற்றி

மனைவியின் காப்பத்திற்கு பிறகு உங்களின் செக்ஸ் உணர்வில் பல மாறுதல்கள் ஏற்பட்டு இருக்கலாம்.

- உங்களின் மனைவிக்கு செக்ஸ் உணர்வு வரும் வரையிலும் பொறுத்து இருங்கள்.
- வார்ம் அப் செய்திடுங்கள். உங்கள் மனைவிக்கு செக்ஸ் உணர்வை தூண்டிடுங்கள்.
- உடல் உறவின் போது மனைவிக்கு எந்தவிதமான வலியோ, அறுவறுப்போ ஏற்படாமல் பார்த்துக் கொள்ளுங்கள்.
- மனைவியின் வயிற்றின் மீது அழுத்தம் கொடுக்காதீர்கள்.
- முத்தம் கொடுத்தல், அணைத்தல், காலை வருடுதல், கையை வருடுதல் போன்ற செயல்களில் ஈடுபட்டு திருப்தி அடையுங்கள்.

இருப்பீர்கள். எனவே உங்களின் அனுதாபத்தை இப்போது மனைவியின் மீத அதிகமாக காட்டும் நேரம் வந்துவிட்டது. வீட்டைச் சுத்தம் செய்தல், சமையலில் உதவி செய்தல் என சிறு சிறு வேலைகளைச் செய்லாம். இதனால் மனைவிக்கும் உங்கள் மீது பாசம் அதிகமாகும்.

பிரசவத்திற்கு பிறகு உங்களுக்கு ஏற்பட்ட இந்த அறிகுறிகள் அனைத்தும் காணாமல் போய் விடும். ஆனால் பிரசவத்திற்குப் பறிகு சில அறிகுறிகளை நீங்கள் புதிதாகச் சந்திக்க வேண்டி வரலாம். எதிர்கால தாயைப் போலவே எதிர்காலத்த தந்தைக்கான எண்ண மாறுபாடுகள் தோன்ற ஆரம்பிக்கும்.

தனிமையாக உணர்தல்

"எனக்கும் கர்ப்பத்திற்கும் எந்த ஒரு சம்மந்தமும் இல்லை எனப்தைப் போல் நான் உணருகின்றேன் இது ஏன்?"

பெரும்பாலான தந்தைகளுக்கு ஏற்படும் மன உணர்வு தான் உங்களுக்கும் ஏற்பட்டுள்ளது. இதில் ஒன்றும் வருத்தப்பட வேண்டியது இல்லை. உங்கள் மனைவி கர்ப்பம் தரித்தவுடன் அவர்களின் முழு எண்ணமானது கருவின் மீது இருப்பதே இதற்கு முக்கியமான காரணமாகின்றது. இதனால் நீங்கள் தினமையை உணருகின்றீர்கள். உங்களுக்கும் இதில் சம பங்கு உண்டு என்பதை அடிக்கடி நீங்களே உங்களுக்கு நினைவு படுத்திக் கொண்டிருங்கள். இதனால் உங்களுக்கு தனிமை ஏற்படாது.

கவலைப் படாதீர்கள். உங்களின் மன எண்ணங்கள், உணர்ச்சிகள் அனைத்தையும் மனைவியுடன் கலந்து ஆலோசியுங்கள், மனைவியின் கர்ப்பத்தின் மீது அதிக அக்கறை செலுத்துங்கள். இதனால் உங்களுக்கு ஈடுபாடு அதிகரிக்கும். உங்களின் தனிமையைப் போக்க நீங்கள் செய்ய வேண்டியவனவற்றை பற்றி கீழே கொடுக்கப்பட்டுள்ளது.

- மருத்தவரிடம் பரிசோதிக்கச் செல்லும் போது மனைவியுடமேயே நீங்களும் செல்லுங்கள். மனைவிக்கு முழு ஒத்துழைப்பு கொடுத்திடுங்கள். மருத்துவர் கூறும் அறிவுரைகள் மற்றும் ஆலோசனைகளை தெளிவாகக் கேட்டுத் தெரிந்து கொள்ளுங்கள். ஏனெனில் நீங்கள் தான் உங்கள் மனைவி பிரசவிக்கும் வரை அவர்களையும், அவர்கள் வயிற்றில் வளரும் கருவையும் பார்த்துக் கொள்ள வேண்டியதாய் இருக்கும். மேலும் உங்கள் மனைவியின் உடலில் ஏற்படும் மாறுபாடுகள் பற்றியும் உங்களுக்குத் தெள்ளத் தெளிவாக தெரிய வரும்.
- நீங்களும் அல்ட்ராசவுண்ட் மூலமாக குழந்தையின் இதயத் துடிப்பை கேட்கலாம். நீங்களும் கர்ப்ப காலத்தில் கடைபிடிக்க வேண்டிய எல்லா

நிபந்தனைகளையும் நடைமுறைப் படுத்துங்கள். இதற்காக தலையணையை எடுத்து வயிற்றில் சொருகிக் கொள்வது. நான் கர்ப்பமாய் இருக்கின்றேன் என்ற வாசகம் அச்சிடப்பட்ட டீஷர்ட் அணிய வேண்டும் என்ற அவசியம் இல்லை. இந்நாட்களில் குடிப்பழக்கம், புகைப் பழக்கத்தை விட்டு விடுங்கள். மனைவிக்கு சத்தான உணவுகளை அளித்திடுங்கள்.

- கர்ப்ப காலம், குழந்தை பறிப்பு மற்றும் பராமரிப்பு போன்றவற்றை பற்றியெல்லாம் தெளிவாகக் கேட்டுத் தெரிந்து கொள்ளுங்கள். சின்ன சின்ன விஷயங்கள் கூட உங்களுக்கு பேருதவி புரியும். ஏதேனும் சந்தேகங்கள் ஏற்பட்டாலும் உங்களின் நண்பரின் ஆலோசனையைப் பெற்றிடுங்கள்.
- மனைவியின் கர்ப்பத்தில் வளருகின்ற உங்கள் குழந்தையுடன் தினமும் பேசிடுங்கள். இதனால் குழந்தை உங்களின் குரலை நன்றாக புரிந்து வைத்திருக்கும்.
- தினமும் ஏதாவது ஒரு பாட்டு பாடுங்கள். புராணக் கதைகள் ஏதாவது சொல்லுங்கள். இதனால் உங்களின் குழந்தை பிறந்த பிறகு குழந்தையானது உங்களின் குரலுக்கு செவி சாய்க்கும். குரலுக்கு கட்டுப்படும்.
- குழந்தைக்கு தேவையான தொட்டில், மெத்தை மற்றும் துணிகள் போன்றவற்றை ஒவ்வொன்றாக வாங்கி சேகரித்திடுங்கள், குழந்தைக்கான விளையாட்டுப் பொருட்கள், புத்தகங்கள் போன்றவற்றை வாங்கிடுங்கள். குழந்தையின் வரவை எதிர்பார்த்துக் காத்துக் கொண்டிருங்கள். இதனால் உங்களின் தனிமை குறையும்.

செக்ஸ்

"என்னுடைய மனைவி கர்ப்பம் உண்டான பிறகு அதிகமான செக்ஸ் விருப்பம் கொண்டு காணப்படுகிறார்கள். இதனால் ஏதேனும் பிரச்சனை ஏற்படுமா?"

இது முழுக்க முழுக்க ஹார்மோனின் அதிகரிப்பினால் தான் ஏற்படுகின்றது. இதற்காக நீங்கள் பயப்படவோ, கவலைப்படவோ தேவையில்லை. அவர்களின் இனப்பெருக்க உறுப்புகளில் இரத்தப் பெருக்கானது அதிகரித்துள்ளதே இதற்கு காரணமாகும். இதனால் அவர்களுக்கு செக்ஸ் உணர்ச்சி அதிக அளவில் தூண்டப்படுகின்றது. சில சமயங்களில் இதற்கு மாறாக உங்கள் மனைவிக்கு செக்ஸ் உணர்ச்சி முழுவதும் வராமலே கூட இருக்கலாம். அவர்களின் உணர்ச்சிக்கு தகுந்தாற்போல் நீங்கள் ஈடுகொடுத்து செல்ல வேண்டியதாய் இருக்கும். அதற்காக நீங்கள் உங்களை தயார்படுத்திக் கொள்ளுங்கள்.

"என்னுடைய மனைவி கர்ப்பத்திற்கு முன்னால் மிகவும் செக்ஸ் ஈடுபாடு கொண்டிருந்தார்கள். ஆனால் கர்ப்பம் என்ற தெரிந்த நாள் முதலே செக்ஸில் விருப்பம் இன்றி இருக்கிறார்கள் எதனால் இந்த மாறுதல் ஏற்படுகின்றது?"

கர்ப்பத்திற்கு முன்னர் செக்ஸில் அதிகம் நாட்டம் கொண்ட கணவனுக்கோ, மனைவிக்கோ கர்ப்பத்திற்குப் பிறகு செக்ஸில் நாட்டம் ஏற்படாமல் போவது என்பது சாதாரணமானதே இவர்களின் உடல் மற்றும் மனதில் மாறுபாடு செக்ஸில் விருப்பமின்மையை தோற்றுவிக்கும். உங்களின் மனைவியின் கவனமானது இப்போது முழுக்க முழுக்க கருவின் மீதே இருக்கும். இதனால் செக்ஸில் ஈடுபாடு குறையும். அவர்களின் உறுப்புகளில் ஏற்படும் மாறுபாடு கூட ஒரு காரணம் ஆகலாம். இந்த மாதிரியான சமயங்களில் நீங்கள் பொறுத்துக் கொள்ள வேண்டியதாய் இருக்கும். உங்களின் குழந்தை மற்றும் மனைவியின் மீது உங்களுக்கு ஈடுபாடு அதிகமாகவே இருக்க வேண்டும்.

கர்ப்ப காலத்தில் உங்கள் மனைவியின் முதுகு மற்றும் கால்களில் வலி ஏற்படும். உங்களுக்கு இருவருக்கு இடையான பிரியத்தில் கூட வேறுபாடு ஏற்படும். நீங்கள் அவர்களை உடல்உறவிற்கு அணுகும் போது அவர்கள் மாறுப்பு தெரிவிக்க வாய்ப்பு உண்டு.

ஒருவேளை அவர்கள் மறுப்பு தெரிவிக்கும் போது நீங்கள் அவர்களை வற்புறுத்த கூடாது. அதற்கு பதிலாக கைகளை இணைத்தால், கால்களை இணைத்தால் போன்ற செயல்களில்

ஈடுபடலாம்.

ஆறாவது மாதத்திற்கு பிறகு அவர்களின் ஆசை மீண்டும் வரலாம். அப்போது நீங்கள் உடல் உறவு கொள்ளலாம். அது வரை நீங்கள் பொறுத்து இருப்பது மிக மிக அவசியம்.

மனைவியை சந்தோஷப்படுத்தும் விதத்தில் அவர்களுக்கு பிடித்தமான செயல்களை செய்வது. உணவு பொருள்களை சமைத்து கொடுப்பது, ஊட்டிவிடுவது போன்ற செயல்களை செய்யலாம். கர்ப்பத்தில் கூட நீ மிகவும் அழகாய் இருக்கிறாய் என்று கூறி அவர்களை உச்சுகுளிர வைக்கலாம்.

"கர்ப்ப சமயத்தில் எனக்கு உடல்உறவில் ஈடுபாடு இல்லை. இது எவ்வாறு ஏற்படுகின்றது?"

எதிர்கால தாய் போல், எதிர்கால தந்தை போல் உடல் உறவில் ஈடுபாடு இல்லாமல் போவதே சாதாரணமானதே. உங்களுக்கு உடல் உறவில் ஈடுபாடு இல்லாமல் போனதற்கு பல காரணங்கள் உண்டு. நீங்கள் இருவருமே கர்ப்பத்ததை நினைத்து மிகவும் கவலைப்பட்டிருக்கலாம் அதற்கு அதிக அழுத்தம் கொடுத்திருக்கலாம். எதிர்காலத்தில் பிறக்க போகும் உங்கள் குழந்தையை நினைத்து அதிக கவலை கொண்டு இருக்கலாம். உங்கள் மனைவியின் உடல் உறுப்புகளில் ஏற்படும் மாற்றத்தை எண்ணி கவலைப்பட்டிருக்கலாம். உடல் உறவு கொள்ளுவதால் மனைவிக்கு ஏதுவும் சங்கடம் ஏற்படுமே என்று கவலை பட்டிருக்கலாம். குழந்தை கருவில் சரியாக பெருந்தியிருக்கிறாதா என்பதை பற்றி கவலை பட்டியிருக்கலாம்.

பலமுறை கணவன், மனைவி இருவரும் ஒன்றாக இணைந்து மனம் விட்டு பேசிக்கொள்ளதாது கூட ஒரு காரணம் ஆகின்றது. உங்களுக்கு உடல்உறவு கொள்ள எண்ணும் போது உங்கள் மனைவி மறுத்திருக்கலாம். அதிலிருந்து உங்களுக்கு உடல் உறவு கொள்ளுவதற்கு தயக்கம் ஏற்பட்டிருக்கும்.

உடல் உறவு பற்றிய சந்தனை விட்டுவிட்டு மனைவியையும் அவர்களின் வயிற்றில் வளரும் கருவை பற்றியும் எண்ணம் கொள்ளுங்கள்.

இது உங்களின் ஹார்மோன்

மனைவியின் பிரசவ ஹார்மோனைப் போலவே உங்களுக்கும் பிரசவ கால ஹார்மோன் சுரக்கின்றது. உங்களுக்கும் மிருதுவான தன்மை ஏற்படும்.

பிரசவமான 3 முதல் 6 மாதங்களுக்கு பிறகு சாதாரணமான நிலைமை ஏற்படும். செக்ஸ் என்பது வாழ்க்கையில் ஒரு இனிமையான தருணத்தை உண்டு பண்ணுகின்றது.

மனைவியை திருப்தி படுத்தும் விதத்தில் முத்தம் கொடுப்பது, அணைப்பது போன்ற செயல்களில் ஈடுபடுங்கள். இதனால் இருவருக்குமே உடல் உறவு கொள்ளும் விருப்பம் தோன்றும். ஆறாவது மாதத்திற்கு பிறகு அவர்களின் ஆசை மீண்டும் வரலாம். அப்போது நீங்கள் உடல் உறவு கொள்ளலாம். அது வரை நீங்கள் பொறுத்து இருப்பது மிக மிக அவசியம். மனைவியை சந்தோஷப்படுத்தும் விதத்தில் அவர்களுக்கு பிடித்தமான செயல்களை செய்வது. உணவு பொருள்களை சமைத்து கொடுப்பது, ஊட்டிவிடுவது போன்ற செயல்களை செய்யலாம். கர்ப்பத்தில் கூட நீ மிகவும் அழகாய் இருக்கிறாய் என்று கூறி அவர்களை உச்சுகுளிர வைக்கலாம்.

மனைவியின் கர்ப்பத்தினால் தான் உங்களுக்கு செக்ஸ்ல் ஈடுபாடு குறைந்தது என்று ஒருபோதும் எண்ணாதீர்கள். பிரசவத்திற்கு பிறகு இந்த நிலைமையானது முழுவதும் மாறலாம்.

"மருத்துவர் கர்ப்ப சமயத்தில் உடல்உறவு கொள்ளுவது பாதுகாப்பானதே என்று கூறுகிறார். ஆனால் எனக்கு என் மனைவியில் வயிற்றில் வளரும் கருவை நினைத்து பயமாக உள்ளது. இப்போது நான் என்ன செய்வது?"

எல்லா தந்தைகளுக்கு இது ஏற்படுவது

சாதாரணமானதே. உங்கள் மனைவி மற்றும் கருவை நினைத்து நீங்கள் அக்கறை கொள்ளுவது மிகழ்ச்சியான விஷயம்.

நீங்கள் இப்போது பயப்படுவதை விட்டுவிட்டு மருத்துவரின் ஆலோசனை நடைமுறைப்படுத்துங்கள். மருத்துவர் உங்களுக்கு பச்சை கொடி காட்டிவிட்ட பிறகு நீங்கள் பயப்படுவதில் அர்த்தம் இல்லை. உங்கள் மனைவிக்கு அழுத்தம் கொடுக்கமல் மட்டும் பார்த்து கொள்ளுங்கள். உடல் உறவில் வேகம் காட்டாதீர்கள். முத்தம் கொடுப்பது, அணைப்பது போன்றவற்றில் அதிக ஈடுபாடு கொள்ளுங்கள். உங்கள் மனைவி விருப்பம் அறிந்து நடந்து கொள்ளுங்கள். ஒருவேளை உங்கள் மனைவி மறுப்பு தெரிவித்தால் நீங்கள் உடல் உறவு கொள்ள தேவையில்லை. மருத்துவர் உடல் உறவு கொள்ளளாம் என்று கூறி இருப்பதால் நீங்கள் பயத்தை விட்டுவிடுங்கள்.

ஒருவேளை உங்களுக்கு இன்னும் பயம் போகவில்லையெனில் உங்கள் மனைவியிடம் இதை பற்றி மனைவியிடம் மனம் விட்டு பேசிவிடுங்கள்.

கர்ப்ப காலத்துடன் இணைந்த கனவு

"எனக்கு விசித்திரமான கனவு வருக்கின்றன. அந்த கனவுகள் எனக்கு புரியவும் இல்லை. இது எதனால் ஏற்படுகின்றது?"

மனைவியின் கர்ப்பம் கேள்விப்பட்டதிலிருந்து நீங்கள் ஒரு புது கற்பனை உலகில் மிதந்து கொண்டிருப்பீர்கள். அதன் காரணமாக உங்களின் தூக்கத்தில் வித்திரமான கனவுகள் வர வாய்ப்பு உண்டு. ரோலர் கோஸ்டர் போல உங்கள் மனது இங்கேயும் அங்கேயும் அலைபாய்ந்து கொண்டு இருக்கும் இதனால் உங்கள் கனவில் நல்ல, கெட்ட, விசித்திரமான கனவுகள் வர வாய்ப்பாகிறது. சில சமயங்களில் குழந்தையை நினைத்து நீங்கள் யோசித்து எல்லாம் கனவில் பிராதிப்பலிக்கும்.

இனிமேல் வரும் கனவுகளில் கூட உங்கள் முழு குடும்பமும் வரும். உங்களின் அம்மா, அப்பா, தாத்தா, பாட்டி இவர்கள் இணைந்த கனவுகளும் வரும். எதிர்காலத்தில் என்ன என்ன செய்ய வேண்டும் என்று நீங்கள் நினைத்திர்களே அவை எல்லாம் கனவில் வரும். உங்கள் கனவில் உங்கள் குழந்தையின் உருவம் கூட வரும். நீங்களும் கர்ப்பம் தரித்திருப்பது போன்ற கனவும் வரும். எனவே கனவை பற்றி பயம் கொள்ளாதீர்கள். மனைவியிடம் கனவில் கண்டதை பற்றி கூறாதீர்கள். ஒருவேளை நல்ல கனவாக இருந்தால் மட்டும் மனைவியிடம் கூறுங்கள். நடுஇரவில் பயங்கரமான கனவு கண்டு தூக்கம் கலைந்தால் கனவு கண்டு தூக்கம் கலைந்தாக மனைவியிடம் கூறாதீர்கள்.

துங்குவதற்கு முன்னால் நல்ல படங்கள், குழந்தை படங்கள், சாமி படங்கள் போன்றவற்றை நன்றாக ஆழ்ந்து பார்த்து விட்டு தூங்க செல்லுங்கள். நல்ல கனவை காணும்போது மட்டும் மனைவியிடம் பரிமாறுங்கள்.

உணர்ச்சியில் ஏற்ற இறக்கம்.

"நான் கர்ப்ப காலத்தில் உணர்ச்சியில் ஏற்ற இறக்கம் ஏற்படும் என்று படித்திருக்கின்றேன். ஒருநாள் உணர்ச்சி மிகவும் நன்றாக உள்ளது மறுநாள் உணர்ச்சி கெட்டுவிடுகின்றது. இது எனக்கு புதிய அனுபவமாக உள்ளது. ஏன் இப்படி ஏற்படுகின்றது என்று கூறுங்கள்? "

இது காப்ப காலத்தில் ஏற்படும் ஹார்மோனின் மாறுபாடு ஆகும். உங்களின் மனைவி தன்னுடைய கர்ப்பத்தை நினைத்தே எப்பொழுதும் இருந்து கொண்டு இருப்பதால் உங்களை கவனிக்காமல் இருப்பார்கள். இதனால் உங்களுக்கு ஒருநாள் கோபம் வரும், எரிச்சல் வரும், வெறுப்பு வரும். மறுநாள் மனநிமையில் மாற்றம் ஏற்பட்டு சாதரணமாகிவிடுவீர்கள். கீழ் காணும் சில வழி முறைகளை நீங்கள் பின்பற்றி உங்களின் உணர்ச்சிகளை ஒரே நிலைமையில் வைத்திடுங்கள்:-

தைரியமாக இருங்கள்:-

கர்ப்பம் என்பது ஒன்பது மாதம் காலம் தான். இந்த ஒன்பது மாத காலமும் நீங்கள்

உங்களின் உணர்ச்சியை கட்டுப்பாட்டில் வைத்திருக்க வேண்டும். தைரியத்தை விட்டுவிட கூடாது.

எப்போழுதும் போல இருங்கள்

மனைவியின் கோபம், தபம், அன்பு, விருப்பு, வெறுப்பு, பாசம் போன்றவற்றில் எல்லாம் உங்களுக்கு பங்கு உண்டு. மனைவியின் ஒவ்வொரு அசைவும் உங்களை பாதிக்கும். எனவே நீங்கள் எப்போழுதும் போல இருங்கள். ஒருவேளை மனைவி உங்களிடம் கோபப்பட்டால் கூட நீங்கள் பொறுத்து கொள்ளுங்கள்.

உதவி செய்யுங்கள்

மனைவிக்கு உங்களால் முடிந்தவரை உதவி செய்யுங்கள். இருவரும் ஒன்றாகவே அமர்ந்து சாப்பிடுவது, உலாவச்செல்லுவது, ஒன்றாக அமர்ந்து தொலைகாட்சி பார்ப்பது போன்றவற்றை செய்யுங்கள். இதனால் மனைவியின் மீது பிரியம் அதிகரிக்கும்.

வீட்டு வேலை

பாத்திரம் துலக்குவது, வீட்டை சுத்தப்படுத்துவது, துணி துவைப்பது, அயர்ன் செய்வது போன்ற வீட்டு வேலைகளை செய்யுங்கள். இதனால் மனைவிக்கு உங்களின் மீது பிரியம் அதிகரிக்கும்.

பிரசவத்தின் போது உங்களின் உணர்ச்சி

"என் மனைவி கர்ப்பம் என்று தெரிந்ததில் இருந்து எனக்கு டிப்பரேஷன் அதிகமாகி விட்டது. இது எதனால் ஏற்படுகின்றது?"

மனைவியின் கர்ப்பத்தின் போது கணவருக்கு டிப்பரேஷன் ஏற்படுவது உண்டு. உங்களுக்கும் மனைவியை போலவே ஹார்மோன்களின் சுரப்பு அதிகமாக இருக்கும். உங்களுக்கும் பயம், வெறுப்பு, அமைதியின்மை போன்றவை ஏற்படும்.

உங்களின் உணர்ச்சிகளை வெளிகாட்டதீர்கள். அதிக நேரம் உங்களின் மனைவியுடன் பேசிடுங்கள். நண்பர்களிடம் இதை பற்றி ஆலோசனை செய்திடுங்கள். மேலும் உங்களுக்கு விவரம் தேவைப்படின் புத்தகம் மற்றும் இன்டர்நெட் உதவி பெறுங்கள்

- உங்களின் உடலில் சுரக்ககூடிய என்டர்பின் சுரப்பி உங்களின் விருப்பு, வெறுப்புகளை மாறுபடுத்திருகின்றது.
- உங்களின் குழந்தைக்காக நீங்கள் செய்ய வேண்டி செயல்களை நினைத்து பயம் கொள்ள தோன்றும்.
- குடிப்பழக்கத்தை விட்டுவிடுங்கள். ஒருவேளை உங்களின் மனைவியின் கர்ப்பத்திற்கு பிறகு குடிப்பழக்கத்தை விட்டு இருந்தால் உங்களுக்கு டிப்பரேஷன் அதிக அளவில் ஏற்பட வாய்ப்பு உண்டு.
- மனதை இலேசாக வைத்துக் கொள்ளுங்கள். இதற்கு மேலும் டிப்பரேஷன் அதிக இருந்தால் மருத்துவரை கலந்து ஆலோசியுங்கள்.

பிரசவத்தை நினைத்து கவலை

"எனக்கு குழந்தை பிறப்பதை நினைத்து மிகவும் மிகழ்ச்சியே ஆனால் என் மனைவியின் பிரசவத்தை நினைத்து கவலையாக இருக்கிறது?"

பொருப்பாலன தந்தைகளுக்கு இவ்வாறு ஏற்பட வாய்ப்பு உண்டு. நூற்றுக்கணக்கான பிரசவ செய்விக்கும் மருத்துவர் கூட தன் மனைவியின் பிரசவத்தின் சமயத்தில் பயப்புடுவது சகஜமானது.

நீங்கள் உங்களின் பயத்தை கட்டுப்பாட்டிற்குள் வைத்துருக்க வேண்டும். இதனை பற்றி உங்கள் மனைவியிடம் கூற கூடாது.

தேவைப்பட்டால் பிரசவ சிகிச்சை நிபுணரை ஆலோசித்து உங்களின் பயத்தை குறைத்து கொள்ளுங்கள். இன்டர்நெட் மற்றும் புத்தகங்களை படித்து தெளிவுபெறுங்கள். பிரசவம் சம்மந்தப்பட்ட சி.டி பார்த்திடுங்கள். உங்கள் நண்பரிடம் உங்களின் பயத்தை கூறி உதவி பெறுங்கள். நீங்கள் கொள்ளும் பயமானது உங்கள் மனைவியை பாதிக்ககூடாது. நீங்கள் பயப்படீர்கள் என்று மனைவிக்கு தெரியவும் கூடாது.

உங்கள் தாயை சந்தித்து உங்களுக்கு ஏற்பட்டுள்ள மன பயத்தை போக்குமாறு

கூடவே இருங்கள்

எதிர்காலத் தந்தையாகப் போகும் நீங்கள் உங்கள் மனைவியின் அருகிலேயே இருக்க வேண்டும். முடிந்தால் ஆபிஸிற்கு விடுமுறை அளித்திடுங்கள். எப்போதும் மனைவியை கவனிப்பதிலேயும், அரவணைப்பதிலேயும் உங்களின் கவனம் இருக்க வேண்டும்.

குழந்தை பிறந்த பிறகு மனைவியை முழுக்க முழுக்க அரவணைத்திடுங்கள். ஆபிஸிற்கு சென்ற பிசு கூட மனைவிக்கு அடிக்கடி தொலைபேசி செய்து பேசிடுங்கள். மனைவியை மருந்து எடுத்துக்கச் சொல்லி ஞாபகம் படுத்திடுங்கள்.

வேண்டுதல் வையுங்கள்.

"இரத்தம் பார்த்தவுடனே எனக்கு மயக்கம் வந்துவிடும் என் மனைவியின் பிரசவத்தை நான் எப்படி எதிர்கொள்ளுவது?"

பெரும்பாலான தந்தை பிரசவத்தை நினைத்து பயப்படுவதை விட இரத்தத்தை நினைத்தை பயம் கொள்கிறர்கள். நீங்கள் இரத்தத்தை நினைத்து பயப்பிடாமல் உங்களின் குழந்தையை எண்ணி கனவு காணுங்கள்.

இரத்தத்தை கண்டவுடன் மயக்கம் ஏற்பட்டால் அந்த இடத்தில் இருக்காதீர்கள். உங்களை பார்த்து உங்களின் மனைவிக்கு பயம் ஏற்படும்.

"என்னுடைய மனைவிக்கு பிரசவ சமயத்தில் சி.செக்ஷன் செய்யப்பட்டது. இப்போது நான் என்ன செய்ய வேண்டும்?"

சி.செக்ஷன்ங செய்யப்பட்டதை நினைத்து நீங்கள் கவலைப்படவேண்டாம். உங்கள் மனைவியும் குழந்தையும் நன்றாக கவனித்து கொள்ளுங்கள். நீங்கள் பயப்படீர்கள் எனில் அவர்களை யார் பார்த்து கொள்ளுவது. கணவன் மனைவி இருவருமே இணைந்து மருத்துவரின் ஆலோசனை பெற்றிடுங்கள்.

சி. செக்ஷன் மிகவும் பாதுகாப்பானது. இந்நாட்களில் அதிக அளவில் எல்லா மருத்துவமனைகளிலுமே சி.செக்ஷன் செய்யப்படுகின்றது.

வாழ்க்கையில் ஏற்படும் மாறுபாடு

"அல்ட்ராசவுண்டில் என்னுடைய குழந்தையின் உருவத்தை பார்த்திருந்து எனக்கு மிகவும் உற்சாகமாக இருக்கிறது. மேலும் பயமாக இருக்கிறது. என்னுடைய வாழ்க்கையில் என்ன என்ன மாறுபாடுகள் ஏற்படும்?"

உங்களின் குழந்தை உங்களின் வாழ்க்கையில் மிகப்பெரிய ஒரு மாறுதலை உண்டுபண்ணும். எல்லா தாய், தந்தைக்கும் இது ஏற்படுவது இயல்பானது. உங்களின் குழந்தையை நினைத்த கனவுகள் ஒருபுறம் இருக்க அதனால் ஏற்படும் உங்களின் வாழ்க்கை மாறுபாட்டை நீங்கள் கவனத்தில் கொள்ளுதல் அவசியம். கீழே கொடுக்கப்பட்டுள்ள சில விஷயங்களில் கவனம் கொள்ளுங்கள்:

எதிர்கால தந்தை

நான் என்னுடைய குழந்தைக்கு ஒரு சிறந்த தந்தையாக எதிர்காலத்தில் இருப்பேன் என்று மனதில் உறுதி கொள்ளுங்கள். இதனால் உங்களின் மன பலம் அதிகமாகும்.

வாழ்க்கையில் மாறுதல்

உங்களின் குழந்தையால் உங்களின் வாழ்க்கை முழுவதும் மாறுபட்டுவிடும். கணவன், மனைவி இருவருக்குமே இதனுடைய பாதிப்பு இருக்கும். பிரசவத்திற்கு பிறகு மனைவிக்கு ஒருவிதமான வலி இருப்பினும், உங்களுக்கே எல்லா விதமான பிரச்சனைகளும்

ஏற்படும். கணவன், மனைவி இருவருக்கும் இடையான நெருக்கமும் குறையும். இருவருமே குழந்தையை நினைத்தே கவலை கொள்ளுவீர்கள். ஒருவருக்கு ஒருவர் பரிவு காட்டுவது கூட குறைந்துவிடும். நாள் முழுவதும் குழந்தையை கவனிப்பது, வீட்டு வேலை செய்வது என உங்களின் மனைவி ஓயாமல் உழைப்பார்.

குழந்தை பராமரிப்பு

குழந்தை பிறந்த பிறகு அதனுடைய பராமரிப்பிலேயே கணவன், மனைவி இருவரும் அதிக அக்கறை கொள்ளுவீர்கள். குழந்தையின் டயப்பர் மாற்றுவதிலிருந்து உணவு ஊட்டுவது வரை இருவரும் முழுவதும் அக்கறை கொள்ளுவீர்கள். இதனால் இருவருமே அவர் அவர்களை பற்றி அக்கறை கொள்ளுவது குறைந்து விடும்.

வேலையில் ஈடுபாடு

குழந்தைக்கு தேவையான வேலையை செயிடுவதில் கணவன், மனைவி இருவருமே அதிக அக்கறை கொள்ளுவீர்கள். இதனால் விட்டு வேலையில் கூட தொய்வு ஏற்படலாம். ஒருபோதும் உங்களின் அலுவலக வேலையை வீட்டிற்கு கொண்டுவராதீர்கள். அலுவலகத்திற்கும் தேவையான போதும் விடுமுறை கொடுத்து விடுங்கள்.

வாழ்க்கை முறையில் மாறுபாடு

குழந்தை பிறப்பதற்கு முன்பு இருந்த வாழ்க்கையை முறையிலிருந்து இப்போது முற்றிலும் நீங்கள் மாறவேண்டி இருக்கும். இப்போழுது நீங்கள் முழுக்க முழுக்க குழந்தைக்காகவே எல்லாம் அனுசரித்து செல்ல வேண்டி இருக்கும். உங்களுக்கு பிடித்தமான பல வேலைகள், உணவுகள் போன்றவற்றை விட வேண்டி இருக்கும். எல்லாமே சில காலம் வரைதான். பிறகு உங்களின் பழைய நிலைமைக்கு நீங்கள் வந்து விடலாம். அதுவரை நீங்கள் பொறுத்து கொள்ளுங்கள்.

பெரிய குடும்பம

பெரிய குடும்பத்தில் உங்களின் குழந்தை பிறந்து இருந்தால் செலவு என்பது கட்டுக்கடங்கமால் இருக்கும். இதனால் உங்களுக்கு ஒருவித மனக் கலக்கம் ஏற்படும். செலவை நினைத்து கவலை கொள்ளாதீர்கள். குழந்தைக்கு தேவையான பால் பவுடர், மருந்து, சோப்பு, ஷாம்பு போன்றவை வாங்குவதில் அதிக செலவு ஏற்படும். உங்களின் உறவினர்களிடம் குழந்தைக்கு தேவையானதை வாங்கி கொடுக்கும்படி விண்ணப்பம் வைத்திடுங்கள். மேலும் இது ஒரு சந்தோஷமான செலவு தான் எண்ணிடுங்கள்.

குழந்தையின் சிரிப்பை மனதில் எண்ணிக்கொண்டே செலவு செய்தீர்கள் எனில் உங்களின் வருத்தம் காணாமல் போய்விடும்.

அப்பாவிற்கான மனபயம்

"எனக்கு தந்தையாக வேண்டும் என்று ஆசை உள்ளது. ஆனால் குழந்தை பராமரிப்பு பற்றி பயமாக உள்ளது."

பெரும்பாலான தந்தைக்கு இது ஏற்படுவது உண்டு. தாயயை விட தந்தையை இதை நினைத்து அதிக கலக்கம் கொள்கிறர்கள். ஆனால் இதில் பயப்பிட ஒன்றும் இல்லை. உங்களின் பயம் குழந்தை பராமரிப்பை விட செலவு செய்வதை நினைத்து தான் அதிகமாக இருக்கும். உங்களின் மனைவிக்குதான் இந்த பயம் வரவேண்டும். உங்களுக்கு தேவை இல்லாதது. இதற்காக நீங்கள் டிரெயினிங் எடுத்துக் கொள்ளுதல் அவசியம்.

உங்களின் நண்பரிடம் ஆலோசனை பெறுங்கள். புத்தகம், இன்டர்நெட் நாடுங்கள்.

தாய் பால்

"என் மனைவி தாய்பால் கொடுப்பதற்கு யோசித்துக் கொண்டிருக்கிறாள். இதனால் எனக்கும் கவலையாக உள்ளது. நான் என்ன செய்வது?

பிறந்த குழந்தைக்கு தாய்ப்பால் கொடுப்பது மிக மிக அவசியம். உங்கள் மனைவிக்கு இதனை தெளிவுப்படுத்துங்கள். அவர்களின் அழகு, உடல் உறுப்பில் மாறுபாடு ஏற்படாது என்று உறுதிப்பட கூறிடுங்கள். தாய்ப்பால் குழந்தைக்கு அமிர்தம் போன்றது இதன்னால் குழந்தைக்கு ஆரோக்கியம், வலிமை கிடைக்கும். குழந்தையின் வளர்ச்சி வெகு விரைவில் ஏற்படும். மேலும் உங்கள் மனைவிக்கும் மார்பாக புற்றுநோய் வராமல் தடுக்கப்படும்.

தாய்ப்பால் குடிப்பதால் உங்கள் குழந்தை நோய் எதிர்ப்பு சக்தி அதிகரிக்கும். உங்கள் மனைவிக்கு இதற்கான பயிற்சியே அல்லது ஆலோசனையே கொடுப்பதில் உங்களின் பங்கு அதிகமாக இருக்க வேண்டும். புட்டிபால் குடிக்கும் குழந்தைகளை விட தாய் பால் குடித்து வளரும் குழந்தைகளை ஒப்பிட்டு உங்கள் மனைவிக்கு ஆலோசனை செய்திடுங்கள். உங்கள் வீட்டில் உள்ள பெரியவர்களை அணுகி உங்கள் மனைவிக்க அறிவுரை கூற செய்திடுங்கள்.

பிரவத்திற்குப் பிறகு செக்ஸ்

பிரசவத்திற்குப் பிறகு உங்கள் மனைவிக்கு செக்ஸ் உணர்வு குறைவாக இருக்கலாம். எனவே அவர்களை வற்புறுத்தாதீர்கள். அவர்களுக்கா விருப்பம் வரும் வரையிலும் பொறுத்துக் கொள்ளுங்கள்.

"என் மனைவி குழந்தைக்கு தாய்ப்பால் கொடுக்கிறர்கள். இதனால் எனக்கு ஒருவித தனிமையை உணருகிறேன். இது எதனால் ஏற்படுகின்றது?"

உங்களால் கர்ப்பம் தரிக்க முடியாத குழந்தை பிறப்பிக்க முடியாது குழந்தைக்கு தாய்ப்பால் கொடுக்க முடியாது. இவையெல்லாம் உங்கள் மனைவி செய்யும் போது உங்களுக்கு ஒருவித பொறமை கலந்த உணர்வு ஏற்படும். இதன் காரணமாகவே உங்களுக்கு இவ்வாறு தனிமையே உணருகின்றீர்கள்.

தாய்பால் கொடுக்கும் போது

உங்களின் குழந்தை தாய்ப்பால் குடிக்கும் போது அதன் அருகில் அமர்ந்து குழந்தை பால்குடிக்கும் அழகை ரசித்திடுங்கள். தேவைப்பட்டால் குழந்தை தாய்யிடம் பால் குடிக்க உதவி செய்திடுங்கள். மனைவிக்கு பால் போதவில்லையெனில் பாட்டிலில் பால் நிரப்பி அதனை உங்கள் மனைவி கொடுப்பது போலவே நீங்கள் கொடுத்திடுங்கள். இதனால் உங்கள் மனைவிக்கும் ஓய்வு கிடைக்கும்.

குழந்தை தூங்குவதற்கு முன்னால் தூங்காதீர்கள்

குழந்தை தூங்குவதற்கு முன்னால் ஒருபோதும் தூங்காதீர்கள். குழந்தை இரவில் முழித்திருக்கும் வரையிலும் குழந்தை கூடவே பாட்டு பாடுவது, பேசுவது, விளையாட்டு காட்டுவது போன்ற செயல்களில் ஈடுபாடுங்கள். குழந்தைக்கு தாலாட்டு பாடிடுங்கள்.

மற்ற வேலைகளில் உதவி

குழந்தையை குளுப்படுவது, பவுடர் அடிப்பது, சாட்டை மாட்டுவது போன்ற சிறு சிறு வேலைகளை செய்திடுங்கள்.

மூட் மீது பார்வை

உங்களின் மனைவி பறிந்த குாந்தையை கவனிப்பதிலேயே அவர்களின் நேரத்தை செலவிடுவார்கள். எனவே அவர்களை நீங்கள் கவனித்துக் கொள்ள வேண்டும். இதனால் உங்களுக்கு டிப்ரஸன் வரலாம். அப்போது மருத்துவரின் ஆலோசனைப் பெறுவது அவசியம்.

உறவு

நான் என்னுடைய குழந்தையின் வரவுக்காக மிகவும் எதிர்பார்ப்புடன் இருக்கின்றேன். இது எனக்கு ஒரு வித்தியாசமான அனுபவமாக உள்ளது. ஏன்?.

திருமணத்திற்கு பிறகு ஒரு புது பந்தம் வருவது என்பது கடவுளின் அனுக்கிரகமாகும். இதனை நினைத்து நீங்கள் மிகவும் மிகழ்ச்சி கொள்ள வேண்டும். உங்களை தந்தை என்ற பதவிக்கு உயர்த்த ஒரு குழந்தை பிறக்க போகிறது. இது உங்களுக்கான ஒரு புத உறவு. கணவன், மனைவி

மன மாறுதல்

உங்களின் இருவரின் ஆசையால் பறிந்ததே உங்கள் குழந்தை அந்த குாந்தையால் உங்கள் இருவருக்குமே இப்போது மன மாறுதல் ஏற்பட்டு இருக்கும். எந்த விதமான மன மாறுதல் ஏற்பட்டாலும் இருவருமே அதனை சமாளிக்க வேண்டியதாய் இருக்கும்.

பிரவத்திற்குப் பிறகு செக்ஸ்

பிரசவத்திற்குப் பிறகு உங்கள் மனைவிக்கு செக்ஸ் உணர்வு குறைவாக இருக்கலாம். எனவே அவா்களை வற்புறுத்தாதீர்கள். அவர்களுக்கா விருப்பம் வரும் வரையிலும் பொறுத்துக் கொள்ளுங்கள்.

இருவருமே இதனை நினைத்து பெருமிதம் கொள்ள வேண்டும்.

"என்னுடைய குழந்தை பிறந்த நான்கு ஐந்து நாட்களுக்கு பிறகே எனக்கு அதன் மீது பிரியம் ஏற்பட்டது. இது எதனால் ஏற்பட்டது. இது எதனால் தாமதம் ஆகியது?"

திருமணம் ஆன சில மாதங்களிலேயே உங்களின் மனைவி கர்ப்பம் தரித்திருந்தால் இவ்வாறாக உங்களுக்கு ஏற்பட வாய்ப்பு உண்டு. ஏனெனில் உங்களின் மனதில் இதற்கான ஒரு மாறுபாட்டை நீங்கள் உணர்ந்திருக்க மாட்டீர்கள். திருமணம் ஆன புதுதில் இருக்க வேண்டிய மகிழ்ச்சியில் சிறிது குறைபாடு ஏற்பட்டிருக்கலாம். இதனால் உங்களின் மன மாறுபாடு அதிகமாகி உள்ளது. நான் குழந்தை பிறந்த நான்கு ஐந்து நாட்களுக்கு பிறகு குழந்தையை பார்க்க பார்க்க உங்களுள் பாசம் அதிகரித்து நீங்கள் குழந்தையின் மீது பிரியம் காட்ட தொடங்கி இருப்பீர்கள்.

குழந்தையின் இளம் முகம், கை, கால், காது, மூக்கு, கண் இவற்றை எல்லாம் தொடும்போதும் உங்களுக்கே ஒருவித மலர்ச்சி ஏற்பட்டு குழந்தையின் மீது பாசம் காட்ட ஆரம்பிப்பீர்கள்.

"என் மனைவி தாய்ப்பால் கொடுத்து வருகிறார்கள். இதனால் அவர்களின் மார்பகத்தின் மீது எனக்கு விருப்பம் இல்லை. இது எதனால் ஏற்பட்டது?"

குழந்தை தாய்ப்பால் குடிக்கும் வரையிலும் இவ்வாறாக உங்களுக்கு தோன்றும். அதற்கு பிறகு சரியாகிவிடும். குழந்தைக்கான உணவு தாய்ப்பால் ஒன்று மட்டுமே என்று நினைவில் கொள்ளுங்கள்.

தாய்ப்பால் நிறுத்திய பிறகு உங்களுக்கு உங்கள் மனைவியின் மார்பகத்தின் மீது விருப்பம் வரலாம். அது வரை பொறுத்திருங்கள்.

பிரசவத்திற்கு பிறகு

"என்னுடைய மனைவி பிரசவத்தின் போது மிகவும் சிரமம்பப்பட்டார்கள். இதனால் அவர்களின் பிரசவத்திற்கு பிறகு எனக்கு செக்ஸில் நாட்டம் குறைந்து விட்டது. ஏன் எவ்வாறு ஏற்பட்டது?"

உங்களின் மனைவியின் பிரசவத்திற்கு பிறகு உங்களுக்கு செக்ஸில் குறைபாடு ஏற்பட்டு இருப்பதற்கு பல காரணங்கள் உண்டு. உங்கள் மனைவி பிரசவத்தின்ன போது பட்ட சிரமம், வேதனை தான் இதற்கு முழுமுதற் காரணம். மேலும் இப்போழுது குழந்தை தூக்கத்திலிருந்து எழுந்துவிடுமோ என்று பயமும் அதிகமாக இருக்கும். மனைவியும் அதிக வேலையின் காரணமாக களைப்புடன் தூங்குவதை கண்டு உங்களுக்கு செக்ஸில் ஈடுபாடு குறைந்திருக்கலாம்.

உங்களின் மனைவியை ஒருமுறை நீங்கள் அணுகி அவர்கள் மறுப்பு தெரிவித்திருந்தால் அது கூட உங்களை பாதித்திருக்கும். இவை அனைத்தும் சில மாதங்கள் வரை இருக்கும். பிறகு சரியாகி விடும்.

உங்கள் மனைவியை உடல் உறவு கொள்ள வற்புறுதாதீர்கள். அவர்களுக்காகவே விருப்பம் வரும்போது உடல்உறவு கொள்ளுங்கள்.

மூட் மீது பார்வை

உங்களின் மனைவி பறிந்த குாந்தையை கவனிப்பதிலேயே அவர்களின் நேரத்தை செலவிடுவார்கள். எனவே அவர்களை நீங்கள் கவனித்துக் கொள்ள வேண்டும். இதனால் உங்களுக்கு டிப்ரஸன் வரலாம். அப்போது மருத்துவரின் ஆலோசனைப் பெறுவது அவசியம்.

பாட்டி தாத்தாவின் அடையாயம்

"என்னுடைய மனைவிக்கும் எனக்கும் இப்போது வாக்குவாதம் அதிகமாக உள்ளது. குழந்தை பிறந்த பிறகு குழந்தையை கவனிக்க எனது தாய், தந்தையை அழைக்கத்தான் வேண்டுமா என்று கூறிடுங்கள்?"

பிறந்த குாந்தையை கவனித்துக் கொள்ள வயதான தாத்தா, பாட்டிகளில் ஒத்துழைப்பு அவசியம் தேவைப்படுகின்றது. அவர்களின் ஒத்துழைப்பு உங்களுக்கு மிக மிக அவசியம் பாட்டி வைத்தியம் உங்கள் குழந்தைக்கு மிகவும் அவசியம். நீங்களோ அல்லது உங்கள் மனைவியோ குழந்தை விஷயத்தில் தவறு செய்ய நேர்ந்தால் அதனை அவர்களே முன்னின்று திருத்துவார்கள்.

குழந்தைக்கு எப்பொழுது என்னென்ன உணவுகள் மருந்துகள் தரப்பட வேண்டும் என்பதை அவர்கள் கவனித்துக் கொள்வார்கள். உங்கள் மனைவிக்கும் ஒரு மிகப்பெரிய ஆதரவு கிடைக்கும்.

உங்களை வளர்த்ததை விட உங்கள் குழந்தையை அவர்கள் வளர்க்கும் போது அவர்களும் பெருமையாக எண்ணுவார்கள். இதனால் பரஸ்பரமான அன்பு அதிகரிக்கும். உங்கள் குாந்தையும் அவர்களின் அரவணைப்பில் சுகமாய் இருக்கும்

• • •

பாகம்-6

கர்ப்ப காலம் மற்றும் உங்களின் ஆரோக்கியம்

ஒருவேளை உங்களுக்கு உடல்நிலை சரியில்லை எனில்

உங்களுக்கு கர்ப்ப காலத்தில் வாந்தி, மயக்கம், கால்களில் வலி, செரிமானம் இல்லாமல் போகுதல், ஏப்பம், முதுகுவலி போன்றவை ஏற்படலாம். கூடவே இருமல், ஜீரம் மற்றும் தொற்றுநோய்கள் ஏற்பட்டு நீங்கள் பலவீனமாகி விடுவீர்கள். இரட்டைக் குழந்தைகளை சுமக்கும் கர்ப்பிணிக்கு ஜீரம் ஏற்பட்டால் மிகவும் சிரமம். நீங்கள் இதுவரை சாப்பிட்டு வந்த மருந்துகளை கர்ப்ப காலத்தில் சாப்பிடக் கூடாது.

மருத்துவரின் ஆலோசனை இன்றி ஊசி போடுதல், கண்ட கண்ட மருந்துகளை உண்ணுதல் என்பது கூடாது.

நீங்கள் என்ன யோசித்துக் கொண்டிருக்கின்றீர்கள்?

ஜீரம் இருமல்

"எனக்கு இருமல் மற்றும் தும்மலும் உள்ளது. கூடவே நன்றாக ஜீரம் அடிக்கின்றது. இதனால் எனது கர்ப்பத்திற்கு பாதிப்பு ஏற்படுமா?"

கர்ப்ப காலத்தில் அதிக டென்ஷனின் காரணமாக ஜீரம் ஏற்படும். அனால் இதனுடைய பாதிப்பு என்பது உங்களுக்கு மட்டுமே தான் இருக்கும். குழந்தையை ஒன்றும் செய்யாது. ஆனாலும் நீங்கள் எப்போதும் எடுத்துக் கொள்ளும் சளி, ஜீரம் மாத்திரைகளை நீங்களாகவே போட்டுக் கொள்ளுதல் கூடாது. மருத்துவரை கலந்து ஆலோசித்து விட்டு செய்வது சிறந்தது.

ஜீரம் குறைவாக இருந்தால் மாத்திரை எடுக்க வேண்டாம். சளி ஒழுகிக் கொண்டு, ஜீரம் அதிகமாக இருந்தால் மட்டும் மாத்திரை

தேவைப்படும்

★ நன்றாக ஒய்வு எடுங்கள். நன்றாக ஒய்வு எடுத்த பின் சிறிது உடற்பயிற்சி செய்திடுங்கள்.

★ ஒருபோதும் பசியுடன் இருக்காதீர்கள். ஏதாவது சிறிதளவாவது பிடித்தமான உணவை எடுத்துக் கொள்ளுங்கள். துத்தநாகம் மற்றும் மெக்னிசியம் மருந்துகைள பயன்படுத்தும் போது கவனம் வேண்டும். அதிகமாக விட்டமின் சி மருந்துகளை போட்டுக் கொள்ளுங்கள்.

★ எண்ணெய்ப் பண்டங்களை சாப்பிடாதீர்கள். சூடான சூப், தண்ணீர், பால் குடியுங்கள்.

★ தூங்கும் போது உங்களின் தலையை உயர்த்தி வைத்துக் கொள்ளுங்கள். நேசல் ஸ்டிரிப்பை முக்கில் போட்டுக் கொள்ளுங்கள்.

★ உங்களின் மூக்கிற்கு உள்ளே சைலேன் மூக்கு டிராப்ஸ் இரண்டு, மூன்று சொட்டுகள் விட்டுக் கொள்ளுங்கள்.

★ கழுத்தில் வலி இருந்தால் சூடான நீரால் ஒத்தடம் கொடுங்கள்.

★ ஜீரம் அதிகரிக்காமல் பார்த்துக் கொள்ளுங்கள்.

★ மருத்துவர் குறிப்பிட்ட மருந்தினை அவசியம் எடுத்துக் கொள்ளுங்கள்.

★ ஜீரத்தினால் உங்களுக்கு தூக்கம் வராமல், சாப்பாடு கொள்ளாமல், இருமலுடன் மஞ்சள் நிறத்தில் கோழை வருதல், நெஞ்சில் வலி, மூச்சு விடுவதில் சிரமம் போன்றவை தொடர்ந்து ஒருவாரம் வரை நீடித்தால் உடனடியாக மருத்துவரைச் சந்தித்திடுங்கள். அப்படி இரந்தால் அது எதாவது தொற்று நோயாக இருக்கலாம்.

சாயினசாயிடிஸ்

"எனக்கு ஒரு வாரமாக காய்ச்சல் உள்ளது மேலும் என்னுடைய தலை மற்றும் நெற்றி வலிக்கின்றது. இப்போது நான் என்ன செய்ய வேண்டும்? "

உங்களின் ஜீரமானது சாயின சாயிடிஸ் ஆக மாறிவிட்டது. இதனால்தான் உங்களுக்கு நெற்றி,

குளிர் மற்றும் ப்ளு ஜீரம்

குளிரால் தொண்டைக் கட்டு ஏற்படும். தொண்டைக் கட்டால் ஜீரம் வரும்.

ப்ளுவில் 104° வரை ஜீரம் ஏற்படும். இதனால் உடலில் வலி மற்றும் வாந்தி ஏற்படும் தொடர் இருமலால் வயிற்று வலி ஏற்படும்.

தலை போன்றவற்றில் வலி ஏற்படுகினற்து. மேலும் மூக்கில் அடைப்பு ஏற்படுகின்றது. சைனஸ் தொற்று உங்களை பாதிக்காத வண்ணம் ஆன்ட்டிபயாடிக் மாத்திரைகளை எடுத்துக் கொள்ளுங்கள்.

சளித் தொந்தரவு

"நான் 5 மாத கர்ப்பமாய் இருக்கின்றேன். கடந்த 15 நாட்களாக எனக்கு அதிகமான சளி இருக்கின்றது. கோல்ட்ஆக்ட் (Coldact) எடுத்தும், எந்த வித மாற்றமும் இல்லை. குழந்தைக்கு சளியினால் ஏற்படக்கூடிய பாதிப்புகள் என்ன? ஏதேனும் பரிகாரம் சொல்ல முடியுமா?"

சளி, நம்மை மிகவும் கட்டுப்படுத்தக் கூடும். ஆவி எடுப்பது. பாரசிடமால் (Paracteamol), விடடமின் C போன்றவகைள் வழக்கமாக உதவும். முக்கியமான விஷயம், முன்னெச்சரிக்கையாக, சளி பிடிக்காமல் பார்த்துக் கொள்ள வேண்டும். சளி பிடித்திருக்கும் மனிதர்களுக்கு அருகில் இருப்பது, கூட்டமாய் இருக்கும் இடங்களிலும், அறைகளிலும், தங்குவது போன்றவற்றைத் தவிர்ப்பது, குளிர்காலத்தில் நம்மை சூடாய் வைத்துக் கொள்வதும், பயணம் செய்யும்போது, நெரிசலான பாதைகளையும், தூசியையும் தவிர்ப்பதும் மேற்கொள்ளப்பட வேண்டும்.

பொதுவாக சளிக்குப் பயன்படுத்தப்படும் கோல்ட் ஆக்ட் (Coldact) போன்ற மாத்திரைகளில் கலந்திருக்கும் மருந்துகள், பிளவு பாதம், குடல் இறக்கம், கண்களிலும், காதுகளிலும் ஏற்படும் குறைபாடகளுக்குக் காரணமாக இருக்கலாம் என்று கருதபப்படுகின்றது. கர்ப்பம் தரித்திருக்கும் ஒரு பெண் இந்த வகை மாத்திரைகளை உட்கொண்டவுடன், இவை நஞ்சுப்பை வழியாக கருவிலிருக்கும் சிசுவை அடைந்து மூளையை சென்றடைந்து குழந்தைக்கு இருதயத் துடிப்பை அதிகரித்தல் மற்றும் உடலில் பாகங்களை அதிகமாக இயங்க வைத்தல் முதலியவற்றை உண்டு பண்ணுகின்றன. ஆகவே இவ்வகை மாத்திரைகள், முதல் மூன்று மாதங்களில் தவிர்க்கப்பட வேண்டும். இரத்த அழுத்தம் அதிகமுள்ள தாய்மார்கள், நஞ்சுப்பை வேலை குறைபாடுள்ள கர்ப்பிணிகள், மற்றும் குழந்தையின் வளாச்சி குறைந்த தாய்மார்கள் இவர்கள் முக்கியமாகத் தவிர்க்க வேண்டும்.

ஸ்டைப் திரோட்

"என்னுடைய மூன்று வயதில் எனக்கு ஸ்டைப் திரோட் ஏற்பட்டது. இதனால் என்னுடைய குழந்தைக்கு தொற்று நோய் ஏற்படுமா?"

கர்ப்ப காலத்தில் சாதாரணமான நேரத்தை விட வெகு விரைவில் தொற்று நோயானது பரவுகின்றது.

ஒருபோதும் எச்சில் உணவு மற்றும் எச்சில் தண்ணீர் பருகாதீர்கள். உங்களின் கைகளை அடிக்கடி கழுவுங்கள். திரோட் கல்சர் ஒருமுறை செய்திடுங்கள். ஆன்டிபயாடிக் மாத்திரைகள் எடுத்துக் கொள்ளுங்கள். குடும்ப உறுப்பினர்களிடம் பேசும் போது அருகில் ஒட்டிக் கொண்டு பேசாதீர்கள்.

சிறுநீர் தொற்று (யூ.டி.அய்)

"எனக்கு கர்ப்பத்தின் போது யூ.டி.ஆய் ஏற்படுமோ என்று பயமாக உள்ளது.

கர்ப்ப காலத்தில் தொற்று நோயைப் பரப்பக்கூடிய நுண்ணுயிரிகள் அதிகம் தோன்றும். உங்களின் ஹார்மோன்களும் இதற்கு துணை புரியும். இதனால் அடிக்கடி சிறுநிர் கழிக்க வேண்டும் போலத் தோன்றும். சிறுநீர் கழிக்கும் போது வலி, எரிச்சல் போன்றவை ஏற்படும்.

சிறுநீர் பரிசோதனை செய்து இதனை விரைவில் குணப்படுத்தலாம். ஆன்ட்டிபயாடிக் மாத்திரைகளை உட்கொண்டு கீழே கொடுக்கப்பட்டுள்ள படி சில முன்னெச்சரிக்கை நடவடிக்கைகளை மேற்கொண்டால் பயப்படாமல் இருக்கலாம்.

- வெளி இடங்களில் காபி, தேநீர், தண்ணீர் பருகாதீர்கள்.
- தினமும் உங்களின் பிறப்புறுப்பை நன்றாக கழுவிடுங்கள். வெளி இடங்களில் சிறுநீர் கழிக்காதீர்கள்.
- முழுவதும் சிறுநீர் கழியும் வரை பொருத்திருங்கள். பாதியிலேயே எழுந்தால் தொற்று நோய் அதிகம் பரவும்.
- உலர்ந்த துணிகளை அணியுங்கள். இரவில் பைஜாமா போன்ற இறுக்காத ஆடைகளை அணியுங்கள்.
- சிறுநீர் குழாய் மற்றும் சிறுநீர் உறுப்புகளை நன்றாக கழுவிடுங்கள்.
- ஆரோக்கியமான உணவினை எடுத்துக் கொள்ளுங்கள்.
- சில மருத்துவர்கள் நீர் மோர் எடுத்துக் கொள்ளும்படி ஆலோசனை வழங்குவார்கள். புரோபயாடிக்ஸ் மற்றும் ஆன்டிபயாடிக்ஸ் மாத்திரைகளை எடுத்துக் கொள்ளுங்கள்.
- சிறுநீர் தொற்று அதிகமானால் கிட்னிவரை பரவும் அபாயமும், கிட்னியை பாதிக்கக்கூடிய காரணியும் உண்டு பண்ணி விடும். எனவே 103° க்கு மேலே ஜீரம் சென்றால் ஏதாவது தொற்று நோய் ஏற்பட்டிருக்கலாம். உடனடியாக மருத்துவரை அணுக வேண்டும்.

வயிற்கு வலி

கர்ப்ப காலத்தில் ஏற்படும் வயிற்று வலி ஆபத்தானதா?

நான் 2 மாத கர்ப்பமாய் இருக்கின்றேன். நாள் முழுவதும் எனக்கு வயிற்றில் மிதமான வலி இருந்து கொண்டே இருக்கின்றது தயவுசெய்து எனக்கு ஆலோசனை கூறுங்கள்.

❖ உங்களை நேரில் சோதனை செய்யாமல், உங்களின் வயிற்று வலிக்குக் காரணம் சொல்வது முடியாத காரியம். இது சாதாரண வயிற்று எரிச்சலாய் கூட இருக்கலாம். இதற்கு, உரைப்பில்லாத உணவு, மசாலா வகைகளைத் தவிர்ப்பது மற்றும் ஒவ்வொரு சாப்பாட்டிற்கு பிறகும் 2 ஜெலுசில் (Gelusil MPS) மாத்திரைசகளைக் கடித்து விழுங்குவது என்று செய்யலாம். மற்றொர காரணம், குடல் புண்ணாய் இருக்கலாம். சிறுநீரில் ஏதேனும் அறிகுறிகள் இல்லையென்றால், சிறுநீர் தொந்தரவாய் இருக்காது. உங்கள் மகப்பேறு மருத்துவரை அணுகி சோதித்துக் கொள்ளுங்கள் என்பது தான் என் அறிவுரையாக இருக்கும்.

யீஸ்ட் தொற்று

"எனக்கு யீஸ்ட் தொற்று ஏற்பட்டுள்ளது. நான் மருத்துவரிடம் காண்பிக்கலாமா?"

கர்ப்ப காலத்தில் நீங்களாகவே ஏதாவது ஒரு மாத்திரை போட்டுக் கொள்ளாதீர்கள். அவசியம் மருத்துவரிடம் சென்று காண்பிப்பது சிறந்தது. ஏனெனில் இந்த பூஞ்சை தொற்றானது பல இடங்களுக்கு பரவி விடும்.

உங்களுக்கு என்ன சிகிச்சை அளிக்கப்படுதல் வேண்டும் என்பதை உங்களின் மருத்துவர் முடிவு செய்வார். ஏதாவது ஜெல் அல்லது கிரீம் தடவச் சொல்லுவார். ப்ளுகோனாஜோல் மருந்தும் உங்களுக்கு எழுதிக் தருவார்.

இந்த சிகிச்சையானது நிரந்தரமானது அல்ல. பிரசவம் வரை இந்த சிகிச்சையை மேற்கொள்ளலாம். பிறகு மாற்று சிகிச்சை எடுத்துக் கொள்ளலாம்.

உங்களின் உடல் உறுப்புகளை நன்றாக கவனியுங்கள். காற்று செல்லக்கூடிய வகையில் ஆடைகளும், சுத்தமான பராமரிப்புமே அவசியம். அதிக சர்க்கரை, பேக்டு உணவு, மைதா போன்றவைகளால் யீஸ்டு பரவும். எனவே இந்த வகையான உணவினை தவிர்த்திடுங்கள். யோனிக் குழாயில் பாக்டீரியா பரவாமல் தடுப்பது அவசியம்.

லிஸ்டீரியோஸிஸ்

"என்னுடைய தோழி பால்

சம்மந்தப்பட்ட டயாரி பொருட்களை அறவே தவிர்க்க வேண்டும் என்று கூறினாள். இதனால் நோய் ஏற்படுமா?"

பாஸ்சரயிஸ் செய்யப்படாத பாலில் செய்யப்பட்ட பொருட்களால் தான் காய்ச்சல் ஏற்படும். மாமிசம், முழுவதும் வேகவைக்காத மீன் மற்றும் உணவால் லிஸ்டீரியோஸிஸ் ஏற்படும். இதனை கண்டறிவது சிரமம். இது இரத்தத்தின் ஊடே சிசுவைச் சென்று அடையும். வயிற்று வலி, ஜீரம், தசைகளில் வலி, தலைச்சுற்றல், டயாரியா இதனின் அறிகுறிகள் ஆகும். ஆன்ட்டிபயாடிக் மருந்துகள் எடுத்துக் கொள்வது சிறந்தது.

எனவே பாஸ்சரயிஸ் செய்யப்படாத பால் பொருட்களை அறவே தவிர்த்திடுங்கள். இதற்கு முன்னர் பல முறை நீங்கள் எடுத்திருந்தாலும் இனிமேல் தவிர்த்திடுங்கள்.

டாக்ஸோப்ளாஸ்மா

டாக்ஸோப்ளாஸ்மா IgM எதிரணு பாஸிடிவ்வாக இருந்தால் அது சிசுவைப் பாதிக்குமா?

எனது 9 வது வாரக் கர்ப்பத்தில் டாக்ஸோப்ளாஸ்மா IgM மற்றும் IgG பரிசோதனை செய்தேன். IgG நெகட்டிவ் என்றும் IgM பாஸிட்டிவ் என்று ரிசல்ட் வந்தது (48.7) இது ELISA சோதனை முறையில் செய்தது. நான் என்ன செய்ய வேண்டும். என் கருவைக் கலைத்து விட வேண்டுமா? வேண்டாம் என்றால், இந்த நோயை சிசுவிற்குக் கடத்தும் வாய்ப்பு இல்லையா? குழந்தைக்கு ஏதும் கோளாறுகள் ஏற்படுமா? இத்தொற்று என் ஆரோக்கியத்திற்கு பாதகம் விளைவிக்குமா? நான் ஏதும் மருந்துகள் உட்கொள்ள வேண்டுமா? இதை என்னைவிட்டு ஒதுக்க முடியாதா? எவ்வாறு இது எனக்கு ஏற்பட்டது என்று தெரியவில்லை. ஊர்ஜிதப்படுத்திக் கொள்ளும் மற்ற சோதனைகளைச் செய்ய வேண்டுமா?

IgM எதிரணுக்கள் சமீபத்திய தொற்றிற்கும், IgG எதிரணுக்கள் பழைய தொற்றிற்கும் சான்றுகள். உங்களுடைய IgM எதிரணு அளவு நார்மலைவிட அதிகமாக இருக்கின்றது. இந்த சோதனை உடனே திரும்ப எடுத்துப் பாருங்கள். இது பாஸிடிவ் அல்லது நெகடிவ் எதுவாக இருந்தாலும், மூன்றாவது முறை அதே சோதனைக் கூடத்தில் 2 வாரங்கள் கழித்து எடுத்துப் பாருங்கள்.

இரண்டாவது முறை எடுத்த சாம்பிளையும், மூன்றாவது முறை சோதனையின் போது மறு பரிசோதனை செய்வதன் மூலம் இரண்டு சோதனைகளுக்கு இடையே ஏற்படும் தவறுகளை குறைக்கலாம். இந்த ரிசல்ட்டுகளைக்

கொண்டே, மேற்கொண்டு சிகிச்சையளிக்கப்படும். இரண்டாவது மற்றும் மூன்றாவது சாம்பிள்கள் நெகடிவ்வாக இருந்தால், நீங்கள் கவலையடையத் தேவையில்லை. கைதேர்ந்த ஸ்கேன் செய்பவரிடம் ஸ்கேன் செய்து கொண்டால் போதும். ரிசல்ட் குறைந்த அளவு பாஸிடிவ் என்று வந்தாலும், கருவைக் கலைத்து விடலாம். கருச்சிதைவு செய்த கருவை, டாக்ஸோப்ளாஸ்மா தொற்று இருக்கின்றதா? என்று சோதனைக்கு அனுப்பலாம். இது அனுமானத்தின்பேரில் செய்ய்ப்படும் பயிற்சிதான். முதல் நடு, கடைசி மூன்று மாதங்களில் தாய்க்கு தொற்று ஏற்பட்டால், குழந்தைக்கு தொற்று ஏற்படுவதற்கு முறையே 15 %, 30%, 60% தருணங்கள் உண்டு.

பிப்த் டிஜிஜ்

"பிப்த் டிஜிஜினால் என்னுடைய காப்பத்திற்கு பாதிப்பு ஏற்படுமா?

ஆறு வகையான நோயக் கூட்டத்தில் ஐந்தாவது வகையான நோயின் பெயரே இது ஆகும். இதனால் குழந்தைகளுக்கு காய்ச்சல் ஏற்படுகின்றது. சிக்கன் பாக்ஸ் மற்றும் மீசல்ஸ் இதனுடைய சகோதரிகளே ஆகும் 15 முதல் 30 சதவீதம் இதனுடைய அறிகுறிகள் ரூபல்லாவின் அறிகுறிகளே ஆகும்.

எல்லா குழந்தைகளுக்கும் சிறு வயதிலேயே இந்த நோய் ஏற்பட்டு விடுகின்றது. குழந்தைப் பருவத்தில் இதனுடைய பாதிப்பு மிக அதிகம். கர்ப்ப காலத்தில் பிப்த் டிஜிஜ் ஆனது கருவிற்கு தொற்றை ஏற்படுத்தும்.

ஆரோக்கியமாக இருங்கள்

கர்ப்ப காலத்தில் உங்களுக்கும் உங்கள் குழந்தைக்கும் உண்டான எல்லா சத்து தேவைகளை அளிக்கும் விதத்தில் உங்களின் உணவு சமச்சீர் விகித உணவாய் இருக்க வேண்டும். தவிர்க்கப்பட வேண்டும் என்று ஏதும் இல்லை. இது ஒவ்வொருவரின் இஷ்டத்தைப் பொறுத்து இருக்கிறது. சில பெண்கள் பால் மற்றும் பால் சார்ந்த பொருட்களை ஏற்றுக் கொள்ள முடியாமல் இருக்கலாம். சிலருக்கு அமிலத்தன்மையுள்ள உணவுகள் மற்றும் பழங்கள் ஒத்துக் கொள்ளாமல் இருக்கலாம். குமட்டலையும், வயிற்றில் அமிலத்தன்மையையும் உங்களுக்கு உண்டு பண்ணக்கூடிய உணவுப் பொருட்களை நீங்கள் தவிர்த்துக் கொள்ளலாம். இத்தகைய உணவுப் பொருட்களை ஒரேயடியாகத் தவிர்த்து விடாமல், சிறிது நாட்களுக்குப் பிறகு மறுபடியும் முயற்சி செய்து பாருங்கள், ஒத்துக் கொண்டால் சேர்த்துக் கொள்ளுங்கள். உண்ணுவதற்காக உங்களையே நீங்கள் வற்புறுத்திக் கொள்ள வேண்டாம். உங்கள் உணவுத் திட்டத்தை உங்களின் ஆசைப்படி, 20வது வாரங்களுக்குப் பிறகு செய்துகொள்ள முடியும்.

கர்ப்ப நிலையின் ஆரம்பத்தில் ஏற்பட்டால் கருச்சிதைவு வரை கொண்டு போய் விடும்.

இந்நாட்களில் இந்த தொற்றானது பரவுவதை தடுக்க பல வகையான முன்னெச்சரிக்கைகள் மேற்கொள்ளப்படுகின்றது.

லாயிம் டிஸிஜ்

"எனக்கு லாயிம் டிஸிஜ் ஏற்படுமோ என்று பயமாக இருக்கின்றது. என்னுடைய கர்ப்ப காலத்தில் பாதிப்பு ஏற்படுமா?"

உங்கள் வீட்டிற்கு அருகில் எலி, மான் போன்ற மிருகங்கள் இருந்தால் லாயிம் டிஸிஜ் பரவும் அபாயம் உள்ளது. பக்கத்தில் விளையும் காய்கறிகளை பயன்படுத்தாதீர்கள். இதிலிருந்து தப்பிப்பது என்பது ஒரு மிகப்பெரிய மந்திரம். பாலைவனத்திற்கு செல்வதாக இருந்தால் நிறைய தண்ணீர் எடுத்துச் செல்ல வேண்டும். அதைப் போல கர்ப்ப காலத்திற்கான சில முன் எச்சரிக்கைகளை மேற்கொண்டால் பல சிக்கலிருந்து தப்பிக்கலாம்.

ஹெப்படாயிட்டிஸ் பி

"நான் கர்ப்பமாக இருக்கின்றேன். எனக்கு ஹெப்படாயிட்டிஸ் பி உள்ளது. இதனால் என்னுடைய கர்ப்பத்தில் பாதிப்பு ஏற்படுமா?"

இதனுடைய தொற்று பிரசவத்தின் சமயத்தில் குழந்தைக்கு பரவுகின்றது. குழந்தை பிறந்த பன்னிரெண்டு மணி நேரத்தில் குழந்தைக்கு தடுப்பு மருந்து தரப்படுகின்றது. 12 முதல் 15ஆவது மாதத்திற்கு பிறகு ஹெப்படாயிட்டிஸ் நோய்க்கான முழு பரிசோதனை மேற்கொள்ளும்.

ஹெப்பாடாயிட்டிஸ் சி

"எனக்கு கர்ப்ப காலத்தில் ஹெப்பாடாயிட்டிஸ் சி ஏற்படுமா?"

இது பிரசவ சமயத்தில் தாயிடம் இருந்து குழந்தைக்குப் பரவுகின்றது. இதற்கான சிகிச்சை பிரசவத்திற்கு பிறகே மேற்கொள்ள முடியும். இப்பொழுது இந்த தொற்று ஏற்படுவதற்கான வாய்ப்பு இல்லை.

பைல்ஸ் பாலிசி

"காலை எழுந்தவுடன் காதில் வலி, நாக்கு வறண்டு விடுகின்றது, முகத்தில் பொலிவு இல்லை. இது எதனால் ஏற்படுகிறது.

பிரசவ சமயத்தில் இது அதிகமாக ஏற்படும். திடீரென்று காலையில் மட்டுமே ஏற்படும். சதைகளில் ஏற்படக்கூடிய ஒரு வித பாதிப்பாகும்.

இது நிலையான பிரச்சனை அல்ல. முகம் சுருங்குதல், காது வலி, தொண்டை வலி பேசும்போது சிக்கல் போன்றவை இதனுடைய அறிகுறிகள் அகும்.

மோத காலம் சிகிச்சை எடுத்துக்

கொண்டால் இது சரியாகி விடும். குழந்தைக்கு எந்த பாதிப்பும் ஏற்படாது. மருத்துவரிடம் அவசியம் இதைப்பற்றி குறிப்பிடுங்கள்.

கர்ப்ப காலம் மற்றும் மருந்துகள்

மருத்துவரின் ஆலோசனை இல்லாமல் எந்த மருந்தையும் எடுத்துக் கொள்ளாதீர்கள். குடும்ப உறுப்பினர், கணவர், வாங்கிக் கொடுக்கும் மாத்திரைகளை எடுத்துக் கொள்ளாதீர்கள்.

எல்லா மருந்துகளும் 100 சதவீதம் பாதுகாப்பானது என்று கூற முடியாதது. பல மருந்துகள் பக்க விளைவுகள் ஏற்படுத்தக்கூடியவை. கர்ப்ப காலத்தில் மருந்துகள் சாப்பிடுவது என்பது அவசியமானதே. ஆனால் மருத்துவரின் ஆலோசனை இல்லாமல் எந்த மருந்தையும் சாப்பிட வேண்டாம்.

அலோபதி, சித்தா, ஹோமியோபதி, ஆயுர்வேதம் போன்றவகையான மருந்துகளை வாங்கி சாப்பிடாதீர்கள். எந்த ஒரு மருந்தை சாப்பிடும் போதும். அதனுடைய தயாரிப்பு தேதியை மற்றும் காலாவதி தேதியை கவனித்திடுங்கள்.

சாதாரண மருந்துகள்.

தலைவலி முதல் கால் வலி வரை எல்லாவற்றிற்குமே மருந்துகள் உண்டு. கர்ப்ப காலத்தில் சில மருந்துகளை அவசியம் போடுதல் வேண்டும். சில மருந்துகளை போடவேக் கூடாது. கீழே கொடுக்கப்பட்டுள்ள மரந்துகளை போட்டுக் கொள்ளும்போது மிகவும் கவனமுடன் இருங்கள்.

டைலினோல்

எசிடைமினோமேன் கர்ப்ப காலத்தில் பாதுகாப்பானது. ஆனால் இதனை நீங்கள் முதல் முதலில் எடுத்துக் கொள்ளும் போது மருத்துவரின் ஆலோசனையைப் பெறுங்கள்.

ஆஸ்பிரின்

இரத்த அழுத்தத்திற்கு ஆஸ்பிரின் தான் முடிவு என்பது இல்லை. அதனுடைய சிக்கலான வேலையினால், அதிகப்படியான கருச்சிதைவுகளுக்கும், நஞ்சுப்பை பிரிதலுக்கும் காரணமாகி உள்ளது. கர்ப்பத்தின் ஆரம்ப மாதங்களில் ஆஸ்பிரின் கொடுக்க வேண்டிய அவசியம் கண்டிப்பாக இல்லை. ஆரோக்கியமான கர்ப்பம் உறுதியான பின் 16 வாரங்கள் கழித்து, இரத்த ஒட்டம் குறைவாக உள்ளது என்பதை அல்ட்ராசவுண்டு மூலம் உறுதிப்படுத்தியபின், குறைந்த டோஸ ஆஸ்பிரின் எடுத்துக் கொள்ளலாம். ஆஸ்பிரின் வேண்டாம் என்று நீங்கள் முடிவு செய்தால், அதனால் கர்ப்பத்திற்கு எந்தவித பாதிப்பும் இருக்காது என்று உறுதிப்பட சொல்ல முடியும். இதுமாதிரியான நிகழ்வுகளில் ஆஸ்பிரினின் பங்கு என்ன என்பது,

சந்தேகங்களுக்கு அப்பாற்பட்டு உறுதிபடுத்தப்படவில்லை, வெறும் யூகங்களின் அடிப்படையிலேயே முடிவு செய்யப்படுகிறது.

எட்வில் அல்லது மோட்ரின்

முதல் மூன்று மாதத்தில் இடிரூபேன் பயன்படுத்துவதை யோசித்து செய்திடுங்கள். இதுவும் ஆஸ்பிரினைப் போல் அபாயகரமானது.

எலிவ்

இதனை கர்ப்ப காலம் முழுவதும் கண்டிப்பாக பயன்படுத்தக்கூடாது.

நேசல் ஸ்பிரே

அடைத்த மூக்கிற்கான திறவுகோல் மருத்துவரின் ஆலோசனைப்படி சரியான நேசல் ஸ்பிரே பிராண்டை பயன்படுத்தகங்கள். கூடவே நேசல் ஸ்டிரிபைப் உபயோகியுங்கள்.

அன்டாசிட்

நெஞ்சில் எரிச்சல் ஏற்பட்டால் அன்டாசிட் மருந்து எடுத்துக் கொள்ளுங்கள்.

கேஸ் எட்ஸ்

எப்பொழுதாவது வாயு பிரிய வேண்டுமெனில் இதனை பயன்படுத்தலாம்.

ஆன்டிஹிஸ்டேமாயின்

சில ஆன்டிஹிஸ்டேமாயின் கர்ப்ப காலத்திற்கு பாதுகாப்பானது. பெனிடிரில் மிகவும் பாதுகாப்பானது.

> **ஹெர்பல் சிகிக்சை**
>
> ஹெர்பல் சிகிச்சையானது இயற்கை பொருள்களிலிருந்து கிடைக்கும் வேர், இலை, தழைகள் போன்றவற்றிலிருந்து பெறப்படும் எண்ணெய் கொண்டு சிகிச்சை செய்யப்படுகிறது. இதனால் தீங்கு ஏற்பட வாய்ப்பு இல்லை.

பல மருத்துவர்கள் குலோர், டிரிம்சேன் எடுக்கச்சொல்லி அறிவுரை வழங்குகின்றனர்.

தூக்க மாத்திரை

கர்ப்ப காலத்தில் யூனிசோம், டாயிலினோல், சோமினேக்ஸ் மற்றும் நாயிவிடோல் போன்ற மாத்திரைகள் பாதுகாப்பானது. மருத்துவரும் எப்போதாவது இதனை பயன்படுத்துவதற்கு அறிவுரை வழங்குகின்றார்.

டிகான்ஸ்டிரேட்

இதனை பயன்பத்துவதாக இருந்தால் சூடாபேட்டுடன் சேர்த்து பயன்படுத்துங்கள்.

ஆன்ட்டிடயாரியல்

இதனுடைய எல்லா மருந்துகளுமே கர்ப்ப காலத்திற்கு பாதுகாப்பானது இல்லை.

ஆன்ட்டிபயோடிக்ஸ்

பாக்டீரியா தொற்றிற்காக

ஆன்ட்டிபயோடிக்ஸ் சாப்பிடுவதாக இருந்தால் பென்சிலின் அல்லது ஆன்ட்டிதிரோமைசின் மருந்து எடுத்துக் கொள்ளலாம்.

ஆன்ட்டிடிப்பிரசேன்ட்

ஒருவேளை உங்களுக்கு மன அழுத்தம் இருந்தால் அது குழந்தையைப் பாதிக்கும். எனவே மருந்துகளை சரியான சமயத்தில் எடுத்துக் கொள்ளுதல் வேண்டும்.

ஆன்ட்டினாஜியா

சில மருந்துகளின் கலவையால் மார்னிங் சிக்னெஸ் குறையும். சில மருந்துகளால் பகலிலேயே சோர்வுடன் தூக்கம் ஏற்படும்.

டாபிக்கல் ஆன்ட்டிபாயோடிக்ஸ்

வைக்டிரிசின் அல்லது நியோசபோரின் போன்ற டாபிக்கல் ஆன்ட்டிபாயோடிக்ஸ் மட்டும் எடுத்துக் கொள்ளலாம்.

டாபிக்கல் ஸ்டிராய்ட்ஸ்

டாபிக்கல் ஸ்டிராய்ட்ஸ் மிகக்குறைந்த அளவே எடுத்துக் கொள்ள வேண்டும்.

கர்ப்ப காலத்தில் மருந்துகளை பயன்படுத்துதல்

மருத்துவர் உங்களை கர்ப்ப காலத்தில் மாத்திரைகளை போடச் சொல்லும் போது கீழ்க்காணும் விதிமுறைகளைக் கையாளுங்கள்.

- குறைந்த மாத்திரைகளையே பரிந்துரை செய்யும்படி மருத்துவரிடம் கூறுங்கள்.
- எந்த மருந்துகளை எந்த வேளைகளில் எப்படிச் சாப்பிட வேண்டும் என்பதை தெளிவாகக் கேட்டுக் கொள்ளுங்கள். சளித் தொந்தரவு மாத்திரையை இரவில் போடுவதே சிறந்தது.
- மருந்தை தண்ணீரில் கரைத்து குடிப்பது, அப்படியே விழுங்குவது, பாதி மருந்தை மட்டும் போடுவது, பாலில் கரைத்து போடுவது என பல விதங்கள் உள்ளது. இதில் எதனைப் பின்பற்ற வேண்டும் என மருத்துவரிடம் கேட்டுத் தெரிந்து கொள்ளுங்கள்.
- சில மருந்துகளை உட்கொள்ளும் போது சில உணவுப் பொருட்களை தவிர்த்திடுதல் அவசியம். அதனையும் மருத்துவரிடம் கலந்து ஆலோசனை பெறுங்கள்.
- மருந்து போட்டுக் கொண்ட பிறகு இரண்டு கிளாஸ் தண்ணீர் குடியுங்கள். இதனால் மருந்தானது சீக்கிரமாகவே கரையும்.
- ஒரே மருந்துக் கடையில் இருந்தே எப்போதும் மருந்துகளை வாங்கிடுங்கள். மருந்து காலாவதி தேதியை கவனித்து பில் பெற்றுக் கொண்டு வாங்கிடுங்கள்.

■ ■ ■

உங்களுக்கு ஏதேனும் பழைய நாட்பட்ட நோய் இருந்தால்

சிகிச்சைக்குக் கட்டுப்படாத (கிரானிக் நோய்கள்) ஏதேனும் நோய்கள் உங்களுக்கு இருப்பின் நீங்கள் வாழ்வது என்பது மிகவும் சிரமமே. ஏனெனில் இந்த விதமான நோய்களை எந்த ஒரு மருந்தோ, சிகிச்சையோ அல்லது உணவாலோ கட்டுப்படுத்தி விட முடியாது. இந்த மாதிரியான நோய் ஏதேனும் இருந்து நீங்கள் கர்ப்பம் தரித்து இருந்தால் மிகவும் கவனமுடனும், எச்சரிக்கையுடனும் இருக்க வேண்டும். ஏனெனில் உங்களின் உணவு, மருந்து மற்றும் சிகிச்சையில் பல மாறுதல்கள் செய்ய வேண்டி வரலாம். உங்களின் நாட்பட்ட நோயானது காப்பத்தை பாதிக்காத வகையில் முன்னேற்பாடுகள் செய்ய வேண்டும். இந்த அத்தியாயத்தில் இதனைப் பற்றித் தெளிவாகக் கொடுக்கப்பட்டுள்ளது. எனவே இதனைப் படித்து முன்னெச்சரிக்கையுடன் இருந்திடுங்கள்.

நீங்கள் என்ன யோசித்து கொண்டிருக்கிறீர்கள்?

ஆஸ்த்துமா

"நான் பிறந்ததில் இருந்தே எனக்கு ஆஸ்த்துமா நோய் உள்ளது. இதற்காக நான் எடுத்துக் கொள்ளும் மாத்திரையால் எனது கர்ப்பம் பாதிக்கப்படுமா?"

இந்த நிலைமையில் நீங்கள் முழு எச்சரிக்கையுடன் இருத்தல் வேண்டும். ஆஸ்த்துமா நோயால் கர்ப்பத்திற்கு அபாயம் என்பது உறுதியானது. ஆனால் இதனை ஒரளவு உங்களின் முன் எச்சரிக்கையினால் தவிர்க்கலாம். ஆஸ்த்துமா, சம்மந்தப்பட்ட மருத்துவர், பிரசவ விசேஷ மருத்துவரின் ஆலோசனைப்படி நடந்து கொண்டால் ஆரோக்கியமான குழந்தையை நீங்கள் பெறலாம்.

சில சமயங்களில் ஆஸ்த்துமாவினால் பிரச்சனை அதிகம் ஏற்படும். சில சமயங்களில்

குறைவாக ஏற்படும். ஆனால் கர்ப்பத்தைப் பாதிக்கும் என்பதில் மூன்றில் ஒரு பங்கு உறுதியானதே.

கர்ப்பத்திற்கு முன்னரே நீங்கள் ஆஸ்த்துமாவை கட்டுக்குள் வைத்திடுங்கள். இது தான் உங்களுக்கும், உங்கள் குழந்தைக்கும் பாதுகாப்பானது.

நீங்கள் கீழ்காணும் முறைகளைப் பின்பற்றினால் ஒரளவுக்கு தப்பிக்கலாம்.

- சுற்றுப்புறத்தில் ஆஸ்த்துமா அல்லது அலர்ஜ்ஜி ஏற்படுத்தக் கூடிய காரணிகளைக் கண்டறியுங்கள். உங்களுக்கு எந்தப் பொருளால் அதிக பாதிப்பு ஏற்படுகின்றது என்பதைக் கண்டறியங்கள். கர்ப்ப காலத்தில் அந்த பொருட்களிடம் இருந்து விலகி இருங்கள். கர்ப்ப காலத்தில் நன்றாக மூச்சை உள்ளிழுத்து பிறகு வெளிவிடுங்கள். சிகரெட் புகை, வாகனப் புகை போன்றவற்றில் இருந்து தள்ளியே இருங்கள். உங்களுக்கு அலர்ஜி ஏற்படுத்துக் கூடிய மருந்துகளை உண்ணாதீர்கள்.
- உடற்பயிற்சி செய்யும் போது அதிகம் சிரமப்பட்டுக் கொண்டு செய்யாதீர்கள் வேகமாக ஒடாதீர்கள்.
- சளி, இருமல், ஜீரம் ஏற்பட்டால் உடனடியாக மருத்துவரைச் சந்தித்திடுங்கள். மருத்துவரின் ஆலோசனைப் படியே எந்த ஒரு மாத்திரையும் எடுத்துக் கொள்ளுங்கள். ஒருவேளை உங்களுக்கு சாயினசாயிடிஸ் அல்லது ரிப்ளக்ஸ் பிரச்சனை இருந்தால் மருத்துவரின் ஆலோசனைப் படியே மருந்துகளை எடுத்துக் கொள்ளுங்கள்.
- ஆக்ஸிஜனானது உங்களுக்கும், சிசுவிற்கும் போதுமான அளவுக்கு கிடைக்க வேண்டும். நீங்கள் அடிக்கடி இதனை பிக். ப்லோ மீட்டர் மூலமாக பரிசோதனை செய்து கொள்ளுங்கள்.
- உங்களின் மருத்துகளின் மீது மீண்டும் பார்வை வைத்திடுங்கள். உங்களுக்கு கொடுக்கப்படுகின்ற ஒவ்வொரு மருந்தும் பாதுகாப்பானதா என்பதை தெரிந்து கொள்ளுங்கள்.
- ஆஸ்த்துமா அதிகமானால் உடனடியாக மருத்துவரை சந்தித்திடுங்கள். ஏனெனில்

புற்றுநோய்

கர்ப்ப காலத்தில் புற்றுநோய் ஏற்படுவது என்பது சாதாரணமான விஷயம் இல்லை. ஒருவேளை புற்றுநோய் ஏற்பட்டு விட்டால் மிகவும் எச்சரிக்கையுடன் இருத்தல் வேண்டும். புற்றுநோயின் தீவிரம், உங்களின் கர்ப்பத்தை முழுமையாக அழித்து விடும். கர்ப்பத்திற்கு முன்னரே புற்றுநோய் என்பது தெரியவரின் முழு சிகிச்சை மேற்கொண்டு அது சரியான பிறகே கர்ப்பம் தரிப்பது சிறந்தது. கர்ப்பம் தரித்த ஐந்தாவது, ஆறாவது மாதத்தில் புற்றுநோய் ஏற்பட்டு விட்டது எனில் பிரசவத்திற்கு பிறகு புற்று நோய்க்கான சிகிச்சை மேற்கொள்ள வேண்டும்.

உங்களின் சிசுவிற்கு ஆக்ஸிஜன் பற்றாக்குறை ஏற்படும்.

பிரசவ சமயத்தில் ஆஸ்த்துமாவினால் அதிக சிக்கல் ஏற்படலாம். அப்போது முழு கவனத்துடன் இருத்தல் வேண்டும்.

ஆஸ்துமாவானது பிரசவத்தை எப்படிப் பாதிக்கும்? அதிகமாகவே பாதிக்கும். பிரசவ சமயத்தில் முக்கும்போது உங்களால் முழுமையான ஆக்ஸிஜனைப் பெற முடியாமல் மூச்சுத் திணறல் ஏற்படும். அப்போது பிரசவத்தின் நீண்ட வலியை அனுபவிக்க வேண்டிவரும். இதனால் குழந்தைக்கும் மூச்சுத் திணறல் ஏற்படும்.

சிஸ்டிக் பாயிபிரோஸிஸ்

"எனக்கு சிஸ்டிக் பாயிபிரோஸிஸ் உள்ளது? இதனால்

சி.எப்புடன் வாழ்வது என்பது மிகவும் சவாலான விஷயம். கர்ப்ப காலத்தில் இந்த சவாலானது இன்னும் அதிகமாகவே இருக்கும்.

முதலில் உங்களின் எடையை அதிகப்படுத்துங்கள். இதற்காக நீங்கள் ஒரு டயாடிஷியனை அணுகுங்கள். உங்களுக்கு குறிப்பிட்ட தேதிக்கு முன்னரே பிரசவம் ஏற்படும் அபாயம் உள்ளது. எனவே அடிக்கடி மருத்துவரின் ஆலோசனையில் இருங்கள்.

பிறக்கப்போகும் குழந்தைக்கும் சி.ஏப் இருக்கிறதா என்பதை ஜெனிட்டிக் பரிசோதனை மூலமாக தெரிந்து கொள்ளுங்கள். உங்களின் கணவருக்கு ஒரு வேளை இந்த நோய் இல்லை எனில் உங்கள் குழந்தைக்கும் இது ஏற்படாது.

சில பெண்களுக்கு இந்த சமயத்தில் நுரையீரல் பிரச்சனை ஏற்படும். சிலருக்கு பல்மோனரி தொற்று நோய் ஏற்படும்.

மருத்துவரின் ஆலோசனைப் படியே நீங்கள் மருந்துகளை எடுத்துக் கொள்ளுவது சிறந்தது.

சர்க்கரை நோய்

"எனக்கு சாக்கரை நோய் உள்ளது இதனால் எனது கர்ப்பத்திற்கு பாதிப்பு ஏற்படுமா?"

அப்பாவிற்கு டைப் 1 டயபடீஸ் இருந்தால், அவரின் குழந்தைக்கு டயபடீஸ் வருவதற்கு 10ல் 1 பங்கு இருக்க வாய்ப்பு உண்டு. அம்மாவிற்கு இருந்தால் வாய்ப்புகள் குறைவு, 10 சதவீதத்துக்கும் சிறிது அதிகம்.

சாக்கரை நோயுள்ள கர்ப்பமுற்றிருக்கும் பெண்களுக்கு அதிக அளவு இரத்தத்தில் குளுகோஸ் கர்பத்திற்கு முன்வும், கர்ப்பம் தரித்திருக்கும் போதும் இருந்தால், எதிர்கொள்ள வேண்டிய பிரச்சனைகள் பின்வருமாறு. கருச்சிதைவு, குழந்தை இறந்தே பிறப்பது, எடைஅதிகமுள்ள

குறந்தை, அதனால் சிசேரியன், மோசமாகும் சிறுநீரக வேலைப்பாடு மற்றும் ரெடினோபதி எனப்படும் கண்களில் உள்ள உள்சவ்வில் கோளாறு. கர்ப்பத்தின் முதல் வாரங்களில் குளுக்கோஸ் அளவுகள் அதிகமாக இரந்தால், அதனால், குழந்தைக்குப் பிறவிக் கோளாறுகள் ஏற்படவும் வாய்பப்புகள் அதிகம். தாயின் டயபடீஸினால் குழந்தைக்கு ஏற்படக்கூடிய குறிப்பிட்ட கோளாறுகள் என்று ஒன்றும் இல்லையெனறாலும், பெரும்மாபலான கோளாறுகள் 7வது வாரத்திலேயே ஏற்பட்டு விடும். முந்தைய காலத்தில் செய்யப்பபட்ட ஆராய்ச்சியின் படி, பிறவிக் கோளாறுகள் தோன்றுவதற்கு சர்க்கரை வியாதியுள்ள கர்ப்பிணிப் பெண்களுக்கு 8-13 சதவீதம் வாய்ப்புகள் உள்ளன. சாக்கரை இல்லாத கர்ப்பிணப் பெண்களுக்கு இத 2-4 சதவீதம் சமீபகால நிகழ்வுகள் தரும் படிப்பினை, கர்ப்பம் தரிப்பதற்குமுன் குளுக்கோஸ் அளவை நல்ல கட்டுப்பாட்டில் வைத்திருந்தால் பிறவிக் குறைபாடுகள் வரும் வாய்ப்பு, சாக்கரை வியாதி இல்லாதவர்களுக்கு வருவதைப்போல குறைக்கப்படும் என்பதை உணர்த்துகின்றன.

எபிலப்சி

"எனக்கு எபிலப்சி நோயி உள்ளது இதனால் என்னுடைய கர்ப்பத்தில் பாதிப்பு ஏற்படுமா?"

நீங்கள் மருத்துவரின் ஆலோசனைப்படியே நடந்து கொணடீர்கள் எனில் ஒரு ஆரோக்கியமான குழந்தையைப் பெற்றெடுப்பீர்கள். நீங்கள் ஒரு சிறந்த நியூரோ சர்ஜன் மருத்துவரை அணுகுங்கள். அவர் உங்களுக்கு தேவையான மருந்துகளையும் ஆலோசனையையும் வழங்குவார். எபிலப்சி ஆனது கர்ப்பத்தை அதிக அளவில் பாதிக்காது. ஒரு சிலருக்கு வாந்தி, மயக்கம் போன்றவை ஏற்படும்.

ஒரு சிலருக்கோ வெகு விரைவிலேயே பிரசவம் ஏற்பட்டுவிடும். இது கூட எபிலப்சியால் ஏற்படுவது இல்லை. நீங்கள் எடுத்துக் கொள்ளும் அன்டிகமல்செட் மருந்துகளால் தான் ஏற்படுகிறது.

இதைப்பற்றி கர்பபத்திற்கு முன்னரே நீங்கள் மருத்துவரிடம் கூறி விடுவது சிறந்தது. மருத்துவர் உங்களுக்கு வேறு ஏதாவது ஒரு மருந்தை பரிந்துரை செய்வார்.

அல்ட்ரா சவுண்ட் மூலமாக குழந்தையின் வளர்ச்சியை, தெரிந்து கொள்ளுதல் வேண்டும். மேலும் நியூரல் டியூப் டிபெகட் இருக்கிறதா என்பதையும் கண்டறிந்து கொடுள்ள வேண்டும்.

நீங்கள் அதிக அளவில் ஒய்வு எடுத்துக்கொள்ள வேண்டும். விட்டமின் டி எடுத்தல் வேண்டும், எண்ணெய் பதார்த்தங்களை தவிர்த்திடுதல் வேண்டும்.

பிரசவத்திற்கு முன்னர் விட்டமின் கே எடுப்பது மிக மிக அவசியம்.

பைபரோமைலகியா

"எனக்கு சில வருடங்களுக்கு முன்பு பைபரோமைலகியா ஏற்பட்டது இதனால் எனது கர்ப்பம் பாதிக்குமா?

இதனால் வலி, எரிச்சல், உடல் சோர்வு, தசை பிடிப்பு போன்றவை ஏற்படும். அதிக அளவு உடல் சோர்வு ஏற்படும். உங்களுக்கு ஏற்படும் இந்த வகையான பிரச்சனைகள் குழந்தையை எந்த வகையிலும் பாதிக்காது. தியானம் மற்றும் உடல் பயிற்சி உடல் சோர்வு மற்றும் மனசோர்வு ஏற்படாது. மருத்துவரின் ஆலோசனைபடியே மருந்துகளை எடுத்துக் கொள்ளுங்கள்.

இரத்த அழுத்தம்

குறைந்த இரத்த அழுத்தம் எந்த வகையிலாவது என் கர்ப்பத்தை பாதிக்குமா?

90/60 mmHg இரத்த அழுத்தம் ஒரு நோயல்ல. உங்களுக்கு வேறு ஏதும் பிரச்சினைகள் இல்லாத பட்சத்தில், மாரடைப்பு மற்றும் மூளையில் அடைப்பு இன்னும் பிற இரததக் குழாய் சம்பந்தமான பிரச்சனைகள், கூராமல் தடுக்கலாம்.

ஆரோகக்கியமான மனிதர்களுக்கு குறைந்த இரத்த அழுத்தம் நல்லதே என்று ஆராயச்சிகள் சொல்கின்றன. கர்ப்பம் இதனால் பாதிப்புகுள்ளாகாது. உங்கள் மருத்துவரை அணுகி பரிசோதித்துக் கொள்ளுங்கள்.

இரிட்டிள் பவுல்ஸ் சின்டிரோம்.

"எனக்கு இரிட்டபுள் பவுல்ஸ் சின்டிரோம் உள்ளது. இதனால் கர்பத்தில் பிரச்சனை ஏற்படுமா?"

இது ஒவ்வொரு பெண்ணிற்கும் ஒவ்வொரு விதமான பாதிப்பை ஏற்படுத்துகிறது. சில பெண்களுக்கு ஆரம்பத்திலேயே அதிக பிரச்சனைகளை ஏற்படுத்தும்.

இருமல், மலச்சிக்கல், பையேரியா, எடைக்குறைவு போன்றவை ஏற்படுத்தும். ஹார்மோனினால் கேரிட்டபுல் பவுன்ஸ் ஏற்பட்டுள்ளது என்றும் வெளியில் தெரியாது.

ஒரேயடியாக சாப்பிடுவதை தவிர்த்து சிறிது சிறிதாக சாப்பிடுங்கள். மசாலா மற்றும் எண்ணெய்ப் பொருட்களை தவிர்த்திடுங்கள். உங்கள் உணவில் புரோபையாப்டிக்ஸ் சேர்த்துக் கொள்ளுங்கள்.

குறைப்பிரசவம் ஏற்படும் வாய்ப்பு அதிகம் உள்ளது. எனவே முதலிலேயே சி.செக்ஷன் செய்வது சிறந்தது.

கர்ப்பத்தில் ஏற்படும் அதீத இரத்த அழுத்தம், சிறுநீரில் புரதத்தோடு சேரும்போது, கருப்பையிலேயே

குழந்தை இறப்பதற்கும், நஞ்சுப்பை பிரசவத்திற்கு முன்பே பிரிவதற்கும் வாய்ப்புகள் அதிகம். ஆனால் 25வது வாரத்திலேயே இந்த பிரச்சினை நிகழ்வது சிறிது அதிகப்படிதான். அடுத்த கர்ப்பத்தில் இவ்வாறு இரத்த அழுத்தம் ஏறுவதற்கு சாத்தியகூறுகள் அதிகம் என்றாலும் பிற பிரச்சினைகள் சிறிது குறைவாகவே இருக்கும். பொதுவாக அடுத்தடுத்த கர்ப்பங்களில் கர்ப்பத்தினால் ஏற்படும் இரத்த அழுத்த பாதிப்புகள் குறைந்தே காணப்படும்.

மருத்துவத்தில் மாறாத விதிகள் என்று ஏதுமில்லை என்பது உண்மையே. ஒரு சில விவகாரங்களில் அதற்கு நேர் எதிரானது உண்மையாக இருக்கலாம். இருந்தாலும் சிலவற்றில் மருத்துவம் மாறுபட்டிருக்கும் என்றே கூறலாம். கர்ப்ப காலத்தில் ஏற்படும் இரத்த அழுத்தத்தில், ஆஸ்பிரினின் பங்கு வாதத்திற்குரியதே. கட்டாயமாக, அது ஒன்றும் தவிர்க்க முடியாதது அல்ல. காரணமான ஒன்றாகத்தான் கருதப்படுகிறது. சமீப கால அறிக்கையின்படி ஆஸ்பிரின் கருச்சிதைவிற்குக் காரணமான ஒன்றாகத்தான் கருதப்படுகிறது. எனவே உங்கள் கவலை நியாயமானதே. ஆரம்ப கர்பபத்தில் கருச்சிதைவுகளும் அதிகம் தான் என்பதனால் ஆஸ்பிரினால் மட்டும் ஏற்படுகின்ற சரியான விகிதாச்சார கருச்சிதைவுகளை உறுதிப்படுத்துவதும் சிரமமானதே. உங்கள் மனைவிக்கு அடுத்த கர்ப்பத்தில் ஆஸ்பிரின் தேவைப்படுமா? என்பதை உங்களின் மருத்துவரின் முடிவாகத்தான் இருக்க வேண்டும். உங்கள் மனைவி கருத்தரித்தவுடன் இந்த முடிவைப் பார்த்துக் கொள்ளலாம்.

லூபஸ்

"எனக்கு லூபஸ் உள்ளது. இதனால் எனது கர்ப்பத்திற்குப் பாதிப்பு ஏற்படுமா?"

இது அதிக பாதிப்பை ஏற்படுத்தும். கர்ப்பத்திற்கு முன்னரே லூபஸ் இருப்பது தெரியவரின் கர்ப்பத்தைத் தள்ளி வையுங்கள். கர்ப்பத்திற்குப் பிறகு தெரிய நேர்ந்தால் உடனடியாக சிகிச்சை மேற்கொள்ளுங்கள். மேலும் பிரசவ மருத்துவரின் ஆலோசனைப் பெறுவது மிக அவசியம்.

கிரானிக் படிக்சின்டிரோம்.

இது கர்ப்பத்தை ஒருபோதும் பாதிக்காது. இந்த சின்டிரோம் வெளியில் தெரியாது. சில பெண்களுக்கு இந்த சின்டிரோம் மால் அதிக பாதிப்பு ஏற்படும். மருத்துவர் நீங்கள் சாதாரணமாக எடுத்துக் கொள்ளும் மாத்திரையில் சிறிதளவு மாற்றம் செய்வார். இதனால் குழந்தைக்கு பிரசவ சமயத்தில் எந்த பாதிப்பும் ஏற்படாது.

மருந்துகளால் லாபம்

எந்த ஒரு மருந்தையும் எடுத்துக் கொள்வதற்கு முன்னால் எச்சரிக்கை தேவை. பெரும்பாலும் மாத்திரைகளை இரவிலேயே எடுத்துக் கொள்ள வேண்டும். மருந்து எடுத்துக் கொண்டவுடன் நீங்கள் தூங்கி விடுவீர்கள். அதனால் வாந்தி மூலமாக மருந்து வெளியே வராது.

மல்டிபல் ஸ்க்லிரோஸிஸ்

"எனக்கு சில வருடங்களுக்கு முன்னர் மல்டிபல் ஸ்க்லிரோஸிஸ் ஏற்பட்டது. எனக்கு இரண்டு முறை சிறிதளவு எம்.எஸ் கொடுக்கப்பட்டது. இதனால் என்னுடைய கர்ப்பம் பாதிக்குமா?"

உங்களுக்கு ஒரு நல்ல செய்தி. இதனால் உங்களுக்கு எந்த ஒரு பாதிப்பும் ஏற்படாது. ஆரோக்கியமான உணவு மற்றும் மருத்துவரின் நேரடியான பார்வையால் நீங்கள் காப்பாற்றப்படுவீர்கள். பிரசவத்தையும் இது பாதிக்காது. எபிட்யூரல் மற்றும் வலி நிவாரணி மாத்திரைகளைப் பயன்படுத்தலாம்.

சில பெண்களுக்கு உடல் எடை கூடும். சில பெண்களை தொடக்கூட முடியாத அளவில் அருவறுப்புடன் காணப்படுவர்.

மன இறுக்கத்தைத் தவிர்க்க முழு ஓய்வு எடுங்கள். தொற்றுநோய் ஏற்படாமலும், உடல் வெப்பம் அதிகரிக்காமலும் கவனமுடனும் எச்சரிக்கையுடனும் இருங்கள்.

கர்ப்பத்திற்குப் பாதுகாப்பான மற்றும் தேவையான மருந்துகளை மட்டுமே பயன்படுத்துங்கள்.

ஒருவேளை பிரசவத்திற்கு பிறகு தாய்ப்பால் சுரக்கவில்லை எனில் குழந்தைக்குப் புட்டிபால் வாங்கிக் கொடுங்கள். எல்லாவற்றையும் நினைத்துக் கவலை கொள்வதைத் தவிர்த்திடுங்கள்.

பினாயில் கீடோனயூரியா

"எனக்கு பிறந்ததில் இருந்தே பி.கே.யூ உள்ளது. மருத்துவர் எனக்கு லோ பினாயிலாலேனாயின் டயட் கொடுத்தார். இதனால் எனக்கு சரியாகியது. இப்பொழுது இதனால் எனது கர்ப்பம் பாதிக்குமா?

மருத்துகளுடன் கூடவே பிரட், பால், பழம், போன்றவற்றையும் எடுத்துக் கொள்ளுங்கள். அதிக புரோட்டீன் உணவு தேவை. இவை இல்லாமல் உங்களால் உணவு எடுத்துக் கொள்ள முடியாது. ஒருவேளை இவ்வாறான டயட் நீங்கள் எடுத்துக் கொள்ளவில்லை எனில் சிசுவிற்கு பாதிப்பு ஏற்படும் மேலும் கர்ப்பத்திற்கு மூன்று மாதங்களுக்கு முன்னரே நீங்கள்

இவ்வாறான டயட்டைத் தொடங்கிவிட வேண்டும்.

மேலும் இதனைப் பற்றி டயட்டீஷியனிடம் தெளிவான அறிவுரையைப் பெற்றிடுங்கள்.

உடல் ஊனம்

"எனக்கு முதுகுத்தண்டில் பிரச்சனை ஏற்பட்டதால் வீல் சேர் தான் நான் உபயோகப்படுத்துகின்றேன். என்னுடைய கணவர் குழந்தை வேண்டும் என்கின்றார். இப்போது நான் கர்ப்பமாக இருக்கின்றேன். நான் எப்படி சமாளிப்பது?"

முதலில் நீங்கள் மருத்துவரை சந்தித்து உங்களின் உடல் பிரச்சனையைப் பற்றித் தெளிவாக குறிப்பிடுங்கள்.

உங்களின் உடல் ஊனம் மிகப்பெரிய விஷயம் இல்லை. மேலும் இதனால் உங்களின் கர்ப்பத்திற்கு எந்த பாதிப்பும் ஏற்படாது.

உங்களின் எடையை கட்டுப்பாட்டில் வைத்திடுங்கள். உங்களுக்கு வாட்டர் திரபைப்பி மிகவும் சிறந்தது.

மற்றப் பெண்களை விட உங்களுக்கு கர்ப்பகாலம் என்பது சவாலான நேரம் ஆகும். உங்களுக்கு பிறக்கும் குழந்தை ஊனமாக பிறக்கும் என்பதற்கான ஆதாரமே இல்லை, மேலும் உங்களால் பிரசவ வலியை உணரமுடியாது. இதனால் அடிக்கடி கர்ப்பப்பையை சோதனை செய்து கொண்டே இருக்க வேண்டும்.

நீங்கள் மருத்துவமனையிலேயே சேர்ந்து விடுவதும் உங்களுக்கு மிகவும் சிறந்தது.

பிரசவ சமயத்தில் உங்களுக்கு சிக்கல்கள் அதிகமாக ஏற்பட வாய்ப்ப .உண்டு. குழந்தை பிறந்த பிறகு உங்களையும் குழந்தையையும் கவனித்துக் கொள்ள ஒருவரை நியமித்தல் அவசியம்.

ரயுமேடாஇட் ஆர்த்தரயிடிஸ்

"எனக்கு ரயுமேடாஇட் ஆர்த்தரயிடிஸ் உள்ளது. இதனால் எனது கர்ப்பம் பாதிக்குமா?"

இதனால் பாதிக்காது ஆனால் கர்ப்பகாலத்தில் உங்களுக்கு வலி மற்றும் வீக்கம் ஏற்படும். பிரசவத்திற்குப் பிறகு இந்த நிலைமை இன்னும் அதிகமாகும்.

கர்ப்ப காலத்தில் அதிக மாறுதல்கள் ஏற்படும். பழைய மருந்துகளை விட்டுவிட்டு இப்பொழுது உங்களுக்கு தேவைப்படும் மருந்துகளை எடுத்துக் கொள்ளுங்கள்.

பிரசவ நேரத்தில் புதுவிதமான விதிகளை கையாளுவதைப் பற்றி மருத்துவர் உங்களுக்கு ஆலோசனை கூறுவார்.

ஸ்காலியோசிஸ்

"எனக்கு சிறுவயதிலிருந்தே ஸ்காலியோசிஸ் உள்ளது. இதனால் கர்ப்பத்திற்கு ஏதாவது பாதிப்பு ஏற்படுமா?"

பெரும்பாலும் பாதிப்பு ஏற்படாது. சில பெண்களுக்கு மூச்சு விடுவதில் பிரச்சனை ஏற்படும். எடை குறையும. முதுகு வலி, கழுத்து வலி போன்றவை ஏற்படும். எபிட்டியூலல் மாத்திரைகளை எடுத்துக் கொள்ளுதல் வேண்டும்.

"எனக்கு கிரேவ்ஸ் நோயி உள்ளது இதனால் என் கர்பப்திற்கு பாதிப்பு ஏற்படுமா?

தைராய்டு, ஹார்மோன் அதிக அளவில் சுரப்பதால் இந்த நோய் ஏற்படுகிறது. மேலும் மிஸ்கரேஜ் மற்றும் பிரிடேர்ம் பர்த் ஏற்படுவதற்கான வாய்ப்பு உள்ளது.

சரியான உணவு மற்றும் ஆன்டி தைராய்டு மாத்திரை உட்கொள்ளுவதால் ஓரளவு தப்பிக்கலாம். ரேடியோடிவ் அயோடின் உங்களுக்கு கூடவே கூடாது. ஒருவேளை அயேடின் எடுத்து கொண்டால் உங்கள் குழந்தைக்கு வளர்ச்சி ஏற்படாது.

சிக்கல் செல் இரத்தசோகை

சாதாரண பெண்களுடன், சிக்கில் செல் சோகை உள்ள பெண்களை ஒப்பிட்டுப் பார்க்கும் பொழுது, இரத்தக்குழயாய் அடைப்பு, அதீத இரத்த அழுத்தம், சிறுநீரகத்தில் சீழ், கெட்ட இரத்தக் குாாய்களில் அடைப்பு மற்றும் தானாகவே நடக்கும் கருச்சிதைவு ஆகியவை இவர்களுக்கு அதிகமாக நடக்கும் என்பதால், இந்த நோய் உள்ள பெண்களைக் காப்பம் தரிக்க வேண்டாம் என்று சமீப காலம் வரை அறிவுறுத்தி வந்தோம். அதீத இரத்த அழுத்தம் மிகவும் அதிகமாகக் காணப்படும் என்பதால், 20 சதவிகித கர்ப்பங்கள் குறைமாத பிரசவம் மற்றும் குறை எடையுள்ள காப்பங்களாக ஆவதற்கு சாத்தியக்கூறுகள் அதிகம். கவனமுடன் கண்காணிப்பு, உடனடியான கண்டுபிடிப்பு, கடுமையான சிகிச்சை முறைகள் இவைகளை கர்ப்ப காலத்திலும், குழந்தை பிறந்த பின்பும் கடைபிடிப்பது மிகவும் முக்கியம். முன்பேறு கால கவனிப்பு, மகப்பேறு கால மருத்துவர், பொதுநல மருத்துவர், இரத்த சிறப்பு மருத்துவர் மற்றும் உணவு முறை மருத்துவர் இவர்களால் கூட்டாகக் கொடுக்கப்படுவதோடு முன்னெச்சரிக்கை நடவடிக்கையாக இரத்தம் ஏற்றுதலும், ஙபோலிக் ஆசிட் மாத்திரைகளும் இரத்த நாள் அடைப்புகளைத் தவிர்க்க கொடக்கப்பட வேண்டும்.

தாய் இறப்பு என்பது இந்த நோயில் தற்காலத்தில் குறைந்திருக்கின்றது என்றாலும், பல மையங்களில் இது 2-9 சதவிகிதமாக

உள்ளது. இதில் பொதுவான ஆபத்து என்னவென்றால் இந்த வகைப் பெண்களுக்கு ஏற்படும் நோய் அறிகுறிகள், பிற ஆபத்தான நோய்களான, இடம் மாறிய கர்ப்பம், குடல்வால் தொற்று, நஞ்சுப்பை பிரிதல் மற்றும் சிறநீரக சீழ் முதலியவைகயோடு ஒத்துப் போவதால் தவறாகக் கணிக்கப்பட்டு, இப்படிப்பட்ட ஆபத்தான நோய்களை கண்டுபிடிக்காமல் போய்விடலாம். வலி, காய்ச்சல் மற்றும் குறைந்த இரத்த நிறமி இவைகளை உண்டு பண்ணக்கூடிய பிற நோய்கள் இல்லை என்று உறுதியான பிறகுதான், சிக்கில் செல் இரத்தச் சோகை கவலைக்கிடம் ஆராயப்பட வேண்டும்.

இந்த வகை நோய் உள்ள பெரும்பாலான பெண்களுக்கு இருதய பாதிப்பும் உள்ளதால், இவர்கள், கர்ப்ப மற்றும் பிரசவ காலங்களில் இருதய நோயுள்ளவர்கள் போல்தான் கருதப்பட வேண்டும்.

கூட்டான மருத்துவ சிகிச்சை முறைகள் இரத்த நிறமியை (haemoglobin F) அதிகப்படுத்தும். ஹைட்ராக்ஸியூரியா (Hydroxyuria) 5. அசாசைட்டிடின் (5-azacytidine) மற்றும் ரீகாம்பினெனன்ட் எரித்ரோ பாயிட்டினுடன் (erythropoietin) ஹைட்ராக்ஸியூரியா முதலியவை பயன்படுத்தப்படுகின்றன. ஹைட்ராக்ஸியூரியா 50 சதவீதம் குறைக்கும். ஹைட்ராக்ஸியூரியா, விவரங்களுக்கு, பிறவிக் கோளாறுகளை உண்டு பண்ணக்கூடியது. ஆனால் மனிதர்களில் இந்த மருந்துடன் அனுபவம் கிடையாது. நம்பிக்கைக்குரிய சிகிச்சை முறை எலும்பு மஜ்ஜை மாற்றுத்தான். முன் கர்ப்ப கண்டுபிடிப்பு, கோரியானக் வில்லை பயாப்ஸி (Chorionic villus sampling) அல்லது பனிநீர் பரிசோதனைகளின் மூலம் சாத்தியமே. கண்டுபிடிப்பு நிரூபிக்கப்பட்டால், ஆரம்பகால கருச்சிதைவு செய்து கொள்ளலாம் ஸ்டெம் செல் மருத்துவம் (Stem Cell therapy) நம்பிக்கைக்குரிய கருப்பையினுள் சிசுவிற்கு செய்து கொள்ளக்கூடிய மாற்று முறை சிகிச்சையாக உருவெடுத்து வருகின்றது.

தைராய்டு

கர்ப்ப காலத்தில், தைராய்டு ஹார்மோன் அதிகமாகத் தேவைப்படும். சாதாரண பெண்களைப் போல், இவர்களால் தைராக்ஸின் ஹார்மோனை அதிகப்படியாக சுரக்க வைக்க முடியாது. ஆகவே தைராக்ஸின் மாத்திரைகளை அதிக அளவில் (45 சதவிகிதம் கர்ப்ப காலத்திற்கு முன் எடுத்துக் கொண்டதை விட) எடுக்க வேண்டியிருக்கும்.

அடிக்கடி கண்காணித்துக் கொள்வதை பரிந்துரைக்கின்றோம். இரத்தத்தில் தைராக்ஸின் அளவு 8 வாரங்களில் அதிகரிக்க ஆரம்பித்து,

16 வாரங்களில் சிகரத்தை தொடும்.

ஒரு பெண்ணின் புதிய சரியான அளவு நிர்ணயிக்கப்பட்டவுடன், கண்காணிக்கப்படும் தடவைகள் குறைக்கப்படலாம். TSH அளவு 4 வாரங்களுக்கு ஒரு முறை அளக்கப்பட்டு அது நார்மலாகிவிட்டால், குறைந்த தடைவ சோதனை செய்து கொள்ளப்படலாம்.

பிரசவத்திற்குப் பிறகு, தைராக்ஸின் அளவு திரும்பவும் ஒழுங்குப்படுத்தப்பட்டு, பல சமயங்களில், கர்ப்ப காலதிற்கு முன்பு எடுத்துக் கொள்ளப்பட்ட அளவிற்குப் போய்விடும்.

சரியானபடி, தைராக்ஸின் அளவு வைத்துக் கொள்ளப்படுகின்ற போதுதான், பிள்ளைகள் நார்மலாய் இருக்க முடியும். உங்களின் தைராக்ஸின் அளவு அதிகரிக்கப்பட்ட பின்பு 4 வாரங்களில் ஒரு முறையும் பிரசவத்திற்கு 4 வாரங்கள் கழித்து மறுபடியும், பரிசோதனை செய்து கொள்ளவேண்டும்.

உதவி பெறுங்கள்

கர்ப்பிணிகளுக்கு ஏதாவது ஒரு விதத்தில் நோய் தாக்கம் ஏற்படும். உங்களுக்கு கீழே கொடுக்கப்பட்டுள்ளவை. ஓரளவு உதவியாக இருக்கும்

மெடிக்கல் சப்போர்ட்

நீங்கள் கர்ப்பத்திற்கு முன்பிருந்தே மருத்துவரின் ஆலோசனை பெறுவது அவசியம்.

உங்களுக்கு உள்ள நோய்க்கான சிறப்பு மருத்துவர், பிரசவ மருத்துவர் இவர்களின் டெஸ்ட் ரிப்போர்ட் மற்றும் மருந்துகளை கவனமாக வைத்திடுங்கள்.

இமொஷ்னல் சப்போர்ட்

நீங்கள் இப்பொழுது எதைப்பற்றியுமே கவலைப் படக்கூடாது, கர்ப்பத்தைப் பற்றிய பயம் இருந்தால் உங்கள் கணவர், தோழிகள், உறவினர்களிடம் ஆலோசனை செய்யுங்கள். அவர்கள் உங்களுக்கு சிறந்த ஆலோசனை வழங்குவார்கள்

பிசிக்கல் சப்போர்ட்

இப்பொழுது உங்களுக்கு ருசியான ஆகாரம் தேவைப்படும் நேரம் இது. உங்களுகளால் தனியாக சமைக்க முடியவில்லையெனில் யாரையாவது உதவிக்கு வைத்துக் கொள்ளுங்கள்.

■ ■ ■

பாகம்-7

சிக்கலான கர்ப்பம்

கர்ப்பத்தில் சிக்கல்

உங்கள் கர்ப்பத்தில் ஏதேனும் சிக்கல் ஏற்பட்டால் அவசியம் இந்த அத்தியாயத்தைப் படியுங்கள் ஒருவேளை நீங்கள் கர்ப்பம் இல்லை எனில் இவ் அத்தியாயத்தைப் படிக்க வேண்டிய அவசியம் இல்லை எனில் இந்த அத்தியாயம் படித்தீர்கள் எனில் வீண் கவலை ஏற்படும்.

கர்ப்பத்தில் பிரச்சனை

சாதாரணமான கர்ப்பத்தில் எந்த ஒரு பிரச்சனையும் ஏற்படாது. ஒருவேளை கர்ப்பத்தில் பிரச்சனை ஏற்பட்டால் மருத்துவரிடம் சென்று ஆலோசனை பெறுங்கள் மேலும் சிறப்பு பிரசவ மருத்துவரை கலந்து ஆலோசியுங்கள்.

கருச்சிதைவு ஏற்படுதல்

இது எப்படி ஏற்படும்?

கர்ப்பத்தின் தொடக்கத்தில் ஏற்படுவது தான் கருச்சிதைவு என அழைக்கப்படுகிறது. இது முதல் முன்று மாதங்களில் ஏற்படலாம் ஆங்கிலத்தில் இதனை எர்லி மிஸ்கேரேஜ் என்பார்கள் எண்பது சதவீதம் கருச்சிதைவு முதல் மூன்று மாதத்தில் ஏற்படும். நான்காவது வாரம் முதல் இருபதாவது வாரம் வரை ஏற்படும் கருச் சிதைவை பிந்தைய கருச்சிதைவு என்பர். முதலில் ஏற்படும் கருச் சிதைவில் கருவானது உடல் உறுப்புகள் ஏற்படாமல் சிதைந்து விடும்.

இதற்கு முக்கிய காரணமாக இருப்பது மரபணு பிரச்சனை தான்.

இது ஏற்படுவதற்கான வாய்ப்புகள்

கருச்சிதைவு என்பது மிகப் பெரிய பிரச்சனை. நாற்பது சதவீதம் கர்ப்பமானது கருச்சிதைவில் தான் சென்று முடிகிறது. இதில் பாதியானது முதல் மாதத்திலேயே ஏற்படுகிறது.

இது எல்லா கர்ப்பிணிப் பெண்களுக்கும் ஏற்படும் பிரச்சனை தான். கருச்சிதைவு ஏற்படும் காரணம் முதல் காரணம் வயது அதிகம் இருப்பது. இரண்டாது வைட்டமின் குறைபாடு. முன்றாவது உடல் எடை அதிகமாக இருப்பது, ஆர்பியான் சமம் இல்லாமை, குடிப்பழக்கம்.

கருசிதைவு ஏற்படுவதற்கான அறிகுறிகள்.

கீழ்க்கண்ட அறிகுறிகள் தென்பட்டால் கருச்சிதைவு ஏற்படும்.

- ★ அடிவயிற்றில் மிகுந்த வலி
- ★ மிகுதியான இரத்தப் போக்கு
- ★ மூன்று நாட்களுக்கு மேல் வெள்ளைப்படுதல்
- ★ கர்ப்பத்தின் அறிகுறியே இல்லாமல் போதல்

உங்கள் மருத்துவர் என்ன செய்ய முடியும்?

உங்களுக்கு இரத்தப்போக்கு ஏற்பட்டால் கருச்சிதைவு தான் ஏற்பட்டுள்ளது என அர்த்தம் இல்லை எனவே உடன் மருத்துவரிடம் சென்று விபரத்தைக் கூறுங்கள். அவர் உடனடியாக அல்ட்ரா சவுண்ட் மூலம் கண்டுபிடித்து விடுவார் ஒருவேளை கருச்சிதைவு ஏற்பட்டால் இரத்தப்போக்கு வந்தால் அதனை நிறுத்த அதற்கான வழி முறைகளைக் கூறுவார். கருச்சிதைவு தான் ஏற்பட்டு இருப்பின் கர்ப்பப்பையை சுத்தம் செய்து விடுவார்.

அல்ட்ரா சவுண்ட் முறையில் கருவின் உயிர்துடிப்பு கேட்கவில்லை எனில் அது கருச்சிதைவு அடைந்ததாக கருதப்படும். உங்களை மருத்துவர் ஒய்வு எடுக்கச்

கருச்சிதைவின் வகைகள் :-

கொஞ்ச நாட்களுக்கு முன்னர் தான் உங்களுக்கு கருச்சிதைவு ஏற்பட்டு இருக்கலாம். நீங்கள் குழந்தையை இழந்திருக்கலாம். இப்படிப்பட்ட சூழ்நிலையில் நீங்கள் கருச்சிதைவின் வகைகளைப் பற்றி அவசியம் தெரிந்து கொள்ள வேண்டும்.

கைமிகல் கர்ப்பம் :-

கருமுட்டை வளர்ச்சி அடையாமலேயே கருச்சிதைவு ஏற்படுதவை கைமிகல் கர்ப்பம் என்று கூறுவர். அல்ட்ராசவுண்ட் மூலமாக பளசண்டா இல்லை என்பது கண்டு பிடிக்கப்படும். ஆனால் உங்களுக்கு சிறுநீர் பரிசோதனையின் போது பாஸிடிவ்க்கு பதிலாக கர்ப்பம் என்றே வரும். ஏன்எனில் கர்ப்பத்திற்கான ஹார்மோன்கள் உற்பத்தியில் இருக்கும்.

பலாயிடேட் ஒவம் :-

இதில் கருவின் வளர்ச்சியானது சிதைந்த செல்களாகவே காணப்படும். கரு என்பது உருவாகமல் இருக்கும். இதன் கருமுட்டை நாற்றமடிக்கும்.

மிஸ் மிஸ்கேரேஜ் :-

கரு இறந்த பிறகும் கூட கர்ப்பப்பையிலே தங்கி இருக்கும். கருஞ் சிவப்பு இரத்தம் வெளிவர ஆரம்பிக்கும். அல்ட்ரா சவுண்டில் முழு நிலைமையைப் பற்றித் தெரிய வரும்.

முழுமைபெறாத மிஸ்கேரேஜ் :-

பிளசண்டாவின் ஒருசில துகள்கள் கருப்பையில் தங்கி இருப்பின். அதனை முழுமைபெறாத மிஸ்கேரேஜ் என்று அழைப்பார்கள். சில பிளசன்டாக்கள், யோனிக் குழாயிலேயே தங்கி விடும். அல்ட்ரா சவுண்டில் இதனைக் கண்டறியலாம்.

திரேடனட் மிஸ்கேரேஜ் :-

யோனிக் குழாயில் தங்கி இருக்கும் உபரி இரத்தமானது வெளியேற ஆரம்பிக்கும். அதற்குப் பிறகே கருச்சிதைவு ஏற்படும். மெல்ல மெல்ல கருவின் இதயத்துடிப்பு குறைய ஆரம்பித்து பிறகு நின்றுவிடும் இதனையே திரேடனட் மிஸ்கேரேஜ் என்பர்.

நீங்கள் தெரிந்து கொள்ள வேண்டும்

உடற்பயிற்சி செய்வதால், மிகவும் கனமான பொருட்களை தூக்குவதால், அடிக்கடி உடலுறவு வைத்துக் கொள்வது கீழே விழுவதால், மன அழுத்தத்தால், பயத்தால் மற்றும் வயிற்றின் மீது அழுத்தம் ஏற்படுவதால் போன்ற பல காரணங்களால் எல்லாம் கருச்சிதைவு ஏற்படாது. ஒருவேளை முதல் முறை கருச்சிதைவு ஏற்பட்டு விட்டால் அதற்கு அடுத்த முறை கர்ப்பம் தரிப்பது சுலபாகிவிடும்.

நீங்கள் தெரிந்து கொள்ள வேண்டும் இதிலிருந்து தப்பிக்க முடியமா?

கரு வளராமல் சிதைந்து போவதிலிருந்து தப்பிக்க ஏதாவது வழிமுறை செய்ய முடியுமா? இந்த விபரத்திலிருந்து தப்பிக்க கீழ்க்காணும் முறைகளைக் கையாளுங்கள்.

ஒருவேளை உங்களுக்கு முதலிலேயே கருச்சிதைவு ஏற்பட்டிருக்கிறதா?

கருமுட்டையானது சிதைந்து விடுவதே கருச்சிதைவு எனப்படும். இதில் கருவானது மேலும் வளர்ச்சி அடைவதற்கான தகுதியை இழந்து விடுகின்றது. மேலும் உயிர் நிலையில் இல்லாத கரு தானாகவே சிதைவை ஏற்படுத்திக் கொள்கிறது.

இதில் உங்களுடைய தவறு என்று ஒன்றும் கிடையாது. உங்களின் மனதை யாருடைய உதவியாவது கொண்டு தேற்றிக் கொள்ளுங்கள். மேலும் நம்முடைய இந்த புத்தகத்தின் 23வது அத்தியாயத்தில் தரப்பட்டுள்ள அறிவுரையைப் பின்பற்றுங்கள்.

பல பெண்கள் ஒரு பிரசவத்திற்கும் அடுத்த பிரசவத்திற்குமான இடைவெளியைத் தருவதே இல்லை. உடனே கர்ப்பம் தரித்து விடுகிறார்கள். இது கூட கருச்சிதைவு ஏற்பட முக்கிய காரணமாகும்.

கருச்சிதைவு ஏற்பட்ட உடனேவே கர்ப்பம் தரிப்பதும் கூடாது. மருத்துவர் கூட 3 4மாதம் மீண்டும் கழித்தே காப்பம் தரிக்க வேண்டும் என்ற அறிவுரையைக் கூறுவார். இந்த 3,4 மாதங்கள் கர்ப்பம் தரிப்பதை தவிர்க்க ஆணுறையைப் பயன்படுத்துங்கள் இடைப்பட்ட குறுகிய காலத்திற்காக கருத்தடை சாதனம் எதுவும் பயன்படுத்தாதீர்கள்

மீண்டும் கர்ப்பம் தரிக்கும் வரை பொறுமையுடன் இருங்கள். கருச்சிதைவு ஏற்பட்டது கூட உங்களுக்கு ஒருவிதத்தில் நல்லதே. ஏன்எனில் உங்களின் கர்ப்பப்பை சுத்தம் செய்யப்பட்டிருக்கும். மேலும் நீங்கள் மலடி இல்லை. தாய்மை அடைய தகுதியானவரே என்பதும் தெரிய வரும்.

சொல்லுவார். கருவைக் காப்பாற்ற இயலாத சூழ்நிலை ஏற்பட்டு விடும்.

கருச்சிதைவின் வகைகள் :-

கொஞ்ச நாட்களுக்கு முன்னர் தான் உங்களுக்கு கருச்சிதைவு ஏற்பட்டு இருக்கலாம். நீங்கள் குழந்தையை இழந்திருக்கலாம். இப்படிப்பட்ட சூழ்நிலையில் நீங்கள் கருச்சிதைவின் வகைகளைப் பற்றி அவசியம் தெரிந்து கொள்ள வேண்டும்.

கைமிகல் கர்ப்பம் :-

கருமுட்டை வளர்ச்சி அடையாமலேயே கருச்சிதைவு ஏற்படுதவை கைமிகல் கர்ப்பம் என்று கூறுவர். அல்ட்ராசவுண்ட் மூலமாக பளசண்டா இல்லை என்பது கண்டு பிடிக்கப்படும். ஆனால் உங்களுக்கு சிறுநீர் பரிசோதனையின் போது பாஸிடிவ்க்கு பதிலாக கர்ப்பம் என்றே வரும். ஏன்எனில் கர்ப்பத்திற்கான ஹார்மோன்கள் உற்பத்தியில் இருக்கும்.**பலாயிடேட் ஒவம் :-**

இதில் கருவின் வளர்ச்சியானது சிதைந்த செல்களாகவே காணப்படும். கரு என்பது உருவாகமல் இருக்கும். இதன் கருமுட்டை நாற்றமடிக்கும்.**மிஸ் மிஸ்கேரேஜ்:-**

கரு இறந்த பிறகும் கூட கர்ப்பப்பையிலே தங்கி இருக்கும். கருஞ் சிவப்பு இரத்தம் வெளிவர ஆரம்பிக்கும். அல்ட்ரா சவுண்டில் முழு நிலைமையைப் பற்றித் தெரிய வரும்.

முழுமைபெறாத மிஸ்கேரேஜ்:-

பிளசண்டாவின் ஒருசில துகள்கள் கருப்பையில் தங்கி இருப்பின். அதனை முழுமைபெறாத மிஸ்கேரேஜ் என்று அழைப்பார்கள். சில பிளசன்டாக்கள், யோனிக் குழாயிலேயே தங்கி விடும். அல்ட்ரா சவுண்டில் இதனைக் கண்டறியலாம்.

கருச்சிதைவின் ஏற்பாடு:-

அதிகப்படியான பெண்களுக்கு முதல் மூன்று மாதங்களுக்குள்ளேயே கருச்சிதைவு ஏற்பட்டு விடுகின்றது. அசாதாரணமாக கடைசி மாதத்தில் கூட கருச்சிதைவு ஏற்படும். குழந்தையின் இதயத் துடிப்பு உங்களுக்கு கேட்க வில்லையெனில் கருச்சிதைவு ஏற்பட்டு விட்டதாக அர்த்தம். மேலும் நீங்கள் உங்களின் கர்ப்பப்பையையும் சுத்தம் செய்யப்பட வேண்டியதாய் இருக்கும்.

எக்ஸ்பேக்டெனட் மேனேஜ்மென்ட்:-
நீங்கள் உங்களின் கர்ப்பப்பையை இயற்கை வைத்திய முறையில் சுத்தம் செய்யலாம். இந்த முறையில் சுத்தம் செய்ய நீங்கள் 3,4 வாரங்கள் வரை காத்திருக்க வேண்டும்.

மருந்துகள்:-
மருந்து உட்கொள்ளுவதன் மூலமாக கர்பப்பையை சுத்தம் செய்யலாம். இதில் பிளசன்டா மற்றும் சிதைந்த கரு தானாகவே வெளி வந்து விடும். இந்த மருந்தை உட்கொள்வதால் வாந்தி, மயக்கம், டயாரியா மற்றும் அதிக அளவில் இரத்தப்போக்கு போன்றவை ஏற்பட வாய்ப்பு உண்டு.

சர்ஜரி:-
டி.என்.சி எனப்படும் முறையில் மருத்துவர் கர்ப்பப்பையின் வாயைத் திறந்து கருச்சிதைவைச் சுத்தம் செய்வார். இதற்கு பிறகு 1 வாரம் வரையில் இரத்தப் போக்கு காணப்படும். இதில் தொற்று நோய்கள் பரவுவதற்கான வாய்ப்பு மிக அதிகம்.
நீங்கள் என்ன முடிவு எடுக்க வேண்டும் நீங்கள் என்ன செய்ய வேண்டும் என்பதெல்லாம் கீழ்க்காணும் விஷயங்களைப் பொறுத்து தான் உள்ளது.

- ❖ மிஸ்கேரேஜ் ஆறாவது, ஏழாவது மாதத்தில் ஏற்பட்டது. மேலும் அதிக அளவில் இரத்தப்போக்கு உள்ளதா. அதிக அளவில் வயிறு வலிக்கின்றதா. இப்பொழுது டி.என்.சி செய்யலாம்.
- ❖ எட்டாவது மாதத்தில் கருச்சிதைவு எனில் சர்ஜரியே சிறந்தது.
- ❖ முதல் மாதத்திலேயே கருச்சிதைவு எனில் மருந்தே சிறந்தது.
- ❖ இயற்கை மருத்துவ முறையில் கர்ப்பபையை முழுமையாகச் சுத்தம் செய்ய முடியாது. இதனால் அடுத்த கர்ப்பத்தில் பிரச்சனை ஏற்படும்.
- ❖ எப்படி வேண்டுமானாலும், எந்த வகையிலாவது கருச்சிதைவு ஏற்பட்டவுடனேயே கர்ப்பப்பையை சுத்தம் செய்து விட வேண்டும். இதுவே நல்லது.
- ❖ ஆனால் கருசிதைந்து போன பிறகு மிஞ்சுவது என்னவோ துக்கம் தான்.

திரேடனட் மிஸ்கேரேஜ்:-
யோனிக் குழாயில் தங்கி இருக்கும் உபரி இரத்தமானது வெளியேற ஆரம்பிக்கும். அதற்குப் பிறகே கருச்சிதைவு ஏற்படும். மெல்ல மெல்ல கருவின் இதயத்துடிப்பு குறைய ஆரம்பித்து பிறகு நின்றுவிடும் இதனையே திரேடனட் மிஸ்கேரேஜ் என்பர்.

நீங்கள் கற்றுக் கொள்ள வேண்டும்.
பலமுறை ஆரோக்கியமான கர்ப்பத்தில் கூட அல்ட்ராசவுண்ட் முறையில் சிசுவின் இதயத் துடிப்பை அறிந்து கொள்வதில் நேரம் ஆகிறது. ஒருவேளை உங்களின் கருப்பை சுவர் அத்தனை கடினமானதாக இருக்கலாம். அல்லது வெள்ளை நிற பிசுபிசுப்பான திரவம் கருவைச் சுற்றி அதிக அளவில் இருக்கலாம். நீங்கள் ஹெச் ஜி. நிலைமையை தெரிந்து கொள்ள வேண்டும்.

பிறப்புறுப்பில் ஏதேனும் வலி ஏற்பட்டால் மருத்துவரிடம் சென்று ஆலோசனை பெறுங்கள். அவர் உங்களுக்கு வலி நிவாரணி மாத்திரைகளைத் தருவார்.

- ➢ கர்ப்பம் அடைவதற்கு முன்னரே கிரானிக் டெஸ்ட் எடுத்து விடுங்கள்.
- ➢ போலிக் அமிலம் மற்றும் விட்டமின் பி சத்து நிறைந்த மாத்திரைகளை போட்டுக் கொள்ளுங்கள். ஙபோலிக் அமிலக் குறைபாட்டினாலேயே அதிக அளவில் பெண்களுக்கு கருச்சிதைவு ஏற்படுகின்றது. சரியாக

மாத்திரை உட்கொண்டால் இதுதடுக்கப்படும்.

- உங்களின் எடையைக் குறையுங்கள். அதிக எடை ஒரு மிகப்பெரிய பிரச்சனைத் தரும் குறைந்த எடையும் பிரச்சனையைத் தரும் எனவே எடையில் கவனம் செலுத்துங்கள்.
- புகையிலை மற்றும் குடிப் பழக்கத்தை நிறுத்தி விடுங்கள்.
- மருத்துவரின் அனுமதி பெறாமல் நீங்களாவே ஏதாவது ஒரு மாத்திரையைப் பயன்படுத்தாதீர்கள். இதனால் இழப்பீடு உங்களுக்குத் தான் ஏற்படும்.
- தொற்று வியாதிகளிடமிருந்தும், எயிட்ஸ் போன்றவற்றிலிருந்தும் தள்ளியே இருங்கள்.

ஒருவேளை இரண்டிற்கும் அதிகமான முறையில் கருச்சிதைவு ஏற்பட்டு இருந்தால் அதற்கான காரணத்தை முதலில் கண்டறியுங்கள். பிறகு அடுத்த கர்ப்பம் தரிப்பதைப் பற்றிச் சிந்திக்கலாம்.

லேட் மிஸ்கேரேஜ்

இது என்ன?

மூன்று மாதத்திற்கு பிறகோ அல்லது 20 வது வாரத்திற்குள்ளாகவோ கருச்சிதைவு ஏற்படுவதையே லேட் மிஸ்கேரேஜ் என்கின்றோம். 20 வது வாரத்திற்குப் பிறகு இதனை ஸ்டில் பர்த் என்கின்றனர். இது தாயின் உடல்நிலை, மருந்துகளின் தன்மை பிளசன்டாவில் பிரச்சனை, நச்சுப் பொருட்களை உண்ணுதல், குடிப்பழக்கம் போன்ற காரணங்களால் ஏற்படுகின்றது.

இது எந்த அளவு நடைபெறும் வாய்ப்பு

1000ல் ஒருவருக்கே இது ஏற்படும் வாய்ப்பு உண்டு.

அறிகுறிகள்

பழுப்பு நிறத்தில் ஒருவித கெட்ட வாடையுடன் இரத்தம் வெளியேறும். வெள்ளை வெளேரென்று திரி போன்ற திரவம் சுரக்க ஆரம்பித்து விடும். இது பிளசன்ட்டோவின் அழுகல் அறிகுறி. குறைப் பிரசவம், பிளசன்ட்டோவில் பிரச்சனை போன்றவற்றால் இது ஏற்படும்.

உங்களின் மருத்துவர் என்ன செய்ய முடியும்?

மிஸ்கேரேஜ் மீண்டும் ஏற்படுதல்

ஒருமுறை மிஸ்கேரேஜ் ஏற்பட்டு விட்டால் மீண்டும் ஏற்படாது என்று கூறவே முடியாது. மீண்டும் ஏற்படுவதற்கான வாய்ப்புகள் மிக அதிகம். ஒருவேளை இரண்டுக்கும் மேற்பட்ட முறைகளில் மிஸ்கேரேஜ் ஏற்பட்டு விட்டால் அதற்கான காரணத்தை உடனடியாகக் கண்டறிய வேண்டும். மிஸ்கேரேஜ் ஏற்படுவதற்கான காரணங்களைக் கண்டறிய அதிக அளவில் டெஸ்ட்கள் உள்ளன. அல்ட்ராசவுண்ட், எம். ஆர். ஐ மற்றும் சி.டி. ஸ்கேன் போன்றவற்றால் இதனை முதலிலேயே கண்டுபிடித்து விடலாம்.

காரணம் கண்டுபிடித்த பிறகு மருத்துவரிடம் ஆலோசனை பெற்று சிகிச்சை மேற்கொள்ளுங்கள். நிறைய முறை சர்ஜரி, தைராய்டு மருந்துகள் மற்றும் விட்டமின் மருந்துகளை அதிக அளவில் உட்கொண்டதால் கூட இந்தக் குறைபாடு ஏற்பட்டிருக்கலாம். ஹார்மோன் டிரீட்மென்ட் உதவியுடன் இதனை சரிசெய்யலாம். நிறைய முறை மிஸ்கேரேஜ் ஆன பிறகும் கூட உங்களால் ஒரு ஆரோக்கியமான குழந்தையைப் பெற்றெடுக்க முடியும். முதலில் உங்களின் பயத்தைப் போக்கி விடுங்கள். சிகிச்சையைத் தொடர்ந்து மேற்க் கொள்ளுங்கள். உங்கள் குடும்பத்தினரிடம் உதவி பெறுங்கள். கணவரின் அன்பைப் பெற்றிடுங்கள். கணவரிடம் உங்களின் பிரச்சனைப் பற்றி மனம் விட்டு பேசிடுங்கள். ஏனெனில் இரண்டு பேருமே தான் இதற்கு பொறுப்பு ஏற்க வேண்டும்.

இரத்தப்போக்குஏற்பட்டவுடனேயே மருத்துவரைச் சந்தியுங்கள். இரத்தப் போக்கிற்கான காரணத்தை அறிய அவர் அல்ட்ரா சவுண்ட் முறையை உபயோகப்படுத்துவார். இரத்தப்போக்கு நின்று விட்டது எனில் இது மிஸ்கேரேஜ் இல்லை என்பது தெளிவாகி விடும்.

இக்டோபிக் கர்ப்பம்

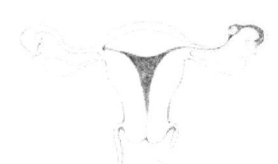

இதில் கருவானது கர்ப்பப்பையில் சென்று சேராமல் வேறு எங்காவது சென்று வளர ஆரம்பிக்கும். இங்கே ஒரு கருவானது பிலோபியன் குழாயில் வளருகின்றது.

அதிகமுறை உடலுறவு கொண்டதால் கூட இரத்தப்போக்கு ஏற்பட்டிருக்கலாம். தொடர்ந்து வலி இல்லாமலோ அல்லது தொடர்ந்து இரத்தப்போக்கு இல்லாமலோ இருந்தும் கூட கருச்சிதைவு ஏற்பட வாய்ப்பு உண்டு. இதனை இன்கம்பிடென்ட் சர்விக்ஸஸ் என்று கூறுவர். இந்த மாதிரியான சூழ்நிலையில் காப்பப்பையின் வாய் மட்டும் திறந்து கொள்ளும். இதனை சரி செய்ய மருத்துவர் கருப்பையின் வாயைத் தைத்து விடுவார். அதையும் மீறி இரத்தப்போக்கு பெருகிக் கொண்டே இருந்தால் இதனை லேட் மிஸ்கேரேஜ் என்பர். மருத்துவரால் டி.என். சி மட்டுமே செய்ய முடியும். அவர் கருப்பையினை முழுவதுமாக சுத்தம் செய்து விடுவார்.

இதனைத் தடுக்க முடியுமா?

இரத்தப்போக்குதொடங்கிவிட்டது எனில் இதனை நிறுத்த முடியாது. முதலிலேயே இவ்வாறு ஏற்பட்டு இருப்பின் மீண்டும் ஏற்படாமல் தடுக்கலாம். அதற்கான வழிமுறையைத் தேடலாம். தாங்கள் இன்கம்பிடென்ட் நிலைமையில் இருந்தால் இதனைத் தடுக்க வழிமுறை மேற்கொள்ளலாம். ஒருவேளை உங்களுக்கு சர்க்கரை நோய், இரத்த அழுத்தம் போன்ற கிரானிச் நோய்கள் இருந்தால் இதனை ஒன்றுமே தடுக்க முடியாது. உடனடியாக சர்ஜரி செய்து கர்பப்பையைச் சுத்தம் செய்ய வேண்டும். நோய் எதிர்ப்பு சக்தியை அதிகரிக்க வேண்டும்.

இது என்ன.?

இதனை குழாயில் ஏற்படும் கர்ப்பம் என்று கூறுவர். இதில் கருவானது கர்ப்பப்பையில் வளராமல் பைலோபியன் குழாயில் இருந்து கொண்டே வளர ஆரம்பித்து விடும். இதனால் பிலோப்பியன் குழாய் பெரியதாக விரிவடையும். இதனை கர்ப்பப்பைக்குள் கொண்டு செல்வது என்பது முடியாது. கர்ப்பத்திற்கான டெஸ்ட் எடுக்கும் போது பாஸிடிவ் என்ற செய்தி வரும் ஆனால் கரு சரியான இடத்தில் தான் உள்ளதா? என்பதைக் கண்டறிவது மிகவும் சிரமம். காலப்போக்கில் அல்ட்ராசவுண்ட் செய்யும் போதோ அல்லது தாங்க முடியாத வயிற்று வலி ஏற்படும் போது தான் இதனைக் கண்டறியலாம். இதனை சர்ஜரி செய்தே அப்புறப்படுத்த வேண்டும். மருந்து மாத்திரைகளால் ஒன்றுமே செய்ய முடியாது.

நீங்கள் தெரிந்து கொள்ள வேண்டும்.
வைற்றின் கீழ் பகுதியில் லேசாக இறுக்கம் இம்ப்ளான்டேசன் மூலமாக ஏற்படுகிறது. லிகமென்டின் அழுத்தத்தாள் உங்களுக்கு இக்டோபிக் பிரெக்னென்ஸி இருக்கென்று அர்த்தம் இல்லை.

இது எப்படி ஏற்படும்?

2 சதவீத கர்ப்பமானது இவ்வாறு ஏற்பட்டு விடுகின்றது. அசிடிட்டி உள்ள பெண்கள் மற்றும் ஐ.யு.டி போட்டிருக்கும் பெண்களுக்கு இது ஏற்படும்.

அறிகுறிகள் :-

இதற்கான அறிகுறிகள் கீழே கொடுக்கப்பட்டுள்ளது.

நீங்கள் தெரிந்து கொள்ள வேண்டும்.
சப் குரோனிக்கல் இரத்தப் போக்கால் குழந்தைக்கு எந்த வித பாதிப்பும் ஏற்படாது. டிமாடோமா சாதாரணமாகவே சரியாகிவிடும்.

- இருமலின் போது வயிற்றில் வலி, அடி வயிறு கனமாகப் பெருத்துக் கொண்டே போதல்.
- இரத்தப்போக்கு
- பிலோப்பியன் குழாய் விரிவடைந்து கொண்டே சென்றால்.
- மயக்கம், வாந்தி
- உடல் சோர்வு
- தூக்கம் அதிக அளவில் வருதல்
- அடி வயிற்றில் அதிகப்படியான வலி
- முதுகு வலி
- யோனிக் குழாயினில் இரத்தப்போக்கு
- அடி வயிறு வீங்குதல்

உங்களின் மருத்துவர் என்ன செய்ய முடியும்?

இக்டோபிக் கர்ப்பத்திற்கான அறிகுறிகளை நீங்கள் கண்டால் உடனடியாக மருத்துவரிடம் சென்று உங்களின் சந்தேகத்தை வெளிப்படுத்துங்கள். கர்ப்பத்தின் ஆரம்பத்திலேயோ அல்லது அறிகுறிகள் தென்பட்டவுடனேயோ கண்டுபிடித்து விட்டதால் உடனடியாக சர்ஜரி செய்து விடலாம். ஹெச்.சி.ஜி நிலைமையைக் கண்டறிந்து இதனைப் போக்கி விடலாம்.

சப் கோரிஒனிக் இரத்தப்போக்கு

இது என்ன?

இதனை சப் கோரிஒனிக் டிமாடோமா என்று கூறுவார்கள். இது யுடிராயின் லயனிங் மற்றும் கோரியனுக்கு இடையில் பிளசன்டாவிற்கு கீழே இரத்தம் தங்கி விடும்.

இந்த மாதிரியான சூழ்நிலைகளில் பல பெண்கள் ஆரோக்கியமான குழந்தைகளைப் பெற்றும் எடுப்பர். ஆனால் சில சமயங்களில் பிரச்சனை ஏற்பட்டு விடும்.

இது எப்படி ஏற்படும்?

இது கிட்டத்தட்ட 1 சதவீதம் தான் ஏற்படும் வாய்ப்பு உண்டு. முதல் மூன்று மாதத்தில் ஏற்படக் கூடிய இரத்தப் போக்குகளில் 20 சதவீதம் இதன் காரணமாகவே ஏற்படுகின்றது.

இதற்கான அறிகுறிகள் என்ன?

முதல் மூன்று மாதத்திற்குள்ளாகவே ஏற்படும் இரத்தப் போக்கே இதற்கான அறிகுறி ஆகும். ஆனால் சில சமயங்களில் இரத்தப்போக்கு ஏற்படாமலேயே கூட அல்ட்ரா சவுண்ட் செய்யும் போது இதற்கான அறிகுறி தெரிய வந்து விடும்.

உங்களின் மருத்துவர் என்ன செய்ய முடியும்?

தொடர்ந்து இரத்தப்போக்கு ஏற்பட்டால் மருத்துவரை அழையுங்கள். அவர் எதனால் இரத்தப்போக்கு ஏற்பட்டுள்ளது எந்த இடத்தில் இருந்து இரத்தம் கசிகின்றது என்பதை கண்டறிவார்.

> **நீங்கள் தெரிந்து கொள்ள வேண்டும்**
> ஹாயிபர்மோசிஸ் எனப்படும் மார்னிங் சிக்னஸினால் குழந்தைக்கு எந்தவிதமான பாதிப்பும் ஏற்படாது. ஆனால் உங்களின் ஆரோக்கியம் பாதிக்கப்படும்

ஹயிபர்மேஸிஸ் கிரேவிடேரம்

இது என்ன?

இது காலையில் ஏற்படுகின்ற மார்னிங் சிக்னஸ் ஆகும். இது 12 முதல் 16 வாரம் வரையில் இருக்கும். சில சமயங்களில் கர்ப்ப காலம் முழுவதும் கூட இருக்கும். இதனால் உடல் எடை குறைய ஆரம்பிக்கும். உடல் பலகீனமாகி விடும். டி.ஹைடிரேஷன் ஏற்படும். இந்த மாதிரியான நிலைமையில் கர்ப்பிணியை மருத்துவமனைக்கு அழைத்துச் சென்று உடனடியாக குளுக்கோஸ் டிரிப்ஸ் ஏற்ற வேண்டும். ஏனெனில் வாந்தி மயக்கம் என்பது மிகவும் மோசமானது. உடனடியான சிகிச்சை இதற்கு செய்தாக வேண்டும்.

இது எப்படி ஏற்படும்?

200 பேரில் ஒருவருக்கு இது ஏற்படும் வாய்ப்பு உண்டு. முதல் முறை கர்ப்பம் தரிக்கும் பெண்களுக்கு இது அதிக அளவில் ஏற்பட வாய்ப்பு உள்ளது. மேலும் அவர்கள் அதிக அளவிலும் சிரமப்பட வேண்டி வரலாம். அதிக எடை கொண்ட பெண்கள், சிறிய வயதிலேயே கர்ப்பம் அடைந்த பெண்கள், ஒன்றுக்கும் மேற்பட்ட கருவை அதாவது இரண்டு அல்லது மூன்று குழந்தைகளை சுமக்கும் பெண்களுக்கு இது ஏற்படுவதற்கான வாய்ப்புகள் மிக மிக அதிகம். மனதில் குழப்பம் ஏற்படும் சமயத்திலும் இது ஏற்படலாம். விட்டமின் பி சத்து நிறைந்த உணவினை உட்கொள்வதால் இது குறையலாம்.

அறிகுறிகள்

* அதிக அளவில் வாந்தி மற்றும் மயக்கம்
* எந்த ஒரு உணவும் செரிக்காத தன்மை
* டிஹைடிரேஷன் ஏற்படல்
* 5 சதவீத எடை குறைவு
* வாந்தியில் இரத்தம் வருதல்

உங்கள் மருத்துவர் என்ன செய்ய முடியும்?

மார்னிங் சிக்னஸிற்கு மருத்துவ சிகிச்சையை விட வீட்டு மருத்துவமே மிகச் சிறந்தது. இஞ்சி, அக்குபஞ்சர் மற்றும் அக்ய.பிரஷரில் சரி செய்து விடலாம். இல்லையேல் மருத்துவரின் ஆலோசனை பெறுங்கள். உடல் எடை திடீரென அதிக அளவில் குறைந்தால் உடனடியாக மருத்துவரை அணுகவும். அங்கே உங்களுக்கு ஆன்டினாஜிமா என்ற மருந்து கொடுப்பார். மேலும் உங்களின் உணவிலும் கவனம் செலுத்த வேண்டும். அதிக அளவிலான மசாலா மற்றும் காரம் சேர்த்த பொருட்களை தவிர்க்க வேண்டும். சிறிது சிறிதாக உண்ண வேண்டும். விரும்பிய பொருட்களை விரும்பிய விதத்திலேயே சமைத்து சாப்பிட வேண்டும். அதிக அளவில் தண்ணீர் அருந்த வேண்டும்.

நீங்கள் தெரிந்து கொள்ள வேண்டும்

ஹாயிபர்மோசிஸ் எனப்படும் மார்னிங் சிக்னஸினால் குழந்தைக்கு எந்தவிதமான பாதிப்பும் ஏற்படாது. ஆனால் உங்களின் ஆரோக்கியம் பாதிக்கப்படும்

கேஸ்டேஷனல் டயாபடிஸ்

இது என்ன?

இது ஒரு வகையான சர்க்கரை வியாதி. இது கர்ப்பகாலங்களில் ஏற்படும். உடலில் இன்சுலினின் அளவு குறைவதால் இது ஏற்படுகின்றது. இது கர்ப்பத்தின் 24 முதல் 28 வது வாரத்திற்குள் ஏற்படும். இந்த சமயத்தில் குளுகோஸ், ஸ்கிரீனிங் டெஸ்ட் போன்றவைகள் செய்யப்படுகின்றது. இது பிரசவத்திற்குப் பிறகும் கூட தொடரும்.

> **நீங்கள் தெரிந்து கொள்ள வேண்டும்.**
> நன்றாக சிகிச்சை மேற்கொண்டால் பிரிக்லைப்பன்சியாவை சரி செய்து விடலாம். கர்ப்பிணியின் இரத்தப்போக்கும் கட்டுப்படுத்தப்படும்.
> இதற்குத் தகுந்த சிகிச்சை மேற்கொள்ளவில்லையெனில் நிலைமை மிகவும் மோசமாகி விடும். கர்ப்பத்தில் பல சிக்கல்கள் முன்னால் வர ஆரம்பிக்கும்.

இது எப்படி ஏற்படும்?

4 முதல் 7 சதவீத கர்ப்பிணிப் பெண்களுக்கு இது ஏற்படும் வாய்ப்பு உள்ளது. அதிக குண்டாக உள்ளவர்களுக்கு இந்த நோய் வெகு விரைவில் வரக்கூடும்.

ஒருவேளை இது தலைமுறை நோயாகக்கூட இருக்கலாம். அதிகமான வயதின் காரணமாகக் கூட வரலாம்.

அறிகுறிகள்

இதன் அறிகுறிகள் மிகவும் வெளிப்படையாகத் தெரியக் கூடியவை.

- திடீரென்று தாகம் ஏற்படுதல்

> **நீங்கள் தெரிந்து கொள்ள வேண்டும்**
> கேஸ்டேஷனல் டயாபடிஸ் கட்டுப்பாட்டில் இருந்தால் நீங்கள் கவலைப்பட வேண்டியது இல்லை. உங்களின் பிரசவமும் எந்த சிக்கலும் இல்லாமல் நடைபெறும். உங்களின் குழந்தையும் காப்பாற்றப்படும்.

- அடிக்கடி சிறுநீர் கழித்தல்
- மிகுந்த களைப்பு
- சிறுநீரில் சர்க்கரை

உங்களின் மருத்துவர் என்ன செய்ய முடியும்?

கர்ப்பத்தின் 28வது வாரத்தில் குளுக்கோஸ் ஸ்கிரீனிங் டெஸ்ட் செய்யப்படுகின்றது. தேவைப்பட்டால் 3மணி நேர குளுக்கோஸ் டாலரன்ஸ் டெஸ்ட் செய்திடலாம். இதில் உங்களின் ஜி.டி தெரிய நேர்ந்தால் மருத்துவர் உங்களுக்கென்று ஒரு புதிய டயட் மற்றும் உடற்பயிற்சிக்கான அறிவுரையைக் கூறுவார். நீங்கள் வீட்டிலேயே குளுக்கோஸ் மீட்டர் கொண்டு அடிக்கடி குளுக்கோஸின் அளவைத் தெரிந்து கொள்ள வேண்டும்.

டயட் மற்றும் உடற்பயிற்சியால் ஒருவேளை உங்களின் சர்க்கரை

குறையவில்லை எனில் பிறகு இன்சுலின் போட வேண்டி இருக்கும். இன்சுலினின் கூடவே க்ளோப்யூராயிட் என்ற மருந்தும் கொடுக்கப்படுகின்றது.

இரத்தத்தில் குளுக்கோஸின் அளவை கட்டுப்பாட்டிற்குள் கொண்டு வந்து விட்டால் பிரசவத்தின்போது எந்த ஒரு பிரச்சனையும் ஏற்படாது.

இதிலிருந்து தப்பிக்க என்ன வழி?

முதலில் உங்களின் எடையை கவனியுங்கள் அதிக சர்க்கரை கொண்ட இனிப்புகளை தவிர்த்திடுங்கள். சத்துள்ள உணவு மற்றும் உடற்பயிற்சி செய்வதை மறக்காதீர்கள். ஃபோலிக் அமிலம் சேர்ந்த மாத்திரைகளை எடுத்துக் கொள்ளுங்கள். இதனால் உங்களுக்கும் உங்களின் குழந்தைக்கும் எந்த வித பாதிப்பும் ஏற்படாது.

காப்பத்தின் சமயத்தில் ஜி.டி இருந்தால் பிரசவத்திற்குப் பிறகு டாரிப் 2 என்ற வகையான சர்க்கரை நோய் ஏற்படும் வாய்ப்பு உள்ளது. எனவே உடற்பயிற்சி, உங்களின் எடை மற்றும் உணவுக் கட்டுப்பாடு என்பவை மிக மிக அவசியம்

பிரிக்லைப்பன்சியா

இதுஎன்ன?

இது கர்ப்பத்தின் 20வது வாரத்திற்கு பிறகு ஏற்படுகிறது. இதில் இரத்தப்போக்கு மிகுந்த அளவிலே இருக்கும். சிறுநீரின் வழியாக புரோட்டீன் வரும், அளவுக்கு அதிகமாகவே வீங்கிவிடும்.

> **பிரிக்லைப்பன்சியாவின் காரணம்**
> - ஏதாவது ஜெனிடிக் சம்மந்தம், தலைமுறையில் உள்ள நோயாகக் கூட இருக்கலாம்.
> - இரத்த நாளங்களில் வளர்ச்சி, இதனால் கூட சில பெண்களுக்கு பிரிக்லைப்பன்சியா வரலாம்.
> - கர்ப்பிணிப் பெண்களுக்கு பல் ஈறுகளில் தொந்தரவு வரும் போது அதனால் ஏற்படும் தொற்று நோய்க் கிருமிகளால் கூட பிரிக்லைப்பன்சியா வரலாம்.
> - குழந்தையை மற்றும் பிளசன்ட்டோவை சுமக்கக்கூடிய இயலாத நிலையில் தாயின் உடல்நிலை இருந்தால் பிரிக்லைப்ன்சியா வரலாம். இது இரத்த நாளங்களைப் பாதிக்கின்றது.

இது எப்படி ஏற்படும்?

கிட்டத்தட்ட 8 சதவீத பெண்கள் இதனால் பாதிக்கப்படுகின்றனர். 40 வயதைக் கடந்த பெண்கள், இரண்டிற்கும் மேற்பட்ட குழந்தையை சுமக்கும் பெண்கள் மற்றும் சர்க்கரை நோய் உள்ள பெண்கள் இந்த பிரிக்லைப்பன்சியாவால் பாதிக்கப்படுகின்றனர். முதல் கர்ப்பத்தின் போது ஒருவேளை உங்களுக்கு பிரிக்லையன்சியா இருந்திருந்தால் இரண்டாவது கர்ப்பத்திலும் வருவதற்கான சாத்தியக்கூறுகள் மிகமிக அதிகம்.

அறிகுறிகள்

இதன் அறிகுறிகள் கீழ்க்கண்டவாறு தோன்றும்

* கை மற்றும் கால்களில் அதிகப்படியான வீக்கம்
* கை மற்றும் கால்களின் வீக்கம், 12 மணி நேர ஓய்விற்குப் பிறகும் கூட அப்படியே இருக்கும்.
* திடீரென்று எடை அதிகரித்தல்
* தலைவலி, வலி நிவாரணிகளால் கூட சரியாகாமை
* வயிற்றின் மேல் பக்கத்தில் வலி
* பார்வை மங்குதல்
* இரத்தப்போக்கு அதிகரித்தல்
* சிறுநீரில் புரோட்டீன்
* மூச்சிரைத்தல்
* சிறுநீரில் நாற்றம்
* கிட்னியின் செயல்பாட்டில் ஒழுங்கற்ற தன்மை
* அதிகமான களைப்பு

உங்களின் மருத்துவர் என்ன செய்ய முடியும்?

இரத்தப்போக்கின் ஆரம்பத்திலேயே மருத்துவரைச் சென்று சந்திப்பது மிகவும் அவசியம். உங்களுக்கு முன்னாடியே இந்த நோய் இருந்திருப்பின் நீங்கள் மிகவும் எச்சரிக்கையுடன் இருக்க வேண்டும்.

நீங்கள் முழு ஓய்வு எடுக்க வேண்டும். வீட்டிலேயே இரத்தத்தில் உள்ள சர்க்கரையின்

அளவைத் தெரிந்து கொள்ள வேண்டும். ஒருவேளை நிலைமை மிகவும் மோசமாகச் சென்றால் மூன்று நாட்களுக்குப் பிறகு குழந்தையை வெளியே எடுத்துவிட வேண்டும். இதற்கு இடையில் மருந்து கொடுத்தும், ஒய்வு எடுக்கச் சொல்லியும் சரி செய்ய முயற்சி செய்யலாம். ஆனால் இதற்கு கடைசி வழி டெலிவரி தான்.

குழந்தையின் நிலைமையைக் கருதியே டெலிவரி என்ற ஆலோசனை தரப்படுகின்றது. டெலிவரிக்குப் பிறகு 97 சதவீகித பெண்களுக்கு இரத்தப்போக்கு சாதாரணம் ஆகி விடுகின்றது.

சில சமயங்களில் கர்ப்பத்தின் ஆரம்பத்திலேயே மருத்துவரால் இந்த நோய் கண்டறியப்பட்டு விடும் அப்போது சிகிச்சை அளிப்பது மிகவும் சுலபம். இதனால் பிரிக்லைபன்சியாவை சிகிச்சையால் சரி செய்து விடலாம்.

இதிலிருந்து எப்படி தப்பிப்பது?

நோய் எதிர்ப்பு சத்து கொண்ட மாத்திரைகள், மெக்னீசியம், விட்டமின்கள், தாதுப்பொருட்கள் அடங்கிய மாத்திரைகளை எடுத்துக் கொள்ள வேண்டும். பற்கள் சம்மந்தப்பட்ட நோயினை உடனடியாக சரி செய்ய வேண்டும். ஆன்ட்டிகிளாடிங் மருந்துகளையும் எடுத்துக் கொள்ளலாம்.

ஹெல்லப் சின்டிரோம்.

இது என்ன?

இது சாதாரணமாகவோ அல்லது பிரிக்லைபன்சியாவுடன் சேர்ந்தோ கடைசி மூன்று மாதங்களில் வருகின்றது. இதில் இரத்த சிவப்பு அணுக்களின் எண்ணிக்கை அதிகரிக்கின்றது. கல்லீரலில் என்ஸைம்கள் அதிகரிக்கின்றன. ரத்த அணுக்கள் மேலும் கல்லீரலின் வேலை சரிவர செய்ய இயலாமல் போகலாம்.

இந்த சின்டிரோமால் தாய் மற்றும் குழந்தை இருவருக்குமே பாதிப்பு ஏற்படும். ஒருவேளை இதற்கான சிகிச்சை சரிவர மேற்கொள்ளவில்லை எனில் கல்லீரலில் பாதிப்பு ஏற்படும்.

இது எதனால் ஏற்படும்?

இந்த பிரிக்லைப்பன்சியா சின்டிரோம் 10ல் ஒருவருக்கும் சாதாரணமாக 500ல் ஒருவருக்கும் ஏற்படுகின்றது.

அறிகுறிகள்

இதனுடைய அறிகுறிகள் கீழ்க்கண்டவாறு காணப்படும்.

- தலை சுற்றல்
- வாந்தி ஏற்படுதல்

> **நீங்கள் தெரிந்து கொள்ள வேண்டியது?**
>
> ஒருமுறை குறைந்த எடையுள்ள குழந்தையைப் பிரசவிக்கும் தாய் மறுதடவையும் குறைந்த எடையுள்ள குழந்தையையே பிரசவிக்கும் அபாயம் உள்ளது. எனவே நீங்கள் இதனை கவனத்தில் கொள்ள வேண்டும்.

- தலை வலித்தல்
- மேல் வயிற்றில் வலி ஏற்படுதல்
- வைரஸ் ஜீரம் போன்றவை வருதல்

இரத்தப் பரிசோதனையில் இரத்த அணுக்களின் எண்ணிக்கை குறைந்து இருப்பது தெரியவரும். இந்த நிலைமையில் கல்லீரல் சீக்கிரமாகவே பாதிப்புக்கு உள்ளாகின்றது. எனவே சிகிச்சையினை தள்ளிப் போடக்கூடாது.

உங்களுக்கு மருத்துவர் என்ன செய்ய முடியும்?

மருத்துவரின் முதல் சிகிச்சையே டெலிவரி தான். அறிகுறிகள் தென்பட்டவுனேயே மருத்துவரைச் சந்தியுங்கள். உங்களுக்கு ஸ்டிராய்டு மற்றும் மெக்னீசியம் சல்பேட் சேர்ந்த மருந்துகள் தரப்படும்.

இதிலிருந்து எப்படி தப்பிபது?

இதிலிருந்து தப்பிப்பதற்கு வழிமுறைகளே இல்லை. முதல் கர்ப்பத்திலேயே உங்களுக்கு இது இருந்திருப்பின் மருத்துவரின ஆலோசனையை நாடுங்கள்.

இன்டிராயூடேராயின் குரோத் ரிசடிரிக்ஷன்

இது என்ன?

ஐ.யு.ஜி.ஆர் சாதாரண குழந்தையை விட இது சிறியதாக இருக்கும். குழந்தையின் எடை அதனுடைய சாதாரண எடையை விட 10

சதவீதம் குறைவாக இருந்தால் ஐ.யு.ஜி.ஆர் எனப்படும். குழந்தைக்கு தேவையான போஷாக்குக் கிடைக்கவில்லை எனில் இது

நீங்கள் தெரிந்து கொள்ள வேண்டியவை

குறைந்த எடையுடன் பிறந்த குழந்தைகளில் கிட்டத்தட்ட 90 குழந்தைகள் முதல் இரண்டு வருடங்களிலேயே சாதாரண எடையை பெற்று விடுகிறார்கள்.

ஏற்படலாம்.

இது எதனால் ஏற்படும்?

இது கிட்டத்தட்ட 60 சதவீதம் கர்ப்ப காலத்திலேயே ஏற்படுகின்றது. இது ஐந்தாவது மாதத்திற்கு பிறகு ஏற்படுகின்றது. 17 வயது முதல் 25 வயது வரை உள்ளவர்களுக்கும், மிகக் குறைந்த எடை கொண்டவர்களுக்கும் மேலும் பிளசன்டோவில் பிரச்சனை உள்ளவர்களுக்கும் இது ஏற்படுகின்றது. தாய் பிறக்கும் போது எடை குறைவாக பிறந்து இருந்தால் அவர்களின் சிசுவும் எடை குறைந்து பிறக்கும் அபாயம் உள்ளது. தந்தையும் குறைந்த எடையுடன் பிறந்து இருப்பின் மேலும் அபாயம் அதிகமாகவே உள்ளது.

நீங்கள் தெரிந்து கொள்ள வேண்டியது?

ஒருமுறை குறைந்த எடையுள்ள குழந்தையைப் பிரசவிக்கும் தாய் மறுதடவையும் குறைந்த எடையுள்ள குழந்தையையே பிரசவிக்கும் அபாயம் உள்ளது. எனவே நீங்கள் இதனை கவனத்தில் கொள்ள வேண்டும்.

அறிகுறிகள்

சிசுவின் எடையை கணக்கிடும் போது சிசுவின் எடை குறைவாக தெரிய வரும். மருத்துவரும் இது சாதாரணமான சிசு இருக்கக் கூடிய எடையை விட குறைந்தே இருக்கின்றது என்பதை உங்களிடம் நிரூபிப்பார்.

உங்களுக்கு மருத்துவர் என்ன செய்ய முடியும்

மருத்துவர் முதலிலேயே அல்ட்ரா சவுண்ட் மூலமாக சிசுவின் எடையை அறிந்து கொள்ள வேண்டும். சிசுவின் எடை குறைந்து காணப்பட்டால் அதற்கு தொற்று வியாதிகள் வருவதற்கான சாத்தியக்கூறுகள் மிக அதிகம். சிசுவின் ஆரோக்கியம் சம்மந்தப்பட்ட விஷயம் என்பதால் முழு எச்சரிக்கையுடன்

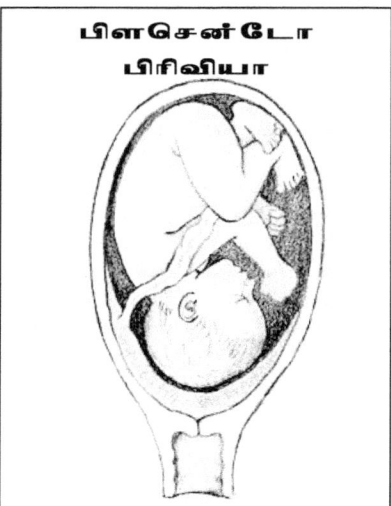

பிளசென்டோ பிரிவியா

இங்கு பிளசென்டோ கர்ப்பபையின் வாயை முழுமையாக அடைத்துவிட்டது. இதனால் யோனிக் குழாயின் வழியாக பிரசவம் நடைபெற இயலாது.

இருக்க வேண்டும். சிசுவின் வளர்ச்சிக்குத் தேவையான ஊட்டச்சத்துகள் மாத்திரைகள், உணவுகளை நீங்கள் சாப்பிட வேண்டும் என மருத்துவர் பரிந்துரைப்பார். சிசுவின் வளர்ச்சியைப் பொறுத்தே உங்களின் பிரசவம் உள்ளது.

இது எதனால் ஏற்படுகின்றது?

தீய பழக்க வழக்கங்களை விட்டுவிடுங்கள். நல்ல பழக்க வழக்கங்களைக் கடைப் பிடியுங்கள். புகை பிடித்தல், மது அருந்துதல், போதைப் பொருட்களைப் பயன்படுத்துதல் போன்ற செயல்களைச் செய்யாதீர்கள். சிகிச்சை மேற்கொண்ட பிறகும் பலனளிக்காமல் குறைந்த எடை கொண்ட குழந்தை பிறந்து விட்டால் பிறகு நியூநேடல் மூலமாக அதனை சரி செய்ய முடியும்.

இது என்ன?

இந்த நிலைமையில் பிளசென்டோவானது சர்விக்ஸ் பகுதியை முழுவதும் மூடிவிடுகின்றது. கர்ப்பத்தின் ஆரம்ப கால கட்டங்களில் பிளசென்டோ கீழே இருக்கும். கர்ப்பத்தின் மாதங்கள் செல்லச் செல்ல கருவுடனேயே பிளசென்டாவும் மேலே ஏறிக் கொண்டே இருக்கும். இவ்வாறு இல்லாமல் அது சர்விக்ஸை மூடிக் கொள்வதே பளசென்டோ பிரிவியா எனப்படும். முழுவதும் சர்விக்ஸை மூடிக் கொண்டால் இது டோட்டல் பிரிவியா எனப்படும். இதனால் சிசுவின் பிரசவம் யோனிக் குழாயின் மூலமாக நடைபெறாது. இதனால் கர்ப்பத்தின் முடிவிலோ அல்லது பிரசவத்தின் சமயத்தில் இரத்தப் பெருக்கு ஏற்படும். பிளசென்டா சர்விக்ஸ்க்கிறகு எவ்வளவு பக்கத்தில் இருக்கின்றதோ அவ்வளவுக்கு அதிகமான அளவும் இரத்தப் போக்கும் இருக்கும் வாய்ப்பு உள்ளது.

இது எதனால் ஏற்படும்?

200 காப்பிணிகளில் ஒருவருக்கு இது ஏற்படுகின்றது. இது 20 வயதிற்கு குறைந்த மற்றும் 30 வயதிற்கு மேற்பட்ட பெண்களுக்கு ஏற்படுகின்றது. பிறகு அந்த பெண்ணிற்கு டி. என்.சி அல்லது சிடி. செக்ஷன் செய்யப்படும். இரட்டைக் குழந்தையை சுமப்பவர்களுக்கு இது ஏற்படுகின்றது.

அறிகுறிகள்

இது சாதாரணமாகத் தெரியாது. ஆறாவது, ஏழாவது மாதத்தில் செய்யப்படுகின்ற அல்ட்ரா சவுண்டின் போது இது தெரியவரும். போது இது தெரியவரும். இல்லையேல் ஏழாவது மாதத்தில் இருந்தே இரத்தப் போக்கு ஆரம்பித்து விடும். இரத்தப் போக்குடன் வலி எதுவும் ஏற்படுவது இல்லை.

உங்களுக்கு மருத்துவர் என்ன செய்ய முடியும்?

நீங்கள் ஒன்றும் செய்ய வேண்டாம். 9வது மாதத்தில் பிளசென்டோ பிரிவியா தானாகவே சில சமயங்களில் சரியாகி விடும். பிளசென்டோ பிரிவியாவுடன் இரத்தப்போக்கு இல்லையெனில் சிகிச்சை தேவைப்படாது. ஒருவேளை இரத்தப் போக்கு இருப்பின் ஒய்வு எடுக்க வேண்டும். உடல்உறவு வைத்துக் கொள்ளக்கூடாது. குறிப்பிட்ட காலத்திற்கு முன்னரே பிரசவம் நிகழ்த்த வேண்டுமெனில் சிசுவின் நுரையீரல் பலப்படுத்துவதற்கு ஸ்டிராய்டு இன்ஜெக்ஷன் கொடுக்கப்பட வேண்டும். உங்களுக்கும் உங்களின் சிசுவிற்கும் எந்தஒரு சிரமமும் ஏற்படக் கூடாது என்பதற்காக சி செக்ஷன் செய்யப்படுகின்றது.

பிளசன்டல் எபரப்ஷன்

இது என்ன?

பிளசன்டோ பிரசவத்திற்கு முன்னரோ அல்லது கர்ப்பக் காலத்திலோ யுடேராயின் குழாயை விட்டு தனியாகச் சென்று விட்டால் அதுவே பிளசன்டல் எப்ரப்ஷன் என்பர். அதிக அளவில் இது தாய் மற்றும் குழந்தையைப் பாதிக்காது. தகுந்த சிகிச்சை மேற்கொண்டால் இதனை சரி செய்து விடலாம். பிளசன்டோ தனியாக இருப்பதால் குழந்தைக்குத் தேவையான ஆக்ஸிஜன் மற்றும் உணவுகள் சரிவர கிடைக்காது.

இது எதனால் ஏற்படுகின்றது?

இது 1 சதவிகித அளவில் கர்ப்பகாலத்திலேயே ஏற்படுகின்றது. இது 7 வது 8வது மாதங்களில் ஏற்படும். இரட்டைக் குழந்தைகளைச் சுமக்கும் காப்பிணிப் பெண்களுக்கு முதலிலே ஏற்படும். புகையிலை, போதைப் பொருட்களைப் பயன்படுத்துவர்களையும் இது அதிக அளவில் பாதிக்கும் மேலும் சர்க்கரை நோய் உள்ளவர்களுக்கும் இது அவசியம் ஏற்படும்.

அறிகுறிகள்

கீழ்க்காணும் அறிகுறிகள் தென்படும்.

* அதிகப்படியான அல்லது குறைந்த இரத்தபோக்கு

> **நீங்கள் தெரிந்து கொள்ள வேண்டியது**
>
> தகுந்த சமயத்தில் கொரியோஎமனியோனிடிஸ் கண்டறியப்பட்டு சிகிச்சை மேற்கொள்ளப்பட்டால் தாய் மற்றும் சிசுவை ஆபத்திலிருந்து காப்பாற்ற முடியும்.

❖ அடி வயிற்றில் வலி

❖ முதுகு மற்றும் வயிற்றில் வலி

உங்களுக்கு மருத்துவர் என்ன செய்ய முடியும்?

கர்ப்ப காலத்தின் ஆரம்பத்திலேயே அடிவயிற்றில் வலி அல்லது இரத்தப்போக்கு ஏற்படின் மருத்துவரைச் சென்று சந்தியுங்கள்.

தாயின் உடல்நிலை, சிசுவின் ஆரோக்கியம், ப்ளசன்டோ போன்றவைகளை ஆராய்ந்த பிறகு அல்ட்ராசவுண்ட் முறையில் குழந்தையின் வளர்ச்சியைத் தெரிந்து கொண்ட பிறகு 25 சதவிகித எபரப்ஷன் தெரிந்து கொள்ளப்படும். பிறகு ஒய்வு எடுக்கச் சொல்லி மருத்துவர் உங்களுக்கு அறிவுரை கூறுவார். ஒருவேளை இரத்தப்போக்கு அதிகமாக இருந்தால் ஐ.வி. ப்ளாயிட் கொடுக்கப்படுவது மிக அவசியம். பிரசவம் சீக்கிரம் நடக்க வேண்டிய சூழ்நிலையில் இருந்தால் ஸ்ட்ராய்டு இன்ஜெக்ஷன் கொடுக்கப்பட வேண்டும். இதனால் குழந்தையின் நுரையீரல் பாதுகாக்கப்படும். பிறகும் கூட தேவைப்பட்டால் சி.செக்ஷன் முறையே மீதமுள்ளது.

கொரியோஎமனியோனிடிஸ்

இது என்ன?

எமனியோனிடிக் என்ற திரவம் குழந்தையை தொற்று நோய்களில் இருந்து காப்பாற்றுகின்றது. இது பாக்டீரியா போன்று காணப்படும். இதனை குறைப் பிரசவம் அல்லது மெம்பேரன் போன்றவற்றால் தெரிந்து கொள்ளலாம்.

இது எதனால் ஏற்படும் ?

இது 1 முதல் 2சதவீதம் வரை கர்ப்ப காலங்களில் ஏற்படுகின்றது. மெம்பரேன் சீக்கிரமாகவே கிழிந்த பிறகு இதனால் குழந்தைக்கு தொற்று நோய் பரவ ஆரம்பிக்கும். ஏனெனில் யோனிக் குழாயில் உள்ள பாக்டீரியா சீக்கிரமாகவே குழந்தையைச் சென்று அடையும். முதல் பிரசவத்தின் போது இது ஏற்பட்டால் கண்டிப்பாக இரண்டாவது பிரசவத்திலும் ஏற்படும்.

அறிகுறிகள்

இதற்கான அறிகுறிகள் கீழ்க்கண்டவாறு இருக்கும்.

- காய்ச்சல்
- கர்ப்பகாலத்தில் வலி
- சிசு மற்றும் உங்களின் இதயத் துடிப்பு அதிகரித்தல்
- மெம்பரேன் கிழிவதால் எம்னியோடிக் திரவம் கசிதல்
- மெம்பரேன் கிழியாமல் துர்நாற்றத்துடன் யோனிக் குழாயில் திரவம் வெளியேறுதல்.
- வெள்ளை இரத்த அணுக்களின் எண்ணிக்கை அதிகரித்தல்

உங்களுக்கு மருத்துவர் என்ன செய்ய முடியும்?

கெட்ட வாடையுள்ள திரவம் வெளிவர ஆரம்பித்த உடன் உங்கள் மருத்துவரை கலந்து ஆலோசியுங்கள். உடனடியாக பிரசவம் செய்யப்பட வேண்டும். அதற்குப் பிறகு உங்களுக்கும், சிசுவிற்கும் ஆன்டிபயாடிக் கொடுக்கப்டும். இதனால் உங்களையும் குழந்தையும் தொற்று நோய்கள் தாக்காது.

ஒலிகோஹாயிடிராமனியோஸ்

இது என்ன?

சிசுவின் பக்கத்தில் உள்ள எம்னியோடிக் திரவம் குறைவதால் இது ஏற்படுகின்றது. இது 7 வது 8வது மாதத்தின் முதலிலேயே ஏற்படுகின்றது. கர்ப்பக் குழாயில் வலி ஏற்படும். இதனால் குழந்தையின் வளர்ச்சி பாதிக்கப்படும்.

இது எதனால் ஏற்படுகின்றது?

இது 4 முதல் 8 சதவீதம் வரை கர்ப்பிணிப் பெண்களுக்கு ஏற்படுகின்றது. பிரசவ சமயம் நெருங்கும் காலங்களில் 12 சதவீதம் அதிகரிக்கும்.

அறிகுறிகள்

தாய்க்கு எந்தவித அறிகுறியும் ஏற்படாது. ஆனால் குழந்தையின் வளர்ச்சி பாதிக்கப்படும். எம்னியோடிக் திரவம் குறைந்து விடும் இதனால் சிசுவின் நகரும் தன்மை பாதிக்கப்படும்.

உங்களுக்கு மருத்துவர் என்ன செய்ய முடியும?

அதிக ஒய்வு எடுக்கச் சொல்லுவார். அதிகமான அளவில் தண்ணீர் பருகச் சொல்லுவார். எம்னியோடிக் திரவத்தின் அளவைக் கணக்கெடுப்பார். ஒருவேளை நிலைமை கட்டுப்பாட்டிற்குள் இல்லையெனில் உடனடியாக பிரசவம் என்று கூறி விடுவார்.

ஹாயிடிராமனியோஸ்

இது என்ன?

இதில் எம்னியோடிக் திரவத்தின் அளவு வழக்கத்தைவிட அதிகம் இருப்பது என்ற

நிலையாகும். எந்த வித சிகிச்சையும் அளிக்காமலேயே இது சரியாகி விடும்.

ஒருவேளை இத்திரவம் அதிகம் இருந்தால் சிசுவின் கழிவு நீர் மண்டலம் பிரச்சனையை சந்திக்கின்றது. இதனால் மெம்பரேன் சீக்கிரமாகவே கிழிதல், ப்ரிடேர்ம் லேபர், ப்ளசென்டல் எவரப்ஸன் போன்றவை ஏற்படும் அபாயம் உள்ளது.

இது எதனால் ஏற்படுகின்றது?

இது 4 சதவிகித கர்ப்பிணிப் பெண்களுக்கு ஏற்படுகின்றது. இரட்டைக் குழந்தையை சுமக்கும் பெண்கள், சர்க்கரை நோய் உள்ள கர்ப்பிணிகளுக்கு இது ஏற்படுகின்றது.

நீங்கள் தெரிந்து கொள்ள வேண்டியது

குறைப் பிரசவத்தில் குழந்தை பிறந்தால் அதனை ஐ.சி.யு வில் வைக்க வேண்டும். ஒரு சில வாரங்களில் சாதாரண குழந்தை போல் செயல்பட ஆரம்பிக்கும்.

நீங்கள் தெரிந்து கொள்ள வேண்டியது

பி.பி.ஆர்.ஓ.எம்மை சரியான நேரத்தில் கண்டறிந்து தாய், சேய் இருவரையுமே காக்க வேண்டும். குறைப் பிரசவத்தில் பிறந்த குழந்தையைக் கூட ஐ.சி.யு வில் வைத்துக் காப்பாற்ற முடியும்.

அறிகுறிகள்

இதற்கு கீழ்க்கண்டவாறு அறிகுறிகள் தென்படுகின்றது.

- கர்ப்பப்பையின் அளவு அதிகரித்தல்
- சிசுவின் அசைவு தெரியாமை
- அடிவயிற்றில் வலி
- கால்களில் வீக்கம்
- மூச்சு விடுவதில் சிரமம்
- அரிப்பு

மருத்துவர் அல்ட்ரா சவுண்ட்மூலமாகவே கண்டறிவார்.

உங்களுக்கு மருத்துவர் என்ன செய்ய முடியும்?

திரவம் சுரப்பது அதிகரித்துக் கொண்டே இருந்தால் அது ஆபத்து. எனவே உங்களுக்கு எமனியோ சேன்டிஸிஸ் செய்ய வேண்டும். பிரசவத்திற்கு முன்னரே பனிக்குடம் உடைந்தால் உடனடியாக மருத்துவரை அழைக்க வேண்டும்.

பிரிடெர்ம் பிரிமெச்சூர் ரப்சர் ஆப் மெம்பரேன்

இது என்ன?

37வது வாரத்திற்கு முதலிலேயே பனிக்குடம் உடைந்தால் இதனை பி.பி.ஆர். ஒ.எம் என்பர். இதனால் பிரசவம் குறிப்பிட்ட தேதிக்கு முன்னரே பிரசவம் செய்யப்படவேண்டும். இல்லையேல் தொற்று நோய் ஏற்படும்.

இது எதனால் ஏற்படுகின்றது?

இது 3 சதவித பெண்களுக்கு ஏற்படுகின்றது. புகைப்பழக்கம் உள்ள பெண்கள், யோனிக் குழாயில் இருந்து இரத்தம் வடியும் பெண்கள், ப்ளசன்டல் எவரெப்ஷன் உள்ள பெண்களுக்கு இது ஏற்படுகின்றது. இரட்டைக் குழந்தைகளைச் சுமக்கும் பெண்களுக்கும் இது ஏற்படுகின்றது.

அறிகுறிகள்

யோனிக் குழாயில் இருந்து திரவம் வெளியேற ஆரம்பிக்கும். சிறுநீர் மற்றும் யோனித் திரவத்தினைக் கண்டறிய இதனை முகர்ந்து பார்க்க வேண்டும். அமோனியா போன்ற படிவம் தென்படும். உங்களால் கண்டறிய முடியவில்லை எனில் மருத்துவரை உடனடியாக அணுகுங்கள்.

உங்களுக்கு மருத்துவர் என்ன செய்ய முடியும்?

34வது வாரத்தில் மெம்பரேன் கிழிந்தால் உடனடியாக பிரசவம் செய்யப்பட வேண்டும். ஒருவேளை டெலிவரி தேவைப்படவில்லையெனில் உங்களுக்கு ஆஸ்பிடலிலேயே சிகிச்சை அளிக்கப்பட்டு ஆன்ட்டிபயாடிக் மருந்துகள் தரப்படும். குழந்தையின் நுரையீரலை பலப்படுத்த ஸ்டிராய்டு இன்ஜெக்ஷன் தரப்படும். குழந்தை மிகவும் சிறியதாக இருப்பின் அதனைத் தடுப்பதற்கு தேவையான மருந்துகள் தரப்படும்.

மிகவும் குறைவாக இருக்கும் பட்சத்தில் தானாகவே சரியாகிவிடும். நீங்களும் வீட்டிற்குச்

செல்லலாம். ஆனால் மிகவும் எச்சரிக்கையுடன் இருக்க வேண்டும்.

இது எதனால் ஏற்படுகின்றது?

தொற்று நோய் கிருமிகளிடம் இருந்து நீங்கள் தள்ளி இருந்தீர்கள் எனில் பி.பி.ஆர். ஒ.எம் உங்களை அணுகாது.

பிரிடேர்ம் அல்லது பிரிமெச்சூர் லேபர்

இது 20வது வாரத்தில் இருந்து 37வது வாரத்திற்குள் ஏற்படக்கூடியது. இதனை குறைப்பிரசவம் என்பர்.

இது எதனால் ஏற்படுகின்றது?

இது ஒரு மிகப்பெரிய பிரச்சனை. குறைந்த எடை, புகையிலை போடுவது குடிப்பழக்கம், அதிக எடை, போதைப்பொருள் பழக்கம், ஈறுகளில் தொற்று, எஸ்.டி.டி, லேக்டிரியல், சிறுநீர் குழாய்த் தொற்று தாய்க்கு ஏற்படக்கூடிய நோய், பிளசன்டாவில் பிரச்சனை போன்ற காரணங்களால் இது ஏற்படலாம். 17வயது முதல் 35 வயது வரையிலுள்ள பெண்கள், இதற்கும் மிகைப்பட்ட வயதிலுள்ள பெண்கள், இரட்டைக் குழந்தைகளைச் சுமக்கும் பெண்கள் போன்றோருக்கு இது ஏற்படலாம்.

அறிகுறிகள்

இதற்கு கீழ்க்கண்டவாறு அறிகுறிகள் தென்படும்

குறைப் பிரவசத்தைக் கண்டறிதல்

இன்றுள்ள பலவிதமான டெஸ்ட்டுகளின் மூலமாக குறைப்பிரவத்தைக் கண்டறியலாம். கர்ப்பப்பையில் அல்லது யோனிக் குழாயில் ஏற்படும் திரவமானது வெளியேறும் போது எப்.எப். என் மூலம் கண்டறியலாம். டெஸ்ட்டில் பாஸிடிவ் என்று ஏற்படும் போது குறைப் பிரசவம் ஏற்பட அதிக வாய்ப்பு உண்டு. இது மட்டுமில்லாமல் ஸ்கிரீனிங் டெஸ்ட் என்று ஒன்று உள்ளது. அதனையும் செய்து கண்டு பிடிக்கலாம். இதனால் முதலில் இருந்தே முன் எச்சரிக்கையுடன் இருக்கலாம்.

- மாதவிடாய் போன்ற இரத்தப்போக்கு
- முதுகில் வலி
- பெல்விக்கின் மீது அழுத்தம்
- யோனிக் குழாயில் இரத்தக்கசிவு
- மெம்பரேன் கிழிதல்
- சர்விக்ஸ் திறத்தல்

உங்களுக்கு மருத்துவர் என்ன செய்ய முடியும்?

குழந்தை கர்ப்பப்பையில் இருக்கின்ற காலம் வரை அதனுடைய ஆரோக்கியம் மற்றும் வளர்ச்சியைத் தான் பார்க்க வேண்டும். குறைப் பிரசவத்தினை முடிந்த அளவு தடுக்கவே முயற்சிக்க வேண்டும். ஏன்எனில் எவ்வளவுக்கு எவ்வளவு குழந்தை கர்ப்பத்திலேயே வளருகின்றதோ அவ்வளவுக்கு அவ்வளவு மிகவும் நல்லது. எனவே நீங்கள் வீட்டிலேயே நன்றாக ஓய்வு எடுங்கள். இல்லையேல் ஆஸ்பிடலிலேயே தங்கிவிடுங்கள். எனவே மருத்துவரின் மேற்பார்வை உங்களுக்கு மிக மிக அவசியமானது.

இதிலிருந்து தப்பிப்பது எப்படி?

எல்லா குறைப் பிரசவத்தையும் நம்மால் தடுக்க முடியாது. ஏதோ சிலவற்றை மட்டும் நமது முயற்சியால் தள்ளிப்போட முடியும். மிகச் சிறந்த மேற்பார்வை, கோக்கீன் மற்றும் போதைப் பொருட்களை தவிர்த்தல், தொற்று நோயிலிருந்து தள்ளி இருத்தல், மருத்தவரின் ஆலோசனைப் படி நடந்து கொள்ளுதல் போன்றவற்றால் இதனைத் தடுக்கலாம். முதல் பிரசவமே குறைப் பிரசவமாக இருந்தால் அடுத்த பிரசவத்தின் போது மிகுந்த எச்சரிக்கையுடன் இருக்க வேண்டும்.

சிப்பிஸிஸ் பியூவிஸ் டிஸ்பங்ஷன்

இது என்ன?

எஸ்.பி.டி என்பது உங்களின் பெல்விக் லெக்மண்ட் அதிக அளவில் இழுத்துக் செல்வது. இதனால் வலி ஏற்பட ஆரம்பிக்கும்.

இது எதனால் ஏற்படுகின்றது?

இது 300 பேர்களில் ஒருவருக்கு என்ற விகித்தில் ஏற்படுகின்றது. 2 சதவிகித பெண்கள் இதனை தெரிந்து கொள்வதே இல்லை என்று ஆய்வும் தெரிவிக்கின்றது.

அறிகுறிகள்

பெல்விக் இடத்தில் அதிகமாக வலி

ஏற்படும். நடப்பதில் மிகவும் சிரமம் ஏற்படும். இதனால் கால், தொடைப் பகுதிகளில் வலி மற்றும் வீக்கம் காணப்படும். காலை மேலே தூக்கவே முடியாத அளவிற்கு வலிக்கும். அதிக தூரம் நடக்கவே முடியாது. எந்த ஒரு வேலையையும் சீக்கிரமாக செய்ய முடியாத அளவிற்கு சோம்பல் ஏற்படும்.

உங்களுக்கு மருத்துவர் என்ன செய்ய முடியும்?

அதிக எடையுள்ள பொருட்களை தூக்கக் கூடாது. அதிக தூரம் நடக்கக் கூடாது. பெல்விக்கிற்கு உதவிடும் படியாக பெல்ட் போட்டுக் கொள்ளுங்கள். கீகல் டில்ட் மற்றும் பெல்விக் டில்ட் மூலமாக ஒரளவிற்கு பெல்விக் உறுதியாய் இருக்கும். வலி அதிகமாக இருப்பின் மருத்துவரைக் கலந்து ஆலோசித்து வலி நிவாரணி மருந்துகளை எடுத்துக் கொள்ளுங்கள். யோனிக் குழாயின் வழியாக பிரசவம் ஏற்படுவது மிகவும் சிரமமே. எனவே மருத்துவர் சி.செக்ஷன் செய்வதற்கான ஆலோசனை வழங்குவார். பிரசவத்திற்குப் பிறகும் கூட சாதாரணமான முறையில் லெக்மெண்ட் வரவில்லையெனில் மருத்துவர் உங்களுக்கு மாத்திரைகளை வழங்குவார்.

கார்ட் நாட்ஸ் மற்றும் டைங்கல்ஸ்

இது என்ன?

அதிக முறை கர்ப்பக் குழாயில் முடிச்சு ஏற்படும் அல்லது சிசுவின் பக்கத்தில் முடிச்சு தொற்றிக் கொள்ளும். சில முடிச்சு டெலிவரி சமயத்தில் அல்லது கர்ப்ப காலங்களிலேயே வெளிவந்து விடும். ஒருவேளை இது கட்டியாக இருப்பின் பிரச்சனை எதுவும் இல்லை. இது உடைந்தால் சிசுவிற்கு ஆக்ஸிஜன் கிடைக்காமல் போய் விடும். இரத்தக் கசிவும் ஏற்படும். இதனால் குழந்தை கர்ப்பப்பையை விட்டு கீழே இறங்கி வருகின்றது என்பது தெரியவரும்.

இது எதனால் ஏற்படுகின்றது?

இது 100ல் ஒருவருக்கு ஏற்படுகின்றது. ஒரு சிலருக்கு முடிச்சாகவே இருக்கும். 2000 பேரில் ஒருவருக்கு முடிச்சு உடைந்து சிரமத்தை ஏற்படுத்தும். இதனால் சிசுவிற்கு ஒன்றும் ஆபத்து இல்லை. கர்ப்பக் குழாய் பெரியதாகி விடும். இதனால் தான் ஆபத்து ஏற்படும். ஆரோக்கியக் குறைபாடு, இரட்டைக் குழந்தைகளைச் சுமத்தல் மற்றும் நச்சுப் பொருட்களை உண்பதால் இதைப் போன்ற பிரச்சனை ஏற்படலாம்.

அறிகுறிகள்

37வது வாரத்தில் குழந்தையின் அசைவு முற்றிலும் தெரியாமல் போவதே இதற்கான முக்கிய அறிகுறியாகும். இதுவே பிரசவ சமயத்தில் இப்படி இருந்தால் மானிட்டரின் உதவி கொண்டு சிசுவின் இருதய துடிப்பை அறிந்து கொள்ளலாம்.

உங்களுக்கு மருத்துவர் என்ன செய்ய முடியும்?

நீங்கள் குழந்தையின் துடிப்பை மற்றும் அசைவை கவனித்துக் கொண்டே இருக்க வேண்டும். ஒருவேளை பிரசவ சமயத்தில் இந்த மாதிரி முடிச்சு தென்பட்டால் குழந்தையை காப்பாற்றுவதற்காக மருத்துவர் ஏதாவது ஒரு வழியை செய்து விடுவார். பலமுறை சி. செக்ஷன் தான் மிகச் சிறந்த வழியாக இருக்கும்.

டூ வைசல் கார்ட்

இது என்ன?

ஒரு சாதாரண இரத்த குழாயில் மூன்று இரத்த நாளங்கள் உண்டு. அதில் முதலில் உள்ள இரத்த நாளம் குழந்தைக்கு ஆக்ஸிஜன் மற்றும் ஆகாரத்தைக் கொண்டு செல்கின்றது. மேலும் உள்ள இரண்டு தேவையற்ற கழிவுப் பொருட்களை தாயின் இரத்த பிரவாகம் மற்றும் பிளசன்டோ வரை கொண்டு செல்கின்றது. இதற்காக ஒரு வெயின் மற்றும் ஒரு ஆர்ட்டரி உண்டு.

இது எதனால் ஏற்படுகின்றது?

பெரும்பாலும் 1 சதவீதம் தனியான மற்றும் 5 சதவீதம் இரட்டைக் குழந்தைக்கான கர்ப்பத்தில் ஏற்படுகின்றது. ஒருவேளை தாயின் வயது 40க்கு மேல் இருந்தாலும், மேலும் சர்க்கரை நோய் இருந்தாலும் இது ஏற்படும்.

அறிகுறிகள்

இதற்கான அறிகுறிகள் எதுவும் ஏற்படாது. அல்ட்டிரா சவுண்ட் மூலமாகவே இது கண்டறியப்படும்.

உங்களுக்கு மருத்துவர் என்ன செய்ய முடியும்?

சாதாரணமான கர்ப்பம் ஏற்படும். மேலும் குழந்தைக்கு எதுவும் ஏற்படாது. கவலைப்பட

வேண்டியது ஒன்றும் இல்லை. உங்களின் சிசுவளர்ச்சியை நீங்கள் கவனித்துக் கொள்ள வேண்டும்

அசாதாரணமான பிரசவ சிக்கல்கள்

சாதாரணமான பிரசவங்களிலேயே பல சிக்கல்கள் இருக்கும் போது அசாதாரணமான பிரசவத்தல் இதை விட அதிகமான சிக்கல்களே ஏற்பட வாய்ப்பு உண்டு. கீழே கொடுக்கப்பட்டுள்ள பல விதமான நோய்களில் ஏதேனும் ஒன்றை நீங்கள் சந்திக்க வேண்டி வரலாம். இதனை முழு கவனத்துடன் படித்திடுங்கள். உங்களின் மருத்துவரையும் கலந்து ஆலோசித்து சரியான சிகிச்சையை எடுத்துக் கொள்ளுங்கள். இதனால் ஓரளவிற்கு அசாதாரணமான பிரசவ சிக்கல்களில் இருந்து தப்பிக்கலாம்.

மோலர் கர்ப்பம்

இது என்ன?

இந்த கர்ப்பத்தில் பிளசண்டோ ஒரு கட்டியைப் போன்று அசாதாரணமான வடிவத்தில் பெரிதாகிவிடும். இதனால் கருவின். தந்தையின் இரண்டு செட் குரோமோசோம்களுடன் தாயின் ஒரு செட் குரோமோசோம்கள் சென்று இணைய வேண்டும். தாயின் ஒற்றைக் குரோமோசோமால் மட்டுமே கர்ப்பம் தரிக்காது. கர்ப்பம் தரித்த சில வாரங்களிலே தெரிய வரும். மோலர் கர்ப்பத்தின் முடிவு அபார்ஷனே ஆகும்.

> **நீங்கள் தெரிந்து கொள்ள வேண்டியது?**
>
> ஒருமுறை மோலர் கர்ப்பம் ஏற்படின் மீண்டும் இது ஏற்படும் என்பது கிடையாது. 1 முதல் 2 சதவிகிதம் தான் மீண்டும் ஏற்பட வாய்ப்பு உள்ளது.

இது எதனால் ஏற்படுகின்றது?

இது 1000ல் ஒருவருக்கு என்ற நிலையில் ஏற்படுகின்றது. 15 வயதிற்கு குறைவான பெண்களுக்கும் 45 வயதிற்கு மேற்பட்ட பெண்களுக்கும் இது ஏற்படுகின்றது. மேலும் இரட்டைக் குழந்தைகளைச் சுமப்பவருக்கும் இது ஏற்படும்.

அறிகுறிகள்

இதற்கான அறிகுறிகள் கீழ்க்கண்டவாறு ஏற்படும்

- தொடர்ந்து பழுப்பான இரத்தபோக்கு
- தலைசுற்றல் மற்றும் வாந்தி
- சிறுநீர் கழிக்கும் போது வலி
- அதிக அளவில் இரத்தப்போக்கு
- கர்ப்பம் மிகப்பெரிய அளவில் தெரிதல்
- கர்ப்பத்தின் அடர்த்தி
- கருவின் குறைபாடு
- தாயின் உடலில் தைராய்டு ஹார்மோன் அதிகமாதல்

உங்களுக்கு மருத்துவர் என்ன செய்ய முடியும்?

மேற்கண்ட அறிகுறிகள் தென்பட்டவுடனேயே மருத்துவரைச் சந்தியுங்கள். பலமுறை இந்த மாதிரியான சிக்கலான கர்ப்பத்திலிருந்து தப்பிப்பது இயலாத காரியம். இருந்தாலும் கூட நீங்களும் எச்சரிக்கையுடன் செயல்படுங்கள். ஏதாவது குறை தென்பட்டால் இதிலிருந்து விடுபட மருத்துவரின் ஆலோசனை பெறுங்கள்.

அல்ட்ரா சவுண்ட் மூலமாக மோலர் கர்ப்பம் கண்டறியப் பட்டால் டி.என்.சி செய்திடுங்கள். அதற்குப் பிறகு 1 வருடம் வரையிலும் கர்ப்பம் தரிக்கவே கூடாது.

> **நீங்கள் தெரிந்து கொள்ள வேண்டியது?**
>
> கொரியோகார்சினோமாவை சரியான தருணத்தில் கண்டுபிடித்து சரியான சிகிச்சை மற்றும் மருந்துகள் கொடுத்தல் செய்தால் இதனைத் தடுக்கலாம். இது ஏற்பட்ட பிறகு ஒருவருடம் கழித்தே மீண்டும் கர்ப்பம் தரிக்க வேண்டும்.

கொரியோகார்சினோமா

இது என்ன?

இது கர்ப்ப கால புற்றுநோய் ஆகும். இது பிளசன்டாவின் ஏற்படுகின்றது. இது மோலர் கர்ப்பம், மிஸ்கேரேஜ் அல்லது அபார்ஷனுக்குப் பிறகு ஏற்படுகின்றது. கரு இல்லாமல் பிளசன்ட்டோ சிறிது கிட்டத்தட்ட 15 சதவிகித பெண்களுக்கு சாதாரணமான கர்ப்பத்திற்கு பிறகு வரும். அடுத்த கர்ப்பத்திலேயே இது ஏற்படுகின்றது.

இது எதனால் ஏற்படுகின்றது?

இது மிகவும் கிட்டத்தட்ட 4000 காப்பிணிகளில் யாரேனும் ஒருவருக்கு இது

ஏற்படுகின்றது.

அறிகுறிகள்

இதனைக் கீழ்க்கண்ட அறிகுறிகளால் தெரிந்து கொள்ளலாம்.

- மிஸ்கேரேஜ் அல்லது மோலர் கர்ப்பத்திற்குப் பிறகும் கூட உள்ளேயே இரத்தக் கசிவு.
- பிரசவம் ஆன பிறகும் கூட ஹெச். சி.ஜியின் நிலைமை குறையாமை.
- யோனி, கர்ப்பப்பை அல்லது நுரையீரலில் கட்டி.

உங்களுக்கு மருத்துவர் என்ன செய்ய முடியும்?

மேலே குறிப்பிட்ட அறிகுறிகள் தென்பட்டவுடன் மருத்துவரைச் சந்தியுங்கள். இந்த நோய்க்கு கீமோதெரபி மற்றும் ரேடியேஷன் செய்து மருத்துவர் நோயை குணப்படுத்துவார்.

இக்லைப்பன்சியா

இது என்ன?

இது பிரிக்லைப்பன்சியாவில் இருந்து மாறுபட்டது. தாய்க்கு இந்த நோய் எந்த நிலைமையில் ஏற்பட்டது என்பதை அறிந்து கொண்டே பிரசவம் இப்போது செய்வது சிறந்ததா என்பதைப் பற்றி முடிவு செய்ய வேண்டும். இதனால் தாயின் உயிருக்கே கூட ஆபத்து ஏற்படலாம். மருத்துவரின் ஆலோசனைப் படி ஆரோக்கியமான பிரசவம் அல்லது டெலிவரி செய்ய முடியும்.

> **நீங்கள் தெரிந்து கொள்ள வேண்டியது?**
>
> ஒருவேளை பிரசவத்திற்கு முன்னரே பிரிக்லைப்பன்சியா அல்லது இக்லைப்பன்சியா என்று தெரிய நேர்ந்தால் ஆபத்திலிருந்து தப்பிக்கலாம்.

இது எதனால் ஏற்படுகின்றது?

2000 முதல் 3000க்குள் உள்ள கர்ப்பிணிகளில் யாரோ ஒருவருக்குத் தான் இது ஏற்படுகினற்து. இந்த ஒருவருக்கு கூட மருத்துவ சிகிச்சை சரிவர கிடைக்காமல் போனதே காரணமாய் இருக்கலாம்.

அறிகுறிகள்

பிரசவத்தின் நெருக்கத்தில் அல்லது பிரசவத்திற்கு 24 மணி நேரத்திற்கு முன்னால் தான் அறிகுறி தோன்றுகின்றது.

உங்களுக்கு மருத்துவர் என்ன செய்ய முடியும்?

உங்களுக்கு முதலிலேயே பிரிக்லைப்பன்சியா இருப்பது தெரிய நேர்ந்தால் மருத்துவர் அதனைத் தடுக்க மருந்து மற்றும் ஆக்ஸிஜன் கொடுப்பார். பிறகு பிரசவம் ஆரம்பிக்கப்படும் அல்லது சி.செக்ஷன் செய்யப்படும். ஒருவேளை நிலைமை கட்டுப்பாட்டில் இருந்தால் சாதாரண பிரசவம் செய்யப்படும்.

இதிலிருந்து தப்பிப்பது எப்படி?

சரியான தருணத்தில் நோயைக் கண்டறிதல், சரியான சிகிச்சை மற்றும் சரியான ஊட்டச்சத்து போன்றவற்றால் இதிலிருந்து தப்பிக்க முடியும். இந்த நோயைக் கண்டறிந்த உடனே இதிலிருந்து தப்பிப்பதற்கான வழிமுறையைக் கையாள வேண்டும். இதனால் இக்லைப்பன்சியாவினால் ஏற்படும் பயம் இருக்காது.

கொலிசடேஸிஸ்

இது என்ன?

இது பிரசவத்தின் கடைசி மூன்று மாதங்களில் ஏற்படுகின்றது. இதனால் கல்லீரலில் ஒரு வித சுரப்பி சுரக்க ஆரம்பிக்கும். மேலும் இரத்த ஒட்டமும் தடைப்படும். அப்போது ஹார்மோன்கள் அதிக அளவில் சுரக்கின்றது. ஆனால் பிரசவத்திற்குப் பிறகு இது சரியாகி விடுகின்றது.

இதில் சிசுவிற்கு கசைப்பு, குறைப்பிரசவம் அல்லது சிஸ்டல் பர்த் ஏற்படும் ஆபத்து உள்ளது இதனால் தகுந்த சமயத்தில் சிகிச்சை அளிக்க வேண்டும்.

இது எதனால் ஏற்படுகின்றது?

இது 1000ல் 1, 2பேருக்கு ஏற்படுகின்றது. ஒன்றுக்கும் மேற்பட்ட குழந்தைகளை சுமக்கும் கர்ப்பிணி, கல்லீரல் நோய் உள்ளவர்கள் அல்லது குடும்ப பாரம்பரிய நோய் உள்ளவர்கள் போன்றறோருக்கு இது ஏற்படும் ஆபத்து உள்ளது.

அறிகுறிகள்

கர்ப்ப காலத்தில் கடைசி நாட்களில் கை மற்றும் கால்களில் அரிப்பு ஏற்படும்.

உங்களுக்கு மருத்துவர் என்ன செய்ய முடியும்?

மருந்து அல்லது லோஷன் தடவி அரிப்பைக் கட்டுப்படுத்தலாம். அரிப்பை தவிர்க்க மெதுவாக வருடி விடலாம். தேவைப்பட்டால் வெகு விரைவிலேயே பிரசவம் செய்வதே சிறந்தது.

டீப் வீன்ஸ் த்ரமபோசிஸ்

இது என்ன?

டி.வி.டியில் டீப் வீனில் இரத்தம் உறைந்து விடும். இது தொடைப் பகுதியில் ஏற்படுகின்றது. இது பிரசவ நெருக்கத்தில் ஏற்படுகின்றது. பிரசவத்திற்குப் பிறகு அதிக அளவு இரத்தம் தேவைப்படும் என்பதற்காக இது இந்த பகுதிகளிலே இரத்தத்தை சேகரித்து வைத்துக் கொள்கிறது. மேலும் உடலில் கீழ் பகுதிக்கு செல்லும் இரத்தம் மீண்டும் இருதயத்திற்கு செல்வதில்லை. கர்ப்பத்தின் அளவால் இது ஏற்படுவதில்லை. ஒருவேளை டி.வி.டிக்கு தேவையான சிகிச்சை மேற்கொள்ளவில்லையெனில் நுரையீரல் பாதிப்பு மற்றும் உயிருக்கே ஆபத்து ஏற்படும்.

இது எதனால் ஏற்படுகின்றது?

இது 1000ல் இருந்து 2000க்குள் யாரேனும் ஒருவருக்கு ஏற்படும். இது பிரசவத்திற்குப் பிறகும் கூட ஏற்படலாம். வயது அதிகமாக இருந்தால், புகைப்படிக்கும் பழக்கம் இருந்தால், இரத்த அழுத்தம் இருந்தால், குடும்ப பாரம்பரிய நோயாக இருந்தால், சாக்கரை நோய் இருந்தால் இது ஏற்படக்கூடிய வாய்ப்பு உண்டு.

அறிகுறிகள்

இதற்கான அறிகுறிகள் கீழ்கண்டவாறு காணப்படும்

- தொடையில் எடை கூடுதல் மற்றும் வலி
- கால்களில் எடை கூடுதல்
- அதிகமான அளவில் வீக்கம்
- கால்களில் வலி
- ஒருவேளை நுரையீரல் வரை இரத்தப் போக்கின் அடைப்பு ஏற்பட்டால்
- நெஞ்சில் வலி
- மூச்சு விடுவதில் சிரமம்
- மூச்சு வாங்குதல், இருதயத் துடிப்பு அதிகரித்தல்
- சளியுடன் கூடிய இருமல், மற்றும் சளியில் இரத்தம் வருதல்.
- இருதயத் துடிப்பு மற்றும் மூச்சு அதிக அளவில் வாங்குதல்
- உதடு மற்றும் விரல்கள் நீல நிறமாகுதல்
- காய்ச்சல்

உங்களுக்கு மருத்துவர் என்ன செய்ய முடியும்?

முதலிலேயே உங்களுக்கு இந்த நோய் இருந்தால் இதனை நீங்கள் மருத்துவரிடம் கூறி விடுங்கள். ஒரு வேளை காலில் வலி அல்லது வீக்கம் இருப்பின் அதனையும் மருத்துவரிடம் கூறி விடுங்கள்.

அல்ட்ராசவுண்ட் அல்லது எம்.ஆர்.ஐ மூலமாக இரத்த அடைப்பு கண்டுபிடிக்கப்படும். இவ்வாறாக இருந்தால் உங்களுக்கு இரத்தத்தை இளக வைக்க மருந்து கொடுக்கப்படும். பிரசவ நேரத்தில் இந்த மருந்து கொடுப்பது நிறுத்தப்படும். மானிட்டரின் மூலமாக தொடாந்து இருதயத் துடிப்பு கண்காணிக்கப்படும். ஒருவேளை இது நுரையீரல் வரை சென்று விட்டால் உடனடியாக சிகிச்சை மேற்கொள்ளப்படும்.

பிளசன்டோ எக்கிரிடா

இது என்ன?

அசாதாரணமாக ப்ளசன்ட்டோ சிறுநீர் குழாயுடன் சேர்ந்து இருந்தால் இதனை பளசன்டோ எக்கிரிடா என்பர். இதனால் டெலிவரி சமயத்தில் அதிக அளவில் இரத்தப்போக்கு இருக்கும்.

இது எதனால் ஏற்படுகின்றது?

2,500ல் பேரில் யாரேனும் ஒருவருக்கு இது ஏற்படுகின்றது. பிளசன்டோ எக்கிரிடாவில் பளசன்டோ அதிக அளவில் உள்ளே சிறுநீர் குழாயினுள் சென்றுவிடுகிறது. ஆனால் அதனுடைய ஜவ்வுகளையோ, சதைகளையோ கிழிப்பது இல்லை. ப்ளசன்டோ பிளவியாவில் இது சிறுநீர் குழாயின் சவ்வுகளைக் கிழித்துக் கொண்டு மற்றொரு புறம் வழியாக ஒட்டை போட்டுக் கொண்டு வெளியே வருகின்றது.

முதலிலேயே உங்களுக்கு சி.செக்ஷன் நடைபெற்றிருந்தாலோ அல்லது ப்ளசன்டோ

பிரிவியா ஏற்பட்டிருந்தாலோ இது மிகவும் ஆபத்தானது தான்.

அறிகுறிகள்

இதற்கென்று தனியான அறிகுறிகள் எதுவும் இல்லை. இது டாப்ளர் அல்ட்ராசவுண்ட் அல்லது பிரசவத்தின் போது தெரியவரும்.

உங்களுக்கு மருத்துவர் என்ன செய்ய முடியும்?

அதிர்ஷ்டம் கெட்டத்தனமாக நீங்கள் ஒன்றும் செய்ய முடியாது. டெலிவரிக்குப் பிறகு உங்களின் மருத்துவர் பிளசன்ட்டோவை சர்ஜரி செய்து வெளியில் எடுப்பார். இதனால் இரத்தப்போக்கு குறையும் சில சமயங்களில் இரத்தப்போக்கு குறையவே இல்லையெனில் கர்ப்பப்பையே வெளியில் எடுத்து விட வேண்டும்.

வாசா பிரிவியா

இது என்ன?

தாயையும் சிசுவையும் இணைக்கக் கூடிய சில இரத்த நாளங்கள் கர்ப்ப நாளங்களைவிட்டு வெளியே வந்து சர்விக்ஸ் உடன் ஒட்டிக் கொள்கின்றன. பிரசவ நேரத்தில் கர்ப்பப்பையின் வாய் திறக்கின்ற சமயத்தில் இந்த நாளங்கள் வெடித்து விடுகின்றன. இதனால் குழந்தைக்கு பாதிப்பு ஏற்படுகின்றது. ஒருவேளை டெலிவரிக்கு முன்பே இந்த நிலைமை தெரிய நேர்ந்தால் 100 சதவீதம் செக்ஷன்.சி கொண்டு குழந்தையின் பிறப்பை நிகழ்த்தி விடலாம்.

இது எதனால் ஏற்படுகின்றது?

இது 5,200 பேரில் ஒருவருக்கு ஏற்படுகின்றது. பிளசன்டோ பிரிவியாவும் இருந்து, யுடாராயின் சர்ஜரியும் செய்திருக்கும் பெண்களுக்கு, இரட்டைக் குழந்தைகளைச் சுமக்கும் பெண்களுக்கு இந்த அபாயம் ஏற்படும்.

அறிகுறிகள்

இதற்கென தனிப்பட்ட அறிகுறிகள் எதுவும் இல்லை. 6வது 7வது மாதங்களிலே இரத்தக் கசிவு ஏற்படும்.

உங்களுக்கு மருத்துவர் என்ன செய்ய முடியும்?

கலர் டாப்ளர் அல்ட்ராசவுண்டின் உதவியுடன் இதனை மருத்துவர் கண்டறிவார். இவர்களுக்கு பிரசவ வலி ஏற்படுவதற்கு முன்பே 37வது வாரத்தின் தொடக்கத்திலேயே சி.செக்ஷன் செய்யப்பட்டு விடும். லேசர் கருவி கொண்டு சிகிச்சை அளித்து வாசா பிரிவியாவை சரி செய்ய முடியுமா என்று ஆய்வு மேற்கொள்கின்றனர்.

குழந்தை பிறப்பு மற்றும் அதற்குப் பிறகான சிக்கல்கள்

இதில் உள்ள பல பிரச்சனைகள் பிரசவம் அல்லது டெலிவரிக்கு முன்னால் நமக்கு தெரிவதில்லை. எனவே நீங்களும் இதை முதலிலேயே படித்து விட்டு கவலைப்படாதீர்கள். இந்தப் பிரச்சனைகள் குழந்தை பிறந்த பிறகே ஏற்படுகின்றது. உங்களுக்கு இதைப் போல் ஏதாவது பிரச்சனை ஏற்பட்டவுடனேயே நீங்கள் மருத்துவரைச் சென்று சந்திக்க வேண்டும் என்ற உயரிய நோக்கத்தில் இதனைப் பற்றி குறிப்பிடுகின்றோம்.

பைடல் டிஸ்டெரிஸ்

இது என்ன?

கர்ப்பப்பையில் குழந்தைக்கு பக்கத்தில் ஆக்ஸிஜன் தேவையான அளவு இல்லையெனில் அதனை பைடல் டிஸ்டெரிஸ் என்போம். இது பிரசவத்திற்கு முன்னரோ அல்லது அதற்குப் பின்னரோ ஏற்படலாம். இது சர்க்கரை வியாதி கட்டுப்பாட்டில் இல்லாத, பிரிக்லைப்பன்சியா, எம்னியாடிக் திரவத்தின் குறைபாடு அல்லது தாயின் மூலமாக இரத்த நாளங்களுக்கு அழுத்தம் போன்ற சமயங்களில் ஏற்படுகின்றது. இதனால் சிசுவிற்கு ஆக்ஸிஜன் குறைந்த அளவிலேயே கிடைக்கின்றது.

சிசுவின் இருதயத்திற்கு ஆக்ஸிஜன் கொண்டு செல்வதற்கு தற்காலிகமாக சி. செக்ஷன் செய்யப்படுகின்றது.

இது எதனால் ஏற்படுகின்றது?

இது 100ல் ஒருவருக்கு ற்படுகின்றது.

அறிகுறிகள்

குழந்தைக்குத் தேவையான அளவில் ஆக்ஸிஜன் கிடைக்கவில்லை யெனில் அதனுடைய இருதயத் துடிப்பு குறைந்து விடுகிறது. அதனுடைய அசைவும் குறைந்து விடும். இதனால் டெலிவரி சமயத்திலேயே

கர்ப்பப்பையிலேயே கழிவை (மைகோ நியம்) வெளியேற்றி விடும்.

உங்களுக்கு மருத்துவர் என்ன செய்ய முடியும்?

ஒருவேளை குழந்தையின் அசைவு சரிவரத் தெரியவில்லையெனில் உடனடியாக மருத்துவரைச் சந்தியுங்கள். அவர் பிடல் மானிட்டர் மூலமாகக் கண்டறிவார். இதற்கான அறிகுறி தென்பட்டவுடன் உங்களுக்கு ஆக்ஸிஜன் கொடுக்கப்படும் மற்றும் ஐ.பி ஏற்றப்படும் இதனால் சிசுவின் இருதயத் துடிப்பு சாதாரணமாகி விடும். இடது பக்கம் சாய்ந்து படுப்பதினால் இரத்த நாளங்களில் ஏற்படும் அழுத்தம் குறையும். இல்லையேல் டெலிவரி உடனடியாகச் செய்யப்படும்.

கார்டு புரோலைப்ஸ்

இது என்ன?

கர்ப்ப நாளங்கள் சிறிதளவு நகர்ந்து பர்த் சானலில் வருவதே கார்டு புரோலைப்ஸ் என்பர். இந்த நிலைமையில் குழந்தைக்கு டெலிவரி சமயத்தில் ஆக்ஸிஜன் குறைபாடு ஏற்பட வாய்ப்பு உள்ளது.

இது எதனால் ஏற்படுகின்றது?

300ல் ஒருவருக்கு இது ஏற்படுகின்றது. கர்ப்பத்தில் ஏற்படும் சிக்கலால் பிரோலெப்ஸின் பாதிப்பு அதிகமாகின்றது. இதனால் ஹைடிராமஜிமோஸ், பிரிச் அல்லது குறைப்பிரசவம் ஏற்படும் வாய்ப்பு உள்ளது. இரட்டைக் குழந்தைகளின் பிரசவத்திலும் இது ஏற்படும். குழந்தையின் தலை பர்த் சேனலில் வருவதற்கு முன்னரே பனிக்குடம் உடைந்தால் மேலும் பாதிப்பு ஏற்படும்.

அறிகுறிகள்

ஒருவேளை இந்த நாளம் யோனி வரை வந்தால் உங்களால் பார்க்க முடியும் அல்லது தொட முடியும். ஒருவேளை குழந்தையின் தலை கீழே அமுங்கினால் நீங்கள் பேடல் மானிடர் மீது பேடல் டிஸ்டிரஸின் அறிகுறியை உணருவீர்கள்.

உங்களுக்கு மருத்துவர் என்ன செய்ய முடியும்?

இதை முதலிலே தெரிந்து கொள்ள இயலாது. பிடல் மானிட்டரின் மூலமாகவே இதனை தெரிந்து கொள்ள முடியும். நீங்கள் இதனை உணர்ந்து கொண்டீர்கள் எனில் கை மற்றும் கால்களின் பலம் கொண்டு அமருங்கள், இதனால் பெல்விக் பகுதிக்கு அதிக அழுத்தம் ஏற்படாமல் இருக்கும். ஒருவேளை யோனி வழியாக குழந்தையின் தலை தெரிந்தால் சுத்தமாக யோனிக் குழாயை வைத்துக் கொள்ளுங்கள். உங்கள் உடலின் கீழ்ப்பகுதியை மேலே தூக்கி வைத்து கொண்டு படுங்கள். மருத்துவரும் உங்களுக்கு படுப்பதற்கான முத்திரையை கற்றுத் தருவார். இதற்குப் பிறகு உடனடியாக சி.செக்ஷன் செய்யப்பட வேண்டும்.

ஷோல்டர் டிஸ்டோகியா

இது என்ன?

சிசுவின் இரண்டு தோள்களும் தாயின் பெல்விக் எலும்பில் மாட்டிக் கொள்ளும். இதனால் குழந்தை பெர்த் சானலின் கீழ் நோக்கி செல்ல ஆரம்பிக்கும். இதுவே ஷோல்டர் டிஸ்டோகியா ஆகும்.

இது எதனால் ஏற்படுகின்றது?

இது அதிக எடை கொண்ட சிசுவிற்கு ஏற்படுகின்றது. கட்டுப்பாட்டில் இல்லாத சர்க்கரை நோய் உள்ள கர்ப்பிணிகளுக்கும் ஏற்படலாம். முதல் பிரசவத்தில் இவ்வாறு நிகழ்ந்து இருந்தால் கண்டிப்பாக அடுத்த பிரசவத்திலும் இது நிகழக்கூடிய வாய்ப்பு அதிகம்.

அறிகுறிகள்

இது திடீரென்று பிரசவ நேரத்தில்தான் ஏற்படக்கூடியது.

உங்களுக்கு மருத்துவர் என்ன செய்ய முடியும்?

தாயின் வயிற்றை அழுத்தி இந்த நிலைமையில் குழந்தையின் பிரசவம் நடைபெறச் செய்யலாம்.

இதிலிருந்து தப்பிப்பது எப்படி?

உங்களின் எடையையும் குறைத்துக் கொள்ளுங்கள். சிசுவின் எடையும் குறிப்பிட்ட எடையை விட அதிக அளவில் கூடாமல் பார்த்துக் கொள்ளுங்கள். சர்க்கரையின் அளவைக் குறையுங்கள். பிரசவ நேரத்தில் ஷோல்டர் டிஸ்டோகியா ஏற்படாதவாறு கவனமுடன் இருங்கள்.

சிரியல் பைரினியல் டியர்ஸ்

இது என்ன?

டெலிவரி சமயத்தில் குழந்தையின் பெரிய தலை வெளியே வந்தவுடன் யோனி மற்றும் கர்ப்பப்பையின் வாயின் உள்ள பகுதியில் அழுத்தம் ஏற்பட்டு

பர்ஸ்ட் டிகிரி டியர்ஸில் முதலில் சருமம் கிழிகின்றது. செகண்ட் டிகிரி டியர்ஸில் சருமத்துடன் யோனியின் சதையும் கிழிகின்றது. ஆனால் அதிகமான டியர்ஸில் யோனியின் சருமம், பைரினியல் சருமமும் சேர்ந்து கிழிகின்றது. இதனால் பிரசவத்திற்குப் பிறகு மிகவும் சிரமம் ஏற்படுகின்றது. மேலும் பெல்விக் பகுதியுடன் சேர்ந்த பல பிரச்சினைகளும் ஏற்படுகின்றது. கர்ப்பப்பையின் வாயில் ஏற்படுகின்றது.

இது எதனால் ஏற்படுகின்றது?

யோனிக் குழாய் மூலமாக ஏற்படும் டெலிவரியால் தான் இதற்கு ஆபத்தை விளைவிக்கும். சிரியல் பைரினியல் டியர்ஸ் அதிகமான பெண்களுக்கு ஏற்படுவது இல்லை.

அறிகுறிகள்

இரத்தக் கசிவு ஏற்படும் நிறைந்து 'டுவதால் மெல்லிதான மற்றும் வலி ஏற்படுகின்றது.

உங்களுக்கு மருத்துவர் என்ன செய்ய முடியும்?

இதற்கு முதலில் லோக்கல் அனஸ்தீஸியா கொடுக்கப்படுகின்றது.

ஒருவேளை ஐஸ் பேக் ஆன்டிசெப்டிக் ஸ்பிரே, மருந்து மற்றும் திறந்த காற்றில் வைப்பதால் சீக்கிரமாகவே சரியாகி விடும்.

இதிலிருந்து தப்பிப்பது எப்படி?

பிரசவத்திற்கு முன்னால் கிகல் உடற்பயிற்சி மற்றும் பைரினியல் பகுதியில் மாலிஷ் போன்றவை செய்தால் ஓரளவு குணமாகும். மேலும் அதிகமாக மாலிஷ் செய்யலாம்.

யுடேராயின் ரப்சர்

யுடேராயினின் சுவரில் முதலிலேயே சர்ஜரி, சி, செக்ஷன், பாய்பிராய்டு ரிமூவல் செய்யப்பட்டு இருந்தால் லேபர் மற்றும் டெலிவரி சமயத்தில் அந்த இடத்தில் இருந்து இரத்தம் வரக்கூடும். இதனால் வயிற்றில் அதிகஅளவில் இரத்தபோக்கு ஏற்படும். மற்றும் பிளசன்டோ, வயிற்றிற்கும் அது சென்று விடும்.

இது எதனால் ஏற்படுகின்றது?

முதலிலேயே சி.செக்ஷனோ அல்லது யுடேராயின் ரப்சர் ஏற்படாத பெண்களுக்கு பிரச்சனை ஒன்றும் இல்லை. யோனிக் குழாயின் வழியாக டெலிவரி நடைபெறும் சமயத்தில் அல்லது கருவின் பிளசன்டாவில் சிக்கல் ஏற்படும் சமயத்தில் இது ஏற்படுகின்றது. ஆறுக்கும் அதிகமான குழந்தைகளைப் பிரசவித்த தாய்க்கும், இரட்டைக் குழந்தைகளைச் சுமக்கும் தாய்க்கும் இது ஏற்பட வாய்ப்பு உள்ளது.

அறிகுறிகள்

வயிற்றில் அதிக வலி ஏற்படும். பேடல் மானிட்டர் மூலமாக சிசுவின் இருதயத் துடிப்பு குறைவது தெரியவரும். தாய்க்கும் இரத்தப்போக்கு மற்றும் இருதயத் துடிப்பு குறையும். மூச்சு விடுவதில் சிரமம் ஏற்படும். சில நேரங்களில் மயக்கம் கூட ஏற்படும்.

உங்களுக்கு மருத்துவர் என்ன செய்ய முடியும்?

சி.செக்ஷன் உங்களுக்கு முன்னரே நடைபெற்று இருந்தாலோ அல்லது ஏதாவது சர்ஜரி செய்து இருந்தாலோ அல்லது யுடேராயின் குழாய் முழுவதும் அறுபட்டு இருந்தாலோ உடனடியாக டெலிவரி செய்து விட வேண்டும். மேலும் கர்ப்பப்பையையும் முழுமையாக சுத்தம் செய்ய வேண்டும். இல்லையேல் தொற்று நோய் பரவி விடும். அதற்கான ஆன்ட்டிபயாடிக் கொடுக்கப்பட வேண்டும்.

இதிலிருந்து தப்பிப்பது எப்படி?

அடிக்கடி பிடல் மானிடரிங் செய்ய வேண்டும். ஏன்எனில் உடனடியாக இந்த சிக்கலில் இருந்து தப்பிக்கலாம். முதலில் சி. செகஷன் செய்துவிட்டு பிறகு யோனிக் குழாயின் வழியாக டெலிவரி நடைபெறும் போது பிரசவ ஆரம்பத்திலேயே மருந்துகள் கொடுக்கக்கூடாது.

யுடேராயின் இன்வர்ஜன்

இது என்ன?

யுடேராயின் வால் உடைந்து உள்ளேயுள்ள பகுதி வெளியே வருவதே யுடேராயின் இன்வர்ஜன் எனப்படும். பலமுறை இது சர்விக்ஸ் மற்றும் யோனியில் இருந்து வெளியே

வந்து விடுகின்றது. இதற்கான சிகிச்சை மேற்கொள்ளவில்லை யெனில் ஹெமராஜ் மற்றும் சேரதமோ ஏற்பட்டு விடும். சாதாரணமாகப் பார்ததால் இதனைக் கண்டுபிடிக்க முடியாது.

இது எதனால் ஏற்படுகின்றது?

இது 2000ல் ஒருவருக்கு ஏற்படுகின்றது. குறைப் பிரவசம் ஏற்படுவதைத் தடுக்க மருந்துகள் கொடுக்கப்படுகின்றது. முதல் பிரசவத்திலேயே இவ்வாறு ஏற்பட்டு இருந்தால் பிரசவ நேரம் அதிகமாக இழுக்கப்படும். மேலும் யோனிக் குழாயின் வழியாக முதல் டெலிவரி நடைபெற்று இருந்தால் மேலும் ஆபத்து ஏற்படும். ஒருவேளை கர்பப்பை அளவுக்கு அதிகமாக குழந்தை இருந்தால் கூட இது வெளியே வந்து விடும். சிசுவின் பிறப்பின் போது மூன்றாவது கட்டத்தில் கார்டு அதிக அழுத்தத்தில் இழுக்கப்படுகின்றது.

அறிகுறிகள்

- வயிற்றில் வலி
- அதிக அளவில் இரத்தப்போக்கு
- தலைச்சுற்றல், வாந்தி
- பலமுறை காப்பப்பை கூட யோனி வழியாக தெரிய ஆரம்பிக்கும்.

உங்களுக்கு மருத்துவர் என்ன செய்ய முடியும்?

நீங்கள் இதனை உணர்ந்தவுடன் மருத்துவரைச் சந்தியுங்கள். மருத்துவர் அந்த பகுதியை தனது கைகளால் சரியான இடத்தில் வைக்க முயற்சி செய்வார். கிழிந்த சதைகளைச் சரி செய்ய மருந்துகள் கொடுப்பார். ஒருவேளை இந்த வழிமுறை சரிப்பட வில்லையெனில் உடனடியாக சர்ஜரி செய்வார். உங்களுக்கு இரத்தம் குறைபாடு ஏற்பட்டால் உடனடியாக இரத்தக் செலுத்தப்படவேண்டும். மேலும் தொற்று நோயைத் தடுக்க ஆன்ட்டிபயாடிக்ஸ் கொடுக்கப்படவேண்டும்.

இதிலிருந்து தப்பிப்பது எப்படி ?

முதல் பிரசவத்திலேயே ஒருவேளை உங்களுக்கு இப்படி ஏற்பட்டு இருந்தால் முதலிலேயே மருத்துவரிடம் கூறி விடுங்கள். ஏனெனில் இதனால் அதிக பாதிப்பு ஏற்படும்.

பிரசவத்திற்கு பிறகு அதிகமான இரத்தப்போக்கு

இது என்ன?

பிரசவத்திற்கு பிறகு இரத்தப்போக்கு ஏற்படுவது சாதாரணமானது தான். பிரசவம் ஏற்பட்ட பிறகு கர்ப்பப்பையானது சுருங்க ஆரம்பிக்கும். காப்பப்பை சுருங்கச் சுருங்க அதிக இரத்தப்போக்கு ஏற்படும். மேலும் இதில் தான் பிளசன்டோவும் சேர்ந்து இருந்திருக்கும். இதனால் தான் பிரசவத்திற்குப் பிறகு தொற்று நோய்கள் ஏற்படுகின்றது.

இது எதனால் ஏற்படுகின்றது?

இது 2 முதல் 4 சதவிகித கர்ப்பிணிப் பெண்களுக்கு ஏற்படுகின்றது. பிரசவ காலத்திற்குப் பின் கர்ப்பபபையானது தனது சாதாரண நிலைமையை அடைதல் வேண்டும். ஆனால் சில சமயங்களில் அதாவது இரட்டைக் குழந்தைகளைச் சுமக்கும் கர்ப்பிணி, அதிக எடை கொண்ட குழந்தையைச் சுமக்கும் கர்ப்பிணி மற்றும் எம்னியாடிக் திரவம் அதிகமாக சுரக்கும் கர்ப்பிணிக்கு இது சாதாரணமாக ஏற்பட்டு விடுகின்றது. பிரசவத்திற்குப் பிறகு தாயின் ஆரோக்கியம் குறைவதாலும் போஸ்ட்பார்ட்டம் ஹெமரேஜ் ஏற்படும் அபாயம் உள்ளது.

அறிகுறிகள்

கீழ்க்கண்டவாறு இதற்கான அறிகுறிகள் தோன்றும்.

- தொடர்ந்து பல மணி நேரங்களாக இரத்தப் போக்கு
- சில நாட்களுக்குப் பிறகு சிவப்பு நிறத்திலேயே இரத்தப்போக்கு
- பெரிய பெரிய இரத்தக் கட்டிகளாக வெளியேறுதல்
- அடி வயிற்றின் கீழே வீக்கம் மற்றும் வலி

தாயின் இரத்தம் குறைவதால் தாய்க்கு மயக்கம் தோன்றும். மூர்ச்சையாகி விடும் வாய்ப்பும் அதிக அளவில் உள்ளது.

உங்களுக்கு மருத்துவர் என்ன செய்ய முடியும்?

பிளசன்டாவின் டெலிவரி முழுவதும் ஆனவுடன் மருத்துவர் அதில் ஏதேனும் பகுதி கர்ப்பப்பையில் உள்ளதா என்பதைக் கண்டறிய வேண்டும். அவர் உங்களுக்கு பிடோசின்

அடிக்கடி குறைந்த எடை கொண்ட குழந்தை பிறப்பது

ஒரு முறை குறைந்த எடை கொண்ட குழந்தை பிறந்தது என்றால் மறுமுறையும் அதைப் போலவே குழந்தை பிறக்கும் என்பது இல்லை. அடுத்த குழந்தை முதல் குழந்தையை விட அதிக எடையுடன் தான் பிறக்கும். முதல் குழந்தை ஏன் குறைந்த எடையுடன் பிறந்தது என்பதற்கான காரணத்தை அறிந்திடுங்கள். இதனால் உங்களின் அடுத்த குழந்தையின் எடையை பாதிக்காத வண்ணம் நீங்கள் எச்சரிக்கையுடன் இருக்கலாம்.

கொடுப்பார் அல்லது கர்ப்பப்பையை சுத்தம் செய்வார். மாலிஷ் செய்வார் இதனால் கர்ப்பப்பையானது சுருங்கும். இரத்தப்போக்கும் குறைவாக இருக்கும். குழந்தைக்குப் தாய்ப் பாலூட்டுவதால் கூட கர்ப்பப்பை சுருங்கும்.

பிரசவம் ஆன பிறகு வரும் முதல் மாதவிடாயின் போது எப்போதும் இல்லாத அளவிற்கு அதிகமாகவே இரத்தபோக்கு இருந்தால் மருத்துவரிடம் காண்பியுங்கள். இந்த மாதிரியான சமயங்களில் உங்களுக்கு இரத்தம் செலுத்தப்பட வேண்டியதாய் இருக்கலாம்.

இதிலிருந்து தப்பிப்பது எப்படி ?

கர்ப்ப காலத்தின் கடைசி மூன்று மாதங்களில் நீங்கள் இரத்தத்தை உற்பத்தி செய்யக் கூடிய மருந்துகளை மட்டுமே எடுத்துக் கொள்ள வேண்டும். இரத்த உற்பத்திக்கு உதவி செய்யக்கூடிய உணவுப் பொருட்களையே உண்ண வேண்டும்.

குழந்தை பிறந்த பிறகு தொற்று நோய்

இது என்ன? பல முறை கர்ப்பிணிகள் தங்களின் பிரசவம் நடைபெற்ற பிறகு தொற்று நோய்க்கு ஆளாகிறார்கள். உங்களின் உடலின் உள்பகுதி சரிவர மூடாமல் இருப்பதே இதற்குக் காரணமாக இருக்கலாம். இதனால் கிட்னி மற்றும் பிளேடரில் தொற்று நோய் ஏற்பட்டு விடும். கர்ப்பப்பையில் மிஞ்சிவிட்ட ப்ளசன்டோவின் காரணமாகக் கூட தொற்று நோய் ஏற்படலாம். ஆனால் இதற்கு என்டோமைடிரியோடிஸ் செய்யலாம்.

இது எதனால் ஏற்படுகின்றது?

கிட்டத்தட்ட 8 சதவீத கர்ப்பிணிப் பெண்களுக்கு இந்தத் தொற்று நோய் ஏற்படுகின்றது. மெம்பரேனின் ரப்சர் அல்லது சி.செக்ஷன் செய்யப்பட்டு இருந்தாலோ இந்த தொற்றினால் ஆபத்து ஏற்படும்.

அறிகுறிகள்

இதற்கு கீழ்க்கண்டவாறு அறிகுறிகள் தோன்றும்.

- காய்ச்சல்
- பிறப்புறுப்பில் வலி
- நாற்றத்துடன் கூடிய இரத்தப்போக்கு
- குளிருதல்

உங்களுக்கு மருத்துவர் என்ன செய்ய முடியும்?

ஒருவேளை 100° க்கு மேல் காய்ச்சல் தொடர்ந்து இருந்தால் மருத்துவரை உடனடியாகச் சந்தியுங்கள். ஆன்ட்டிபயாடிக் மருந்துகளை எடுத்துக் கொள்ளுங்கள். நன்றாக ஓய்வு எடுங்கள். குழந்தைக்கு பாலூட்டுவதால் மருத்துவரின் அனுமதியின்றி ஏதேனும் மாத்திரைகளைப் போடாதீர்கள். சூடான உணவுப் பொருட்களை உண்ணுங்கள்.

இதிலிருந்து தப்பிப்பது எப்படி?

உங்களின் சுகாதாரம் உங்கள் கையில் தான் இருக்கிறது. இரத்தப்போக்கு அதிகமுள்ள சமயத்தில் சுடுநீரால் நன்றாக கழுவிடுங்கள். அடிக்கடி உங்களின் உள்ளாடைகளை மாற்றிடுங்கள்.

உங்களுக்கு படுக்கை ஓய்வு தேவைப்படுகின்றது என்ற அறிவுரை வழங்கப்பட்டிருப்பின் என்ன செய்வது.

ஒருவேளை நீங்கள் முழுக்க முழுக்க படுக்கையிலேயே ஓய்வு எடுக்க வேண்டும் என்ற அறிவுரையை மருத்துவர் உங்களுக்கு அளித்து இருந்தால் உங்களின் பாடு திண்டாட்டம் தான். படுக்கை முழுவதும் கதைப்புத்தகங்கள், படுக்கைக்கு

எதிர்புறத்திலேயே தொலைக்காட்சிப் பெட்டி, டி.வி.டி போன்றவையை வைத்து விட வேண்டியது தான். ஆனால் இவை அனைத்தும் எத்தனை நாளைக்கு உங்களுக்கு உதவி செய்யும். சிறிது காலத்திற்குப் பிறகு சோர்வடையச் செய்யும் பிறகும் இதிலிருந்து தப்பிக்க வழி என்ன என்று நீங்கள் யோசிக்க ஆரம்பிப்பீர்கள். நாள் முழுவதும் படுக்கையிலேயே கிடப்பது என்பது இயலாத காரியம். மனம் அலைபாயும் அப்போது தான் கால்கள் பரபரக்கும். உங்களின் மற்றும் உங்கள் குழந்தையின் ஆரோக்கியத்தைக் கணக்கில் கொண்டே மருத்துவர் பெட் ரெஸ்ட் எடுக்கச் சொல்லி இருக்கின்றார் என்பதையே நீங்கள் மறந்து விடுவீர்கள்.

அதிக அளவில் பெட் ரெஸ்ட் எடுப்பதாலும் சில பிரச்சனைகளை நீங்கள் எதிர்கொள்ள வேண்டி வரும். உங்களுக்கு முதுகு வலி, கழுத்து வலி போன்றவை ஏற்படும். உங்களின் இடுப்பு பெருத்து விடும். தொடை, கால்களில் வீக்கம், தலைவலி, மலச்சிக்கல் போன்றவை ஏற்படும், பசி என்பதே ஏற்படாது. ஆனால் குழந்தையின் ஆரோக்கியத்தைக் கணக்கில் கொண்டு நீங்கள் சாப்பிட வேண்டியதாய் இருக்கும்.

நீங்கள் கீழே கொடுக்கப்பட்டுள்ள டிப்ஸின் உதவியுடன் உங்களின் சிரமத்தைக் குறைக்கலாம்.

- படுக்கையை இங்கே அங்கே என்று மாற்றி அமையுங்கள். நீங்களும் அடிக்கடி படுக்கையில் புரண்டு படுங்கள். தலையணையை வசதிக்கு ஏற்றவாறு போட்டுக் கொள்ளுங்கள்.
- ஆரோக்கியத்தில் முழு அக்கறை வையுங்கள். போஷாக்குள்ள ஆகாரம் மட்டுமே சாப்பிடுங்கள். நொறுக்குத் தீனிகளையும் வாய்க்கு ருசியை அளிக்கக் கூடிய உணவுகளையும் தவிர்த்திடுங்கள்.
- எளிமையான எளிதில் சீரணமாகக் கூடிய உணவுகளைச் சாப்பிடுங்கள். இதனால் உங்களுக்கு மலச்சிக்கல் ஏற்படாது. அதிக அளவில் நீர்ச் சத்து கொண்ட பழங்கள், காய்கறிகளைச் சாப்பிடுங்கள்.
- படுத்துக் கொண்டே சாப்பிடாதீர்கள் எழுந்து சிறிது நேரம் மெதுவாக அமர்ந்து பின்பு சாப்பிடுங்கள். சாப்பிட்ட பிறகு உடனே படுக்காதீர்கள்.
- பிரசவத்தை நினைத்து பயப்படாதீர்கள், பிரவசத்திற்கு பிறகு உங்களின் பழைய உடலையும், ஆரோக்கியத்தையும் நீங்கள் பெறுவீர்கள்.
- கணவர் காலையில் வெளியே கிளம்புவதற்கு முன்னரே நீங்கள் உங்களுக்குத் தேவையான எல்லாப் பொருட்களையும் அருகில் வைத்துக் கொள்ளுங்கள்.
- குளிர் சாதனப் பெட்டியைக் கூட உங்களின் படுக்கை அறையிலேயே ஒரு ஒரத்தில் வைத்துக் கொள்ளலாம். இதனால் உங்களுக்குத் தேவையானவற்றை நீங்களே சுலபமாக எடுத்து உண்ணலாம். கதைப் புத்தகங்கள், டி.வி. ரிமோட் தொலைபேசி போன்றவற்றையும் உங்களின் அருகிலேயே வைத்துக் கொள்ளுங்கள்.
- உங்களின் ஒரு நாளைய பணியை கணக்கெடுத்துக் கொள்ளுங்கள். மறுநாளும் அதே வேலையைச் செய்யாமல் பார்த்துக் கொள்ளுங்கள்.
- ஆபிஸ் வேலையைக் கூட உங்களால் வீட்டில் ஒய்வு எடுத்துக் கொண்டே செய்ய முடியும் எனில் உங்களின் ஆபிஸரிடம் எடுத்துக் கூறி அதனை செய்து கொடுப்பதாக உறுதி அளித்திடுங்கள். இதனால் பிரசவத்திற்குப் பிறகு உங்களின் வேலைச் சுமை குறையும்.
- இன்டெர்நெட் ஆன்லைன் மூலமாக நீங்கள் குழந்தைக்கு தேவையான துணிகள், படுக்கை, சோப், பவுடர், தொட்டில் போன்றவை ஆர்டர் செய்து வாங்கிடுங்கள். இதனால் நீங்கள் கடைக்கு நேரில் செல்ல முடியவில்லையே என்ற வருத்தம் உங்களுக்கு நீங்கும்.
- டி.வி.டி யில் நல்ல நல்ல படங்களை பாருங்கள். பிரசவத்திற்குப் பிறகு உங்களுக்கு படம் பார்க்கவே நேரம் கிடைக்காது. எனவே என்ன என்ன

பெட் ரெஸ்டின் வகைகள்

மருத்துவர் பெட் ரெஸ்ட் என்றவுடன் பயப்படாதீர்கள். அவரே நீங்கள் என்னென்ன செய்ய வேண்டும், என்னென்ன செய்யகூடாது என்பதையும் விளக்கிக் கூறுவார். பெட் ரெஸ்டில் பல வகை உண்டு. இதனைக் கீழே காணலாம்.

ஷெட்யூல் ரெஸ்டிங்

ஒவ்வொரு நாளும் குறிப்பிட்ட சில சமயங்களில் மட்டும் அவசியம் பெட் ரெஸ்ட் எடுக்குமாறு மருத்துவர் கூறுவார். இதனையே ஷெட்யூல் பெட்ரெஸ்டிங் என்பர். இதில் மாடிப்படி ஏறுவது, அதிக வீட்டு வேலை செய்வது, ஆபிஸ் வேலை செய்வது கூடாது.

மோடிபைடு பெட ரெஸ்டிங்

வீட்டு வேலை, ஸ்கூட்டர், கார் போன்ற வாகனங்கள் ஓட்டுவது மற்றும் வேலைக்குச் செல்வதிலிருந்து முற்றிலும் தடை. சுலபமான வேலைகளை மட்டுமே செய்யலாம் படுக்கையில் இருந்து எழுந்து வீட்டிற்குள்ளேயே உள்ள சோபாவுக்கு செல்லலாம். ஆனால் மாடிப்படி ஏறுவதற்கு முற்றிலும் தடை.

ஸ்டிரிக்ட் பெட் ரெஸ்ட்

நீங்கள் முழுக்க முழுக்க படுக்கையிலே தான் ஓய்வு எடுக்க வேண்டும். குளிக்க மற்றும் சிறுநீர் கழிப்பதற்கு மட்டுமே நீங்கள் எழுந்திருக்க வேண்டும். மற்ற சமயங்களில் படுத்தே தான் இருக்க வேண்டும்.

ஆஸ்பிடலில் பெட் ரெஸ்ட்

உங்களுக்கு அடிக்கடி ஐ.வி. சலைன் ஏற்ற வேண்டிய நிலைமை ஏற்பட்டால் நீங்கள் ஆஸ்பிடலிலேயே தங்கி பெட் ரெஸ்ட் எடுக்க வேண்டியிருக்கும். உங்களின் கால் பகுதியை நன்றாக தூக்கி வைத்து விடுவார்கள். தலைப் பகுதி கீழே இருக்குமாறு பார்த்துக் கொள்வார்கள். இதனால் சிசு கர்ப்பப்பையிலேயே இருந்து கொண்டு நன்றாக வளரும்.

படங்கள் பார்க்க வேண்டும் என்று மனதில் குறித்து வைத்து இருந்தீர்களோ அத்தனையையும் பார்த்திடுங்கள்.

- உங்களின் வருங்கால குழந்தைக்காக குளிர்காலத்தில் பயன்படுத்தக்கூடிய ஸ்வெட்டர், ஸாக்ஸ், குல்லா போன்றவற்றை நீங்களே செய்திடுங்கள்.
- எல்லா போட்டோ ஆல்பத்தில் உள்ள போட்டோக்களையும் ஒழுங்கு படுத்துங்கள் முடிந்தால் அதற்கான நேரம், தேதி போன்றவற்றை போட்டு குறித்திடுங்கள்.
- உங்களின் மனதை மகிழ்ச்சியுடன் வைத்திடுங்கள். தலைப் பின்னல் மாத்தி மாத்தி செய்திடுங்கள். மேகப்அப் செய்து கொள்ளுங்கள். நீங்கள் உங்களை அழகு படுத்திக் கொண்டால் உங்களின் மனதும்
- அழகாகவும் மகிழ்ச்சியாயும் இருக்கும். அடிக்கடி உங்களின் படுக்கை உறை மற்றும் தலையணை உறையை மாற்றிடுங்கள்.
- உங்களின் எண்ணம் மற்றும் எதிர்காலத் திட்டம் போன்றவற்றை டைரியில் எழுதிடுங்கள்.
- உங்கள் மனது சோர்வடையும் போது நீங்கள் உங்களுக்குள்ளேயே உங்களின் குழந்தைக்காகத் தானே இப்படிப்பட்ட ஒரு தியாகம் என்பதை நினைவு படுத்திக் கொள்ள வேண்டும். மேலும் குழந்தையின் வரவை எதிர் நோக்க வேண்டும்.

• • •

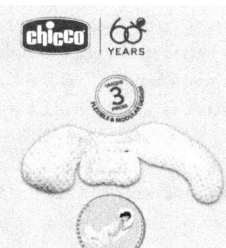

கர்ப்ப காலத்தில் ஏற்படும் இழப்பு

கர்ப்ப காலத்தில் பாதி மகிழ்ச்சி, பாதி பயம், ஒரு வித இரகசியம், ரோமான்ஸ், குழந்தை பற்றிய கனவு, எதிர்பார்ப்பு இவையெல்லாம் அதிகமாகவே இருக்கும். ஏதாவது ஒரு விதத்தில் உங்களுக்கு கர்ப்ப காலத்தில் அடி ஏற்பட்டாலும் அது கூட உங்களின் சிசுவை பாதிக்கும். பிறகு தாய், சேய் இருவருக்குமே அது துக்கத்தைக் கொடுக்கக் கூடியது. எனவே கர்ப்பிணி தான் மிகவும் எச்சரிக்கையுடன் இருக்க வேண்டும். மேலும் இந்த அத்தியாயத்தின் மூலம் நீங்கள் துக்கத்தை எப்படி கட்டுப்படுத்துவது என்பதைப் பற்றி குறிப்பிடப்பட்டுள்ளது.

அபார்ஷன் (மிஸ்கேரேஜ்)

அபார்ஷன் (மிஸ்கேரேஜ்)

இது கர்ப்பம் தரித்த சில நாட்களிலேயே ஏற்படலாம். தாங்கள் ஏன் உங்களின் சிசுவை கர்ப்பத்தில் சுமக்கவில்லை என்று கவலைப்படுவீர்கள். இது எதிர்பாராமல் நடக்கக் கூடியது. இதனால் உங்களின் துக்கம் பன்மடங்காகும். கர்ப்பம் தரித்தவுடனேயே நீங்கள் குழந்தை பற்றிய கனவு காண ஆரம்பித்து விடுவீர்கள் மேலும் உங்களையும் தாய் என்ற உயரத்தில் கொண்டு சென்று விடுவீர்கள். இவையெல்லாம் நிமிடத்தில் கலையப்பட்டு விடும். இதனால் நீங்கள் முழு சோகத்தில் ஆழ்ந்து விடுவீர்கள். எனக்கு மட்டும் ஏன் இப்படி ஆகியது என்று உங்களுக்கு உங்களின் மீதே கோபம் ஏற்படலாம்.

உங்களின் குடும்பம் மற்றும் கணவரிடம் இருந்து நீங்கள் விலகி விடுவீர்கள். மேலும் சாப்பிடுவது, தூங்குவது போன்றவையும் குறைத்து விடுவீர்கள். எதையோ இழந்ததைப் போன்றே காணப்படுவீர்கள். புதிதாக குழந்தையைப் பெற்றவர்களைப் பார்த்தால் உங்களுக்கு ஒரு வித தயக்கம் ஏற்படும். இவை எல்லாம் சாதாரணமாக ஏற்படக்கூடியதே.

உண்மையைக் கூற வேண்டுமெனில் சிசுவின் அமைப்பைக் கூட ஸ்கேன் மூலமாக பார்க்கமலேயே முதல் மூன்று மாதத்திற்குள் அபார்ஷன் ஏற்பட்டு விட்டால் கணவன், மனைவி இதனைப் பற்றி யாரிடமும் கூற மாட்டார்கள். அபார்ஷன் ஆகி விட்டது என்பதைக் கூட மறைத்து விடுவீர்கள். ஏன்எனில் அபார்ஷன் ஆனவர்களுக்கு யாருமே உதவியோ அல்லது ஆறுதலோ கூட கூறமாட்டார்கள். கவலைப்படாதீர்கள். நீங்கள் மீண்டும் முயற்சி செய்யலாம். அபார்ஷனால் உங்களிடம் குழந்தைப் படம் எதுவுமே இருக்கப்

சாதாரண விஷயம்

நீங்கள் அபார்ஷனை மறைக்க வேண்டிய அவசியம் ஒன்றும் இல்லை. எல்லோருக்குமே இது ஏற்படும் என்று சொல்ல முடியாது, நூறில் ஒருவருக்கு தான் அபார்ஷன் ஏற்படும். அவர்கள் சீக்கிரமாகவே இதனை மறந்து விட வேண்டும். மற்ற செயல்களில் தன்னை ஈடுபடுத்திக் கொள்ள வேண்டும். மனதை வேறு வழியில் செலுத்தி இதனைப் பற்றி மறக்க முயற்சி செய்யுங்கள். காலப் போக்கில் மறந்து அடுத்த குழந்தையைப் பற்றியும் சிந்திக்க ஆரம்பியுங்கள். இது தான் உங்களுக்கும் உங்களின் குடும்பத்திற்கும் சிறந்தது.

போவதும் இல்லை. அதற்கு ஈமச் சடங்குகளும் செய்ய வேண்டியது இல்லை எனவே கவலையை விடுங்கள்.

இந்த அபார்ஷனால் உங்களின் மனம் முழு அளவில் பாதிக்கப்பட்டு இருக்கலாம். அதனை ஏதாவது ஒரு வழியில் சமாதானப் படுத்துவது என்பது உங்களின் பொறுப்பு

கணவன், மனைவி இருவருமே குடும்ப நல மருத்துவரைச் சென்று சந்தித்து ஆலோசனை பெறுங்கள். அல்லது குடும்பத்திலேயே யாராவது பெரியவர் இருந்தால் அவரிடம் உங்களின் மனச் சுமையைப் பற்றி விரிவாகக் கூறி ஆலோசனை பெறுங்கள். இதனால் உங்களின் மன அழுத்தம் குறையும். இந்நாட்களில் அதிக பெண்களுக்கு அவர்களின் மன அழுத்தம் காரணமாகவே அபார்ஷன் அதிக அளவில் ஏற்படுவதாக ஆய்வுகள் தெரிவித்துள்ளன. ஒருவேளை நீங்கள் இது இரகசியம் என்று கருதி உங்களுக்குள்ளேயே வைத்திருக்க எண்ணினால் அது உங்களின் தனிப்பட்ட விருப்பம்.

அபார்ஷன் ஆன நாளை நீங்கள் ஒருபோதும் மறந்து விடாதீர்கள். நினைவிலேயே வையுங்கள் மறுவருடம் அன்றைய தினத்தில் ஏதாவது ஒரு மரக்கன்று வாங்கி நட்டு வையுங்கள். இல்லையேல் கணவன், மனைவி இருவருமே சேர்ந்து பிக்னிக் செல்லுங்கள். பிடித்தமான ஹோட்டலுக்குச் சென்று மிகவும் பிடித்தமான உணவை உண்டு மகிழ்ந்திடுங்கள்.

அபார்ஷனை பொறுத்துக் கொள்ளுங்கள்

அபார்ஷன் ஏற்பட்டதால் நீங்கள் இப்பொழுது மிகவும் துக்கத்தில் இருக்கிறீர்கள். உங்களுக்கு இப்பொழுது அவநம்பிக்கை, உற்சாகமின்மை மற்றும் எரிச்சல் ஏற்படும். உங்களின் உடல் மற்றும் மனதைப் பழைய நிலைமைக்கு கொண்டு வர அதிக நேரமாகலாம். உடலில் கூட ஏதாவது மாறுதல் ஏற்பட்டு இருக்கலாம். மற்றவர்களிடம் உங்களின் மன வேதனையைப் பகிர்ந்து கொள்ளுங்கள். மேலும் இதில் உங்களின் தவறு எதுவும் இல்லை என்பதையும் புரிந்து கொள்ளுங்கள். மருத்துவரிடம் கலந்து ஆலோசியுங்கள். கணவருடன் சேர்ந்து மனம் விட்டுப் பேசி நடந்ததை மறக்க முயற்சி செய்யுங்கள். கண்டிப்பாக நீங்கள் அம்மா ஆவீர்கள் என்பதை மட்டும் அடிக்கடி நினைவுப்படுத்திக் கொள்ளுங்கள்.

உங்களின் துக்கம் உங்களை அடக்கிவிடக்கூடாது. எனவே சிறிது சிறிதாக அதில் இருந்து வெளியில் வாருங்கள். நீங்கள் துக்கத்திலேயே இருந்தீர்கள் எனில் உங்களால் நன்றாகத் தூங்க முடியாது சாப்பிட முடியாது மற்றும் ஒருவேலையும் சரியாகச் செய்ய முடியாது. பிறகு நீங்கள் குடும்பத்தை விட்டு விலகி விடுவீர்கள். கவுன்சலிங் வரையிலும் இது கொண்டு சென்று விடும்.

நீங்கள் உங்கள் மீது முழு நம்பிக்கை வையுங்கள் மிண்டும் நீங்கள் கர்ப்பம் தரித்து தாய்மை பதவியை அடைவீர்கள் என்று நம்புங்கள்.

உங்களுக்குப் பல மணி நேரமாகவே சிசுவின் அசைவோ அல்லது அதிர்வோ தெரியவில்லை எனில் ஏதோ நடக்கப்போகின்றது என்ற பயம் ஏற்படும். இந்த பயத்தினாலேயே பாதி பாதிப்பு ஏற்பட்டுவிடும். மேலும் உங்களின் குழந்தை இறந்து விட்டது என்ற செய்தியும் சேர்ந்து கொண்டால் உங்களின் நிலைமைப் பற்றி கூறவே வேண்டியது இல்லை மிகவும் மோசமாகிவிடும்.

கர்ப்பம் கலைதல்

உங்களால் இதனை திடீரென்று பொறுத்துக் கொள்ளவும் முடியாது நம்பவும் முடியாது. உங்களின் குழந்தை கர்ப்பத்திலேயே இறந்து விட்டது என்பதை மருத்துவர் உங்களிடம் கூறும் போது உங்களுக்கு மயக்கம் ஏற்படலாம். மருத்துவரோ அடுத்த கட்ட நடவடிக்கையில் இறங்குவார். நீங்களோ முழு சோகத்தில் மூழ்கி விடுவீர்கள். குழந்தை பிறந்து ஒரிரு ஆண்டுகளில் பறி கொடுத்த பெற்றோர்களின் சோகத்தை விட உங்களின் சோகம் ஒன்றும் அதிகப்படியானது இல்லை. எனவே மனதைத் தேற்றிக் கொள்ளுங்கள்.

பிரசவத்திற்கு பிறகு குழந்தை இறப்பு

பிரசவித்த பிறகு குழந்தை இறப்பது என்பது எல்லோராலும் பொறுக்க முடியாதது தான். குழந்தையைப் பறிகொடுத்தத் துக்கத்திற்கு மருந்தே இல்லை தான். மருத்துவரோஇ நண்பரோ,கணவரோ, அல்லது உறவினரோ யார் ஒருவர் வந்து ஆறுதல் கூறினாலும் உங்களின் துக்கம் கட்டுக்குள் வராது. எனவே மனதை மாற்ற நீங்களே முயற்சி மேற்கொண்டால் தான் உண்டு.

குழந்தை இறந்த பிறகு பால் அதிகஅளவில் சுரத்தல்

உங்களுடன் இப்போது குழந்தை இல்லாமல் போனாலும் கூட அந்த குழந்தை விட்டுச் சென்ற நினைவுகளும் அதற்காக சுரந்து கொண்டிருக்கும் பாலும் மிஞ்சும். சுரந்து கொண்டே இருக்கும் பாலை உங்களால் மனதளவிலும் சரி உடல் அளவிலும் சரி நிறுத்தவே முடியாது. அதிகமாக சுரக்கும் பாலால் மார்பகங்களில் பால் கட்டி பட்டு விடும். பிறகு வலி ஏற்படும். இதனைத் தடுக்க நீங்களே பாலை பீய்ச்சி எடுத்து விடுங்கள் அல்லது சுடு தண்ணீர் கொண்டு ஒத்தடம் கொடுத்துப் பாலை வடிய விடுங்கள்.

இல்லையேல் உங்களுக்கு பிரசவம் பார்த்த மருத்துவரிடம் சென்று ஆலோசனை பெறுங்கள் அவர் உங்களுக்கு பால் சுரப்பதை தடுக்க ஏதாவது மாத்திரையோ அல்லது வழிமுறையோ கூறுவார். ஆனால் மாத்திரையை மருத்துவரின் ஆலோசனையுடனேயே எடுத்துக் கொள்ளுங்கள். இல்லையேல் அடுத்த குழந்தைக்கு பால் சுரப்பதில் சிரமம் ஏற்பட்டு விடும். மருந்து போட்ட பிறகும் கூட பால் சுரப்பது நிற்கவில்லை எனில் ஏதாவது ஒரு உறவினரின் குழந்தைக்கு பாலூட்டுங்கள்.

மேலும் பால் வங்கிக்கு கூட நீங்கள் பாலை தானம் அளித்து விடலாம். பசியால் வாடும் ஏதாவது ஒரு குழந்தை உங்களின் பாலைக் குடித்து வளரும்.

பிரசவத்தின் போது குழந்தை இறப்பு அல்லது பிரசவத்திற்கு பிறகு குழந்தை இறப்பு

பிரசவத்திற்கு பிறகு கூட குழந்தை இறந்து விடுவதற்கான சாத்தியக் கூறுகள் அதிகம் உண்டு. ஒன்பது பத்து மாதமாக குழந்தைக்காக காத்திருந்த நீங்கள் குழந்தை இறந்து வெறுங்கையுடன் செல்ல வேண்டிய நிலைமை ஏற்படலாம். இந்த நிலைமை

யாருக்குமே வரக்கூடாது ஒருவேளை இந்த நிலைமை ஏற்பட்டால் நீங்கள் தான் உங்களை இந்த சோகத்திலிருந்து விடுவித்துக் கொண்டு தைரியத்துடன் இருக்க வேண்டும்.

❖ இறந்த குழந்தையை மடியில் வைத்திடுங்கள் அதற்கு ஏதாவது ஒரு பெயரிடுங்கள். உங்களின் சோகத்தை பகிர்ந்திடுங்கள். குழந்தைக்கு அங்கேயே ஏதாவது அது எனவே உங்களின் கற்பனையில் உதித்த பெயரையே சூட்டி ஆரத் தழுவிடுங்கள். ஏன்எனில் பிறகு அதற்கு கடைசி காரியங்கள் செய்ய வேண்டி இருக்கும். அப்போது பெயரின் அவசியம் ஏற்படலாம்.

❖ இறந்த குழந்தையினை புகைப்படம் எடுக்காதீர்கள். அதற்குப் பதிலாக அதனுடைய ஏதாவது ஒரு பொருள் அதாவது சில முடிகள் அதனுடைய கால் தடம் போன்றவற்றை எடுத்த வைத்துக் கொள்ளுங்கள்.

❖ மருத்துவரிடம் இருந்து முழுமையான மருத்துவ ரிப்போர்டை வாங்கிக் கொள்ளுங்கள் இதனால் உங்களுக்கு எங்கே தவறு ஏற்பட்டது என்பது தெரியவரும் அல்லது என்ன குறைபாடால் குழந்தை இறந்தது என்பது தெரிய வரும். உங்களின் ஹார்மோன் பிரச்சனையால் கூட குழந்தை இறந்திருக்கலாம் அல்லவா.

❖ குழந்தை பிறந்து நீங்கள் குழந்தையுடன் தான் வீட்டிற்கு வருவீர்கள் என்று நினைத்து என்னென்ன ஏற்பாடுகளை செய்து இருந்தீர்களோ அதனை ஒன்றும் கலைக்காதீர்கள். சிறிது காலம் வரை அவை அப்படியே இருக்கட்டும்.

◆ உங்களுக்கு இப்போது எதைக் கண்டாலும் வெறுப்பு, கோபம், வெற்றிடம் போன்றவை ஏற்படும். இதனைப் போக்க நீங்கள் உங்களை தனிமைப் படுத்தாமல் எல்லோருடனும் கலந்து இருக்குமாறு செய்ய வேண்டும்.

◆ உங்களின் சாப்பாடு, தூக்கம் போன்றவை குறையும். அதன் மீது வெறுப்பு ஏற்படும் எல்லோரிடமும் எரிந்து எரிந்து விழுவீர்கள். தலையணை குழந்தையைப் போல் எடுத்து மடி மீது வைத்துக் கொள்வீர்கள். அதனை தாலாட்டுவீர்கள் அதற்கு பாலூட்டுவீர்கள். தனிமையில் அழுவீர்கள். நீங்களே ஒரு குழந்தையாக மாறி விடுவீர்கள்.

◆ எவ்வளவு முடியுமோ அவ்வளவு மனம் திறந்து அழுது விடுங்கள்.

◆ நீங்கள் மட்டும் துக்கத்தில் இருக்கிறீர்கள் என்று மறக்காதீர்கள் உங்களின் கணவருக்கும் தான் உங்களின் துக்கத்தில் சமபங்கு உண்டு என்பதை எண்ணாதீர்கள். உங்கள் கணவர் அவரின் துக்கத்தை மறைத்தக் கொண்டு உங்களையும் சமாதானம் செய்து வருகிறார் என்று நினையுங்கள். ஒருவர் மற்றொருவரை சமாதானப் படுத்த முயற்சிக்க வேண்டும். இருவரும் மனம் திறந்து பேசினீர்கள் எனில் ஒரளவு மனபாரம் குறையும்.

◆ உங்கள் கணவரைப் பற்றி கவலைப்படுங்கள். நீங்கள் மட்டும் உங்கள் துக்கத்தைக் குறைக்கும் வழிகளில் ஈடுபடாமல் உங்கள் கணவரின் துக்கத்தையும் சேர்த்துப் போக்கும் வழியைக் காணுங்கள்.

◆ உங்களை அனைவரும் விசாரிப்பதிலேயே நீங்கள் பாதிப்படைவீர்கள் அவர்களுக்கு பதில் கூறியே நீங்கள் சோர்ந்து விடுவீர்கள். இந்த மாதிரி சமயத்தில் கணவருடன் வெளியூர் பயணம் சென்று விடுங்கள்.

◆ உறவினர்கள் உங்களை மட்டுமே குறை கூறுவார்கள். அவர்களையும் தவிர்த்து விடுங்கள். உங்கள் மனது வருத்தப்படிம்படியான வார்த்தைகளை அவர்கள் பேசக்கூடும். சிலர் நீங்கள் அதிர்ஷ்டம் இல்லாதவள் போன்ற அதிகப்படியான வார்த்தைகளைக் கூட உபயோகப்படுத்தி உங்களை ஆழ்ந்த துக்கத்தில் ஆழ்த்துவார்கள்.

- உங்களின் தாயே உங்களின் உற்ற தோழி. உங்களின் தாய் வீட்டிற்கு சென்று தாய் மடியில் சென்று அடைக்கலம் ஏற்படுத்திக் கொள்ளுங்கள்.
- உங்களையும் நினைத்துப் பாருங்கள். நீங்கள் சரியாகச் சாப்பிடாமல், சரியாகத் தூங்காமல் இருந்தால் பலவீனமாகி விடுவீர்கள். பிறகு அடுத்த குழந்தையை எப்படி பெற்று எடுப்பீர்கள். எனவே உங்களின் ஆரோக்கியம் உங்கள் கையில் தான் உள்ளது.
- உங்கள் துக்கம் உங்களோடு போகட்டும். எல்லாரையும் உங்கள் துக்கத்தினால் மூழ்கடித்து விடாதீர்கள்.
- தியானப் பயிற்சி செய்து மனதிற்கு அமைதி தேடுங்கள்.
- உங்களின் இந்த துக்கம் மறைய குறைந்தது 6 முதல் 9 மாதம் வரை யிலான காலம் தேவைப்படலாம். உங்களின் வாழ்க்கையில் இந்த 6 மாதம் ஒரு கடுமையான சோதனைக் காலமே ஆகும். இதனை பொறுத்துக் கொள்ளத் தான் வேண்டும். மேலும் இந்த துக்கம் மறந்து விடக்கூடியதும் இல்லை.
- என்ன காரணத்தினால் குழந்தை இறந்தது என்பதை ஆராயுங்கள். உங்களின் இறந்த குழந்தைக்கு ஒரு கடிதம் எழுதிடுங்கள். இதனால் மனம் அமைதியடையும்.

இரட்டைக் குழந்தைகளில் ஒரு குழந்தையின் மரணம்

ஒருவேளை உங்களுக்கு இரட்டைக் குழந்தை பிறந்து அதில் ஒரு குழந்தை இறந்து மற்றொரு குழந்தை பிழைத்து விட்டால் நீங்கள் ஒருசேர துக்கம் மற்றும் மிகழ்ச்சி இரண்டையுமே அனுபவிக்க வேண்டி வரும்.

- உயிருடன் உள்ள குழந்தையைப் பற்றின எண்ணம் கொள்ளாமல் இறந்த மற்றொரு குழந்தையைப் பற்றியே எண்ணிக் கொண்டு துக்கப்படாதீர்கள். உயிருடன் உள்ள குழந்தையைக் கவனியுங்கள்.
- உங்களின் மனதைத் திடப்படுத்திக் கொண்டு உயிருடன் உள்ள குழந்தையைப் பராமரியுங்கள். அதற்குத் தேவையான வசதிகளைச் செய்து கொடுங்கள். அதனுடைய ஆரோக்கியம் அதிகரிக்க வேண்டும் எனில் அதற்கான ஊட்டசத்துள்ள உணவுகளை நீங்கள் சாப்பிட்டு விட்டு அதற்குப் பாலூட்டுங்கள்.
- இறந்த குழந்தைக்கான எல்லா சடங்குகளையும் முதலில் செய்து விடுங்கள். பிறகு உயிருடன் உள்ள மற்றொரு குழந்தைக்கான பெயர் சூட்டு விழாவைக் கொண்டாடுங்கள்.
- உங்களால் இந்த ஒரு குழந்தையைத் தான் நன்றாகப் பேணி வளர்க்க முடியும் என்று கடவுள் நினைத்து விட்டதாக எண்ணுங்கள். அதனால் தான் கடவுள் மற்றொரு குழந்தையை பறித்து விட்டார் என்று மனதைத் தேற்றிக் கொள்ளுங்கள்.

துக்கத்தின் நிலைமை

பிரசவத்தின் போது இரட்டைக் குழந்தைகளில் ஒன்றை மட்டுமே காப்பாற்ற முடியும் என்று மருத்துவர் கூறும் போது உங்கள் மனது பதைக்கத் தான் செய்யும். மருத்துவர் உங்களுக்கும், உங்கள் குழந்தைக்குமான பாதுகாவலர். எனவே அவர் எதைச் செய்தாலும் உங்களின் நன்மைக்காகவே செய்வார் என்று நம்புங்கள்.

ஒரு குழந்தையை காப்பாற்றத் தான் மற்றொரு குழந்தையை பலி கொடுக்கும்படி ஆகிவிட்டது என்று எண்ணாதீர்கள். மற்றவர்களிடம் இதைப்பற்றி ஆலோசனை செய்யாதீர்கள். தேவைப்பட்டால் மட்டுமே மற்றவர்களிடம் மற்றொரு குழந்தை இறந்ததை பற்றி கூறுங்கள்.

ஏன்?

ஏன் என்பதற்கான பதில் ஒருபோதும் கிடைப்பதில்லை. இரட்டை குழந்தைகளில் ஒன்று இறந்து. மற்றொன்று பிழைத்தற்கான காரணம் என்ன என்பதற்கான பதிலைக் கண்டறிய முயற்சி செய்யாதீர்கள். மருத்துவரிடம் சென்று ஆலோசனை பெறுங்கள் தேவைப்பட்டால் போத்தாலாஸ்ட்டிடம் சென்று பிளசண்டாவை டெஸ்ட் செய்திடுங்கள்.

- இரட்டைக் குழந்தையை தூக்கிக் கொண்டு தான் வீட்டிற்கு போகப்போகிறோம் என்று கனவு கண்டு இருப்பீர்கள். ஆனால் இப்போது ஒரு குழந்தையுடன் தான் செல்ல வேண்டிய நிலைமை ஏற்பட்டு இருக்கலாம். எனவே மனம் தளராதீர்கள்.

- உற்றார் உறவினரின் கேள்விக்கணைகளுக்கு தக்க பதிலளிக்க உங்களின் தோழியை உதவிக்கு அழைத்துக் கொள்ளுங்கள்.

- பிறந்து உயிருடன் இருக்கும் குழந்தையைப் பற்றின குசலம் விசாரிக்காமல் இறந்த குழந்தையைப் பற்றியே விசாரித்து உங்களின் மனம் வேதனைப் படும் படியாக நடந்து கொள்பவர்களிடம் இருந்து சிறிது தள்ளியே இருங்கள்.

- இறந்த குழந்தையைப் பற்றின சோகத்திலேயே இருந்து பிறந்த குழந்தையை கவனிக்காமல் தவிக்க விட்டு விடாதீர்கள். மேலும் உங்களின் உடல் நிலையையும் கவனித்துக் கொள்ளுங்கள்.

மீண்டும் முயற்சி செய்யுங்கள்

❖ மீண்டும் கர்ப்பம் தரிப்பதற்காக முயற்சி செய்திடுங்கள்.

❖ ஒரு குழந்தை பிழைத்தற்காக கடவுளுக்கு நன்றி தெரிவியுங்கள்.

❖ உங்கள் மருத்துவரை கலந்து ஆலோசித்து உங்கள் உடல் நிலையைப் பரிசோதித்து அடுத்த குழந்தை பெற்றிடுங்கள்.

❖ உங்கள் கணவரிடமும் இதனைப்பற்றி ஆலோசனை செய்து அடுத்த குழந்தைக்கான யோசனையை செய்யுங்கள்.

❖ முதலிலேயே பிரசவத்தைப் பற்றிய கவலையை விட்டுவிடுங்கள் உங்கள் உடலில் ஏற்படும் மாற்றம் பற்றிய கவலையை விட்டு விடுங்கள். அடுத்த குழந்தைக்கான கர்ப்பம் தரிக்கும் வரை உங்கள் உடல்நலனில் அக்கறை வையுங்கள். முதல் பிரசவத்தில் இரட்டைக் குழந்தைகளில் ஒரு குழந்தை இறந்தது என்பதை மறக்க முயற்சி செய்யுங்கள்.

■ ■ ■

பாகம்-8

உங்களின் அடுத்த குழந்தை

அடுத்த குழந்தைக்கான ஏற்பாடு

நம்முடைய வாழ்க்கைக்கான முறையை நாமே தேர்ந்து எடுத்தால் எவ்வளவு நன்றாக இருக்கும். ஆனால் நமது எண்ணங்கள் பல சமயங்களில் நடைமுறைப் படுத்தப்படாமல் போய் விடுகின்றது. நாமும் அதனை கட்டாயப்படுத்துவது இல்லை.

நம்முடைய வாழ்க்கையில் மகப்பேறு, குழந்தைப் பிறப்பு போன்றவற்றை செயல்படுத்த எவ்வளவு சிரமப்படுகின்றோம். சில சமயங்களில் இதில் நாம் செய்யும் தவறுகளை திருத்திக் கொள்ளவும் முயற்சி செய்கிறோம். ஆனால் எத்தனை பெண்களுக்கு இந்த மாதிரியான ஒரு வாய்ப்புக் கிடைக்கின்றது என்பது தெரியவில்லை. சில சமயங்களில் குடும்பக் கட்டுப்பாட்டினால் கூட இது நடக்க இயலாமல் போகலாம். இந்தப் புத்தகத்தில் மகப்பேறு பற்றி ஆரம்பம் முதல் இறுதி வரை எல்லாவற்றையும் பற்றி கொடுக்கபட்டுள்ளது. இதனால் கர்ப்பம் தரிக்க விரும்பும் பெண்கள் இதனை ஆரம்பத்தில் இருந்தே கவனத்தில் கொள்ளலாம்.

இப்பொழுது குடும்பக் கட்டுப்பாடு செய்வதற்கு பலவகையான முறைகள் வந்துள்ளன. இதில் நீங்கள் ஏதாவது ஒருமுறையைக் கையாளலாம். எனவே முதல் குழந்தைக்கும் அடுத்த குழந்தைக்கும் இடையில் நீங்கள் தேவையான இடைவெளி விட முடியும்.

எதிர்காலத்தில் தனது குழந்தை மிகுந்த ஆரோக்கியத்துடன் பிறக்க வேண்டும் என்றே ஒவ்வொரு பெற்றோரும் விரும்புவார்கள். ஒருவேளை நீங்கள் முதலிலேயே கர்ப்பம் தரித்திருந்தால் இதனைப்பற்றி கவலைப்படாதீர்கள். இந்த அத்தியாயத்தை படிப்பதை விட்டு விட்டு முதல் அத்தியாயத்தில் இருந்து படிக்கத் தொடங்குங்கள்.

கர்ப்பம் தரிப்பதற்கு முன்னால் தாய் செய்ய வேண்டியவைகள் :

முழு உடல் பரிசோதனை:

தங்களின் குடும்ப நல மருத்துவரை முதலில் அணுகுங்கள். உங்களின் முழு உடலையும் பரிசோதனை செய்யுங்கள்.

பல் மருத்துவரை அணுகுங்கள் :

ஆம் முதலில் பல் மருத்துவரை அணுகி உங்களின் பற்களை பரிசோதனை செய்யுங்கள். எக்ஸ்ரே, பல் அடைப்பு, பல் சீரமைப்பு போன்ற என்னென்ன சிகிச்சை தேவைப்படுகின்றதோ அத்தனையும் செய்து விடுங்கள். உங்களின் ஈறுகளையும் பரிசோதனை செய்திடுங்கள். ஈறுகளின் காரணமாகக் கூட உங்களுக்கு குறைப்பிரசவம் ஏற்பட வாய்ப்பு உண்டு. எனவே உங்களின் பல் மருத்துவரை அணுகி முழு பரிசோதனை செய்து கொள்ளுங்கள்.

மருத்துவரை அணுகி முழு ஆலோசனை பெறுங்கள் :

கர்ப்பம் தரிப்பதற்கு முன்னரே மருத்துவரின் ஆலோசனை உங்களுக்கு மிக மிக அவசியம். மேலும் தாங்கள் எந்த மருத்துவரிடம் தங்களின் பிரசவம் நடைபெற வேண்டும் என்று நினைக்கிறீர்கள் என்பதனையும் குறித்துக் கொள்ளுங்கள். பிறகு அவரை நேரில் சந்தித்து அவரிடம் முழு ஆலோசனை பெறுங்கள். மேலும் எந்த மாதத்தில் உங்களின் பிரசவம் நடைபெற வேண்டும் என்பதையும் தாங்கள் தேர்ந்தெடுங்கள் பிறகு அதற்கான ஆயுத்தங்களை செய்திடுங்கள். தங்களுக்கு ஏதேனும் உடல் குறைபாடுகள் இருந்தாலும் அதனையும் மருத்துவரிடம் தெளிவாகக் குறிப்பிடுங்கள்.

உங்களின் மகப்பேறு அட்டவணையை கவனித்திடுங்கள்:

உங்களுக்கு ஏற்கனவே கருச்சிதைவோ அல்லது அபார்ஷனோ செய்திருப்பின் அதனையும் மருத்துவரிடம் குறிப்பிடுங்கள்.

மேலும் குறைப் பிரசவம் ஏற்கனவே ஏற்பட்டு இருந்தாலும் அதற்கான காரணம் என்ன என்பதனையும் குறிப்பிடுங்கள். இவற்றை எல்லாம் பற்றி மருத்துவரிடம் குறிப்பிட்டு எதிர்காலத்தில் எந்த ஒரு பிரச்சனையும் ஏற்படாதவாறு பார்த்துக் கொள்ளுங்கள். மேலும் மருத்துவரின் ஆலோசனையைப் பெறுங்கள்.

உங்களின் தாயை சந்தித்திடுங்கள் :

உங்களின் பிறப்பைப் பற்றி அறிய உங்களின் தாயைச் சென்று சந்தியுங்கள். அவர்களுக்கு குறை பிரசவம் ஏற்பட்டு நீங்கள் பிறந்திர்களா அல்லது சாதாரணமாக பிறந்தீர்களா என்பதைக் கண்டறியுங்கள். ஆப்ரேஷன் மூலமாகக் கூட நீங்கள் பிறந்திருக்கலாம் அல்லவா? எனவே உங்களின் பிறப்பைத் தெளிவாகக் கேட்டுத் தெரிந்து கொள்ளுங்கள் மேலும் உங்கள் தாய் ஏதேனும் கர்ப்பத் தடை மாத்திரைகள் பயன்படுத்தினாரா என்பதனையும் தெரிந்திடுங்கள்.

சோதனை செய்திடுங்கள்:

கர்ப்பம் தரிப்பதற்கு முன்னால் கீழ்க்காணும் சோதனைகளைச் செய்திடுங்கள்

* ஹீமோகுளோபின் சோதனை (இரத்த சோகை தெரியவரும்)
* இரத்த வகை சோதனை (இரத்தத்தின் RH தெரியவரும். ஒருவேளை நெகடிவ் RH இரத்தவகை எனில் அதிக கவனம் செலுத்த வேண்டும்)
* ரூபேலா டிடிர்
* பைரிமேலா டிடிர்
* டயாபடீஸ் சோதனை (சிறுநீர் சோதனை)
* டியூபர் குளோசிஸ் சோதனை
* ஹெப்பாடைடிஸ் சோதனை (மஞ்சள் காமாலை பரிசோதனை)
* சைட்டோமிகேலோ வாயரஸ் எட்டிபாஞ்ச் (இது இருந்தால் ஆறு மாதத்திற்கு பிறகே கர்ப்பம் தரிக்க வேண்டும்).
* டாமனோப்ளாஜமோரிஸ் டிடிர் உங்களின் நாய், பூனை போன்ற வளர்ப்புப் பிராணிகளில் இது தொற்றி விடும் அபாயம் உள்ளது. ஒருவேளை உங்களுக்கு இருப்பது தெரியவந்தால் இந்த புத்தகத்திலேயே இதற்காக தரப்பட்டுள்ள ஆலோசனையை நடைமுறைப் படுத்துங்கள்.
* தைராய்டு சோதனை:- உங்கள் குடும்பத்தில் யாருக்கேனும் தைராய்டு உள்ளதா என்பதை முதலில் கண்டறியுங்கள் மேலும் உங்களுக்கு இப்பொழுது தைராய்டு பிரச்சனை இருக்கிறதா என்பதையும் கண்டறியுங்கள். ஏனெனில் இது சிசுவின் மன வளர்ச்சியை குறைத்து விடும்.
* எஸ்.டி.டீ (பிறப்புறுப்பு சோதனை) :- எல்லா மகப்பேறுற்ற பெண்களுக்குமே இந்த சோதனை செய்தல் வேண்டும். இதில் சிப்லிஸ், கோனாசியா, கிளாமீடியா,ஹர்மிஜ், தியூமன் பைபிலோமா வைரஸ், பாக்டீரியா பைன்ஞ்னேசிஸ், கார்டனரேலா வைஜனேடீசிஸ், எச்.ஐ.வி போன்றவை அடங்கும். நீங்கள் இதனைப் பற்றி யோசித்துக் கூட இருக்க மாட்டீர்கள். இருந்தாலும் இந்த சோதனைகள் அனைத்தையும் செய்வதே சிறந்தது.

சிகிச்சை மேற்கொள்ளுங்கள்:

பலவிதமான பரிசோதனையின் மூலம் உங்களுக்கு ஏதேனும் குறைபாடு இருப்பது தெரியவந்தால் உடனடியாக மருத்துவரை அணுகி சிகிச்சை மேற்கொள்ளுங்கள். ஏதாவது அறுவை சிகிச்சை மேற்கொள்ள வேண்டியிருப்பின் உடனடியாக செய்து விடுங்கள். சிறிய குறைபாடுகளைக் கூட அலட்சியம் செய்யாமல் உடனடியாக சிகிச்சை மேற்கொள்ளுங்கள். மேலும் கீழேகாணக்கூடிய உடனடியான சிகிச்சையையும் மேற்கொள்ளுங்கள்

- ➢ டியூமர், சிஸ்ட், பாயபிராயிஸ், யூடேராயின் போலிப்ஸ்
- ➢ என்டோமைட்டிரியோஸிஸ்
- ➢ பெல்விக் சம்மந்தப்பட்ட நோய்கள்
- ➢ சிறுநீர் சம்மந்தப்பட்ட நோய்கள்
- ➢ பிறப்புறுப்பு நோய்

ஒருவேளை உங்களுக்கு அறுவை சிகிச்சை செய்ய நேரிடின் அதன் பிறகு 6 மாதம் கழித்தே நீங்கள் கர்ப்பம் தரிக்க வேண்டும்.

தடுப்பூசிகளை முறையாகப் போடுங்கள்:

கடந்த 10 ஆண்டுகளில் நீங்கள் டெட்டனஸ், டிப்தீரியா போன்றவைகளுக்கு தடுப்பூசிகள் போடாமல் இருந்திருந்தால் இப்பொழுது போட்டுக் கொள்ளுங்கள். எம்.எம்.ஆர். தடுப்பூசி போட்ட 3 மாதம் கடந்த பிறகே நீங்கள் கர்ப்பம் தரிக்க வேண்டும். மேலும் மஞ்சள் காமாலை (ஹெப்படாயிடிஸ்) தடுப்பூசியும் அவசியம் போட வேண்டும்.

கிரானிக் நோய்களுக்கான பரிசோதனையும் செய்திடுங்கள் :

ஒருவேளை உங்களுக்கு முன்னரே பெரியம்மை, தட்டம்மை, இருதயம் சம்மந்தப்பட்ட வியாதிகள் சர்க்கரை நோய் போன்றவைகள் இருப்பது தெரிந்தால் முதலிலேயே மருத்துவரிடம் கூறி விட வேண்டும்.

அலர்ஜி போன்றவைகள் இருந்தாலும் அதற்கான மருந்துகளையும் எடுத்துக் கொள்ளுங்கள். இரத்த அழுத்தம் மற்றும் மன அழுத்தம் போன்றவைகள் கூட பாதிப்பு ஏற்படுத்தக் கூடியது. எனவே கர்ப்பம் தரிப்பதற்கு முன்னர் இதற்கான பரிசோதனைகளைச் செய்திடுங்கள்.

ஜெனிடிக் ஸ்கிரீனிங் :

கணவன், மனைவி இருவருமே சேர்ந்து ஜெனிடிக் ஸ்கிரீனிங் பரிசோதனையைச் செய்திடுங்கள் டவுன் சின்டிரோம் பாதிப்பு மற்றும் ஏதாவது பாதிப்புகள் இருந்தாலும் இதன் மூலமாக தெரிய வந்து விடும். உங்களுக்கு முன்னரே ஜெனிடிக் டிஸ்மார்டர் (பைலாசீமியா, ஹிமோபிலியா, சிஸ்டம் பாயிபோரோஸிஸ், பிரஸ்சுலர் டிஸ்டோரோபி அல்லது எக்ஸ் சின்டிரோம்) போன்றவைகள் இருந்தாலும் கண்டறியப்படும். முன்னரே இதனுடைய பாதிப்பு இருந்தாலும் ஜெனிடிக் மருத்துவரைச் சந்தித்து ஆலோசனை பெறுங்கள். ஒருவேளை நீங்கள் காகோசியனாக இருந்தால் சிஸ்டிக் பயாபரோஸிஸ், யூரோப்பியனாக இருந்தால் டேஷேக், பிரெஞ்ச், அமெரிக்கன், ஐரிஷ் அல்லது கனடியனாக இருந்தால் சிகல் சைல், கிரேக் இத்தாலியனாக அல்லது தென்கிழக்கு எடிசாயி அல்லது பிலிப்பைனாக இருந்தால் தைலாசாமியா போன்றவைகள் வரலாம், மேலும் முதல் கர்ப்பத்திலேயே உங்களுக்கு ஏதாவது ஜெனிடிக் சம்மந்தப்பட்ட குறைபாடுகள் இருந்தாலும் அவசியம் மருத்துவரை கலந்து ஆலோசியுங்கள்.

கர்ப்பத்தடை சாதனம்:

இதுவரை நீங்கள் கர்ப்பம் தரிப்பதை தவிர்ப்பதற்காக ஏதேனும் கர்ப்பத்தடை சாதனங்கள் பயன்படுத்தி இருந்தாலும் அதனை விட்டு விடுங்கள். கர்ப்பத்தடைக்கான மாத்திரைகளை சாப்பிட்டு வந்திருந்தாலும் அதனையும் நிறுத்தி விடுங்கள். கர்ப்பத்தடைக்கான சாதனங்களை நிறுத்திய பிறகு இரண்டு மாதம் வரை சரியான தேதிகளில் மாதவிடாய் வருகின்றதா என்பதை கணக்கிடுங்கள். மாதவிடாய் சரியாக ஒழுங்காக வரவில்லை எனில் தைரியத்தைக் கைவிடாதீர்கள். மாதவிடாய் சரியாக வரும் வரை காத்திருங்கள். நீங்கள் ஆய்.யூ.டி டியூப் பயன்படுத்தி இருந்தாலும் அதனை எடுத்து விடுங்கள். தேவைப்பட்டால் காண்டோம் (ஆணுறை) பயன்படுத்திக் கொள்ளலாம்.

உணவில் கட்டுப்பாடு:

இப்பொழுது உங்களுக்கு உணவுக் கட்டுப்பாடு என்பது முதன்மையாகிறது உணவில் இரும்புச் சத்து மற்றும் ஙபோலிக் அமிலம் சம்மந்தப்பட்ட பொருட்களை அதிகமாகச் சேர்த்துக் கொண்டு உண்ணுங்கள். ஃபோலிக் அமிலம் மற்றும் இரும்புச்சத்துள்ள உணவுகளை எடுத்துக் கொள்வதால் உங்களின் நியூடல் டியூபில் ஏற்படும் குறைபாடுகள் தடுக்கப்படும். பச்சைக் காய்கறிகள் மற்றும் கீரை வகைகளில் அதிக அளவில் இரும்புச் சத்து உள்ளது. கூடவே இரும்புச் சத்து மாத்திரைகளையும் எடுத்துக் கொள்ளலாம்.

அவசர உணவுகள் மற்றும் ரிபைண்ட் சர்க்கரையில் செய்யப்பட்ட உணவுகளை முழுவதுமாக தவர்த்திடுங்கள். தானியங்கள், காய்கறிகள், பருப்பு வகைகள் போன்றவற்றை அதிகமாக உணவில் சேர்த்திடுங்கள். பால் சம்மந்தப்பட்ட பொருட்களான வெண்ணெய், நெய், தயிர் போன்றவற்றின் அளவையும் குறைத்தே உண்ணுங்கள். கர்ப்பம் அடைவதற்கு முன்னரே புரோட்டீன், கால்சியம், இரும்புச்சத்துள்ள மாத்திரைகளை சாப்பிட ஆரம்பியுங்கள்.

ஒருவேளை உங்களுக்கு சரியான சரிவிகித உணவு அளவு தெரியவில்லை எனில் உங்கள் மருத்துவரை கலந்து ஆலோசனை பெற்றிடுங்கள்.

எடைக் கட்டுப்பாடு:

உங்களின் உடல் எடை அளவு அதிகமாக இருந்தால் உங்களால் சீக்கிரமாகவே கர்ப்பம் தரிக்க முடியாது. எனவே எடையில் கவனம் கொள்ள வேண்டும். நீங்கள் உங்களுக்கு தேவையான அளவுள்ள கலோரிகளை மட்டுமே எடுத்துக் கொள்ளுங்கள். ஒருவேளை உங்களின் எடை அதிகமாக இருப்பின் முதலில் எடையைக் குறைத்திடுங்கள் பிறகே கர்ப்பம் தரிப்பது பற்றிய சிந்தனை செய்திடுங்கள். எடை குறைப்பு மற்றும் எடை கட்டுப்பாடு இவை இரண்டும் மிக மிக முக்கியமானவை ஆகும்.

வைட்டமின் சத்து மற்றும் மினரல் சத்துள்ள பொருட்களை எடுத்துக் கொள்ளுங்கள் :

எடைக் கட்டுப்பாடு செய்கிறேன் பேர்வழி என்று விட்டமின், மினரல்ஸ் குறைபாடுகளை உண்டு பண்ணிவிடாதீர்கள். எனவே தேவையான அளவில் விட்டமின், மினரல் சத்துள்ள பொருட்களை சேர்த்துக் கொள்ளுங்கள். விட்டமின், மினரல்ஸ் குறைபாடுகளால் உங்களுக்கு வாந்தி, மயக்கம் போன்ற மார்னிங் சிக்னஸ் ஏற்படலாம். எனவே இதனைத் தவிர்க்க நீங்கள் கர்ப்பம் அடைவதற்கு முன்னரே விட்டமின் மினரல்ஸ் மாத்திரைகளை எடுத்துக் கொள்ளுங்கள்.

உடற்பயிற்சி செய்திடுங்கள் :

உங்களின் தினசரி கடமைகளில் ஒன்றாக உடற்பயிற்சி செய்வதை இணைத்துக் கொள்ளுங்கள். உங்களின் உடலும், மனதும் ஆரோக்கியமாக இருக்கும். தேவையில்லாத உடல் எடையும் குறையும், சிரமமான உடற்பயிற்சிகளை மேற்கொள்ளாதீர்கள். உடற்பயிற்சி செய்யும் போது உடல் வெப்பம் மிகுதியாகி விடும். எனவே உடற்பயிற்சியைக் கூட மிகவும் எளிமையாகவும், ஓய்வாகவும் செய்யுங்கள்.

மருந்துகளின் மீதும் கவனம் செலுத்துங்கள் :

கோக்கீன், கிரேக், மரிஜீவானா, ஹெராயின் போன்ற மருந்துகளால் கர்ப்பம் தரிப்பதில் காலதாமதம் ஏற்படலாம். கர்ப்பம் தரித்து இருந்தாலும் இந்த மாதிரியான மாத்திரைகளை எடுத்துக் கொள்ளும் போது கருச்சிதைவு கூட ஏற்பட வாய்ப்பு உண்டு. ஏற்கனவே இந்த மருந்துகளை நீங்கள் உட்கொண்டு வந்தாலும் அதனை இப்பொழுதே நிறுத்தி விடுங்கள். அல்லது மருத்துவரின் ஆலோசனைப்படி செய்யுங்கள்.

போலியான மருந்துகளிடம் இருந்து தப்பியுங்கள் :

கர்ப்பம் தரிப்பதற்கு முன்னும், பின்னும் மருத்துவரின் ஆலோசனைப் பெறாமல் எந்த ஒரு மாத்திரையையும் எடுத்துக் கொள்ளாதீர்கள். ஒருவேளை பிறப்புறுப்பில் ஏதாவது மருந்து வைக்க வேண்டி இருந்தாலும் அதனைக் கூட மருத்துவரின் ஆலோசனை இல்லாமல் செய்யாதீர்கள்.

மருத்துகளைப் பற்றித் தெரிந்து கொள்ளுங்கள்.

ஒருவேளை நீங்கள் சிறிய வயதில் இருந்தோ அல்லது சில காலமாகவோ ஏதாவது ஒரு மாத்திரையை தொடர்ந்து எடுத்துக் கொண்டிருந்தால் அதனை மருத்துவரின் ஆலோசனையுடன் ஆறு மாதத்திற்கு முன்பே நிறுத்திவிடுங்கள். பிரசவத்திற்கு பிறகும் கூட நீங்கள் அந்த மாத்திரைகளை போடக்கூடாது. ஏனெனில் குழந்தைக்கு நீங்கள் பால் ஊட்டுவதால் அதனால் பாதிப்பு எதுவும் ஏற்படக் கூடாது.

சில சமயங்களில் சில மருந்துகள் மிகவும் பயங்கரமான விளைவை ஏற்படுத்தி விடும். எனவே மருந்துகளை போட்டுக் கொள்ளும் போது கவனமுடனும் எச்சரிக்கையுடனும் இருங்கள்.

ஹெர்பல் மருந்துகள் :

எல்லா ஹெர்பல் மருந்துகளும் உடலுக்குத் தீங்கு விளைவிக்காது என்று கூற முடியாது. சில ஹெர்பல் மருந்துகள் கர்ப்பம் தரிப்பதையே தடுத்து விடும். எனவே எந்த ஒரு ஹெர்பல் மருந்து பயன்படுத்தும் போதும் எச்சரிக்கையுடன் இருந்திடுங்கள்.

கேஃபின் பொருட்களை குறைத்திடுங்கள்:

காஃபி, தேநீர் போன்றவைகள் அதிகம் பருகுவதைக் குறைத்திடுங்கள். காஃபி அதிகம் குடிப்பதால் கர்ப்பத்தில் பிரச்சனை ஏற்படக்கூடும் என்று ஆராய்ச்சியில் கண்டுபிடித்து உள்ளார்கள். மேலும் இதுவும் ஒரு மாதிரியான போதைப் பொருளே கொஞ்சம் கொஞ்சமாக உங்களை அடிமையாக்கி விடும் எனவே காப்பி அதிகம் குடிப்பதை குறைத்திடுங்கள்.

குடிப்பழக்கத்தை நிறுத்திடுங்கள் :

உங்களுக்கு குடிப்பழக்கம் இருப்பின் கர்ப்பம் அடைவதற்கு முன்னரே அதனை முற்றிலும் நிறுத்தி விடுங்கள். இதனால் உங்களின் மாதவிடாய் சுழற்சியில் கூட மாறுதல் ஏற்படலாம். எனவே குடிப்பழக்கத்தை முற்றிலும் தவிர்த்திடுங்கள்.

புகையிலைப்பழக்கத்தை நிறுத்திடுங்கள்:

உங்களின் புகையிலைப் பழக்கத்தினால் சிசுவிற்கு கான்சர் எனப்படும் புற்றுநோய் வருவதற்கான சாத்தியக்கூறுகள நூறு சதவீதம் உண்டு. மேலும் புகையில்லாத சுற்றுப் புறம் உருவாக்குவதிலும் உங்களின் பங்களிப்பு மிக அவசியம்.

ரேடியேஷனில் இருந்து தள்ளி இருங்கள்:

ஒருவேளை ஏதாவது ஒரு சந்தர்ப்பத்தில் முழுவதும் எக்ஸ்ரே எடுக்க வேண்டி இருந்தால் பிறப்புறுப்புகளை மூடியே எடுக்க வேண்டும். கர்ப்பத்டைகளை நீக்கிய பிறகு நீங்கள் எப்பொழுது வேண்டுமானாலும் கர்ப்பம் அடையலாம். எனவே

அதற்குப் பிறகு மிகுந்த எச்சரிக்கையுடன் இருந்திடுங்கள். தேவைப்பட்டால் மட்டுமே எக்ஸ்ரே, ஸ்கேன் போன்றவை எடுங்கள். சாதாரணமான சமயங்களில் இவற்றில் இருந்து விலகியே இருங்கள்.

தீங்கு விளைவிக்கக்கூடிய இரசாயனங்களில் இருந்து தள்ளி இருங்கள்

சில வேதியியல் இரசாயனப் பொருட்கள் உங்களுக்கும் உங்களின் கருவிற்கும் பாதிப்பு விளைவிக்கும். உங்களின் வேலை இரசாயனம் சம்பந்தப்பட்ட வேலையாக இருப்பின் முற்றிலும் தவிர்த்திடுங்கள். சித்திரம் தீட்டுதல், ஃபோட்டோ எடுத்தல், பிரேமிங், பியூட்டி பார்லர் சம்மந்தப்பட்ட தொழில், லேண்ட் ஸ்கேப்பிங் போன்ற தொழில்களை செய்ய நேர்ந்தால் மிகவும் பாதுகாப்புடன் செய்ய வேண்டும். இல்லையேல் பேறு கால விடுமுறை எடுத்துக் கொள்ளுங்கள்.

அலுமினியம் சம்மந்தப்பட்ட வேலை எனில் முதலில் கூறியபடியே வேலையை விட்டு விடுங்கள். என் எனில் அது எல்லாவற்றிற்குமே கெடுதலை தரக்கூடியது. உடலின் இரத்தம் வரை சென்று உங்களுக்கு நிரந்தர பாதிப்பை உண்டு செய்யும். ஆசிட் போன்ற கெடுதலை விளைவிக்கக் கூடிய பொருட்கள் சம்மந்தப்பட்ட வேலை என்றாலும் வேலையை விட்டுவிடுங்கள்.

பொருளாதாரத்தில் கவனம் :

குழந்தை பிறப்பதற்கு முன்னரே உங்களின் மாதாந்திர குடும்ப வருமானம் மற்றும் செலவு கணக்குகளைக் குறித்துக் கொள்ளுங்கள். ஏனெனில் உங்களுக்கும் மற்றும் உங்களின் புது வரவிற்கும் சேர்த்து மருத்துவச் செலவு மற்றும் இதர செலவுகள் அதிகமாகக் கூடும். உங்களின் செலவுகள் அதிகமாகும். ஆனால் வரவு அப்படியே தான் இருக்கும். இதனால் குடும்பத்தில் பணப் பிரச்சனையும், மனப் பிரச்சனையும் வரலாம். எனவே பொருளாதாரத்திலும் கவனம் செலுத்திடுங்கள்.

கவனம் செலுத்திடுங்கள் :

எல்லா கவனம் செலுத்திய பிறகு உங்களை நீங்களே ஆராயுங்கள். முதலிலேயே கர்ப்பத்தடை சாதனத்தை நிறுத்தி விட்டீர்கள். உங்களின் மாதவிடாய் சுழற்சியை கவனிக்கிறீர்கள். இப்போது வெகு விரைவிலேயே கர்ப்பம் தரிப்பதற்கான வாய்ப்பு உண்டு. ஏதாவது ஒரு டயரியில் மாதவிடாய் தேதியை சரியாக குறித்து வைத்திடுங்கள்.

ஓய்வு எடுங்கள் :

ஓய்வு என்பது மிக மிக அவசியம். முதலில் உடலுக்கு ஓய்வு கொடுங்கள். பிறகு மனதுக்கு முழு ஓய்வு கொடுங்கள். ரிலாக்ஸாக இருந்தால் எல்லாமே சரியாக நடைபெறும். டென்ஷனாக இருந்தீர்கள் எனில் எதுவுமே சரியாக நடைபெறாது.

அதிக இடைவெளி விடுங்கள் :

கர்ப்பம் அடைவதற்கான பிளான் போடுவதற்கு முன்னால் 6 மாதம் இடைவெளி விடுங்கள். 6 மாதத்திற்குப் பிறகு முழு பிளான் போட்டு நடைமுறைப்படுத்துங்கள். உங்களுக்கு 25 வயது எனில் அதற்குப் பிறகு 6 மாதம் வரையில் கூட காத்திருக்கலாம். ஒருவேளை நீங்கள் 35 வயதைக் கடந்து இருந்தால் மருத்துவரின் ஆலோசனையைப் பெற்று சீக்கிரமாகவே கர்ப்பம் அடைந்திடுங்கள்.

கர்ப்பம் தரிப்பதற்கு முன்னால் தந்தை செய்ய வேண்டியவைகள்.

மருத்துவரைச் சந்தித்திடுங்கள்.

உங்களின் மருத்துவரைச் சந்தித்து முழு உடல் பரிசோதனை செய்திடுங்கள். உங்களுக்கு ஏதேனும் நோய் அல்லது டியூமர் எனப்படும் கட்டிகள் உள்ளனவா என்பதைப் பற்றிப் பரிசோதனை செய்திடுங்கள். உங்களுக்கு ஏதேனும் குறைபாடு தென்பட்டால் அதனையும் மருத்துவரிடம் கூறி ஆலோசனை பெறுங்கள்.

எந்த ஒரு மருந்து அல்லது மாத்திரையை எடுத்துக் கொள்ளும் போதும் எச்சரிக்கயுடன் இருங்கள். ஏனெனில் அந்த மாத்திரை எந்த விதமான பாதிப்பையும் உங்களுக்கு கொடுக்கக்கூடாது. மேலும் ஆண்மைக் குறைபாடு போன்றவற்றையும் உண்டு பண்ணக் கூடாது.

ஜெனிடிக் ஸ்கிரீனிங் செய்திடுங்கள் :

தேவைப்பட்டால் ஜெனிடிக் டெஸ்ட் ஒன்று செய்திடுங்கள். இதன் மூலம் உங்களின் பரம்பரை வியாதியோ அல்லது சத்துக் குறைபாடு போன்றவை தெரியவரலாம். எனவே அவசியம் ஜெனிடிக் ஸ்கிரீனிங் செய்திடுங்கள்.

குடும்பக் கட்டுப்பாட்டுத் தடையை விலக்கிடுங்கள்.

முதல் கட்டமாக நீங்களோ அல்லது உங்களின் மனைவியோ குடும்பக் கட்டுப்பாட்டுச் சாதனத்தை பயன்படுத்தி வந்தீர்கள் எனில் அதனை விலக்கிடுங்கள். உங்கள் மனைவி குடும்பக் கட்டுப்பாட்டிற்காக மாத்திரைகளைப் போடுகிறார் எனில் அதனை

முதலில் நிறுத்தச் சொல்லுங்கள். அதன்பிறகு கரு தரிப்பதற்கு 6 மாதம் கூட ஆகலாம். எனவே உடனடியாக கருத்தடை சாதனங்களை விலக்கிடுங்கள்.

உணவில் கட்டுப்பாடு:

உங்களின் உணவே உங்களின் ஆரோக்கியம், எனவே ஆரோக்கியம் உங்களுக்கு வேண்டுமெனில் உங்களின் உணவின் மீது கவனம் செலுத்திடுங்கள். நல்ல சத்துள்ள உணவுகளை எடுத்துக் கொள்ளுங்கள். அதிக அளவில் பழங்கள், தானியங்கள், காய்கறிகள், முட்டை, கீரை வகைகள் போன்றவற்றின் கலவை உணவை சாப்பிடுங்கள். ஏனெனில் உங்களின் விந்தணு உற்பத்திக்கும் போதுமான அளவில் விட்டமின், மினரல்ஸ் தேவைப்படுகின்றது. எனவே உங்களின் ஆரோக்கியம் உங்கள் கையில் தான் இருக்கிறது. சர்க்கரை நோய் வராமல் பார்த்துக் கொள்ளுங்கள்.

வாழ்க்கைமுறையை மாற்றுங்கள் :

நீங்கள் ஏதாவது ஒரு போதைப் பொருள் பழக்கத்திற்கு அடிமையாகி இருந்தால் அதனை இன்றே நிறுத்தி விடுங்கள். ஏனெனில் உங்களின் போதைப் பொருள் பழக்கமானது உங்களின் எதிர்காலத்தை மட்டுமில்லாமல் உங்கள் முழு சந்ததியினரின் எதிர் காலத்தையும் பாதித்து விடும். சிறு வயதில் இருந்தோ அல்லது இடையிலோ உங்களுக்கு இந்தப் பழக்கம் ஏற்பட்டு இருப்பின் உடனடியாக நிறுத்தி விடுங்கள். இதனால் உங்களின் விந்தணு உற்பத்தியில் குறைபாடு ஏற்படும். பிறகு குறையுள்ள குழந்தை பிறக்கும். எனவே போதைப் பொருள் பழக்கத்தை இன்றே கைவிட்டு விடுங்கள்.

புகையிலையை விடுங்கள் :

உங்களுக்கு புகை பிடிக்கும் பழக்கம் இருப்பின் அதனையும் விட்டுவிடுங்கள். அந்த புகையானது உங்களுக்கு மட்டுமில்லாமல் உங்களின் கருவிற்கும் ஆபத்தை விளைவிக்கக் கூடியது. எனவே நீங்கள் புகைப்பிடிக்கும் பழக்கத்தை விடுவதே சிறந்தது.

இராசாயனப் பொருட்களை தவிர்த்திடுங்கள் :

பெயிண்ட், வார்னிஷ், பெட்ரோல், அமிலங்கள் ஆசிட் போன்ற இராசாயனப் பொருட்களைத் தவிர்த்திடுங்கள். அவைகளைக் கையாளும் போது மிகுந்த எச்சரிக்கையுடன் இருங்கள். தேவைப் பட்டால் இவற்றிலிருந்து விலகி இருப்பதே மிகச் சிறந்தது.

உடல்நிலை வெப்பம் பார்த்திடுங்கள் :

உங்களின் உடல் வெப்பத்தை அடிக்கடி கணக்கிடுங்கள். உங்களையும் உங்களின் ஆரோக்கியத்தையும் பற்றி கவனம் செலுத்தும் போது மேலும் சில முக்கியமான செயல்களையும் கவனியுங்கள். முதலில் உங்களின் உள்ளாடைகளை கவனித்திடுங்கள். அவை சுத்தமாக உள்ளதா, சுத்தமாக துவைக்கப்படுகின்றதா, கிருமி நாசினி கொண்டு அலசப்படுகின்றதா என்பதை கவனியுங்கள்.

உங்களின் குளியல் சோப் உங்களின் ஆரோக்கியம் சம்மந்தப்பட்ட விஷயம். எனவே தரமான குளியல் சோப்பை பயன்படுத்துங்கள். இல்லையேல் உடலில் இருந்து துர்நாற்றம் வெளிப்படும். பிறகு யாருமே உங்களுடன் பழக மாட்டார்கள். அடிக்கடி ஆணுறுப்பை தண்ணீரில் கழுவுங்கள் தேவைப்பட்டால் கிருமி நாசினி சோப்பால் சுத்தம் செய்யுங்கள்.

கவனித்திடுங்கள் :

நீங்கள் ஏதாவது ஒரு விளையாட்டுத் துறையில் சம்மந்தப்பட்டவராக இருந்தால் உங்களின் ஆணுறுப்பின் மீது தனி கவனம் செலுத்திடுங்கள். அதற்கான கவசம் அணியாமல் ஒருபோதும் விளையாடச் செல்லாதீர்கள். பிறகு அதில் அடிபட்டு உங்களின் ஆண்மைத் தன்மையே உங்களை விட்டு போய் விடும் அபாயம் உள்ளது. ஃபுட்பால், பேஸ்கட் பால், வாலிபால் போன்ற எந்த ஒரு விளையாட்டு விளையாடச் சென்றாலும் உடனே கவசத்தை அணியுங்கள். ஒருவேளை உங்களின் கவனக் குறைவினால் ஏதாவது அடி ஏற்பட்டாலும் உடனடியாக உங்களின் மருத்துவரை சந்தியுங்கள். இருசக்கர வாகனத்தில் செல்லும் போது அடி எதுவும் ஏற்படாதவாறு கவனமுடன் இருங்கள். ஒருவேளை நீங்கள் சைக்கிள் ஓட்டுபவராக இருந்தால் கவனத்துடனும், எச்சரிக்கையுடனும் இருங்கள். மிகவும் இறுக்கமான பெல்ட் அணியாதீர்கள்.

அமைதியுடன் இருங்கள்

கணவன், மனைவி இருவருமே மிகவும் அமைதியுடனும் மகிழ்ச்சியுடனும் இருங்கள். வேலையில் ஏதாவது டென்ஷன் ஏற்பட்டால் அதனை நீங்கள் மனைவியிடம் காட்டாதீர்கள். மனைவியிடம் அன்புடன் நடந்து கொள்ளுங்கள். எந்த ஒரு பாதிப்பும் ஏற்படாது.

இதற்குப் பிறகு...?

இப்பொழுது புதிய தொடக்கத்திற்கான தருணம், கர்ப்பம் தரிப்பதற்கு முன்னாடியே எல்லாவற்றையும் சரியாக பிளான் செய்திடுங்கள். மீண்டும் ஒரு முறை இந்தப் புத்தகத்தை கவனத்துடன் படித்திடுங்கள். கணவன், மனைவி இருவரும் மகிழ்ச்சியுடன் இருங்கள்.

இணைப்பு

கர்ப்ப காலத்தில் எடுக்கபடும் சாதாரணமான டெஸ்ட்

மருத்துவர் உங்களின் உடல்நிலையைப் பொறுத்தே சில பல டெஸ்ட்களை எடுக்கச் சொல்வார். உங்களின் மெடிக்கல் டெஸ்ட் ரிப்போர்ட்டை சரிபார்த்திடுங்கள். நீங்கள் தெரிந்து கொள்வதற்காக கீழே டெஸ்டுகளின் அட்டவணை கொடுக்கப்பட்டுள்ளது.

டெஸ்ட் எப்போது எடுக்கவேண்டும்	முறை	காரணம்
ரத்த வகை அறிதல் முதல் முறை	கைவிரலில் இருந்து ஒரு துளி ரத்தம் எடுத்தல்.	உங்களின் இரத்த வகை கண்டறியபப்படும்.
ஹீமோகுளோபின் டெஸ்ட் முதல் முறை மற்றும் 20 வார்களுக்குப்பிறகு	கைவிரலில் இருந்து ஒரு துளி ரத்தம் எடுத்தல்.	இரும்புச்சத்து குறைபாடு இருப்பின் நிவர்த்தி செய்யபப்படும்.
ரூபேலா டிடர் (முதல் முறை)	கைவிரலில் இருந்து ஒரு துளி ரத்தம் எடுத்தல்.	அம்மை நோயில் இருந்து காக்கப்படும்.
சிப்லிப் டெஸ்ட்	கைவிரலில் இருந்து ஒரு துளி ரத்தம் எடுத்தல்.	கருச்சிதைவு ஏற்படாமல் பாதுகாக்கபடும்.
எச.ஐ.வி டெஸ்ட் (முதல் முறை)	கைவிரலில் இருந்து ஒரு துளி ரத்தம் எடுத்தல்.	எயிட்ஸ் பாதிக்கப்பட்டுள்ளதா என்பதை கண்டறியலாம்.
ஹெபபாடிடிஸ் டெஸ்ட் (முதல் முறை)	கைவிரலில் இருந்து ஒரு துளி ரத்தம் எடுத்தல்.	மஞ்சள்காமாலை வருவதில் இருந்து தடுக்கப்படுகின்றது.
பைப் ஸ்மியர் (முதல் முறை)	கைவிரலில் இருந்து ஒரு துளி ரத்தம் எடுத்தல்.	புற்றுநோய் பாதிப்பு உள்ளதா என்பதை கண்டறியலாம்.

டெஸ்ட் எப்போது எடுக்கவேண்டும்	முறை	காரணம்
கொனோரியா கல்சர் மற்றும் ஜெனிடல் ஹர்பீஜ் (முதல் முறை)	விந்தணு எடுத்தல்.	தொற்றுநோய் இருந்தால் கண்டறியலாம்.
கிளாமீடியா டெஸ்ட் (முதல் முறை)	பிறப்புறுப்பு சோதனை.	தொற்றுநோய் கண்டறிதல்.
பாக்டீரியா டெஸ்ட் (முதல் முறை)	சிறுநீர் எடுத்தல்.	சிறுநீரில் பாக்டீரியா இருப்பதைகண்டறிதல்
டிரக் ஸ்கிரீன் (முதல் முறை)	சிறுநீர் எடுத்தல்.	கர்ப்பத்தின் போது பென்சுலின் போன்ற மருந்துகளை உடல் ஏற்றுக் கொள்ளுமா என்பதை கண்டறிதல்.
ப்ளட் பிரஷர்	எலக்ட்ரானிச் எந்திரம் மூலம் கண்டறிதல்.	உயர் இரத்த அழுத்தம் குறைந்த இரத்த அழுத்தம் கண்டறிதல்.
சிறுநீரில் குளுக்கோஸ்	சிறுநீர் எடுத்தல்.	சாக்கரை நோய் உள்ளதா என்பதை கண்டறிதல்.
சிறுநீரில் புரோட்டீன்	சிறுநீர் எடுத்தல்.	அதிக அளவு சிறுநீர் வெளிப்படுவது கண்டறியப்படும்.
டிரிப்பிள் ஸ்கிரீன் 15 முதல் 18 வாரம் குளுக்கோஸ் டால்ரென்ஸ் டெஸ்ட் 28 வது வாரம்	கைவிரலில் இருந்து ஒரு துளி இரத்தம் எடுத்தல்.	கருவின் வளர்ச்சி நிலையை கண்டறியலாம்.
குரூப் டெஸ்ட் 37 வது வாரம்	சிறுநீரில் சோதனை மற்றும் யோனியில் பரிசோதனை.	பிரசவ சிகிச்சைக்கு சுலபம் மேலும் குழந்தையும் பாதுகாப்புடன் இருக்கும்

கர்ப்ப காலத்தில் ஏற்படும் வலிகள்

வலிகள்	முறை	வலி நிவாரணம்
முதுகில் வலி ஏற்படுதல்	வலி நிவாரணி கிரீம் நேராக அமர்தல்.	சுடு தண்ணீரில் குளித்தல். சுடு தண்ணீர் ஒத்தடம் 15 நிமிடத்திற்கு தொடர்ந்து முதுகில் வைத்தல் இவ்வாறாக 3 முதல் 4 முறை செய்தல்
காயம் ஏற்பட்டு வீங்குதல் கால்களில் வீக்கம்	ஐஸ் பேக் பச்சைத் தண்ணீரில் ஒத்தடம். குளிர்ந்த நீரில் நனைத்திடு ்கள்.	கடைத் தெருவில் விற்கக்கூடிய ஐஸ் பேக்கை வாங்குங்கள் அரைமணி நேரம் வீக்கத்தின் மேலேயே வைத்திடுங்கள் மீண்டும் மீண்டும் ஐஸ் பேக்கை குளிர்ச்சியாக்கிக் கொள்ளுங்கள்
உடல் சூடு	குளிர்ந்த நீர் அருந்து ்கள்.	ஒரு டப் முழுவதும் குளிர்ந்த நிரால் நிரப்பி அரை மணி நேரம் அதில் கால்களை அமிழ்த்தி வைத்திடுங்கள்
		அரை மணி நேரத்திற்கு ஒருமுறை குளிர்ந்த நீர் பருகுங்கள்
குளிர் காய்ச்சல் ஜீரம் இருமல்	செலாயின் நோஜ் டிராப்ஸ். விக்ஸ் வேபோரப். இன்ஹேலேஷன்.	கடைத் தெருவில் இருந்து இந்த சொட்டு மருந்தை வாங்கவும் ஒரு ஸ்பூனில் கால் பங்கு உப்பு எடுத்து அதனை தண்ணீரில் கலக்கவும் பிறகு அதில் சில துளிகள் இந்த மருந்தை கலக்கி மூக்கில் நுகருங்கள். எட்டு மணி நேரத்திற்கு ஒருமுறை மூக்கில் தடவுங்கள் சூடான பால், சிக்கன் சூப் போன்றவை அருந்துங்கள். யூகலிபிடல் இலைகளளைக் கொண்டு நீரை சூடாக்கி அந்த நீரினை 3-4 முறை போர்வையால் தலை முழுவதும் மூடிக் கொண்டு நுகருங்கள். முகம், காது, மூக்கு போன்றவை நன்றாக சூடேறும் வரை முகருங்கள்

வலிகள்	முறை	வலி நிவாரணம்
	நேசல் ஸ்டிரிப்.	அதில் கொடுக்கப்பட்டுள்ள படி செய்யுங்கள்
	இன்ஹேலேஷன.	மேலே (ஜீரம்) குறிப்பிட்டுள்ள படி செய்யுங்கள்
டயாரியா	அதிகமாக இருந்தால்	ஒருமணி நேரத்திற்கு ஒருமுறை 1லிட்டர் தண்ணீர் அருந்துங்கள்.
ஜீரம் 100 க்கு மேலேயோ அல்லது அதனைவிட அதிகமாக 102க்கு மேலேயோ சென்றால் மருத்துவரை அணுக்கள்	குளிர்ந்த நீரில் குளியுங்கள் ஸ்டிரைல் குளியல்	குளிர்ந்த நீர் நிரப்பிய டப்பில் அமர்ந்திடுங்கள்.
ஷிரைாதட்ஸ்		குளிர்ந்த நீரில் முக்கிய டவலால் உடம்பை அடிக்கடி துடைத்திடுங்கள்.
வயிறு அல்லது உடம்பில் அரிப்பு		குளிர்ந்த நீர் நிரப்பிய டப்பில் பகலில் அமர்ந்திடுங்கள்.
கண்களில் அரிப்பு கண்களில் இருந்து நீர் வடிதல்	சூடான தண்ணீர்	அதிகநேரம் சூடான தண்ணீரில் குளிக்காதீர்கள். வறண்ட சோப்பை பயன்படுத்தாதீர்கள். குளிர்தவுடனேயே மாய்ஸ்சரைஸிங் கீரீம் தடவிடுங்கள்.
வீக்கம் ஏற்படுதல் காயம் ஏற்படுதல்	ஐஸ் பேக் குளிர்ந்த நீர் (24 மணி நேரம் முதல் 48 மணிநேரம் வரை)	கைக்குட்டையை சூடான தண்ணீரினால் முக்கி கொண்டு கண்களுக்கு ஒத்தடம் அளித்தல். வீங்குதலில் சொல்லி இருப்பதைப் பார்க்கவும்.
வீக்கம் ஏற்படுதல் காயம் ஏற்படுதல்	48மணி நேரத்திற்கு பிறகு சூடான தண்ணீரில் குளியல்	சுடு தண்ணீர் ஒத்தடம் 1மணி நேரத்தில் 2 முறை வைக்கவேண்டும். ஜீரத்திற்கு சொல்லப்பட்டதை செய்யவும்.

வலிகள்	முறை	வலி நிவாரணம்
மூக்கு அடைத்தல்		சுடுநீர் ஒத்தடம் கொடுத்திடுங்கள்
சைனசிடிஸ்	மீண்டும் மீண்டும் சுடுநீர் ஒத்தடம்	சுடு தண்ணீரில் சிறிது கல் உப்பை போட்டு 5 நிமிடம் வரை தொண்டையிலேயே கொப்பளித்து பின்னர் அதனை துப்பிவிடுங்கள் இவ்வாறு 2மணி நேரத்திற்கு ஒருமுறை செய்திடுங்கள்
தொண்டையில் வலி	கொப்பளித்தல்	

கர்ப்ப காலத்தில் கலோரி மற்றும் எடை பராமரிப்பு

கீழே கொடுக்கப்பட்டுள்ள அட்டவணையின் படி நீங்கள் உங்களின் கலோரி மற்றும் எடையை சரிவர பராமரித்து கொள்ளுங்கள் ஒவ்வொருவரின் வேலை மற்றும், குமெட்டாபாலிஸம் பொறுத்தே அவரவரின் எடை மற்றும் கலோரி கொள்முதல் அளவு மாறுபடும்

உங்களின் எடை (பவுண்ட்)	மெட்டாபா லிஸத்தின் அளவு	ஒவ்வொரு நாளும் தேவைப்படும் கலோரியின் அளவு	தேவைப்படும் கொழுப்பின் அளவு	தூதவைக்கு அதிகமான கொழுப்பின் அளவு
100	1	1500	50	2 1/2
100	2	1800	60	3 1/2
100	3	2500	83	5
125	1	1800	60	3 1/2
125	2	2175	72	4
125	3	3050	101	6
150	1	2100	70	4
150	2	2550	85	5
150	3	3600	120	7 1/2

உங்களின் மெட்டாபாலிஸம் தெரிந்து கொள்ளுங்கள் 1. சாதாரணமானது 2. நடுத்தரமானது 3. அசாதாரணமானது (மிகக் குறைந்த பெண்களே 3வது பிரிவில் வருகின்றார்கள்).

பெண்களின் மாத இதழ் கிரகலட்சுமி

தாய்மை அடையும் போது என்ன செய்வது

* என்னுடைய கேள்வி

* என்னுடைய அனுபவம்

* என்னுடைய மிகச் சிறந்த நிமிடங்கள்

என்னுடைய கேள்வி

என்னுடைய அனுபவம்

என்னுடைய மிகச் சிறந்த நிமிட்கள

பெண்களின் மாத இதழ் கிரகலட்சுமி

ஒவ்வொரு வாரமும் உங்களின் எடை

வாரம் 1:	வாரம் 24:
வாரம் 2:	வாரம் 25:
வாரம் 3:	வாரம் 26:
வாரம் 4:	வாரம் 27:
வாரம் 5:	வாரம் 28:
வாரம் 6:	வாரம் 29:
வாரம் 7:	வாரம் 30:
வாரம் 8:	வாரம் 31:
வாரம் 9:	வாரம் 32:
வாரம் 10:	வாரம் 33:
வாரம் 11:	வாரம் 34:
வாரம் 12:	வாரம் 35:
வாரம் 13:	வாரம் 36:
வாரம் 14:	வாரம் 37:
வாரம் 15:	வாரம் 38:
வாரம் 16:	வாரம் 39:
வாரம் 17:	வாரம் 40:
வாரம் 18:	வாரம் 41:
வாரம் 19:	வாரம் 42:
வாரம் 20:	வாரம் 43:
வாரம் 21:	வாரம் 44:
வாரம் 22:	வாரம் 45:
வாரம் 23:	வாரம் 46:

முதல் மாதம்

என்னுடைய கேள்வி

_____

_____

_____

_____

_____

_____

என்னுடைய அனுபவம்

_____

_____

_____

_____

_____

_____

என்னுடைய மிகச் சிறந்த நிமிடங்கள்

_____

_____

_____

_____

_____

_____

முதல் மாதம்

என்னுடைய கேள்வி

_____

_____

_____

_____

_____

_____

என்னுடைய அனுபவம்

_____

_____

_____

_____

_____

_____

என்னுடைய மிகச் சிறந்த நிமிடங்கள்

_____

_____

_____

_____

_____

_____

இரண்டாம் மாதம்

என்னுடைய கேள்வி

_____

_____

_____

_____

_____

_____

என்னுடைய அனுபவம்

_____

_____

_____

_____

_____

_____

என்னுடைய மிகச் சிறந்த நிமிடங்கள்

_____

_____

_____

_____

_____

_____

_____

இரண்டாம் மாதம்

என்னுடைய கேள்வி

_____

_____

_____

_____

_____

_____

என்னுடைய அனுபவம்

_____

_____

_____

_____

_____

என்னுடைய மிகச் சிறந்த நிமிடங்கள்

_____

_____

_____

_____

_____

_____

மூன்றாம் மாதம்

என்னுடைய கேள்வி

_____

_____

_____

_____

_____

_____

_____

என்னுடைய அனுபவம்

_____

_____

_____

_____

_____

_____

_____

என்னுடைய மிகச் சிறந்த நிமிடங்கள்

_____

_____

_____

_____

_____

_____

_____

என்னுடைய கேள்வி

_____
_____
_____
_____
_____
_____

என்னுடைய அனுபவம்

_____
_____
_____
_____
_____
_____

என்னுடைய மிகச் சிறந்த நிமிடங்கள்

_____
_____
_____
_____
_____
_____

நான்காம் மாதம்

என்னுடைய கேள்வி

_____
_____
_____
_____
_____
_____

என்னுடைய அனுபவம்

_____
_____
_____
_____
_____
_____

என்னுடைய மிகச் சிறந்த நிமிடங்கள்

_____
_____
_____
_____
_____
_____

நான்காம் மாதம்

என்னுடைய கேள்வி

_____

_____

_____

_____

_____

_____

என்னுடைய அனுபவம்

_____

_____

_____

_____

_____

_____

என்னுடைய மிகச் சிறந்த நிமிடங்கள்

_____

_____

_____

_____

_____

_____

_____

ஐந்தாம் மாதம்

என்னுடைய கேள்வி

_____
_____
_____
_____
_____
_____

என்னுடைய அனுபவம்

_____
_____
_____
_____
_____

என்னுடைய மிகச் சிறந்த நிமிடங்கள்

_____
_____
_____
_____
_____

ஐந்தாம் மாதம்

என்னுடைய கேள்வி

_____
_____
_____
_____
_____
_____

என்னுடைய அனுபவம்

_____
_____
_____
_____
_____
_____

என்னுடைய மிகச் சிறந்த நிமிடங்கள்

_____
_____
_____
_____
_____
_____

ஆறாம் மாதம்

என்னுடைய கேள்வி

என்னுடைய அனுபவம்

என்னுடைய மிகச் சிறந்த நிமிடங்கள்

ஆறாம் மாதம்

என்னுடைய கேள்வி

_____
_____
_____
_____
_____
_____
_____

என்னுடைய அனுபவம்

_____
_____
_____
_____
_____
_____
_____

என்னுடைய மிகச் சிறந்த நிமிடங்கள்

_____
_____
_____
_____
_____
_____

ஏழாம் மாதம்

என்னுடைய கேள்வி

_____
_____
_____
_____
_____
_____

என்னுடைய அனுபவம்

_____
_____
_____
_____
_____
_____

என்னுடைய மிகச் சிறந்த நிமிடங்கள்

_____
_____
_____
_____
_____
_____

ஏழாம் மாதம்

என்னுடைய கேள்வி

_____
_____
_____
_____
_____
_____
_____

என்னுடைய அனுபவம்

_____
_____
_____
_____
_____
_____
_____

என்னுடைய மிகச் சிறந்த நிமிடங்கள்

_____
_____
_____
_____
_____
_____
_____

எட்டாம் மாதம்

என்னுடைய கேள்வி

_____

_____

_____

_____

_____

_____

என்னுடைய அனுபவம்

_____

_____

_____

_____

_____

_____

என்னுடைய மிகச் சிறந்த நிமிடங்கள்

_____

_____

_____

_____

_____

_____

_____

எட்டாம் மாதம்

என்னுடைய கேள்வி

_____

_____

_____

_____

_____

_____

_____

என்னுடைய அனுபவம்

_____

_____

_____

_____

_____

_____

என்னுடைய மிகச் சிறந்த நிமிடங்கள்

_____

_____

_____

_____

_____

_____

ஒன்பதாம் மாதம்

என்னுடைய கேள்வி

என்னுடைய அனுபவம்

என்னுடைய மிகச் சிறந்த நிமிடங்கள்

ஒன்பதாம் மாதம்

என்னுடைய கேள்வி

_____

_____

_____

_____

_____

_____

என்னுடைய அனுபவம்

_____

_____

_____

_____

_____

என்னுடைய மிகச் சிறந்த நிமிடங்கள்

_____

_____

_____

_____

_____